ഗ്രീൻ ബുക്സ്

ആട

ഹാരിസ് നെന്മേനി

വയനാട് ജില്ലയിലെ നെന്മേനി സ്വദേശി.
പിതാവ്: ടി.എം. മുഹമ്മദ്. മാതാവ്: ആമിന
ചരിത്രത്തിൽ ബിരുദവും സോഷ്യോളജിയിലും
ഗ്രാമവികസനത്തിലും ബിരുദാനന്തര ബിരുദങ്ങളും.
റവന്യൂ വകുപ്പിൽ ജോലി ചെയ്യുന്നു.
ആകാശവാണിയുടെ സ്പോർട്സ് കമന്റേറ്ററുമാണ്.
13 പുസ്തകങ്ങൾ പ്രസിദ്ധീകരിച്ചു.
പുരസ്കാരങ്ങൾ: സുകുമാർ അഴീക്കോട്-തത്ത്വമസി
അവാർഡ്, കുഞ്ഞുണ്ണിമാഷ് പുരസ്കാരം,
പാലാ കെ.എം മാത്യു അവാർഡ്,
കലാകൗമുദി-കഥാ അവാർഡ്, പുഴ ഡോട്ട് കോം
കഥാപുരസ്കാരം, ശക്തി തിയറ്റർ കഥാപുരസ്കാരം,
എ. മഹ്മൂദ് കഥാ അവാർഡ്, പഴശ്ശി കഥാപുരസ്കാരം,
സമഷ്ടി കഥാപുരസ്കാരം, പാം പുരസ്കാരം.
Email: harisnenmeni@gmail.com

ഗ്രീൻ ബുക്സ് പ്രസിദ്ധീകരിച്ച
ഗ്രന്ഥകാരന്റെ ഇതരകൃതികൾ

ഡബിൾ ബെൽ
(അനുഭവം)

നോവൽ

ആട

ഹാരിസ് നെന്മേനി

ഗ്രീൻബുക്സ്

green books private limited
gb building, civil lane road, ayyanthole,
thrissur- 680 003, kerala, ph: +91 487-2381066, 2381039
website: www.greenbooksindia.com
e-mail: info@greenbooksindia.com

branches:
thrissur 8589095302
thiruvananthapuram 8589095301
calicut 8589095307

malayalam
aada
novel
by
haris nenmeni

published september 2024

printed in india
geethanjali offset prints, kozhikode

isbn : 978-81-978423-0-6

₹ 360.00
GBPL/1380/2024

സമർപ്പണം

പ്രണയം ആടപോൽ അണിഞ്ഞവർക്ക്

ജീവിതത്തിനും മരണത്തിനുമിടയിൽ
എത്ര സമയം ബാക്കിയുണ്ട്?

ഇന്നേ വരെയുള്ള ആയുസ്സ്. അത് വർഷങ്ങളും
മാസങ്ങളും ദിവസങ്ങളും മണിക്കൂറുകളും
നിമിഷങ്ങളുമായി പരാവർത്തനം ചെയ്യുകിൽ
ഇങ്ങേയറ്റത്തെ ഏതാനും നിമിഷങ്ങളിൽ ഇപ്പോൾ.

നാലുവാര പിന്നാക്കം മാറി ആയമെടുത്ത് കുതിച്ച്
താഴേക്ക് ചാടാൻ വേണ്ടുന്നത്രയും സമയം ബാക്കി.

ഭൂമിയെ ആകെത്തന്നെയും അല്ല അതിലേറെയും
വിഴുങ്ങാൻതക്ക ആഴപ്പരപ്പുകൾ ഗർഭമായിപ്പേറുന്ന
കടലിന്റെ അഗാധതയിലേക്ക് പതിക്കുന്നതിന്
മതിയായത്രയും നേരം.
ഇനി അത്രമാത്രം ജീവിതം ബാക്കി.

നീലയുടെ സമനിരപ്പുപോൽ കിടക്കുന്ന കടൽ
പ്രതലത്തിൽ ഉടൽ ചെന്നുതൊടുന്നത് ഉൾക്കണ്ണിൽ
കാണാം. പിന്നെ ഒരാൾ വ്യാസത്തിൽ താഴോട്ട് താഴോട്ട്,
ഒരുഗമനം. എവിടെയെങ്കിലും ചെന്ന് തൊടുംമുമ്പേ
ശ്വാസം ഞെരുങ്ങിഞെരുങ്ങി വേർപ്പെട്ടുപോകുന്ന
പ്രാണൻ. പിന്നെ പതിയെ മീനുകൾക്കും കടൽ
ജീവികൾക്കും ആഹാരമാവുന്ന ഉടൽ.
മുറിഞ്ഞടർന്ന് അലിഞ്ഞലിഞ്ഞ്, അഴിഞ്ഞഴിഞ്ഞ്...

മനസ്സ് ശുദ്ധ ശൂന്യം. നിറങ്ങളും വികാരങ്ങളുമറ്റത്.
ഇനി താഴേക്ക്, താഴേക്ക്...

നീലയുടെ, കടലിന്റെ ആശ്ലേഷത്തിലേക്ക്...

സാമ്യങ്ങൾ

വീട് വിട്ടിറങ്ങുമ്പോൾ പനിക്കുന്നുണ്ടായിരുന്നു എന്ന് തോന്നി. വായിൽ ഊറി നിറയുന്ന കയ്പ്. ഉടലാകെയും വേദന. ഒരുവേള രാത്രിയിലും പനിച്ചിട്ടുണ്ടാവണം. മോട്ടോർസൈക്കിൾ സ്റ്റാൻഡിൽ നിന്ന് നിവർത്തിയപ്പോൾ പാദങ്ങൾ ഉറയ്ക്കാതെ ചെറുതായൊന്നിടറി. അശ്രദ്ധമായി കയറിയിരുന്നപ്പോൾ കാരിയറിൽത്തട്ടി കാല് കഠിനമായി വേദനിച്ചു. ഒന്നും ഗൗനിക്കാതെ ബുള്ളറ്റ് സ്റ്റാർട്ട് ചെയ്തു മുമ്പോട്ടെടുത്തു. ഒന്നും ഓർക്കാതിരിക്കാൻ ഒന്നിലും ശ്രദ്ധയും ഓർമ്മയും ചെന്ന് തങ്ങാതിരിക്കാൻ ആത്മാർത്ഥമായി ശ്രമിച്ചു.

കണ്ണു കെട്ടിയയച്ചാലും അപകടം കൂടാതെയും പിഴയ്ക്കാതെയും കടന്നുപോകാവുന്ന വഴികൾ. ചിരപരിചിതം, പ്രിയപ്പെട്ടവ. ഒരു വീർപ്പിനെന്ന വേഗത്തിൽ അവ പിന്നിട്ട് പ്രധാന പാതയിലേക്ക്. പ്രഭാതനേരം. തിരക്കേറെയില്ല. സാധാരണയിലും വേഗത്തിലും ഒട്ടൊക്കെ അശ്രദ്ധമായും വണ്ടി ഓടിച്ചു.

ഒരു ചായ കുടിക്കണമെന്ന് തോന്നി. വിശപ്പില്ലെങ്കിലും വായുടെ അരുചി അലിയിച്ചുകളയാൻ അത് വേണം. തെല്ലുദൂരം പിന്നിട്ടപ്പോൾ മാടപ്പീടികയുടെ മട്ടിലൊരു ചെറിയ കട കണ്ടു. സഞ്ചാരികളല്ല, തദ്ദേശീയരായ കുറച്ചുപേർ അതിനുമുമ്പിൽ കൂടിനിന്ന് ചായ കുടിക്കുകയും പത്രം പങ്കിട്ട് വായിക്കുകയും ചെയ്യുന്നുണ്ട്. പാലുചേർക്കാത്ത കടുംചായ അകത്ത് ചെന്നപ്പോൾ ഒരാശ്വാസം തോന്നി. ഒരു കോപ്പ പാനീയത്തിന് ഉടലിൽ സാധിക്കുന്ന ജാലവിദ്യ.

മുന്നോട്ട്...

വഴിയിലൊരു പെട്രോൾബങ്ക് കണ്ടു. പതിയെ അങ്ങോട്ട് തിരിച്ചു. ബങ്കിലുമില്ല തിരക്കൊട്ടും. ഓഫീസ്മുറിയുടെ മുമ്പിൽ രണ്ടുപേർ നിന്ന് സംസാരിക്കുന്നുണ്ട്. ഇന്ധനം പകർന്നത് ഒരു പെൺകുട്ടിയാണ്. ഫുൾ ടാങ്ക് എന്ന് പറഞ്ഞപ്പോൾ അവളുടെ മുഖത്ത് ഒരു ചിരി മിന്നിപ്പൊലിഞ്ഞു. ഇക്കാലത്തത് ഒരത്ഭുതം എന്നമട്ടിൽ.

‘‘ദൂരെ... ദൂരേയ്ക്ക് പോവുകയാണല്ലേ?’’ ബാക്ക്പാക്ക് ബാഗും വണ്ടിയാകെയും ഒരാവർത്തി സൂക്ഷിച്ച് നോക്കിയിട്ട് അവൾ ചോദിച്ചു.

ഏതർത്ഥത്തിലും വായിക്കാവുന്നവിധം തലയാട്ടിയപ്പോൾ അവളുടെ മുഖത്ത് ഇപ്പോൾ സന്തോഷത്തിന്റെ നിറചിരി.

‘‘ഇന്ത്യ മുഴുവനുമൊരൊറ്റ റൈഡ്. എന്റേട്ടനും അതൊരു പ്ലാനാണ്.’’

പണം വാങ്ങി ബാക്കി നൽകുമ്പോൾ അവൾ പറഞ്ഞു.

അന്നേരമാണവളെ ശ്രദ്ധിച്ചത്. കുട്ടിത്തം വിടാത്ത ഭാവമുള്ള ഒരു പെൺകുട്ടി. പിടപിടയ്ക്കുന്ന തിളങ്ങുന്ന കണ്ണുകൾ. കഷ്ടിച്ച് ബിരുദ ക്ലാസിലോ മറ്റോ പഠിക്കേണ്ട പ്രായം. അഞ്ചെട്ട് മണിക്കൂറുകൾ തുടർച്ച യായി ഒരേ നിലയിൽ നിന്ന് ചെയ്യേണ്ട കഠിനസ്വഭാവമുള്ള ഈ ജോലി യിലേക്ക് അവളെ ഉന്തിവിട്ടത് വീട്ടിലെ പ്രയാസങ്ങളാവണം.

പമ്പിൽനിന്നുതന്നെ ടയറിലെ മർദ്ദം പരിശോധിക്കാനായി മാറ്റി നിർത്തിയപ്പോൾ അവൾ ഒപ്പം വന്നു.

‘‘ചേട്ടൻ ഏത് വഴിയേ ആണ് ഓൾ ഇന്ത്യ? ഈസ്റ്റ് കോസ്റ്റ് വഴി യാണോ അതോ സെൻട്രൽ? വെസ്റ്റ്? ഏതാണ് റൂട്ട്?’’

യാത്രാപഥത്തെക്കുറിച്ചൊന്നും ആലോചിച്ചിരുന്നില്ല. അതേപ്പറ്റിയെ ന്നല്ല ഒന്നിനെക്കുറിച്ചും. ഒരു യാത്ര. പുറപ്പെട്ട് പോവൽ. എല്ലാത്തിൽ നിന്നും. മുമ്പിൽ തെളിയുന്ന വഴികളിലൂടെല്ലാം. അത് പക്ഷേ അവ ളോട് പറഞ്ഞില്ല.

‘‘കൃത്യമായ പ്ലാനിംഗ് വേണം ചേട്ടാ.’’ പെൺകുട്ടി ഗൗരവത്തിലാണ്. ‘‘വഴിയും താമസവും യാത്രാച്ചെലവുമെല്ലാം നന്നായി പ്ലാൻ ചെയ്യണം. ആഹാരം പോലും.’’

കൗതുകത്തോടെ അവളുടെ കണ്ണുകളിലേക്കുനോക്കി.

‘‘എന്നെയും കൂട്ടാമെന്ന് ഏട്ടൻ വാക്കുതന്നിട്ടുണ്ട്.’’

അത് പറഞ്ഞപ്പോൾ അവളുടെ മുഖത്ത് പ്രതീക്ഷയുടെ തിളക്കം.

ഏട്ടൻ സഹോദരനല്ല. അവളുടെ പ്രണയിയാണ്. രണ്ടുപേരുംകൂടി താലോലിക്കുന്ന സ്വപ്നമാണ് ടൂവീലറിൽ ഒരു സുദീർഘമായ സഞ്ചാരം. കല്യാണം കഴിഞ്ഞ് ഒട്ടും വൈകാതെ അവരത് നടത്തും. അവരുടെ മധുവിധു യാത്ര, അത് മഞ്ഞും തണുപ്പുമുള്ള ഏതെങ്കിലും ഹിൽസ്റ്റേഷൻ സുഖവാസകേന്ദ്രങ്ങളിലേക്കോ കടലോര റിസോർട്ടുകളിലേക്കോ ആവില്ല. പകരം പരുപരുത്ത റോഡുകളിലൂടെ യാഥാർത്ഥ്യങ്ങളിലേക്കാവും.

ഹൃദയംകൊണ്ട് അവൾക്ക് ആശംസകൾ നേർന്നു, മുൻകൂറായി.

ബുള്ളറ്റ് നീങ്ങവേ അതിന്റെ വഴിയേ കണ്ണുപറിയാതെ നോക്കി നിൽക്കുന്ന പെൺകുട്ടിയുടെ ചിത്രം റിയർവ്യൂ മിററിൽ കണ്ടു.

വെയിലുറയ്ക്കും മുമ്പേ കേരള അതിര് പിന്നിട്ടു. കർണ്ണാടകയി ലായി. പ്രഭാതഭക്ഷണം മറന്നേ പോയിരുന്നു. പനിയുടെ അസ്വാസ്ഥ്യ ങ്ങൾ ഉള്ളിലുള്ളതിനാലാവണം, വിശപ്പ് തോന്നുന്നേയില്ല.

ദീർഘസഞ്ചാരിയെ പ്രോത്സാഹിപ്പിക്കുന്ന, ക്ഷണിക്കുന്ന മനോഹര മായ റോഡ് തുടർച്ചകൾ. കറുകറുത്ത്, മിനുമിനുത്ത്, തിരക്കും തടസ്സ ങ്ങളുമില്ലാതെ ഭൂപ്രകൃതിയോട് സന്ധിചെയ്ത് വളവുതിരിവുകളോടെ. വനഭാഗമല്ല, പക്ഷേ മരങ്ങൾ ഇടയൊഴിച്ചിടാതെ തലയുയർത്തി പാത യ്ക്ക് ഇരുപുറവും കാവൽ നിൽക്കുന്നു. കുടകിലെ കേൾവികേട്ട

എസ്റ്റേറ്റുകൾ, നാണ്യവിളത്തോട്ടങ്ങൾ. കുടക്, സവിശേഷസൗന്ദര്യമുള്ള സ്ത്രീകളുടേയും ശൗര്യക്കാരായ പുരുഷന്മാരുടേയും കാർഷിക സമൃദ്ധിയുടേയും പേരിൽ പ്രസിദ്ധമായ സുന്ദരമായ ഭൂഭാഗം.

മടിക്കേരിദസറ കാണാൻ, കാവേരി ഉറവയെടുക്കുന്ന തലക്കാവേരിയിൽ ചെന്ന് നിൽക്കാൻ കൂട്ടുകാരോടൊത്ത് യാത്രപോയത് ഓർത്തു. ആ ഇടം വളരെ അകലെയാണ്. ആ കാലവും. ഒരിക്കൽകൂടി വേണമെങ്കിൽ അങ്ങോട്ട്, മടിക്കേരിയിലേക്ക് നീങ്ങാം. ഭ്രമിപ്പിക്കുന്ന ചെറുനദിപോൽ കിടക്കുന്ന ഈ വഴിയിലൂടെ ഒരൊഴുക്കിലങ്ങനെ. ഒന്നും ആലോചിച്ചിട്ടില്ല. ഒരു നിശ്ചയവുമില്ലാത്ത ഗമനമായതിനാൽ അങ്ങോട്ടെന്നല്ല എങ്ങോട്ടും നീങ്ങാം. ജലംപോലെ, കാറ്റുപോലെ. എല്ലാത്തിൽനിന്നും അകന്നകന്ന്...

മറന്നതുപോലെ ഒന്ന് മാറിനിന്നിരുന്ന തലവേദന മുന്നറിയിപ്പൊന്നുമില്ലാതെ ഒരിടനേരത്തിന് ശേഷം തിരികെയെത്തി. ഇത്തവണ കൂടുതൽ കടുപ്പത്തിൽ. എവിടെയെങ്കിലും ഒന്നുനിർത്തി തെല്ല് നേരത്തേക്ക് വിശ്രമിക്കണം. പ്രധാന വഴിയിലേക്ക് വന്ന് ചേരുന്ന ചെറിയ കൈവഴിയുള്ള ഇടം കണ്ടപ്പോൾ വണ്ടി വേഗംകുറച്ചു നിർത്തി. പിന്നെ റോഡിനോരം ചേർന്ന് ഒതുക്കി. തുടർച്ചയായ ചലനമാണ്. ഒരു ഇടവേളയാവട്ടെ, ഉടലിനും വാഹനത്തിനും. സമൃദ്ധമായി വലിയ ഇലകൾ പൊഴിച്ചിടുന്ന മരങ്ങളായിരുന്നു ആ ഭാഗത്ത്. ഉറച്ച ശൽക്കങ്ങൾ എഴുന്നു നിൽക്കുന്ന ഒരു മരയുടൽ ചാരി കുറച്ച് നേരമിരുന്നു. നല്ല ക്ഷീണം തോന്നുന്നുണ്ടായിരുന്നു. കൊഴിഞ്ഞ ഇലകളുടെ പതുപതുപ്പ് കിടക്കയാക്കി നീണ്ട് നിവർന്ന് കിടന്നു.

ശിരസ്സിൽ, മുടിയിഴകളിൽ പതിയെ തലോടിത്തഴുകി നീങ്ങുന്ന കൈ. തിരുനെറ്റിയിൽനിന്ന് നെറുകയിലേക്ക്, പിൻകഴുത്തിലേക്ക്. വീണ്ടും... വിരലുകളിൽ എപ്പോഴുമെന്നപോലെ തെരുപ്പിടിച്ചു. ജനലിലൂടെ പുറത്തേക്ക് വന്ന കൈയിൽ കൈകൊരുത്ത് നീണ്ട നീണ്ട നിമിഷങ്ങൾ. പതിയെ പതിയെ ഊർന്നുപോവുന്നു അത്.

ഉണർന്നപ്പോൾ നന്നായി വിയർത്തിട്ടുണ്ടെന്നറിഞ്ഞു. യുഗങ്ങളായുള്ള ഒരു ഉറക്കത്തിൽനിന്നാണ് കണ്ണ് തുറക്കുന്നത് എന്ന് തോന്നി. എവിടെയാണുള്ളത് എന്നുപോലും മനസ്സിലാവാത്ത നിലയിൽ കുറച്ച് നേരംകൂടി കിടന്നു. പതിയെ ഓർമ്മകൾ തിരികെ വന്നുചേരാൻ തുടങ്ങി. കൊഴിഞ്ഞ ഇലകൾ മരത്തിലേക്കു മടങ്ങുംപോലെ.

വഴിയോരത്ത് മരച്ചോട്ടിലെ ഇലമെത്തയിൽ കിടക്കവെ പനി കടുത്തു വരുന്നതറിഞ്ഞിരുന്നു. പിന്നെയത് പൊള്ളിത്തിളയ്ക്കും പനിയാവുന്നതും. ദേഹം തണുത്തുവിറച്ചു. ആരോ ചിലർ, സ്ത്രീകളാണ്, അടുത്തേക്ക് വരുന്നത് അർദ്ധബോധാവസ്ഥയിൽ അറിഞ്ഞു. വീണേച്ചിയാണ് മുമ്പിൽ. അവർ നെറ്റിയിലും കഴുത്തിലും കൈപ്പടം ചേർക്കുന്നു. വിരലുകൾ പനിമാപിനിയാവുന്നു. ശിരസ്സ് തലോടുന്നു.

കരിയിലയ്ക്കിടക്കയിൽ നിന്ന് അവർ കൈ പിടിച്ചും താങ്ങിയും ഇരിപ്പിലേക്ക് ഉയർത്തുന്നു. ആരുടേയോ കാലുകൾ പുറംചാരാവുന്നു.

സംസാരിക്കുന്നുണ്ട് അവർ. ചോദ്യങ്ങളാണേറെയും. കന്നഡയിലാണ്. തനിക്കത് ഏറെ വശമില്ലെന്ന് അറിയുകയാലാവും ഇടയ്ക്ക് മലയാളവും ഇഴചേർക്കാൻ ശ്രമിക്കുന്നു ആഗതരിലൊരാൾ.

''എവിടെപ്പോവുന്നു? എന്താണുണ്ടായത്? എന്തിനാണിവിടെ കിടക്കുന്നത്?'' എന്നിങ്ങനെ ചോദ്യങ്ങൾ മാത്രം.

പനി കടുത്തു നിൽക്കുന്നുവെന്ന് അറിയുന്നതിനാലാവും അത് കുറയാതെ തുടർയാത്ര വേണ്ടെന്ന് അവർ നിശ്ചയിച്ചിട്ടുണ്ടാവുക.

പനിയളന്ന ആ സ്ത്രീയുടെ, വീണേച്ചിയുടെ മുഖഛായ തോന്നിച്ച, അവരുടെ നീട്ടിയ കൈപിടിച്ച് എഴുന്നേറ്റു. ബാഗ് ചുമലിലെടുത്തപ്പോൾ ഇപ്പോൾ വീഴുമെന്ന മട്ടിൽ വേച്ചുവിറച്ച് മുന്നോട്ടാഞ്ഞ് പോയി. അന്നേരം സ്ത്രീകളിലൊരാൾ അത് നിസ്സാരമായി സ്വന്തം ശിരസ്സിലേക്കെടുത്തു.

നോട്ടം ബൈക്കിനുനേരേ നീണ്ടപ്പോൾ സ്ത്രീകൾ മാത്രമുള്ള ആ ചെറുകൂട്ടത്തെ ആലോചനാക്കുഴപ്പവും നിസ്സഹായതയും ചൂഴ്ന്നു. കാടുപിടിച്ച, ആളൊഴിഞ്ഞ ആ ഇടത്ത് വണ്ടി ഉപേക്ഷിച്ച് പോകാനാവില്ല. തൊഴിച്ച് സ്റ്റാർട്ട് ചെയ്ത് ഓടിച്ചുനീക്കാനുള്ള കരുത്തുമില്ല, തന്റെ ഉടലിൽ. തങ്ങളിൽത്തങ്ങളിൽ വീണ്ടുമെന്തോ ആലോചിക്കുന്ന സ്ത്രീകൾ. പിന്നെ മൺവഴികളിലൂടെ വേഗം വേഗം നടന്നു മറയുന്ന, നടപ്പിനെ ഓട്ടത്തിലേക്ക് സംക്രമിപ്പിക്കുന്നു അവരിലൊരാൾ. തിരികെ വരുമ്പോൾ ഒരു കുട്ടിക്കൂട്ടത്താൽ നയിക്കപ്പെട്ട് അവർ. പത്തുപതിമ്മൂന്ന് വയസ്സ് മതിക്കുന്ന ആൺപെൺകൂട്ടം. അവർ ചേർന്ന് ബൈക്ക് തള്ളിത്തുടങ്ങുന്നു. ഒരാഘോഷംപോലയോ കളിപോലെയോ. അവർക്കു പിന്നിലായി ബാഗ് തലച്ചുമടായി ഏറ്റുന്ന സ്ത്രീ, മറ്റുള്ളവർ. ഏറ്റവും പിറകിലായി വീണേച്ചിയെ ഓർമ്മിപ്പിക്കുന്ന ആ സ്ത്രീ. അവർ ചുമലിൽ കൈചേർത്ത് നടത്തുന്നു.

മൺവഴി, ചെറുകയറ്റങ്ങളോടെ, നിരപ്പുകളോടെ മരങ്ങൾക്കിടിയിലൂടെതന്നെ തുടരുന്നു. ഘോഷയാത്രയിലോ കളിയിലോ എന്നപോലെ തന്നെ കുട്ടികൾ. ഗൗരവഭാവത്തിൽ സ്ത്രീകൾ. ഏതോ സ്വപ്നത്തിലെന്നപോലെ ഞാനും. ഒന്നോടൊന്ന് ചേർന്നും പരസ്പരം അഭിമുഖീകരിക്കുന്ന നിലയിലും കുറച്ച് വീടുകൾ. തൊഴിലാളി ലായങ്ങൾ. അവയ്ക്ക് പൊതുവായുള്ള മുറ്റത്ത് ചെന്ന് തീരുന്ന വഴി.

പന്തുകളിക്കാരുടേയും ദൈവങ്ങളുടേയും ചിത്രങ്ങൾകൊണ്ടലംകൃതമായ വാതിലുകൾ ഒന്നൊഴിയാതെ എല്ലാ വീടുകൾക്കും. മത്സരംപോലെ, ഐക്യദാർഢ്യം പോലെ. ശിവനും ക്രിസ്ത്യാനോ റൊണാൾഡോയും മുഖാമുഖം നിൽക്കുന്ന വാതിൽ പിന്നിട്ട് അകത്തേക്ക് കടന്നത് ഓർമ്മയുണ്ട്. നേരിയ മൂടൽ തന്നെയായിരുന്നു ശിരസ്സിലപ്പോഴും. കഞ്ഞിയും പിന്നെയേതോ ഗുളികയും കഴിച്ചത് ഓർമ്മിക്കാനാവുന്നുണ്ട്. പിന്നെ....

പിന്നെ, സുദീർഘമായ തളർന്നുറക്കത്തിൽ നിന്നുണർന്നപ്പോൾ, ഇപ്പോൾ ആ സ്ത്രീ, വീണേച്ചിയുടെ അപര മുമ്പിലുണ്ട്. ആകാംക്ഷ തിടംവെച്ച മുഖമുള്ള രണ്ട് പെൺകുട്ടികളും. അവരുടെ വീടാണിത്.

വീണ്ടും നെറ്റിതൊട്ട് പനിക്കുന്നില്ലെന്ന് ഉറപ്പിക്കുന്ന അവർ. വാവട്ട മുള്ള പാത്രത്തിലെ കഞ്ഞി കുറച്ചുകുറച്ചായി കഴിക്കാൻ ശ്രമിച്ചു. പനി പൊട്ടി മരവിച്ച വായ രുചികളെ തിരികെ പിടിച്ചിട്ടില്ല. ആ സ്ത്രീയുടെ സ്നേഹനിർബന്ധത്തോട് തോറ്റ് പാതിമാത്രം കഴിച്ചു. പിന്നെ അവർ നീട്ടിയ ഗുളികകൾ വിഴുങ്ങി പിന്നെയും തറയിൽനിന്നും ഏറെ ഉയരമി ല്ലാത്ത ആ കട്ടിലിലേക്കുതന്നെ ചെരിഞ്ഞു. തളർച്ചയിൽ എപ്പോഴോ വീണ്ടും ഉറങ്ങിപ്പോയി.

പിന്നെയുണർന്നപ്പോൾ ഉച്ചയാണെന്ന് തോന്നി. ചില്ലോട് അകത്തേക്ക് അനുവദിക്കുന്ന വെളിച്ചത്തിൽ ആ മുറി കുറച്ചുകൂടി വ്യക്തമായി കാണാ മിപ്പോൾ. തനിയാവർത്തനം. ആ സ്ത്രീ, രണ്ട് കുട്ടികൾ, ഉത്കണ്ഠ പേറുന്ന അവരുടേയും കൗതുകം വായിക്കാവുന്ന കുട്ടികളുടേയും മുഖങ്ങൾ. കൈയിലെ ആഹാര പിഞ്ഞാണം. അഴുക്കും പൊടിയും മങ്ങൽ പടർ ത്തിയ ആ സ്ത്രീയുടെ മുഖം. വിയർപ്പിന്റെയും നാണ്യവിളകളുടേയും മിശ്രഗന്ധം. ജോലിക്കിടയിലെ ഇടവേളയിൽ ഓടിവന്നതാവണം അവർ.

തുടർയാത്രയെക്കുറിച്ച് ആലോചിക്കാനുള്ള കരുത്തില്ലാതെ വീണ്ടു മൊരു ഉറക്കത്തിലേക്ക് വഴുതിപ്പോയി. പിന്നീട് എപ്പോഴോ ഉണർന്ന പ്പോൾ ചുറ്റും ഇരുട്ടായിരുന്നു. പുറത്തുമതേ. എല്ലാവരും ഉറങ്ങുകയാവണം. വെളിച്ചം തെളിയിക്കാൻ തോന്നിയില്ല. പകൽ രാത്രി വ്യത്യാസമില്ലാതെ പോയ ദിവസങ്ങളിൽ തളർന്നുറങ്ങുകയായിരുന്നതിനാലാവണം ആ രാത്രി പിന്നെ ഉറക്കം കടാക്ഷിച്ചില്ല. പുറത്തേക്ക് തുറക്കുന്ന ജനാല തുറന്ന് മരയഴികളിൽ ശിരസ് ചേർത്ത് ചാരിയിരുന്നു.

ഇരുനിറവും ഉയരംകൂടിയ ശരീരവും നീണ്ടമുഖവുമുള്ള ഈ സ്ത്രീ വീണേച്ചിയെ ഓർമ്മിപ്പിക്കുന്നു, ആദ്യകാഴ്ച മുതൽ. ഇവരെകണ്ട ശേഷം ആ ഓർമ്മകൾ തണുത്തതും പൊള്ളുന്നതുമായ സ്പർശമായി ശിരസ്സുതൊടുന്നു.

വെയിലേറ്റ് വിയർത്തും ക്ഷീണിച്ചും കയറി വരികയായിരുന്നു ഒരു ദിവസം, വീണച്ചേച്ചി. ഓഫീസിലേക്ക്, തന്റെ ജീവിതത്തിലേക്കും. അന്നാണ് അവരെ ആദ്യം കാണുന്നതും. ഒരു ആരോഗ്യ ഇൻഷൂറൻസ് കമ്പനിയുടെ ജീവനക്കാരിയായിരുന്നു അവർ. ഓഫീസിലുള്ളവരെ ഇൻ ഷൂറൻസ് സ്കീമുകളെ പരിചയപ്പെടുത്തുകയും ചേർക്കുകയും ചെയ്യുക യായിരുന്നു ഉദ്ദേശ്യം. ഓരോ മേശയ്ക്കരികിൽ നിന്നും ഒന്നോ രണ്ടോ മിനിട്ട് സമയം പോലും എടുക്കാതെ പരാജയപ്പെട്ട് പിൻമടങ്ങുകയായി രുന്നു അവർ. ഇപ്പോൾ ചേരാൻ ആവില്ല എന്ന് പറയുന്നവരോട് 'ശരി' എന്ന മറുപടിക്കപ്പുറമൊന്നും അവർ പറഞ്ഞിരിക്കാനിടയില്ല. ചെറിയ നിർബന്ധം പിടിക്കൽ, അപേക്ഷാഭാവം ഒന്നുമില്ല. ഇമ്മട്ടിൽ ആത്മ വിശ്വാസമില്ലാതെ പെരുമാറുന്ന ഇവർക്ക് എങ്ങനെയാണ് കാര്യങ്ങൾ ബോധ്യപ്പെടുത്തി ആളുകളെ പദ്ധതിയിൽ ചേർക്കാനാവുക എന്ന് തോന്നിയിരുന്നു അന്ന്.

ആലോചിക്കാമെന്ന് പ്രതീക്ഷ നൽകിയ തന്റെ മാത്രം നമ്പർ വാങ്ങി അന്ന് പിൻവാങ്ങുകയായിരുന്നു അവർ. പക്ഷേ പിന്നീടെപ്പോഴെങ്കിലും അവർ വിളിക്കുകയുണ്ടായില്ല. ഞാനത് മറന്നുപോയി. അവരെയും.

പിന്നീട് യദൃച്ഛയാ ഒരിക്കൽ ഒരു കല്യാണവീട്ടിൽ വെച്ചാണ് അവരെ കാണുന്നത്. ഇൻഷൂറൻസിൽ ചേർന്നില്ലല്ലോ എന്ന് അന്നേരമവർ ഓർമ്മിപ്പിച്ചു. പിറ്റന്നാൾ വിളിക്കുകയും ചെയ്തു. പിന്നെ അതിന്റെ രേഖകളും മറ്റും കൈമാറുന്നതിനും ഇതര കാര്യങ്ങൾക്കുമായി കണ്ടുമുട്ടലുകൾ, ഫോൺവിളികൾ. എപ്പോഴോ, എപ്പോഴോ അതൊരു അടുപ്പമായി മാറിപ്പോയിരുന്നു. ഇല്ലാതെപോയ ഒരു മൂത്ത സഹോദരിയോടുള്ള ഇഷ്ടം. അങ്ങനെയാണ് ആദ്യം കരുതിയത്. സ്വയവും പരസ്പരവും വിശ്വസിപ്പിക്കാൻ ശ്രമിച്ചത്, ആശ്വസിക്കാൻ ശ്രമിച്ചത്.

പക്ഷേ അങ്ങനെയല്ലെന്ന്, മനസ്സു കുതറിപ്പോവുന്നു എന്ന് ഭീതിയോടെ മനസ്സിലാവാൻ തുടങ്ങി ഇരുവർക്കും. പ്രായത്തിന് നാലു വയസ്സ് മൂപ്പുള്ളയാൾ, കുടുംബിനി, രണ്ട് കുട്ടികളുടെ അമ്മയും. അരുത്, അരുത് എന്ന അനിച്ഛാപ്രേരണ മറികടന്ന് ഇഷ്ടം പതിയെപ്പതിയെ ഉറയ്ക്കുകയായിരുന്നു. എങ്കിലും രണ്ടുപേരും ഒന്നും വിട്ടുപറഞ്ഞില്ല. സമ്മതിച്ചില്ല. ചേച്ചി-അനിയൻ ബന്ധത്തിനപ്പുറമായി ഒന്നുമില്ലെന്ന് മനസ്സിനെ അടക്കി നിർത്താൻ ശ്രമപ്പെട്ടു, ശാസിച്ചു. സ്വയവും പരസ്പരവും.

പക്ഷേ കാണാൻ, മിണ്ടാൻ ഉള്ള മോഹം എല്ലാ പിന്നോട്ടു പിടിക്കലുകളേയും തടസ്സങ്ങളേയും തള്ളിമാറ്റി മുന്നോട്ട് വന്നുകൊണ്ടിരുന്നു. എന്നുമെന്നും ഫോൺ വിളിക്കാൻ തുടങ്ങി, സാധ്യമായപ്പോഴെല്ലാം കാണാനും. ഇടവേളകളിൽ ദുഖവും വിരഹവും കൂടുകെട്ടി. ഒന്ന് കാണുക എന്നത് ജീവവായുപോലെയുള്ള മോഹമായി രണ്ടു പേർക്കും. വിചിത്രം, എന്നിട്ടും തങ്ങൾ പ്രണയത്തിലല്ലെന്ന് വിശ്വസിപ്പിക്കാൻ ശ്രമപ്പെട്ടു. ഇടയിലെപ്പോഴോ അവരുടെ ജോലി നഷ്ടമായി. അത് അപ്രതീക്ഷിതവുമായിരുന്നില്ല. അത്ര ദയനീയമായിരുന്നു ഫീൽഡിൽ അവരുടെ പ്രകടനം.

അവർ വീട്ടിൽ ഇരിപ്പായതോടെ കാണാനുള്ള അവസരങ്ങളില്ലാതായി. ഇടയ്ക്ക് മാത്രം സാധ്യമാവുന്ന ഫോൺവിളികളിൽ ഒതുങ്ങി ആശ്വാസം. അതും വാട്ടർഅതോറിറ്റിയിലെ താൽക്കാലിക ജീവനക്കാരനായിരുന്ന ഭർത്താവ് വീട്ടിലില്ലാത്തപ്പോഴും അറിയാതെയും വേണമായിരുന്നുതാനും. കടുത്ത വിരഹത്തിന്റെ, ദുഃഖത്തിന്റെ നാളുകൾ. പ്രണയത്തിലായിരിക്കവേ ഒരാൾക്ക് ഇനിയൊരാളെ കാണാൻ, അയാളുടെ സാമീപ്യത്തിലായിരിക്കുവാൻ ഉള്ള മോഹത്തിന് പകരം വെയ്ക്കുവാൻ മറ്റൊന്നുമില്ലതന്നെ. ഉടലിലെ ഓരോ അണുവിലും നിറഞ്ഞുനിൽക്കുന്ന ഇഷ്ടം. എന്നിട്ടും ഇത്രമേൽ പ്രിയപ്പെട്ടവരായിരുന്നിട്ടും കൊതിതീരെ നോക്കിനിൽക്കാൻപോലുമാവുന്നില്ലല്ലോ എന്ന വേദന. നീതിയില്ലാത്തതുതന്നെ അത്. ഓരോ ദിവസവും ഉണർന്ന് എഴുന്നേൽക്കുന്നതുതന്നെ സങ്കടത്തിലേക്കായി. പ്രാണൻ പറിഞ്ഞുപോവുന്ന ദുഃഖം. ദിനവും ഉച്ചവരെയതെപ്പോഴുമുണ്ടാവും. ഇടനെഞ്ചിൽ നീറിനിൽക്കും വേദന. ഹൃദയം അതിന്റെയിടമുപേക്ഷിച്ച് തൊണ്ടക്കുഴലിലൂടെ വായിൽ വന്നുചേരും വേദന. അതിനോട് പൊരുതി ഉച്ചയാവുമ്പോഴാണ് ഒരു തെളിച്ചം ഉണ്ടാവുക. അത്പക്ഷേ ദീർഘമായി നിൽക്കയില്ല. വീണ്ടും പഴയനില. പ്രാണസങ്കടത്തിന്റെ തനിയാവർത്തനം.

ഇത്രയും വിരഹം, ദുഃഖം മുൻപൊരിക്കലും ആരും അനുഭവിപ്പിച്ചിട്ടില്ലായിരുന്നു. ഉടലിലെവിടെയോ ഉണങ്ങാതെ നിൽക്കുന്ന പച്ച മുറിവ് വേദനിക്കുംപോലൊരു വിങ്ങൽ. വിരഹത്തിന്റേത് മാത്രമല്ല പലവിധമായ സംഘർഷങ്ങളുടേതും കൂടിയായ ഒരുകാലം. വിവാഹിതയായ ഒരു സ്ത്രീയുമായുള്ള പ്രണയം ഒരു കാലത്തും പൂർണ്ണതയിലെത്തില്ലല്ലോ എന്ന തോന്നലായിരുന്നു അതിലൊന്ന്. പിന്നെയെങ്ങോട്ടാണ് ഈ ഗമനം? അതിസാഹസികമായി എന്തെങ്കിലും തീരുമാനിച്ചാൽ തന്നെ അത് ശരിയാണോ എന്ന കുറ്റബോധം. ഇടയ്ക്കിടെ അവരൊരു മൂത്തപെങ്ങളായി മാറുന്ന ദ്വന്ദ്വം. പക്ഷേ, പിന്നെയും എല്ലാത്തിനും മീതെയായി ഒടുവിലുയർന്നുനിൽക്കുന്ന പ്രണയം. അതിന്റെ ചുറ്റുനീറ്റും വിരഹം. കാണാനായി ദാഹനീരിനെന്നപോലുള്ള മോഹം.

താൻ ജോലി ചെയ്യുന്ന നഗരത്തിൽനിന്ന് കുറച്ചകലെയൊരു ഗ്രാമദേശത്തായിരുന്നു അവരുടെ വീട്. ഒന്നുരണ്ട് ബസ്സുകൾ മാറിമാറിക്കയറി ചെന്നെത്തേണ്ട ഇടം. ഒരിക്കലങ്ങോട്ടു വരൂ എന്ന് ക്ഷണിച്ചത് അവരാണ്. ഏറെയൊന്നുമാലോചിക്കാനില്ലായിരുന്നു. അത്രയ്ക്കുണ്ടായിരുന്നു കാണാനുള്ള മോഹത്തിന്റെ തിരതള്ളൽ. ആദ്യത്തെ അവസരത്തിൽ തന്നെ അവരെ കാണാൻ പുറപ്പെട്ടുചെന്നു. അവരുടെ ഭർത്താവിന് രാത്രി ജോലി ഉണ്ടായിരുന്ന ഒരു ദിവസം. വയലിനരികിലൂടെ പോകുന്ന റോഡിലൂടെ തെല്ല് ദൂരംചെന്ന് ഒരുകുന്നിറമ്പിൽ ബൈക്ക് ഒളിപ്പിച്ചെന്നപോലെ നിർത്തി. പിന്നെ രണ്ടു പറമ്പുകൾക്കിടയിലെ കൊള്ളിടവഴി നടന്നുകയറി അവരുടെ വീട്ടുമുറ്റത്തെത്തിനിന്നു. ചെറിയ ആ വീട്ടിലെ ഒരു മുറിയിൽ മാത്രമേ വെളിച്ചമുണ്ടായിരുന്നുള്ളൂ.

വിളിച്ചപ്പോൾ ചേച്ചി വാതിൽ തുറന്നില്ല. പകരം വെളിച്ചമുള്ള മുറിയുടെ ജനാലയ്ക്കലേക്ക് വന്നു. വിരഹവും ദുഃഖവുമത്രയും ഒഴുക്കിയില്ലാതെയാക്കുന്ന കണ്ണുനീരിന്റെ കുറച്ച് നിമിഷങ്ങൾ. അവർ ജനാലയിലൂടെ പുറത്തേക്കിട്ട കൈകളിൽ തൊട്ടു, അപ്പോഴാദ്യമായി. പിന്നെ നഷ്ടപ്പെട്ടുപോവല്ലേ പോവല്ലേയെന്ന ഉള്ളാന്തലിൽ അത് തെരുപ്പിടിച്ച്, ദീർഘദീർഘമായി... തെല്ലുനേരം കഴിഞ്ഞപ്പോൾ അവർ ശിരസ്സിൽ തൊട്ടു. അന്നുമുതൽ തനിക്കേറ്റവും പ്രിയതരമായിമാറിയ ഒരു സ്പർശം. വിയർപ്പിന്റെ നനവും തണുപ്പുമുള്ള കൈകൊണ്ട് അവർ തലയിലാകവേ തലോടി. നെറ്റിയിൽനിന്ന് പിൻകഴുത്തിലേക്ക് കൈകൾ. തിരികെയും. ഓരോ അണുവിലും തൊട്ടുതൊട്ട് പ്രണയമുദ്ര ചാർത്തുന്നു അവർ. സ്പർശം, അത് പകരുന്ന സുഖദത. ഹൃദയത്തിൽ ഒന്നായിരിക്കുന്നവരുടെ വിരലുകളിലേക്ക് പ്രണയം കൊണ്ടുചേർക്കുന്ന മാന്ത്രികത. അങ്ങനെ മണിക്കൂറുകൾ തന്നെയും.

ആ സംഗമങ്ങൾക്ക് തുടർച്ചകളുണ്ടായി. ധർമ്മേട്ടന്, അവരുടെ ഭർത്താവിന് രാത്രി ജോലിയുണ്ടാവുന്ന ദിവസങ്ങളിൽ ചിലപ്പോഴൊക്കെ അവർ ക്ഷണിച്ചു. പ്രണയത്തിലായിരിക്കെ മനുഷ്യർക്ക് കൈവരുന്ന ധീരത. നാട്ടിടവഴി ഇരുട്ടത്ത് കയറിയെത്തി അവരുടെ മുറ്റത്ത് ചെന്നുനിന്നു. പിന്നെയും പിന്നെയും. പുറത്തേക്ക് തുറക്കുന്ന ജനൽച്ചാരെ വെറും മണ്ണിലിരുന്നു.

ജാലകപ്പഴുതിലൂടെ പുറത്തേക്ക് നീളുന്ന കൈവിരലുകളിൽ തെരുപ്പിടിച്ച് തെരുപ്പിടിച്ച്, തലയിൽ തൊടുന്ന കൈവെള്ളയുടെ അതേ തണുപ്പറിഞ്ഞ്, മൃദുമൃദുവായി മിണ്ടി, കേട്ട്, പിന്നെയും മതിയാവാതെ കൈവണ്ണയിൽ വിരലഗ്രങ്ങളാൽ സ്നേഹം സ്നേഹമെന്നെഴുതി... പുലരും മുമ്പെ മഞ്ഞ് വെള്ളിരേഖ കെട്ടിയ ശിരസ്സുമായി മടക്കം.

നിലാവ്. ശിരസ്സിലെപ്പോഴും നിലാവ് മാത്രമായിരിക്കുന്ന മണിക്കൂറുകൾ. തമ്മിൽ കാണാനാവാത്ത ഇടവേളകളിൽ ഉറഞ്ഞുകൂടിയ വിരഹത്തിന്റെ ശൈത്യം പരസ്പരസാമീപ്യത്തിൽ പ്രണയത്തിന്റെ പുഴയായി ഞങ്ങളെ നനച്ചു. എപ്പോഴും തുളുമ്പാൻവെമ്പുന്ന ഒന്ന്, ഞങ്ങൾക്ക് മാത്രം അറിയാവുന്ന ആസ്വാദ്യകരമായ ഒന്ന് ഉള്ളിലെപ്പോഴും. ഭൂമിയിൽനിന്ന് തെല്ലുയർന്ന് ഒരു പുഷ്പതല്പത്തിൽ, അതിന്റെ മൃദുമൃദുലമാം പരപ്പിലൂടെ അങ്ങനെ നടന്ന് നടന്ന് പോവുംപോലെ ഞങ്ങൾ മണിക്കൂറുകളോളം. ദുഃഖവും വിരഹവുമെല്ലാം അത് മറ്റാരുടേയോ മാത്രമായി മാറുന്ന നീണ്ടനീണ്ട നിമിഷങ്ങൾ. പലവട്ടം, പലവട്ടമങ്ങനെ.

എങ്കിലും ഭയം, ഭയമതെപ്പോഴുമുണ്ടായിരുന്നു. എല്ലാം ആരെങ്കിലും അറിയുമോ എന്ന്, ഞങ്ങളുടെ പ്രണയം വെളിപ്പെടുമോ എന്ന്. അരുതാത്തതെന്തോ ഭവിക്കാനുണ്ടെന്ന്, ഒന്നും സുദീർഘമായി ഇങ്ങനെ ആയിരിക്കുകയില്ലെന്ന് ഒരാപത്ശങ്ക ഞങ്ങളെയെപ്പോഴും ഭരിച്ചിരുന്നു. അത് ഉണ്ടാവുകതന്നെ ചെയ്തു, ഒരിക്കൽ.

വിരലുകളിൽ വിരൽകൊരുത്ത് ഇരുന്ന ഒരു വൈകിയ രാത്രിരംഗത്തേക്ക് അയാൾ, ധർമ്മൻ, അവരുടെ ഭർത്താവ് അപ്രതീക്ഷിതമായി വന്നു ചേരുന്നു. മൂന്ന് മനുഷ്യരുടെ ഭാഗധേയങ്ങൾ തുലാസ്സിലാടിയ ചില മരവിച്ച, മരിച്ചനിമിഷങ്ങൾ. അയാൾ എല്ലാം കണ്ടുവെന്ന് ബോധ്യം വന്ന ആനിമിഷം ഉള്ളിലെ കാമുകൻ ഇറങ്ങിപ്പോയി. തനി ഭീരുവും തൻകാര്യക്കാരനും മാത്രമായി പരിണമിച്ച് പ്രണയത്തെ പിറകിലുപേക്ഷിച്ച് ഇരുട്ടിന്റെ ആശ്ലേഷത്തിലേക്ക് ഇറങ്ങി ഓടിമറഞ്ഞു.

ഭയം വേട്ടയാടുന്ന നിസ്സാരജീവിയായി പിന്നെ ചിലനാളുകൾ. പകൽ പോലും പുറത്തിറങ്ങാതെ മുറിയിൽ അടച്ചിരുന്നു. എത്ര നിസ്സാരവും എളുതായുമാണ് പ്രണയത്തെ, പ്രണയത്തിന്റെ ഒരു കാലത്തെ തള്ളിപ്പറഞ്ഞ് നീറിനീറി വേവാൻ ചേച്ചിയെ ഒറ്റുകൊടുത്ത്, വിട്ടുകൊടുത്ത് കുന്നിറങ്ങി താൻ ഓടിയത്. ആത്മാഭിമാനത്തെ നിസ്സാരമാക്കിക്കളഞ്ഞ ചെയ്തിക്ക് ന്യായീകരണങ്ങൾ ചമയ്ക്കാൻ ശ്രമപ്പെടാതെ ഇരുട്ടിലിരുന്ന് ഉരുകി.

ആശങ്കകൾ, ആത്മനിന്ദ, ഭയം എല്ലാ വികാരങ്ങളും കൊടുംഭീതിയായി പൊട്ടിത്തെറിച്ച ഒരു വാർത്ത പിന്നാലെ വന്നു. വീണച്ചേച്ചിയുടെ ഭർത്താവ് ധർമ്മേട്ടൻ ജീവനൊടുക്കി.

''അരുതാത്തത് കണ്ടു, ഞാൻ പോകുന്നു'' എന്ന ഒറ്റവരിമാത്രമുള്ള ആത്മഹത്യാക്കുറിപ്പ്. മങ്ങിയ വെളിച്ചത്തിലെ ആ രാത്രിക്കാഴ്ച ആ മനുഷ്യനെ അത്രമേൽ ഉഗ്രമായി പ്രഹരിച്ചിരിക്കും, മുറിപ്പെടുത്തിയിരിക്കും.

കഠിനമായൊന്ന് നടുങ്ങാൻപോലും കെല്പില്ലാതെ അനക്കമറ്റിരുന്നുപോയി താൻ മണിക്കൂറുകളോളം. വീടകം ഒരു മാളമായി കല്പിച്ച് അകത്തേക്ക് അകത്തേക്ക് ചുരുങ്ങി. പേടി കൊടുംഭീതിയായി വളർന്നു. കുറ്റബോധത്തിൽ ഉരുകി. എല്ലാം ആരോടെങ്കിലുമൊന്ന് പങ്കുവയ്ക്കുവാനായെങ്കിലെന്ന് ഉള്ളം കൊതിച്ചു. പക്ഷേ, പിന്നെയും ഭയം, അതിനെയും തടഞ്ഞു.

എന്റെ കൈപിടിച്ച് വീണേച്ചി ഇരുന്നിട്ടുള്ള ആ മുറിയുടെ ഉൾഭാഗത്തിപ്പോൾ കയറിൽ കൊരുന്ന് താഴേക്ക് തൂങ്ങി നിൽക്കുന്നത് ധർമ്മേട്ടന്റെയല്ല എന്റെതന്നെ ഉടലാണെന്ന് എനിക്ക് തോന്നി. അകം മരിച്ചവനെന്ന നിന്ദ ഉള്ളിൽ കനച്ചുവന്ന രാത്രി ഇരുളിന്റെ മറപറ്റി ഇറങ്ങി, എങ്ങോട്ടെന്നില്ലാതെ യാത്രയായി. വഴിയിൽ കണ്ട ഒരു പരിചയവുമില്ലാത്ത മനുഷ്യർപോലും കുറ്റവാളി എന്നപോലെ തന്നെ നോക്കുന്നതായിത്തോന്നി, ഭയന്നു.

ഈ നിമിഷവും ജീവനോടെയിരിക്കേണ്ട ഒരു മനുഷ്യന്റെ കണ്ണുനീരിലും ചോരയിലും കുതിർന്ന് മലിനമായിരിക്കുന്നു തന്റെ ഉടലും ആത്മാവും. അഭിശപ്തമായ ഒരു ബന്ധത്തെയോർത്ത് ഓരോ നിമിഷവും സ്വയവും എന്നെയും ശപിക്കുകയാവണം പ്രാണൻ ബാക്കി നിൽക്കുന്ന ഇനിയൊരാൾ, അവർ, വീണച്ചേച്ചി.

അരുതായിരുന്നു. അരുതായിരുന്നു ഒന്നും. നിയന്ത്രണങ്ങൾ നഷ്ടപ്പെട്ടു തുടങ്ങിയ ആ നാളുകളിൽത്തന്നെ തിരികെ നടക്കണമായിരുന്നു. ഇനിയിപ്പോൾ വൈകി, ഒട്ടുവളരെ വൈകി ഈ ആലോചനകൾകൊണ്ട്, ആലോചനാപ്പെരുക്കങ്ങൾകൊണ്ടെന്തുണ്ട്.

കണ്ട ഇടങ്ങളിലെല്ലാം അലഞ്ഞും ചുറ്റിയും ഒടുവിൽ നാളുകൾക്കുശേഷം നാട്ടിൽത്തന്നെ തിരികെയെത്തി. എല്ലാം ഒതുങ്ങിക്കാണുമെന്ന് സ്വയം സമാധാനിച്ചു. എങ്കിലും പിൻകഴുത്തിൽ തൊട്ടുനിൽക്കും ലോഹത്തണുപ്പ്പോലെ ഭീതി എപ്പോഴും കൂടെയുണ്ടായിരുന്നു.

രഹസ്യമായത്, തീർത്തും രഹസ്യമായത് എന്ന് താനും അവരും കരുതിയിരുന്ന ബന്ധത്തെക്കുറിച്ച് ചിലർക്കെല്ലാം സൂചനകളുണ്ടായിരുന്നെന്ന് തോന്നിയിട്ടുണ്ട്. ആരുമാരുമൊന്നും ചോദിക്കുകയുണ്ടായില്ല. എങ്കിലും സംശയമുനയൊളിപ്പിച്ച ഒരുനോട്ടം എല്ലാവരുടേയും കൺകോണുകളിൽ ഉണ്ടെന്ന് തോന്നിയിരുന്നു. പ്രണയമിറങ്ങിപ്പോയ ഹൃദയത്തിൽ, തലച്ചോറിൽ ഭീതി ബാക്കിനിന്ന കുറച്ചേറെ നാളുകൾ.

വീണച്ചേച്ചിയെ പിന്നെ ഒരിക്കലും കാണുകയുണ്ടായില്ല. അവരോടുള്ള ബന്ധം പിന്നെ എങ്ങനെയായിരിക്കണമെന്ന് തനിക്ക് അറിയില്ലായിരുന്നു. അവരുടെയുള്ളിൽ എങ്ങനെയാവും താനുള്ളത് എന്നും അജ്ഞാതമായിരുന്നു. നിഷ്കരുണം ഉപേക്ഷിച്ച് പോയ്ക്കളഞ്ഞ ആ രാത്രി മുതൽത്തന്നെ അവർ തന്നെ വെറുത്തു തുടങ്ങിയിട്ടുണ്ടാവുമോ എന്ന്, വീണ്ടുമൊരിക്കൽ കൂടി കാണാനവർ ആഗ്രഹിക്കുന്നുണ്ടാവുമോ എന്ന്, എപ്പോഴെങ്കിലും കണ്ടാൽ ഇവൻ ഈ ചതിയൻ, ഭീരുവെന്ന് ഈ ലോകത്തിന് മുമ്പാകെ എന്നെ വെളിപ്പെടുത്തിയേക്കുമോ എന്ന്. ഒന്നും തനിക്ക് അറിയില്ലായിരുന്നു. ഒന്നും.

എന്നെങ്കിലും ഒരിക്കൽ വീണച്ചേച്ചി ഒരു കാറ്റുപോലെ കടന്നുവരുമെന്ന്, കുപ്പായക്കോളറിൽ പിടിച്ചുലച്ച് ചതിയുടേയും ക്രൂരതയുടേയും ഭീരുത്വത്തിന്റെയും പര്യായമായ ശാപവാക്കുകളത്രയും തന്റെ ശിരസിൽ കുടഞ്ഞിട്ട് തന്നെ പ്രഹരിക്കുമെന്ന് പ്രതീക്ഷിച്ചു, കാത്തു.

ഇല്ല, ഒന്നുമുണ്ടായില്ല. ഒന്നും. നിസ്സാരരായ മനുഷ്യരുടെ ജീവിതത്തിലെ നിറം വാർന്നുപോയ കാര്യങ്ങൾ എന്ന മട്ടിൽ ഞങ്ങളുടെ ചുറ്റിലുമുള്ളലോകം, എല്ലാവരും ഇതൊക്കെയും മറന്നു. പതിയെ, പതിയെമാത്രം വീണച്ചേച്ചിയുടെ ഓർമ്മകൾക്ക് മീതെ പുതിയ മനുഷ്യർ, അനുഭവങ്ങൾ, ഓർമ്മകൾ വന്നുചേർന്നു. തന്റെ ലോകംതന്നെയും വേറെ ഒന്നായി മാറി.

പക്ഷേ, ഇപ്പോഴറിയുന്നു കുറ്റബോധത്തിന്റെ തീ കെട്ടുപോയിട്ടില്ല. കനലുകൾക്ക് മീതെ ചാരം മൂടിക്കിടക്കുക മാത്രമാണ്. വർഷങ്ങൾക്കിപ്പുറം, ഏറെ വർഷങ്ങൾക്കിപ്പുറം എവിടെയാണവർ ഇപ്പോഴുള്ളതെന്ന് അറിയില്ല. എങ്ങനെയാണ് അവരുടെ ജീവിതമെന്നും. ഒരിക്കൽകൂടി അവരെ കാണാനായെങ്കിൽ, കണ്ണീരിൽ പാദം നനച്ച് സ്വയമെങ്കിലും ഒന്നാശ്വസിക്കാനായെങ്കിൽ.

സഹയാത്ര

ചുമലുകളിൽ കൊരുത്തിട്ട ബാക്ക്പാക്ക് ബാഗിന് ഇപ്പോൾ ഇരട്ടി ഭാരം അനുഭവപ്പെടുന്നു. നടന്നപ്പോൾ ആദ്യചുവടുകൾ വേച്ചുപോയി. നടപ്പു പഠിക്കുന്ന കുഞ്ഞുങ്ങളെപ്പോലെ. എങ്കിലും പതിയെ മുന്നോട്ടു തന്നെ നടന്നു.

ലായത്തിന് പൊതുവായുള്ള മുറ്റത്തേക്ക് കയറുന്നിടത്തെ ഒതുക്കുകൾക്കരികിലെ മരച്ചോട്ടിൽ മോട്ടോർസൈക്കിൾ ഇരിക്കുന്നുണ്ടായിരുന്നു. ആ കുട്ടികൾ കൂട്ടം ചേർന്ന് തള്ളിക്കൊണ്ടുവന്നെത്തിച്ച അതേ നിലയിൽ. വശം ചെരിഞ്ഞ്, ഒന്ന് തൊട്ടാൽ വീണുപോയേക്കുമെന്ന മട്ടിൽ. രാത്രിയിൽ വീണ മഞ്ഞ് പൊടിയും ഇലകളും വാഹനത്തിന്റെ മേലുടുപ്പാക്കി മാറ്റിയിട്ടുണ്ടായിരുന്നു. സൈഡ്ബാഗിൽ നിന്ന് തുണിയെടുത്ത് ഇരിക്കാനുള്ള ഇടം മാത്രം കഷ്ടിച്ചൊന്ന് തുടച്ചു. അന്നേരം എവിടെനിന്നോ ആ കുട്ടികൾ, കളിയുപേക്ഷിച്ച് ഓടിവന്നണഞ്ഞു.

‘‘പോവരുത്. അമ്മ വന്നോട്ടെ’’ എന്നാണവർ പറയുന്നത് എന്ന് മനസ്സിലാക്കാൻ ഭാഷ തടസ്സമായിരുന്നില്ല. പൊടിപറ്റിയ കൈകൊണ്ട് അവരുടെ ശിരസ് തൊട്ടു. കണ്ണുകൊണ്ട്, തലയിളക്കംകൊണ്ട് യാത്ര പറഞ്ഞു. ആ സ്ത്രീയുടെ, ആ കുട്ടികളുടെ അമ്മയുടെ ചുമലിൽ ഉടലിന്റെ ഭാരമത്രയും ഏൽപ്പിച്ച് പനിച്ച് വിറച്ച് നടന്നുവന്ന മൺവഴിയിലൂടെ പതിയെ ബൈക്കോടിച്ച് മടങ്ങി. അകലുംതോറും സ്വയംനിന്ദയും പുച്ഛവും ഉള്ളിൽ കയ്പായി നിറഞ്ഞു. നന്ദികെട്ടവനും സ്വാർത്ഥനും ആയ ഒരുവൻ, ഞാൻ. പിന്നെയും...

ഉച്ചഭക്ഷണത്തിന്റെ ഇടവേളയിൽ തിക്കിത്തിരക്കി സമയമുണ്ടാക്കി, വിയർത്തുകുളിച്ച് അവർ ഓടിയെത്തുമ്പോൾ താനവിടെ ഉണ്ടാവില്ല. പനി പൂർണ്ണഭേദമായി നാളെയോ അതിനുപിറ്റന്നാളോ യാത്ര തുടരാമെന്ന് നെറ്റിയിൽകൈത്തലം മുട്ടിച്ച് നോക്കുമ്പോൾ അവർ പറഞ്ഞിരുന്നതാണ്. ഉച്ചവരെയെങ്കിലും കാത്തുനിൽക്കാതെ അവരോട് ഒരു വാക്കും പറയാതെ പോന്നത് തീർച്ചയായും നന്ദികേട് മാത്രമാണ്.

ഓരോ കാഴ്ചയിലും വീണേച്ചിയെ ഓർമ്മിപ്പിച്ചിരുന്നു അവർ. എന്തൊരു വല്ലാത്ത അപരസാമ്യം. പനിച്ചൂടിൽ, അതിന്റെ കുഴമറിച്ചിലുകളിൽ, അവ്യക്തതകളിൽ അകമേ നാമ്പെടുത്ത വിഭ്രമമായിരുന്നു ആ തോന്നലെന്നാണ് ആദ്യം കരുതിയത്. എപ്പോഴും വിയർപ്പ് തിളങ്ങുന്ന വീണേച്ചിയുടേതുപോലുള്ള ദീർഘമുഖം. ചുരുൾമുടി നൂലുകൾ. കൺതടക്കറുപ്പ്. ഇരുനിറംപോലുമതേ. ആ സ്ത്രീയുടെ സാമീപ്യത്തിൽ നിന്ന് എത്രയുംവേഗം പറിഞ്ഞുപോവുക എന്ന സ്വാർത്ഥതയാണ് എന്നെ ഭരിക്കുന്നത്. അത് വീണ്ടും ഒരിക്കൽകൂടി തന്നെ നന്ദികെട്ടവനും മര്യാദതീണ്ടാത്തവനുമാക്കുന്നു. പഴയ ഒരു ഓർമ്മയുടെ ഭാരംകൂടി ഇനിവയ്യ എന്ന, എവിടെയും തങ്ങിനിൽക്കാനല്ല എല്ലാത്തിൽ നിന്നും അകന്നകന്ന് പോകാനാണ് തന്റെയാത്ര എന്ന സ്വയം ന്യായമൊന്നും ഈ യാത്ര പറയാതെപോരലിന് പകരമാവുന്നില്ല.

എങ്കിലും അകലേക്ക് അകലേക്ക്, വേഗം വേഗം എന്ന പഴയ മന്ത്രം തന്നെ പിന്നെയും പിന്നെയും പറഞ്ഞുറപ്പിക്കുന്നു ഉള്ളം. ആരാണവരെന്ന്, പോവട്ടെ, ആ സ്ത്രീയുടെ പേരുപോലും ചോദിക്കുകയുണ്ടായില്ലല്ലോ എന്ന് അപ്പോഴോർത്തു. ഇനിയൊരിക്കൽ ഇതിലെ വരുമ്പോൾ....

ഇനിയെന്ന്... എപ്പോൾ? അങ്ങനെയൊന്നുണ്ടാവുമോ? ഒരു നിശ്ചയവുമില്ലാതെ....

ബുള്ളറ്റ് മുന്നിൽക്കണ്ട വഴികളിലൂടെയെല്ലാം ഓടിക്കൊണ്ടേയിരുന്നു. പോവേണ്ടതെങ്ങോട്ടെന്ന് നിശ്ചയമില്ലാത്ത ഒരു കാട്ടുമൃഗത്തിന്റെ ചലനംപോലെ.

മുഖ്യവഴികൾ, ചെറുറോഡുകൾ, നാൽക്കവലകൾ, ആൾപ്പാർപ്പില്ലാ ഇടങ്ങൾ, തോട്ടങ്ങൾ, വയലുകൾ, കാട്ടുപ്രദേശങ്ങൾ, ചെറുപട്ടണങ്ങൾ. ഒരു യാത്രയ്ക്കിടയിൽ കടന്നുവരാനിടയുള്ള വൈവിധ്യങ്ങളിൽ ഒട്ടുമിക്കതും. വിരലുകളുടെ ചെറുചലനങ്ങളിൽ എല്ലാ ഭാരവുമേൽപ്പിച്ച് അലസവും അശ്രദ്ധവുമായി വാഹനത്തിന്റെ യന്ത്രഭാഗംപോലെ ഇരുന്ന് ഒരു ഗമനം.

മുളപൊട്ടി വളർന്നുതുടങ്ങിയ വിരസതയ്ക്ക് കീഴടങ്ങാൻ തുടങ്ങുന്നു എന്ന് തോന്നിയപ്പോഴാണ് അത് ഉണ്ടാവുന്നത്. റോഡിന്റെ മധ്യഭാഗത്തേക്ക് കടന്ന് നിന്നൊരാൾ കൈ ഉയർത്തി കാണിക്കുന്നു. ഒട്ടൊക്കെ വഴി തടസ്സപ്പെടുത്തുംവിധം. വാഹനം ഉറപ്പായും നിർത്തുമെന്ന ആത്മവിശ്വാസത്തിൽ.

നിർത്തി. ഒറ്റയ്ക്കുള്ള യാത്രകളിൽ അതത്ര ആശാസ്യമല്ലെന്ന - വിശേഷിച്ചും അപരിചിതമായ ഇടങ്ങളിൽ - അറിവിനെ അവഗണിച്ചു.

അതൊരു പെൺകുട്ടിയായിരുന്നു. അല്ല പെൺകുട്ടിയല്ല, സ്ത്രീ തന്നെ. ഇരുപത്തിരണ്ട്-ഇരുപത്തിയഞ്ച് വയസ്സ് പ്രായമുണ്ടാവണം. ചുരിദാർ വേഷം. പുറത്ത് പേറുന്ന ചെറിയ മട്ടിലുള്ള യാത്രാബാഗ്. കാലിൽ ചെരുപ്പില്ലെന്ന് ആദ്യമേ നിരീക്ഷിച്ചു. എങ്ങോട്ടാണെന്ന അവളുടെ ചോദ്യത്തിന് 'വെറുതെ മുമ്പോട്ട്' എന്ന തർക്കുത്തരമാണ് നാവിൽ വന്നത്. അത് കേൾക്കെ അവൾ ചിരിച്ചു. പിന്നെ ഞാനുമതേ എന്ന് സ്വാതന്ത്ര്യത്തോടെ ബാഗ് സീറ്റിൽ വെച്ചു അവൾ. എന്റെ ബാഗ് ക്യാരിയറിൽ ബന്ധിച്ച നിലയിലായിരുന്നതിനാൽ അവൾക്കിരിക്കാൻ ഇടം തടസ്സമായില്ല.

എങ്ങോട്ടാണെങ്കിലും കുഴപ്പമില്ല, കൂടെയുണ്ട് എന്നൊരു സഹയാത്രിക കൂടെ ചേർന്നതിന്റെ ആശ്വാസത്തിലായി പിന്നീട് യാത്ര. മുഖ്യറോഡിലൂടെ കുറച്ച് ദൂരമെങ്കിലും ഉണ്ടാവും താനെന്ന് അവൾ കണക്കുകൂട്ടുന്നുണ്ടാവണം. അത്ര ദൂരമെങ്കിലും പിന്നിടാമല്ലോയെന്ന് കരുതുന്നുണ്ടാവും.

ഇരുവരും ഒന്നും മിണ്ടാതെ നാലഞ്ചു കിലോമീറ്ററുകൾ പിന്നിട്ടു തീർന്നു. പിന്നെയും കുറച്ചുകൂടി നീങ്ങിയപ്പോൾ അവൾ, ''അതേ ഭായ്...'' എന്ന് സംഭാഷണത്തിനായി ചുമൽതൊട്ടു. തുടർന്നു. ''ഭായിക്ക് ഞാനൊരു ശല്യമല്ലല്ലോ. ഈ വഴിയെ കുറച്ചു ദൂരമെങ്കിലും ഞാനുമുണ്ടാകും.''

കുഴപ്പമില്ല എന്ന് മറുപടിയായി പറഞ്ഞത് വാഹനത്തിന്റെ ഇരമ്പത്തിലും എതിരെ വീശുന്ന കാറ്റിന്റെ പ്രതിരോധത്തിലും അവൾ കേട്ടുവോ എന്ന് സംശയം.

''മറ്റ് നിവൃത്തിയില്ലാഞ്ഞിട്ടാണ്.'' അവൾ തുടർന്നു. ''കണ്ടില്ലേ കുടകിലെ പ്രധാന വഴിയായിട്ടും എത്ര കുറവാണ് വാഹനങ്ങൾ.''

മറുപടിയായി മൂളുക മാത്രം ചെയ്തു. സംസാരിക്കാൻ പ്രോത്സാഹനം നൽകുന്ന മട്ടിലൊന്നും തന്റെ ഭാഗത്തുനിന്ന് ഉണ്ടാവുന്നില്ലായെന്ന് തീർച്ചയാണ്. എങ്കിലും അവൾ തുടർന്നു.

''എന്നാലും മിസ്റ്റർ താടിക്കാരൻ, ഇയാളെക്കുറിച്ചോർത്ത് ഞാൻ കുറച്ചൊന്ന് അത്ഭുതപ്പെടുന്നുണ്ട്.''

അതെന്തിനെന്ന് തല ചെരിച്ച്നോക്കി. യഥാർത്ഥത്തിൽ അവളെക്കുറിച്ച്, ഈ അപ്രതീക്ഷിത സഹയാത്രികയെക്കുറിച്ചുതന്നെ വിചാരിക്കുകയായിരുന്നു ഞാനുമപ്പോൾ.

അവൾ തുടർന്നു. ''എട്ടുപത്ത് കിലോമീറ്ററായി ഞാനിയാളുടെ പുറംതൊട്ടിരിക്കുന്നു. അതും ഇടിച്ചുകേറിവന്ന ഒരുവളായി. സാധാരണ മനുഷ്യരാണെങ്കിൽ കാണിച്ച ഔദാര്യത്തിന് ബദലായി ഈ നേരം കൊണ്ടെന്നെ ചോദ്യങ്ങളുടെ ശരമുനയിൽ കോർത്തുകുത്തി നിർത്തിയിട്ടുണ്ടാവും. പേരെന്താണ്? നാടെവിടെയാണ്? എവിടെപ്പോവുന്നു? എന്ത് ചെയ്യുന്നു? പഠനം? ജോലി? വിവാഹിത? കുഞ്ഞുങ്ങൾ? വീട്ടിലാരൊക്കെ? എങ്ങനെ ഇവിടെയീപെരുവഴിയിൽ വന്നുപെട്ടു?''

അവർ കുറച്ചുറക്കെ പൊട്ടിപ്പൊട്ടിച്ചിരിച്ചു. കഠിനമായ എന്തെല്ലാമോ സംഘർഷങ്ങളിലാണ് അവളെന്ന് ഇപ്പോൾ ഞാൻ തീർച്ചപ്പെടുത്തി. അത് മറികടക്കാനാണ് ഈ ശ്രമങ്ങൾ. ചിരപരിചിതനായ ഒരാളുടെ വാഹനത്തിൽ വന്നുകയറിയതുപോലൊരു സ്വാഭാവികത പാലിക്കൽ. അതിനെ പ്രബലപ്പെടുത്താൻ എടുത്തണിയുന്ന വാചാലത, അതി വാചാലത.

ഏതായാലും സ്വന്തം മനോവ്യാപാരങ്ങളുടെ, സംഘർഷങ്ങളുടെ തടവിലുള്ളൊരാൾ. പുതിയതെന്തെങ്കിലും ചോദിച്ചും അറിഞ്ഞും അതിനെ ഘനപ്പെടുത്തേണ്ടതില്ലല്ലോ എന്ന് ഞാൻ പിന്നെയും നിശ്ശബ്ദനായി.

''എനിക്ക് വിശക്കുന്നു.''

കുറച്ച് നേരം കഴിഞ്ഞപ്പോൾ അവൾ പറഞ്ഞു.

ഭക്ഷണം ഒരു തോന്നലേയല്ലാതായിട്ട് കുറച്ചേറെ നാളുകളായി. പനി വന്നശേഷം വിശേഷിച്ചും. രാവിലെ ആ വീട്ടിൽനിന്നും ചെറു പയറിട്ട് വേവിച്ച കഞ്ഞി കുടിച്ചതാണ്. അതും കുറച്ചുമാത്രം. പിന്നെ സമയമെത്ര പിന്നിട്ടിരിക്കുന്നു. വിശപ്പ് ഉടലിൽനിന്നും രുചി നാവിൽ നിന്നും ഇറങ്ങിപ്പോവുകയാണോ? അതോർത്തപ്പോൾ പഴയൊരു ഭീതി ഉള്ളിൽ ഉണരുന്നതറിഞ്ഞു. അഹോ അതിന്റെ ഓർമ്മപോലും എത്ര കഠിനമാണ്!

ഇപ്പോൾ പക്ഷേ പെൺകുട്ടിയുടെ വിശപ്പിനെക്കുറിച്ചുള്ള ഓർമ്മ പ്പെടുത്തൽ ഒരു ചായ കുടിക്കാനുള്ള പ്രേരണയാവുന്നുണ്ട്. ചായയല്ല, പാതിമുറിച്ച ഒരു ചോക്ലേറ്റാണ് പിറകിൽനിന്ന് നീണ്ടുവന്നത്. ബാഗിലെ സൂക്ഷിപ്പിൽനിന്ന് അവൾ കണ്ടെടുത്ത് പകുത്തത്.

കുറച്ചേറെ വളവുകളുള്ള ഒരു ഭാഗം പിന്നിട്ട് നിവർന്നപ്പോൾ ഒളി പ്പിച്ചുവെച്ചതുപോലെ ഒരുവയലിടം പെട്ടെന്ന് പ്രത്യക്ഷമായി. കൃഷി യൊന്നുമില്ലാതെ ഒഴിഞ്ഞുകിടക്കും തുറസ്സ്. അതിനെ രണ്ടായി പകു ത്തെന്നവണ്ണം നടുവിലൂടെ ദീർഘദീർഘമായി തുടരുന്ന റോഡ്. തടസ്സ ങ്ങളില്ലാതെ വീശിയെത്തും സുഖദമായ കാറ്റ്. വയൽച്ചെടികളുടെ ഗന്ധമുണ്ടായിരുന്നു അതിന്.

ഉല്ലാസയാത്രയ്ക്കിടെ ഏറെ തേടി നടന്നൊരിടത്തെത്തിയമട്ടിൽ, ഉത്സാഹത്തിമിർപ്പിൽ പെൺകുട്ടി സുദീർഘമായ 'വാഹ്' ശബ്ദമു ണ്ടാക്കി അതിനെ വരവേറ്റു.

സത്യത്തിൽ എത്രയോ കാലമായി ഞാൻ നിങ്ങളുടെ കൂടെയുണ്ടാ യിരുന്നുവല്ലോ എന്നമട്ടിൽ പെരുമാറുന്ന, സ്വാതന്ത്ര്യമെടുക്കുന്ന ഈ പെൺകുട്ടി, ഇവരാരാണ്? ചോദിക്കാതെ വിട്ടത് എന്നപേരിൽ അവൾ പരിഹസിച്ച അതേ ചോദ്യങ്ങൾ ഇപ്പോൾ ഉള്ളിൽ ആകാംക്ഷയായി നിറയുന്നുണ്ട്. ഇവളുടെ കൂട്ട് താൻ ഇഷ്ടപ്പെട്ടു തുടങ്ങുന്നുണ്ട്?

പക്ഷേയെന്നിട്ടും ഉള്ളിലെ മ്ലാനതയുടെയും മൂകതയുടെയും തട വറ തുറന്ന് പുറത്തുവരാൻ, ഒന്നുള്ളുതുറന്ന് കെട്ടുപൊട്ടിച്ച് കുതറി ച്ചാടാൻ തനിക്കാവുന്നില്ല. വീടുവിട്ടിറങ്ങുമ്പോൾ അങ്ങനെയൊക്കെ

സാധിച്ചിരുന്നെങ്കിലെന്ന് മോഹിച്ചിരുന്നു. വിചിത്ര വ്യത്യസ്തമായതെന്തെല്ലാമോ ഈ യാത്രയിൽ തന്നെ പിന്തുടരുന്നുണ്ട്. ഇതുവരെയുള്ള സൂചനകൾ അങ്ങനെയാണ്. പക്ഷേ ഒന്നിലും മുഴുകരുത്. എവിടെയും തങ്ങരുത്. ഇങ്ങനെ ഒഴുകിയൊഴുകിയങ്ങനെ....

''കുറച്ചുകൂടിച്ചെന്നാൽ കനത്തിൽ വല്ലതും കഴിക്കാവുന്ന കുറച്ച് ഭക്ഷണശാലകൾ കാണാം.'' അവൾ പറയുന്നു. ''ധാബകൾ. പ്രധാനമായും ലോറിക്കാരെ ഉദ്ദേശിച്ചുള്ളവയാണ്. പിന്നെ യാത്രികരെയും. റൊട്ടിയും ദാലും ദഹിയുമൊക്കെ ചേർത്ത് നമുക്കൊരു....

ആഹാരം മുന്നിൽ നിരന്നുകണ്ടിട്ടെന്നപോലെ അവളിൽനിന്ന് ഒരു ആവേശശബ്ദമുയർന്നു. വിശന്നിരിക്കേ ആഹാരത്തിന്റെ ഓർമ്മയും ഗന്ധവും ചിത്രങ്ങളും പോലും മനുഷ്യന് ആശ്വാസമാകുന്നു. അതിന്റെ പ്രതീക്ഷ തുടർസഞ്ചാരത്തിന് ഊർജ്ജമാകുന്നു.

പെൺകുട്ടി പറഞ്ഞത് ശരിയായിരുന്നു. കുറച്ചുകൂടി ചെന്നപ്പോൾ ഇടതുഭാഗത്ത് വിശാലമായ ഒരിടത്ത് അടുത്തടുത്തായി രണ്ടു ധാബകൾ കണ്ടു. വേഗത കുറച്ച് തിരിഞ്ഞുനോക്കി.

''ഇതല്ല. ഇവിടെയത്ര സുഖം പോരാ.'' അവൾ പറഞ്ഞു. ''പോരാത്തതിന് ആ രണ്ടാമത്തെ ധാബയിലൊരു ഉണ്ടക്കണ്ണൻ തടിയനുണ്ട്. പണം വാങ്ങാൻ. നമ്മൾ കഴിച്ചുതീരുവോളം അവൻ തുറിച്ച് നോക്കിക്കൊണ്ടേയിരിക്കും. ചോരകുടിയൻ. നമ്മളാഹാരം കഴിക്കുന്നു. അവൻ നമ്മളെത്തിന്നുന്നു. അങ്ങനെ മറ്റുള്ളവരെ ഭുജിച്ചാണവൻ തടിച്ചിട്ടുണ്ടാവുക. അവന്റെ സിസിടിവി കണ്ണ് കാണുമ്പോഴേ എനിക്ക് ആഹാരം വെറുക്കും. മനുഷ്യർക്ക് മനുഷ്യരെ കരുണയോടെ നോക്കിയാലെന്ത്?''

ഇവൾക്കിവിടമെല്ലാം പരിചിതം. അതും സൂക്ഷ്മമായിത്തന്നെയെന്ന് ആലോചിച്ചിരിക്കേ വീണ്ടും ഒരു ധാബ കണ്ടു. പോവട്ടെ പോവട്ടെയെന്ന് അവൾ ചുമൽ തട്ടി.

''ഇനിയൊരു ധാബ വരും. അവിടെ നിർത്താം. നല്ല രസികൻ ചായ കിട്ടുന്ന സ്ഥലം. ഇങ്ങനെ ഉയരത്തിൽ അടിച്ച് പതപ്പിക്കുന്ന മീറ്റർ ചായയില്ലേ മാഷേ.''

അവൾ പിറകിൽനിന്ന് ചായ വീഴ്ത്തുന്ന ആംഗ്യം കാണിച്ചു.

''നമ്മുടെ നാട്ടിൽത്തന്നെയിപ്പോൾ ആ ചായയെടുക്കാൻ അറിയുന്ന ആളുകൾ കുറവാണ്. ഇവിടെ ഞാൻ തീരെ കണ്ടിട്ടേയില്ല. ഇയാളെങ്ങനെ വന്നുപെട്ടോ ആവോ.''

അധികം വൈകാതെ ഒറ്റയ്ക്കു നിൽക്കുന്ന ആ ധാബയുടെ മുമ്പിലെത്തി. തകരഷീറ്റിൽ പണിത ചുമരുകളും തകരഷീറ്റ്മേഞ്ഞ മേൽക്കൂരയുമുള്ള ധാബ. എല്ലാ ധാബകളുടെ മുമ്പിലും പൊതുവായി കാണാറുള്ള ചാർപ്പായ് ഇതിന് മുമ്പിലുമുണ്ട്. കനൽ തിളങ്ങുന്ന അടുപ്പും. ചായ സമാവറും മാവ് കുഴച്ചൊരുക്കുന്ന വീതികൂടിയ തടിമേശയുമെല്ലാം കവാടത്തിങ്കൽ തന്നെയാണ്. സുതാര്യമായി, സഞ്ചരിക്കുന്നവരെ ക്ഷണിക്കുംവിധം പ്രലോഭിപ്പിക്കുന്ന മണം പ്രസരിപ്പിച്ച്.

ബെഞ്ചും ഡസ്കുമായിരുന്നു ഇരിപ്പിടസൗകര്യം. ഏറെ വൈകാതെ ഭക്ഷണമെത്തി. റൊട്ടിയും സബ്ജിയും പിന്നെ ലോഭമില്ലാതെ കൊത്തിയരിഞ്ഞ ഉള്ളിയും. പെൺകുട്ടി തന്നെയാണ് എല്ലാം ഓർഡർ ചെയ്തത്.

തൊട്ടു പിന്നാലെ ചായയുമെത്തി. ഉയരത്തിൽ നിന്ന് പടപടയൊച്ചയോടെ വീണ് ഗ്ലാസ് നിറഞ്ഞ് തുളുമ്പാൻ വെമ്പുന്ന പതപതയ്ക്കുന്ന ചായ. ചായയടിക്കുമ്പോൾ അയാൾ, കളർത്തോർത്തുമുണ്ട് കിരീടം പോലെ ചുറ്റിക്കെട്ടിയ മധ്യവയസ്കൻ, ഒരഭിനന്ദനം പ്രതീക്ഷിച്ചെന്ന വണ്ണം അവൾക്കുനേരെ നോട്ടത്തിന്റെ ഒരു പാളൽ തെറുപ്പിച്ചു. ഇവൾക്കിവിടം പരിചിതമാണ്, സുപരിചിതമാണ്. ഉറപ്പായിരുന്നു.

ഉടലിന് ക്ഷീണം തോന്നുന്നുണ്ടെങ്കിലും ഏറെയൊന്നും കഴിക്കാനായില്ല. ഒരു റൊട്ടി. അത്രമാത്രം. ഭക്ഷണത്തോടുള്ള ഇഷ്ടം, ആർത്തി എല്ലാം ഇറങ്ങിപ്പോയിരിക്കുന്നു. അവയിപ്പോൾ തന്റേതല്ല. സമയമെടുത്ത് ആസ്വാദ്യതയോടെ ആവശ്യത്തിന് കഴിച്ച് പെൺകുട്ടി ആദ്യമെഴുന്നേറ്റു. കൈകഴുകി വെള്ളം കുടഞ്ഞ് തെറുപ്പിച്ച് മുൻവശത്തെ ചാർപ്പായിൽ ചെന്ന് കാൽനീട്ടി ഇരുന്ന് അതിന്റെ ചെറുതൊട്ടിലാട്ടം ആസ്വദിക്കാൻ തുടങ്ങി. കുട്ടികളെപ്പോലെ.

അതേയിരിപ്പിൽ അവൾ ഒരു ചായകൂടി പറഞ്ഞു. അതേ ചെറുജലപാതംപോലുള്ള ചായ വീഴ്ത്തൽ, അയാൾ, ഒരു കളിയിലോ പ്രദർശനത്തിലോ എന്ന മട്ടിൽ, അവൾക്കായി മാത്രം വീണ്ടുമൊരുക്കി.

ബുള്ളറ്റിന്റെ ക്യാരിയറിൽ ബന്ധിച്ചിരുന്ന ബാഗ് ഒന്നുകൂടി ഉറപ്പിച്ചു കെട്ടുമ്പോൾ അവൾ ചായക്കപ്പുമായി അരികിൽ വന്നു.

''ശരി. സമ്മതിച്ചു, താങ്കളൊരു ദീർഘസഞ്ചാരത്തിലാണ്.'' അവൾ പറഞ്ഞുതുടങ്ങി. ''അങ്ങനെയൊരാൾ അനാവശ്യമായതൊന്നും തലയിൽ പേറാത്തവിധം പ്രതിരോധിച്ച് ലക്ഷ്യത്തിലേക്ക് തുഴയുന്നതാവും ശരി. പക്ഷേ സഹയാത്രികയായ പെൺകുട്ടിയുടെ പേര് പോലും ചോദിക്കാൻ തോന്നാത്തവിധത്തിലുള്ള ഈ നിർമമത്തം.''

അവൾ കൃത്രിമക്കെറുവിൽ ചുണ്ട് വക്രിച്ചു. ചോദ്യമുപേക്ഷിച്ചു.

ചിരിച്ചുപോയി. കുറച്ചുറക്കെതന്നെ. എത്രനാൾക്കുശേഷമാണതെന്ന് ഉടനെ ഓർക്കുകയും ചെയ്തു.

''എങ്കിൽ ഇതാ ചോദിച്ചിരിക്കുന്നു.''

ബുള്ളറ്റിൽ നിന്ന് തലയുയർത്തി അവളെ നോക്കി. ചിരി അവളുടെ മുഖത്തും കണ്ടു.

''എന്റെ പേര് നീ...''

പറയാൻ തുടങ്ങിയത് അവൾ പെട്ടെന്ന് നിർത്തി. അല്ലെങ്കിൽ എന്തിന് പേരറിയണം അല്ലേ ഭായ്? ഏതാനും മണിക്കൂറുകൾ മാത്രം ഒന്നിച്ച് യാത്രചെയ്യുന്ന നമ്മൾക്കിപ്പോൾ നമ്മുടെ പേരുകൾ എന്തായാലെന്ത്.''

അവൾ ഒരു കളിഭാവത്തിലേക്ക് പകർന്നു.

‘‘അല്ലെങ്കിൽ പേരിന്റെ പാതി വെളിപ്പെട്ട് പോയ നിലയ്ക്ക് ഇയാളെന്നെ നീലിമ എന്നോ നീതു എന്നോ നീലി... നീലി കള്ളിയങ്കാട്ട് എന്നോ സൗകര്യമുള്ളത് വിളിച്ചോളൂ.’’

ധാബയുടെ മുറ്റം മുഖരിതമാവുംവണ്ണം അവൾ പൊട്ടിച്ചിരിച്ചു.

‘‘അടുപ്പമുള്ള മിക്കവർക്കും ഞാൻ ‘നീ’യാണ്. ചിലർക്ക് നീ മോൾ. നമ്മൾ തമ്മിൽ അടുപ്പമൊന്നുമില്ലെങ്കിലും അങ്ങനെ വിളിക്കാനുള്ള അവകാശം ഞാൻ മാഷിന് വകവെച്ചു തന്നിരിക്കുന്നു.’’

എങ്ങനെയാവും ചിലയാളുകൾക്കുമാത്രം ആദ്യം കാണുന്ന മനുഷ്യരോട് ഇത്രയും അടുപ്പത്തോടെയും സ്വാതന്ത്ര്യത്തോടെയും ഇടപെടാൻ, അല്ലെങ്കിൽ അങ്ങനെ ഇടപെടുന്നു എന്ന് ഭാവിക്കാനെങ്കിലും കഴിയുന്നത്? അപ്പോൾ വിചാരിച്ചത് അങ്ങനെയാണ്. ഒപ്പം തന്നെ നേരത്തെ തന്നെ ഉള്ളിലുണർന്ന ഒരു തോന്നൽ ഇപ്പോൾ വീണ്ടും ഉണ്ടായി. അകത്തെ സംഘർഷങ്ങൾ മറയ്ക്കാനായാണ് ഒട്ടൊരു കൃത്രിമത്തോടെ ഈ പ്രകടനങ്ങളത്രയും.

ബാഗ് മുറുക്കി, ടയറിലെ മർദ്ദം പരിശോധിച്ച് വീണ്ടും ബുള്ളറ്റ് സ്റ്റാർട്ട് ചെയ്തു. ധാബയിലെ കുശിനിക്കാരനെ കൈവീശിക്കാണിച്ച് അവളും കയറി ഇരുന്നു. റോഡിൽ പ്രവേശിച്ച് വണ്ടി വീണ്ടും വേഗമെടുത്തപ്പോൾ അവൾ ചുമലിൽ തൊട്ടു.

‘‘അതേ, ബ്രദർ ഒരപേക്ഷ.’’

എന്തെന്നറിയാൻ തല തിരിച്ചു.

‘‘നിങ്ങളേതായാലും വടക്കോട്ട് വടക്കോട്ടുള്ള ഒരു യാത്രയിലാണല്ലോ. എന്നാൽ പിന്നെ പ്രയാണം ഹാസൻ വഴിയാക്കിക്കൂടെ? എനിക്കും അതൊരു ഉപകാരമായേനെ. ഞാനങ്ങോട്ടാണ്.’’

ശരിയെന്നൊരുത്തരം ഒട്ടുമാലോചിക്കാതെയാണ് നൽകിയത്. അതവളെ സന്തോഷിപ്പിച്ചുവെന്നും ഉത്സാഹത്തിലാക്കി എന്നും തീർച്ച.

‘‘എങ്കിൽ ഇടയ്ക്കിടെ മുഖ്യവഴികൾ ഉപേക്ഷിച്ച് എളുപ്പവഴികളിലൂടെ, അവ അത്ര വിശാലമൊന്നുമാവില്ലെങ്കിലും നമുക്ക് മുന്നേറാം. ഇതാ ഈ നിമിഷം മുതൽ ഞാൻ പിറകിലിരുന്ന് നയിച്ചു തുടങ്ങുന്നു.’’

വീട്ടിൽ നിന്ന് പുറപ്പെടുമ്പോൾ ചെന്ന് ചേരേണ്ടൊരു ലക്ഷ്യമൊന്നും ഉള്ളിലുണ്ടായിരുന്നില്ല. എല്ലാത്തിൽനിന്നുമിറങ്ങി ഒന്നുമോർക്കാതിരിക്കാൻ എങ്ങോട്ടെങ്കിലുമൊരു പുറപ്പെട്ടുപോവൽ എന്നേ കരുതിയുള്ളൂ. ഒരിക്കൽ കൂട്ടരോടൊത്ത് പോയിട്ടുള്ള പ്രിയപ്പെട്ട ഒരിടത്ത്, മടിക്കേരിയിൽ രാത്രി തങ്ങിയാലെന്ത് എന്ന് അവ്യക്തമായ ഒരു ആലോചന ഇന്ന് യാത്രതുടരവേ ഉള്ളിലുടലെടുത്തിരുന്നു. ഏതായാലും ഇപ്പോൾ തനിക്കൊരു ലക്ഷ്യമുണ്ട്, താൻ കുറിച്ചതല്ലെങ്കിലും. തൽക്കാലത്തേക്കാണെങ്കിലും.

യാത്ര പ്രധാനവഴിയിലൂടെ കുറച്ച് നീങ്ങിയതേയുള്ളൂ. അവളുടെ കൈപ്പടം ചുമൽതൊട്ടു.

"ഇനി വലതുഭാഗത്തേക്കൊരു വഴി കാണും. അതുവഴിയേ തിരിഞ്ഞു പോയാൽ നമുക്ക് കുറച്ചേറെ ദൂരം കുറഞ്ഞു കിട്ടും."

മുന്നോട്ട് പോയപ്പോൾ കൃത്യമായും അങ്ങനെയൊരു വഴി കാണായി. മുഖ്യറോഡിനെയപേക്ഷിച്ച് പാതിമാത്രം, അല്ലെങ്കിൽ അതിലും കുറവ് വീതി വിസ്താരമുള്ളത്. പെൺകുട്ടി ഇന്നാട്ടുകാരിയല്ലെന്ന്, ഇവിടെയെങ്ങുമേ ഉള്ള ആളല്ലെന്ന് ഏറെക്കുറെ തീർച്ചയുണ്ട്. പക്ഷേ ഇവർക്കെങ്ങനെയാണ് ഈ ദേശത്തെ ഇത്ര സൂക്ഷ്മമായി അറിയുന്നത്?

തലപ്പൊക്കമുള്ള വൻമരങ്ങൾ, ഒട്ടുമിക്കവയും പേരറിയാത്തവ, കോട്ടപോലെ ഇരുഭാഗത്തും നിൽക്കുന്ന വഴിയിലൂടെ വണ്ടി നീങ്ങിക്കൊണ്ടിരുന്നു. വീതികുറഞ്ഞ ആ പാതയിലൂടെ വാഹനങ്ങൾ ഏറെയൊന്നും ഓടുന്നുണ്ടായിരുന്നില്ല. എതിരേയോ ഒരേദിശയിലോ ഒന്നും. ഒരുവേള ഈ വഴി വനഓഫീസുകൾ കേന്ദ്രീകരിച്ചിരിക്കുന്ന ഏതെങ്കിലും ഇടത്തേക്ക് നയിക്കുന്നതാവുമെന്ന് തോന്നി. പാത മാത്രമല്ല, മധ്യാഹ്നം പിന്നിട്ട് ഏറെയായ ആ നേരത്ത് മരത്തലപ്പുകൾ പോലും അനക്കമറ്റ് കിടന്നു. ചലിക്കുന്ന ഒരേയൊരു വസ്തു തങ്ങളുടെ വാഹനമാണെന്ന് തോന്നി.

പെൺകുട്ടിയും നിശ്ശബ്ദയായിരുന്നു. ഒട്ടുഘനത്തിൽ ഭക്ഷണം കഴിച്ചശേഷം അവളൊന്ന് മയങ്ങിപ്പോയോ എന്ന് സംശയിച്ചു. അല്ലെന്ന് തൊട്ടുടനെ ബോധ്യമായി.

"മാഷിന് കാടുണ്ടാവുന്നതെങ്ങനെയെന്ന് അറിയാമോ?"

സത്യത്തിൽ കൗതുകം തോന്നി. കാട്, അതിന്റെ സാമീപ്യം ഏറെയകലെയല്ലാതെയുള്ള ഒരു ദേശത്തെ പാർപ്പുകാരനാണ്. എന്നിട്ടും ഇത്രകാലവും അതേപ്പറ്റിയൊന്നും ആലോചിച്ചിട്ടേയില്ല.

"നമ്മൾ ഒന്നും ചെയ്യാതിരിക്കുകയേ വേണ്ടൂ. കാട് തനിയെ ഉണ്ടായി വന്നുകൊള്ളും."

പെൺകുട്ടിതന്നെ തന്റെ ചോദ്യത്തെ പൂരിപ്പിച്ചു, ഉത്തരംകൊണ്ട്.

"നാട്ടിൽ, എന്റെ നാട്ടിൽ, ഞങ്ങളുടെ വീട്ടുപറമ്പിൽ അങ്ങനെയൊരു കാടുണ്ട്. അപ്പായി വളർത്തുന്ന കാട്. ആരും തിരിഞ്ഞുനോക്കാതെ ഇട്ടിരിക്കുന്ന പറമ്പിന്റെ ഭാഗം. അവിടമങ്ങിനെ പുല്ലും കാടും കേറി പേട്ടുമരങ്ങളും ഊക്കൻ മരങ്ങളും പടർന്ന് കിളിയൊച്ചയാൽ സദാ മുഖരിതമായി കിടക്കും. നട്ടുച്ചയ്ക്കും വെയിൽ ചോരാത്ത കുഞ്ഞ് കാടിടം. കാട്ടുകാവ്. അങ്ങോട്ടങ്ങനെയാരെങ്കിലും പോവുന്നത് അപ്പായിക്ക് വലിയ താല്പര്യമുള്ള കാര്യമേയല്ല. അങ്ങനെയൊരു ഭാഗം മറന്നിട്ടമട്ടിലുമാണ്. എങ്കിലും ഞാൻ മാത്രം കാവുതീണ്ടും."

നാടിനേയും വീടിനേയും കുറിച്ച് പിന്നെയെന്തെങ്കിലുംകൂടി അവൾ പറയുമെന്ന് കാത്തു. പക്ഷേ, ഇല്ല. അതുണ്ടായില്ല. പാതിക്കു മുറിഞ്ഞ പാട്ടുപോലെ അതിന് തുടർച്ചയുണ്ടായില്ല. കാടിനുൾഭാഗത്തുകൂടിയുള്ള കുറുക്കുവഴി താണ്ടി വണ്ടി വീണ്ടും മുഖ്യറോഡിൽ വന്നുചേർന്നു.

കൂടുതൽ വേഗതയെടുത്തായി പിന്നീട് യാത്ര. ഹാസനിലേക്ക് ഇനിയെത്ര ദൂരം? ഏതേത് വഴികൾ? എപ്പോഴെത്താനാവും? സാധാരണ

ഗതിയിൽ തിരഞ്ഞു കണ്ടെത്താറുള്ള വിവരങ്ങൾ, ശമിപ്പിക്കാവുന്ന ആകാംക്ഷകൾ. പക്ഷേയിപ്പോൾ പിറകിലിരിക്കുന്ന പെൺകുട്ടിയുടെ ചുമലിലേക്ക് ഭാരമത്രയും ഇറക്കിവെച്ച് യാത്ര ചെയ്യുകയാണ് താൻ എന്ന് തോന്നി. ഇടയ്ക്ക് ഒന്നുരണ്ടിടത്ത് നിർത്തി. ഇടവേളയെടുത്തു. കൈകാൽ നിവർത്തി. ചായ കുടിച്ചു. യാത്ര തുടർന്നു. ചെറുവഴികളിലേക്ക് തിരിഞ്ഞു, മുഖ്യവഴികളിൽ മടങ്ങിയെത്തി. വീണ്ടുമങ്ങനെ... അങ്ങനെ...

സന്ധ്യയോടടുത്ത നേരത്ത് വീണ്ടുമൊരു വനപ്രവേശം. പൊടുന്നനെ മഴ വീഴാൻ തുടങ്ങി. അതിശയിപ്പിക്കുന്നത്ര പെട്ടെന്ന്. കനത്തുള്ള പെയ്ത്ത്. വേറെങ്ങോട്ടോ ഉള്ള യാത്രയ്ക്കിടെ മഴ ആ വനഭാഗത്തൊന്ന് ഇറങ്ങി പെയ്തതുപോലെ. ഒരുപക്ഷേ ലക്ഷണങ്ങളുണ്ടായിരുന്നിരിക്കണം. കാടും സന്ധ്യയും ചമച്ച ഇരുട്ടിലത് മനസ്സിലാവാതെ പോയതാവണം.

മരത്തലപ്പുകളുടെ പ്രതിരോധംഭേദിച്ച് മഴ ഉടലിനെ നനച്ചുതുടങ്ങി. പെൺകുട്ടി പക്ഷേ ഈ പൊടുന്നനെപ്പെയ്ത്ത് ആസ്വദിക്കാൻ തുടങ്ങി.

തുടർയാത്രകൊണ്ട് ഇടനേരത്തേക്കൊന്ന് തളർന്നു പോയിരുന്ന അവളിൽ മഴത്തുള്ളിത്തലോടൽ ഉത്സാഹം നിറച്ചു.

ഇരുകൈകളുമുയർത്തിയും ആഹ്ലാദശബ്ദങ്ങളുണ്ടാക്കിയും ഏതെല്ലാമോ പാട്ടുകൾ ഉറക്കെപ്പാടിയും ആകെ നനഞ്ഞ് മഴയെ വരവേറ്റ് അവൾ അതിലലിഞ്ഞു. അവൾക്കായി പെയ്ത മഴയെന്നപോലെ.

കാട്, ഇരുട്ട്, മഴ! കറുത്തവഴിയിൽ സ്വർണ്ണവെളിച്ചം തളിച്ചിട്ട് കുതിക്കുന്ന ബുള്ളറ്റ്. അത് പായിക്കുന്ന വിഷാദിയായ ചെറുപ്പക്കാരൻ. അവന്റെ ഉടൽനനവിനോടൊട്ടിയിരിക്കുന്ന പെൺകുട്ടി. പേരെന്തെന്ന് ഇപ്പോഴുമറിയാത്ത സഹയാത്രികാ നീയെന്നെ കാൽപ്പനികയാക്കുന്നുണ്ട്. ഒന്നുകൂടെ ഇറുക്കനെ ഞാൻ നിന്നെ ചേർത്തുപിടിക്കുന്നുണ്ട്.

അവൾ ഉറക്കെ പൊട്ടിച്ചിരിച്ചു.

ഏറെ നാളുകൾക്ക് ശേഷം ഉള്ളിൽനിന്ന് എന്തെല്ലാമോ അഴിഞ്ഞുമൊഴിഞ്ഞും പോവുന്ന ലാഘവത്വം, തീരെ നേരിയത്, ഞാനും അനുഭവിച്ചു അന്നേരം. അതിന്റെയാശ്വാസത്തിൽ തുടർയാത്ര കഠിനതരമാക്കുന്ന ഇരുട്ടിലൂടെ, മഴയിലൂടെ, കാട്ടിലൂടെ വണ്ടി ചലിപ്പിച്ചു.

വൈകാതെ മഴയവസാനിച്ചു. കുറച്ചുകൂടെ ചെന്നപ്പോൾ കാടും. മഴയവശേഷിപ്പിച്ച നനവും തണുപ്പും പിന്നെ ഇരുട്ടും ബാക്കിയായി. ഇടയ്ക്കിടെ മാത്രം കെട്ടിടങ്ങളുടെ കൂട്ടങ്ങൾ, വീടുകൾ, അവയിൽ തെളിഞ്ഞു കാണാവുന്ന വെളിച്ചങ്ങൾ. ബാക്കിയെല്ലായിടത്തും വെളിമ്പ്രദേശങ്ങൾ, തുറസ്സുകൾ. കൃഷിയിടങ്ങളാവണം അവ.

വേഷം മാറ്റിധരിക്കണമെന്ന്, അല്ലെങ്കിലൊന്ന് ഊരിപ്പിഴിയുകയെങ്കിലും വേണമെന്ന് പെൺകുട്ടി പറഞ്ഞു.

വഴിയിലൊരിടത്ത്, വെളിച്ചമണഞ്ഞു കിടന്നിരുന്ന ഒരെടുപ്പിന് ചാരെ നിർത്തി. ബാഗിൽ നിന്നും പാന്റും ടീ ഷർട്ടും ഇരുട്ടത്ത് തപ്പിയെടുത്തണിഞ്ഞു. നനവ് മാറാത്ത ജാക്കറ്റ് മുകളിൽ വീണ്ടുമിട്ടു. ഒട്ടുമേ

സമയമെടുക്കാതെ, പെരുവഴിയിൽ എപ്പോഴും വന്ന് പതിക്കാവുന്ന വെളിച്ചത്തെ ഭയക്കാതെ പെൺകുട്ടിയും വേഷം മാറിക്കഴിഞ്ഞിരുന്നു അതിനകം.

"താനൊരു കഥ പറയെടോ മിസ്റ്റർ."

വീണ്ടും വണ്ടി നീങ്ങിത്തുടങ്ങിയപ്പോൾ അവൾ പറഞ്ഞു. "രണ്ടു മണിക്കൂർ നീളുന്ന ഒരു കഥ."

ഹാസനിലെ അവളുടെ താമസസ്ഥലത്തേക്ക് പിന്നെയും രണ്ടോ, മൂന്നോ മണിക്കൂറിന്റെ യാത്രയുണ്ടാകുമെന്ന് അവൾ പറഞ്ഞിരുന്നു.

"വണ്ടിയോടിക്കലും കഥപറയലുംകൂടി പ്രയാസമാണ്. ഇയാള് പറയൂ."

മണിക്കൂറുകൾ പിന്നിട്ട ആ കൂട്ടുയാത്രയിൽ ആദ്യമായി മുറിഞ്ഞു പോവാത്ത ഒന്നോ രണ്ടോ വാചകങ്ങൾ പറഞ്ഞു. അതവളെ സന്തോഷിപ്പിച്ചുവെന്ന് തോന്നി. പിറകിൽ അവളൊന്ന് അനങ്ങിയിരുന്നു. നേർരേഖയിൽ വീഴുന്ന വാഹനത്തിന്റെ വെളിച്ചമല്ലാതെ ഒന്നും കാണാനില്ലാത്ത ഇരുട്ടിൽ ഒരു കഥ കേൾക്കാൻ തയ്യാറെടുത്തു.

മുറിവ്

"**വാ**ഹനങ്ങൾ ഓടിക്കുന്നവരോട്, വിശേഷിച്ചും വലിയ വാഹനങ്ങൾ ഓടിക്കുന്നവരോട്, ഞങ്ങൾ പെൺകുട്ടികൾക്കുള്ള ആരാധന പ്രസിദ്ധമാണല്ലോ." നീതു പറഞ്ഞുതുടങ്ങി.

എതിരെ വീശുന്ന കാറ്റിന്റെ പ്രതിരോധം മറികടക്കാൻ ഉറക്കെ, വളരെയുറക്കെ.

"ഒരു കാടുതന്നെയും മുറിച്ച് ഉരുപ്പടിയാക്കി, ഭീതിതോന്നുംവണ്ണം ഉടലിൽ പേറിയിറങ്ങി വരും ലോറികൾ. ആരെങ്കിലുമൊന്ന് ഉറക്കെ തുമ്മിയാൽ നാലുപേരെങ്കിലും തെറിച്ച് പുറത്തേക്ക് വീഴുമെന്ന മട്ടിൽ ആളുകയറ്റിവരും ബസ്സുകൾ! ഇവയൊക്കെയും ഓടിച്ചുപോവുന്ന മനുഷ്യരോട്, കുട്ടികൾക്ക്, വിശേഷിച്ച് പെൺകുട്ടികൾക്ക് എന്ത് ഇഷ്ടമാണ്. ഒരു പത്തുപതിനേഴ് വയസ്സുവരെയെങ്കിലും അതൊക്കെ അങ്ങനെത്തന്നെ തുടരുകയും ചെയ്യും."

നീതുവിന്റെ കഥ കേട്ടുകേട്ടു പോകാൻ തക്കവണ്ണം വണ്ടിയുടെ വേഗത കുറച്ചു, തീരെ കുറച്ചു. എന്നിട്ടും ഉറക്കെ, വളരെയുറക്കെയാണവൾ സംസാരിക്കുന്നത്. ഉച്ചത്തിൽ പറയുന്നതിന്റെ ആനന്ദം ആസ്വദിക്കുന്നതുപോലെ.

"പത്താംക്ലാസ്സിലും പിന്നെ പ്ലസ്ടുവിനുമൊക്കെ ഞാൻ ഒരേ സ്കൂളിൽ തന്നെയായിരുന്നു പഠിച്ചിരുന്നത്. പോക്കും വരവും ഒക്കെ മിക്കപ്പോഴും ഒരേ ബസ്സിലാണ്. മുണ്ടക്കാട്ടിൽ ട്രാവൽസ്. ആ ബസ്സിലൊരു ഡ്രൈവറുണ്ടായിരുന്നു. വലിയ കണ്ണുകളുള്ള ഒരു ജോയിച്ചേട്ടൻ. തടിച്ച് പൊക്കം കുറഞ്ഞ ഒരു കുറ്റിയാൻ. അയാളെന്റെ കാമുകനൊന്നും ആയിരുന്നില്ല

കേട്ടോ. പക്ഷേ കാമുകനായിരുന്നു അയാള്, ഒത്ത കാമുകൻ. ആ ബസ്സിൽ കയറുന്ന മൂന്നോ നാലോ പെൺകുട്ടികൾക്ക്. അതും ഒരേ സമയം.''

നീതു പൊട്ടിച്ചിരിച്ചു, തുടർന്നു.

''എനിക്ക് പക്ഷേ പ്രേമമൊന്നുമില്ലായിരുന്നു കേട്ടോ. സ്കൂളിലും പ്ലസ്ടുവിനുമൊന്നും. അത് കഴിഞ്ഞ് ഞാൻ നഴ്സിംഗിന് ചേർന്നു. മാഷിനറിയാമല്ലോ ഈ പ്രൊഫഷണൽ കോഴ്സിന് ചേരുന്ന പിള്ളാരുടെ കാര്യം. വീട്ടിൽ കടോംകള്ളീമായിട്ടായിരിക്കും ഞങ്ങളെയൊക്കെ ഇതിന് കൊണ്ടുചേർക്കുന്നത്. ഒപ്പം വിദ്യഭ്യാസലോണും കാണും. അപ്പോൾ ഏതുഴപ്പനും ഒരു ചൂടൊക്കെ കേറും. എന്ത് കാണിച്ചാണേലും ജയിച്ച് കേറാനാവും ശ്രമം. അതിന് മാത്രം. അത് ഞങ്ങള് ജയിക്കുകേം ചെയ്യും. അതിനിടയ്ക്ക് പ്രേമിക്കാനൊന്നും പലപ്പോഴും നമ്മള് നിക്കത്തില്ല. അല്ല അങ്ങനെ തീരെ ഇല്ല എന്നല്ല... നമ്മള് നമ്മുടെയൊരു കാര്യമങ്ങ് പറഞ്ഞെന്നേയുള്ളൂ.''

കഥ പറഞ്ഞ് തുടങ്ങിയപ്പോൾ അവളുടെ സംസാരത്തിലേക്കിറങ്ങി വന്ന നാട്ടുഭാഷാശീലുകളെപ്പറ്റി ഓർക്കുകയായിരുന്നു. കൃത്രിമത്വമോ ലാത്ത, നാടിനെ സൂചിപ്പിക്കുന്ന തുറന്ന വർത്തമാനം. അല്ലെങ്കിലും സ്വന്തം കഥയാവുമ്പോൾ അങ്ങനെയാവുന്നതുതന്നെ ഉചിതം. നാടിനെപ്പറ്റിയാണവൾ പിന്നെ പറഞ്ഞതും.

''അപ്പായിക്ക് കൃഷിയുണ്ട്. അല്ല കൃഷി മാത്രമാണ്. ഭൂമിയുള്ളതിൽ ഒട്ടുമുക്കാലും പൈനാപ്പിളാണ് നട്ടേക്കുന്നത്. രണ്ടു ഭാഗത്തോട്ടും ചെരിഞ്ഞുതൂങ്ങി കിടക്കുന്ന ഭൂമിയിൽ അതേപറ്റൂ എന്നാണ് അപ്പായിയുടെ അഭിപ്രായം. ആഴ്ചകൾ, ചിലപ്പോൾ മാസങ്ങളുടെ, വ്യത്യാസത്തിലാവും അവയൊക്കെ നട്ടുവച്ചു തീരുക. എന്നാലും ചെടികൾക്ക് വാശിയാണ്. മിക്കവാറും എല്ലാം ഒന്നിച്ചാണ് മൂത്ത് പഴുത്ത് പാകമായി വരുക.

കൈതച്ചക്ക വിളഞ്ഞ മണം കുന്നിറങ്ങുമ്പോഴേക്കും ഇടനിലക്കാരെത്തും. അഡ്വാൻസ് തുകനീട്ടി അയൽപ്പക്കക്കാരെ മിക്കവരെയും അവർ പാട്ടിലാക്കും. അപ്പായി കുറച്ചു കാഞ്ഞ പുള്ളിയാ പക്ഷേ. ആരെന്നാ കൊമ്പത്തെ വില പറഞ്ഞാലും അപ്പായി പെട്ടെന്ന് വീഴുകേല. വില കേറ്റിക്കേറ്റി പിടിക്കും. അവസാനം വന്നവര് കെറുവിച്ച് ഇട്ടേച്ച് പോവും. അല്ല, അപ്പായിക്കും അതുതന്നെയാണ് വേണ്ടതും. അന്നേരം അപ്പായി അടുത്ത പണി നോക്കും. ഇടനിലക്കാരില്ലാതെ നേരിട്ട് തന്നെ നടത്തും ഡീൽ. അതിന് അപ്പായിയെ സഹായിക്കുന്ന ഒരാളുണ്ട്. ബോബിച്ചേട്ടൻ. ലോറി ഡ്രൈവറാണ്. സ്ഥിരം ഓട്ടം പോയിപ്പോയി പുള്ളിക്കാരന് ദൂരെയുള്ള മാർക്കറ്റിലൊക്കെ നല്ല കണക്ഷനാണ്. ഇടനിലക്കാരില്ലാതെ നേരിട്ട് കച്ചവടം നടത്താൻ അപ്പായിയെ സഹായിക്കുന്നത് ബോബിച്ചേട്ടനാണ്. പൂനെയിലും ഹൈദരാബാദിലും ബോംബെയിലുമൊക്കെയുള്ള ബയേഴ്സുമായി പുള്ളി നേരിട്ട് കച്ചവടമുറപ്പിക്കും. എന്നിട്ട് ഞങ്ങടവിടുന്ന് സാധനം കയറ്റികൊണ്ട് ചെന്ന് കൊടുക്കും. മിടുക്കനാണ് ബോബി. എക്സ്പർട്ട് ഡ്രൈവർ. ഞങ്ങടെ വീടിന്റെ ഇത്തിരി മുറ്റത്തിട്ട് വലിയ ആ ലോറി തിരിക്കുന്ന കാഴ്ച! അതൊരു ആർട്ടാണ്.

വലിയൊരു മുറ്റമായിരുന്നു ഞങ്ങളുടേത് ആദ്യം. ആയിരം പേർക്ക് ഒറ്റപ്പന്തിയിലൂണ് വിളമ്പി എന്റെ കല്യാണം നടത്താൻ അപ്പായി മാറ്റിയിട്ടിരുന്ന ഇടം. പക്ഷേ ആർത്തിക്കാരനയൽക്കാരൻ കൊള്ളിടതിക്കി ഭൂമി കയ്യേറുന്നതുപോലെ ഞാനും അമ്മയും ചെടിത്തരങ്ങൾ നട്ടുവെച്ച് വളരെ കുറച്ചിരുന്നു അതിന്റെ വിസ്താരം. കരിയില വാരിയും മുറ്റമടിച്ചും നടു പാളീസായെന്ന പരാതി അമ്മ കൂടെക്കൂടെ പറയുമ്പോൾ ആ കാര്യത്തിലൊരു പ്ലാവിലയെടുത്ത് മാറ്റിയിടാൻ പോലും സഹായം നൽകാത്ത പഠിപ്പിന് പോക്കുകാരി മകളായ എനിക്ക് അമ്മയുടെ കയ്യേറ്റത്തിന് കൂട്ടുനിൽക്കുകയേ വഴിയുണ്ടായിരുന്നുള്ളൂ. പൂവിടരുന്നതും വിടരാത്തതും മുള്ളുള്ളതും ഇല്ലാത്തതും മണമുള്ളതും ഇല്ലാത്തതും ആയ ചെടിത്തരങ്ങൾ നട്ട് നട്ട് ഞങ്ങൾ മുറ്റത്തിന്റെ ഒട്ടുമുക്കാലും കൈയ്യടക്കി.

ഇങ്ങനെ കയ്യേറിക്കയ്യേറി തീരെ ചെറുതായി മാറിയ മുറ്റത്തേക്ക് വീടിനഭിമുഖമായാണ് ബോബിച്ചേട്ടൻ ലോറി ഓടിച്ച് കയറ്റുക. പിന്നെയൊരു പ്രകടനമാണ്. കണ്ടുനിൽക്കാൻ തോന്നുന്ന അഭ്യാസം. മയിലെണ്ണ തേച്ച് വഴക്കപ്പെടുത്തിയ തെരുവ് സർക്കസുകാരന്റെ ഉടലാവും ലോറിക്കന്നേരം. ആദ്യം രണ്ടടി വലത്തേക്ക്, പിന്നെ തെല്ലൊന്ന് ചെരിഞ്ഞ് പിന്നാക്കം. വീണ്ടും നേരെ മുമ്പോട്ട്. വീണ്ടും സാധ്യമായത്രയും ചെരിഞ്ഞ് പിന്നാക്കം. വീണ്ടും മുമ്പോട്ട്. പിറകിലേക്ക്... മുമ്പിലേക്ക്...

ഒടുവിൽ ഞങ്ങളുടെ വീടിനെയാകെയും കയറ്റിക്കൊണ്ട് പോവാൻ തക്ക വിസ്താരമുള്ള ഉടലുമായി വീടോട് ചേർന്ന ചായ്പ്പ്ഷെഡ്ഡിനു നേരേ നിൽക്കുന്നുണ്ടാവും ലോറി. ഒരിക്കലുമതുപക്ഷേ ഞങ്ങളുടെ ചെടിത്തലപ്പുകളെ ഞെരിച്ചില്ല. വഴിവിട്ടെങ്ങോട്ടെങ്കിലും കടന്നു കയറിയില്ല. വലിയ വാഹനങ്ങളോടിക്കുന്നവരോട് കുഞ്ഞുപ്രായത്തിൽ തോന്നുന്ന ആരാധന എനിക്ക് ഒത്ത സ്ത്രീയായി മുതിർന്ന ശേഷമാണ് തോന്നുന്നത്. അത് ഈ ബോബിച്ചേട്ടനോടാണ്.

കോട്ടയം ജില്ലാ ആശുപത്രിയിലെ നഴ്സിംഗ് പഠനം കഴിഞ്ഞ് മിടുക്കിയായി വീട്ടിൽ നിൽക്കുകയായിരുന്നു ഞാനന്ന്. അല്ല വെറുതെ നിൽക്കുകയായിരുന്നില്ല. ഒരു ചെറിയ കോഴ്സ് ചെയ്യുന്നുമുണ്ടായിരുന്നു. എത്ര വലിയ പഠിത്തമുണ്ടെങ്കിലും ഒരാവശ്യത്തിന് ഇംഗ്ലീഷ് പറയുന്നേരം തപ്പിത്തടയുന്ന മലയാളിപ്പാരമ്പര്യക്കാരിതന്നെയായിരുന്നു ഞാനും. അത് കൊണ്ട് ആംഗലേയത്തെയൊന്നുമെരുക്കാനുള്ള ചെറിയ കോഴ്സ്. നഴ്സിംഗ് ബിരുദത്തിന്റെ കിരീടവും അണിഞ്ഞ് കാനഡയിലോ, യു. എസ്സിലോ ചെന്ന് പറ്റണമെന്നായിരുന്നു എനിക്കന്ന്.

അതിനുള്ള ശ്രമങ്ങൾ നടത്തുന്നതിനിടയിൽ തന്നെയാണ് എനിക്ക് ഹാസ്സനിൽ ജോലി കിട്ടുന്നത്. ഹൃദയചികിത്സയ്ക്ക് പേരെടുത്ത ആശുപത്രിയിൽ. ബോബിച്ചേട്ടനാണതിന് കാരണമായതും. അങ്ങോരുടെയൊരു കസിൻ അവിടെ നഴ്സായുണ്ടായിരുന്നു. അവർക്ക് കൂടുതൽ നല്ലൊരവസരം കിട്ടി ജോലി മാറിയപ്പോൾ പകരക്കാരിയായാണ് ഞാനവിടെ, ഹാസ്സനിലെത്തുന്നത്.

ഒന്നിച്ചുള്ള യാത്രകളാണ് എന്നെയും ബോബിച്ചേട്ടനെയും തമ്മിലടുപ്പിക്കുന്നത്. ലോറിയിലുള്ള സഹയാത്രകൾ. ഹൈദരബാദിൽ നിന്ന്

ബോബിച്ചേട്ടൻ ബാംഗ്ലൂർ വഴി കൊച്ചിയിലേക്ക് പോകുന്ന വഴി മൈസൂർ -തൃശ്ശൂർ രാത്രി ദൂരമാണ് ഞങ്ങളാദ്യം ഒന്നിച്ച് പിന്നിട്ടത്. നാട്ടിൽ പോവാൻ പ്ലാനിട്ടിരുന്ന ഞാൻ മൈസൂരിലെത്തി ബോബിച്ചേട്ടനോടൊപ്പം ചേരുകയായിരുന്നു. എന്ത് ലഹരിയായിരുന്നു ആ ആദ്യയാത്രയ്ക്ക്!

എന്തെന്ത് കൗതുകങ്ങളാണ് ലോറിയുടെ ക്യാബിനിൽ! അപ്രതീക്ഷിത സൗകര്യങ്ങളും. നാലാൾക്ക് സുഖമായി കഴിഞ്ഞുകൂടാം. ഓട്ടത്തിനിടെ തന്നെയുള്ള കറിക്കരിയലും അരി കഴുകലും ഭക്ഷണംവയ്പും കഴിപ്പും. പശ്ചാത്തലത്തിലെ ഒരിക്കലും നിലയ്ക്കാത്ത പാട്ട്. നീണ്ടു നിവർന്നു കിടക്കാൻ ബർത്തുകൾ.

അത് വേറൊരു ലൈഫാണ്, വേറെ തന്നെയൊരു ലൈഫ്. അങ്ങനെ കുറച്ചേറെ സഹയാത്രകൾ. നാട്ടിലേക്കും ഹാസ്സനിലേക്കുമുള്ള യാത്രകളിൽ ഒത്തുവരുമ്പോഴെല്ലാം ഞങ്ങൾ ഒന്നിച്ചാകാൻ ശ്രമിച്ചു. അടുപ്പം ഉരുക്കിയുറപ്പിച്ച സഹയാത്രകൾ, സഞ്ചാരങ്ങൾ. എവിടെയുമധികം നിർത്താൻ പറ്റാത്ത എക്സ്പ്രസ് ലോഡുകളായിരുന്നു ബോബിച്ചേട്ടന് മിക്കപ്പോഴും. പൈനാപ്പിൾ, വാഴക്കുല, ഇതരപഴവർഗ്ഗങ്ങൾ.

വേഗം, വേഗം വേഗം എന്ന് തുടരെയിരമ്പിക്കൊണ്ട് ലോറി ചലിച്ചുകൊണ്ടേയിരിക്കും. ബോബിച്ചേട്ടൻ തനിച്ചാവും യാത്രകൾ. ഒരിക്കലുമൊരു സഹായിയും ഉണ്ടാവില്ല. അകലങ്ങൾ തനിയേത്തനിയേ പിന്നിട്ട് തീർക്കും. ചെക്ക് പോസ്റ്റുകളും പരിശോധനകളും വരുമ്പോൾ ഞാൻ കാബിനിലെ കർട്ടനിട്ട് മറച്ച ഭാഗത്തേക്ക് മാറും. ആരെങ്കിലും ചോദിച്ചാൽ സഹോദരിയാണെന്ന ഒരു നുണ ഞങ്ങൾ കാലേക്കൂട്ടി കരുതിയിട്ടുമുണ്ടായിരുന്നു.

അപ്പായിയോ വീട്ടിലാരെങ്കിലുമോ ഇതൊന്നുമറിഞ്ഞില്ല. എന്റെ യാത്രകൾ ബസ്സിലോ ട്രെയിനിലോ ആണെന്ന് അവരെല്ലാം കരുതി. അത്തരമെത്രയോ യാത്രകൾ. അത്തരമൊരു യാത്രയായിരുന്നു ഇന്നും. അത്തരത്തിൽ അവസാനയാത്രയും.''

പിന്നെ കുറച്ച് നേരത്തേക്ക് നീതു നിശ്ശബ്ദയായി. പറഞ്ഞുവരുന്ന ജീവിതം, സ്വജീവിതം ഉള്ളിൽ തിരതള്ളുന്നുണ്ടാവും. സംഘർഷമുണ്ടാക്കുന്നുണ്ടാവും. കാറ്റിനോടും വണ്ടിയുടെ പ്രയാണവേഗത്തോടും എതിരിട്ടുള്ള തുടർസംസാരം അവളെ തളർത്തിയിട്ടുമുണ്ടാവും. ഇത്രനേരവും ചോദ്യങ്ങളുടെ, ഉപചോദ്യങ്ങളുടെ, താല്പര്യം ദ്യോതിപ്പിക്കുന്ന വെറും മൂളലുകളുടെപോലും പ്രോത്സാഹനമില്ലാതെ സ്വയം കഥയായി പെയ്തു നിറയുകയായിരുന്നു അവൾ.

എങ്ങനെയാവും അവൾ ഈ പെരുവഴിയിൽ ഒറ്റയ്ക്കായിപ്പോയത് എന്ന്, തന്റെ വാഹനത്തിന് കൈനീട്ടാനിടവന്നത് എന്ന്... അങ്ങനെ ഇനിയും തുറന്ന് കിട്ടാനുള്ള ആകാംക്ഷകളെ പൂരിപ്പിച്ചു തീർന്നിട്ടൊന്നുമില്ല അവളുടെ കഥ. ബാക്കിയുള്ളത് എന്താകിലെന്ത് ഇനിയുമൊന്നും ചോദിക്കേണ്ടതില്ലെന്ന് മൗനിയായി. അവൾ പറയുന്നുണ്ടെങ്കിൽ ആവട്ടെ.

നിശ്ശബ്ദതയേയും ഇരുട്ടിനെയും അലോസപ്പെരുത്തി ബുള്ളറ്റ് മുമ്പോട്ട് ഓടിക്കൊണ്ടിരുന്നു.

"വല്ലാതെ മുറിഞ്ഞ ഒരു ദിവസമാണെടോ ഭായ് എനിക്കിത്."

അല്പനേരത്തെ മൗനത്തിനുശേഷം നീതു തിരികെ വന്നു.

"അതിൽനിന്ന് എത്രയുംവേഗം എത്രയുമകലേക്ക് തുഴഞ്ഞ് തുഴഞ്ഞ് അകലുകയാണ് ഞാനിപ്പോൾ."

വീണ്ടും ഒന്നുനിർത്തി അവൾ നിശ്ശബ്ദയായി തെല്ലുനേരം. പിന്നെ പറഞ്ഞുവന്ന കഥയിലേക്ക് തിരികെ പോയി.

"പെരുമ്പാവൂരിൽ നിന്നാണ് ഞാനിന്ന് ബോബിച്ചേട്ടനോടൊപ്പം ചേർന്നത്. നാഗ്പൂരിലേക്കായിരുന്നു ആൾ. അധികം ഇടവേളകളില്ലാതെയൊരു ഓടിച്ചുപോരൽ. ഞാനും ഉറങ്ങിയൊന്നുമില്ല. ഉറക്കെ വർത്തമാനം പറഞ്ഞും ചിരിച്ചും വായിൽത്തോന്നിയത് കോതയ്ക്ക് പാട്ടെന്ന മട്ടിൽ പാടിയും പതിവുള്ള ഞങ്ങളുടെ യാത്ര. പകൽവെട്ടം ഉച്ചിയിലായ സമയത്ത് ബോബിച്ചേട്ടൻ വണ്ടിയൊരിടത്ത് ഒതുക്കിയിട്ടു. ഒരു വെളിമ്പ്രദേശമായിരുന്നു അത്. എന്നാൽ മരങ്ങളുടെ തണലുമുണ്ടായിരുന്നു അവിടെ. ഇനിയൊന്നു മയങ്ങാതെ ഒക്കുഛേല. നീയുള്ളൊരു ലഹരിയിലങ്ങ് ഓടിപ്പോരുകയായിരുന്നു. ഇപ്പോൾ ഞാനോടിക്കുകയല്ല, സ്വന്തമായി വണ്ടിതന്നെയങ്ങ് ഓടുകയാണ് എന്ന ചിരിയോടെ ബോബിച്ചേട്ടൻ രണ്ടു ബർത്തുകളുള്ളതിൽ ഒന്നിലേക്കുകയറി. രണ്ടാമത്തേതിലേക്ക് ഞാനും.

നിർത്തിയിട്ട വണ്ടിയിലെ പുഴുക്കം നെറ്റിയിലും പിൻകഴുത്തിലും വിയർപ്പ് ചാലായി ഉരുവപ്പെട്ടു. എങ്കിലും ക്ഷീണം കണ്ണുകളെ തഴുകിയടച്ചു. മയക്കത്തിൽനിന്ന് ആഴമുള്ള ഉറക്കത്തിലേക്ക് പതിയെ ഞാൻ ആണ്ടുപോയി.

ഭാരം, മൃദുവായ ഭാരം പതിയെ ഉടലിലമരുന്നതറിഞ്ഞാണ് ഉണർച്ചയിലേക്ക് തെറിച്ചത്. ബോബിയുടെ മാഞ്ചുനച്ചൂരുള്ള വിയർപ്പുഗന്ധം അതൊരു സ്വപ്നമല്ലെന്ന് എന്നെ ഓർമ്മപ്പെടുത്തി. കുറുകിയ കണ്ണുകൾ എന്റെ മുഖത്ത് തന്നെ തറപ്പിച്ച് അന്നേവരെ കാണാത്ത ഭാവത്തിൽ നോക്കുകയാണയാൾ. കഠിനമായ നടുക്കത്തിൽ നിന്നുണർന്ന് നെഞ്ചിൽ കൈയ്യൂന്നി ഞാനയാളെ വെറുപ്പോടെ പിന്നാക്കം തള്ളി. പ്രതിരോധമേയുണ്ടായില്ല. അയാൾ അകന്നുമാറി. പ്രിയമല്ലാത്ത ഒരു ഭാരം ശരീരത്തിൽ പതിഞ്ഞതിന്റെയപമാനത്താൽ ഞാൻ സീറ്റിൽ നിവർന്നിരുന്നു കിതച്ചു. ഉറങ്ങിക്കിടക്കുന്ന കാമുകിയുടെ കാഴ്ച തീ കൊളുത്തിയ ഒരു പ്രേരണ. ബോബിച്ചേട്ടന് മാപ്പു കൊടുത്തേനെ ഞാൻ. പക്ഷേ പിന്നെ അയാൾ തുപ്പിയ വാക്കുകൾ. മൺമറഞ്ഞതും ഇനിവരാനുള്ളതുമായ അയാളുടെ തലമുറകളെ ആഞ്ഞ് ശപിക്കത്തക്കവണ്ണം ദേഷ്യം അതെന്നിൽ നുരപ്പിച്ചു.

"അവളുടെയൊരു ശീലാവതിക്കോലം കെട്ട്. ആശുപത്രി സെറ്റപ്പിൽ പണിയുന്നോരുടെ പലരുടേയും കഥയൊക്കെ എനിക്ക് നന്നായിട്ട് അറിയാടി. നീയുമതിലൊരുത്തി."

ഡ്രൈവിംഗ് സീറ്റിലിരുന്ന് എന്റെ മുഖത്ത് നോക്കാതെ അയാൾ വാക്കുകൾ പുറത്തേക്ക് തുപ്പി. ആത്മാവിൽ ദരിദ്രനായ വൃത്തിഹീനനായ

ഒരുവൻ വേറൊരുവന് മേൽ ചൊരിയും പുഴുത്തവാക്കുകൾപോലെ അതെന്നെ മലിനപ്പെടുത്തി. എന്നെ മാത്രമല്ല, ഒരുപാട് മനുഷ്യരുടെ ആത്മാഭിമാനത്തിന് മീതെയാണ് ആ തുപ്പൽക്കറ വീണതെന്ന് എനിക്ക് തോന്നി. കൊന്നുകളയണമയാളെയെന്ന് തോന്നിയ ഒരു നിമിഷമതി ജീവിച്ചശേഷം അയാളെ ഉപേക്ഷിക്കാൻ ഞാനുറച്ചു. ബർത്തിൽ വെച്ചി രുന്ന ബാഗെടുത്ത് ഞാനിറങ്ങി. ചെരുപ്പിടാൻ പോലും മെനക്കെട്ടില്ല. നെഞ്ചിലും മുഖത്തും വന്നുവീഴുന്ന പ്രഹരമായി അതിന്റെ കാഴ്ച അയാൾ അനുഭവിക്കട്ടെ.''

നീതു ചുമൽതൊട്ടപ്പോൾ ഞാൻ വേഗത കുറച്ചു. വെള്ളം കുടിക്കണ മെന്നാവശ്യപ്പെട്ടപ്പോൾ വണ്ടിയൊതുക്കി. ധാബയിൽനിന്ന് കുപ്പിയിൽ നിറച്ച ജീവനറ്റ വാടിയ വെള്ളം പങ്കിട്ട് കുടിച്ചു.

''എന്തു തോന്നുന്നു എന്റെ കഥ കേട്ടിട്ട്?'' യാത്ര തുടരവേ നീതു ചോദിച്ചു.

കേൾക്കുക മാത്രമായിരുന്നു ഇതുവരെയും. ഇപ്പോഴും ഒന്നും പറ ഞ്ഞില്ല.

''പ്രണയം, അപമാനം, ഇറങ്ങിപ്പോരൽ... എല്ലാമോർത്ത് മുറിപ്പെട്ടിരി ക്കുക. അതൊരുവഴിയാണ്. പക്ഷേ അങ്ങനെ തോന്നുന്നില്ല എനിക്ക്. അർഹിക്കുന്നില്ല അത്. ഞാനൊരു നഴ്സാണ്. മാലാഖയെന്ന് ചെല്ല പ്പേരിട്ട് നിങ്ങൾ വിളിക്കുന്നവർ. വേദനയാറ്റുന്നവർ. എനിക്ക് താലോലി ക്കാൻ, സുഖപ്പെടുത്താൻ മറ്റുള്ളവരുടെ എന്തെന്ത് വേദനകളുണ്ടെന്നോ?''

അവളൊന്ന് നിർത്തി. പിന്നെ തുടർന്നു.

''ഒന്നുറക്കെപ്പറയുക. ആരോടെങ്കിലും. കാറ്റിനോടെങ്കിലും. അത് മതിയായിരുന്നു എനിക്ക്. കഥപറഞ്ഞ് പറഞ്ഞ് ഞാൻ സ്വാസ്ഥ്യമുള്ള വളാകുന്നുണ്ട്. ഇപ്പോൾ എല്ലാം ഭേദമായതുപോലെ. എല്ലാം.''

കൃഷ്ണപ്പ കോട്ടേജ്

ഏറെക്കുറെ നിശ്ശബ്ദവും നിശ്ചലവുമായ ചുറ്റുപാടുകൾ. പുറത്തു നിന്ന് കേൾക്കാവുന്ന ഒറ്റപ്പെട്ട കിളിയൊച്ചകൾ മാത്രം. ഉണർന്നപ്പോൾ മുറിയിൽ ആരും ഉണ്ടായിരുന്നില്ല. കണ്ണ് തുറന്ന് തന്നെ എന്നാൽ എഴു ന്നേൽക്കാൻ മടിച്ച് വെറുതെ കിടന്നു.

രാവിലെ ആരംഭിക്കുന്ന ഷിഫ്റ്റിൽ ജോലിക്ക് കയറാൻ നീതു നേരത്തെ തന്നെ പുറപ്പെട്ടിട്ടുണ്ടാവണം.

മൂന്ന് ദിവസത്തേക്കിനി തിയറ്റർ ഡ്യൂട്ടിയിലാണ് പോസ്റ്റിംഗ്. ഏറെ ദിവസമായി തുറന്നിട്ടുമുപയോഗിച്ചിട്ടുമെന്ന് തോന്നിച്ച ആ മുറിയിലെ ഒറ്റക്കട്ടിലിൽ ചുളിഞ്ഞ് കിടന്ന ബെഡ്ഷീറ്റ് മാറ്റി പുതിയത് വിരിക്കവേ അവൾ പറഞ്ഞതോർമ്മിച്ചു.

''നോക്കൂ ബ്രദർ, ഒരുപക്ഷേ നിന്ദ്യവും വിലകുറഞ്ഞതുമായ മനോ വികാരത്താൽ ഭരിക്കപ്പെട്ടാവും തിയറ്ററിൽ കുറച്ചു നേരത്തേക്കെങ്കിലും

എന്റെ നില്പ്. സ്വന്തം ഓർമ്മയും പ്രാണനും എല്ലാം ഞങ്ങളെ ഭരമേല്പിച്ച് അബോധത്തിലേക്ക് പതിയെപ്പതിയെ ആഴ്ന്നാഴ്ന്ന് പോകുന്ന രോഗി. അന്നേരം മുതൽ ഞങ്ങളാണയാളുടെ പ്രാണന്റെ അധിപതി എന്നൊരു തോന്നൽ. എല്ലാവർക്കും എങ്ങനെയോ എന്തോ!

ഉറയ്ക്കുള്ളിലേക്ക് തലയിണ തള്ളിക്കയറ്റവെ അവൾ ശബ്ദമില്ലാതെ ചിരിച്ചു.

"തിയറ്റർ ഡ്യൂട്ടിയുടെ ടേൺ വരുമ്പോൾ വയറുവേദന വരുന്ന എത്ര നഴ്സുമാർ ഉണ്ടെന്നോ. എനിക്ക് പക്ഷേ ആ പോസ്റ്റിംഗാണ് ഏറ്റവുമിഷ്ടം. ഒരുവേള നേരത്തെ പറഞ്ഞ കാരണങ്ങൾകൊണ്ടാവാം."

കട്ടിലിന് കീഴിലെ മരപ്പെട്ടി വലിച്ച് അവളൊരു കട്ടികുറഞ്ഞ പുതപ്പു കൂടി എടുത്ത് കട്ടിലിലേക്കിട്ടു.

"ഞങ്ങളുടെ സർജൻ ഭരദ്വാജ് സാറ് നല്ലൊരു മനുഷ്യനാണ്. ശരിക്കും കുട്ടികളുടെ മനസ്സുള്ള ഒരാൾ. എത്ര മുതിർന്ന ആളാണ്, എന്നാലും വിചിത്രം, അദ്ദേഹത്തെ കാണുമ്പോൾ, നരച്ച താടിയുള്ള മുഖം കാണുമ്പോൾ ഹോസ്പിറ്റലിലെ പ്രസവമുറിയിൽനിന്ന് ഞങ്ങൾ പുറത്ത് ബന്ധുക്കൾക്ക് കൈമാറാറുള്ള കുട്ടികളുടെ മുഖമാണ് ഓർമ്മവരിക. ഒന്നാംക്ലാസ്സിലേക്ക് ആദ്യമായിപ്പോവുന്ന കുട്ടിയെപ്പോലെയാണ് ഭരദ്വാജ് സർ ഓരോ സർജറി ദിനത്തിലും തീയറ്ററിലെത്തുക എന്നാണ് ഞങ്ങളുടെ ഹെഡ്നഴ്സ് ബിന്ദുജ മാം കളിയാക്കുക. അല്ല, മണിയറയിലേക്ക് ആദ്യരാത്രിയിൽ കടന്നുചെല്ലുന്ന സഭാകമ്പം പിടികൂടിയ നവവരനാണ് തിയറ്റർ ഡ്യൂട്ടിക്കെത്തുന്ന ഭരദ്വാജ് സർ എന്ന് ശരണ്യ സിസ്റ്റർ തിരുത്തും.

നല്ല മനുഷ്യനും വിദഗ്ദ്ധനായ ഡോക്ടറുമാണ് അദ്ദേഹം. കീറലിടുന്നതും തുന്നുന്നതുമൊക്കെ അദ്ദേഹം തന്നെയാണ്. അതൊന്നും സഹായികളെയോ നഴ്സുമാരെയോ ഏല്പിക്കില്ല. തികഞ്ഞ ശ്രദ്ധ. കുറച്ചധികം ടെൻഷനും.

രോഗി സ്വന്തം കൈകൊണ്ട് ഭക്ഷണം കഴിക്കുന്നത് കാണുന്നതുവരെ അദ്ദേഹം അതേസമ്മർദ്ദത്തിലായിരിക്കുകയും ചെയ്യും. സഹജീവിസ്നേഹവും കരുതലുമുള്ള ഒരു മനുഷ്യനുള്ള ഇടം. അവിടേക്ക് ജോലിക്ക് പോവുന്നതിനാൽ കൂടിയാവാം ആ ജോലി എനിക്ക് പ്രിയപ്പെട്ടതാവുന്നത്."

ജോലി സ്ഥലത്തേയും സഹപ്രവർത്തകരേയും കുറിച്ച് വാചാലയാകുന്നതിനിടയിൽ തന്നെ അവൾ, നീതു നിലത്തൊരു പായും ഷീറ്റും വിരിച്ചിട്ട് അതിലേക്ക് ചെരിഞ്ഞുകഴിഞ്ഞിരുന്നു.

"കിടന്നോളൂ മാഷേ." അർഹതയില്ലാത്ത എന്തോ വൃത്തിയിൽ ഏർപ്പെടുംമട്ടിൽ, നിൽക്കേണ്ടതില്ലാത്ത എവിടെയോ തങ്ങിനിൽക്കും പോലെ കട്ടിൽ തലയ്ക്കൽ ഞാൻ നിൽക്കേ അവൾ പറഞ്ഞു.

വെളുക്കാനിനി ഏറെയില്ല. ഒന്നുറങ്ങി തുടങ്ങുമ്പോഴേക്കും ഒരു സ്വപ്നത്തിന് നിറം വെച്ചുവരുമ്പോഴേക്കും പുലരും.

"ഞാൻ നേരത്തെ ഡ്യൂട്ടിക്ക് പോവും. മാഷിന് ഇഷ്ടംപോലെ ഉറങ്ങാം. സ്വന്തം സമയത്തിന്റെ സർവ്വാധിപനാണല്ലോ."

അവളുടെ മണമുള്ള പുതപ്പുമൂടി കട്ടിലിൽ കിടന്നു. ഉറക്കംവരാതെ ഏറെ നേരം. താഴെ ഇരുട്ടിൽ അവളുടെ ശ്വാസഗതി ക്രമപ്പെടുന്നത്, താളത്തിലാവുന്നത് അറിഞ്ഞു. പിന്നെയെപ്പോഴോ ഉറങ്ങിപ്പോയിരിക്കണം.

നട്ടപ്പാതിര പിന്നിട്ട നേരത്താണ് ഇവിടെ വന്നുചേർന്നത് എന്നോർത്തു. ഹാസൻ നഗരത്തിന്റെ പ്രാന്തത്തിൽ പട്ടണ ശരീരത്തോട് ചേർന്ന ഭാഗത്തുതന്നെയായിരുന്നു നീതുവിന്റെ താമസയിടം. അവളെയിറക്കി ആ രാത്രി പിന്നെയെങ്ങോട്ട് പോവുമെന്ന ആലോചന പതിയെ നാമ്പെടുക്കുന്നതേ ഉണ്ടായിരുന്നുള്ളൂ.

''ദാദാ നിങ്ങൾക്ക് മതില് ചാടാനറിയുമോ?'' മനസ്സ് വായിച്ചതു പോലെ അവളുടെ ചോദ്യം.

''ഉത്തരം അതെയെന്നാണെങ്കിൽ ഒന്നുറങ്ങിപ്പുലരാനുള്ള ഇടം ഞാൻ അനുവദിക്കാം.''

ആകെ ഉലച്ചുകളഞ്ഞ, ഇനിയുമവസാനിച്ചിട്ടില്ലാത്ത വല്ലാത്ത വല്ലാത്ത ഒരു ദിവസം. എങ്കിലും അതിന്റെ ഇങ്ങേത്തലയ്ക്കലിരുന്ന് അവൾ പൊട്ടിച്ചിരിക്കുന്നു.

''ഏതായാലും മാഷിനാലോചിക്കാൻ ഇനിയും പത്തു കിലോമീറ്ററുകളുടെ അകലമുണ്ട്. അത് പിന്നിടേണ്ട സമയവും.''

കൂടുതലൊന്നും ആലോചിക്കാൻ നിന്നില്ല. അവൾ പറഞ്ഞ വഴിയേ വണ്ടി ഓടിച്ചു. നഗരത്തിന്റെയാഭാഗത്ത് അത്രയ്ക്കൊന്നും പ്രതീക്ഷിക്കാകാനാത്ത ഒരൊഴിവിടം. ചതുപ്പുപോലെയൊന്ന്. അതിനോട് ഒട്ടിച്ചേർന്നായിരുന്നു ആ എടുപ്പ്. അവളുടെ താമസസ്ഥലം. കൃഷ്ണപ്പാ കോട്ടേജ്. അവിടെയെത്തിയതോടെ അവളുടെ ഭാവംപകർന്നു. അത്ര നേരവും വലിയ കലമ്പൊച്ചയോടെ നാവാടിക്കൊണ്ടിരുന്ന അവൾ പതുക്കെയായി. ആമന്ത്രണം പോലെ. ചലനങ്ങളുമതേ. പൂച്ചനടത്തം. ഒഴിവിടത്ത് നിറയെ കണ്ട ചെറുചെറുമരങ്ങളുടെ ചോട്ടിലേക്ക് ബൈക്ക് ഉന്തിനീക്കി നിർത്താനാണ് അവൾ നിർദേശിച്ചത്. ഒരു തരത്തിലൊരു ഒളിപ്പിച്ചുവെക്കൽ. അങ്ങനെ ചെയ്യുന്നതിലെ സുരക്ഷിതത്വത്തെക്കുറിച്ചൊന്നും അന്നേരം ആലോചിച്ചില്ല.

''വീട്ടിലെ മാലിന്യം കൊണ്ടുവന്ന് ഒഴിവാക്കിയിട്ട് പാഞ്ഞുപോവാൻ വരുന്ന ചില മാന്യദേഹങ്ങളൊഴികെയാരും ഇങ്ങോട്ട് വരാനിടയില്ല. അവർതന്നെയും ഒരു കള്ളത്തരമാണ് ചെയ്യുന്നത് എന്നതിനാൽ മറ്റൊരു മോഷണം അവരുടെ ആലോചനയേ ആവില്ല.''

വണ്ടി അങ്ങനെയൊരു ചവറുകൂനയ്ക്കിടയിൽവച്ച് പോകുന്നതിൽ തനിക്കെന്തെങ്കിലും ആശങ്കയുണ്ടാവുമോ എന്നാലോചിച്ചാവണം നീതു പറഞ്ഞു. അവൾ മുമ്പേ നടന്നു. തൊട്ടുടനെ പരിവർത്തനപ്പെട്ട ഒതുങ്ങിയ ശരീരഭാഷയിൽ പതുക്കെ വളരെ പതുക്കെ.

മതിൽ ചാടണമെന്നത് നേരു തന്നെയായിരുന്നു. ഉള്ള ഇടത്ത് അടിത്തറയിട്ട് ആകാശത്തേക്ക് ഉയർന്നുയർന്ന് പോകുന്ന പല നിലകളുള്ള

വീതി കുറഞ്ഞ കെട്ടിടം. നല്ല ഒരു കാറ്റടിച്ചാൽ അത് നിലംപതിച്ചേക്കാമെന്ന് ഭയം തോന്നി.

മതിലുഭേദിക്കൽ താരതമ്യേന എളുപ്പമായിരുന്നു. വളപ്പിനെയൊന്ന് വലംവെച്ച് പിന്നാമ്പുറത്ത് രണ്ട് കല്ലുകൾ ഒന്നിന് മീതെ ഒന്നായി ക്രമീകരിച്ച ഭാഗത്ത് എത്തി. പിന്നെയതിൽ ചവിട്ടി അകത്തേക്ക്.

''ഞങ്ങളുടെ ഈ കോട്ടയ്ക്ക് കാവൽക്കാരനില്ല എന്ന് കരുതേണ്ട കേട്ടോ.'' ചാടാനുള്ള സൗകര്യത്തിന് അപ്പുറത്ത് നിന്ന് ഇപ്പുറത്തേക്കിട്ട ബാഗ് വീണ്ടും ചുമലിലിടുമ്പോൾ നീതു പറഞ്ഞു.

''ഉഗ്രപ്രതാപിയായ ഒരു സിംഹം കാവലുണ്ട് ഈ എടുപ്പിന്. താഴത്തെ ഒറ്റമുറിയിൽ കുംഭകർണ്ണന് സ്ഥിരപൂജ ചെയ്യുന്ന അദ്ദേഹത്തെ ഞങ്ങളങ്ങനെ ഉപദ്രവിക്കാറില്ലെന്ന് മാത്രം.''

കോണിപ്പടി ലാക്കാക്കി പതിയെ നടക്കവെ നീതു ചിരിച്ചു.

''ആ സാധു, ഗൗഡ ഈ കെട്ടിടത്തിന് കാവലാവുകയല്ല, ഈ കെട്ടിടം അങ്ങേർക്ക് തണലാവുകയാണ് യഥാർത്ഥത്തിൽ. അല്ലെങ്കിലും എന്ത് കവർന്ന് പോവാനുണ്ടായിട്ടാണ് ഇവിടെ! എല്ലു വെള്ളമാവുംവിധം ജോലിചെയ്തുവന്നശേഷം കിടന്നുറങ്ങുന്ന കുറച്ചു മനുഷ്യരല്ലാതെ.''

രണ്ടാം നിലയിലായിരുന്നു നീതുവിന്റെ അപ്പാർട്ട്മെന്റ്. പരിമിതമായ സൗകര്യങ്ങൾ മാത്രമുള്ള ആ കോട്ടേജുകളിൽ നഗരത്തിലെ ആശുപത്രികളിൽ ജോലി ചെയ്യുന്ന ജീവനക്കാരാണ് ഏറെയും. ചിലരൊറ്റയ്ക്ക്, ചിലർ സകുടുംബം.

വലിയ ഒരു മുറി. ഒരേ സമയം രണ്ടു കട്ടിലുകൾ ഇടാം. പക്ഷെ അവിടെ ഒരാൾക്ക് കിടക്കാൻ തികയുന്ന ഒരു കട്ടിൽ മാത്രമാണുണ്ടായിരുന്നത്. പിന്നെ ഒരു മേശ, കസേര.

ഓരോന്നാലോചിച്ച് കിടക്കയിൽ ഇരുന്നു. നീതു കിടന്നയിടം ശൂന്യമായിരുന്നു. കട്ടിലിൽ നിന്ന് കയ്യെത്തിച്ച് തുറക്കാവുന്ന ജാലകം. സമീപകാലത്തെങ്ങും അത് തുറന്നതായി തോന്നിയില്ല. അതിലൂടെ പുറത്തേക്ക് നോക്കി. ചതുപ്പുപോലെ കിടക്കുന്ന ആ ഭാഗത്തിന് തലേന്ന് രാത്രി തോന്നിയതിലും വിസ്താരമുണ്ട്. കൊണ്ടുവന്ന് കൂട്ടിയിട്ട അഴുക്കിന്റെ കറുപ്പിനും വെളുപ്പിനുമിടയ്ക്ക് തല ഉയർത്താൻപോലും മിനക്കെടാതെ പുളയ്ക്കുന്ന പന്നികളുടെ ധൃതചലനങ്ങൾ. അവിടെനിന്ന് കാണാം. എവിടെയാണ് ബുള്ളറ്റ് നിർത്തിയിട്ടത് എന്ന് തിരഞ്ഞുനോക്കി. കെട്ടിട മറവുകൊണ്ട് കാണാനായില്ല.

ഇനിയെന്തെന്ന ആലോചനയുടെ അലോസരമോലാത്ത മനസ്സുമായി പതിയെ എഴുന്നേറ്റു. തിരക്കില്ല, ഒട്ടുമേ തിരക്കില്ല. പതിയെ ബാത്ത്റൂമിന് നേരേ ഒരുറുമ്പു നടത്തം നടന്നു. സത്യത്തിൽ എന്തൊക്കെയാണ് സംഭവിക്കുന്നത്! ആരൊക്കെ ചേർന്നാണ് അലസമലസമായി നീളുമീയാത്രയുടെ ഗതി നിർണ്ണയിക്കുന്നത്. വഴി തെളിയിക്കുന്നത്? ഇനിയിതെങ്ങോട്ടാണ്? ആലോചനകൾ ഒരു പാതിതുണ്ടം കടലാസ് പാറിവീണ് മുറിഞ്ഞു. കുളിമുറി വാതിലിന്റെ പിടിയിൽ കഷ്ടിച്ച്

കൊളുത്തിയിട്ടിരിക്കുകയായിരുന്നു അത്. ഉണരുമ്പോൾ കണ്ടുകൊള്ളട്ടെ എന്ന് നീതു എഴുതിവച്ചത്.

"ദാദാ,

ഞാനിതെഴുതുമ്പോൾ നിങ്ങൾ എനിക്ക് വശംതിരിഞ്ഞ് കിടക്കുന്നുണ്ട്. തുടർച്ചയായി വണ്ടിയോടിച്ചതിന്റെ ക്ഷീണ ത്തിൽ മരിച്ചവനെപ്പോലെയൊരു വീണുറക്കം. ആണുങ്ങൾ ഉറങ്ങുന്നത് കാണുക രസകരമാണ്. നോക്കിയിരിക്കാൻ തോന്നുന്ന ഒരു ശാന്തതയുണ്ടാകും ഏത് ശൗര്യക്കാരന്റേയും മുഖത്തപ്പോൾ. നിർഭാഗ്യവശാൽ അത് നോക്കിയിരിക്കാൻ എനിക്ക് സമയമില്ലാതെപോയി.

ഫ്രിഡ്ജിൽ ബ്രഡ്ഡും മുട്ടയും ജാമും കാണണം. കേടാ യിട്ടില്ലെന്ന് ഉറപ്പ് വരുത്തണം. ക്ഷമിക്കൂ, രാവിലെ ഡ്യൂട്ടിക്ക് പോകേണ്ടതിനാൽ നിങ്ങൾക്കായി എന്തെങ്കിലുമുണ്ടാക്കി വച്ച് നല്ല ഒരാതിഥേയയാവാൻ എനിക്ക് സാധിച്ചിട്ടില്ലാത്ത തിന്. സ്ലാബിനടിയിലെ കബോർഡിൽ അരിയിരിക്കുന്നുണ്ട്. കഞ്ഞിവെയ്ക്കാം. ഇന്നലെ ഞാൻ കൊണ്ടുവന്നുവെച്ച ബാഗിൽ അച്ചാറുണ്ട്. അമ്മ തന്നുവിട്ടതാണ്. വാതിൽ ഞാൻ പൂട്ടിയിട്ടില്ല. ഭായിക്ക് വേണമെങ്കിൽ പുറത്തേക്ക് പോകാം. പക്ഷേ ഏതു മുറിയിൽനിന്നാണ് പുറത്ത് വരുന്നതെന്ന് ആരും അറിയാതെ നോക്കണം. കാവൽക്കാരൻ ഗൗഡയുടെ കണ്ണിൽപ്പെട്ടേക്കരുത്. കണ്ടുപോയാൽ തന്നെ സംസാരി ക്കാൻ ഇടം കൊടുക്കരുത്. സംസാരിച്ചാൽത്തന്നെ എന്നെ വിട്ടുകൊടുക്കരുത്. ഇവിടെയൊരു താമസസ്ഥലം കണ്ടെ ത്താൻ വലിയ പാടാണ്. പുറത്തുപോയാൽ പിന്നെ തിരികെ വരുന്നുണ്ടെങ്കിൽ അത് രാത്രിയായിട്ടാവണം.

ഈ പേജിന്റെ അവസാനം എന്റെ ഫോൺനമ്പറുണ്ടാവും. പകൽ രണ്ടുമണിവരെ വിളിച്ചിട്ട് കാര്യമില്ല. ഞാൻ തിയ്യറ്ററി ലാവും. രണ്ട് എന്നത് കണക്കിൽ മാത്രമാണ്. നാല് മണി, ചിലപ്പോൾ അഞ്ച് തന്നെയാവും പുറത്ത് വരാൻ. എന്നാലും മെസ്സേജ് അയച്ചിടണം. ഇറങ്ങുമ്പോൾ ഞാൻ കാണും. അതു മല്ലെങ്കിൽ രാത്രി എപ്പോഴെങ്കിലും എന്നെ വിളിക്കൂ.

പിന്നെയൊരു കാര്യം. അപേക്ഷയാണ്. മാഷിനെ തട യാൻ ഞാൻ ആളല്ല. എങ്കിലും, എനിക്ക് ഏറെ വേദനിച്ച ഒരു ദിവസം കൂട്ടുണ്ടായിരുന്ന ആളല്ലേ നിങ്ങൾ. എത്ര ആശ്വാസ മായിരുന്നെന്നോ ആ പറച്ചിൽ, കൂട്ട്. ഇപ്പോഴും എന്റെ ഉള്ളിലെ ആ നീറ്റൽ മാറിയിട്ടൊന്നുമില്ല എങ്കിലും... പോവാതിരുന്നൂടെ ഇന്നേക്കെങ്കിലും?"

അടിയിൽ പേരോ ഒപ്പോ ഒന്നുമില്ലാത്ത എഴുത്ത്. ധൃതിപ്പെട്ട് എഴുതി യതുകൊണ്ടോ സ്വതേ അങ്ങനെ ആയിതിനാലോ എന്ന് തീർച്ചയില്ല. വൃത്തിയും ഭംഗിയും തീണ്ടാത്ത കൈപ്പട. എഴുത്തുറയ്ക്കും സമയത്തെ

കുഞ്ഞുങ്ങളുടേതുപോലെ. അവളുടെ സംസാരംപോലെതന്നെ പെട്ടെന്ന് പെട്ടെന്ന് മുറിഞ്ഞ് അവസാനിക്കുന്ന ചെറുവാചകങ്ങളിൽ എഴുത്ത്.

അവളെ ഉടനെ തനിയെ വിട്ടുപോവരുതെന്ന് ആ നിമിഷത്തിൽ, കത്തു വായിച്ചുതീർന്ന നിമിഷത്തിൽ നിശ്ചയമെടുത്തു.

അടുക്കളയിൽ കടന്ന് കടുംചായയുണ്ടാക്കി. റഫ്രിജറേറ്ററിലെ റൊട്ടിയിൽ പൂപ്പലാക്രമണം തുടങ്ങിയിരിക്കുന്നു എങ്കിലും വലിയ കുഴപ്പമില്ലാത്ത ഒന്നുരണ്ടുതുണ്ടം കണ്ടു കിട്ടി. അത് കഴിച്ചു. ചായയിൽ മുക്കി ഒരു പനിക്കാലത്തെന്നപോലെ. വീണ്ടും നീതുവിന്റെ കട്ടിലിൽ തന്റെയുറക്കത്തിന്റെ ചുളിവുകൾ അവശേഷിക്കുന്ന കിടക്കയിൽ വന്നു കിടന്നു. ആലോചനകൾ, കാര്യകാരണങ്ങളോ പ്രയോജനങ്ങളോ ഇല്ലാത്ത ആലോചനകൾ. പുകവലി തുടർശീലമായ ഒരുവനെപ്പോലെ ഒന്നിൽ നിന്നൊന്ന് കൊളുത്തി അങ്ങനെ... ഏറെനേരം അതിന്റെ തടവിൽ ത്തുടർന്നു.

എന്തുതിരക്കും വേഗവുമുള്ള ജീവിതമായിരുന്നു. അതിന്റെ ചെറു അഹങ്കാരങ്ങൾ, ലഘുശൗര്യങ്ങൾ, ഞെരുക്കങ്ങൾ, കുലുക്കങ്ങൾ, തട്ടിത്തിരിയലുകൾ, സമ്മർദ്ദങ്ങൾ, അതിഭാരങ്ങൾ, ഓടിയൊളിക്കാൻ തോന്നുന്ന, പുറപ്പെട്ടുപോകാൻ പ്രേരിപ്പിക്കുന്ന വേദനകൾ ദുഃഖങ്ങൾ...

പൊടുന്നനെ, മുറുക്കെ ചാവികൊടുത്തുവെച്ച ഒരു കളിവണ്ടി അതിന്റെ ചലനമവസാനിപ്പിച്ചതുപോലെയായിപ്പോൾ ജീവിതം. ഇറങ്ങിപ്പോന്ന ആ ലോകം മറ്റേതോ ഗ്രഹത്തിലാണെന്ന് തോന്നി. ഇപ്പോൾ ഒന്നിനുമേതിനും ഒരു നിഷ്ഠയും വേണ്ടാത്ത, വേഗത്തെപ്പറ്റി വ്യാകുലപ്പെടേണ്ടാത്ത, ചെന്ന് ചേരേണ്ട ലക്ഷ്യം മങ്ങിമങ്ങിപ്പോലും മുമ്പിലില്ലാത്ത നില. എങ്ങോട്ട് വേണമെങ്കിലും ആരാലെങ്കിലും നയിക്കപ്പെട്ട് പൊയ്ക്കൊള്ളട്ടെ. അവസാനിച്ചുകൊള്ളട്ടെ. ഇപ്പോഴിത്, ജീവിതം ഇങ്ങനെയാണ്.

വേദനിപ്പിക്കുന്ന ഒരു കഥയ്ക്കപ്പുറം ഒന്നുമറിയാത്ത ഒരു പെൺകുട്ടിയുടെ മുറിയിൽ അവൾ മടങ്ങിവരുന്നതും കാത്ത് പുറത്തെ ഇരമ്പുന്ന ജീവിതത്തിൽനിന്ന് ഒറ്റപ്പാളിയുള്ള ഒരു വാതിലിനാൽ തടയപ്പെട്ട് അലസമലസം... കൊടിയ വേദനകളിൽനിന്ന്, കുറ്റബോധങ്ങളിൽനിന്ന് എവിടേക്കെങ്കിലും എന്ന് തുടങ്ങിയ യാത്രയ്ക്ക് പക്ഷേയിപ്പോൾ ഒരു ലക്ഷ്യമുള്ളതുപോലെ, ഇടദൂരത്തേക്കെങ്കിലും. ആരെയും കാത്തിരിക്കേണ്ടതില്ലാത്ത സമയത്തിന് അർത്ഥമുണ്ടാവുന്നു, തൽക്കാലത്തേക്കെങ്കിലും. കൗതുകം തോന്നി.

ഒരേ നിലയിലെ കിടപ്പിൽ ഉറങ്ങിപ്പോയി, കുറ്റബോധവും വേവലാതിയും തീണ്ടാതെ.

ഉണർന്നപ്പോൾ ഉച്ചകഴിഞ്ഞിരിക്കണം. നീതു തിരികെയെത്തിയിരുന്നില്ല. ഒരു ഗ്ലാസ് ചായകൂടി തിളപ്പിച്ചു. അതിന്റെ ചൂട് കൈവെള്ളകളിൽ പകർന്ന് കുടിച്ച് തീർത്തു. പതുക്കെ പതുക്കെ. പിന്നെ കുളിമുറിയിലേക്ക് നടന്നു.

വീട്ടിൽ നിന്നിറങ്ങിയതിനുശേഷം പിന്നെ കുളിച്ചതേയില്ലല്ലോ

എന്നോർത്തു. യാത്ര, പനിദിനങ്ങൾ, ആ വീട്ടിലെ താമസം... ഇന്നലെയൊന്ന് മഴ നനഞ്ഞെന്ന് മാത്രം.

കുളികഴിഞ്ഞ് പുറത്ത് വന്നപ്പോൾ നീതുവുണ്ട് കട്ടിലിൽ ഇരിക്കുന്നു. പരിക്ഷീണിതയായ ഭാവം. ഉലഞ്ഞ് മുഷിഞ്ഞ വേഷം. ക്ഷീണിച്ചതെങ്കിലും ഹൃദ്യമായ അവളുടെ ചിരിയിൽ എന്തെല്ലാമോ ഉള്ളിൽനിന്ന് അലിഞ്ഞുപോകുന്നു, അഴിഞ്ഞുപോകുന്നു.

''മാഷ് സ്ഥലംവിട്ട് പോയിക്കാണുമെന്നാണ് ഞാൻ കരുതിയത്. മെസ്സേജും വിളിയുമൊന്നും കാണാതിരുന്നപ്പോൾ ഞാനങ്ങനെത്തന്നെ ഉറപ്പിച്ചു. പിന്നെ ചതുപ്പിലെ ബൈക്കിന്റെ ഏകാന്തതപസ്സുകണ്ടപ്പോഴാണ് ആശ്വാസമായത്.''

ചിരിച്ചുകൊണ്ട് അവൾ കട്ടിലിൽ നിന്നെഴുന്നേറ്റു

''നമുക്കുള്ള ഭക്ഷണം ഞാനിപ്പോൾ ഓർഡർ ചെയ്തു. എനിക്കിനി ഒന്നും വെച്ചനത്താനൊന്നും വയ്യ. അയാം വെരി ടയേർഡ് ആൻഡ് ഹംഗ്റി ടൂ. ടൗണിലെ കാവേരി കിച്ചൺ ഹോട്ടലിൽനിന്ന് ഫുഡ് ഇപ്പോഴെത്തും.'' അവൾ കുളിമുറിയിലേക്ക് നടന്നു.

നാനും ദാൽകറിയും രണ്ടുപേർക്കു തികയുന്നത്ര മൊരിച്ച കോഴിയും. തലേന്ന് അവൾ കിടന്നുറങ്ങിയ ഇടത്ത് പത്രക്കടലാസ് നിവർത്തി രണ്ട് സ്റ്റീൽ താലങ്ങളിൽ അവൾതന്നെ ഓരോന്നും പകുത്ത് എടുത്തുവെച്ചു. കുളിച്ച് കൊണ്ടകെട്ടി ടവ്വൽ ചുറ്റിയ മുടിയിൽനിന്ന് കിനിയുന്ന നനവ്. കുളിച്ചിട്ടും വാർന്ന് പോവാത്ത ക്ഷീണം, ഒരു നല്ല ഉറക്കത്തിന് മായ്ച്ചു കളയാവുന്നത്, അവളുടെ മുഖത്ത് തങ്ങിനിൽക്കുന്നു. ശോകവും.

മുഖാമുഖം പടിഞ്ഞിരുന്ന് ഭക്ഷണം കഴിക്കുമ്പോൾ നിരീക്ഷിച്ചു. ഏറെനാൾ ശ്വസിച്ച പ്രണയത്തിൽനിന്ന് ഇറങ്ങിപ്പോന്നിട്ട് എത്ര കുറച്ച് നേരമായതേയുള്ളൂ അവൾ. എളുപ്പമല്ല. എത്രമേൽ നാട്യം ശീലിച്ചാലും, ധീരയായിരുന്നാലും.

നീതുവിന്റെ ആലോചനകളിലും മറ്റൊന്നായിരുന്നില്ല.

''അങ്ങനെയൊന്നും എടുത്ത് ചാടി ചെയ്യേണ്ടിയിരുന്നില്ല ഞാനെന്ന് കരുതുന്നുണ്ടോ അണ്ണാ?'' അവൾ ചോദിക്കുന്നു.

മറുപടിയായി എന്തു പറയാൻ. വിധിക്കാൻ ആർക്കാണവകാശം? തനിക്കോ! നിശ്ശബ്ദമായിരുന്നു.

''മരങ്ങൾ പരസ്പരം ചില്ലചേർത്ത് തണലിടുന്ന ഒരിടത്ത് നിർത്തിയിട്ട ലോറിയിൽ വിയർപ്പുപ്പിൽ കുതിർന്നൊരു ദീർഘരതി. ഉള്ളിൽ താലോലിക്കും ഒരു ഗോപ്യമാം സ്വപ്നമായിരുന്നു അത്. അയാൾ, ബോബി തന്നെയായിരുന്നു, അതിൽ എനിക്കൊപ്പം. സ്വപ്നം, എങ്കിലും എപ്പോഴെങ്കിലും നടക്കാനിടയുള്ളത്.''

ഒന്നു നിർത്തി അവൾ ഒരുകവിൾ വെള്ളം കുടിച്ചു. തുടർന്നു.

''ക്ഷമിക്കാമായിരുന്നു എനിക്ക്. പക്ഷേ പറഞ്ഞില്ലേ, അതുപോലൊരു മനോനില എന്നോട്, സ്ത്രീകളോടാകെയും സൂക്ഷിക്കുന്ന ഒരാളോടൊത്ത് പിന്നീട്, അത് സുഖകരമാവില്ല, സുദീർഘമാവില്ല ആ ജീവിതം.''

അവളുടെ കണ്ണിൽ നീരുറന്നു. കൈയെത്തിച്ച് ചുമലിൽ ഒന്ന് തൊടണ മെന്ന് തോന്നി.

''എന്നാലും അത്ര എളുപ്പമല്ലെടോ, മറക്കുക എന്നത്.'' അവൾ കണ്ണീരിലൂടെ ചിരിച്ചു.

''പക്ഷേ വേണ്ട, ഇഷ്ടമുണ്ടായിരുന്ന ഇടത്ത് ഇനി വെറുപ്പുരുക്കി നിറയ്ക്കണം. നിറയ്ക്കണം.''

നീതു നിലത്തുനിന്ന് എഴുന്നേറ്റു.

ദച്ചമ്മ

''എങ്കിലും ദാദ, ഇന്നേദിവസം നിങ്ങളെന്നെ തനിച്ചാക്കിയില്ലല്ലോ.''

നിറഞ്ഞ കാപ്പിക്കപ്പുകൾ ഇരുകൈകളിലും ബാലൻസ് ചെയ്ത് തുളുമ്പാതെ മുറിയിലേക്ക് നടക്കുമ്പോൾ പലയാവർത്തി ഉരുവിട്ടാൽ പുണ്യം കിട്ടുന്ന ഒരുമന്ത്രം പോലെ നീതു അതേവാചകം പിന്നെയും പറഞ്ഞു.

അവൾ തിരികെ വന്ന ശേഷം, അന്ന് രാത്രി കുറച്ചൊന്ന് വൈകി യിട്ടാണെങ്കിലും അവിടെ നിന്നിറങ്ങാമെന്നാണ് ആലോചിച്ചിരുന്നത്. പക്ഷേ നിശ്ചയങ്ങൾ മാറ്റിക്കുറിക്കാൻ ഇപ്പോൾ വേഗം വേഗം സാധി ക്കുന്നുണ്ട്.

''നമുക്കൊരു സിനിമ കാണാം.''

ചോദ്യംപോലെയോ, അതോ ഒരു തീർപ്പുപോലെയോ, അങ്ങനെ പറഞ്ഞിട്ട് അവൾ മേശമേൽ ഒരു മൂലയ്ക്ക് ഭദ്രമായി വെച്ചിരുന്ന ലാപ് ടോപ്പെടുത്തു നിവർത്തി.

''മാഷിന് സിനിമ ഇഷ്ടമാണല്ലോ അല്ലേ?'' കമ്പ്യൂട്ടർ ബൂട്ട് ചെയ്യു ന്നതിൽ ശ്രദ്ധിച്ച് അവൾ തുടർന്നു. ''അല്ല, സിനിമയും സംഗീതവു മൊക്കെ ഇഷ്ടമില്ലാത്തവർ ആരാണുണ്ടാവുക അല്ലേ. കേട്ടോ ഭായ്. ലോകത്ത് ഇതുപോലൊരു കമ്പ്യൂട്ടർ എന്റേതു മാത്രമേ കാണൂ. എട്ടോ, പത്തോ പാട്ടുകൾ. അത്രതന്നെയോ അതിൽ കുറവോ, ഫോട്ടോകൾ. ബാക്കി ഇതിൽ മുഴുവനും സിനിമകളാണ്. സിനിമകൾക്കായി ഒരു കമ്പ്യൂട്ടർ. നൂറുക്കണക്കിനാണ്. കളിപ്പാട്ടക്കമ്പക്കാരനായ കുട്ടിയെപ്പോലെ ഞാനെല്ലാം ഇതിൽ സൂക്ഷിച്ച് സൂക്ഷിച്ച് വയ്ക്കുന്നു. തന്നെയും പിന്നെയും എടുത്തു കാണുന്നു. സന്തോഷം വരുമ്പോഴും, സങ്കടപ്പെടുമ്പോഴും. കഥാപാത്രമായി കല്പിക്കുന്നു. സ്വയം മറക്കുന്നു.''

അവൾ ചിരിച്ചു.

''ആശ്രയ്കുമാർ എന്റെ ആശുപത്രിയിലെ ഒരു സഹപ്രവർത്തക നാണ്. എച്ച്.ആറിന്റെ ചുമതലയുള്ള ആൾ. ഒരു സിനിമാഭ്രാന്തൻ. ഒരു കൊല്ലം നൂറ് സിനിമ കാണുക എന്ന ചലഞ്ചിൽ സ്വന്തമായി ഏർപ്പെടും കക്ഷി. വെറുതെയങ്ങനെ ഒരു വെല്ലുവിളി വെയ്ക്കുക മാത്രമല്ല കാണു കയും ചെയ്യും. കന്നഡയും തമിഴും ഇംഗ്ലീഷും ഹിന്ദിയും മാത്രമല്ല

കൊറിയനും ഇറാനിയനും അടക്കം ലോകത്തെ എല്ലാ ഭാഗത്തുനിന്നുമുള്ള സിനിമകളും തേടിപ്പിടിച്ച് കാണും കക്ഷി. കാണുക മാത്രമല്ല അവയെക്കുറിച്ചെല്ലാം ഒന്നോ രണ്ടോ പേജുവരുന്ന കുറിപ്പുകളുമെഴുതി സൂക്ഷിച്ചും വെക്കും. ലഘുനിരൂപണങ്ങൾ. ശരിക്കും നൂറ് ശതമാനം ആത്മാർത്ഥതയുള്ള സിനിമ കാണൽക്കാരൻ. മനുഷ്യവിഭവ മാനേജ്മെന്റായിരുന്നില്ല സിനിമയായിരുന്നു നിങ്ങളുടെ മേഖലയെന്ന് ഞാൻ ഇടയ്ക്കിടെ ആളോട് പറയും. ഒരു കാലത്ത് താലോലിച്ചു കൊണ്ടുനടന്ന സ്വപ്നം കൈമോശം വന്ന ദുഃഖത്തിൽ ആയിരിക്കണം, ആശ്രയ്ഭായ് അന്നേരം വിഷാദത്തിന്റെ ഒരു ചിരി ചിരിക്കും.''

'96' എന്ന തമിഴ് സിനിമയണവൾ തിരഞ്ഞെടുത്തത്. ആദ്യാവസാനം പ്രണയത്തിന് സമർപ്പിച്ചിരിക്കുന്നത്. അതേപ്പറ്റി കേട്ടിട്ടേയുള്ളൂ. കണ്ടിട്ടുണ്ടായിരുന്നില്ല. നീതുവത് പലവട്ടം കണ്ടിട്ടുണ്ടാവണം. അവളതുതന്നെ പറയുകയും ചെയ്തു.

''ഈ സിനിമയുടെ തിരക്കഥയും സംഭാഷണവും ചമച്ചയാൾക്കത് നഷ്ടപ്പെട്ടുപോയാലും ഭയക്കേണ്ടതില്ല. ഞാനത് സീൻ ബൈ സീൻ ഓർമ്മയിൽനിന്ന് എടുത്ത് പറഞ്ഞുകൊടുക്കും. എല്ലാം മനപ്പാഠമാണ്. അത്രവട്ടം കണ്ടിരിക്കുന്നു.'' അവൾ ചിരിച്ചു.

നീതു സിനിമ കാണുന്ന കാഴ്ചതന്നെ ഒരു വിരുന്നായിരുന്നു. കട്ടിൽ ക്രാസിയിൽ തലയിണവെച്ച് ചാരിയിരുന്ന്, കാൽ നീട്ടിവെച്ച് സ്ക്രീനിൽനിന്ന് ഒരു നിമിഷവും കണ്ണെടുക്കാതെ. കാലുകൾ ഇടയ്ക്കിടെ വിറപ്പിച്ച്, ആവേശം വരുമ്പോൾ മുന്നോട്ടാഞ്ഞ്, പാട്ടിനൊപ്പം മൂളി... അങ്ങനെ...

ക്ലാസ്മുറിയിൽ നായികയ്ക്ക് മുന്നിൽ പരുങ്ങിപ്പോവുന്ന നായകനെ ഭീരുവെന്ന് പരിഹസിച്ച്, അവനെത്തിരഞ്ഞ് അവൾക്ക് രണ്ടും കല്പിച്ച് ഇറങ്ങാമായിരുന്നു എന്ന് കുറ്റപ്പെടുത്തി, വിധിയാണ് അവരെ ഇരുധ്രുവങ്ങളിലാക്കിക്കളഞ്ഞത് എന്ന് പതം പറഞ്ഞ്, പുനഃസമാഗമനാളുകളിലെ നായകന്റെ നാണത്തെപ്രതി കോപിച്ച്, നഷ്ടപ്രണയം കുറെയൊക്കെ വീണ്ടെടുക്കുന്ന അവരുടെ ചെയ്തികളിൽ സന്തോഷിച്ച്, അന്ത്യത്തിൽ നിയന്ത്രണമില്ലാതെ കണ്ണീരൊഴുക്കി, അങ്ങനെ!

''ഞാൻ വല്ലാതെ ബോറാക്കി അല്ലേ മാഷേ?'' സിനിമ തീർന്നപ്പോൾ അവൾ ക്ഷമാപണഭാവത്തിലേക്ക് പകർന്നു.

''പറഞ്ഞില്ലേ, ഞാനിങ്ങനെയാണ്. സിനിമയിലേക്ക്, അതിന്റെ കഥയിലേക്ക് എല്ലാം മറന്ന് ആഴ്ന്ന് ഇറങ്ങിപ്പോവും, വീണുപോവും.'' അവൾ മുഖം തുടച്ച് നെടുതായി നിശ്വസിച്ചു. ''ഞാനായിരുന്നു ഇതിന്റെ സംവിധായികയെങ്കിൽ ക്ലൈമാക്സ് ഞാൻ പുതുക്കിപ്പണിതേനേ ഭായ്.''

അതെങ്ങനെയാവുമെന്ന കൗതുകത്തിൽ അവളെ നോക്കി. കുറച്ച് നേരം ഒന്നും മിണ്ടാതെ അവൾ ലാപ്ടോപ്പ് ഷട്ട്ഡൗൺ ചെയ്യുന്നതിൽ മാത്രം ശ്രദ്ധയുള്ളവളായി. അത് ബാഗിലിട്ട് ഏറെ ഭദ്രമായി ഒതുക്കിവെച്ച് കട്ടിലിൽ വീണ്ടുമിരുന്നു.

“ചെന്നൈയിൽനിന്നും തിരുച്ചിവരെ അവൾക്കൊപ്പം അയാൾക്കു കൂടി എടുത്ത ടിക്കറ്റ് അവരുടെ കൈവശമുണ്ടല്ലോ. അതുപയോഗിച്ച് ഒന്നിച്ച് യാത്ര ചെയ്യാൻ അവർ തീരുമാനിക്കുന്നു. ആ സമയത്ത് എൻഡ് കാർഡ് കാണിക്കുന്നു. തിരുച്ചിയിൽ അയാളിറങ്ങി തനിയെ തിരികെ പോരുമോ എന്ന്, അതല്ല അവളും അവിടെ യാത്ര അവസാനിപ്പിച്ച് അവർ ഒന്നിക്കുമോ എന്ന്, ഇനിയതല്ല അവരിരുവരും മറ്റൊരിടത്തേക്ക് തുടർയാത്രപോകുമോ എന്ന്... അതെല്ലാം പ്രേക്ഷകർക്ക് വിട്ട് നൽകി ക്കൊണ്ടുള്ള ഒരവസാനം. അങ്ങനെയായിരിക്കും. എന്റെ സിനിമ അവ സാനിക്കുക. അത് മനസ്സിൽ കണ്ടെന്നപോലെ അവൾ ചിരിച്ചു. അല്ല, സംവിധായകനെ കുറ്റം പറഞ്ഞുകൂടാ. യഥാർത്ഥ ജീവിതത്തിൽ എത്ര പ്രണയകഥകളുണ്ട് ശുഭപര്യവസായിയായിട്ട്? കഥകളും ജീവിതങ്ങളു മൊന്നും എപ്പോഴും ശുഭാന്ത്യമുള്ളവതന്നെ ആവണമെന്നില്ലല്ലോ.”

പിന്നെയൊരുവട്ടംകൂടി നെടുതായി നിശ്വസിച്ച് അവൾ കട്ടിലിൽ നിന്നെഴുന്നേറ്റു. നീതു താഴെവിരിച്ച പായിൽ. ഞാൻ മുകളിൽ കട്ടിലിൽ. തലേന്നത്തെ അതേനില തന്നെ. നിലത്ത് കിടന്നോളാമെന്ന് പറഞ്ഞത് അവൾ ചിരിയോടെ അവഗണിച്ചു.

“ചിലപ്പോഴൊക്കെ നിന്നുറക്കവും നടന്നുറക്കവും ശീലമാണെനിക്ക്. തുടരെത്തുടരെ ഡ്യൂട്ടി വന്ന് വീഴുന്ന ചില നാളുകളിൽ. അപ്പോൾ ഈ നിലത്തുറക്കമെല്ലാം എനിക്ക് ലക്ഷ്വറിയാണ് ബ്രദർ. എനിക്ക് മാത്രമല്ല ഞങ്ങൾ നഴ്സുമാരിൽ മിക്കവർക്കും.”

ഓരോരോ ആലോചനകളിൽ കൊരുന്ന് ഞാൻ കിടന്നു, ഉറക്ക മുറക്കമെന്ന് ധ്യാനിച്ചുകൊണ്ട്. പകൽ കടം തീർത്തുറങ്ങിയതിനാൽ അതുപക്ഷേ ഉടനെയൊന്നും കനിയുമെന്ന് തോന്നിയില്ല. കടുത്ത ജോലിയുടെ ക്ഷീണം കാരണം നീതു ഉറക്കത്തിലേക്ക് വേഗം തന്നെ വീണുവെന്നാണ് കരുതിയത്. അല്ലെന്ന് മനസ്സിലായി, അവളുടെ ചോദ്യ മുയർന്നപ്പോൾ.

“ദാദാ, നിങ്ങളൊരു ഭീരുവാണോ?”

ചിരി വന്നു. അപ്പോഴാ പേരുകേട്ടപ്പോൾ. ദാദാ! ബംഗാളിയിൽ മുതിർന്ന പുരുഷന്മാരെ ബഹുമാനത്തോടെ വിളിക്കുന്നത്. പലപല പേരുകൾ, സ്ഥാനപ്പേരുകൾകൊണ്ട് ആളുകൾ തന്നെ വിളിക്കാറുണ്ട്, സൂചിപ്പിക്കാറുണ്ട്. കണ്ടുമുട്ടിയശേഷം ഇതുവരെയും ഇഷ്ടമുള്ള പേരുകൾ തരാതരം ചൊല്ലി വിളിക്കുന്നു നീതു. മാഷ്, ബ്രദർ, ഭായ്, അണ്ണൻ. ചിലപ്പോഴൊക്കെ പേരും. ഇടയ്ക്കെല്ലാം ദാദ എന്നും. ഭീരു വാണെന്നോ അല്ലെന്നോ പറഞ്ഞില്ല. അല്ലെങ്കിലും സ്വയമങ്ങനെയൊരു നിർണ്ണയം ആർക്കാണ് സാധ്യം!

“ഈ മുറിയിൽ ഒരാൾ ആത്മഹത്യ ചെയ്തിട്ടുണ്ട്.”

ഒറ്റ വാചകചോദ്യത്തിന്റെ ആമുഖത്തിന് ശേഷം നാടകീയതകളി ല്ലാതെ നീതു പറഞ്ഞു. “മാഷ്ടെ തലയ്ക്ക് മീതെ തൂങ്ങുന്ന ഫാനിൽ കയറുകെട്ടി താഴേക്ക് ചാടിയായിരുന്നു മരണം.”

ഉള്ളിലൂടെ ഒരു ഞെട്ടൽ കടന്നുപോയി. മുറിയിലെ ഇരുട്ടിലും

കാണാവുന്ന ഫാനിന്റെ അനക്കമറ്റ വെളുത്ത ഇതളുകൾ. വീണേച്ചി യുടെ ധർമ്മേട്ടനും ഇതുപോലെ...

മറക്കാൻ, മായ്ക്കാൻ ശ്രമിക്കുന്ന അസ്വാസ്ഥ്യങ്ങൾ കൂട് തുറന്നി റങ്ങുന്നത് അറിഞ്ഞു. കണ്ണ് ഇറുകെ പൂട്ടി നീതുവിന്റെ വശത്തേക്ക് ചെരിഞ്ഞു. ഒരാശ്വാസത്തിന് എന്നപോലെ.

''ഞാനിവിടെ എത്തുന്നതിനും ഏതാനും മാസങ്ങൾക്കു മുമ്പായി രുന്നു അത്. അടഞ്ഞുകിടന്ന മുറിയിൽനിന്നും ദുർഗന്ധം വന്ന് തുട ങ്ങിയപ്പോഴാണ് മറ്റു മുറികളിലുള്ളവർപോലും അറിഞ്ഞതത്രേ. ഒട്ടു മിക്കവാറും ആശുപത്രി ജീവനക്കാർ മാത്രം താമസിക്കുന്ന ഈ കെട്ടിട ത്തിൽ പല സമയത്ത് ജോലിയാരംഭിക്കുകയും പല സമയത്ത് ജോലി യവസാനിപ്പിച്ച് തിരികെയെത്തുകയും ചെയ്യുന്ന മനുഷ്യരാണുള്ളത്. സാധാരണ മനുഷ്യർ അസമയമെന്ന് വിധിക്കാറുള്ള സമയങ്ങളിൽ പോവുകയും വരികയും മാത്രമല്ല ബോധമറ്റ് ഉറങ്ങുകയും ചെയ്യുന്നവർ. ആയതിനാൽതന്നെ ഒറ്റയ്ക്ക് താമസിച്ചിരുന്ന ഒരു മനുഷ്യനെ കുറച്ച് നാൾ പുറത്ത് കാണാതിരുന്നിട്ടും മറ്റുള്ളവർ അന്വേഷിക്കാതിരിക്കു ന്നതിൽ അസ്വാഭാവികമായൊന്നുമില്ല താനും.

ഹാസനിലെതന്നെ ഒരാശുപത്രിയിലെ ഫാർമസിസ്റ്റായിരുന്നു അയാൾ. പ്രണയനിരാസമായിരുന്നത്രെ അയാളെ സ്വയംഹത്യയ്ക്ക് പ്രേരിപ്പി ച്ചത്. ഹോസ്പിറ്റലിലെ കാന്റീനിലെ ഒരു ജീവനക്കാരിയുമായി പ്രണയ ത്തിലായിരുന്നത്രെ അയാൾ. അവരിരുവരും വിവാഹിതരാവണമെന്ന് നിശ്ചയിച്ചിട്ടുമുണ്ടായിരുന്നു. പക്ഷേ ഒരു ദിവസം മണിപ്പൂരിലുള്ള വീട്ടിലേക്ക് പോയ അവൾ തിരികെ വന്നില്ല. ഇനി വരില്ലെന്നും കാത്തിരി ക്കേണ്ടതില്ലെന്നും അവൾ അയാളെ ഫോൺ ചെയ്താണ് അറിയിച്ചത്. വേർപിരിയലിന് അവർക്കിരുവർക്കും മാത്രമറിയാവുന്ന എന്തോ കാരണം. ഏതായാലും അന്നാണയാൾ ആത്മഹത്യ ചെയ്തത്.''

നീതു ഒന്നുനിർത്തി.

ഈ നിമിഷവും ജീവനോടെയിരിക്കേണ്ടിയിരുന്ന, സ്വയംഹത്യ ചെയ്ത പരിചയമുള്ളവരും പ്രിയപ്പെട്ടവരും അല്ലാത്തവരുമായ മനുഷ്യരുടെ മുഖങ്ങൾ എന്റെയുള്ളിൽ അന്നേരം വീണ്ടും വിങ്ങലുണ്ടാക്കി. ഓർമ്മ കളെ കുടഞ്ഞുകളയാനെന്നപോലെ ഞാൻ കണ്ണുകൾ ഇറുക്കനെ അടച്ചു.

നീതു തുടർന്നു.

''അയാൾക്കുശേഷം ഞങ്ങളുടെ ആശുപത്രിയിലെ രണ്ട് ചെറുപ്പ ക്കാർ, ബ്ലഡ്ബാങ്കിലും എക്സ്റേയിലും ജോലി ചെയ്യുന്ന രണ്ടുപേർ, അവരാണ് പിന്നീട് ഈ കോട്ടേജിൽ താമസിച്ചിരുന്നത്. അല്ല, അത്ര ദീർഘമായല്ല, വെറും രണ്ട് നാളേക്ക് മാത്രം. ദുർമരണം നടന്ന ഇട മാണെന്നറിഞ്ഞതോടെ ആ ചെറുപ്പക്കാർ പെട്ടിയും കിടക്കയുമെടുത്ത് സ്ഥലം വിട്ടുകളഞ്ഞു.'' ഇരുട്ടിൽ നീതുവിന്റെ പൊട്ടിച്ചിരിയുതിർന്നു.

''പിന്നെ ഏതാനും മാസങ്ങൾ ആരും പാർപ്പുകാരില്ലാതെ ശപിക്ക പ്പെട്ട ഇടംപോലെ ഒഴിഞ്ഞുകിടന്നു ഈ മുറി. ആ സമയത്താണ് ഞാനി വിടെ താമസിക്കാനെത്തുന്നത്. അതുപക്ഷേ താഴെയുള്ള ഇതിനേക്കാൾ

കൂടുതൽ വീതിവിസ്താരമുള്ള ഒരധികമുറിയുടെ ലക്ഷ്വറിയുള്ള ഒരു കോട്ടേജിലായിരുന്നു. ആ പയ്യന്മാരെ തുടർന്ന് ഈ മുറിയിലേക്ക് പിന്നീട് വന്നത് ദച്ചമ്മയാണ്. ദച്ചമ്മ ദ ഗ്രേറ്റ്. നായിക. ട്രൂ ഹീറോയിൻ, ഞങ്ങളുടെയാകെ. കേൾക്കണോ നിഷാദ് അവരെക്കുറിച്ച്? അല്ല, കേൾക്കണം നിഷാദ്, അവരെക്കുറിച്ച്.''

ദച്ചമ്മയുടെ ജീവിതം എനിക്കുമുമ്പാകെ വരച്ചിടാനുള്ള വെമ്പലിലാണ് നീതുവെന്ന് തോന്നി. കണ്ടുമുട്ടിയ ആദ്യനിമിഷം മുതൽ രീതികൾകൊണ്ട്, വ്യത്യസ്തതകൊണ്ട്, കഥകൾകൊണ്ട് ഈ പെൺകുട്ടി അത്ഭുതമാവുന്നുണ്ട്. ഇപ്പോഴിതാ, കഥകൾക്കകമേ കഥകൾപറഞ്ഞ് വീണ്ടും...

''ഞങ്ങളുടെ ആശുപത്രിയിലെ നഴ്സായിരുന്നു ദച്ചമ്മ. ശരിക്കുമൊരു നഴ്സമ്മയെന്ന് വിളിക്കാവുന്നവർ.'' നീതു പറഞ്ഞുതുടങ്ങി.

''ഇന്നാട്ടുകാരി, കർണ്ണാടകക്കാരി. ലേബർ റൂമിലാണ് ഞാൻ കാണുമ്പോഴെല്ലാം അവർക്ക് ജോലി. ഒരുപക്ഷേ അതിനു മുമ്പേതൊട്ടു തന്നെയും അവർ അവിടെയാവും. എത്രയെത്ര പ്രസവങ്ങളെടുത്തിട്ടുണ്ടാവും അവർ. ആയിരക്കണക്കിന് പേറ്റുനോവുകൾക്ക് കൂട്ടിരിപ്പുകാരിയായിട്ടുണ്ടാവുന്ന ദച്ചമ്മ. ആയിരക്കണക്കിന് ജനനങ്ങളുടെ സന്തോഷം വിളംബരം ചെയ്തിട്ടുണ്ടാവുന്ന ദച്ചമ്മ. പേരുപോലെ ലക്ഷണമൊത്ത ഒരമ്മ. അമ്മഭാവം വഴിയുന്ന മുഖം. സുന്ദരം. തെല്ല് തടിച്ച് വെളുത്ത് പൊക്കം കുറഞ്ഞ ആകാരം. പതുക്കെയുള്ള നടത്തം. പതിഞ്ഞ വർത്തമാനം.

ഇടയ്ക്കിടെ അമ്മയെക്കാണാൻ കൊതി തോന്നുമ്പോൾ കോണിയിറങ്ങിച്ചെന്ന് ലേബർറൂമിനോട് ചേർന്ന നഴ്സസ് കാബിനിൽപ്പോയി ദച്ചമ്മയെ ഒന്ന് കണ്ടാൽ മതി, എന്താടാ കണ്ണമ്മാ എന്ന ആ വിളി ഒരു വട്ടം കേട്ടാൽമതി എന്നു പറയാറുണ്ട് ഞങ്ങൾ. മറുനാടുകളിൽ നിന്നും വന്ന് അവിടെ ജോലിയെടുക്കുന്ന ഞങ്ങൾക്ക് അമ്മ തന്നെയായിരുന്നു ദച്ചമ്മ.

ഞങ്ങൾക്ക് മാത്രമോ! പ്രസവമുറിയിൽ പലവിധമായ ആകുലതകളും കൊടുംവേദനയുമായെത്തുന്ന പെൺകുട്ടികൾക്കും ആശ്വാസമാണ് ദച്ചമ്മ. പ്രസവമുറിയിൽ അവരുണ്ടെങ്കിൽ ഡോക്ടർക്ക് തിയ്യറ്റർഗൗൺ പോലും ധരിക്കാതെ മൊബൈലിൽ ഗെയിം കളിച്ചിരിക്കാം എന്നു പറയാറുണ്ട് ഞങ്ങൾ.

നന്നായി മുക്കെടാ മോളെ, കാല് കുറച്ചുകൂടി വിടർത്തി, തള്ളടാ കണ്ണേ... എന്ന് പ്രസവം, അത് ദച്ചമ്മ എടുത്തുകൊള്ളും.

ചില ജോലികൾ ചെയ്യാനായി മാത്രമാണ് ദൈവം ചിലരെ സൃഷ്ടിച്ചയച്ചതെന്ന് പറയാറില്ലേ? അങ്ങനെയൊരാളായിരുന്നു അവർ. നഴ്സാവാൻ സൃഷ്ടിക്കപ്പെട്ടവൾ. അല്ല പ്രസവമുറിയിലെ നഴ്സാവാൻ സൃഷ്ടിക്കപ്പെട്ടവൾ. പക്ഷേ ഒരിക്കലൊരു പിശക് പറ്റി അവർക്ക്. അവരുടെ തെറ്റുകൊണ്ട് ഒരു കുഞ്ഞ് മരിച്ചുപോകാനിടവന്നു. അത്യപൂർവ്വമായി മാത്രം സംഭവിക്കുന്ന ഒരു കൈപ്പിഴ. മരിച്ചത് വലിയ സ്വാധീനശേഷിയുള്ള

കുടുംബത്തിലെ ദമ്പതികളുടെ ആദ്യത്തെക്കുഞ്ഞായിരുന്നു. ആശുപത്രി ആകെ ഇളക്കിമറിച്ചിടുംവിധം സംഘർഷമുണ്ടായ ആ വൈകുന്നേരം ഞാനിപ്പോഴുമോർമ്മിക്കുന്നുണ്ട്. അന്ന് തിയറ്ററിൽ ഡ്യൂട്ടിയിലുണ്ടായിരുന്നവരെ, ഡോക്ടർമാരെയടക്കം ആംബുലൻസുകളിലാണ് ഒളിപ്പിച്ചെന്നവണ്ണം താമസസ്ഥലത്തേക്ക് രക്ഷിച്ച് കടത്തിയത്. നേരിട്ട് ബന്ധമില്ലെങ്കിലും ഞാനൊക്കെ ഏറെ ഭയന്നാണ് അന്നുരാത്രി കഴിച്ചുകൂട്ടിയത്. പക്ഷേ ഈ മുറിയിൽ ദച്ചമ്മ തീർത്തും അക്ഷോഭ്യയായിട്ടാണ് കഴിഞ്ഞത്, ഭീതി തീണ്ടാതെ.

പിറ്റേന്നാൾ രാവിലെ പൊലീസ് ഈ കെട്ടിടത്തിന്റെ പടി കേറി വന്നു. ഈ മുറിയെ ലക്ഷ്യമാക്കി. ദച്ചമ്മയെ കൂട്ടിക്കൊണ്ടുപോകാൻ. മനപ്പൂർവ്വമല്ലാതെ സംഭവിച്ചതായിരുന്നുവെങ്കിലും അവർക്കെതിരെ കേസ്സുണ്ടായിരുന്നുവത്രേ. ഒട്ടും, കുലുങ്ങാത്ത അതേ ഭയരഹിതഭാവത്തിൽ തന്നെയായിരുന്നു ദച്ചമ്മയപ്പോഴും. അവർ അലമുറയിടുകയോ വിങ്ങിപ്പൊട്ടുകയോ ചെയ്തില്ല. സഹായത്തിനായി കേണില്ല. പൊലീസുകാരോട് അഞ്ച് മിനുട്ട് സമയം ചോദിക്കുക മാത്രം ചെയ്തു. പിന്നെ അതിശയിപ്പിക്കുന്ന സമചിത്തതയോടെ അവർ അകത്തേക്ക് നടന്നു. ഫ്രിഡ്ജ് തുറന്നശേഷം അതിലെ സാധനങ്ങളോരോന്നായി പുറത്തേക്കെടുക്കാൻ തുടങ്ങി.

പൊലീസുകാരും ഇതര മുറികളിലുള്ളവരും നോക്കിനിൽക്കേ ആ ശീതീകരണിയിൽ നിന്നും ഒരു വീടുതന്നെ പുറത്തേക്കിറങ്ങിവന്നു. റൊട്ടിപ്പായ്ക്കറ്റുകൾ, ചോറ്, കറികൾ, വെണ്ണ, തൈര്, അച്ചാറുകൾ, പാൽ, മുട്ട, പച്ചക്കറിയിനങ്ങൾ, പഴവർഗ്ഗങ്ങൾ, തണുത്ത പാനീയങ്ങൾ, പാതിമുറിച്ച നാളികേരം, ചോക്ലേറ്റ്, അരിമാവ്, വെട്ടിക്കഴുകിയ മത്സ്യം, മല്ലിയില, ചെറുനാരങ്ങ... അവയൊക്കെയും ഞങ്ങളുടെ മുമ്പിൽ നിരന്നു. യാതൊരു സമയക്ലിപ്തതയും കൂടാതെ വല്ലപ്പോഴും വന്നുചേർന്ന് എപ്പോഴുമിറങ്ങിപ്പോകേണ്ടി വരുന്ന ഒരാശുപത്രി ജീവനക്കാരിയുടെ കരുതിവെയ്പ്.

പിന്നെയവർ അത് ഓരോന്നോരാന്നായി കാഴ്ച കാണാൻകൂടിയ ഞങ്ങൾ ഓരോരുത്തർക്കായി എടുത്തുതന്നു.

''ഇനിയെന്ന് മടങ്ങിവരുമെന്ന്, മടങ്ങിവരുമോ എന്ന് അറിഞ്ഞുകൂടാ.''

അത് പറയുമ്പോൾ മാത്രം അവരൊന്നിടറിയോ? നീതമ്മാ എന്ന വിളിയോടെ പാൽക്കട്ടിയും ചോക്ലേറ്റുകളുമാണ് എന്നെ ഏല്പിച്ചത്. നീ നന്നായി മെലിഞ്ഞു. കുട്ടികൾ തടിച്ച് ദമ്മെന്ന് നിൽക്കേണ്ട പ്രായമല്ലേ ഇത് എന്ന പതിവ് വാത്സല്യച്ചിരിയോടെ. എപ്പോഴെങ്കിലും അല്പമെടുത്ത് നുണയാൻ അവർ സ്വരുക്കൂട്ടി വെച്ച മധുരം. അതിന്റെ തണുപ്പ് എന്റെ കൈയിലിരുന്ന് പൊള്ളി.

എല്ലാം കഴിഞ്ഞ് അവരിറങ്ങി, പൊലീസുകാരോടൊത്ത്. ഒരുവട്ടമൊന്ന് തിരിഞ്ഞുനോക്കാതെ. ദച്ചമ്മയെ പിന്നെയാരും കണ്ടിട്ടില്ല.. അവരെവിടെയാണ് എന്നറിഞ്ഞില്ല. കുറെ നാളത്തേക്ക് അവരെക്കുറിച്ചൊന്നും കേട്ടുമില്ല. പക്ഷേ അറിഞ്ഞപ്പോൾ അതൊരമ്പരപ്പിക്കുന്ന വിശേഷവുമായി എല്ലാവർക്കും.

ദച്ചമ്മയുടെ പിഴവായിരുന്നില്ലത്രെ ആ കുഞ്ഞിന്റെ മരണം. ഡോക്ടർക്ക്, ഞങ്ങളുടെ ഗൈനക്കോളജി ഡോക്ടറും ആശുപത്രിയുടെ സഹഉടമയുമായിരുന്ന നാരായൺ സാറിന് പറ്റിയ പിഴവായിരുന്നു അത്. ആശുപത്രിയുടെ കീർത്തിയെ അപായപ്പെടുത്താതിരിക്കാൻ ഡോക്ടറുടെ കരിയറിനുമേൽ കരിനിഴൽ വീഴാതിരിക്കാൻ ആ പിഴവിന്റെ മുൾക്കിരീടം ദച്ചമ്മയുടെ ശിരസ്സിൽ ചാർത്തുകയായിരുന്നു മാനേജ്മെന്റ്. അല്ല, ദച്ചമ്മ അത് സ്വയം ശിരസ്സിൽ പേറുകയായിരുന്നു.

അവരുടെ കേസ് പക്ഷേ ഏറെ മുന്നോട്ട് പോയില്ല. ആശുപത്രിയധികൃതർ ഇടപെട്ട് അത് ഒതുക്കി അവസാനിപ്പിച്ചു. ദച്ചമ്മ പിന്നെ ആശുപത്രിയിലേക്ക് മടങ്ങിയില്ല. അവരൊഴുക്കുന്ന സ്നേഹവാത്സല്യങ്ങൾ ആവോളമനുഭവിക്കാറുണ്ടായിരുന്നെങ്കിലും ആ സ്ത്രീയുടെ വിശേഷങ്ങൾ ഏറെയൊന്നും ഞങ്ങൾക്ക് അറിയാമായിരുന്നില്ല.

അവർക്കൊരു മകളുണ്ടായിരുന്നു, അവൾ വിവാഹിതയായി ഭർത്താവിനൊപ്പം കഴിയുന്നു എന്നും ദച്ചമ്മ അവളുടെയടുത്തേക്കോ ശ്രീരംഗപട്ടണത്ത് സ്വന്തമായുള്ള വീട്ടിലേക്കോ ഏറെയൊന്നും പോവാറില്ലെന്നും മാത്രമേ ഞങ്ങൾക്കറിയാവുന്നതായി ഉണ്ടായിരുന്നുള്ളൂ. ആശുപത്രി തന്നെയായിരുന്നു, അവിടുത്തെ ജീവിതംതന്നെയായിരുന്നു അവർക്കെല്ലാം.

കഥയിലെ കഥ, പിന്നീട് നാം അറിയുന്ന കഥ, അതാണ് ഭായ് ക്ലൈമാക്സ്. ദച്ചമ്മയും നാരായണൻസാറും പ്രണയികളായിരുന്നു. സാറിനെ സംരക്ഷിക്കാൻ സ്വമനസ്സാ ഏൽക്കുകയായിരുന്നു ദച്ചമ്മ ആ അപമാനം. അൻപത് വയസ്സുള്ള നാരായൺ ഡോക്ടർ, ഏതാണ്ട് അതേ പ്രായംതന്നെയുള്ള ദച്ചമ്മയും. മധ്യവയസ്സ് പിന്നിട്ട മനുഷ്യരുടെ പ്രണയം. ആൾക്കൂട്ടങ്ങളുടെ ഉള്ളിലായിരുന്നു അവരെപ്പോഴുമെങ്കിലും ആരും അറിഞ്ഞിരുന്നില്ല അത്. ഒരു സൂചനയും തെളിവും അവർ ആർക്കു മുമ്പിലും പ്രദർശിപ്പിച്ചില്ല, ബാക്കിവച്ചില്ല. ഹൃദയത്തെ ഹൃദയംകൊണ്ട് തൊടും പ്രണയം അവർ തങ്ങളിൽ തങ്ങളിൽ സൂക്ഷിച്ചു. ഒരു വാഗ്ദാനം പോലെ.

നാരായൺ സാറിന്റെ ഭാര്യ മരിച്ചതായിരുന്നു. മക്കളൊക്കെ മുതിർന്നിരുന്നു. ദച്ചമ്മയെ ഭർത്താവ് ഉപേക്ഷിച്ച് പോയതായിരുന്നു. ആശുപത്രിയിലേക്ക് പിന്നീട് മടങ്ങിവന്നില്ലെങ്കിലും ദച്ചമ്മ നാരായൺസാറിനൊപ്പം പുതിയ ജീവിതത്തിലേക്ക് നടന്നുപോയി...

അപ്പോൾ അതാണ് ദാദ.'' നീതു സുദീർഘമായി നിശ്വസിച്ചു.

''ആണുങ്ങൾ പൊതുവെ ധീരന്മാരാണ് എന്ന് നമ്മൾ പറയും അല്ലേ?'' അവൾ തുടർന്നു. ''നിങ്ങളുടെ കുഞ്ഞ് മരിച്ചുപോയി എന്ന് ഒരമ്മയോട് പറയാൻതക്ക ധീരതയുള്ള എത്രയാണുങ്ങളുണ്ട് നിങ്ങളുടെ കൂട്ടത്തിൽ! പക്ഷേ പലപ്പോഴും അത് പറയേണ്ടി വരുന്നവരാണ് ഞങ്ങൾ നഴ്സുമാർ. സ്വയം ശപിച്ചും മടിച്ചുമടിച്ചും. ഞങ്ങൾക്ക് മരിച്ച ഉടലുകളെപ്രതി ഭയഭീതികളില്ല. അവർ മരിച്ച ഇടങ്ങളെയും ഭയക്കുന്നില്ല.

ദച്ചമ്മ ഇറങ്ങിപ്പോയശേഷം പിന്നെയൊഴിഞ്ഞുകിടന്ന മുറിയിലേക്ക് കുറെനാൾ പാർപ്പുകാരെത്തിയില്ല. ഇങ്ങോട്ട് മാറാനുള്ള താല്പര്യം കെട്ടിടമുടയുടെ മുമ്പിൽ അവതരിപ്പിച്ചത് ഞാൻതന്നെയാണ്. കുറഞ്ഞ വാടകയായിരുന്നു ആകർഷണം. പിന്നെ ഒറ്റാന്തടിപ്പാർപ്പുകാരിയായ എനിക്കിത് ധാരാളവും. ദച്ചമ്മയുടെ ശീതികരണിയും പാത്രങ്ങളുമൊക്കെ തന്നെയാണ് ഞാനിപ്പോഴുമുപയോഗിക്കുന്നതും. നിങ്ങളിപ്പോൾ കിടക്കുന്ന കട്ടിലും മറ്റാരുടേതുമല്ല.

അപ്പോൾ ഭായ്....'' നീതു പിന്നെയുമെന്നെ വിളിച്ചു.

''നമുക്കജ്ഞാതനായ ഒരാൾ. പ്രണയംകൊണ്ട് മുറിപ്പെട്ടൊരാൾ പ്രാണൻ വെടിയാൻ തെരഞ്ഞെടുത്ത മുറിയാണിതെന്ന് ആലോചിക്കേണ്ടതില്ല. പകരം വലിയൊരു ത്യാഗംകൊണ്ട് പ്രണയത്തെ പൂരിപ്പിച്ച ഇനിയൊരാളെക്കുറിച്ച് വിചാരപ്പെടൂ. അങ്ങനെയൊരാളുടെ ഓർമ്മകളും സ്പർശവും ഗന്ധവും തങ്ങിനിൽക്കുന്ന ഒരു മുറിയിലാണ് കിടക്കുന്നത് എന്ന് ആലോചിക്കൂ. ഉറങ്ങൂ!

പുഴയെടുക്കുന്ന പള്ളി

രണ്ട് സമയത്തായാണ് ഞാനും നീതുവും കൃഷ്ണപ്പ കോട്ടേജിൽ നിന്ന് പുറത്തേക്കിറങ്ങിയത്. അങ്ങനെ മതിയെന്ന് നീതുവിന്റെ നിശ്ചയമായിരുന്നു. പാതി തുറന്നിട്ട മുൻവശഗെയ്റ്റിലൂടെത്തന്നെ പുറത്തേക്ക് കടന്നു. പിന്നെ ബൈക്ക് നിർത്തിയിട്ടിരിക്കുന്ന ഇടത്തേക്ക് നടന്നു.

രാവിലെയാണ് നീതുവൊരു ആലോചന പറയുന്നത്. പോവാൻ തിടുക്കമൊന്നുമില്ലെങ്കിൽ ഹാസനിൽ കുറച്ചിടങ്ങൾ ചെന്ന് കാണാം. അവൾ വഴികാട്ടും. അന്നും പിറ്റന്നാളുമുള്ള തിയറ്റർ ഡ്യൂട്ടിയിൽ മാറ്റം വന്നതിനാൽ അവൾക്ക് അപ്രതീക്ഷിതമായി രണ്ടുദിവസം കൈയിൽ ക്കിട്ടിയിരിക്കുന്നു.

കൂടുതലായി ഒന്നുമാലോചിക്കാതെ ഒരിക്കൽകൂടി ശരിയെന്ന് സമ്മതിച്ചു. പിന്നെ അതോർത്ത് അത്ഭുതപ്പെടുകയും ചെയ്യുന്നു ഇപ്പോൾ. പാർക്കുചെയ്തിടത്തുതന്നെ ബുള്ളറ്റ് ഇരിക്കുന്നുണ്ടായിരുന്നു, പൊടിയും പക്ഷിക്കാഷ്ഠവും അണിഞ്ഞ്. പുരാതനകാലം തൊട്ടേ അതവിടെ ഉണ്ടായിരുന്നു എന്ന് തോന്നിച്ചു. ഏറെയകലെനിന്നല്ലാതെ മാലിന്യം തിന്ന് ചീർത്ത പന്നികൾ പാഞ്ഞുപോയി. ഇരുമ്പല്ലായിരുന്നു എങ്കിൽ അവ ഈ വാഹനംകൂടി തിന്നുതീർത്തേക്കുമായിരുന്നു എന്ന് തോന്നി. സീറ്റ് തുടച്ചുകൊണ്ടിരിക്കേ നീതുവെത്തി.

തലേന്നാൾ പിന്നിട്ടുപോന്ന പട്ടണത്തിലേക്ക്, ഹാസനിലേക്ക് തിരികെ പോവാനാണ് അവൾ പറഞ്ഞത്. പിറകിൽനിന്ന് ഒരാൾ ഗതി നിർണ്ണയിക്കുന്ന യാത്ര. പുതിയ പുതിയ ദൂരങ്ങളിലേക്ക്. തൽക്കാലത്തേക്കുള്ള ലക്ഷ്യങ്ങളിലേക്ക്. അകത്തെ വേദനകൾ, സംഘർഷങ്ങൾ അതങ്ങനെത്തന്നെയുണ്ട്. എങ്കിലും കൗതുകം തോന്നി. വലിയ ഒഴുക്കിന്റെ ഓളപ്പരപ്പിൽ, ആണ്ടുപോവാതെ അങ്ങനെ.

“ആദ്യം നേരെ. ആ റൗണ്ടിൽനിന്ന് വലത്തോട്ട്.” നീതു നിർദ്ദേശിക്കുന്നു, നയിക്കുന്നു.

തിരക്കിലേക്ക് പതിയെ പുലർന്നുവരുന്ന നഗരത്തിന്റെ വലുതും ചെറുതുമായ റോഡുകളിലൂടെ. ഇടത്തോട്ട്, പിന്നെയും ഇടത്തോട്ട്, നേരെ, ഊടുവഴി മുറിച്ച്, സിഗ്നലിൽ തെല്ലുനിന്ന്, ഓടിത്തോല്പിച്ച്...

ഒടുവിലൊരു ക്ഷേത്രാങ്കണത്തിലെ പാർക്കിംഗ് ഏരിയയിൽ ചെന്നുനിന്നു. ലക്ഷ്മി നരസിംഹക്ഷേത്രം. ആരാധനാലയം എന്നതിനേക്കാളുപരി അതൊരു ടൂറിസ്റ്റാകർഷണ കേന്ദ്രമാണെന്ന് വ്യക്തം. ഓരവാണിഭക്കാരും ഭിക്ഷക്കാരുമൊക്കെ സജീവമായുണ്ടെങ്കിലും രാവിലെയായതിനാൽ സഞ്ചാരികളുടെ തിരക്ക് കാര്യമായില്ല.

ശില്പവേലകളാലും കൊത്തുപണികളാലും സമൃദ്ധമായ ക്ഷേത്രം. സുന്ദരം, പ്രൗഢം. ഹൊയ്സാല രാജാക്കന്മാരുടെ കാലത്ത് 13-ാം നൂറ്റാണ്ടിൽ നിർമ്മിക്കപ്പെട്ടതാണത് എന്ന് സന്ദർശകരുടെ സൗകര്യാർത്ഥം സ്ഥാപിച്ചിരിക്കുന്ന ബോർഡുകളിൽ കുറിച്ചിട്ടിരിക്കുന്നു. എണ്ണൂറ് കൊല്ലത്തിനും മേൽ പഴക്കമുള്ള നിർമിതി. കാലത്തെ അതിജീവിച്ച്, വെല്ലുവിളിച്ച് അങ്ങനെ.

അതിന്റെ ഭംഗിയിൽ സ്വയം നഷ്ടപ്പെട്ട് നിൽക്കേ പിറകിൽനിന്ന് നീതുവിന്റെ ശബ്ദം കേട്ടു. പലതവണ വന്ന് പരിചയമുള്ള ആ ചുറ്റുപാടുകളിൽ ഒന്ന് കറങ്ങി നടന്നുവരുകയാണവൾ.

“അന്യമതസ്ഥർക്ക് പ്രവേശനമില്ല എന്നൊരു ബോർഡ് നമ്മുടെ നാട്ടിലേതുപോലെ ഇവിടെ എങ്ങും കണ്ടിട്ടില്ല ഞാൻ. ഒരുപക്ഷേ നമുക്ക് വായിക്കാൻ പറ്റാത്ത ഭാഷയിലായതിനാലാണോ എന്തോ!”

അവൾ ചിരിച്ചു.

“ഭായ് വിശ്വാസിയാണോ?”നീതു ചോദിക്കുന്നു.

മറുപടിയായി ഒന്നും പറഞ്ഞില്ല.

“നിഷാദ് എന്നാണ് പേര് എന്നല്ലാതെ എനിക്ക് മറ്റൊന്നുമറിയില്ല.” അവൾ തുടരുന്നു, അറിഞ്ഞാലും ഇല്ലെങ്കിലും വിശിഷ്യാ ഒന്നുമില്ലെന്ന മട്ടിൽ.

“നാട്ടിലാവുമ്പോൾ ഞാൻ പള്ളിയിൽ പോവാറുണ്ട്. അല്ല, അങ്ങനെയല്ലാതെ നിവൃത്തിയില്ലെന്നതാണ് വാസ്തവം. അപ്പായി അയഞ്ഞാലും അമ്മ സമ്മതിക്കത്തില്ല. കടുകടുത്ത വിശ്വാസികളാണ് അവരൊക്കെ. കുത്തിപ്പൊക്കി എഴുന്നേൽപ്പിച്ച് തലയിൽ വെള്ളമൊഴിച്ച് ആദ്യത്തെ കുർബ്ബാനയ്ക്ക് തന്നെ കുന്ന് കേറ്റിവിടും അമ്മ. ഇവിടെയുള്ള സമയത്തും രക്ഷപ്പെട്ടെന്നു കരുതരുത്. ഞായറാഴ്ച പതിനൊന്ന് മണി കഴിയുമ്പോൾ അമ്മയുടെ ഫോൺ വരും. നീയിന്ന് പള്ളിയിൽ പോയില്ലായിരുന്നോ എന്ന് ചോദിച്ച്. ഷെട്ടിഹള്ളിയിലെ പള്ളിയാണ് എന്നെ രക്ഷപ്പെടുത്തിപ്പോരുന്നത്.”

അവളുറക്കെ പൊട്ടിച്ചിരിച്ചു.

''ഈ ഷെട്ടിഹള്ളി ചർച്ചുണ്ടല്ലോ. അയ്യോ അമ്മയത് കണ്ടുകഴിഞ്ഞാൽ, അമ്പോ എനിക്കതോർക്കാൻ വയ്യ.'' അവൾ പിന്നെയും ചിരിച്ചു. വളരെ വളരെ ഉറക്കെ. അവളുടെ ജീവിതത്തിലെ ഏറ്റവും ഗോപ്യമായ ഫലിതമതാണെന്ന മട്ടിൽ. പിന്നെയതിന്റെ അലയൊലികൾ അവസാനിച്ചപ്പോൾ പറഞ്ഞു.

''സംഗതിയത് കത്തോലിക്കന്മാരുടെ അസ്സൽ ചർച്ച് തന്നെയായിരുന്നു. പക്ഷേ ഇപ്പോഴവിടെ പ്രാർത്ഥനയൊന്നുമില്ല. എന്തിന് ആ പള്ളിക്ക് മേൽക്കൂരപോലുമില്ല. 1960ലോ മറ്റോ, അതായത് എന്റെ അമ്മ ജനിക്കുന്നതിനും എത്രയോ വർഷം മുമ്പാണവിടെ ഒടുവിലായി കുർബ്ബാന നടന്നത് എന്ന്.''

കൗതുകത്തോടെ നീതുവിനെ കേട്ടു. കണ്ടുമുട്ടിയപ്പോൾ മുതൽ ഈ നിമിഷംവരെ ഒന്നിച്ചുണ്ടായിരുന്ന സമയമത്രയും പെയ്തുനിറയുകയാണ് അവൾ. അനായാസവാചാലതകൊണ്ട് ഈ പെൺകുട്ടി തന്റെ ജീവിതത്തിൽ ആരുടെ ഓർമ്മയാണ് കൊണ്ടുവരുന്നത്?

''വർഷത്തിൽ പാതിസമയവും വെള്ളത്തിൽ മുങ്ങിക്കിടക്കുന്ന പള്ളിയാണത്. പ്രത്യേകിച്ച് മൺസൂൺ മാസങ്ങളിൽ. ഇപ്പോഴത് വെള്ളത്തിൽനിന്ന് കയറി കരയിലായിരിക്കും. ഇവിടെ ഇത്രടം വന്ന നിലയ്ക്ക് കാണാൻ വിരോധമില്ലല്ലോ?''

ഒരിക്കലോ മറ്റോ ഹാസൻ വഴി കടന്നുപോയിട്ടുണ്ട്. അതല്ലാതെ ഈയിടത്തെപ്പറ്റി ഒന്നുമറിയില്ലല്ലോ. ഇല്ല, ഒന്നുമില്ല. അവൾ നയിച്ചുകൊള്ളട്ടെ, അവൾ തീരുമാനിക്കട്ടെ എന്ന് സമ്മതമുള്ളവനായി.

വീണ്ടും നഗരഹൃദയത്തിലേക്ക്. അവൾക്ക് പരിചയമുള്ളതാവണം, ഒരു ഹോട്ടൽ കണ്ടപ്പോൾ നീതു ചുമലിൽ തൊട്ടു. പിന്നെ പടവുകൾ ഓടിക്കയറി അതിനുള്ളിലേക്ക് മാഞ്ഞു. ഉള്ളിലെന്തെന്ന് വേർതിരിച്ച് വായിക്കാനാവാത്ത മനോനിലയിൽ അവൾ പോയ വഴിയേ നോക്കിയിരുന്നു.

ചിരകാലമായി പരിചയമുള്ള ഒരാളുടെ കൂടെ പിക്നിക്കിന് പുറപ്പെട്ട ഭാവത്തിലാണ് നീതു. പാദുകങ്ങൾ പോലുമെടുക്കാതെ ഒരു പ്രണയത്തിൽനിന്ന് പുറത്തിറങ്ങിപ്പോന്ന നിമിഷംമുതൽ പൊരുതിനിൽക്കാൻ ശ്രമപ്പെടുകയാണവൾ. ഒന്നുമോർത്തെടുക്കാനിടകിട്ടാത്ത തിരക്കുകളിൽ ഉൾച്ചേരലുകളിൽ തന്നെത്തന്നെ തളച്ചിടാൻ ബദ്ധപ്പെടുന്നു.

ആദ്യം സുദീർഘമായ ഇരുചക്രവാഹന സഞ്ചാരം. ഒപ്പം കഥപറച്ചിലിന്റെ സ്വാസ്ഥ്യം. തളർന്നുറങ്ങിപ്പുലർന്നയുടനെ അതിശ്രദ്ധ സൂക്ഷിക്കേണ്ട ജോലിയുടെ നീണ്ട മണിക്കൂറുകൾ. ഇഷ്ടസിനിമയുടെ കാഴ്ച. വിശ്രമം. ഉടനെയിതാ ഒരു യാത്ര. അവൾ സ്വയം ചികിത്സിക്കുകയാണ്. സുഖപ്പെടുത്തുകയാണ്.

ഓർത്തിരിക്കേ, പാർസൽ പൊതികളുമായി പടികൾ ഓടിയിറങ്ങി നീതുവന്നു.

ഇരുപത് കിലോമീറ്റർ അകലമുണ്ടായിരുന്നു ഹാസൻ പട്ടണത്തിൽനിന്ന് ഷെട്ടിഹള്ളിയിലെ ഉപേക്ഷിക്കപ്പെട്ട പള്ളിയിലേക്ക്. നല്ല

വഴികളിലൂടെ സുഖദമായ യാത്ര. വെയിൽ ചൂട്പിടിച്ച് വരുന്നതേ ഉള്ളൂ. റോഡിലും വലിയ തിരക്കില്ല. മുങ്ങുംപള്ളിയുടെ വിശേഷങ്ങൾ കണ്ടു തന്നെയറിയട്ടെ എന്ന് യാത്രയിലുടനീളം പിന്നെ നീതു അതേ പ്പറ്റി ഒന്നും പറഞ്ഞില്ല. പകരം ഇരുകൈകളും വശങ്ങളിലേക്ക് വിടർത്തി കാറ്റുപിടിക്കുന്ന കളിയിലേർപ്പെട്ടു അവൾ, കുട്ടികളെപ്പോലെ.

അല്പമകലെ നിന്നേകണ്ടു, പള്ളി. പിൻവശത്ത് നദി. വശങ്ങളിൽ വിശാലമായ തുറസ്സിടങ്ങൾ. നടുവിൽ നൂറ്റാണ്ടുകളുടെ ശോകം ഘനീ ഭവിച്ചമട്ടിൽ ഏകാന്തമായി നിൽക്കുന്ന പള്ളി. ഒരു തപസ്സിലാണതെന്ന് തോന്നി. മോക്ഷം കാമിക്കാത്ത തപസ്സ്. ഉടലിൽ ജലദംശനത്തിന്റെ അടയാളങ്ങൾ. അതിന് മേൽക്കൂരയുണ്ടായിരുന്നില്ല. പത്തൊൻപതാം നൂറ്റാണ്ടിന്റെ മധ്യത്തിൽ പണിത കത്തോലിക് പള്ളിയിൽ 1960 വരെ ആരാധനയുണ്ടായിരുന്നുവത്രെ. കുറുകെ ഡാം പണിതതോടെ ഹേമാ വതി നദി കരകവിയാൻ തുടങ്ങി. വിശേഷിച്ചും മൺസൂൺ സമയ ങ്ങളിൽ. അതോടെ പള്ളി ജലനിരപ്പിലേക്കിറങ്ങിപ്പോയി. പോകപ്പോകെ അത് ആരാധനയ്ക്കല്ല, കൗതുകക്കാഴ്ചയ്ക്ക് മാത്രമുള്ളതായി മാറി.

സമയസമ്മർദ്ദമില്ലാതെ ചുറ്റും നടന്നുകണ്ടു. പിന്നെ പള്ളിക്കും നദിക്കുമിടയിൽ നിലംപറ്റെ വളർന്നു നിൽക്കുന്ന പുൽപ്പരപ്പിലിരുന്നു. പൊതിഞ്ഞുകൊണ്ടുവന്ന ഭക്ഷണം നീതു മണൽപ്പരപ്പിൽ നിവർത്തി. കഴിക്കാനെന്തെങ്കിലും കിട്ടുന്ന കടകൾ അടുത്തെങ്ങുമില്ലെന്ന് അറിയാ മായിരുന്നതിനാലാവണം അവളുടെ ആ കരുതൽ.

ഭക്ഷണം കഴിച്ചുതീരുവോളം ഏറെക്കുറെ നിശ്ശബ്ദയായിരുന്നു അവൾ. കണ്ടുമുട്ടിയശേഷം അവളോടൊപ്പമിരുന്നേ ഭക്ഷണം കഴിച്ചി ട്ടുള്ളൂ. എല്ലായ്പ്പോഴുമെന്നപോലെ വാചാലയായിരുന്നു അവളപ്പോ ഴെല്ലാം. ഇപ്പോൾ പക്ഷേ...

ഒരു പെൺകുട്ടിയും ആൺകുട്ടിയും ഞങ്ങളെക്കടന്ന് പോയി. നദി യുടെ നേരെ. ചുമലിൽ ചുമലുകൊണ്ടിടിച്ച്, കൈകളിൽ കൈകൾ കൊരുത്ത്, ഉന്തി വീഴ്ത്താൻ ശ്രമപ്പെട്ട്, ഉറക്കെച്ചിരിച്ച്, കാൽച്ചോട്ടിലെ മണൽ നിസ്സാരമായി ഏറ്റിത്തെറുപ്പിച്ച്. കൂസലില്ലാതെ, ആരേയുമാ രെയും ഗൗനിക്കാതെ. ലോകമുണ്ടെന്ന് തന്നെ വിസ്മരിച്ച്. ഒന്നിനെയും ഭയക്കാതെ പ്രണയികൾ.

അല്ലെങ്കിലും പ്രണയകാലം, അതങ്ങനെയാണ്. പ്രണയം, അത് കൊണ്ട്ചേർക്കുന്ന ആത്മവിശ്വാസം, അഹങ്കാരത്തോളം പോരുന്നത്. ഭയം അക്കാലത്ത് മറ്റാരുടേയോ വികാരമാണ്. ഞാൻ വിചാരിച്ചു. മണൽത്തിട്ടയിറങ്ങി മറയുവോളം നീതു അവരെത്തന്നെ നോക്കിയി രുന്നു.

‘‘ഇങ്ങള് പ്രണയിച്ചിട്ടില്ലേ ചങ്ങാതീ. ഒരിക്കലെങ്കിലും?’’

അവർ പോയ വഴിയേ നോക്കിയിരിക്കേ പൊടുന്നനെ നീതു ചോദിച്ചു.

ഒന്നും മിണ്ടാതെ, ദൂരേയ്ക്ക് നോക്കിയിരുന്നു.

‘‘ഉണ്ട്, ഉണ്ടുണ്ട്. എനിക്കറിയാം.’’ അവൾ പൊടുന്നനെ ഗൗരവം വിട്ട് പഴയ നീതുവിലേക്ക് പകർന്നു.

''പറയൂ, അത് പറയൂ.'' അവൾ കുട്ടികളെപ്പോലെ ചിണുങ്ങി. ''ഒരു പ്രണയകഥ കേൾക്കാൻ ഇതിലും നല്ലോരാമ്പിയൻസ് വേറെയുണ്ടോ?''

നിഷ്കളങ്കമായി ചിരിച്ച് നദിക്കാഴ്ചയിൽ നിന്ന് കണ്ണെടുത്ത് അവൾ അഭിമുഖമായിരുന്നു.

മഴക്കാലത്ത് നദിയെടുക്കുന്ന ആരാധനാലയത്തിന്റെ പര്യമ്പുറത്ത്, തളംകെട്ടലിൽനിന്ന് പതിയെ ഊർന്നുപോകുന്ന ജലം നോക്കി ഞാനെന്നെ ഒരാൾക്കു മുമ്പിൽ അഴിച്ചുവെക്കാൻ തുടങ്ങി. ഏറെ നാളുകൾക്കുശേഷം.

ശുഭ

''പ്രണയം, അതെക്കാലത്തും എന്റെ കൂടെയുണ്ടായിരുന്നു. ഞരമ്പുകളിലൂടൊഴുകി പടരുന്ന ചോരപോലെ ഒരു അനിവാര്യത. ഒരുതരം പരാശ്രയത്വത്തിന്റെ തടവറയിലായിരുന്നു എപ്പോഴും ഞാൻ. പ്രണയിത്തിലായിരിക്കുന്നതിന്റെ തടങ്കലിൽ. ഒന്നിന് പിറകെ ഒന്നായി എപ്പോഴും അതെന്റെ ജീവിതത്തിൽ സംഭവിച്ചുകൊണ്ടിരുന്നു. ഏറെക്കുറെ ഇടവേളകളില്ലാതെ ഒന്നിൽനിന്ന് ഒന്നിലേക്ക് കൊളുത്തുന്ന തീ പോലെ. മുറിവുണക്കാൻ, കൈപിടിച്ച് വഴി നടത്താൻ പുതിയൊരാൾ എപ്പോഴുമെന്ന മട്ടിലൊരു വിധേയത്വം, പ്രണയം.''

''ഹാ... എത്ര വാചാലമായ ആമുഖം.'' നീതു മന്ദഹസിച്ചു. ''അല്ല, ഇത്രനാളും മൗനത്തിന്റെ ആഴപാതാളങ്ങളിൽ മുങ്ങിത്താഴ്ന്നു കിടന്നിരുന്ന ഒരാൾ ഒട്ടിച്ചേർന്നു കിടന്നിരുന്ന ചുണ്ടുപിളർത്തുമ്പോൾ അതാവശ്യം തന്നെ.''

അവൾ വീണ്ടും ചിരിച്ചു. ''എന്നിട്ട്, എന്നിട്ടെന്നിട്ട്?''

''മുമ്പ് നടന്ന ഒന്ന്, ഏറെ ലളിതവും സുഗ്രഹവും ഒടുവിൽ പ്രതീക്ഷിതമായ ഒരവസാനത്തെ വരിച്ചതുമായ ഒരു പ്രണയകഥ പറയാം.''

ആവട്ടെയെന്ന് നീതു പുഞ്ചിരിച്ചു.

''ഈ നൂറ്റാണ്ടിന്റെ ആരംഭകാലം. അല്ല, നൂറ്റാണ്ടിന്റെ മാത്രമല്ല സഹസ്രാബ്ദത്തിന്റെ തന്നെ പ്രാരംഭം. ഞാനന്ന് പി.ജിക്ക് പഠിക്കുകയാണ്. പട്ടണത്തിലൊരു കടയിൽ പാർട്ട് ടൈം ജോലിയുമുണ്ട്. മൂന്നരയ്ക്ക് കോളേജിൽ നിന്നിറങ്ങിയാൽ ഞാൻ നേരെ കടയിലെത്തും. കടയെന്നാൽ ഒരു ടെലിഫോൺ ബൂത്ത് കം ഫോട്ടോസ്റ്റാറ്റ് കടയാണ്. അക്കാലത്ത്, മൊബൈൽ ഫോൺ വ്യാപകമാകുന്ന കാലത്തിനുമുമ്പ് അതൊരിത്തിരി വരുമാനമുള്ള ഏർപ്പാടാണ്. ഗമയുള്ള ജോലിയുമാണ്. രാവിലെ എട്ടരയ്ക്ക് തുറക്കുന്ന കടയിൽ രണ്ട് ഷിഫ്റ്റാണ്. എട്ടരമണി മുതൽ നാല്വരെ നീളുന്ന സമയത്ത് മുതലാളിയുടെ ബന്ധുവായ ഒരു ചേച്ചിയാണ് കടയിലുണ്ടാവുക. നാലുമണിക്ക് കോളേജ് വിട്ടെത്തുന്ന എന്റെ ജോലി രാത്രി ഒമ്പതര-പത്ത് വരെയൊക്കെ നീളും. ഫോട്ടോസ്റ്റാറ്റെടുപ്പിന്റെ തിരക്ക് ഏഴുമണിവരെയൊക്കെയേ കാണൂ. പക്ഷേ ഫോൺ വിളിക്കാനെത്തുന്നവരുടെ തിരക്ക് രാത്രി ഒമ്പതര-പത്ത്, ചിലപ്പോൾ അത് കഴിഞ്ഞും തുടരും. ലോക്കലും എസ്.റ്റി.ഡിയും

ഐ.എസ്.ഡിയുമൊക്കെ ഉണ്ടായിരുന്ന ബൂത്താണ്. ഗൾഫിലും വിദേശത്തുമുള്ള ബന്ധുക്കളെയും മറ്റും വിളിക്കാൻ രാത്രികാലത്ത് മാത്രം സ്ഥിരമായി വരുന്നവരുണ്ടായിരുന്നു. സെക്കന്റ്ഷോ ഉള്ള കാലമായതിനാൽ രാത്രി 11 മണി വരെയെങ്കിലും ടൗൺ സജീവമായിരിക്കും. ഫോട്ടോസ്റ്റാറ്റെടുപ്പിന്റെ തിരക്കൊഴിഞ്ഞാൽ എന്റെ അദ്ധ്വാനഭാരമയയും. പിന്നെ ഫോൺ വിളിക്കുന്നതിന്റെ ബില്ലു നോക്കി പണം വാങ്ങിയാൽ മതിയാവും.

ആ സമയത്തുതന്നെയാണ് ഞാൻ പഠിക്കാനായി ബുക്കെടുക്കുക. രാത്രി വൈകി ബൂത്തടച്ച് മടങ്ങുവോളം അത് ഇടവേളകളോടെ തുടരും. അങ്ങനെ ഏറെക്കുറെ ഏകതാനമായിപ്പോവുന്ന ദിവസങ്ങൾ, കാലം. ഒരു ദിവസം വൈകുന്നേരമാണ് അവൾ വന്ന് ചേരുന്നത്. കൈയിൽ കുറച്ച് താളുകൾ. അവയുടെ പകർപ്പുവേണമായിരുന്നു അവൾക്ക്. സാധാരണ നിലയിലാണെങ്കിൽ നല്ല സന്തോഷം തോന്നേണ്ട ഒരു കോള് തന്നെയാണ്. പക്ഷേ എനിക്കന്ന് ചെറുതായി ദേഷ്യം വരികയാണുണ്ടായത്. വോൾട്ടേജ് കുറഞ്ഞുനിൽക്കുന്ന ഒരു വൈകുന്നേരമാണ്. പോരാത്തതിന് ഫോൺ വിളിക്കാനെത്തുന്നവരുടെ തിരക്കും.

നാളത്തേക്ക് എടുത്തുവയ്ക്കാമെന്ന് ഞാൻ പറഞ്ഞ് നോക്കി. അവൾക്കുപക്ഷേയത് സമ്മതമായിരുന്നില്ല. നാട്ടിലേക്കുള്ള അവസാന കെ.എസ്.ആർ.ടി.സി ബസ് പോകുന്നതിന് മുമ്പേ പ്ലീസ്.... എന്നവൾ കെഞ്ചി. അന്നേദിവസം ആകെ ഞാനെടുത്തു നൽകിയ കോപ്പികളുടെ ഇരട്ടി വരുമായിരുന്നു ആ കടലാസുകെട്ട്. നല്ലൊരു കോള്. അത് ഉപേക്ഷിക്കേണ്ടെന്ന് മനസ്സില്ലാമനസ്സോടെ ഞാൻ നിശ്ചയിച്ചു.

ഫോൺ വിളിക്കാനെത്തുന്നവരുടെ പണംവാങ്ങി ബാക്കി നൽകുന്നതിനിടയിലൂടെ ഞാൻ ഫോട്ടോക്കോപ്പിയെടുക്കാൻ തുടങ്ങി. നൂറ് പേജെങ്കിലും കാണും. എന്റെ അന്നത്തെ പ്രതിദിനകൂലിയുടെ ഇരട്ടിക്കു മീതെ വരുന്ന ഒരു തുകയ്ക്കുള്ളത്.

പെൺകുട്ടി എനിക്ക് മുഖം തരേണ്ടെന്ന് കരുതി പുറത്തിറങ്ങി റോഡിലേക്ക് തിരിഞ്ഞു നിൽക്കുകയാണ്. ഇടയ്ക്കിടെയെല്ലാം എന്റെ നോട്ടം ആ കടലാസുകളിൽ പാളി വീഴും. കുനുകുനുന്നനെ എഴുതി നിറച്ചത്, ഒരേ കൈപ്പട. ഒരാണിന്റേതാണതെന്ന് ഞാൻ നിരീക്ഷിച്ചു. പ്രണയലേഖനങ്ങളായിരുന്നു അവ. ദേഷ്യവും മടുപ്പും എന്നെ വിട്ടുപോയി. ശ്രദ്ധയോടെയും ഇഷ്ടത്തോടെയുമായി പിന്നീടുള്ള ജോലി.

ഇടയ്ക്ക് ഞാനവളെ നോക്കും. ഇല്ല, റോഡിലുറപ്പിച്ച കണ്ണുകൾ അവൾ പിൻവലിക്കുന്നതേയില്ല. അരുതരുതെന്ന പ്രേരണകളെ ലംഘിച്ച് ഇടയ്ക്കിടെ എന്റെ നോട്ടം കത്തിലെ ഒറ്റവാക്കുകളിൽ, ചിലപ്പോൾ വാചകങ്ങളിൽ പിന്നെയും പാളി വീഴും. ഞാൻ ചെയ്യുന്നത് ശരികേടാണെന്ന് ഞാനെന്നെത്തന്നെ ശകാരിച്ചുവെങ്കിലും ഒളിഞ്ഞുനോട്ടത്തിൽ നിന്ന് എന്നെ സ്ഥിരമായി അടക്കിനിർത്താൻ എനിക്കായില്ല.

അവൾക്ക് കാമുകനെഴുതിയ കത്തുകൾ തന്നെയാണത്. എനിക്ക് തീർച്ചയുണ്ടായിരുന്നു. ഇതിനൊക്കെ അവൾ മറുപടിയും കുറിച്ചിട്ടുണ്ടാവണം. ഇത്രമേൽ പ്രണയം പരസ്പരം കൈമാറുന്നവർ. ഭാഗ്യം

ചെയ്തവർ. എനിക്ക് അസൂയ തോന്നി. എങ്കിലും അവളിതിന്റെ കോപ്പി എടുത്തുവെക്കുന്നത് എന്താവശ്യത്തിനാവും? ഞാൻ ആലോചിക്കാതെയിരുന്നില്ല. എന്തെങ്കിലും കാരണങ്ങൾ ഉണ്ടാവും. അതെ എല്ലാത്തിനും എല്ലാവർക്കും കാരണങ്ങളുണ്ട്.

ഒടുവിലെ കത്തും കോപ്പിയെടുത്ത് തീർന്നപ്പോൾ സന്ധ്യ വളർന്നിരുന്നു. ഇരുട്ട് വീഴാൻ തുടങ്ങിയിരുന്നു. പണം നൽകി തട്ടിപ്പറിച്ചെന്ന വണ്ണം കടലാസുകെട്ട് കൈപ്പറ്റി അവളിറങ്ങി നടന്നു. അല്ല, അതൊരോട്ടം തന്നെയായിരുന്നു.

അന്ന് രാത്രിയൊരു മഴ പെയ്തു. ഇടിയും മിന്നലുമതിന് അകമ്പടിയായുണ്ടായിരുന്നു. കറന്റ് വന്നും പോയുമിരുന്നു. നേരത്തെ അടച്ചുകൊള്ളുവാൻ കടയുടമ പറഞ്ഞതിന്റെയാശ്വാസത്തിൽ ഞാൻ പെട്ടെന്ന് പണമെണ്ണിത്തിട്ടപ്പെടുത്താൻ തുടങ്ങി. അന്നേരമാണ് ഞാനത് കണ്ടത്. പെൺകുട്ടി കോപ്പിയെടുക്കാൻ ഏൽപ്പിച്ച കത്തുകൾ. അവ ഒരു കെട്ടായി തടിച്ച ടെലിഫോൺ ഡയറക്ടറിയുടെ മീതെയിരിക്കുന്നു. പോവാനുള്ള ധൃതിയിൽ കോപ്പിയെടുത്ത് നൽകിയത് മാത്രമാണ് അവൾ കൈപ്പറ്റിയത്. ഞാനത് കൊടുക്കാനും വിട്ടുപോയിരിക്കുന്നു. സ്ഥിരമായി സംഭവിക്കാറുള്ള പിശക്. എന്ത് വേണമെന്നറിയാതെ കുറച്ച് നേരം ആ കടലാസുകെട്ടിലേക്ക് നോക്കിനിന്നുപോയി. പതിവുപോലെ കടയിൽത്തന്നെ വെച്ച് പോകാനാവുമായിരുന്നില്ല അത്. പകൽ നേരത്ത് കടയിലുണ്ടാവുന്ന ചേച്ചിയോ ഇടയ്ക്കും മുട്ടിനും വന്നിട്ട് പോകുന്ന മുതലാളിയോ കാണുമെന്ന് ഉറപ്പാണ്. ഇരുവരും കാണാതെ സൂക്ഷിക്കാൻ ആ കൊച്ചു കടയിൽ വേറെ ഇടവുമുണ്ടായിരുന്നില്ല. ഞാനാകെ ധർമ്മസങ്കടത്തിലായി.

കുറെയാലോചിച്ച് ഒടുവിൽ ഞാനത് കൈയിലെടുത്തു. ടൗണിൽ നിന്ന് മൂന്ന് കിലോമീറ്റർ അകലെയാണ് എന്റെ വീട്. ബൂത്തടച്ചു കഴിഞ്ഞാൽ പിന്നെ ബസ്സൊന്നുമുണ്ടാവില്ല. സ്വന്തമായി വാഹനവുമില്ല. സ്ഥിരമായതിനാൽ പഥ്യമായ വഴിയിലൂടെ കൈവീശിയൊറ്റ നടത്തം. അതാണ് പതിവ്. അന്നത്തെ നടപ്പ് പക്ഷേ ഒട്ടും സുഖദമായിരുന്നില്ല. എടുത്താൽ പൊങ്ങാത്ത ഭാരം ചുമന്നതുപോലെയായി ആ കത്തുകളുടെ ശേഖരവുമായുള്ള എന്റെ ഗമനം. വല്ലാത്ത വല്ലാത്ത രഹസ്യങ്ങളുടെ ക്ഷീണിപ്പിക്കുന്ന ഭാരം.

വീട്ടിൽച്ചെന്ന് കിടന്നിട്ടും ഉറക്കം കടാക്ഷിച്ചില്ല. വേർതിരിച്ചെടുക്കാനാവാത്ത അസ്വാസ്ഥ്യങ്ങൾ എന്റെയുള്ളിൽ ചുരമാന്തി. ആ കത്തുകളിൽ നിറയെ എന്തെല്ലാമാവണം? പ്രണയം, സ്നേഹം, കരുതൽ, പ്രതീക്ഷകൾ, രതി, ആശങ്കകൾ, ആശാനിരാശകൾ, പദ്ധതികൾ, മോഹങ്ങൾ, ഓർമ്മകൾ.... അവയുടെയൊക്കെ ഭാരത്തിന്റെ ഞെരുക്കം എന്റെ ശിരസ്സിലാണ് എന്ന് എനിക്ക് തോന്നിപ്പോയി.

ശ്രമപ്പെട്ട് കണ്ടെത്തിയ ഉറക്കത്തിൽനിന്ന് ഇടയ്ക്ക് പിടഞ്ഞുണർന്ന ഞാൻ മേശമേൽ കത്തുകളുടെ കെട്ട് ഭദ്രമായുണ്ട് എന്നുകണ്ട് നെടുവീർപ്പയച്ചു. വല്ലവിധേനയും ആ രാത്രി പുലർന്നു.

മറന്നു വച്ചതന്വേഷിച്ച് അന്ന് പകൽ അവൾ മടങ്ങിവരുമെന്ന് എനിക്കുറപ്പുണ്ടായിരുന്നു. പതിവില്ലാതെ ഞാനന്ന് രാവിലെ ടെലിഫോൺ ബൂത്തിലേക്കാണ് പോയത്. ഒരു പെൺകുട്ടി കോപ്പിയെടുക്കാനായി ഏല്പിച്ച കടലാസുകൾ തിരക്കി വന്നേക്കുമെന്നും അത് എന്റെ കൈയിലാണെന്നും വൈകുന്നേരം വന്നാൽ തരാമെന്ന് പറയണമെന്നും ചേച്ചിയെ പറഞ്ഞേൽപ്പിച്ചാണ് ഞാൻ കോളേജിലേക്ക് പോയത്.

കാരണമില്ലാതെ ക്ലാസ്സുമുടക്കുന്ന ശീലമില്ലാതിരുന്നിട്ടും അന്നേ ദിവസം ഞാൻ ഒട്ടുമുക്കാലും ലൈബ്രറിയിലും പുറത്തുമായി കഴിച്ചുകൂട്ടി. എല്ലാവരും പരസ്പരം തുറക്കുന്ന, രഹസ്യസ്വഭാവമില്ലാത്ത ബാഗിൽ കത്തുകളിട്ട് അതുമായി ക്ലാസ്സിലിരിക്കാൻ എനിക്ക് ധൈര്യം തോന്നിയില്ല. രണ്ടുമനുഷ്യരുടെ ജീവിതങ്ങൾ. ഒരുപക്ഷേ അതിൽ കൂടുതലും. അവരുടെ രഹസ്യങ്ങൾ. തുറന്നുനോക്കാത്ത വലിയ രഹസ്യങ്ങൾ. അവയുടെ സൂക്ഷിപ്പുകാരൻ ഞാൻ. ഭാരം, വലിയ ഭാരം.

വൈകുന്നേരം പ്രതീക്ഷിച്ചതുപോലെ അവളെത്തി. അന്നേരമാണ് ഞാൻ ആ പെൺകുട്ടിയെ ശ്രദ്ധിക്കുന്നതുതന്നെ. രഹസ്യങ്ങൾ കൈവിട്ടുകളഞ്ഞ യുദ്ധത്തടവുകാരിയെപ്പോലെ കുനിഞ്ഞ ശിരസ്സുമായി അവൾ. തലേന്നാൾ ആ കത്തുകളത്രയും കോപ്പിയെടുക്കാൻ കൊണ്ടുവന്ന് ഏൽപ്പിച്ചപ്പോഴുള്ള ഉറപ്പും കൂസലില്ലായ്മയുമൊന്നും അപ്പോളവളിൽ കണ്ടില്ല. തോറ്റവളെപ്പോലെ അവൾ.

കടയിലെ പ്ലാസ്റ്റിക് കസേര ചൂണ്ടി ഞാനവളോട് ഇരിക്കാൻ പറഞ്ഞു. പക്ഷേ അവൾ ക്ഷണം നിരസിച്ചു. തിരക്കൊഴിയുവോളം ക്ഷമയും സ്വസ്ഥതയുമില്ലാതെ അവൾ കടവരാന്തയുടെ ഇത്തിരിയിടത്ത് അങ്ങിങ്ങ് നടന്നു.

''ഞാൻ ഒന്നും വായിച്ചിട്ടില്ല കേട്ടോ.''

ബൂത്തിൽ തിരക്കൊഴിഞ്ഞ് ആരുമില്ലാതായ സമയത്ത് കത്തുകൾ മടക്കിനൽകുമ്പോൾ ഞാൻ പറഞ്ഞു.

അവളതൊട്ടുമേ വിശ്വസിച്ചില്ലെന്ന് തീർച്ച. അതേപ്രതി പോയ മണിക്കൂറുകൾ എന്റെ ഹൃദയം എത്ര ഭാരപ്പെട്ടു എന്നോർത്തപ്പോൾ ആ അവിശ്വാസത്തിൽ എനിക്ക് വേദനിച്ചു. ''സത്യമായിട്ടും.'' ഞാൻ നെഞ്ചിൽ തൊട്ടു.

ഇത്തവണ അവൾ ചിരിച്ചു. ആശ്വാസത്തിന്റെ ഹൃദ്യത കലർന്ന ഒരുചിരി. നന്ദി പറഞ്ഞ് അവൾ ഇറങ്ങാൻ തുടങ്ങി.

''ഇടയ്ക്ക് വിളിക്കണം, വരണം.'' ഇടനേരംകൊണ്ട് രൂപപ്പെട്ട അടുപ്പത്തിന്റെ സ്വാതന്ത്ര്യത്തിൽ ഞാൻ പറഞ്ഞു. അവൾ തെളിച്ചമുള്ള ഒരു ചിരി മറുപടിയായി തന്നു. ബൂത്തിലെ നമ്പർ അച്ചടിച്ച വിസിറ്റിംഗ് കാർഡ് ഞാനവൾക്ക് നൽകി, പിരിയും മുമ്പേ. നെടുതായി ഒന്ന് നിശ്വസിച്ച് വീണ്ടും ചിരിച്ച് കത്തുകളുടെ ഭാരം തിരികെയെടുത്ത ശിരസ്സുമായി അവൾ നടന്നു. ഭാരമൊഴിഞ്ഞ് ലാഘവത്വമാർന്ന ഹൃദയത്തോടെ ഞാൻ കസേരയിലമർന്നു.

കഥ, ഞങ്ങളുടെ കഥ, അവിടെ അവസാനിക്കുകയായിരുന്നില്ല. ആരംഭിക്കുകയായിരുന്നു. ഒരു ദിവസം ബൂത്തിലേക്ക് എനിക്കൊരു ഫോൺവന്നു. അതവളായിരുന്നു, ശുഭ. കാര്യമായി ഒന്നും പറയാനുണ്ടായിരുന്നില്ല. വിശദമായ ഒരു നന്ദിപറച്ചിലിനുവേണ്ടി മാത്രം. ഏതായാലും പിന്നീട് അതിന് തുടർച്ചയുണ്ടായി. ഇടയ്ക്കിടെ വൈകുന്നേരങ്ങളിൽ അവൾ വിളിക്കും. ബൂത്തിൽ തിരക്കില്ലാതെയിരിക്കുന്ന സമയത്ത് ഞാനും. അക്കാലത്ത് നാട്ടിൻപുറത്തെ വീടുകളിൽ ലാൻഡ് ഫോൺ കണക്ഷനുണ്ടായിരുന്ന അപൂർവ്വം വീടുകളിലൊന്നായിരുന്നു അവളുടേത്.

അമ്മ, അച്ഛൻ, തൊട്ടിളയ ഒരനിയത്തി, അനിയൻ, പിന്നെ അമ്മമ്മയും ഉള്ള അവളുടെ വീട്ടിലേക്ക് വിളിക്കുന്നത് അത്ര എളുപ്പമൊന്നുമായിരുന്നില്ല. മിക്കപ്പോഴും അവളൊഴികെ മറ്റാരെങ്കിലുമാവും ഫോണെടുക്കുക. മൗത്ത് പീസിൽ ടവ്വലിട്ടും പെൺശബ്ദങ്ങളെ അനുകരിച്ചുമൊക്കെയാണ് അന്നേരം ഞാൻ രക്ഷപ്പെടുക. എങ്കിലും രണ്ടോ മൂന്നോ ദിവസത്തിലൊരിക്കലെങ്കിലും ഞങ്ങൾ പരസ്പരം സ്വരം കേട്ടു. പക്ഷേ ഒരിക്കലുംപിന്നെ നേരിൽ കാണാനായില്ല. അകലം തന്നെയായിരുന്നു പ്രധാന തടസ്സം. കുറച്ച് ദൂരെ, എന്റേതിൽനിന്നും അകലെ ഒരു ചെറു പട്ടണത്തിലായിരുന്നു അവളുടെ കോളേജ്. ഒരു സമാന്തര സ്ഥാപനം. അവിടെ നിന്ന് പിന്നെയുമകലെയാണ് അവളുടെ വീട്. ഞാനാണെങ്കിൽ ബൂത്തിലെ പാതിസമയജോലിയുടേയും കോളേജിലെ പഠനത്തിന്റെയും സമയഞെരുക്കങ്ങളിലുമായിരുന്നു.

ഫോൺവിളികൾക്കൊപ്പം കത്തെഴുത്തുമാരംഭിച്ചു വൈകാതെ. ഒരു വഴിക്ക് മാത്രം സഞ്ചരിക്കുന്ന കത്തുകൾ. വീട്ടുവിലാസത്തിൽ അവളുടെ കത്തുകൾ എല്ലാ ആഴ്ചയിലും ഒന്നുംരണ്ടും വീതം വന്നുചേരും. രാത്രി വൈകിയെത്തുന്ന എന്നെ കാത്ത് കിടക്കും.

അതേ, ഒരു ഭാഗത്തേക്കുമാത്രം സഞ്ചരിക്കുന്ന കത്തുകൾ. ഞാൻ മറുപടി അയയ്ക്കേണ്ടിയിരുന്നത് അവളുടെ വീട്ടിലേക്കായിരുന്നു. അല്ലെങ്കിൽ കോളേജിലേക്ക്. ഒരു പെൺകുട്ടിയെന്ന പരിമിതിയെപ്രതി അവൾ തന്നെയാണത് വേണ്ടെന്ന് വിലക്കിയത്. എങ്കിലും അവൾക്കയയ്ക്കാനായില്ലെങ്കിലും ചിലപ്പോഴെല്ലാം എന്റെയുള്ളിലെ വിങ്ങൽ ശമിപ്പിക്കാനായി ഞാനവൾക്ക് മറുപടികൾ ചമച്ചു. ഫോണിലൂടെ അവളെ വായിച്ചു കേൾപ്പിച്ചു.

ഏറെ, ഏറെ വാചാലമായിരുന്നു ഞങ്ങളുടെ ബന്ധം. തുടർച്ചയായ ആശയവിനിമയംകൊണ്ട് സജീവമായിരുന്നത്. വാക്കുകളിന്മേൽ വാക്കുകൾ വെച്ച് പടുത്തത്. പാട്ടുപാടുന്നവരുടേത് പോലൊരു നേർത്ത ഒച്ചയായിരുന്നു അവളുടേത്. മന്ദ്രമധുരം. തേൻ തൊട്ടെടുക്കാവുന്നത്. ഇനിയവൾ പാട്ടുപാടുമായിരുന്നോ? അറിഞ്ഞുകൂടാ. കത്തുകളും മനോഹരമായിരുന്നു. പ്രിയപ്പെട്ട നിഷാദേട്ടാ എന്ന് തുടങ്ങുന്നത്. കവിതകളുണ്ടാവും അവയിൽ. അവളെഴുതിയവയായിരുന്നില്ല. അക്കാലത്ത് പൊതുവിൽ മനുഷ്യർ മൂളി നടന്നിരുന്നവ. ഞങ്ങളുടെ അക്കാലജീവിതത്തിൽ പ്രാധാന്യമുള്ളവ.

ഒരു സ്നേഹബന്ധത്തിന്റെ തകർച്ചയിൽ, അതേ കൃത്യം അതിന്റെ അവസാനത്തിലാണ് അവളെന്നെ പരിചയപ്പെടുന്നത്. അത്തരത്തിൽ ഞാനവൾക്കൊരു താങ്ങായി മാറുകയായിരുന്നു. ഏറക്കുറെ സമാന മായ നിലയിലായിരുന്നു ഞാനും. ഈ പരസ്പരാശ്രയത്വം ഞങ്ങളെ വളരെ വേഗം പ്രിയപ്പെട്ടവരാക്കി.

ഒരു പൊലീസുകാരനായിരുന്നു അവളുടെ പൂർവ്വകാമുകൻ. അവൾ പഠിച്ചുകൊണ്ടിരുന്ന പാരലൽ കോളേജിനും അയാളുടെ പൊലീസ് സ്റ്റേഷനും ഒരു മതിലായിരുന്നു. തപാലിലയയ്ക്കാതെ അയാൾ നേരിട്ട് നൽകിയിരുന്ന കത്തുകളുമായാണ് പകർപ്പെടുക്കാൻ കുറച്ചേറെ ദൂര ത്തുള്ള എന്റെ കടയിലേക്ക് അവൾ അന്ന്വന്നത്.

ഇപ്പോഴാലോചിക്കുമ്പോൾ അത്ര നേരത്തേയോ എന്ന് തോന്നു മെങ്കിലും അവൾക്ക് കല്യാണാലോചനകൾ വന്നുതുടങ്ങിയ സമയ മായിരുന്നു അത്. 18-19 വയസ്സ്. കാമുകൻ പൊലീസുകാരനും വിവാഹ പ്രായം. പൊലീസുകാരനായിരുന്നുവെങ്കിലും പക്ഷേ അയാളൊരു ഭീരുവായിരുന്നു. മടിച്ചും പേടിച്ചും അവളുടെ കാര്യം വീട്ടിൽ പറഞ്ഞ അയാൾക്ക് അമ്മയുടേയും അമ്മാവന്മാരുടെയും അനുമതി കിട്ടിയില്ല. ഒരേ മതത്തിൽപ്പെട്ടവരായിരുന്നെങ്കിലും ജാതിയായിരുന്നു ആദ്യ തടസ്സം. പോരാത്തതിന് അയാളുടെ ജ്യേഷ്ഠഭാര്യ അവളുടെ ഫോട്ടോയിൽനിന്ന് മറ്റൊന്നുകൂടി കണ്ടെടുത്തു. അവലക്ഷണം, താടിക്കു കീഴിൽ കുറച്ച് വലിയ മറുക്.

പരസ്പരമെഴുതിയ കത്തുകൾ തിരികെ കൈമാറി പിരിയുക എന്ന തായിരുന്നു പിന്നീട് ചെയ്യാനുണ്ടായിരുന്നത്. അതിന് മുമ്പാണവൾ അവയൊക്കെയും കോപ്പിയെടുക്കാനായി കൊണ്ടുവന്നത്. അത് പക്ഷേ ആരെങ്കിലും ചെയ്യുന്ന പതിവായിരുന്നോ എന്ന് സംശയമുണ്ട്. പക്ഷേ അവളത് ചെയ്തു.

നിസ്സാരമായ ഒരു കാരണത്തിന് പ്രിയപ്പെട്ട പ്രണയമുപേക്ഷിച്ച ഭീരുത്വത്തോട് അവൾക്ക് വെറുപ്പായിക്കഴിഞ്ഞിരുന്നു. മേലിലെപ്പോഴെ ങ്കിലും വീരസ്യംപറച്ചിലും വെല്ലുവിളിയുമായി അയാൾ തന്റെ ജീവിത ത്തിൽ വന്നുപെടുമെന്നും, ഏയ് ഒന്നുമില്ലായിരുന്നു, ഏകപക്ഷീയമായ ഒരു പ്രണയമായിരുന്നു അവളുടേത് എന്ന് മേനിനടിക്കുമെന്നും അവൾ ഭയന്നിരുന്നു. അങ്ങനെയുണ്ടാവുകയാണെങ്കിൽ എടുത്ത് അയാളുടെ മുഖത്തെറിയാൻ, അല്ലാതെ പിന്നീടെപ്പോഴെങ്കിലും വായിച്ച് നഷ്ട സ്മൃതികളിൽ ആണ്ടുപോവാനല്ല, അതിനായാണവൾ തിരികെ നൽകും മുമ്പെ ആ കത്തുകളുടെ പകർപ്പെടുത്ത് വയ്ക്കണം എന്ന് നിശ്ചയി ച്ചത്. വിചിത്രം!

ഞങ്ങളുടെയടുപ്പം, എന്റെയും ശുഭയുടേയും യാഥാർത്ഥ്യബോധ ത്തോടെ ഉള്ളതായിരുന്നു. കല്യാണത്തിൽ ചെന്ന് ചേരില്ല അതെന്ന് തീർച്ചയായിരുന്നു. അപ്പോൾതന്നെ സജീവമായ കല്യാണാലോചന കൾ വന്നുകൊണ്ടിരിക്കുന്ന അവൾ. നേരാംവണ്ണം ജോലിയും കൂലിയു മില്ലാത്ത അപ്പോഴും പഠിച്ചുകൊണ്ടിരിക്കുന്ന ഞാൻ. ഒപ്പം ഏതുകാലത്തും

വിപ്ലവമാകുന്ന മതവ്യത്യാസമെന്ന തടസ്സവും. എങ്കിലും ഞങ്ങൾ ഇഷ്ട പ്പെട്ടുകൊണ്ടിരുന്നു. പിരിയുമെന്ന ഉറപ്പോടെ. ഫോൺവിളികളിലൂടെ, കത്തുകളിലൂടെ. ഒരിക്കലും പിന്നെ കണ്ടതേയില്ല. അല്ല, കണ്ടു ഒരിക്കൽ കൂടി. അവളുടെ കല്യാണത്തലേന്ന്. വൈകുന്നേരം അവസാനമായി.

അവളുടെ കല്യാണമുറപ്പിച്ചത് പെട്ടെന്നായിരുന്നു. 15 ദിവസത്തിന്റെ മാത്രം ഇടവേളയിൽ നിശ്ചയവും കല്യാണവും. ആദ്യമാദ്യംതൊട്ടേ അറിയാമായിരുന്നു എങ്ങോട്ടാണ്, എങ്ങനെയാണ് എന്നെല്ലാം. അതു കൊണ്ട് നടുക്കമുണ്ടായില്ല. പക്ഷേ വേദനിച്ചില്ലെന്നല്ല. വേദനിച്ചു, മനസ്സ് പൊട്ടിപ്പിളർന്ന് വേദനിച്ചു. എങ്കിലും ഈ ജീവിതത്തിൽ പരസ് പരം ആരുമായില്ലെങ്കിലും ലോകത്തിന്റെ ഏതെങ്കിലും കോണിൽ സ്നേഹിക്കുന്നവരായി ബാക്കിയുണ്ടല്ലോ എന്ന ഉറപ്പിൽ ഞങ്ങൾ....

അവളുടെ കല്യാണത്തിന് പോവണമെന്ന് നിശ്ചയിച്ചിരുന്നു. പോവു കയും ചെയ്തു. അന്നേദിവസമായാൽ നിയന്ത്രണം പൊട്ടിപ്പോയെ ങ്കിലോ എന്ന ഭീതിയിൽ കല്യാണത്തലേന്ന്. പീലി വിടർത്തി നിൽ ക്കുന്ന ആൺമയിലിന്റെയും അവന്റെ ചാരെ നിൽക്കും കൂട്ടുകാരിയു ടേയും രൂപമുള്ള ചിത്രമാണ് സമ്മാനമായി വാങ്ങിയത്.

ഒട്ടുമേ പരിചയമില്ലാത്ത ഒരുപറ്റമാളുകൾക്കിടയിലിരുന്ന് ചായകുടി ക്കവേ വിവാഹത്തലേന്നിന്റെ ആടയാഭരണങ്ങളിൽ അവൾ, ശുഭ, പന്തലിലേക്കിറങ്ങി വന്നു. സമ്മാനപ്പൊതി കൈമാറി, ആശംസകളും. വെറുങ്ങലിച്ച ചില വാക്കുകൾ.

പിരിയും മുമ്പേയവൾ പൊതിഞ്ഞുഭദ്രമാക്കിയ ഒരു പുസ്തകം എന്നെയേല്പിച്ചു.

‘‘നിഷാദേട്ടനന്ന് തന്ന ലൈബ്രറി പുസ്തകമാണ്. വായിച്ചു തീർ ന്നില്ല. ഇനി എപ്പോഴാണ്?’’ മറ്റുള്ളവർക്കായി പറഞ്ഞ കളവായതിനാ ലാവും മുഖത്ത് നോക്കാതെ അവൾ പറഞ്ഞു.

അതെ, അങ്ങനെയൊന്ന് ഞാനവൾക്ക് ഒരിക്കലും കൊടുത്തിരു ന്നില്ല. എങ്കിലും തുറന്ന് നോക്കാതെ ഭദ്രമായി കൈയിൽ വെച്ചു. അവളെപ്പിരിഞ്ഞ്, തിരക്കില്ലാത്ത ഒരു ചുവന്ന കെ.എസ്.ആർ.ടി.സി ബസ്സിന്റെ ജാലകസീറ്റിലിരുന്ന് മടങ്ങുമ്പോൾ ഞാനാ പൊതിയഴിച്ചു.

ഒരു ഡയറിയായിരുന്നു അത്. തുകലിന്റെ ചട്ടയുള്ള ഒന്ന്. കുറച്ച് വിലകൂടിയത്. അതിനകത്ത് എനിക്കു സുപരിചിതമായതും എന്നെ യെന്നും കൊതിപ്പിക്കുന്നതുമായ അവളുടെ കൈപ്പട. കുറച്ചുവർഷം മുമ്പത്തെ ഡയറിയിൽ തിയ്യതികൾ വെട്ടിക്കളഞ്ഞ് അവൾ തന്നെ പുതിയ തിയ്യതികൾ ചേർത്തിരിക്കുന്നു. എല്ലാ താളുകളിലുമില്ല. ഇട വിട്ട്, ഇടയ്ക്കിടെ. ചിലപ്പോഴെല്ലാം അടുത്തടുത്ത പേജുകളിലും. അവളും ഞാനും മാത്രമായിരുന്നു അതിൽ. ഞങ്ങൾക്കിടയിൽ പൊതു വായുണ്ടായിരുന്ന കാര്യങ്ങൾ, പിന്നെ അവളുടെ വിചാരങ്ങൾ, സ്വപ്ന ങ്ങൾ, കുഞ്ഞുമോഹങ്ങൾ, പ്രതീക്ഷകൾ, വേദനകൾ, കവിതാശകല ങ്ങൾ.

...ഒരു വിമാനയാത്രയായിരുന്നു. യാത്രയിൽ ഞാനും നീയും മാത്രം. ജാലകസീറ്റിൽ ഞാൻ ചാരെ നീ. ഭൂമി വിട്ട് ഉയരവേ ഉള്ളിൽ പിടഞ്ഞു ണരുന്ന ആന്തൽ. അത് ശമിപ്പിക്കാൻ നിന്റെ വിരലുകൾ തെരുപ്പിടിച്ച് കണ്ണടച്ച് ഞാൻ. ഉയരെ. അനക്കമറ്റ് തങ്ങിനിൽക്കും മട്ടിൽ നാം കയ റിയ വിമാനം. താഴെ മനുഷ്യരും മരങ്ങളും കെട്ടിടങ്ങളും പുഴകളും മലകളും പോലും ചെറുത്. ചെറുതായി, ചെറുതായി മാഞ്ഞുപോവുന്നു. ഞാനും നീയും മാത്രം, മാത്രം. അതൊരു സ്വപ്നമായിരുന്നു എന്ന നിരാശയിൽനിന്ന് ഞാൻ പിന്നെ ഉണർന്നതേയില്ല...

...ഇന്ന് നിഷാദേട്ടൻ വിളിച്ചില്ല. ഫോണിനടുത്ത് കാത്തുകാത്തിരുന്നു ഞാൻ. എനിക്ക് സങ്കടമായി. ഞാൻ കുറേ കരഞ്ഞു...

...ദേഹം പനിക്കിടക്കയിലാണ്. മനസ്സ് സങ്കടങ്ങളുടെ ശരശയ്യയിലും. ജനൽ ചതുരം പിന്നിട്ട്പോയ, വാതിൽ കടന്നുവന്ന ഓരോ മുഖങ്ങളിലും ഞാൻ നിന്നെ തിരഞ്ഞു. കാത്തുകാത്തുകിടപ്പിന്റെ ഹൃദയതാളം വേദന യിലേക്ക് പരിണമിക്കവെ, മയങ്ങവെ, നീ വന്നു. കൈവെള്ളയിൽനിന്ന് നെറ്റിയിലേക്ക് പകർന്ന തണുപ്പ്! എനിക്ക് എല്ലാം ഭേദമായതുപോലെ...

...നിഷാദേട്ടനുള്ള കത്ത് ഇന്ന് രാവിലെ അയച്ചു. അതിന്റെ അവ സാനഭാഗത്ത് വരച്ച പെൺകുട്ടിയുടെ ചിത്രത്തിലെ കണ്ണിന് ചാരെ ഞാൻ എന്റെ തന്നെ കൺപീലി ഒട്ടിച്ച് വെച്ചിട്ടുണ്ട്. നിഷാദേട്ടൻ കാണുമോ ആവോ? കണ്ടാൽത്തന്നെ ഇഷ്ടപ്പെടുമോ? ഒരു കൺപീലി യുടെ പോലും സാമീപ്യമില്ലാത്ത ഏകാന്തത എന്ന് ഇടയ്ക്കിടെ പതം പറയാറുള്ളതല്ലേ. ഒരു കൂട്ടാവട്ടെ...

...ഇന്ന് നിഷാദേട്ടൻ വിളിച്ചപ്പോൾ പൊന്നുവാണെടുത്തത്. ഫോൺ കൈമാറുമ്പോൾ അവളെന്നെ ഒരു വല്ലാത്ത നോട്ടം നോക്കി. ആരാ ണെന്ന് കരുതിയോ ആവോ. ശ്ശോ, ആ പേടിയിൽ ക്രിസ്തുമസ് കാർഡ് അയച്ച കാര്യം പറയാൻ ഞാൻ മറന്നേപോയി. അല്ല. അത് നല്ലതായി. കിട്ടുമ്പൊഴൊരു സർപ്രൈസാവുമല്ലോ...

...പ്രണയത്തിലായിരിക്കുന്നവരുടെ ചുണ്ടിൽ ഒരു പാട്ട് തങ്ങിനിൽ ക്കുന്നുണ്ടാവും അല്ലേ. നിഷാദേട്ടനോട് മിണ്ടിക്കഴിഞ്ഞാൽ എപ്പോഴു മൊരു പാട്ട് എന്റെ ചുണ്ടിലുമുണരും...

...ഞാനയയ്ക്കുന്ന കത്തുകൾ മറുപടി കിട്ടാത്തവയാണല്ലോ. അതോർക്കുമ്പോൾ ഒരു ദുഃഖം വന്ന് ഉള്ളിൽ നിറയുന്നുണ്ട്. മറുകുറി എഴുതിയാലും എനിക്കവ അയയ്ക്കാനാവില്ലല്ലോ എന്ന വിങ്ങൽ നിഷാ ദേട്ടനും പേറുന്നുണ്ടാവും...

...വേണുമാമന്റെ വീട്ടിൽ വിരുന്നുപോയി. ഞാനും അമ്മമ്മയും. രാവിലെ സുജാതമാമി താളിപറിക്കാൻ അയച്ചു. എന്നെയും പ്രിയ ചേച്ചിയെയും. കുന്നിറങ്ങി വയൽ കടന്ന് വേണമായിരുന്നു പോവാൻ. പച്ച കോരിയൊഴിച്ചത് മാതിരി വയൽ. എന്തു ഭംഗി. ഇടയിലെപ്പോഴോ പ്രിയച്ചേച്ചി മാഞ്ഞുപോയി. വയൽ നടുവിൽ നമ്മൾ മാത്രമായി...

...ഗോവണിച്ചാരെ പാവം പിടിച്ച കുട്ടിയെപ്പോലെ ഫോൺ നോക്കി യിരുന്ന് ഇതെഴുതുമ്പോൾ ഒരു പ്രതീക്ഷ ഞാൻ താലോലിക്കുന്നുണ്ട്.

ഒരു നറുംചിരിപോലൊരു നാദം പൊടുന്നനവെ ഇതിൽ നിന്ന് പുറപ്പെട്ട് വരുമെന്ന്. അങ്ങേത്തലയ്ക്കൽ നിഷാദേട്ടനായിരിക്കുമെന്ന്...

...എത്രമേൽ പ്രണയം നീയെന്നെ അനുഭവിപ്പിച്ചു. അത്രതന്നെ വിരഹവും...

...അറുപതുകൊല്ലമെങ്കിലും മുൻപേ അച്ചാച്ചൻ പണിത പഴയ വീടാണ് ഞങ്ങളുടേത്. മുകളിലൂടെ ആരെങ്കിലും മൃദുവായി നടന്നാൽ പോലും ഇപ്പോൾ താഴോട്ട് പതിച്ചേക്കുമെന്ന മട്ടിൽ ശബ്ദമുണ്ടാക്കുന്ന മരത്തിന്റെ മച്ചുള്ള ഒന്ന്. ഇടുങ്ങിയതും ഒട്ടൊക്കെ കീഴ്ക്കാംതൂക്കായതുമായ കോണികയറാൻ മടിയായതിനാൽ മുകളിലെ രണ്ടുമുറികളിലൊന്നിൽ മാത്രമേ പെരുമാറ്റമുള്ളൂ. എന്റെ മുറിയിൽ. ഇവിടെനിന്ന് നോക്കുമ്പോൾ കരിയില വീണുകിടക്കുന്ന മൺവഴികാണാം. അതിനപ്പുറം വയൽ കാണാം. ഇവിടെ ഈ ഇരുപ്പിലിരുന്നാണ് ഞാൻ നിഷാദേട്ടനുള്ള ഓരോ എഴുത്തുമെഴുതിയിട്ടുള്ളത്. ഇപ്പോഴീ കുറിക്കുന്നതും. ഒറ്റപ്പാളി ജാലകം തരുന്ന കാഴ്ച നിഷാദേട്ടനിലേക്ക് എന്നെ വഴി നടത്തുന്ന ദൂരമാണ്...

...നിഷാദേട്ടാ, ഒറ്റയ്ക്കായിപ്പോകുന്നത് എന്ത് വേദനയാണ്. നമ്മളതിന് പക്ഷേ പിരിയുന്നേയില്ലല്ലോ...

അവളുടെ ഡയറി വായിച്ച് സ്വയം നിയന്ത്രിക്കാൻ ശ്രമിക്കാതെ കരഞ്ഞു വിങ്ങുന്ന മനസ്സുമായാണ് ഞാനന്ന് പട്ടണത്തിൽ തിരികെ ബസ്സിറങ്ങിയത്. അന്നേദിനം തനിയെ മറികടക്കാൻ എനിക്കാവുമായിരുന്നില്ല. നഗരത്തിൽ എന്റെയൊരു സഹപാഠി ജോലി ചെയ്യുന്നുണ്ടായിരുന്നു. വിനോദ്. ഒരു തിയ്യറ്റർസമുച്ചയത്തിൽ പാതിസമയ മാനേജരാണവൻ. പഠനത്തോടൊപ്പമുള്ള ജോലിതന്നെ. ഒരേനിലയിലുള്ള രണ്ട് തിയ്യറ്ററിന്റെയും കണക്കുകൾ നോക്കി ക്രമീകരിക്കുന്നതാണവന്റെ പ്രധാന ചുമതല. അവന്റെയടുത്തേക്ക് പോവാൻ ഞാൻ നിശ്ചയിച്ചു.

ചെന്നുകയറുമ്പോൾ സെക്കന്റ് ഷോ കഷ്ടിച്ച് തുടങ്ങിയിട്ടേയുള്ളൂ. അവൻ തിരക്കിലും. നീ കുറച്ച് നേരമിരുന്ന് സിനിമ കാണൂ. കണക്കുകൂട്ടി കാശേല്പിച്ച് ഫ്രീയായാൽ ഞാൻ നിന്നെവന്ന് വിളിക്കാമെന്ന് പറഞ്ഞ് അവൻ എന്നെ തിയ്യറ്ററിന്റെ ഇരുട്ടിലേക്കയച്ചു. അന്നേതായിരുന്നു സിനിമ? ഓർമ്മയില്ല. സഹർഷം സിനിമ കാണുന്ന മനുഷ്യർക്കിടയിൽ, വിങ്ങും ഹൃദയത്തോടെ ഞാൻ തനിയേയിരുന്നു, ഇരുട്ടിൽ.

കുറച്ച് കഴിഞ്ഞപ്പോൾ, അവൻ, വിനോദ് എന്റെ ചുമൽ തൊട്ടു. ഞാനവനെ പിന്തുടർന്നു. അവന്റെ ക്യാബിനിലിരുന്ന് ഞാൻ എല്ലാം പറഞ്ഞു. ശുഭയെക്കുറിച്ച് ആദ്യമായി ഒരാളോട്.

എല്ലാം കേട്ടുകഴിഞ്ഞപ്പോൾ അവനെന്നെ സമാധാനിപ്പിച്ചു.

‘‘ഇത് പ്രതീക്ഷിതമായിരുന്നല്ലോ. തയ്യാറായിരുന്നതുമല്ലേ. മറക്കാനാവുമെടാ.’’

കണ്ണീരിലൂടെ ചിരിക്കാൻ ഞാൻ ശ്രമപ്പെട്ടു.

''നിനക്കവളോട് മിണ്ടണോ?'' തെല്ല് കഴിഞ്ഞപ്പോൾ അവൻ ചോദിച്ചു. അതൊരു ആശ്വാസമാവുമെന്ന് തോന്നി.

ക്യാബിനിലെ ഫോണിൽനിന്ന് അവൻ തന്നെയാണവളെ വിളിച്ചത്. കല്യാണത്തിന് എത്താൻ കഴിയാത്ത ഏതോ ഒരു സഹപാഠി എന്ന പേരിൽ. അവളെ കിട്ടിയപ്പോൾ റിസീവർ എനിക്ക് തന്ന് അവൻ പുറത്തേക്കിറങ്ങിപ്പോയി.

പരിമിതമായ കുറച്ച് വാക്കുകൾ, മിക്കവാറും അവസാനത്തേത്, ഞങ്ങൾ കൈമാറി.

ക്ഷമിക്കണം, ശപിക്കരുത്, ഓർക്കണം. അങ്ങനെ.

പിശുക്കില്ലാതെ കണ്ണീർ മാത്രമൊഴുക്കി.

അന്ന് രാത്രി ഒറ്റയ്ക്ക് കഴിയുക കഠിനമായിരുന്നു. വിനോദിനൊപ്പം അവന്റെ വാടക ക്വാർട്ടേഴ്സിലേക്കാണ് ഞാൻ പോയത്.

രാത്രി. വൈകിയ രാത്രി. കടുംവർണ്ണമുള്ള ഒരു മദ്യക്കുപ്പി- തിയേറ്ററിൽനിന്ന് വരുംവഴി അടയ്ക്കാൻ തുടങ്ങിയ ഒരു ബാറിൽനിന്ന് അവൻ ധൃതിപ്പെട്ട് വാങ്ങിയത്- എടുത്ത് വിനോദ് മുന്നിൽ വെച്ചു. രണ്ടു ഗ്ലാസ്സുകളിലായി അവനതിൽനിന്ന് പകർന്നു. അവളെപ്രതി ആർദ്രമായ ആ രാത്രിയെ മദ്യത്തിൽ മുക്കി മറയ്ക്കരുതെന്ന് തോന്നി.

വേണ്ടെന്ന് തലയാട്ടി. വിനോദ് നിർബന്ധിച്ചതുമില്ല.

എനിക്കങ്ങനെ ശീലമായൊന്നുമില്ല. എങ്കിലും നിന്റെ സങ്കടം എനിക്കും വേദനിക്കുന്നു.

ഗ്ലാസുകൾ അവൻ നീക്കിവെച്ചു.

ആ രാത്രി ഏറെ വൈകി വെളിച്ചമണയ്ക്കും മുമ്പേ അവനൊരു പാട്ടുവെച്ചു. ടേപ്പ് റെക്കോർഡറിൽ. ഒപ്പീസായിരുന്നു അത്.

കേട്ടുകേട്ട്, അതിന്റെ ദുഃഖസാന്ദ്രമായ പതിഞ്ഞ വേഗത്തിലലിഞ്ഞ്, ലഘുമരണത്തിലേക്ക്, ഉറക്കത്തിലേക്ക് പതിയെ ആണ്ടുപോയി.

സിലിയാന്റി

''കഥകൾ അങ്ങനെയാണ്, ജീവിതവും. അനുഭവിച്ചവർക്കു മാത്രമല്ല, കേൾക്കുന്നവർക്കും വേദനിക്കും.''

പറഞ്ഞവസാനിപ്പിച്ചപ്പോൾ മുഖം കൈക്കുടന്നയിൽ താങ്ങി സാകൂതം മുഖത്തേക്ക് നോക്കിയിരുന്ന് നീതു പറഞ്ഞു.

''നിങ്ങളുടെ കഥകേട്ട് അന്ന് നിങ്ങളുടെ കൂട്ടുകാരന് വേദനിച്ചത് പോലെ ഇപ്പോഴെനിക്കും.'' അവൾ പറഞ്ഞു.

വർഷങ്ങളെത്രയോ... പഴയ ഒരു വേദന. ഇടയ്ക്കെല്ലാം ഉള്ളിൽ തിരതള്ളി ഉണരുന്നത്. ഇപ്പോൾ വീണ്ടും.

മണൽപ്പരപ്പിൽ നിന്ന് ഉയർന്നു. വസ്ത്രങ്ങളിലെ മണൽ തട്ടിക്കുടഞ്ഞ് നദിയുടെ നേർക്ക് നടന്നു.

"പിന്നെയെപ്പോഴെങ്കിലും ശുഭയെ കാണാനായോ ബ്രദർ?" ഇട യ്ക്ക് നീതു ചോദിച്ചു. "വീണ്ടുമെഴുത്തുകൾ? ഫോൺവിളികൾ എന്തെ ങ്കിലും? പിന്നീട് മൊബൈൽ ഫോണെല്ലാം വ്യാപകമായ കാലം വന്നുവല്ലോ?"

കുട്ടികളുടേതിന് സമാനമായ ആകാംക്ഷയും ഉത്കണ്ഠയും.

മറുപടിയൊന്നും പറയാതെ മുമ്പിൽ കാണാവുന്ന നദിനിരപ്പ് ലാക്കാക്കി നടന്നു.

"ആ കത്തുകൾ, ഒരു വഴിക്കുമാത്രം സഞ്ചരിച്ചിരുന്ന അവളുടെ കത്തുകൾ നിങ്ങളെന്ത് ചെയ്തു മാഷേ? സൂക്ഷിച്ചുവച്ചിട്ടുണ്ടോ, അതോ കത്തിച്ചുകളഞ്ഞോ? സത്യത്തിൽ ഞങ്ങളുടെ തലമുറയ്ക്ക് ലഭിക്കാതെ പോയ ആനന്ദം. കത്തെഴുത്തുകാലത്തിന്റെ അനുഭവം. കാത്തുകാത്തി രുന്ന് കിട്ടുന്ന സന്തോഷം. അതിങ്ങനെ പതിഞ്ഞ വേഗത്തിൽ നമ്മളെ ഴുതി, അതിലും പതിഞ്ഞ വേഗത്തിൽ ഒരിടത്ത് ചെന്നുചേരുന്നത്. പിന്നെ അത് ലഭിച്ചയാൾ നമുക്ക് മറുപടിയെഴുതുന്നത്. അത് വന്നു ചേരുമെന്ന പ്രതീക്ഷയിൽ കാത്തിരിക്കുന്നത്..." അനുഭവിക്കാനാവാതെ പോയ ഒരു കാലത്തിന്റെ നഷ്ടം നീതുവിന്റെ വാക്കുകളിൽ വിങ്ങി.

ശുഭയ്ക്കുശേഷം പിന്നെ എന്തെല്ലാം. ജീവിതം പിന്നെയുമെത്ര ഒഴുകി. നദിപോലെ. എന്തെന്ത് ഓർമ്മകൾക്കു മേൽമണ്ണ് വീണു. മാഞ്ഞ് മാഞ്ഞ് പോയി. പുതിയ വിത്തുകൾ വീണു മുളപൊട്ടി. പിന്നെയും പിന്നേയും.

മഴക്കാലത്ത്, അയൽരാജ്യങ്ങളെ തത്വദീക്ഷ തീണ്ടാതെ ആക്രമിച്ച് കയറുന്ന രാജാവിന്റെ സ്വരൂപത്തിലേക്ക് പകരുന്ന നദി അന്നേരം ശാന്ത മായിരുന്നു. ഇത്തിരിപ്പരപ്പല്ലാതെ ആഴമുണ്ടെന്ന് തോന്നിയില്ല, അതൊഴു കുന്നുണ്ടെന്നുപോലും. കുറച്ചുനേരം നോക്കിനിന്ന് തിരികെ നടന്നു. സർവ്വർക്കുവേണ്ടിയും പ്രാർത്ഥിക്കുന്ന ജ്ഞാനവൃദ്ധനെ അനുസ്മരിപ്പി ക്കുന്ന ആ പഴയ പള്ളിയെ ഒരുവട്ടംകൂടി വലംവെച്ചു. പിന്നെ പതിയെ മോട്ടോർസൈക്കിൾ നിർത്തിയിടത്തേക്ക് നടന്നു.

ഇനിയെങ്ങോട്ട് എന്ന ആലോചനകൾ അപ്പോൾ പൊടുന്നനെ ഉള്ളിലുയർന്നു. നീതുവിനെ പിരിഞ്ഞുപോവണമല്ലോ എന്ന തോന്നൽ അപ്പോഴാദ്യമായി ഉള്ളിലൊരു വേദനയുടെ മുള്ളുപോറി. അതിന്റെ സാന്ദ്രത പെരുകുന്നതറിഞ്ഞു. പോവണം, മുമ്പോട്ട്, അകലേക്ക്, സ്വയ മഴിഞ്ഞ്. അകന്നകന്ന്, എല്ലാത്തിൽനിന്നും.

ബൈക്ക് സ്റ്റാർട്ടു ചെയ്തു. ഹാസനിൽ നീതുവിനെ ഇറക്കണം. വിട പറയണം. മൂകമൂകമായൊരു മടക്കയാത്ര. ഹാസനിൽ, നഗരകേന്ദ്ര ത്തിലെ ഒരു കഫേയിൽ നിന്ന് കാപ്പികുടിച്ച് പിരിയാമെന്ന് നീതു പറഞ്ഞു. കൂർഗ് കോഫിക്ക് പേരുകേട്ട ആ ഇടം തിരഞ്ഞെടുത്തതും നീതുതന്നെയാണ്.

"കുറച്ച് ദൂരം കൂടി നിങ്ങടെയൊപ്പം വരണമെന്ന് മനസ്സ് നിർബ ന്ധിക്കുന്നു ദാദാ." കാപ്പിക്കപ്പുകൾക്ക് ഇരുപുറവുമിരിക്കുമ്പോൾ ആമുഖ മൊന്നും കൂടാതെ അവൾ പറഞ്ഞു. "ഞാനങ്ങനെ തീരുമാനമെടുക്കുന്നു."

ഒരാതുരാലയത്തിൽ ഉത്തരവാദിത്തമുള്ള ഒരു ജോലിയെടുക്കുന്ന നേഴ്സിന്റെയല്ല, ഒട്ടുമേ തയ്യാറെടുപ്പില്ലാതെ, ഒരു മുന്നൊരുക്കവുമില്ലാതെ മുമ്പിൽക്കാണുന്ന ഏത് വഴിയിലൂടെയും എങ്ങോട്ടുമെങ്ങോട്ടും പോവുന്ന ഒരു അലച്ചിൽകാരന്റെ മട്ടായിരുന്നു അവൾക്കപ്പോൾ. ആകെയാഴ്ന്നു നിൽക്കുന്ന ദുഃഖത്തിൽനിന്ന് അതിന്റെ പൊള്ളലിൽനിന്ന് ഒന്ന് തണുക്കാൻ അവൾക്ക് അത്രയെങ്കിലും വേണമായിരുന്നു.

ഉള്ളിലെയാശ്വാസം ഗൂഢമായി സൂക്ഷിച്ചില്ല. നന്ദിയുടെ ചിരി സമ്മാനമായി നൽകി. കാപ്പിക്കപ്പുകൾക്ക് ചാരെ വെച്ചിരുന്ന അവളുടെ കൈപ്പടം തൊടണമെന്ന് തോന്നി.

വീണ്ടും അവളുടെ അപ്പാർട്ടുമെന്റിലേക്ക്.

“ഗേറ്റിനടുക്കെ വേണ്ട. കുറച്ച്മാറ്റി നിർത്തിയിട്ടിരുന്നാൽ മതി. ഞാനൊരു ജോടി ഉടുപ്പെടുക്കട്ടെ.” ഗതി നിർണ്ണയങ്ങൾ, നിർദ്ദേശങ്ങൾ, തീർപ്പുകൾ...

നീതു തുടരുകയാണ് കൂടെ. ചുമലിൽ ഞാത്തിയിടാവുന്ന സഞ്ചി മട്ടിലുള്ള ചെറിയ ബാഗുമായി അവൾ മടങ്ങിവന്നു, വൈകാതെ. ഒരു ദിവസത്തേക്ക് തികയാവുന്ന വസ്ത്രങ്ങളേ ഉണ്ടാവൂ അതിലെന്ന് തീർച്ച.

“നമ്മളെങ്ങോട്ടാണ്?” തൽക്കാലത്തേക്കെങ്കിലും ഇതിപ്പോൾ അവളുടെ യാത്രയായിക്കഴിഞ്ഞുവല്ലോ എന്ന തോന്നലിൽ ചോദിച്ചു.

“എന്റെ അമ്മായിയുടെ അടുത്തേക്ക്.” താമസമില്ലാതെ അവളുടെ മറുപടി വന്നു. നല്ല അടുപ്പമുള്ള മനുഷ്യർക്കിടയിൽ കടന്നുവരാറുള്ള കുസൃതിത്തൊങ്ങൽവച്ച തർക്കുത്തരമെന്ന് കരുതി ആദ്യം. അല്ലെന്ന് വൈകാതെ വ്യക്തമായി.

“ഭദ്രാവതിയിലേക്കാണ് നമ്മൾ.” ഹാസൻ നഗരത്തെ ഒരുവട്ടംകൂടി പിന്നിലുപേക്ഷിച്ച് മുമ്പോട്ട് നീങ്ങുമ്പോൾ നീതു പറഞ്ഞു.

“അവിടെയെനിക്കൊരു അമ്മായിയുണ്ട്, ശരിക്കും.”

അവിശ്വസിച്ചില്ല.

“സിലിയാന്റി, അച്ഛന്റെ, അതായത് അപ്പായിയുടെ സ്വന്തം പെങ്ങൾ. പരിചയപ്പെടേണ്ട കഥാപാത്രമാണ്.” നീതു ഒന്ന് നിർത്തി തുടർന്നു. “സിനിമയോ നോവലോ ഒക്കെ ആക്കേണ്ട കഥയാണ് ആന്റിയുടെ ജീവിതം. സസ്പെൻസും ആക്ഷനും ദുഃഖവും ഫൈറ്റുമൊക്കെയുള്ള ഒരു ഗംഭീരൻ ജീവിതം.”

“നല്ലത്, കഥ പോരട്ടെ.” അവൾ കൂട്ടുപിരിയുന്നില്ലല്ലോ തൽക്കാലത്തേക്കെങ്കിലും എന്ന സന്തോഷത്തിൽ കലവറയില്ലാതെ പ്രോത്സാഹനം ചൊരിഞ്ഞു.

“സിസിലി, സിസ്റ്റർ സിസിലി ബെനീറ്റ, വീണ്ടും സിസിലി, പിന്നെ സിസിലി സാജൻ, ഇടയ്ക്ക് ടീച്ചർ ദീദി അതായിരുന്നു ആന്റിയുടെ ജീവിതം. സിസിലിയാന്റി, എന്റെ സിലിയാന്റി ഒരു മഠംചാടി ആയിരുന്നു അവർ.”

നീതു സിസിലിയാന്റിയുടെ ജീവിതം വരച്ചിടാൻ തുടങ്ങി. ഇതിനകം കേട്ടുപരിചയമായിക്കഴിഞ്ഞ ചെറുവാചകങ്ങളിൽ.

''ആന്റി, സിസിലിയാന്റി, ഞങ്ങൾ കുട്ടികൾ സിലിയാന്റി എന്ന് വിളിക്കുന്നവർ. അന്നൊക്കെ, അറിയാമല്ലോ, ദാരിദ്ര്യമായിരുന്നു എല്ലായിടത്തും. കൂടുതൽ കുട്ടികളുള്ള വീട്ടിൽ പ്രത്യേകിച്ചും. കഷ്ടിമുഷ്ടിയാണ് കഴിഞ്ഞുപോവൽ.

പറഞ്ഞുകേട്ടിട്ടുണ്ട് പലപ്പോഴും വീടുകളിൽനിന്ന് നേർച്ചനേരുമത്രെ. ഒന്നിനെ കർത്താവിന് കൊടുക്കാമെന്ന്. അതായത് കന്യാസ്ത്രീ മഠത്തിലേക്കയച്ച് കർത്താവിന്റെ മണവാട്ടിയാക്കാമെന്ന്. ഇതൊന്നുമറിയാതെ മുതിരുന്ന പെൺകുട്ടികൾ. പാവങ്ങൾ, ചിലർക്ക് പക്ഷേ അതിന് മനസ്സുണ്ടാവില്ല. ഒടുവിൽ വീട്ടിലെ ദാരിദ്ര്യത്തിന് വഴങ്ങി, ഉള്ളിൽ ക്കരഞ്ഞ് ഒരു ദിവസം അവർക്ക് മനസ്സില്ലാമനസ്സോടെ തങ്ങളുടെ പ്രിയങ്ങളെ ഉപേക്ഷിച്ച്, ജീവിതത്തിന്റെ നിറങ്ങളിൽനിന്ന് ഇറങ്ങിപ്പോവേണ്ടിവരും. അക്കാലത്ത് അങ്ങനെ ധാരാളം പേരുണ്ടായിരുന്നു എന്ന് കേട്ടിട്ടുണ്ട്. ഒട്ടുമിക്കവരും തങ്ങളുടെ പുതിയ ജീവിതത്തിൽ അങ്ങനെതന്നെ തുടരും. അതുപക്ഷേ അവസാനമൊന്നുമല്ല. എല്ലാം മതിയാക്കി ഇടയ്ക്ക് ഏതുഘട്ടത്തിലും സ്വമനസ്സാലെ അവർക്കിറങ്ങിവരാം. തിരികെ. പക്ഷേ അത് പഴയ ജീവിതത്തിലേക്കൊന്നുമാവില്ല എന്നുമാത്രം. ഒപ്പമൊരു മുൾക്കിരീടമുണ്ടാവും മടങ്ങിവരുമ്പോൾ ശിരസ്സിൽ. മഠംചാടി എന്ന കുറ്റപ്പേര്.

അങ്ങനെ ഇറങ്ങിവന്നയാളാണ് സിലിയാന്റി. ഇപ്പോഴോർക്കുമ്പോൾ വ്യവസ്ഥിതിയെ വെല്ലുവിളിച്ച ധീരവനിത എന്നൊക്കെ തോന്നുമെങ്കിലും അന്നത് കൊടുംപാതകമായിരുന്നുവത്രെ. കുടുംബത്തെയാകെ മൂടുന്ന അപമാനം. എനിക്കോർമ്മവരുമ്പോൾ ആന്റി ഇങ്ങനെ മടങ്ങിവന്ന് വീട്ടിൽ നിൽക്കുന്ന കാലമാണ്. ഞാൻ ജനിച്ച വർഷമാണത്രെ ആന്റി തിരികെ മടങ്ങിയെത്തിയത്.

എന്റെ കുട്ടിക്കാലത്തെക്കുറിച്ച് ഇന്നവശേഷിക്കുന്ന ഓർമ്മകളിൽ ഒട്ടുവളരെയും സിലിയാന്റിയുമായി ബന്ധപ്പെട്ടായിരുന്നു. ഒരു കുട്ടി സൈക്കിൾ സീറ്റ് മുറ്റത്തെ മാങ്കൊമ്പിൽ ഊഞ്ഞാലായി കെട്ടി എന്നെ അതിലിരുത്തിയാട്ടുന്ന സിലിയാന്റി. സ്കൂളിലേക്കിറങ്ങുന്ന എന്റെ ഷൂസ് കാലോടെയടുത്ത് മടിയിൽവെച്ച് തോർത്തുമുണ്ടിന്റെയഗ്രം കൊണ്ട് തുടയ്ക്കുന്ന സിലിയാന്റി. സന്ധ്യയ്ക്ക് ഒറ്റയ്ക്കുമാത്രം കുരിശുവരയ്ക്കുകയും എല്ലാവരും പോയിക്കഴിഞ്ഞ് ഒറ്റയ്ക്കുമാത്രം ആഹാരം കഴിക്കുകയും ചെയ്യുന്ന സിലിയാന്റി.

സിലിയാന്റിയോടൊപ്പമായിരുന്നു എന്റെ ഉറക്കവും. എങ്ങനെ ഉറക്കിക്കിടത്തിയാലും ഒന്നുറങ്ങിയുണർന്നു നോക്കുമ്പോൾ കാലിരുന്നിടത്ത് തലയും തലയുടെ ഭാഗത്ത് കാലുമായി ഞാൻ കിടക്കുന്നതാണ് കാണുക എന്ന തമാശപ്പരാതി ആന്റി പറയുമായിരുന്നു. ഉറക്കത്തിൽ മൂത്രമൊഴിക്കുന്ന ശീലക്കാരിയായിരുന്നത്രെ ഞാൻ. ഇടയ്ക്കിടെ അതാവർത്തിക്കുന്നതിനാൽ, കട്ടിലിൽ വെറുംപായ വിരിച്ചായിരുന്നു ഞാനും ആന്റിയും

ഉറങ്ങിയിരുന്നതത്രെ. മുതിരുംമുമ്പേ ഉച്ചാടനം ചെയ്യേണ്ട ഈ ശീലക്കേട് അവസാനിപ്പിക്കാൻ ഒരു നാട്ടുവൈദ്യൻ നിർദ്ദേശിച്ച മരുന്നാണ് തുണയായതുപോലും. വറുത്ത അരി എന്റെതന്നെ മൂത്രത്തിൽ കുതിർത്ത് തിന്നാൻ നൽകുകയായിരുന്നത്രെ അത്.

അതേ, അമ്മയെക്കുറിച്ചുള്ളതിലുമെത്രയോ ഇരട്ടി ഓർമ്മകൾ എനിക്ക് സിലിയാന്റിയെക്കുറിച്ചുണ്ട്. ഞാൻ നാലാം ക്ലാസിൽ പഠിക്കുമ്പോഴാണ് സിലിയാന്റി ഇറങ്ങിപ്പോവുന്നത്. ഞങ്ങളുടെ വീട്ടിൽനിന്ന്, എന്റെ ജീവിതത്തിൽ നിന്നും.

സാജൻ പാസ്റ്റർ. അക്കാലത്ത് ഞങ്ങളുടെ വീട്ടിലെ സ്ഥിരസന്ദർശകനായിരുന്നു. ഞങ്ങളുടെ മാത്രമല്ല, ചുറ്റുഭാഗത്തുള്ള വീടുകളിലെല്ലാം ഒരു വെല്ലുവിളിയുമില്ലാതെ ആശയപ്രചാരണത്തിനും പ്രേഷിതവേലയ്ക്കുമായി കയറിച്ചെല്ലാമായിരുന്നു പാസ്റ്റർക്കും കൂട്ടർക്കും. പാസ്റ്ററെ ഞാൻ വ്യക്തമായി ഓർക്കുന്നുണ്ട്. ഒറ്റ രോമവുമവശേഷിപ്പിക്കാതെ നിഷ്ഠയോടെ വടിച്ചു മിനുക്കിയ കുട്ടിത്തമുള്ള മുഖം. ടക്ക് ഇൻ ചെയ്ത കുപ്പായവും പാന്റും. അപ്പായിയോടും വല്യവല്യമ്മച്ചിയോടും അമ്മയോടുമൊക്കെ ദീർഘദീർഘമായി വർത്തമാനം പറഞ്ഞിരിക്കുന്ന പാസ്റ്റർ. സാജൻപാസ്റ്ററോടൊത്താണ് സിലിയാന്റി ഇറങ്ങിപ്പോയത്. പ്രണയമായിരുന്നത്രെ അവർ തമ്മിൽ.

ആന്റിയുടെ തിരോധാനം ഈ ലോകത്ത് സ്വാധീനിച്ച, ഒരേയൊരു ജീവിതം ഒരുപക്ഷേ നാലാംക്ലാസ്സുകാരിയായ എന്റേതായിരിക്കും. പൊടുന്നനെ അമ്മയില്ലാതായ കുഞ്ഞിനെപ്പോലൊരാനാഥത്വം എന്നെ വന്ന് മൂടി. ആ വിരഹം പിന്നെയെത്രയോ വർഷങ്ങൾ എന്നെ കരയിച്ചു. ഞെരുക്കി, തളർത്തി. എനിക്കമ്മതന്നെ ആയിരുന്നുവല്ലോ അവർ.

എങ്ങോട്ടാണ് സിലിയാന്റി ഇറങ്ങിപ്പോയത് എന്ന്, എവിടെയായിരുന്നു അവർ ഉണ്ടായിരുന്നത് എന്ന്, എങ്ങനെയായിരുന്നു അവരുടെ ജീവിതം എന്ന്, പിന്നെയും ഒന്നരപതിറ്റാണ്ടു കഴിഞ്ഞാണ് ഞാൻ അറിയുന്നത്. നഴ്സിംഗ് പഠനം കഴിഞ്ഞ് ഞാൻ ഹാസനിൽ ജോലിയിൽ ചേർന്ന സമയത്ത്.

ജയിലിലായിരുന്നു അവർ. നീണ്ട പത്തുവർഷം. മുംബൈയിലെ യേർവാഡ ജയിലിൽ. കൊലപാതകക്കുറ്റത്തിന് ശിക്ഷിക്കപ്പെട്ട്.

വീട് വിട്ടിറങ്ങിവന്ന ആന്റിയുമായി സാജൻ പാസ്റ്റർ പോയത് കർണ്ണാടകയുടെ വടക്ക് മഹാരാഷ്ട്ര അതിരിൽ കോലാപ്പൂർ പ്രദേശത്തേക്കാണ്. അവിടെ പാസ്റ്ററുടെ സഭനടത്തുന്ന ഒരു സ്കൂളുണ്ടായിരുന്നു. അവിടെയവർക്ക് ജോലി കിട്ടി. രണ്ടുപേർക്കും. പാസ്റ്റർ ഹൈസ്ക്കൂൾ ക്ലാസ്സുകളിൽ പഠിപ്പിച്ചു. സിലിയാന്റി ചെറിയ ക്ലാസ്സുകളിലും. സ്കൂളിനോട് ചേർന്ന് അദ്ധ്യാപകർക്കായുള്ള താമസസ്ഥലത്ത് മറ്റ് അദ്ധ്യാപകരോടൊപ്പം അവർ കഴിഞ്ഞു. അങ്ങനെ ഒന്ന് രണ്ട് വർഷങ്ങൾ.

ഇടയ്ക്കാണ് ആന്റി അറിയുന്നത് സാജൻ പാസ്റ്റർക്ക് മറ്റൊരു ഭാര്യ കൂടിയുണ്ട് എന്ന്. ബീഹാറിൽ സഭയുടെതന്നെ വിദ്യാഭ്യാസ സ്ഥാപനത്തിൽ ജോലിയെടുക്കുന്ന ഒരു സ്ത്രീ. പ്രേഷിതവേലയുടെ ഭാഗം

എന്ന് പറഞ്ഞ് സാജൻ പാസ്റ്റർ ഇടയ്ക്കിടെ യാത്ര പോയിരുന്നത് അങ്ങോട്ടാണ്, അവരുടെ കൂടെ കഴിയാനാണ്. നടുക്കവും വേദനയും തോന്നിയെങ്കിലും ഭർത്താവിന് മാപ്പുനൽകാനാണ് ആന്റി തീരുമാനിച്ചത്.

പക്ഷേ അവർക്ക് ക്ഷമിക്കാനാവാത്ത ഒന്ന്, അവർക്കെന്നല്ല ആർക്കും സഹിക്കാൻ കഴിയാത്ത ഒരു സംഭവത്തിന് വൈകാതെ ആന്റിക്ക് സാക്ഷിയാവേണ്ടിവന്നു. സ്കൂളിൽ പുതിയ ക്ലാസ്സുകൾ ആരംഭിച്ചപ്പോൾ നാട്ടിൽനിന്ന് വന്ന കുറച്ചധ്യാപകരുണ്ടായിരുന്നു. അവരിലൊരാളുമായി പാസ്റ്റർ, തങ്ങളുടെ കിടക്കയിൽ...

അപ്രതീക്ഷിതമായി ക്ലാസ്സിനിടവേളയിൽ ഒരാവശ്യത്തിന് വീട്ടിലേക്ക് വന്നപ്പോഴായിരുന്നു ആന്റി ഈ കാഴ്ച കണ്ടത്.

അനിതരസാധാരണമായ മനസ്സാന്നിദ്ധ്യത്തോടെ അവർ ആ നിമിഷം തരണം ചെയ്തു. ഒന്നുമറിയാത്തവളെപ്പോലെ അവർ പകൽ കഴിച്ചു. രാത്രി, ഉറങ്ങുമ്പോൾ തലയിണക്കീഴിൽ കരുതിവെച്ചിരുന്ന പാക്ക് നുറുക്കുന്ന കത്തി ആന്റി പാസ്റ്ററുടെ നെഞ്ചിൽ ആഴ്ത്തിയിറക്കി. ഒരേയൊരു കുത്ത്. ഹൃദയത്തിലാണതാഴ്ന്നത്.

പ്രണയം മുറിയുമ്പോൾ, ചതിക്കപ്പെടുമ്പോൾ, മുറിപ്പെടുമ്പോൾ മനുഷ്യർ ചിലപ്പോൾ എന്തുതന്നെ ചെയ്യില്ല! ഏത് നൃശംസതയ്ക്കും അന്നേരം ന്യായം കാണുന്നു. ഒരു കുത്തിന് ഹൃദയം പിളരാനുള്ള ശൗര്യം ആവേശിക്കുന്നു.

പാതിക്ക് മുറിഞ്ഞ പാസ്റ്ററുടെ നിലവിളി കേട്ട് ആന്റി കട്ടിൻകീഴിലിരുന്നു. ചതിയുടെ ശമ്പളം പറ്റി പാസ്റ്റർ ആ കിടക്കയിൽത്തന്നെ കിടന്നു മരിച്ചു. പോസ്റ്റുമോർട്ടം സമയത്താണത്രെ ആ കത്തി ഊരിയെടുക്കാനായത്. പാസ്റ്ററുടെ ഹൃദയം രണ്ടായി പിളർന്നുപോയിരുന്നുവത്രെ.

അന്ന് രാത്രിതന്നെ അറസ്റ്റിലായ സിസിലിയാന്റിയുടെ കൂടെ നിൽക്കാനോ സഹായക്കൈ നീട്ടാനോ ആരും മുന്നോട്ടുവന്നില്ല. നാട്ടിൽ അപ്പായിയേയും വേറെ ചില ബന്ധുക്കളെയുമൊക്കെ സ്കൂൾ അധികൃതർ വിവരമറിയിച്ചുവെങ്കിലും അവർ എല്ലാം രഹസ്യമായി വച്ചു. ഒന്നുമറിഞ്ഞതായി ഭാവിച്ചില്ല. ഒരൊറ്റത്തവണയൊന്ന് സന്ദർശിച്ച് ഒരു പിന്തുണപോലും കൊടുത്തില്ല.

ശിക്ഷയുണ്ടാവുമെന്ന് ഏറക്കുറെ തീർച്ചയായിരുന്നുവെങ്കിലും സിസിലിയാന്റിക്ക് വേണ്ടി നിയമസഹായം നൽകാൻ ഒരു വക്കീലിനെ കോടതി നിയോഗിച്ചു. ബോംബെയിൽ പ്രാക്ടീസ് ചെയ്യുന്ന ഒരു മലയാളി വക്കീൽ. ഞങ്ങളുടെ നാട്ടുകാരനായ റഹീം വക്കീൽ. അദ്ദേഹവും നാട്ടിൽ ഞങ്ങളുടെ വീടുമായി ബന്ധപ്പെട്ടുവെങ്കിലും അപ്പായി ഉൾപ്പെടെ ഉള്ളവരെല്ലാം ആന്റിയെ അതിനകം പൂർണ്ണമായും ഉപേക്ഷിച്ചുകഴിഞ്ഞിരുന്നു. അവരുടെ കണ്ണിൽ ഒരു കാരണവശാലും പൊറുക്കാനാവാത്ത മൂന്ന് പാതകങ്ങൾ തുടരെത്തുടരെ ചെയ്ത നശിച്ച ജന്മമായിരുന്നു സിലിയാന്റിയുടേത്. ആദ്യത്തേത് കന്യാസ്ത്രീജീവിതത്തിൽ നിന്നുള്ള മടങ്ങിപ്പോവൽ. പിന്നെ പാസ്റ്ററോടൊത്തുള്ള ഇറങ്ങിപ്പോകൽ.

ഈ രണ്ട് അപമാനമുറിവുകളിൽ മുളക് പുരട്ടുന്ന കൊലപാതകം മൂന്നാമത്തേതും. ദൈവകോപമേറ്റുവാങ്ങിയ വെറുക്കപ്പെട്ടവളോട് അനുതാപംകാട്ടി ശാപത്തിന്റെ പങ്കുപറ്റാൻ അവരാരും മിനക്കെട്ടില്ല.

കുഞ്ഞുപ്രായത്തിൽ എന്നെ ഉപേക്ഷിച്ച് പോയെങ്കിലും ആന്റിയെന്നും എന്റെ മനസ്സിലുണ്ടായിരുന്നു. മുതിരുമ്പോൾ അവരെ കണ്ടെത്താൻ ശ്രമിക്കണമെന്ന നിശ്ചയവും മനസ്സിൽ സൂക്ഷിച്ചിരുന്നു. എങ്കിലും ആന്റിയിലേക്ക് ഞാൻ ചെന്നുചേരുന്നത് യാദൃച്ഛികമായിട്ടായിരുന്നു. കുറച്ചേറെ സാഹസികമായിട്ടായിരുന്നു.

മഹാരാഷ്ട്രയിലെ ജയിലിൽ ജീവപര്യന്തത്തിന് ശിക്ഷിക്കപ്പെട്ട് ആന്റി കഴിയുന്നുണ്ടെന്ന് അപ്പായിയും അമ്മയുമുൾപ്പടെ എല്ലാവർക്കുമറിവുള്ളതായിരുന്നുവെങ്കിലും ആന്റിയെ കാണാനോ അവരുടെ കാര്യങ്ങളന്വേഷിക്കാനോ ആരും ഒരിക്കലും ശ്രമിച്ചില്ല. ഒരു വാക്കുകൊണ്ട് പോലും അവരെ കുറിക്കുന്നതൊന്നും ഞങ്ങളുടെ ജീവിതത്തിലേക്ക് കടന്നുവരാതിരിക്കാൻ എല്ലാവരും നിഷ്ഠ പാലിച്ചു.

ഒരിക്കൽ വീട് വൃത്തിയാക്കിയപ്പോൾ കോണിമൂലയിൽ കൂട്ടിയിട്ടിരുന്ന ആന്റിയുടെ പഴയ വസ്ത്രങ്ങളും മറ്റുമടങ്ങിയ ബാഗുകൾ കത്തിച്ചുകളയാൻ അമ്മ ഒരുങ്ങിയപ്പോൾ ഞാൻ തടഞ്ഞു. അങ്ങനെ ചെയ്യുന്നത് എനിക്ക് അസഹ്യമായിരുന്നു. കൂട്ടിയിട്ട് മണ്ണെണ്ണയൊഴിച്ചു കഴിഞ്ഞിരുന്ന ബാഗുകൾ തീപ്പെടും മുമ്പേ ഞാൻ തിരികെയെടുത്തു. എന്റെ മുറിയിലേക്ക് കൊണ്ടുവന്നു. അത്രനാളുമൊരോർമ്മപ്പെടുത്തലായി, സാന്നിദ്ധ്യമായി വീട്ടിലുണ്ടായിരുന്ന അവരുടെ ചേലത്തുണ്ടുകൾ ചാമ്പലാക്കാൻ വിട്ടുകൊടുക്കാൻ എനിക്ക് കഴിയുമായിരുന്നില്ല. അതേപ്രതി അമ്മയെന്നോട് കയർത്തു, ക്ഷോഭിച്ചു. അപ്പായിയും അമ്മയോടു ചേർന്നു.

ഇക്കാലമത്രയായിട്ടും ആന്റിയെക്കാണാൻ ആരും പോവാതിരുന്നതിന്, അവരെക്കുറിച്ചൊന്ന് അന്വേഷിക്കുക കൂടി ചെയ്യാതിരുന്നതിന് ന്യായീകരണമൊന്നുമില്ലെന്ന് ഞാൻ തിരിച്ചടിച്ചു. സ്വന്തത്തിൽപ്പെട്ട ഒരാളെ ജീവിച്ചിരിക്കെത്തന്നെ ഉപേക്ഷിച്ചുകളഞ്ഞ നിങ്ങളോട് എത്ര മുട്ടിപ്പായി പ്രാർത്ഥിച്ചാലും കർത്താവ് ക്ഷമിക്കുകയില്ലെന്ന് ഞാൻ ക്ഷോഭിച്ചു.

''യേർവാഡയിലെ ജയിലിലുണ്ടാവും ആ നാശം, ചത്തുപോയിട്ടില്ലെങ്കിൽ. നീ പോയി കാണ്'' എന്നായിരുന്നു അതിന് അമ്മയുടെ സ്തോഭമറുപടി.

അന്നേദിനം പകൽ വാക്കുകൾകൊണ്ട് വെട്ടിപ്പിളർന്ന് ക്ഷീണിച്ച് മുറിയടച്ച് ഇരിക്കുമ്പോഴാണ് ഞാൻ അതേപ്പറ്റി, അമ്മയോട് നടത്തിയ വെല്ലുവിളിയെപ്പറ്റി, ആന്റിയെ ഞാൻ ഉറപ്പായും കണ്ടുപിടിക്കുമെന്ന വാശിയോടെ വെല്ലുവിളിച്ചതിനെപ്പറ്റി ഗൗരവമായി ആലോചിച്ചുതുടങ്ങുന്നത്. എന്തുകൊണ്ട് സിലിയാന്റിയെച്ചെന്ന് കണ്ടുകൂടാ? ഇത്രകാലവും അത് ചെയ്തില്ല. ഇനിയും വൈകുന്നത് നന്ദികേടാണ്. വിശേഷിച്ച് ഞാൻ. കൂടെയുണ്ടായിരുന്ന കാലത്ത് അമ്മ തന്നെയായിരുന്നു എനിക്കവർ. പ്രണയത്തിനായവർ വീട് വിട്ടിറങ്ങിപ്പോയി. അത് ചതിയായി

കൂടുവിട്ടു കൂടുമാറിയപ്പോൾ അവർ അതിന് ശിക്ഷ വിധിച്ചു. ഇപ്പോഴതിന്റെ പരിണതി, സ്വയം വരിച്ചത് അവരനുഭവിക്കുന്നു. വെറുക്കാനായില്ല, എനിക്കവരെ.

പഠനം കഴിഞ്ഞ് ഞാൻ ജോലി ചെയ്തുതുടങ്ങിയ കാലമായിരുന്നു. അതിന്റെ ആത്മവിശ്വാസമുള്ള പെൺകുട്ടി. അല്പം അഹംഭാവവും വാശിയും ആവേശവുമൊക്കെയുള്ള ഒരുവളായി മാറിയിരുന്നു ഞാൻ അതിനകം. അവധി കഴിഞ്ഞ് ഹാസനിൽ തിരികെയെത്തിയ ഞാൻ ആദ്യം ചെയ്തത് യേർവാഡ ജയിലിലെ വിലാസത്തിൽ ആന്റിക്കൊരു കത്തയയ്ക്കുകയാണ്.

വിവരങ്ങളും വിശേഷങ്ങളുമറിയാനും അറിയിക്കാനും മനുഷ്യർ കത്തെഴുതിയിരുന്ന കാലമൊക്കെ കഴിഞ്ഞുപോയിരുന്നു. കത്തെഴുതുന്നതുതന്നെ കാര്യമായി പരിചയമില്ലാത്ത തലമുറയിൽപ്പെട്ടവരായിരുന്നല്ലോ ഞങ്ങൾ. എഴുതേണ്ടതോ ജയിലിലേക്ക്. അതും ഏറെക്കാലമായി ഒരു ബന്ധവുമില്ലാത്ത, ജീവിച്ചിരിക്കുന്നുണ്ടോ എന്നുപോലും തീർച്ചയില്ലാത്ത ജീവിച്ചിരിക്കുന്നുണ്ടെങ്കിൽതന്നെ എന്നെ ഓർമ്മിക്കുന്നുണ്ടാവുമോ എന്ന് ഉറപ്പില്ലാത്ത ഒരാൾക്ക്.

കടലാസും പേനയുമായി ഞാൻ ഏറെനേരം എന്റെ മുറിയിൽ തപസ്സിലെന്നമട്ടിലിരുന്നു. ഒടുവിൽ ഏതാനും വരികളുള്ള ഒരു ചെറിയ കത്ത് എനിക്കെഴുതാനായി. കുഞ്ഞുശിരസ്സിൽ വലിയ ഭാരമെടുക്കുന്ന കുട്ടിയെപ്പോലെ ആയാസപ്പെട്ട്. കെട്ടിലും മട്ടിലും ദയനീയമായ, ഉള്ളിലെ വികാരവായ്പ് തെല്ലും പകർന്നുവാങ്ങാനാവാത്ത ഒരു വെറുങ്ങലിച്ച കത്ത്.

പ്രിയമുള്ള സിലിയാന്റി,

ഞാൻ നീമോളാണ്. നീതു. ഞാനിപ്പോൾ ഹാസനിൽ ഒരാശുപത്രിയിൽ നഴ്സാണ്. ആന്റിക്ക് സുഖമല്ലേ? എനിക്കാന്റിയെ കാണണം. എന്നെ വിളിക്കില്ലേ?

എനിക്ക് സുഖം തന്നെ.

സ്വന്തം നീമോൾ.

യേർവാഡ ജയിലിന്റെ വിലാസം ഞാൻ ഇന്റർനെറ്റുവഴി അതിനകം കണ്ടുപിടിച്ചിരുന്നു. സിസിലി, യേർവാഡ ജയിൽ, സെക്ടർ 5, ജയിൽ റോഡ്, പൂനെ, മഹാരാഷ്ട്ര, 411006 എന്ന വിലാസം ഒരു ഭാഗത്തും മറുഭാഗത്ത് ആശുപത്രിയുടെ പേരിലുള്ള എന്റെ വിലാസവും കുറിച്ച് ഹാസനിലെ പോസ്റ്റാഫീസിൽനിന്ന് ഞാനാ കത്തയച്ചു.

പിന്നീടുള്ള ദിനങ്ങൾ കാത്തിരിപ്പിന്റേതായിരുന്നു. മറുപടിക്കായല്ല ആന്റിയുടെ വിളിക്കായി. കത്തിനടിയിലെ അവസാനവരിയായി ഞാൻ കോറിയിട്ട എന്റെ നമ്പറിൽ ആന്റി വിളിക്കുമെന്ന് ഞാൻ പ്രതീക്ഷിച്ചു.

പക്ഷേ ആശുപത്രി വിലാസത്തിൽ ഒരു കത്താണ് എന്നെ തേടി വന്നത്. അത് പക്ഷേ മറുപടി ആയിരുന്നില്ല. ആന്റിക്ക്, ഞാനയച്ച

കത്തുതന്നെയായിരുന്നു. വിലാസക്കാരനെ കണ്ടെത്താനാവാത്തതി നാൽ 'നോട്ട് നോൺ' എന്നെഴുതി എനിക്കുതന്നെ മടങ്ങിവന്നിരിക്കുന്നു അത്. ആ വഴി അടഞ്ഞിരിക്കുന്നു എന്ന് മനസ്സിലായി. നിരാശ തോന്നി. ഒപ്പം ഒരത്ഭുതവും എന്നെ ഗ്രസിച്ചു. ഏറെക്കുറെ അവഗണിച്ചും തെല്ലൊരു പരിഹാസത്തോടും കണ്ടിരുന്ന സംവിധാനമായിരുന്നു തപാലിന്റേത്. പകരംവയ്ക്കാൻ എന്തെല്ലാമെന്തെല്ലാം അതിവേഗ സം വിധാനങ്ങൾ വന്നിട്ടും എത്ര ആത്മാഭിമാനത്തോടെയും കാര്യക്ഷമ മായുമാണ് അതിപ്പോഴും ധർമ്മം നിർവ്വഹിക്കുന്നത്. വെറും അഞ്ചു രൂപയുടെ സ്റ്റാമ്പുപതിച്ച് ഞാനയച്ച കത്ത് കിലോമീറ്ററുകളെത്രയോ താണ്ടി സംസ്ഥാന അതിരുതന്നെ കടന്ന് അതിന്റെ വിലാസക്കാരനെ തിരഞ്ഞ് ചെല്ലുന്നു. ആളെ കണ്ടുകിട്ടാത്തതിനാൽ ആ ദൂരമത്രയും തിരികെ പിന്നിട്ട് എന്റെ കൈയിൽത്തന്നെ വന്നുചേരുന്നു. തൊപ്പി യൂരി സലാം വെച്ച് പോവുന്ന കാര്യപ്രാപ്തി.

ആദ്യശ്രമം അങ്ങനെ കലാശിച്ചുവെങ്കിലും വിട്ടുകൊടുക്കേണ്ടതി ല്ലെന്നൊരു വാശി അതിനകം എന്റെയുള്ളിൽ ഉരുവപ്പെട്ടു കഴിഞ്ഞി രുന്നു. രണ്ടാംശ്രമം എന്ന നിലയ്ക്ക് ജയിലിന്റെ ഫോൺ നമ്പർ കണ്ടെത്തി ആ നിലയ്ക്ക് മുന്നോട്ട് പോവാനായി ആലോചന. എന്തും തരുന്ന ഇന്റർനെറ്റിൽനിന്നുതന്നെ യേർവാഡ ജയിലിലെ ഫോൺ നമ്പറുകൾ കണ്ടെടുത്തു. പക്ഷേ പലവിഭാഗങ്ങളും ഉപവിഭാഗങ്ങളു മുള്ള വലിയ ആ ജയിലിലെ ആയിരക്കണക്കിന് തടവുപുള്ളികളിൽ ഒരാളെ കണ്ടെത്തുക, ഫോണിൽ സംസാരിക്കാൻ ശ്രമിക്കുക... എളുപ്പ മായിരുന്നില്ല അത്. പരുപരുത്ത പ്രതികരണങ്ങളിൽ, മറുപടികളിൽ, കൈമലർത്തുകളിൽ, ഫോണടിച്ചുവയ്ക്കലുകളിൽ എന്റെ പ്രതീക്ഷ കൾ ഉടഞ്ഞുപോയി.

സിലിയാന്റിയെ കണ്ടെത്തുന്നതിനെടുത്ത നിശ്ചയത്തിൽനിന്നും പിന്നോക്കമില്ലെന്ന് ഒരു വാശി അതിനകം മനസ്സിൽ വേരൂന്നിയിരുന്നു. നേരിട്ട് പോയി അന്വേഷിച്ചാലെന്ത് എന്നായി പിന്നീടുള്ള ആലോചന. അതത്ര എളുപ്പമല്ല എന്ന തോന്നൽ ഉള്ളിലുണ്ടായെങ്കിലും ഏറെ നാളേക്ക് മടിപിടിച്ച് മാറിനിൽക്കാൻ ആവുമായിരുന്നില്ല. ഏറെ പ്രിയ പ്പെട്ട ഒരാളെ കണ്ടെത്താനുള്ള ശ്രമങ്ങൾ ഒന്നോ രണ്ടോ വഴികളടയു മ്പോഴേക്കും അവസാനിപ്പിച്ചുകളയുന്നതിന് നീതീകരണമില്ല. അതും ഇക്കാലത്ത് അങ്ങനെ ചെയ്യുന്നത് ഒരു പരാജയം തന്നെയാണ്.

അതെ, നേരിട്ട് അന്വേഷിച്ചിറങ്ങാൻ തന്നെ ഉറച്ചു. മഹാരാഷ്ട്രയിൽ, എനിക്ക് ചില കൂട്ടുകാരുണ്ടായിരുന്നു. നേഴ്സിംഗിന് കൂടെ പഠിച്ച ജോയൽ അവരിലൊളായിരുന്നു. മുംബൈയിലെ സെവൻഹിൽസ് ആശുപത്രിയിൽ ജോലി ചെയ്യുകയായിരുന്ന അവൻ സഹായിക്കാമെ ന്നേറ്റു.

മഹാത്മാഗാന്ധിയും നെഹ്റുവും പിന്നെയുമനേകം ദേശീയ നേതാ ക്കളുമെല്ലാം തടവിൽ കിടന്നിട്ടുള്ള രാജ്യത്തെ ഏറ്റവും വലിയ, അല്ല

ഭൂഖണ്ഡത്തിലെതന്നെ ഏറ്റവും വലിയ ജയിലുകളിലൊന്നിൽ, പൂനെയിലെ യേർവാഡ ജയിലിൽ ഞാനും ജോയലും പിന്നെയവന്റെ അന്നാട്ടുകാരനായ കൂട്ടുകാരൻ സാവന്തും ചെന്നുചേർന്നത് ഒരുച്ച നേരത്താണ്.

ഇത്ര എളുപ്പമായിരുന്നോ കാര്യങ്ങൾ എന്ന് തോന്നിക്കുന്ന മട്ടിലും വേഗത്തിലുമായിരുന്നു അവിടെ കാര്യങ്ങൾ. അതെ അതിശയിപ്പിക്കുന്ന വേഗത്തിൽ മാഞ്ഞും നീങ്ങിയും പോവുന്ന തടസ്സങ്ങൾ.

ജയിലിന്റെ മുഖ്യഓഫീസിലേക്ക് പ്രവേശിക്കുന്നതിനും അവിടെ ഞങ്ങൾക്ക് വിവരങ്ങൾ നൽകേണ്ട ഉദ്യോഗസ്ഥനെ കാണുന്നതിന് അവസരം കിട്ടുന്നതിനുമുള്ള താരതമ്യേന ദൈർഘ്യം കുറഞ്ഞ കാലവിളംബം. അത്രമാത്രം. പിന്നെ എല്ലാം വളരെയെളുപ്പം ഞങ്ങളുടെ വഴിക്കുവന്നു. നേരിൽ വരിക എന്ന മാർഗ്ഗം സ്വീകരിക്കാത്തതിന്, എളുപ്പമാർഗ്ഗങ്ങളന്വേഷിച്ച് പോയതിന് ഞാനെന്നെത്തന്നെ ശകാരിച്ചു. പേരും ഏകദേശ പ്രായവും പറഞ്ഞതോടെ ജയിൽരേഖകളിൽനിന്ന് സിസിലിയാന്റിയുടെ വിവരങ്ങൾ ഞങ്ങൾക്ക് മുന്നിൽ തെളിഞ്ഞുവന്നു.

ടീച്ചർദീദി എന്ന് ജയിലധികാരികൾപോലും തെല്ലൊരിഷ്ടത്തോടെ വിളിച്ചിരുന്ന സിലിയാന്റി കാലാവധി പൂർത്തിയാവുംമുമ്പേ ജയിൽ മോചിതയായി പോയിക്കഴിഞ്ഞിട്ടുണ്ടായിരുന്നു. നാട്ടിലേക്കുതന്നെയാവും അവർ മടങ്ങിയിട്ടുണ്ടാവുക എന്നായിരുന്നു ജയിലധികൃതരുടെ അനുമാനം. അല്ലെങ്കിലും പുറത്തേക്ക് പോവുന്ന തടവുപുള്ളികൾ പിന്നീട് തിരിച്ചുവരാത്തിടത്തോളം കാലം ജയിലധികൃതരുടെ ആലോചനയാവേണ്ടതില്ല, അവരെ സംബന്ധിച്ച പുതിയ വിവരങ്ങളൊന്നും രേഖകളിൽ ഉണ്ടാവേണ്ടതുമില്ല. ആന്റി ജയിൽമോചിതയായതിൽ സന്തോഷം തോന്നി. ഒപ്പംതന്നെ ഒട്ടു തെളിഞ്ഞു തുടങ്ങിയ, ഇതാ അവരിലേക്ക് എത്തിപ്പോയി എന്ന് കരുതിയ വഴിയിൽ പൊടുന്നനെ ഇരുട്ട് വന്ന് വീഴുന്നുവെന്നും എനിക്ക് തോന്നി.

പക്ഷേ ആന്റിയിലേക്കെത്താൻ ഒരുവഴി അപ്പോഴും തുറന്നുതന്നെയുണ്ടായിരുന്നു. ഇഫ്തിക്കാർ റഹ്മാൻ എന്ന് പേരായ തുറന്ന ജയിലിന്റെ ചുമതലക്കാരനായിരുന്ന ഉദ്യോഗസ്ഥൻ. യേർവാഡയിൽ നിന്ന് നാഗ്പൂരിലേക്ക് സ്ഥലംമാറിപ്പോയ അദ്ദേഹം തടവുപുള്ളികൾക്ക് ഏറെ പ്രിയപ്പെട്ടവനായിരുന്നത്രെ. സ്കൂൾ ടീച്ചർകൂടിയായിരുന്ന ആന്റിയുടെ സേവനം ജയിലിനകത്ത് നടപ്പാക്കിയിരുന്ന സാമൂഹ്യവിദ്യാഭ്യാസ പദ്ധതിയിൽ അദ്ദേഹം പ്രയോജനപ്പെടുത്തിയിരുന്നു എന്ന വിവരവും യേർവാഡയിൽനിന്ന് ഞങ്ങൾക്ക് ലഭിച്ചു. ടീച്ചർദീദി നാട്ടിലേക്ക് അല്ല മടങ്ങിയെത്തിയത് എങ്കിൽ എവിടേക്കാണ് പോയിട്ടുണ്ടാവുക എന്നതിനെക്കുറിച്ച് എന്തെങ്കിലും വിവരം നൽകാൻ സാധ്യതയുള്ള ഏകയാൾ ഇഫ്തിക്കർ റഹ്മാൻ സാർ മാത്രമായിരിക്കുമെന്ന് യേർവാഡയിൽ ഞങ്ങൾ കണ്ട ഉദ്യോഗസ്ഥൻ സൂചിപ്പിച്ചു.

അത്രയെങ്കിലുമായല്ലോ എന്ന ആശ്വാസത്തോടെയാണ് ഞാൻ ഹാസനിലേക്ക് മടങ്ങിയത്. ഇനി ഈ അന്വേഷണം തുടരാതെ വയ്യായിരുന്നു എനിക്ക്. ജീവനോടെയുണ്ടെങ്കിൽ ആന്റിയെ കണ്ടുപിടിച്ചിരിക്കും. ഞാനെന്നെത്തന്നെ ഓർമ്മിപ്പിച്ചുറപ്പിച്ചുകൊണ്ടിരുന്നു.

ഇഫ്തിക്കാർ റഹ്മാൻ സാറിനെ ഫോൺവിളിച്ചും മറ്റും വിവരങ്ങളെടുക്കാൻ ശ്രമിക്കുന്നത് അത്ര ഭംഗിയാവില്ലെന്നുള്ള തോന്നലുള്ളതിനാൽ ഞാനാവഴിക്ക് പിന്നെ ശ്രമങ്ങളൊന്നും നടത്തിയില്ല. മുതിർന്ന ഒരുദ്യോഗസ്ഥൻ, അദ്ദേഹത്തെ എന്റെയൊരാവശ്യത്തിന് ഫോണിൽ വിളിച്ച് നോക്കുന്നത് ഒരൗചിത്യക്കുറവായിത്തോന്നി എനിക്ക്. തുടർച്ചയായ രണ്ട് ജോലിയവധി ദിവസങ്ങൾ ഒത്തുകിട്ടിയ ഒരവസരത്തിൽ ഞാൻ നാഗ്പൂരിലേക്ക് പുറപ്പെട്ടു. ഇത്തവണ ഒറ്റയ്ക്ക്.

പക്ഷേ കൗതുകം, ഞാൻ ശ്രമിക്കാതിരുന്ന മാർഗ്ഗത്തിൽ, ഒരു ഫോൺവിളിയുടെ രൂപത്തിലാണ് പ്രധാനപ്പെട്ട ചില വിവരങ്ങൾ എന്നെ തേടിവന്നത്. ജോയലിന്റെ കൂട്ടുകാരൻ സാവന്തിന്റെ ഫോൺകോൾ. നാഗ്പൂരിലേക്കുള്ള യാത്രയ്ക്കിടെ ട്രെയിനിലായിരുന്നു ഞാൻ. ഇഫ്തിക്കാർ റഹ്മാൻ എന്ന ഉദ്യോഗസ്ഥൻ സർവ്വീസിൽനിന്ന് വിരമിച്ചു എന്നും അദ്ദേഹമിപ്പോൾ നാഗ്പൂരിൽ തന്നെയുള്ള വീട്ടിൽ വിശ്രമജീവിതം നയിച്ചുവരുന്നു എന്നുമായിരുന്നു വിവരങ്ങൾ. യേർവാഡ ജയിലിൽ സന്ദർശനം നടത്തിയ സമയത്ത് ഞങ്ങളോട് താല്പര്യപൂർവ്വം പെരുമാറുകയും വിവരങ്ങൾ നൽകുകയും ചെയ്ത ഉദ്യോഗസ്ഥനാണ് സന്ദർശകഡയറിയിൽ രേഖപ്പെടുത്തിവച്ചിരുന്ന നമ്പർ നോക്കി സാവന്തിനെ വിളിച്ച് ഇക്കാര്യങ്ങൾ അറിയിച്ചതത്രെ.

കൂടുതൽ പ്രധാനപ്പെട്ട കാര്യം, ഇഫ്തിക്കാർ സാറിന്റെ അപ്പോഴത്തെ ഫോൺ നമ്പറും താമസിക്കുന്ന ഇടവും കൂടി ആ ഉദ്യോഗസ്ഥൻ കണ്ടുപിടിച്ച് കൈമാറിയിരുന്നു എന്നതാണ്. വണ്ടി ഒരിടത്ത് പിടിച്ചിട്ട ഒരിടനേരത്ത് ഞാൻ തെല്ല് ഭയന്നും മടിച്ചും ജയിൽ വകുപ്പിൽനിന്നും പെൻഷൻ പറ്റി പിരിഞ്ഞ ആ ഉദ്യോഗസ്ഥന്റെ നമ്പർ ഡയൽ ചെയ്തു.

പൂർണ്ണമായും റിംഗ് ചെയ്തിട്ടും ആരുമെടുത്തില്ല. തെല്ലുകഴിഞ്ഞ് ഒരുവട്ടം കൂടി ശ്രമിക്കാം എന്ന് കരുതി ഞാനിരിക്കെ അതേനമ്പറിൽ നിന്ന് തിരികെ കാൾ വന്നു. ഒരു സ്ത്രീയായിരുന്നു മറുതലയ്ക്കൽ. ഡയൽ ചെയ്ത നമ്പർ മാറിപ്പോയിരിക്കുമോ എന്ന് ഞാൻ സംശയിച്ചു. അല്ല. ഇഫ്തിക്കാർ സാറിന്റെ മകൾ ആയിരുന്നു അത്. കടുത്ത കാസരോഗം ബാധിച്ച് നാഗ്പൂരിലെ ഒരാശുപത്രിയിൽ ചികിത്സയിലായിരുന്നു അദ്ദേഹം. മടിച്ചുമടിച്ച് എങ്കിലും പ്രതീക്ഷയോടെ ഞാനെന്റെ ആവശ്യം പറഞ്ഞു. ഫോൺ ഹോൾഡിൽ തന്നെവെച്ച് മകൾ അദ്ദേഹത്തോട് കാര്യങ്ങൾ വിശദീകരിക്കുന്നതും അദ്ദേഹം വരാൻ നിർദ്ദേശിക്കുന്നതും ഞാൻ ട്രെയിനിലിരുന്ന് കേട്ടു.

ഹോസ്പിറ്റലിന്റെ പേരും റൂം നമ്പറും സ്ഥിതിചെയ്യുന്ന സ്ഥലവും മകളെനിക്ക് വിശദമായി വിവരിച്ച് നൽകി.

റെയിൽവേ സ്റ്റേഷനിൽ നിന്ന് കുറച്ചകലെയായിരുന്നു ആശുപത്രി. സ്റ്റേഷനിൽ നിന്നുതന്നെ റിക്ഷ വിളിച്ച് ഞാൻ ആശുപത്രിയിലും അദ്ദേഹത്തിന്റെ മുറിയിലുമെത്തി. രോഗബാധകൊണ്ട് ക്ഷീണിതനായിക്കഴിഞ്ഞിരുന്നു അദ്ദേഹം. ദ്രവരൂപത്തിലുള്ള ആഹാരം പതിയെ കഴിക്കുകയായിരുന്നു ഞാൻ ചെന്നുകയറുമ്പോൾ. അത് തുടർന്നുകൊണ്ടുതന്നെ അദ്ദേഹം എന്നോട് സംസാരിക്കാനാരംഭിച്ചു.

ഞാനൊരു നഴ്സാണ് എന്ന് അറിഞ്ഞപ്പോൾ അദ്ദേഹത്തിന് എന്നോടെന്തോ ഒരിഷ്ടവും തോന്നിയിരിക്കണം.

''നല്ലൊരു പ്രൊഫഷനാണ് മകളെ അത്. ഞങ്ങളുടേതുപോലെ വെറുപ്പോടെയും ഭയത്തോടെയും അല്ല, സെർവ്വ് ചെയ്യുന്ന സമൂഹം സ്നേഹത്തോടെ ഓർക്കാനിടയുള്ള ജോലി.'' അദ്ദേഹം ക്ഷീണിച്ച ഒരു ചിരിയോടെ തുടർന്നു.

''തടവിലിട്ടിരിക്കുന്ന മനുഷ്യർക്ക് അവരുടെ സൂക്ഷിപ്പുകാരോട് വെറുപ്പ് കലർന്ന വിധേയത്വമല്ലാതെ ഒരിക്കലും ഇഷ്ടമുണ്ടാവുകയില്ലല്ലോ.''

ഞാൻ ഒന്നും മിണ്ടാതെ അദ്ദേഹത്തെ നോക്കിയിരുന്നു.

സിസിലിയാന്റിയെ അദ്ദേഹത്തിന് പരിചയമുണ്ടായിരുന്നു. ഓർമ്മിക്കുന്നുമുണ്ടായിരുന്നു. അല്ല, ആന്റിയെക്കുറിച്ച്, ജയിൽമോചിതയായ ആന്റിയെക്കുറിച്ച് ഇപ്പോൾ ഏറ്റവും കൂടുതലറിയാവുന്ന ആൾ ഇഫ്തിക്കാർ റഹ്മാൻ എന്ന വിരമിച്ച ആ ജയിൽ ഉദ്യോഗസ്ഥനായിരുന്നു.

ഭക്ഷണം കഴിച്ച് മകളുടെ സഹായത്തോടെ വായും കൈയും കഴുകി കട്ടിൽക്രാസിയിൽ തലയിണ ചാരി ഒരർദ്ധശയനത്തിലെന്നവണ്ണമിരുന്ന് അദ്ദേഹം ആന്റിയെക്കുറിച്ച് പറയാൻ തുടങ്ങി.

''ജീവനെടുക്കുന്നത്, അത് എത്രമേൽ അക്ഷന്തവ്യമായ ഒരു തെറ്റിന്റെ പേരിലാണെങ്കിലും അംഗീകരിച്ചുകൂടാനാവാത്തതുതന്നെയാണ്. പക്ഷേ സുദീർഘമായ ഞങ്ങളുടെ അനുഭവത്തിൽ കണ്ടിട്ടുണ്ട് പലപ്പോഴും, ചില തടവുപുള്ളികൾക്ക് മാത്രം കിട്ടുന്ന ഒരുതരം താരപരിവേഷം. അത് പ്രതികാര കൊലപാതകം നടത്തിയവർക്കാവാം, വേറെ ചിലപ്പോൾ രാഷ്ട്രീയ കൊലപാതകങ്ങളിൽ ഏർപ്പെട്ടവർക്കാവാം. ചിലപ്പോഴൊക്കെ ഇതുപോലെ ചതിക്ക് ശിക്ഷ വിധിച്ച് എത്തിയവർക്കുമാവാം. ഏതായാലും വളരെ വിചിത്രം തന്നെ.

ശിക്ഷിക്കപ്പെട്ട് ജയിലിലെത്തുന്നവരിൽ കുറച്ചു പേർക്കൊക്കെ പരിഗണന കലർന്ന മനോഭാവത്തിന്റെ ആനുകൂല്യം ഞങ്ങൾ ജീവനക്കാരും നൽകാറുണ്ട്. രാഷ്ട്രീയത്തടവുകാർ, മനപ്പൂർവ്വമല്ലാത്ത ഹത്യകൾക്ക് ശിക്ഷിക്കപ്പെടുന്നവർ പിന്നെ അനുസരണയോടും വിധേയത്വത്തോടും കൂടി പെരുമാറുന്നവർക്കും. സിസിലി, ടീച്ചർദീദി എന്ന് ഞങ്ങളും തടവുപുള്ളികളുമൊക്കെ വിളിക്കാറുള്ള ഇവരോടുള്ള അനുതാപത്തിന് കാരണം അവരുടെ മികച്ച വിദ്യാഭ്യാസ പശ്ചാത്തലമായിരുന്നു. സ്കൂൾ ടീച്ചറായിരുന്ന അവരെ അക്ഷരമറിയാത്ത തടവുപുള്ളികളെ എഴുത്തും വായനയും പഠിപ്പിക്കാനും കുട്ടികളുടെ ജയിലിൽ ക്ലാസ്സെടുക്കാനുമൊക്കെ നിയോഗിച്ചു.

ജീവപര്യന്തമായിരുന്നെങ്കിലും സിസിലിക്ക് പൂർണ്ണകാലം ജയിലിൽ കഴിയേണ്ടി വന്നില്ല. റിപ്പബ്ലിക്ദിനത്തിന്റെ ഭാഗമായി മികച്ച ട്രാക്ക് റെക്കോർഡുള്ള തടവുകാരുടെ മോചനത്തിനായി ഗവൺമെന്റ് ലിസ്റ്റ് ആവശ്യപ്പെട്ടപ്പോൾ, യേർവാഡയിൽനിന്ന് നൽകിയ ലിസ്റ്റിൽ ടീച്ചർ

ദീദിയുടെ പേരും ഞങ്ങൾ ഉൾപ്പെടുത്തി. അങ്ങനെ നല്ലനടപ്പ് ജയിൽ മോചിതരാക്കുന്നവരുടെ കൂട്ടത്തിൽ അവരും ഉൾപ്പെട്ടു.

ജയിലിലായിരുന്ന ടീച്ചർദീദിയുടേതല്ല. പുറത്തുവന്ന സിസിലിയുടെ ജീവിതമാണ് പ്രതിസന്ധിയിലായത്. സ്വാഭാവികം. പോകാൻ ഒരിടമില്ല, ചെയ്യാൻ ജോലിയില്ല, വരുമാനമില്ല, തനിക്കുതാൻ മാത്രമല്ലാതെ കൂട്ടിനൊരാളുമില്ല. നാട്ടിലേക്ക് മടങ്ങാൻ അവർ ആഗ്രഹിച്ചില്ല. മടങ്ങിയാൽതന്നെ വീട്ടുകാർ അവരെ സ്വീകരിക്കുമായിരുന്നോ എന്ന് തീർച്ചയില്ലതാനും. സ്ത്രീയോ പുരുഷനോ ആരുമായിക്കൊള്ളട്ടെ, ഏതൊരാളും പകച്ചുനിന്ന് പോവും സന്ധി.

എനിക്കൊരു കൂട്ടുകാരനുണ്ട്. കമലേഷ്, വലിയ ധനാഢ്യരായ ഒരു മാർവാഡി കുടുംബത്തിലെ അംഗമാണ് അയാൾ. ഗോവയിലും കർണ്ണാടകയിലുമുൾപ്പടെ കുറച്ച് സൗത്തിന്ത്യൻ സംസ്ഥാനങ്ങളിൽ റെയിൽവേ കാന്റീനുകളുടെ നടത്തിപ്പിന്റെ കരാർ കമലേഷിന്റെ സംഘത്തിനായിരുന്നു. ടീച്ചർദീദിയുടെ കാര്യം വന്നപ്പോൾ, ഞാനാദ്യം ഓർമ്മിച്ചത് അയാളെയാണ്. ഒന്ന് ഫോൺ ചെയ്യുകയേ വേണ്ടി വന്നുള്ളൂ. ആ നല്ല കൂട്ടുകാരൻ കർണ്ണാടക ഭദ്രാവതിയിലെ കാന്റീനിൽ വിളിച്ച് സിസിലിയെ അവിടെ ജോലിയിൽ പ്രവേശിപ്പിക്കാനുള്ള ക്രമീകരണങ്ങൾ ചെയ്തു. ഏറെയകലെയല്ലാതെ അവർക്ക് ഒരു താമസയിടവും ശരിയാക്കാൻ അയാൾ സഹപ്രവർത്തകരെ ശട്ടം കെട്ടി.

ടീച്ചർദീദി, കുട്ടിയുടെ ആന്റിയിപ്പോൾ കർണ്ണാടകയിലെ ഭദ്രാവതി എന്ന ചെറിയ നഗരത്തിലാണുള്ളത്. അതെ, അവരവിടെതന്നെയുണ്ട് എന്ന് എനിക്ക് ഉറപ്പുതന്നെയാണ്. കാരണം ഏതാനുമാഴ്ചകൾക്ക് മുമ്പ്, എനിക്ക് രോഗം കലശലാവുന്നതിന് മുമ്പേ ഒരു വൈകുന്നേരത്ത് അവരന്നെ വിളിച്ചപ്പോഴും അവർ ഭദ്രാവതിയിൽതന്നെയായിരുന്നു.

ഏതായാലും മോളെ നീ ചെയ്തത് എത്ര വലിയ കാര്യമാണ്. കടം വീട്ടലാണ്. ഒരായുസ്സിൽ ഇങ്ങനെയൊക്കെയൊന്ന് ചെയ്താൽ മതി, ഈ അന്വേഷണം. ഇക്കാലത്തെ കുട്ടികളെയോർത്ത് എനിക്ക് അഭിമാനം തോന്നുന്നു.''

സുദീർഘമായ സംസാരം ഇഫ്തിക്കാർ റഹ്മാൻ എന്ന പഴയ ജയിൽ ഉദ്യോഗസ്ഥനെ ഏറെ ക്ഷീണിപ്പിച്ചുവെന്ന് തോന്നി. അദ്ദേഹം കിതയ്ക്കുകയും ചുമയ്ക്കുകയും ചെയ്തു. എനിക്ക് കുറ്റബോധം തോന്നി. ഇനിയദ്ദേഹത്തെ ബുദ്ധിമുട്ടിക്കേണ്ടെന്നുതന്നെ കരുതി. അദ്ദേഹത്തിന്റെ കൈകൾ ഒരു സങ്കോചവും കൂടാതെ ചേർത്തുപിടിച്ച് ഞാൻ കണ്ണീരൊഴുക്കി. നന്ദി പറഞ്ഞു. യാത്ര ചോദിച്ചു.

എനിക്ക് വേണ്ടത് ലഭിച്ചുകഴിഞ്ഞിരുന്നു. ഇനി എല്ലാം എളുപ്പമാണ്. വളരെ വളരെ. മടക്കയാത്രയിൽ ഞാൻ വിചാരിച്ചു.

എന്റെ ചെറിയ ജീവിതത്തിലെ ഏറ്റവും പ്രധാനപ്പെട്ട ദിനമായി ഇഫ്തിക്കാർ സാറിനെ കണ്ട ദിവസത്തെ ഞാൻ കുറിച്ചിട്ടു. ഏറ്റവുമടുത്ത ദിവസംതന്നെ സിലിയാന്റിയെ കാണാൻ പോവാമെന്ന നിശ്ചയത്തോടെ മടക്കയാത്രയിൽ ഞാൻ സ്വസ്ഥമായുറങ്ങി.

ഹാസനിൽനിന്ന് എനിക്ക് ആന്റിയിലേക്കുള്ള ദൂരം തീരെ ചെറുതായിരുന്നു. എന്തൊരു പുനഃസമാഗമമായിരിക്കും അത്. പതിനഞ്ച് നീണ്ട വർഷങ്ങൾക്കുശേഷം. അവരിറങ്ങിപ്പോകുവോളവും അമ്മയും മകളും തന്നെയായിരുന്നു ഞങ്ങൾ, അതിനുശേഷവും. അവരെ മറക്കാൻ എനിക്കാവുമായിരുന്നില്ല. വെറുക്കാനുമുപേക്ഷിക്കാനും ഞാൻ ശ്രമിച്ചു നോക്കി എന്നത് നേരാണ്. എങ്കിലും നിറം കുറഞ്ഞൊരോർമ്മയായി ഏറക്കുറെ സ്ഥിരമായി അവരെന്നോടൊപ്പമുണ്ടായിരുന്നു എക്കാലവും. ജീവിതത്തിൽ എന്തുതന്നെ വന്നു ഭവിച്ചാലും ആന്റിക്ക് എന്നെ മറന്നുകളയാൻ സാധിക്കില്ലെന്ന് തീർച്ചയുണ്ടായിരുന്നു.

അതേ, വല്ലാത്തൊരു ഒത്തുചേരൽ തന്നെയായിരുന്നു ഞങ്ങളുടേത്. ഭദ്രാവതി റെയിൽവേസ്റ്റേഷനിലെ ഒരേയൊരു ഭോജനശാല ഞാൻ പ്രയാസമില്ലാതെ കണ്ടെത്തി. അവിടെയിരുന്നുതന്നെ ഒരു കാപ്പി കുടിച്ചു. സിസിലിയാന്റി അവിടെ അടുക്കളയിൽ ജോലി ചെയ്യുന്നുണ്ടെന്ന് എളുപ്പത്തിൽ മനസ്സിലാക്കി. പിന്നെ പുറത്തുവന്ന് പ്ലാറ്റ്ഫോമിലെ ബെഞ്ചിൽ കാന്റീനിനഭിമുഖമായി കാത്തിരിക്കാൻ തുടങ്ങി.

ഉച്ചയ്ക്ക് രണ്ടോടെ തീരുന്ന ഷിഫ്റ്റിനൊടുവിൽ ആന്റി പുറത്തേക്കിറങ്ങുമെന്നായിരുന്നു പ്രതീക്ഷ. പക്ഷേ രണ്ടുകഴിഞ്ഞ് രണ്ടരയായിട്ടും അവർ പുറത്തേക്ക് വന്നുകണ്ടില്ല. വല്ലാത്ത വല്ലാത്ത ഒരു ആകാംക്ഷയായിരുന്നു അത്. ഉള്ളം പിടഞ്ഞ് പൊട്ടിപ്പോവുന്ന ഒന്ന്. അത്ര പ്രതീക്ഷയോടെ അന്നേവരെയുള്ള ജീവിതത്തിൽ ഞാനാരെയും കാത്തിരുന്നിട്ടുണ്ടായിരുന്നില്ല.

പത്തുപതിനഞ്ച് വർഷങ്ങൾകൊണ്ട് ആന്റിക്ക് എന്തെന്ത് മാറ്റങ്ങളുണ്ടായിട്ടുണ്ടാവും. യുവത്വത്തിൽനിന്ന് അവർ മദ്ധ്യവയസ്സിലേക്ക് പാദമൂന്നിയിട്ടുണ്ടാവും. ജീവിതമേല്പിച്ച പരിക്കുകളും ഏകാന്തതയും ഒരുപക്ഷേയവരെ വൃദ്ധതന്നെയാക്കിയിട്ടുണ്ടാവും. ഊഹങ്ങളല്ലാതെ ഒരുറപ്പുമില്ല ഒന്നിനെക്കുറിച്ചും. ഒന്നുമാത്രം പക്ഷേ ഉറപ്പുണ്ടായിരുന്നു. എന്തെന്ത് മാറ്റങ്ങളുണ്ടായാലും എനിക്കാന്റിയെ തിരിച്ചറിയാനാവുമെന്ന്, അവരെന്നെ മറന്നിട്ടുണ്ടാവില്ല എന്ന്.

ഏകദേശം മൂന്നുമണിയോടടുത്ത നേരത്ത് ഒരു തുണിസഞ്ചിയും കൈയിൽ തൂക്കി ആന്റി ഇറങ്ങിവന്നു. എന്നെങ്കിലും കാണുമ്പോൾ തിരിച്ചറിയുമെന്ന പ്രതീക്ഷയിൽ ഞാൻ ഓർമ്മയിൽ കാത്തുവച്ച രൂപമൊന്നുമായിരുന്നില്ല അവരുടേത്. വലുതായി തടിച്ചിട്ടില്ലാത്ത, പൊക്കം കൂടിയ ശരീരം. ഇരുനിറം, അങ്ങിങ്ങ് നരച്ച മുടി, അടുക്കളപ്പുകയും വിയർപ്പും വടുകെട്ടിയ മുഖം. ഇടത്തോട്ട് അല്പം ചെരിഞ്ഞ നടത്തം. കറുപ്പും വെളുപ്പും കളങ്ങളുള്ള സാരി വേഷം.

പിന്തുടർന്ന് പേര് വിളിച്ച് അതവരാണെന്നുറപ്പിക്കാനായിരുന്നു എന്റെ തീരുമാനം. പതിയെ നടന്ന് പോവുന്ന ആന്റിയെ ഞാൻ പിന്തുടർന്നു. കൃത്യം അതേ നേരത്ത് തന്നെയാണ് ഒരു പാസഞ്ചർ വണ്ടി പ്ലാറ്റ്ഫോമിനെ വിറപ്പിച്ച് വന്നണഞ്ഞതും. അതുണ്ടാക്കിയ തിരക്കിൽ ആന്റി ഒരുവേള നഷ്ടപ്പെട്ട് പോയേക്കുമോ എന്ന് ഞാൻ ഭയന്നു.

ഇല്ല, ആൾക്കൂട്ടം പലവഴി ചിതറി മെലിഞ്ഞു. മുഖ്യകവാടം കൂടാതെ ചെറിയ ഒരു നടവഴിയും സ്റ്റേഷന് പുറത്തേക്കുണ്ടായിരുന്നു. അതിലേയാണ് ആന്റി നടന്നത്. ഞാനുമവരെ പിന്തുടർന്നു. പഴങ്ങളും പച്ചക്കറികളും വിലവിളിച്ച് പറഞ്ഞ് വിൽക്കുന്ന തെരുവ് പിന്നിട്ട് ആന്റി വീണ്ടുമൊരിടവഴിയിലേക്ക് കടന്നു.

ഇനി ക്ഷമിക്കാനാവില്ല. പൊട്ടിപ്പോവുമെന്ന തോന്നലിൽ ഞാനവരെ വിളിച്ചു. കുഞ്ഞുനാളിൽ ഞങ്ങൾ കുട്ടികൾ വിളിച്ചു ശീലിച്ച അതേ മട്ടിൽ. പിന്നിൽനിന്ന് പ്രയോഗിച്ച ആയുധമേറ്റെന്നമട്ടിൽ അവർ പൊടുന്നനെ വഴിയിൽ തറഞ്ഞുനിന്നു. പിന്നെപതിയെ തിരിഞ്ഞ് എന്നെ നോക്കി. കൺകോണിൽ നനവുണ്ടാവാറുണ്ടെന്ന് എനിക്ക് തോന്നാറുള്ള പതിനഞ്ചുവർഷം പഴയ അതേനോട്ടം.

"നീമോളാണ്." അടുത്തുചെന്ന് അവരുടെ കൈ പിടിച്ച് ഞാൻ പറഞ്ഞു.

ആന്റി ഒരു നിമിഷമെന്നെ സൂക്ഷിച്ചുനോക്കി. ചെറിയ ജീവിതത്തിൽ അന്നേവരെ ഞാൻ പിന്നിട്ടിട്ടുള്ള ഏറ്റവും സുദീർഘമായ നിമിഷം.

കരയുകയോ കെട്ടിപ്പിടിക്കുകയോ ഉണ്ടായില്ല. കൈയ്യിലെ പിടുത്തം വിടാതെ തുടർന്നു, അവിടെനിന്നും നടന്നുചെന്ന് ചേരാവുന്ന ആന്റിയുടെ വീടെത്തുവോളം.

രണ്ടുനാൾ ആന്റിയുടെ കൂടെ കഴിഞ്ഞിട്ടാണ് ഞാൻ ഹാസനിലേക്ക് മടങ്ങിപ്പോയത്. ഇറങ്ങുംമുമ്പ് ആന്റി രണ്ട് കാര്യങ്ങൾ പറഞ്ഞ് ഉറപ്പുവാങ്ങിയിരുന്നു. ഒന്ന് അവരെ കണ്ടെത്തിയ കാര്യവും അവിടെ ജീവിച്ചിരിക്കുന്ന കാര്യവും ഒരിക്കലും ആരോടും പറയരുത് എന്നായിരുന്നു. രണ്ടാമത്തേത് ഇടയ്ക്കിടെ അവരെ ചെന്ന് കാണണമെന്നും.

രണ്ടുറപ്പുകളും ഈ നാളുവരെയും ഞാൻ പാലിച്ച് പോരുന്നുണ്ട്. ഇടയ്ക്ക് ചില ദിവസങ്ങൾ ഒന്നിച്ച് കിട്ടുമ്പോൾ ഞാൻ ആന്റിയുടെ അടുത്തേക്ക് വണ്ടി കയറിപ്പോവുന്നു. ഒന്നുരണ്ട് ദിവസം അവരൊടൊപ്പം സന്തോഷത്തോടെ കഴിയുന്നു. പിരിഞ്ഞു വേർപ്പെട്ടുകഴിഞ്ഞകാലം സ്നേഹമുരുക്കി നിറച്ച് തിരികെ പിടിക്കാൻ ശ്രമപ്പെടുകയാണ് ഞങ്ങൾ.

എന്റെ ജീവിതത്തിൽ ഇന്നേവരെ ഞാൻ സൂക്ഷിച്ച ഏറ്റവും വലിയ രഹസ്യം, സിലിയാന്റി. അങ്ങോട്ടാണ് നമ്മുടെ യാത്ര.

ഭദ്രാവതി

ഭദ്രാവതിയിലെത്തിയപ്പോൾ വൈകുന്നേരമായി. നൂറ്-നൂറ്റിപ്പത്ത് കിലോമീറ്റർ യാത്ര. അധികം ഇടവേളയൊന്നുമെടുക്കാതെ ഓടിയോടി എത്തുകയായിരുന്നു. മിക്കവാറും നല്ല വഴിയായിരുന്നു. ഊർജ്ജമായി സിസിലിയാന്റിയുടെ അമ്പരപ്പിക്കുന്ന കഥയും. എന്തൊരു സ്ത്രീയാണവർ.

ആ ചെറിയ പട്ടണത്തിലും നീതുവിന് ഒരു കാപ്പിക്കടയുണ്ടായിരുന്നു. ആനന്ദ് ഹോട്ടൽ. അവിടെനിന്ന് ലഘുഭക്ഷണം കഴിച്ചു. യാത്രയുടെ ക്ഷീണമത്രയും അലിയിച്ചുകളയുന്ന കയ്പാഭിമുഖ്യമുള്ള കാപ്പിയും വടയും.

ഭദ്രാവതി റെയിൽവേ സ്റ്റേഷനുമുന്നിലെ വഴിയിലൂടെ വേണമായിരുന്നു പോവാൻ. സ്റ്റേഷനും പിന്നെ നഗരത്തിന് ആ പേര് നൽകിയ ഭദ്രാനദിയും പിന്നിട്ട് മുന്നോട്ട്. മുന്നറിയിപ്പൊന്നുമില്ലാതെ പൊടുന്നനെ നഗരമവസാനിക്കുന്നതുപോലെ തോന്നിയ ഭാഗത്തുനിന്ന് ഇടതുഭാഗത്തേക്ക് തിരിയുന്ന പാത. കഷ്ടിച്ച് ടാർ ചെയ്തിട്ടുണ്ടെന്നുപറയണം. അതിലൂടെ സുമാർ ഒരു കിലോമീറ്റർ ചെന്നപ്പോൾ സിസിലിയാന്റിയുടെ വീടായി. ചെറിയ ഒരു കുന്നുപോലുള്ള ഭാഗം. അടുത്തടുത്തായി വേറെയും വീടുകൾ. നഗരത്തിന് തൊട്ടടുത്തായിരുന്നിട്ടും അവയുടെ വലിപ്പം കൗതുകം തോന്നിക്കുന്നത്രയും ചെറുതായിരുന്നു. ആന്റിയുടെ വീട്ടിൽ ആരുമുണ്ടായിരുന്നില്ല. അത് പ്രതീക്ഷിതം എന്ന മട്ടിൽ നീതു ഒരുവട്ടം വീട് വലംവെച്ചുവന്നു. തിരികെ വരുമ്പോൾ അവളുടെ കൈയിൽ താക്കോലുണ്ടായിരുന്നു.

''എനിക്കും സിസിലിയാന്റിക്കും മാത്രം അറിയാവുന്ന രഹസ്യങ്ങളിൽ നിസ്സാരമായത്.'' ഒറ്റത്താക്കോൽ മാത്രമുള്ള കീചെയിൻ ചൂണ്ട് വിരലിലിട്ട് കറക്കി നീതു ചിരിച്ചു.

''ഇതുപോലെ മുന്നറിയിപ്പോ വിളിച്ചുപറയലോ കൂടാതെ ഞാനെപ്പോൾ വേണമെങ്കിലും പൊട്ടിവീഴുമെന്നറിയാവുന്നതുകൊണ്ട് ഒറ്റയ്ക്ക് താമസിക്കുന്ന ആന്റി താക്കോൽ പുറത്ത് വെയ്ക്കുന്നു. ഞാനറിയാതൊരു രഹസ്യമോ ഇടംവിട്ടുപോവലോ ഒന്നും ആന്റിക്കുണ്ടാവില്ല, ഇനിയത്തെ കാലത്ത് വിശേഷിച്ചും എന്ന തീർച്ചയിൽ മിക്കപ്പോഴും വിളിച്ച് പറയാതെത്തന്നെ ഞാൻ പുറപ്പെട്ട് പോരുകയും ചെയ്യുന്നു.''

നീതു വാതിൽ തുറന്നു. ഒരു ഹാളും രണ്ട് മുറികളും അടുക്കളയുമുള്ള വീട്. ഒരു സ്ത്രീ പെരുമാറുന്നതിന്റെ അടുക്കും ചിട്ടയും. കസേരകളൊന്നുമില്ലായിരുന്നു അവിടെ. മുറിമൂലയിലെ കട്ടിലിൽ ചെന്നിരുന്ന് നടുനിവർന്നു. നീതു ഫോണെടുത്ത് ഡയൽ ചെയ്തപ്പോൾ അകത്തെവിടെയോ നിന്ന് ബെല്ലടിയൊച്ച കേട്ടു.

''ഇതാണ് ഞാൻ പറഞ്ഞത്.'' അവൾ ചിരിച്ചു. ''ആന്റിയെ ഫോൺ ചെയ്തിട്ട് വിശേഷമൊന്നുമില്ല. എന്നെ ആരു വിളിക്കാനാണ് എന്ന് നിസ്സാരമാക്കി ആന്റിയത് എപ്പോഴും ഇവിടെത്തന്നെ വെച്ചിട്ട് പോവും.''

നീതു നെടുതായി നിശ്വസിച്ചു. തുടർന്നു. ''പിന്നെ പറഞ്ഞിട്ട് കാര്യമില്ല. ഈ മൊബൈൽ ഫോണും സൗകര്യങ്ങളുമൊക്കെ നമുക്ക് ചോരപോലാവുന്ന കാലത്ത് ജയിലിലായിരുന്നില്ലേ അവർ. വല്ലപ്പോഴും വരുന്ന ഒരു സന്ദർശകനോ വിലാസം തെറ്റിവരുന്ന ഒരു കത്തോപോലും വിദൂര സാധ്യതയായിരുന്ന ജീവിതംനോറ്റവൾ. പത്ത് നീണ്ട ജയിൽ വർഷങ്ങൾ. ഏകാന്തമേകാന്തം.''

കുറച്ച് നേരത്തേക്കവൾ മിണ്ടാതിരുന്നു.

''ഈ കുഞ്ഞുഫോൺ ഞാൻ ആന്റിക്ക് വാങ്ങി നൽകിയതാണ്. ഒരുപകൽ മുഴുവൻ ഞാൻ പട്ടിണികിടന്ന് സമരം ചെയ്തിട്ടാണ് ഇതു പയോഗിക്കാമെന്ന് ആന്റി സമ്മതിച്ചത്. പിന്നെയും എത്രയോ ദിവസ മെടുത്തു അവരെ ഇതൊന്ന് പരിചയപ്പെടുത്താൻ.''

നന്നായി വിരിച്ചിട്ട കിടക്കയിലൊന്ന് നീണ്ടുനിവർന്ന് കിടക്കാനാണ് തോന്നിയത്. അവർ, സിസിലിയാന്റി എവിടെയാവുമെന്ന് ആകാംക്ഷ തോന്നി. ഒരുപക്ഷേ കാന്റീനിലെ അവരുടെ ജോലി കഴിഞ്ഞിട്ടുണ്ടാവില്ല. ഇനിയവർക്ക് നീതുവിനോടുപോലും പറയാതെ പോവേണ്ട ഇടങ്ങളു ണ്ടാവുമോ? ആർക്ക് ആരെയാണ് പൂർണ്ണമായും മനസ്സിലാക്കാനാവുക? ഒരു മനുഷ്യന്റെ ഒളിയിടങ്ങൾ എപ്പോഴുമിനിയൊരാൾക്ക് മുന്നിൽ തുറന്ന് തന്നെയിരിക്കണമെന്നില്ലല്ലോ.

അന്നേരമാണ് നീതു പറഞ്ഞത്. ''ആന്റി വരാൻ ആറുമണിയെങ്കിലു മാവും. കാന്റീനിൽനിന്ന് ഉച്ചയ്ക്കിറങ്ങിയാലും ആന്റിക്ക് വേറൊരു ജോലി കൂടിയുണ്ട്. ഇവിടെയും ആന്റിയൊരു ടീച്ചറാണ്. കുറച്ച് ശിഷ്യരു മുണ്ട് ആന്റിക്ക്. പക്ഷേ കുട്ടികളെയല്ല പഠിപ്പിക്കുന്നത്. മുതിർന്നവരെ യാണ്. കുറച്ചധികം മുതിർന്നവർ. നമ്മുടെ നാട്ടിലെ പഴയ സാക്ഷരതാ യജ്ഞംപോലെയൊന്ന് ഇവിടെയുമുണ്ട്. ഈ ഭദ്രാവതി ഒരു വ്യവസായ നഗരമാണ്. പലതരം വ്യവസായങ്ങൾ. പണിശാലകളിൽ പല പ്രായത്തി ലുള്ള ധാരാളം തൊഴിലാളികൾ. അക്കൂട്ടത്തിൽ പ്രാഥമിക വിദ്യാഭ്യാസം പോലുമില്ലാത്ത ധാരാളം പേരുണ്ട്. അവരെ അക്ഷരം പഠിപ്പിക്കുന്ന ചുമതല കൂടിയുണ്ട് ആന്റിക്ക്. കൗതുകമെന്തെന്ന് വെച്ചാൽ, പഠിച്ചു കൊണ്ട് പഠിപ്പിക്കുകയാണ് ആന്റി. സംസാരിക്കാനുള്ളതിനപ്പുറം കന്നഡ യൊന്നും ആന്റിക്ക് അറിയില്ലായിരുന്നു. പക്ഷേ പഠിപ്പിക്കേണ്ടതിന്റെ ആവശ്യത്തിലേക്കായി അവർ പുതിയൊരു ഭാഷ, അതിലെ അക്ഷര ങ്ങൾ എല്ലാമെല്ലാം പഠിച്ചെടുക്കുന്നു, നവീകരിക്കുന്നു.''

സിലിയാന്റി, അവരെക്കുറിച്ച് കേൾക്കുന്നതത്രയും കൗതുകം നിറഞ്ഞ വിശേഷങ്ങൾ മാത്രമാണല്ലോ എന്ന് വിചാരിച്ചു.

''ആന്റി എപ്പോഴെങ്കിലും ടീച്ചറാവാൻ പിന്തുണ നൽകുന്ന കോഴ്സു കളൊന്നും ചെയ്തതായി എന്റെ അറിവിലില്ല. കന്യാസ്ത്രീ മഠത്തി ലായിരുന്നകാലം ഇംഗ്ലീഷ് നന്നായി വശപ്പെടുത്താൻ അവരെ സഹായി ച്ചിട്ടുണ്ടാവണം. ഒരുവേള അത്തരമൊരു വേഷപ്പകർച്ച അവരുടെ ജീവിതത്തിലുണ്ടാക്കിയ ഏക അനുഗുണമായ കാര്യം.''

നീതു തുടർന്നു. ''ജയിലിലവർ തടവുകാരെ ഇംഗ്ലീഷും ഹിന്ദിയും എഴുതാനും വായിക്കാനുമായിരുന്നത്രെ പഠിപ്പിച്ചിരുന്നത്. പരിചയസമ്പ ന്നരായ അദ്ധ്യാപകർക്കുപോലും പ്രയാസമുള്ള സാഹചര്യം. ജോലി എന്നതിനപ്പുറം ഒരിഷ്ടമുണ്ടായിരുന്നതാവും ആ വെല്ലുവിളിയതിജീവി ക്കാൻ അവരെ സഹായിച്ചത്. ഇവിടെ കാന്റീനിലെ പാചകക്കാരിയുടെ വേഷം, അതും വളരെയാസ്വദിക്കുന്നുണ്ട് ആന്റിയെന്ന് തോന്നാറുണ്ട്. നമ്മൾ കാണാത്ത ഒരാൾ നമ്മളുണ്ടാക്കുന്ന ആഹാരം രുചിയോടെ കഴിക്കുമ്പോൾ, നമ്മുടെതന്നെ ഉള്ളമാണ് നിറയുന്നത് എന്ന് ആന്റി പറയാറുണ്ട്. എപ്പോഴും പൊടിയും ചൂടും പുകയും തങ്ങിനിൽക്കുന്ന

കാന്റീനിന്റെ അടുക്കള ഭാഗത്ത് ആറേഴ് മണിക്കൂറുകൾ നിന്നനിലയിൽ നിന്ന് ജോലിയെടുക്കാൻ അവർക്ക് പ്രചോദനമാവുന്നതും മറ്റൊന്നാവില്ല.''

അടുത്തെങ്ങും ഒരാളെക്കാണാൻ ഇത്ര ആകാംക്ഷയോടെ കാത്തിരുന്നിട്ടില്ലെന്നുതോന്നി. നീതുവിന്റെ പറച്ചിലാവണം അതിനൊരു കാരണം. കഥകൾ, അത് തന്റേതന്നെയോ മറ്റുള്ളവരുടേതോ എന്തുമാവട്ടെ, എത്ര ആത്മാർത്ഥയോടെയാണവർ കഥയാഴങ്ങളിലേക്ക് ഇറങ്ങിയിറങ്ങിപ്പോവുന്നത്. വ്യക്തികളെ വരച്ചിടുന്നത്. ചെറിയ ചെറിയ വാചകങ്ങൾ. ചടുലം കൃത്യം.

ആകാംക്ഷകൾക്കിടയിലും ചെറുതല്ലാത്ത ഒരാശങ്ക തോന്നി. എങ്ങനെയാവും നീതു ആന്റിയുടെ മുമ്പാകെതന്നെ അവതരിപ്പിക്കുക? അതെങ്ങനെയാവും സിസിലിയാന്റി എടുക്കുക? ഏതായാലും ഒരു തീർപ്പുമില്ലാതെയാവില്ല നീതു തന്നെയുംകൊണ്ട് ഇവിടെവന്ന് ചേർന്നിട്ടുണ്ടാവുക. അല്ലെങ്കിലും സ്വദുഃഖങ്ങളിൽനിന്ന്, കാർന്നുതിന്നുന്ന വേദനകളിൽനിന്ന്, ഒറ്റപ്പെടലുകളിൽനിന്ന് ഓടിയോടി അകലാൻ പുറപ്പെട്ട തനിക്ക്, സ്വയം ഉപേക്ഷിച്ചമട്ടുള്ള ഒരുവന്, അതെങ്ങനെയായാലെന്ത്. കാണാം, എന്തുതന്നയായാലും. അത്രമാത്രം.

കാണണമെന്ന ആകാംക്ഷയിലേക്ക്, അവരെക്കുറിച്ചുള്ള സംസാരത്തിലേക്ക് സിസിലിയാന്റി വന്നുചേർന്നു. അപ്രതീക്ഷിതമായി നീതുവിനെ കണ്ടതിന്റെ ആഹ്ലാദം, അവളുടെ കൂടെയൊരപരിചിതനെ കണ്ടതിന്റെ അമ്പരപ്പ്, ഒന്നും ആ മുഖത്ത് വായിക്കാനായില്ല.

ഒരു ചിരി ഒന്ന് മിന്നിപ്പൊലിഞ്ഞു അത്രമാത്രം. നിർമ്മമതപോലെ തോന്നിയ ആ നിസ്സംഗഭാവം അത്, അതിശയിപ്പിക്കുന്നതായിരുന്നു. ഓരോ മനുഷ്യനും ജീവിതം അവരെ ഉരുവപ്പെടുത്തിയ മട്ടിൽ പെരുമാറുന്നു. ആഹ്ലാദവും ദുഃഖവും അത്ഭുതവുമെല്ലാം അതിനനുസരിച്ച് മാത്രം ക്രമപ്പെടുന്നു. പുറപ്പെട്ട് വരുന്നു.

രാത്രി ഭക്ഷണം കഴിച്ചുകൊണ്ടിരിക്കേ നീതു മിതമായി മാത്രം എന്നെ ആന്റിക്ക് പരിചയപ്പെടുത്തി. സത്യത്തിൽ അവൾക്കത്ര മാത്രമേ തന്നെക്കുറിച്ച് അറിയുമായിരുന്നുള്ളൂ എന്നതായിരുന്നു വാസ്തവം.

വീട്, നാട്ടിലെവിടെയാണ് എന്നു മാത്രമേ ആന്റി കാര്യമായി ചോദിച്ചുള്ളൂ. ബാക്കി സംസാരമത്രയും വർത്തമാനകാലത്തെക്കുറിച്ചായി. ഭൂതകാലം അവരിഷ്ടപ്പെടുന്നില്ലെന്നുതോന്നി. തന്റേതും മറ്റുള്ളവരുടേതും. ജീവിതം കയ്പുമാത്രം നിറഞ്ഞിരുന്ന ഒരു പാനപാത്രമായിരുന്നു അവർക്കിന്നലെകളിൽ. അതിന്റെ ദുഃസ്വാദിലേക്ക് മടങ്ങാൻ ആരാണ് ഇഷ്ടപ്പെടുക. താനും അതുതന്നെയാണല്ലോ ചെയ്യുന്നത്. ഓർക്കുമ്പോൾ ഒടുവിലായി വേദനമാത്രം കൊണ്ടുചേർക്കുന്ന ഭൂതകാലത്തിൽനിന്ന് പലായനം ചെയ്യുന്നു. എങ്കിലുമിടയ്ക്കൊക്കെ അവർ പഴയകാലത്തിലേക്ക് ഊളിയിട്ടുപോയി. വേഗേന തിരികെ കയറി.

കൗതുകം തോന്നുന്ന ഒരു പരിമിതിയുണ്ടായിരുന്നു അവരുടെ സംസാരത്തിന്. ഭാഷയുടെ കാര്യത്തിൽ. പുതുതായി പഠിച്ചെടുത്തയാൾ

പറയുന്നതുപോലെയായിരുന്നു ഇടയ്ക്കെല്ലാം അവരുടെ മലയാളം. അനുമതിയില്ലാതെ കടന്നുകയറി വരുന്ന ഇതരഭാഷാവാക്കുകൾ.

ടീക്കെ, സൗക്കാർ, സബ്ജി, ഔർക്യാ, ആപ്പ്, വോലോഗ്...

അവർക്കത് പ്രയാസമാവുന്നുണ്ടെന്ന് തോന്നി.

''സത്യത്തിൽ നീമോളു വരുമ്പോഴാണ് ഞാൻ മലയാളത്തിൽ വല്ലതും പറയുന്നത്.'' ആന്റി വിഷാദഭാവത്തിൽ ചിരിച്ചു. ഭാഷ, വാക്കുകൾ തന്നിൽ നിന്നിറങ്ങിപ്പോവുന്നതിന്റെ വേദനയോടെ.

''നാടുവിട്ടശേഷം സ്കൂളിൽ ഇംഗ്ലീഷും ഹിന്ദിയും മറാത്തിയുമായിരുന്നു. ജയിലിൽ ഹിന്ദി, മറാത്തി. ഇവിടെ കന്നഡ. കാന്റീനിൽ ഹിന്ദിയും കന്നഡയും എല്ലാം കൂടിക്കുഴഞ്ഞ്.'' ആന്റി പാതിക്ക് നിർത്തി.

ഭാഷ നഷ്ടപ്പെടുന്നത് എത്ര ദുഃഖകരമാണ് എന്ന് അപ്പോൾ ഞാൻ ആലോചിച്ചു. സ്വപ്നം കാണുന്ന, സ്വയം സംസാരിക്കുന്ന, ഭാവന ചെയ്യുന്ന, കല്പന ചമയ്ക്കുന്ന, നാവാടുന്ന ഭാഷ. ഉപയോഗിക്കാതിരുന്നാൽ പോകപ്പോകെ അതും കൈമോശം വരുമായിരിക്കണം. ഉള്ളിൽ നിന്ന് കവിതയും അങ്ങനെ ഇറങ്ങിപ്പോവുമെന്ന് വരുമോ, പിന്നീട് തിരികെ വരാത്തവിധം?

ഓർത്തപ്പോൾ ഉള്ളിലൊരാന്തലുണർന്നു, വേദനിച്ചു. എത്രകാലമായി എന്തെങ്കിലുമൊന്ന് എഴുതിയിട്ട്. കവിതയെഴുതിയിരുന്ന താൻ വേറേതോ ജീവിതത്തിലായിരുന്നുവെന്നുതോന്നി. ഇപ്പോൾ തനിക്ക് തന്നെ അജ്ഞാതമായ ഏതോ ലോകത്ത്. ഇനി തിരികെ കിട്ടാനിടയില്ലാത്ത കാലം. രണ്ട് മുറികളിലൊന്നിൽ കുറച്ചു നേരത്തെ ഉറങ്ങാൻ കിടന്നപ്പോഴും ആലോചനകൾ വിട്ടുപോവാതെ ചുറ്റിപ്പിടിച്ചു. കെട്ടുപിണഞ്ഞു. ആകുലതകളും വേദനകളും പ്രതീക്ഷകളുമെല്ലാം കവിതയായി വാർന്നിരുന്ന, എന്തിന്, കത്തുകൾപോലും അങ്ങനെയെഴുതിയിരുന്ന ഒരു കാലമുണ്ടായിരുന്നു. മനുഷ്യർ സംസാരിക്കുന്നതുപോലും കവിതയായിരിക്കണമെന്ന് തോന്നിയിരുന്ന കാലം. കവിത തന്നിലേക്ക് മനുഷ്യരെ കൊണ്ടുചേർത്തിരുന്ന, ഉള്ളിൽ കവിത പേറുന്ന മനുഷ്യരിലേക്ക് മന്ത്രവിദ്യയാലാകർഷിക്കപ്പെട്ടെന്നപോലെ ചെന്നുപറ്റിയിരുന്ന കാലം. താൻ ചമച്ച വരികൾ, തന്റെ മൂന്നക്ഷരപ്പേര്, കടലാസിന്റെ വെള്ളിമിനുക്കത്തിൽ ഉഗ്രശോഭയോടെ തിളങ്ങിക്കിടക്കുന്ന കാഴ്ച നൽകുന്ന പരമമായ ആനന്ദം. അതിൽനിന്ന് എത്ര അകലെയാണ് താനിപ്പോൾ.

ഇരുട്ടിലിരുന്ന് ഉറക്കെയുറക്കെ കരയണമെന്ന് തോന്നി. ഏങ്ങലടിച്ച്, പൊട്ടിപ്പിളർന്ന്, ആകെക്കുതിർന്ന്. ഉറക്കം വരുന്നതിന്റെ ലക്ഷണങ്ങൾ വിദൂരതയിലെവിടെയെങ്കിലുമുണ്ടെന്ന് തോന്നിയില്ല. തുടർയാത്രയുടെ ക്ഷീണം ഉടലിലുണ്ടെങ്കിലും മനസ്സ് കീഴ്പ്പെടുന്നില്ല. ഒന്നേയുള്ളൂ വഴി. ഒടുവിൽ നിശ്ചയിച്ചു. കട്ടിൽക്കാലിൽ ചാരി വെച്ചിരുന്ന ബാഗിൽനിന്ന് ഗുളിക തപ്പിയെടുത്തു. സ്വാസ്ഥ്യത്തിന്റെ താക്കോലെന്ന് പരിഹാസപ്പേരിട്ട് ഡോക്ടർ കുറിച്ചുതന്ന ഉറക്കഗുളിക.

ഉണർന്നപ്പോഴും ആ വീട് അതിന്റെ നിത്യമായ നിശ്ശബ്ദതയിൽ നിന്ന് ഉണർന്നിട്ടില്ലെന്നുതോന്നി. പുറത്ത് വന്നപ്പോൾ നീതുവിനെയോ,

സിസിലി ആന്റിയേയോ കണ്ടില്ല. മേശപ്പുറത്ത് ഒരാൾക്ക് തികയുന്ന ഭക്ഷണം അടച്ചുവെച്ചിട്ടുണ്ട്. ഒമ്പതരമണി പിന്നിട്ടുവെന്ന് ഹാളിലെ ചതുരാകാരക്ലോക്ക് പറയുന്നു. സിസിലിയാന്റി ജോലിക്ക് പോയിക്കഴിഞ്ഞിരിക്കണം.

നീതുവും അകലെയെങ്ങും പോയിട്ടില്ലെന്ന് മുറ്റത്തിനിറമ്പിലെ അയയിൽ നനച്ചുതോരാനിട്ടിരുന്ന അവളുടെ വസ്ത്രങ്ങൾ സാക്ഷ്യം പറഞ്ഞു. യാത്ര പുറപ്പെട്ടിട്ട് ഇന്നേവരെയങ്ങനെയൊന്ന് ചെയ്തിട്ടില്ലല്ലോ എന്ന് പെട്ടെന്ന് ഓർമ്മവന്നു. അടുക്കളപ്പുറകിലെ കുളിമുറിയിൽ നിന്ന് അത്രയും നാളത്തേയും വിഴുപ്പ് അലക്കി, കുളിച്ചു.

കാപ്പി തണുത്തുപോയിരുന്നു. ചൂടാറാപാത്രത്തിൽ അപ്പവും കടലക്കൂട്ടാനും. അത് കഴിച്ചുകൊണ്ടിരിക്കവേ നീതു കയറിവന്നു. നന്നായി നടന്നതിന്റെ വിയർപ്പുതിളങ്ങുന്ന മുഖം.

''രാവിലെ സിലിയാന്റിയുടെ കൂടെ കൈയും വീശി നടന്നു.''

ജഗ്ഗിൽനിന്ന് വെള്ളം നേരിട്ട് വായിലേക്ക് ഒഴിച്ചുകുടിച്ചശേഷം അവൾ പറഞ്ഞു. പിന്നെ ആശ്വാസത്തോടെ നെടുനിശ്വാസമയച്ച് എതിരെ കസേരയിൽ വന്നിരുന്നു.

''നടപ്പെനിക്ക് അത്രയ്ക്കിഷ്ടമുള്ള കാര്യമൊന്നുമല്ല.'' അവൾ ചിരിച്ചു. ''വല്ലയിടത്തും ചെന്നിരിക്കാനാണ് ഇഷ്ടം. എനിക്കു മാത്രമല്ല, ഞങ്ങൾ നഴ്സുമാരുടെ കൂട്ടത്തിൽ മിക്കവർക്കും. ജോലിക്കിടെ ഞങ്ങളെപ്പോഴും നടത്തമായിരിക്കുമല്ലോ. ഒരു മുറിയിൽനിന്ന് ഒരു മുറിയിലേക്ക്. ഒരിക്കലുമൊഴിയാത്ത ഒരു ഭാരം കൈയിൽപേറി വരാന്തകൾ പിന്നിട്ടുപിന്നിട്ട് ഒരിക്കലുമവസാനിക്കാത്ത നടത്തം. അപ്പോൾ എവിടെയെങ്കിലും ചെന്നിരിക്കാനാണ് എപ്പോഴും ഞങ്ങൾ മോഹിക്കുക. എനിക്കാണെങ്കിൽ ആരെങ്കിലുമോടിക്കുന്ന വാഹനത്തിൽ ചുമ്മാ കാഴ്ചകളെ മനസ്സിൽ പ്പതിച്ചുവെച്ച് നീങ്ങാനുമിഷ്ടം.''

ഒഴിഞ്ഞ പ്ലേറ്റുമെടുത്ത് എഴുന്നേൽക്കുമ്പോൾ അവൾ കൂടെ വന്നു.

''ഇവിടെയെത്തിക്കഴിഞ്ഞാൽ പിന്നീടുള്ള സമയമത്രയും ആന്റിയുടെ കൂടെയായിരിക്കാനാണ് എന്റെ ശ്രമം. കിടപ്പും ഒന്നിച്ചാവും. ആന്റി കാന്റീനിലേക്ക് പോവുമ്പോൾ കൂടെപ്പോവും. ചിലപ്പോൾ കൂട്ടി വരാൻ പോവും. നഷ്ടമായ കാലത്തെ തിരികെ പിടിക്കാൻ, അല്ല, അതൊന്നും പൂർണ്ണമായും സാധ്യമല്ലെന്നറിയാമെങ്കിലും സമാശ്വസിക്കാൻ ഇത്രയെങ്കിലും...''

ഭക്ഷണമടച്ചുവച്ചിരുന്ന പാത്രങ്ങളും അടുക്കളയിൽ കൊണ്ടുവെച്ചു. മേശ വൃത്തിയാക്കി.

''സിലിയാന്റി ഇന്ന് കാന്റീനിൽ നിന്നിറങ്ങി നേരെയിങ്ങ് വരാമെന്ന് പറഞ്ഞിട്ടുണ്ട്. ഞാൻ വന്നുചേർന്നാൽ പിന്നെ മടങ്ങിപ്പോകുവോളം ടീച്ചർ പിന്നെ വൈകുന്നേരത്തെ ക്ലാസ് മുടക്കും.'' അടുക്കളയിൽനിന്ന് കോലായിലേക്ക് വരുമ്പോൾ നീതു പറഞ്ഞു. ''അതായത്, ഉച്ചവരെ നമുക്ക് എവിയെങ്കിലും പോയിവരാം എന്ന്.''

നീതു താല്പര്യമെന്തെന്നറിയാൻ മുഖത്തേക്ക് ഉറ്റുനോക്കി.

"ഇവിടെ ഈ ഭദ്രാവതിയിൽ അങ്ങനെ കാര്യമായിട്ടൊന്നുമില്ല. ഭദ്രാനദിയുടെ ഇരുകരകളിലുമായി കിടക്കുന്ന ചെറുനഗരം. കുറച്ച് അമ്പലങ്ങൾ അവിടവിടെയുണ്ട്."

എങ്ങോട്ടാണെങ്കിലെന്ത് എന്ന് നിശ്ശബ്ദമായിരുന്നു.

"ആ..!" പെട്ടെന്ന് ഓർത്തതുപോലെ നീതു പറഞ്ഞു. "ഒരു സ്ഥലമുണ്ട്. അത് പക്ഷേ അങ്ങനെ ടൂറിസ്റ്റ് കേന്ദ്രവും മറ്റുമല്ല. ഒരു മനുഷ്യനും തിരിഞ്ഞ് കേറാത്ത സ്ഥലമാണ്."

അത് കൊള്ളാമല്ലോ എന്ന് തോന്നി.

"കടുകുപാടമാണ്. വിശാലമായ കടുകുപാടം. നദിയിലേക്കൊഴുകുന്ന, നേരിട്ടൊഴുകുന്ന തീരെച്ചെറിയ ചില കൈവഴികളുണ്ട്. അടുത്തെവിടെയോ ഉള്ള കുന്നിൽ നിന്നാണവ ഉത്ഭവിക്കുന്നത്. അതിന്റെ ഒരു കര നിറയെ കടുകുകൃഷിയാണ്. അല്ല, കൃഷിയൊന്നുമല്ല. മുമ്പെപ്പോഴോ, ആരോ കൃഷി ചെയ്തിട്ട് ഉപേക്ഷിച്ച് പോയ സ്ഥലം. വീണുമുളച്ച വിത്തുകൾ വീണ്ടും വീണ്ടും വർഷാവർഷം പൂക്കുന്നു, കായ്ക്കുന്നു കൊഴിയുന്നു. വീണ്ടും മുളയ്ക്കുന്നു, പൂക്കുന്നു. കണ്ണെത്താപരപ്പോളം. ഭാഗ്യമുണ്ടെങ്കിൽ ഈ സമയത്ത് പൂത്ത് മഞ്ഞച്ച് കിടക്കുകയാവും. ഇന്ററസ്റ്റഡ്?"

സംശയമില്ലായിരുന്നു.

തലയിലൊരു തൊപ്പികൂടി വെച്ച് നീതു തയ്യാറായിവന്നു.

സിലിയാന്റിയുടെ വീടു പിന്നിട്ട് മുമ്പോട്ടായിരുന്നു പോരവേണ്ടിയിരുന്നത്. കുറച്ച് ദൂരം ചെന്നപ്പോൾ ടാർ റോഡ് മൺറോഡിന് വഴങ്ങി. പോകപ്പോകെ അതുമില്ലാതായി. അവിടെ വണ്ടിനിർത്തി നടന്നു.

അകലെ നിന്നേ കണ്ടു, മഞ്ഞയുടെ ചെറുകടലായി കടുകുപാടം. ഭ്രമിപ്പിക്കുന്ന ഒറ്റ നിറക്കൂട്ടിന്റെ ചാരുതയിലേക്ക് നീതു ചെറിയ കുട്ടിയെപ്പോലെ കൈ വിടർത്തി ഓടിപ്പോയി.

ഉള്ളാകെ പ്രസന്നത നിറയ്ക്കുന്ന ആ നിറച്ചാർത്ത് കുറച്ചുനേരം നോക്കി നിന്നുപോയി. നീതു പറഞ്ഞത് നേരായിരുന്നു. പൂക്കൾക്കായി ഉപേക്ഷിക്കപ്പെട്ടിരിക്കുന്ന ഒരിടം.

പൂക്കളുടെ താഴ്വര. ഓർമ്മകൾ ചിറകടിച്ച് ഉയരുന്നു. പൂവിൽ നിന്ന് ശലഭമെന്നപോലെ.

പൂക്കളുടെ താഴ്വര

ഒട്ടുഭാരമുള്ള ബാഗ് ചുമലിൽ തൂക്കിയിരിക്കുന്നത് അയാളാണ്, അവളുടെ ഭർത്താവ്. പിറകിൽ സംഘർഷവും ഉത്കണ്ഠയും പിന്നെയെന്തെല്ലാമോ വികാരങ്ങളുംകൊണ്ട് ഇരുൾപരന്ന മുഖവുമായി അവൾ, വിദ്യ. ഡി 3 കമ്പാർട്ടുമെന്റിന് അടുത്തേക്ക് അവർ നടന്നുവരുന്നത്,

പിന്നെയത് പിന്നിട്ട് മുമ്പോട്ട് പോവുന്നത് ജാലകച്ചതുരത്തിലൂടെ കണ്ടു.

തെല്ലുനേരമധികം തീവണ്ടി നിർത്തിയിടുന്നൊരു സ്റ്റേഷനായിരുന്നു അത്. എന്നിട്ടും ഒട്ടുവൈകി പുറപ്പെടൽ സിഗ്നലിന് തൊട്ടുമുമ്പാണവർ വന്നുചേർന്നത്. അവസാനത്തെ യാത്രിക അവൾ, അവൾക്കായിട്ടാണ് കാത്തുനിന്നത് എന്ന് തോന്നിക്കുംവിധം പിന്നെ വൈകാതെ വണ്ടി നീങ്ങിത്തുടങ്ങി. പതിയെ വേഗമെടുത്തു.

തിരക്കുകുറഞ്ഞ കമ്പാർട്ടുമെന്റിൽ എതിർവശത്ത് അവൾ വന്നിരിക്കേണ്ട സീറ്റിലേക്ക് നോക്കി ദീർഘദീർഘമായി നിശ്വസിച്ചു. പിന്നാക്കം ചാരിയിരുന്നു. എന്തായിരുന്നു പിന്നിട്ടുപോയ ഏതാനും നിമിഷങ്ങളിൽ മനസ്സിലെന്ന് ഓർത്തെടുക്കാൻ ശ്രമിച്ചു.

നിശ്ചിതസമയത്തിലും തെല്ലുനേരത്തെ, രണ്ടോ മൂന്നോ മിനുറ്റ് മുന്നേ, തീവണ്ടി സ്റ്റേഷനിലേക്ക് മടിച്ച് മടിച്ച് കടന്നുവന്നപ്പോൾ ആകാംക്ഷയുടെ ആഘാതമുഴക്കമായിരുന്നു ഉള്ളിൽ. ആദ്യത്തെയാളായി പുറത്തിറങ്ങി പ്ലാറ്റ്ഫോമിൽനിന്ന് അവൾ കയറേണ്ട കമ്പാർട്ടുമെന്റിന് നേരെ നോക്കി നിന്നു.

ഇറങ്ങുന്നവരുടെ, കയറാനുള്ളവരുടെ തിരക്ക്. വെളുപ്പ്, കറുപ്പ്, നീല, ചുമപ്പ്, മഞ്ഞ.. കൂടിയും അകന്നും ഇളകുന്ന നിറങ്ങൾ. മനുഷ്യരണിഞ്ഞ വേഷങ്ങൾ. അതിലവളുമുണ്ടാവണം. അത്ര ദൂരെ നിന്ന് തിരിച്ചറിയാനാവുന്നതല്ല. രാസപ്രവർത്തനത്തിൽ വിഘടിക്കുന്ന പദാർത്ഥങ്ങൾപോലെ ആൾക്കൂട്ടം പലവഴിക്ക് പിരിഞ്ഞ് ഇല്ലാതായി.

പരസ്പര ബന്ധിതമായ ബോഗികളിലൂടെ നടന്ന് അവളുടെ കമ്പാർട്ടുമെന്റിലെത്തി, ഉത്കണ്ഠ തിടം വയ്ക്കുന്ന മനസ്സോടെ. മുപ്പത്തേഴാം നമ്പർ സീറ്റിൽ അവളില്ലായിരുന്നു. സ്റ്റേഷനിലെ തിരക്കോ ശബ്ദഘോഷങ്ങളോ അലോസരമാവാതെ അവളുടെ സീറ്റുകൂടി കവർന്ന് ചരിഞ്ഞുകിടന്നുറങ്ങുന്ന മധ്യവയസ്സു പിന്നിട്ടോരാൾ. പേപ്പർകപ്പിൽ ചായസഞ്ചിയാഴ്ത്തുന്നതിൽ മാത്രം ശ്രദ്ധകൊടുത്ത് വേറെ ഒരു സ്ത്രീ. അല്ലാതെ വേറെയാരുമുണ്ടായിരുന്നില്ല. തൊട്ടടുത്ത സീറ്റുകളിൽ, ആ ബോഗിയാകെയും തിരഞ്ഞുനോക്കി. ഇല്ല, അവളില്ല.

നിരാശ, ഇച്ഛാഭംഗം, ആശ്വാസം? അന്നേരം തോന്നിയ വികാരമെന്താണ്? അത് വേർതിരിച്ച് വായിച്ചെടുക്കാനാവാതെ സ്വന്തം ഇരിപ്പിടത്തിലേക്ക് നടന്നു. പിന്നെ പുറത്തേക്ക് നോക്കി ജനൽച്ചാരെയിരുന്നു. അവളില്ലെങ്കിലും തനിയെ തുടരും ഈ യാത്ര എന്നുറപ്പിച്ചതാണ്. ആ നിശ്ചയത്തിന് ഇളക്കമില്ല. തുടരണം അവളില്ലെങ്കിലും.

ആശ്വാസം, ഇച്ഛാഭംഗം, നിരാശ... തോന്നലുകളുടെ കുരുക്ക് വീണ്ടു മഴിച്ചുകൊണ്ടിരിക്കേയാണ് കണ്ടത്. അവർ! അയാൾ, അവളുടെ ഭർത്താവ് മുമ്പിലും പിറകിലായവളും. അത്യപൂർവ്വമായി ചിത്രങ്ങളിൽ കണ്ടിട്ടുള്ള ഓർമ്മയിൽനിന്ന് എളുപ്പം തിരിച്ചറിഞ്ഞു അയാളെ. വെളുത്ത വട്ടമുഖം. ഉയരം കുറഞ്ഞ് തടിച്ച ശരീരം. വിയർപ്പ് ഭൂപടം തീർത്ത ടീ ഷർട്ടിന്റെ പിൻഭാഗം. അവൾ കയറേണ്ട കമ്പാർട്ടുമെന്റ് കണക്കാക്കി ധൃതം

നീങ്ങുന്ന അയാൾ. പന്ത്രണ്ടു വയസ്സിന്റെ പ്രായക്കൂടുതലെന്ന അകലം പ്രണയമുരുക്കി നിറയ്ക്കാനാവാത്തയാൾ എന്ന് അവളുടെ പരാതിയിൽ കൊരുന്നുകിടക്കുന്ന അയാൾ. ഉള്ളിലെ എല്ലാ മൃദുലതകളും ആമ ത്തോടുപോലുള്ള കവചത്തിനകത്ത് ഒളിപ്പിച്ചിരിക്കുന്നയാൾ എന്ന് അവൾ പറയാറുള്ള അയാൾ. ഒരേവീട്ടിലെ ഒരേ മുറിയിലെ രണ്ട് കട്ടിലു കളിൽ അവളെ തനിയെ തണുത്തുറങ്ങാൻ വിടുന്നയാൾ എന്ന് അവൾ പരിഹസിക്കാറുള്ള അയാൾ...

കുറച്ചുനേരം കൂടി സീറ്റിൽത്തന്നെയിരുന്നു. ഫോൺ വിളിച്ച് ഒരാ ശ്വാസ വാക്കുപറയേണ്ടതാണ്. ഞാനിപ്പുറത്തുണ്ട്, വിഷമിക്കരുത്. അങ്ങോട്ട് വരാം ഉടനെ എന്നിങ്ങനെ. ചെയ്തില്ല. രസമുള്ള കളിപോലെ പോകട്ടെ കുറച്ച് നേരത്തേക്ക്. ഭയം അവളെ ശരിക്കും പിടികൂടിത്തുട ങ്ങുന്നുവെന്നു തോന്നുമ്പോൾ പതിയെ ചെല്ലണം. ഒരു നാടകത്തിലെന്ന പോലെ മുമ്പിൽ പ്രത്യക്ഷമാവണം. കൈ കവരണം.

തീവണ്ടി ആദ്യസ്റ്റേഷൻ പിന്നിടുവോളം കാത്തിരുന്നു. പരിചയമുള്ള ആരെങ്കിലും കാണുന്നില്ലെന്ന് ഉറപ്പുവരുത്തി. പിന്നെ പതിയെ എഴു ന്നേറ്റ് ബോഗികൾക്കുൾഭാഗത്തുകൂടി അവളിരിക്കുന്നിടത്തേക്ക് നടന്നു. അനന്തശയനക്കാരന്റെ കാൽക്കൽ ഇത്തിരിയിടത്ത് അവൾ. ഭീതിയും സംഘർഷവും നിഴലിട്ട മുഖം. കണ്ടപ്പോൾ സുദീർഘമായ ഒരു നിശ്വാസ മാണ് അവളിൽ നിന്നുമുണ്ടായത്. ഒന്നും മിണ്ടാതെ ചെന്ന് അവളുടെ ബാഗെടുത്ത് തിരിഞ്ഞു നടന്നു. പിറകെ അവളുണ്ടെന്ന് ഉറപ്പുവരു ത്താൻ ഇടയ്ക്കൊന്ന് തിരിഞ്ഞുനോക്കി. രണ്ട് ബോഗികൾ സന്ധിക്കു ന്നിടം പിന്നിടുന്ന സ്ഥലത്തുനിന്ന് ഉലഞ്ഞാട്ടം കടക്കാൻ അവൾക്കായി കാത്തു. പിന്നെയും നടന്ന് കമ്പാർട്ടുമെന്റിലെത്തി സീറ്റിലിരുന്നു. അവൾ ക്കായി ബുക്കുചെയ്തിരുന്ന സീറ്റിൽ അവളും.

ടി.ടി.ഇ. വന്ന് ടിക്കറ്റുകൾ നോക്കി ഉറപ്പിച്ചു. ഡി1 കമ്പാർട്ടുമെന്റിലെ 37-ാം നമ്പർ സീറ്റ്, ദീർഘലനേര ഉറക്കക്കാരന്റെ ചാരെയുള്ളത് കുറച്ച് കഴിയുമ്പോൾ ആബ്സന്റ് മാർക്ക് ചെയ്ത് ഇനിയാർക്കെങ്കിലും അലോട്ട് ചെയ്യും.

ചെന്നൈവരെ അവൾക്കു മാത്രമായി ബുക്ക് ചെയ്ത ഒരു ടിക്കറ്റ് ഒരിടത്ത്. ചെന്നൈവരെ രണ്ടുപേർക്കുമായി അടുത്തടുത്തായി ഒന്നിച്ച് ബുക്കുചെയ്ത ടിക്കറ്റ് മറ്റൊരിടത്ത്. ചെന്നൈയിൽനിന്ന് തുടർയാത്ര യ്ക്കായി വേറെ ടിക്കറ്റ് അടുത്തടുത്ത സീറ്റുകളിൽ ഒന്നിച്ച്. ഒരേ വണ്ടി യിൽ രണ്ട് വ്യത്യസ്ത സ്റ്റേഷനുകളിൽനിന്ന് രണ്ടുപേരും കയറുന്നു. ഇടയ്ക്ക് ഫോൺവിളികളോ സന്ദേശമയയ്ക്കലുകളോ വേണ്ട. ട്രെയിൻ നീങ്ങി കുറച്ചകലത്തായി കഴിഞ്ഞാൽ കുഴപ്പമൊന്നുമില്ലെന്ന് ഉറപ്പാ യാൽ ഒന്നിച്ച് തുടർയാത്ര. ഉറപ്പിച്ചതുപോലെ, പദ്ധതിയിട്ടതുപോലെ തന്നെയായിരുന്നു ഇതുവരെയും.

വിദ്യയെക്കരുതിയെടുത്ത മുൻകരുതലുകളായിരുന്നു എല്ലാം.

ചെന്നൈയിൽ ഓഫീസ് ആവശ്യത്തിന് പോകുന്നു എന്ന് സഹീറ യോട് പറയുന്നിടത്തുനിന്ന് ആരംഭിക്കുന്നു, അവസാനിക്കുന്നു, തനിക്കു

വേണ്ടിയുള്ള തയ്യാറെടുപ്പും കരുതലുമെല്ലാം. കോഴിക്കോടുനിന്ന് ട്രെയിനിലാണ്. രാവിലെ ചെന്നൈയിൽ എത്തും. ഓഫീസുകളിൽ നിന്ന് ഓഫീസുകളിലേക്ക് ഓടേണ്ട തിരക്കാണ് പിന്നെ രാത്രി വൈകും വരേയും. തുടരെത്തുടരെ ചില മീറ്റിംഗുകൾ, തയ്യാറെടുപ്പുകൾ, റിപ്പോർട്ട് തയ്യാറാക്കൽ. ''സമയം കിട്ടിയാൽ വിളിക്കാം. നിനക്ക് വേണമെങ്കിൽ വീട്ടിൽപോയി നിന്നോളൂ.'' വെല്ലുവിളികൾ ഇല്ലാത്ത കളവുകൾ. സംഘർഷ ങ്ങളില്ലാതെ ഇറങ്ങിപ്പോരൽ.

ഒന്നിച്ച് ഒരു ദീർഘയാത്ര. ദീർഘദീർഘയാത്ര. ആരുമാരുമങ്ങനെ പോവാറില്ലാത്ത ഒരിടത്തേക്ക്. എപ്പോഴുമെന്നപോലെ അവൾ, വിദ്യതന്നെ യാണ് അങ്ങനെയൊരു സ്വപ്നയാത്രയെക്കുറിച്ചും മോഹം പറഞ്ഞത്.

ടൗൺഹാളിലെ ചിത്രപ്രദർശനം കണ്ട് മടങ്ങവേ കോഫീഹൗസിന്റെ പരിമിത വെളിച്ചത്തിലിരുന്ന് കാപ്പിയും കട്ലറ്റും കഴിക്കുകയായിരുന്നു ഞങ്ങൾ. ഒട്ടുമാലോചിക്കാതെ സമ്മതം മൂളാവുന്നതേ ഉണ്ടായിരുന്നുള്ളൂ തനിക്ക്. അവൾക്ക് പക്ഷേ അങ്ങനെയേ ആയിരുന്നില്ല. നേരത്തെ യാലോചിച്ച് പഴുതുകളില്ലാതെ തയ്യാറെടുത്ത് വേണമായിരുന്നു.

യാത്രാലക്ഷ്യം നിശ്ചയിച്ചത് അവളാണ്. ചെന്നൈയിലെ ഫിലിം ഫെസ്റ്റിവലിന്റെ സമയം അതിനായി തെരഞ്ഞെടുത്തതും അവളാണ്. പാർട്ട് ടൈമായി അവൾ ജോലി എടുക്കുന്ന ആഴ്ചപ്പതിപ്പിനായി ഫെസ്റ്റ് കവർ ചെയ്യാനായി പോകുന്നു. ഭർത്താവിനെയും വീട്ടുകാരെയും ബോധ്യ പ്പെടുത്തൽ, സമ്മതംവാങ്ങൽ, മറ്റ് ആലോചനകൾ, തയ്യാറെടുപ്പുകൾ.

ടീമിന്റെ ഭാരമത്രയും ചുമലിലേറ്റി തളർന്ന കളിക്കളത്തിലെ ക്യാപ്റ്റനെ പ്പോലെ അവൾ, എതിർഭാഗത്തെ സീറ്റിൽ. സമ്മർദ്ദമേതുമില്ലാതെ താൻ മറുവശത്ത്. പിന്നെയും കുറച്ച് ദൂരംകൂടി വണ്ടിയോടി പിന്നിട്ടു. നാട്ടിൽ നിന്ന് അകലുമ്പോൾ സുരക്ഷിതത്വം തോന്നുന്ന അപൂർവ്വം അവസര ങ്ങൾ. അവൾ തൊട്ടടുത്ത് വന്നിരുന്നു. പതിയെപ്പതിയെ ഇടംചുമലോട് കവിളുരുമ്മിയിരുന്നു. അവളുടെ കൈകളെടുത്ത് കൈയിൽ വെച്ചു. അതപ്പോഴും വിറയ്ക്കുന്നുണ്ടായിരുന്നുവെന്ന് തോന്നി. നേരിയ വിയർപ്പു നനവുണ്ടെന്നും.

തിയ്യറ്റർ ഹാളുകളുടെ ഇരുട്ടിൽ, രണ്ടാംനിലയിലെ ക്ലാസ്മുറിയി ലേക്കുള്ള ഗോവണിപ്പടിയിൽ എല്ലാം വെച്ച് ചുറ്റുമുള്ള ലോകത്തി ലാകെ ഇരുട്ടാണെന്ന് കണ്ണടച്ച് നിമിഷാർദ്ധദൈർഘ്യമുള്ള വിരൽ കൊരുക്കലുകൾ. അത്രമാത്രം, ഓർമ്മയിലെ പ്രണയമധുര സ്പർശങ്ങൾ.

കൈവെള്ളയിൽ ചൂണ്ടുവിരലിനാൽ അവളുടെ പേരെഴുതി. കര യുകയാണവളെന്നറിഞ്ഞു. അരുതെന്ന് തടഞ്ഞില്ല. കൈകളിൽ ഇറുകെ പിടിച്ചു. ക്ഷമയോടെ, അലിവോടെ, സ്നേഹാർദ്രതയോടെ.

''നിഷാദ്, എന്ത് സംഘർഷമായിരുന്നെന്നോ.''

വികാരങ്ങളുടെ ക്ഷോഭം തെല്ലൊന്ന് അടങ്ങിയപ്പോൾ അവൾ പറഞ്ഞു.

''ഏറെ മോഹിച്ച്, കൊതിച്ച് കാത്തിരുന്നതായിട്ടും ഇറങ്ങിവന്നപ്പോൾ

ഇടറിപ്പോയി നിഷാദ്.'' കൈവെള്ളയിൽ വേദനിക്കുംവിധം അവൾ ഇറുകെപിടിച്ചു.

''തൊട്ടടുത്ത കട്ടിലിൽ കിടക്കുമ്പോഴും സ്നേഹമോ ഇത്തിരി കരുതലോ പൊതിഞ്ഞ ഒരുനോട്ടം പോലും സമ്മാനമായി നൽകാത്തയാളാണ്. എന്നിട്ടും പക്ഷേ ആ മനുഷ്യനെ വിട്ടിറങ്ങി വന്നപ്പോൾ... എളുപ്പമൊന്നുമല്ലടാ, പിടഞ്ഞുപോയി ഉള്ളം.''

ഒന്നും പറയാനായില്ല. സഹീറയെ ഓർത്തുപോയി. കഠിനമായ ആത്മനിന്ദയും വെറുപ്പും തോന്നി. നൈരന്തര്യത്തിലേക്കും വൈരസ്യത്തിലേക്കും കടന്നിട്ടില്ലാത്ത, മൂന്ന് വർഷത്തിന്റെ ചെറുപ്പമുള്ള ദാമ്പത്യമാണ്. അവളോടൊത്ത് ഒരു യാത്രപോലും പോയിട്ടില്ല ഇനിയും. പക്ഷേ ഏതാനും മാസങ്ങളുടെ പരിചയം മാത്രമുള്ള കാമുകിയുടെ കരം തലോടിത്തലോടി...

''സാരമില്ല, സാരമില്ല വിദ്യാ. ഞാനുണ്ട്, ഞാനുണ്ട്.'' സ്വയം ആശ്വസിപ്പിക്കാനെന്നവണ്ണം പതിയെ പറഞ്ഞു.

കണ്ണീരിനിടയിലും ചിരിയുടെ കുഞ്ഞുസൂര്യവെളിച്ചം. പിന്നെ അവൾ ദുപ്പട്ടത്തലപ്പുകൊണ്ട് മുഖം തുടച്ചു.

പരിചിതമായ കാഴ്ചകളുടെ തുടർച്ചകൾ അവസാനിച്ചുതുടങ്ങി. ഇടയ്ക്കിടെ മാത്രം കടന്നുപോവാനിടവന്നിട്ടുള്ള വഴികളിലൂടെയിപ്പോൾ വണ്ടി ഓടുന്നു. വെയിൽ ചാഞ്ഞുതുടങ്ങിയിരുന്നു. എങ്കിലും ചൂട് ശമിക്കാതെയുണ്ട്. പുറത്ത് ഒരില പോലുമനങ്ങാത്ത നിശ്ചലത. ആരോ വരച്ചിട്ട ഛായാചിത്രത്തിലൂടെ നീങ്ങുന്ന തീവണ്ടി. വരണ്ട പുറംകാഴ്ചകളിലും ഉള്ള് അതിന്റെ ആർദ്രത കണ്ടെടുക്കുന്നു. പ്രണയത്തിലായിരിക്കുമ്പോൾ, പ്രണയിനിയോടൊത്തായിരിക്കുമ്പോൾ വിശേഷിച്ചും.

അകലെയകലേക്ക് പോകുന്തോറും ഭയം ഇറങ്ങിപ്പോവുന്നു, സ്വാസ്ഥ്യം നിറയുന്നു.

ഒരേ കോപ്പയിൽനിന്ന് കുടിച്ചും ഒരേ പാഥേയംപങ്കിട്ടും വിരലുകൾ കൊരുത്തുപിടിച്ചും തഴുകിയും തലോടിയും ഉറങ്ങിയും ഉറക്കിയും കാവലിരുന്നും മിണ്ടിയും കേട്ടും ദീർഘദീർഘമൊരു തീവണ്ടി യാത്ര. ചെന്നൈ, ഗാസിയാബാദ്, പിന്നെ ഹരിദ്വാർ. ഒടുവിൽ ഋഷികേശിൽ വന്നിറങ്ങി.

ഒരല്പം വളഞ്ഞു ചുറ്റുള്ള, കുറച്ചേറെ ദൂരം പിന്നിടേണ്ട പലപല മാറിക്കയറ്റങ്ങൾ വേണ്ടിയിരുന്ന ഒന്നിലേറെ രാത്രികൾ ട്രെയിനിലുറങ്ങേണ്ട ആ യാത്രാമാർഗ്ഗം ഏതാണ്ട് ആലോചിച്ച് തിരഞ്ഞെടുത്തത് തന്നെയായിരുന്നു. അത്രദൂരവും ഒന്നിച്ചായിരിക്കാൻ, പ്രിയപ്പെട്ട ആളോടൊത്തു താണ്ടുന്ന വഴിയും ലക്ഷ്യത്തോളംതന്നെ പ്രിയതരമാകയാൽ, ആലോചനയോടെയുള്ള തിരഞ്ഞെടുപ്പ്. എന്നിട്ടും മതിവരാതെയും കൊതിയൊതുങ്ങാതെയുമാണ് ഒരു പുലർച്ചെ ഋഷികേശിലിറങ്ങുന്നത്.

ആകുലതകളുടേയും ആശങ്കകളുടേയും കാർമേഘങ്ങളൊഴിഞ്ഞ്, യാത്ര കൂടുതലൊന്നായ് നെയ്തു നെയ്തു ചേർത്ത രണ്ടു പ്രണയികളായി

മാറിയിരുന്നു അതിനകം. ഹിമാലയത്തിന്റെകൂടി സാമീപ്യം കൊണ്ട് പുണ്യമുള്ളതെന്ന് വിശേഷിപ്പിക്കപ്പെട്ട ആ നഗരത്തിലൂടെ ഋഷികേശിലൂടെ കൈകോർത്തു നടന്നു. വെല്ലുവിളികളില്ലാതെ. ഒറ്റുകൊടുക്കപ്പെടുമെന്ന ഭീതി തീണ്ടാതെ. മുമ്പിൽ കണ്ട വഴികളിലൂടെ അലസമലസം.

ക്ഷീണം കാലുകളെ കീഴടക്കാൻ തുടങ്ങുന്നു എന്ന് തോന്നിയപ്പോൾ ഹോട്ടലിലേക്ക് മടങ്ങി. നേരത്തെ സൂര്യപ്രഭ മങ്ങുന്ന, മുന്നറിയിപ്പില്ലാതെ ഇരുട്ട് പരന്നു തുടങ്ങുന്ന മാസങ്ങളായിരുന്നു. വലിയ ഒറ്റപ്പുതപ്പിനാലെന്ന പോലെ നഗരത്തെ ആകെ ഉടൽമൂടിപ്പുതപ്പിച്ച്, വെളുത്ത മഞ്ഞ്. കമ്പിളി മേൽക്കുപ്പായങ്ങളെയും ഉടൽച്ചൂടിനെയും നിസ്സാരനിസ്സാരം തോല്പിച്ചു കയറുന്ന തണുപ്പ്. ഗംഗയുടെ കരയിൽ ഹിമാലയക്കാഴ്ചകളിലേക്ക് തുറക്കുന്ന ജാലകങ്ങളുള്ള ഒരുമുറിയായിരുന്നു ഹോട്ടലിലേത്. അല്ല, ഹോട്ടലെന്ന് അതിനെ വിളിക്കാമായിരുന്നില്ല. ഒരു മഠത്തിന്റെ കെട്ടും മട്ടും. രണ്ട് നിലകൾ. നദിനിരപ്പിന് സമമായ ഒന്ന്. അതിനും മീതെയൊന്ന്. ഒന്നാം നിലയിലെ ആ മുറിയിൽ പരിമിതമായ സൗകര്യങ്ങൾ മാത്രമായിരുന്നു. ഒരിരട്ടക്കട്ടിൽ. ഒരു മേശ. രണ്ട് കസേരകൾ. ഒരു തടിയലമാര, ഇലക്ട്രിക് ഹീറ്ററും ജഗ്ഗും മേശപ്പുറത്തുണ്ട്. കിടക്കയിൽ തൂവെള്ള വിരിപ്പും കട്ടിപ്പുതപ്പും. പണ്ടെങ്ങോ കറങ്ങിയിട്ടുണ്ട് എന്ന് തോന്നിച്ച് മച്ചിൽനിന്ന് തുങ്ങിക്കിടക്കുന്ന ഒരു ഫാൻ മാത്രമായിരുന്നു അധികപ്പറ്റ്.

നേരത്തെ ആഹാരം കഴിച്ച് ഉറങ്ങാൻ കിടന്നു. ജനാലകൾ തുറന്നിടണമെന്നത് വിദ്യയുടെ മോഹമായിരുന്നു. ചുണ്ടിൽ ശൃംഗാരശീലൊളിപ്പിച്ച് മലയിറങ്ങി നദികടന്ന് വന്നകാറ്റ് പക്ഷേ നിമിഷാർദ്ധംകൊണ്ട് ജാലകങ്ങൾ കൊട്ടിയടച്ചുകളഞ്ഞു.

രതി. സങ്കോചവും പാപബോധവും ഇറങ്ങിപ്പോയ മനസ്സും ഉടലും. തണുപ്പും ഇരുട്ടും നിശ്ശബ്ദതയും സമംചേർന്ന ആ രാത്രിയിലത്, രതി, പക്ഷേ പിൽക്കാലത്ത് ഓർത്തിരിക്കാൻ മാത്രം സുദീർഘവും ആവേശം തുളുമ്പുന്നതുമായില്ല. തുടർയാത്രയും നടപ്പും ഉടലുകളെ ഉറക്കത്തിനാണ് സജ്ജമാക്കിയത് എന്ന് ഉടനെ തിരിച്ചറിഞ്ഞു.

നടന്നും അലഞ്ഞും വെറുതെ ഇരുന്നും ഉടലിൽ ഉടലുനെയ്ത് ഉറങ്ങിയും ആ നഗരത്തിൽ പിന്നെയും ചില ദിനങ്ങൾ, ഈ നേരവും കടന്നുപോകല്ലേ എന്ന് മോഹിച്ച് മോഹിച്ച്.

വാതിലിൽ തുടരെമുട്ടുന്നത് കേട്ടുപുലർന്ന ഒരു ദിവസം. മുറിയിലപ്പോഴും ഇരുട്ടും തണുപ്പും. അല്പം മുമ്പാണ് ഉറങ്ങാൻ കിടന്നത് എന്നുതോന്നി. അല്ല. നേരം പുലർന്നിരിക്കുന്നു എന്ന് ചുമരിലെ ഘടികാരം സൂചിപ്പിക്കുന്നു.

വാതിൽതുറന്നപ്പോൾ റിസപ്ഷനിലെ ദീദി. ടാക്സിക്കാരൻ പുറത്ത് താഴെവന്നു നിൽക്കുന്നെന്ന് അറിയിക്കാൻ വന്നതാണവർ. അയാളോട് കാത്തുനിൽക്കാൻ പറയാനേല്പിച്ച് വാതിലടച്ചു.

വിദ്യ ഉണർന്നിരുന്നില്ല. അരുമയോടെ വശംചെരിഞ്ഞു കിടന്നിരുന്ന അവളെ നോക്കിയിരുന്നു കുറച്ച് നേരം. ഉറങ്ങുംമുമ്പേ കൊണ്ടകെട്ടി വെച്ച മുടി അഴിഞ്ഞു ചിതറി വെള്ളവിരിപ്പിൽ നിഴൽപോലെ. നാട്ടിൽ നിന്ന് ഏറെയകലെ ഹിമവാന്റെ താഴ്വാരത്ത് ഗംഗയുടെ കരയിൽ നിലാവുപോലുള്ള സ്വാസ്ഥ്യം മതിതീരെ കുടിച്ച് വെല്ലുവിളിയില്ലാത്ത ഒരുറക്കം. അത് മുറിച്ച് അവളെയുണർത്താൻ തോന്നിയില്ല.

ഇവളെ ഞാൻ ഏറെയേറെ പ്രണയിക്കുന്നുണ്ട്. കാൽക്കൽ അവളുടെ യുറക്കത്തിന് കാവലിരിക്കുമ്പോൾ തന്നോടുതന്നെ പറഞ്ഞു. ഒരു നിമന്ത്രണംപോലെ.

തലേന്ന് ഓഫ് ചെയ്തിട്ടിരിക്കുന്ന ഫോണെടുത്ത് തുറന്നു.

സഹീറയുടെ സന്ദേശമുണ്ട്. 'എവിടെ?' എന്ന ഒറ്റവരി ചോദ്യം മാത്രം.

''മൂവിംഗ് എറൗണ്ട്. ഹെവി ഷെഡ്യൂൾ, ടൈറ്റ്'' എന്ന് പാതിമാത്രം സത്യമായ മറുപടി അയച്ചു. പോയ ദിനങ്ങളിൽ ഒരിക്കൽ മാത്രമാണ വളെ വിളിച്ചത്. ചെന്നൈ സെൻട്രലിൽ തീവണ്ടിയിറങ്ങി മാറിക്കയറി യാത്ര തുടരുംമുമ്പെ.

''ചെന്നൈയിലെത്തി. താമസസ്ഥലത്തേക്ക് നീങ്ങുന്നു.'' അപ്പോഴും പാതിമാത്രം സത്യമായ ഒരു മറുപടി.

അവൾ, സഹീറ. തന്റെയുള്ളിലെങ്ങനെയാണ്? പെട്ടെന്ന് പൊട്ടി ച്ചിരിക്കണമെന്ന് തോന്നി. നിന്ദയോടെ. കാമുകിയുടെ കാൽക്കീഴിലി രിക്കെ തീർപ്പിലെത്തേണ്ട കാര്യംതന്നെ.

പ്രണയം, അത് അവളോടൊരിക്കലും തോന്നിയിട്ടില്ല. മധുവിധു വിന്റെ മധുരദിനങ്ങളിൽപ്പോലും. പക്ഷേ കരുതലും സ്നേഹവുമെന്നും സൂക്ഷിച്ചു, അല്ല, സൂക്ഷിക്കുന്നു ഇപ്പോഴും. ഉപ്പയുടേയും അമ്മായി മാരുടേയും നിർബന്ധമായിരുന്നു കല്യാണമെന്നത്. സാധ്യമായത്രയും ഒഴിഞ്ഞുനിൽക്കാനും നീട്ടിവെക്കാനും കഴിഞ്ഞു. മനസ്സിൽ മറ്റാരുമില്ലെ ന്നറിഞ്ഞതോടെ പിന്നെയെല്ലാം അവരൊക്കെച്ചേർന്നു നയിച്ചു. അവളെ യൊന്ന് പോയിക്കണ്ടു. വിദ്യാഭ്യാസവും സൗന്ദര്യവുമുള്ള പെൺകുട്ടി. ആത്മാഭിമാനമുള്ള പ്രകൃതം.

ഒട്ടും ആയാസപ്പെടാതെ, ലളിതമായ തയ്യാറെടുക്കലുകൾ കൂടിയി ല്ലാതെ ദാമ്പത്യത്തിലേക്ക് പാദമൂന്നൽ. അതിന്റെ സർവ്വസാധാരണ മായ ഗമനം. സ്നേഹം അതെപ്പോഴുമുണ്ട് അവളോട്, പക്ഷേ എന്നു മെക്കാലത്തും കൂടെയുണ്ടായിരുന്ന പ്രണയം, അത് സഹീറയോട് മാത്രം തോന്നാത്തതിൽ അത്ഭുതപ്പെട്ടിട്ടുണ്ട്. പ്രണയിക്കുന്ന ഒരുവൻ ഉള്ളിൽ വിവാഹത്തോടെ മരിച്ചുകഴിഞ്ഞു എന്നുതന്നെ കരുതിയിരുന്നു.

പക്ഷേ വിദ്യ ജീവിതത്തിലേക്ക് കടന്നുവന്നപ്പോഴറിഞ്ഞു. ഇല്ല, അടഞ്ഞുപോയിട്ടില്ല, പ്രണയത്തിന്റെ ഉറവക്കണ്ണ്. അതിപ്പോഴുമുണ്ട്. കത്തുന്ന പ്രണയം പ്രസരിപ്പിക്കുന്ന കാമുകൻ തന്നിലുണ്ട്, സജീവ മായി ബാക്കിയുണ്ട്.

''എങ്ങനെ സാധിക്കുന്നു ഈ ദ്വന്ദ്വം?'' ചിലപ്പോൾ അതിശയത്തിൽ, ഇടയ്ക്ക് പരിഹാസപ്പകർച്ചയിൽ വിദ്യ ചോദിക്കും. അവൾക്ക് അങ്ങനെയൊരു പ്രശ്നമേ ഉണ്ടായിരുന്നില്ല. പേരിന്റെ രണ്ടാംഭാഗമായ ഒരു സ്ഥാനം എന്നതിലപ്പുറം വിദ്യയ്ക്കും ഭർത്താവിനുമിടയിൽ ഒരിഴപോലും പൊട്ടാതെ ബാക്കി കിടന്നിരുന്നില്ല. രതി എന്ന ചടങ്ങുപോലും.

''രണ്ടും രണ്ട് ഒഴുക്കുകളാണ് വിദ്യാ. നിന്നോടുള്ളതും സഹീറയോടുള്ളതും. പരസ്പരം കൂട്ടിമുട്ടാത്ത, കൂട്ടിമുട്ടേണ്ടതില്ലാത്ത രണ്ട് പ്രവാഹങ്ങൾ. പകരമാവാനാത്ത, പകരമാവേണ്ടതില്ലാത്ത...''

സ്വയവും വിദ്യയോടും ഇടയ്ക്കിടെ ചമയ്ക്കുന്ന മറുപടികൾ. ആശ്വസിക്കലുകൾ, ആശ്വസിപ്പിക്കലുകൾ.

വിദ്യയുണരാൻ പിന്നെയും വൈകി. ഒരുങ്ങിയിറങ്ങിപ്പോഴേക്കും ഒരു മണിക്കൂർകൂടി കടന്നുപോയി. വൈകിയതിന്റെ മുഷിവൊന്നുമില്ലാതെ കാത്തിരിക്കുന്ന ഡ്രൈവർ. ഇതൊക്കെ എത്ര കണ്ടിരിക്കുന്നു എന്ന നിസ്സംഗത മുഖത്ത്.

ഋഷികേശിൽ നിന്ന് ജോഷിമഠിലേക്ക് ബസ്സുകളുണ്ടെന്ന് റിസപ്ഷനിലെ ദീദി കഴിഞ്ഞ രാത്രിയിൽ പറഞ്ഞിരുന്നു. പക്ഷേ ഉടനെയവർ അത് നിരുത്സാഹപ്പെടുത്തുകയും ചെയ്തു.

''പത്തിരുനൂറ് കിലോമീറ്ററിലേറെയുണ്ട് ദൂരം. കുന്നും മലയും ചുറ്റി ബസ്സെത്താൻ അഞ്ചെട്ട് മണിക്കൂറെടുക്കും. അതുവേണ്ട ബാബു. കാറിലാവട്ടെ. ബീബിക്കും മുഷിയും. പുതുമോടിക്കാലമല്ലേ. അവർ സന്തോഷമായിരിക്കട്ടെ.''പാൻകറ പിടിച്ച പല്ലുകൾ കാണിച്ച് ദീദി വിടർന്ന് ചിരിച്ചു. പിന്നെ ഫോണിൽ വിളിച്ച് ടാക്സി ഏർപ്പാടാക്കിയതും അവർ തന്നെയാണ്. ടൂറിസ്റ്റുകളും ഭക്തരുമെത്തുന്ന എല്ലാ ഇടങ്ങളിലുമെന്നതുപോലെ ഇവരെല്ലാം തമ്മിൽ സജീവമായ ലിങ്കുണ്ടാവുമെന്ന് ഊഹിച്ചു.

ഇന്നലെ വന്നുചേർന്നപ്പോൾ മുതൽ ഇതുവരെ ഈ ദീദിയല്ലാതെ മറ്റാരെയും സഹായികളായിപ്പോലും ഇവിടെ കണ്ടിട്ടില്ല. റൂം തുറന്ന് തന്നതും വെള്ളം കൊണ്ടുവച്ചതും കിടക്കവിരികൾ വിരിച്ചതുമെല്ലാം മധ്യവയസ്സ് പിന്നിട്ട ഈ സ്ത്രീ തന്നെയാണ്. റിസപ്ഷനിലും വേറെയൊരുമില്ല. രണ്ട് നിലകളിലായി എട്ടുപത്ത് മുറികളുള്ള ആ താമസസമുച്ചയത്തിന്റെ ഉടമയും അവർ തന്നെയാവും.

ബിൽ സെറ്റിൽ ചെയ്തപ്പോൾ ബാക്കി വന്ന തുക അവർക്കെന്നപോലെ മേശമേൽ വെച്ചു. അവർ പക്ഷേ അതെടുത്തില്ല. പകരം കൗണ്ടറിൽ വെച്ചിരുന്ന ചികിത്സാസഹായത്തിനുള്ള ശേഖരമായ ചെറിയ ചില്ലുഡബ്ബയിൽ ഇടാൻ നിർദേശിച്ചു. അവരുടെ ആത്മാഭിമാനത്തിന് വിലയിടാൻ ശ്രമിക്കേണ്ടിയിരുന്നില്ലെന്നുതോന്നി.

''ഭഗവാന്റെ മണ്ണാണ്. ഇവിടുന്ന് ഗർഭം ധരിച്ചാൽ പുണ്യമാണ്. ഈശ്വരൻ അനുഗ്രഹിക്കട്ടെ.'' ഇറങ്ങുമ്പോൾ ദീദി കൈകൾ ഉയർത്തി ദൈവത്തിന്റെ പ്രതിനിധിയായി.

''നിഷാദ്...'' കാറിലിരിക്കെ വിദ്യയെന്നെ പതിയെ വിളിച്ചു.

''പത്തും മൂന്നും പതിമൂന്ന്. അത്രയും വർഷത്തെ പരിചയസമ്പത്തുണ്ട് ദാമ്പത്യത്തിൽ നമുക്ക് രണ്ടുപേർക്കും ചേർന്ന്.'' അവൾ ചിരിച്ചു. അപൂർവ്വമായി കാണാറുള്ള പൊട്ടിച്ചിരി. തുടർന്നു. ''എന്നിട്ടും നവവധൂവരന്മാരെന്ന പരിഗണനന വകവെച്ചു കിട്ടുന്നു നമുക്ക്. കണ്ടില്ലേ ആ ദീദി...''

ബോധപൂർവ്വമല്ലെങ്കിലും അങ്ങനെയൊരു ശരീരഭാഷ തങ്ങൾ പ്രസാരണം ചെയ്യുന്നുണ്ടാവും. മറ്റുള്ളവർക്ക് എളുപ്പം വായിക്കാവുന്ന വിധത്തിൽ. പങ്കാളികളാണെന്ന് കാണിക്കുന്ന ഒന്നും കരുതിയിട്ടില്ലല്ലോ കൈയിലെന്ന് അന്നേരം മാത്രമോർത്തു. അല്ല, അങ്ങനെയൊന്ന് ഉണ്ടാവാനില്ലതാനും. അല്ലെങ്കിലും എല്ലാം ശുഭകരമാവുമെന്ന്, ഒന്നും പിഴയ്ക്കില്ലെന്ന് പ്രതീക്ഷ സമം ചേർത്തുള്ള ഒരു സാഹസികതയായിരുന്നല്ലോ ഈ സ്വപ്നയാത്ര.

ഋഷികേശിൽനിന്ന് ജോഷിമഠിലേക്കുള്ള സഞ്ചാരം ആദ്യം ഗംഗയോടൊത്തായിരുന്നു. അല്ല, ഒപ്പമല്ല, എതിർദിശയിലേക്ക്. അത് ഒഴുകിപ്പുറപ്പെട്ട് വരുന്ന ഇടങ്ങളിലേക്ക്. മിക്കപ്പോഴും മായാത്ത സാന്നിദ്ധ്യമായി നദി കൂടെയുണ്ടായിരുന്നു. വളവ് തിരിവുകളും കൊടുംകുത്ത് കയറ്റങ്ങളുമുള്ള വഴിയിൽ ചിലപ്പോഴൊക്കെയത് അദൃശ്യമായി. വീണ്ടും ഇരട്ടി ഭംഗിയോടെ പ്രത്യക്ഷപ്പെട്ടു.

ഹിമാലയസാനുക്കളിൽ നിന്ന് ഉറവയെടുത്ത് അളകനന്ദയും ഭഗീരഥിയുമായി ഒഴുകി ദേവ് പ്രയാഗിൽവെച്ച് ഒന്നായി, ഗംഗയായി പിന്നേയും അനവധി കൈവഴികൾ ചേർന്ന് വലുതായി ഉത്തരാഖണ്ഡിലൂടെ, ഉത്തർ പ്രദേശിലൂടെ, ബീഹാറിലൂടെ, പശ്ചിമബംഗാളിലൂടെ ഒഴുകിയൊടുവിൽ, ബംഗാൾ ഉൾക്കടലിൽ ചെന്നുചേരുന്ന നദി. സംസ്കാരങ്ങളുടെ ചരിത്രത്തിന്റെ വിശ്വാസത്തിന്റെ ഭാഗധേയങ്ങൾ മാറ്റിക്കുറിക്കുകയും നിർണ്ണയിക്കുകയും ചെയ്യുന്ന ഒഴുക്കായി ഗംഗ. നഗരങ്ങളോടു ചേർന്ന ഭാഗങ്ങളിലെന്ന പോലെയൊരു നിശ്ചലതയല്ലായിരുന്നു വഴിനീളെയതിന്റെ കാഴ്ച. കാടിനെ, മലകളെ അതിന്റെ ഉറവിടത്തെ പിരിഞ്ഞതിന്റെ വേദന, രൗദ്രത. നഗര ഭാഗങ്ങളിലെപോലെ അത് മലിനവുമായിരുന്നില്ല.

വഴിയിൽ ഗംഗ അടുത്തുനിന്ന് കാണണമെന്ന് വിദ്യ പറഞ്ഞിടത്തെല്ലാം ഡ്രൈവർ വണ്ടി നിർത്തി. ഒഴുക്കിൽ കാൽ നനയ്ക്കണമെന്ന മോഹം ഉള്ളിലൊതുക്കി നദിനോക്കി ദീർഘനേരം നിന്നു. കഴുത്തിലണിഞ്ഞിരുന്ന വൂളൻഷോൾ വിടർത്തി അവൾ തന്നെയും അതിനുള്ളിലേക്ക് ചേർത്തുപിടിച്ചു. ചുളുചുളുന്നനെ വീശുന്ന കാറ്റിൽനിന്ന് പ്രതിരോധിക്കാനെന്നപോലെ.

''ഗംഗയൊഴുകിത്തുടങ്ങുന്ന ഈ ഭാഗങ്ങൾ മുതൽ ഇതിന്റെ കരപറ്റി ഒരു യാത്ര പോവണം നിഷാദ്.'' അവൾ ശബ്ദം താഴ്ത്തി പറഞ്ഞു.

''ഹരിദ്വാർ, കാൺപൂർ, അലിഗർ, വാരണാസി, ഫറൂഖാബാദ്, പാറ്റ്ന, ബാഗൽപൂർ, ഫറാക്ക വഴി ഗംഗയുടെ കരയിലൂടെ ഇതിന്റെ പോക്കിനൊപ്പം. ഒടുവിൽ ബംഗാൾ ഉൾക്കടലിൽ ചെന്നുചേരുന്ന ഒരൊഴുക്ക്.''

അങ്ങനെയൊരു യാത്ര അസംഭവ്യമൊന്നുമല്ല. വന്യവും വിചിത്രവുമായ മോഹങ്ങളുടേയും കല്പനകളുടേയും തമ്പുരാട്ടിയാണല്ലോ അവൾ. ഈ യാത്രപോലും സംഭവിക്കുന്നത് അങ്ങനെയാണല്ലോ.

"നിഷാദ്, നമുക്കൊരു യാത്ര പോവണം. ഒരു ദീർഘയാത്ര."

മറ്റെന്തിനേയോക്കുറിച്ചുള്ള സംസാരത്തിന്റെ ഇഴമുറിച്ച് പൊടുന്നനെയാണവൾ അത് പറഞ്ഞത്. അപ്പോൾ തോന്നിയ ഒരാവേശം. ഒരു പക്ഷേ അതാവാം. അല്ലെങ്കിൽ കുറച്ചായി അവൾ മനസ്സിൽ താലോലിക്കുന്ന ഒന്ന്. ഏതായാലും മറുത്തൊന്ന് ആലോചിക്കുകയോ ശങ്കിക്കുകയോ ചെയ്യാതെ ശരിയെന്ന് ചിരിച്ചു.

അവൾ തുടർന്നു. "അങ്ങനെയൊന്ന് സംഭവിച്ചു എന്ന് നമ്മളല്ലാതെ മറ്റാരുമറിയാൻ ഇടവരുന്ന തെളിവുകളൊന്നുമവശേഷിക്കാത്ത യാത്ര. എവിടെയുമൊന്നുമുപേക്ഷിക്കാത്ത, രേഖപ്പെടുത്തിവയ്ക്കാത്ത യാത്ര. അതേ പ്രതിയെന്തെങ്കിലും നീ ചമയ്ക്കും കവിതകളിൽ പോലും കടന്നു വരരുത്. നമ്മൾ, നമ്മൾ മാത്രമുള്ള യാത്ര,. നമ്മളിൽ നമ്മളിൽ മാത്രമുള്ള യാത്ര. ഏറെയൊന്നും ആരുമങ്ങനെ സഞ്ചരിക്കാത്ത ഒരിടത്തേക്ക്."

ആ യാത്ര ഇതാ, കല്പനാഭ്രംശം വരാതെ തുടരുന്നു. അവൾ തന്നെ നിർണ്ണയിച്ച ലക്ഷ്യത്തിലേക്ക്.

"ഗംഗ, എപ്പോഴെങ്കിലും പിറക്കുന്നത് പെൺകുഞ്ഞാണെങ്കിൽ അവൾക്കിടാൻ കാത്തുവച്ച പേര്." തിരികെ കാറിലേക്ക് നടക്കവേ വിദ്യ പതിയെ പറഞ്ഞു. ഏറെ വിഷാദഭരിതമായിരുന്നു അവളുടെ മുഖമപ്പോൾ. പിന്നെ തെല്ലുനേരം അവൾ നിശ്ശബ്ദയായിരുന്നു. കുറച്ച് ദൂരം കഴിഞ്ഞപ്പോൾ പാറക്കെട്ടുകളെ പ്രഹരിച്ചുകൊണ്ട് നദി പതഞ്ഞ് പരന്ന് ഒഴുകുന്ന ഭാഗം കാണായി. ആളുകൾ ചെന്നുനിന്ന് ചുറ്റുഭാഗത്തെ കാടുംപടലും തെളിഞ്ഞ് അവിടമൊരു വ്യൂ പോയന്റ് പോലെയായി കഴിഞ്ഞിട്ടുണ്ട്.

പറയാതെതന്നെ ഡ്രൈവർ കാർ നിർത്തി. അവിടെയിറങ്ങിയില്ല. അകത്തുതന്നെയിരുന്ന് നദിയൊഴുക്ക് കണ്ടു. ഡ്രൈവർ മാത്രം പുറത്തിറങ്ങി കൈകാലുകൾ നിവർത്തി. ടയറിലെ മർദ്ദം പരിശോധിച്ചു.

നല്ലൊരാൾ, അയാളെക്കുറിച്ച് അങ്ങനെ തോന്നി. തണുപ്പും കാറ്റുമുള്ള നിറംകുറഞ്ഞ അന്തരീക്ഷത്തിൽ, വെല്ലുവിളിനിറഞ്ഞ വഴികളിലൂടെ തന്റെ ജോലി ഭംഗിയായി ചെയ്യുന്നു. അനാവശ്യ വർത്തമാനങ്ങളോ തിരിഞ്ഞുനോക്കലുകളോ ഇല്ല. സോഹൻബാബു എന്നാണ് പേര് എന്നു മാത്രം പറഞ്ഞു. അതും ചോദിച്ചപ്പോൾ. ഇടയ്ക്ക് നിർത്താനാവശ്യപ്പെട്ടപ്പോഴെല്ലാം അയാൾ അത് ചെയ്തു. ജോഷിമഠിൽ നിന്ന് തിരികെ ഋഷികേശിലേക്കുള്ള ദൂരം മഞ്ഞുവീഴ്ചയ്ക്കിടെ തനിയെ തിരിച്ചുവരേണ്ടതുണ്ട് അയാൾക്ക്. എങ്കിലുമതിന്റെ ധൃതിയോ, അസ്വസ്ഥതയോ ഒരിക്കലും അയാൾ കാണിച്ചില്ല. ടൂറിസ്റ്റ് ഹോമിലെ ദീദി കണ്ടെത്തിയ സാരഥി എന്തുകൊണ്ടും അനുയോജ്യൻ. തികഞ്ഞ ഒരു ഡ്രൈവർ.

ജോഷിമഠിലെത്തിയപ്പോൾ വൈകുന്നേരമായി. പാർപ്പുകാരെല്ലാമൊഴിഞ്ഞ് തണുത്തു വിറങ്ങലിച്ചുകിടക്കുന്ന ഒരു പുരാതന നഗരം പോലെ തോന്നിച്ചു അന്നേരമത്. ചുറ്റുപാടുകൾ അതാര്യമായിക്കിടക്കുന്നു. വളരെക്കുറച്ച് പേരെ മാത്രമേ ആ നേരത്ത് നിരത്തുകളിൽ കാണാനുണ്ടായിരുന്നുള്ളൂ. ഡ്രൈവർ സോഹൻബാബുവിന് പരിചയമുള്ള ഒരു ഹോട്ടലാണ് താമസത്തിന് തിരഞ്ഞെടുത്തത്. അവിടെയിറക്കി, മുൻകൂർ പറഞ്ഞുറപ്പിച്ച വാടക മാത്രം വാങ്ങി ഒന്ന് തൊഴുത്, ചിരിച്ച്, ഒരു കപ്പ് ചായ കൂടി ഒന്നിച്ച് കുടിക്കാനുള്ള ക്ഷണം ചിരിയോടെ നിരസിച്ച് അയാൾ തിരികെ മടങ്ങി.

ഹോട്ടലിന് താഴെത്തന്നെ റെസ്റ്റോറന്റുമുണ്ടായിരുന്നു. തുടർയാത്ര കൊണ്ട് ക്ഷീണിച്ചിരുന്നുവെങ്കിലും കുറച്ച് ദൂരം നടന്ന് പുറത്ത് എവിടെ നിന്നെങ്കിലും കഴിക്കാമെന്നായിരുന്നു വിദ്യയുടെ ആഗ്രഹം. അങ്ങനെയാവട്ടെയെന്ന് സമ്മതിച്ച് തലമൂടുന്ന തൊപ്പിവെച്ച് പുറത്തിറങ്ങി. ഇടവിട്ട് മാത്രം തുറന്നിരിക്കുന്ന വ്യാപാരസ്ഥാപനങ്ങൾ. അധികവും ഭക്ഷണശാലകൾ. അവ ഒട്ടുമിക്കതും ബഹുവർണ്ണലൈറ്റുകളാൽ അലംകൃതം. വിജനമായ തെരുവുകളിലൂടെ കൈകോർത്തു നടന്നു. നിയോൺ ദീപങ്ങളുടെ നിറച്ചാർത്ത്, തണുപ്പ്, ആളൊഴിഞ്ഞ തെരുവ്.

‘‘നമുക്കായി കാത്തുവെച്ചതുപോലെ നിഷാദ്.’’ ആരുമില്ലാത്ത വഴിയുടെ സ്വാതന്ത്ര്യത്തിൽ വിദ്യയെന്നെ കെട്ടിപ്പിടിച്ചു.

‘‘ഈ നിമിഷം അനന്തമായിരുന്നെങ്കിൽ.’’ അവൾ പതിയെ പറഞ്ഞു.

ഭൂതവും ഭാവിയുമില്ലാതെ ഞങ്ങൾ മാത്രമുള്ള വർത്തമാനത്തിൽ ആളൊഴിഞ്ഞ തെരുവിൽ, ഉടൽ ഉടലോടു കോർത്ത് ഞങ്ങൾ ഏറെ നേരംനിന്നു, മഞ്ഞും നനവും ആടകളായിപ്പേറുന്ന ഉടലുകളോടെ...

രാവിലെ അലാറം വെച്ച് ഉണർന്നു. അത് വേണമായിരുന്നു. ഗോവിന്ദ്ഘട്ടിലേക്കാണ് ആദ്യയാത്ര. അവിടെനിന്ന് പിന്നെയും തുടർയാത്ര. സുഖദാലസ്യങ്ങളുടെ കമ്പിളിച്ചൂടിൽനിന്ന് പിടഞ്ഞുണർന്ന് വേഗത്തിൽ തയ്യാറെടുത്തു. ഹോട്ടലിലെ റസ്റ്റോറന്റിൽ നിന്നുതന്നെ പ്രാതൽ കഴിച്ചു. റൊട്ടിയും ദാലും. അത് കഷ്ടിച്ച് തയ്യാറായി വന്നതേ ഉണ്ടായിരുന്നുള്ളൂ.

‘‘അങ്ങോട്ട് തന്നെ പോണമെന്നുണ്ടോ സാബ്?’’

ലക്ഷ്യസ്ഥാനം പറഞ്ഞ് ടാക്സി കിട്ടാനുള്ള മാർഗ്ഗമാരാഞ്ഞപ്പോൾ ഹോട്ടലിലെ മാനേജർ തിരികെ ചോദിച്ചു.

‘‘കഴിഞ്ഞ വർഷത്തെ കൊടുംമഴയിലും മണ്ണിടിച്ചിലിലും റോഡും പാലങ്ങളുമൊക്കെ തകർന്ന് നാശമായി കിടക്കുകയാണ്. ഒക്കെ ശരിയായി വരുന്നതേയുള്ളൂ. ടൂറിസ്റ്റുകളൊന്നും ഏറെയങ്ങോട്ട് പോവുന്നില്ല. കണ്ടില്ലേ, ഇവിടെ ഈ സമയത്ത് ഞങ്ങളുടെ ഹോട്ടലിൽ ആകെ അഞ്ചു മുറിയിലേ ഉള്ളൂ താമസക്കാർ. സാധാരണഗതിയിൽ നിറഞ്ഞിരിക്കേണ്ടതാണ്.’’ അയാൾ നെടുതായി നിശ്വസിച്ചു.

‘‘ഇവിടെ ഈ ജോഷിമഠിൽ തന്നെയുണ്ട് സാബ് കാണാൻ ധാരാളമായി.’’ കാപട്യമേശാത്ത കരുതലിൽ അയാൾ വാചാലനാവുന്നു.

‘‘ശങ്കരാചാര്യർ തപംചെയ്ത കല്പവൃക്ഷം, വിഷ്ണുപ്രയാഗ്, ഔലിയിലേക്കുള്ള റോപ് വേ.’’

പക്ഷേ വിദ്യ നിശ്ചയിച്ച ലക്ഷ്യസ്ഥാനമാണ്. അത് മാറ്റുകവയ്യ. അതുകൊണ്ടുതന്നെ അയാളുടെ നിർദ്ദേശങ്ങൾ സ്നേഹപൂർവ്വം അവ ഗണിച്ചു. ചാർജും സമയവും പറഞ്ഞ് ടാക്സി ഉറപ്പിച്ചാണ് തലേന്ന് ഉറങ്ങാൻ പോയത്. പ്രാതൽ കഴിഞ്ഞിറങ്ങിയപ്പോഴേക്കും വണ്ടി എത്തി യിരുന്നു. അത്യാവശ്യം വേണ്ട സാധനങ്ങൾ മാത്രം ചെറുബാഗിൽ കരുതി വലിയ ബാഗ് ഹോട്ടൽ മുറിയിൽവെച്ച് പൂട്ടി താക്കോൽ ഏല്പിച്ച് ഇറങ്ങി.

പതിയെ തെളിഞ്ഞുവരുന്ന പകലിന്റെ വെൺമയിൽ ജോഷിമഠ് വണ്ടിയിലിരുന്ന് കണ്ടു. ചുറ്റുപാടും കോട്ടകെട്ടുന്ന കുന്നുകൾക്കിട യിലെ പട്ടണം. ഹിമാലയപര്യവേഷണങ്ങളും സാഹസയാത്രകളും നടത്തുന്നവർ തമ്പടിക്കുന്ന ചെറുപട്ടണം.

‘‘ഉള്ളു തുളുമ്പവേ പ്രണയിക്കാൻ മാത്രമായി ഇത്രടം വന്നവർ നമ്മൾ മാത്രമാവും.’’ പറഞ്ഞപ്പോൾ വിദ്യ ചിരിച്ചു.

‘തിരികെ വന്നിട്ട് ഇവിടെയൊന്നലയണം. സമയംപോലെ.’ മന സ്സിൽ കുറിച്ചിട്ടു.

നല്ലവഴി. തിരക്കും കുറവ്. ഗോവിന്ദ്ഘട്ടിൽ എളുപ്പമെത്തി. അവിടെ നിന്ന് മൂന്നുനാല് കിലോമീറ്റർകൂടി മറ്റൊരു ടാക്സിയിൽ. അവിടെ വാഹനസഞ്ചാരം അവസാനിക്കുന്നു. ലക്ഷ്യം പിന്നേയുമകലെയാണ്. സ്വപ്നമായി വിദ്യ കുറിച്ചിട്ട ലക്ഷ്യം. മുകളിലേക്ക് മുകളിലേക്ക്. അങ്ങോ ട്ടിനി കാൽനടമാത്രം സാദ്ധ്യം. ഗംഗ്റിയ എന്ന ഗ്രാമ പ്രദേശമാണ് യാത്രയിലെ അടുത്ത ലക്ഷ്യം. അങ്ങോട്ട് ചുരുങ്ങിയത് പത്തുകിലോ മീറ്ററെങ്കിലുമുണ്ട്.

ഗസ്റ്റ് ഹൗസിലെ മാനേജരുടെ മുന്നറിയിപ്പുപോലെ തീരെ ആളില്ലാ വിജനതയൊന്നുമായിരുന്നില്ല. ചെറുകൂട്ടങ്ങളിൽ ആളുകൾ മലകയറാ നെത്തിയിട്ടുണ്ട്. സാഹസകാമനകളെ ശമിപ്പിക്കുക എന്നത് ഏതു കാലത്തും മനുഷ്യർക്ക് പ്രിയം. എത്ര ദൂരവും അവർ പിന്നിട്ടെത്തുന്നു. ഏത് ദുർഘടവും താണ്ടാൻ തയ്യാറെടുക്കുന്നു.

കയറ്റമെങ്കിലും നന്നായി കല്ലുപാകി ഉറപ്പിച്ച വഴിയായിരുന്നു യാത്രാ രംഭത്തിൽ. മൂന്നോ നാലോ പേർക്ക് ഒന്നിച്ച് നടന്ന് പോവാൻ തക്ക വിസ്താരത്തിൽ. പോകപ്പോകെ വഴിയുടെ വീതികുറഞ്ഞു. കയറ്റം കൂടിക്കൂടിയും വന്നു. പതിയെപ്പതിയെയാണ് നടന്നത്. പലരും മറി കടന്ന് മുമ്പേ കയറി മറഞ്ഞു. എല്ലാവരുടെ കൈയിലും, ഞങ്ങളുടേ തടക്കം വടിയുണ്ടായിരുന്നു. ഉടലിൽ പുതുതായി മുളച്ച അവയവം പോലെ. ഗോവിന്ദ്ഘട്ടിൽ നിന്നാണത് വാങ്ങിയത്. കയറ്റത്തിന്റെ ആയാസം എളുതാക്കുന്നുണ്ട് അത്.

വനഭാഗങ്ങളിലൂടെയായിരുന്നു നടവഴി. വനഭാഗങ്ങളിലൂടെ മാത്രം. കാടിന്റെ സംഗീതം, അതെപ്പോഴും അനുയാത്ര ചെയ്തു. ആരും തൊടാ വനഭാഗങ്ങളിലൂടെ...

“നിഷാദ് പുറംലോകവുമായി നമ്മളെ ബന്ധിപ്പിക്കുന്ന ഒന്നുമില്ലല്ലോ ഇപ്പോൾ.” ഇടയ്ക്കൊരു വലിയ കൊടുംകുത്തുകയറ്റം കയറി നിവർന്ന് ശ്വാസഗതി ക്രമപ്പെടാൻ കാത്തുനിൽക്കവേ വിദ്യ പറഞ്ഞു.

നേരായിരുന്നു. ഒന്നുമില്ല. താനും അവളും മാത്രം.

“ആദിമമായ ഈ കാടിന്റെ അനശ്വരതയിലേക്ക് ഇറങ്ങി നമുക്ക് അപ്രത്യക്ഷമാവണം.” ഊന്നുവടി മണ്ണിലിട്ട് മൃദുഭാരമായി അവൾ വിയർത്ത ഉടലിലേക്ക് ഒട്ടിനിന്നു.

ഭ്രമിപ്പിക്കുന്ന വനം. ഹിമാലയ പാദഭാഗത്തെ മലനിരകൾ. വരൂ താഴേക്ക് പതിക്കൂ എന്ന് ക്ഷണിക്കുംമട്ടിൽ ചരിവുകൾ, ആഴം കാണാ കൊക്കകൾ. പകൽ മധ്യത്തിലും വഴി ഇരുണ്ടതാക്കുന്ന മഞ്ഞും കോടയും. ആരും വിയർപ്പണിയരുതെന്ന് നിശ്ചയിച്ച് ഇടതടവില്ലാതെ മലയിറങ്ങിപ്പോവുന്ന തണുത്ത കാറ്റ്. ഹിമാലയത്തിൽനിന്ന് ഉറവകൊണ്ട് ഗംഗതീർക്കാനുള്ള വെമ്പലിൽ താഴേക്കുതാഴേക്ക് വിരൽ മുറിക്കും ഒഴുക്കായി പാറക്കെട്ടുകൾക്കിടയിലൂടൊഴുകുന്ന അസംഖ്യമസംഖ്യം നീരൊഴുക്കുകൾ...

ക്ഷീണിച്ചപ്പോഴെല്ലാം സമയദൂരങ്ങളുടെ ഓർമ്മകളുപേക്ഷിച്ച് നീരൊഴുക്കുകളുടെ കരയിൽ വെറുതെയിരുന്നു. ജലം ഏറ്റിത്തെറുപ്പിച്ച് പരസ്പരം കൂടുതൽ നനച്ചു. ഇടയ്ക്കെപ്പോഴോ, വഴിയുടെ ഏതോ ഭാഗത്ത് വെച്ച് കണ്ടുമുട്ടിയ, ഇനിയൊരിക്കലും കാണാനിടയില്ലാത്ത മനുഷ്യരോടൊത്ത് ആഹാരം പങ്കിട്ട് കഴിച്ചു.

ഒടുവിൽ, ഒടുവിൽ മഞ്ഞുമിരുട്ടും വഴി മായ്ച്ചു തുടങ്ങിയ നേരത്ത് ഗംഗ്റിയയിൽ ചെന്ന് ചേർന്നു. ചെറിയ, തീരെച്ചെറിയ ഒരു പട്ടണം. അല്ലെങ്കിൽ അല്പം നഗരസ്വഭാവമുള്ള ഒരു ഗ്രാമപ്രദേശം. സഞ്ചരിച്ചെത്തുന്നവരെ കാത്ത് കുറച്ച് ഹോട്ടലുകൾ, താമസയിടങ്ങൾ, ഗുരുദ്വാരകൾ, ആരാധനാലയങ്ങൾ.

വീതിവിസ്താരം കുറഞ്ഞതെങ്കിലും വൃത്തിയുള്ള ചെറിയ മുറി. ദീർഘദീർഘമായി നടന്ന, ഒരുപക്ഷേ ഈ യാത്രയിൽ ഏറ്റവും ക്ഷീണിച്ച ദിവസം. എന്നിട്ടും രതി അന്ന് ഞങ്ങളുടെ പ്രണയത്തോട് കാവ്യനീതി ചെയ്തു. ഒരിക്കലുമവസാനിക്കില്ലെന്ന് തോന്നിച്ച ദൈർഘ്യത്തിൽ ഞങ്ങൾ സ്നേഹത്തോടെ പരസ്പരം പൊരുതി. രാവേറെ വൈകുവോളം. പിന്നേയും...

ഭ്രാന്തഭ്രാന്തമായി, വന്യവന്യമായി മിണ്ടിയും കേട്ടും പിന്നെയുമെത്രയോ നേരം ഞങ്ങൾ ഉറങ്ങാതിരുന്നു. പിന്നെ അഭിജാതമായ ഉടൽസ്പർശങ്ങളാൽ വേദനകളെയകറ്റി എപ്പോഴോ ഉറക്കത്തിന്റെ താഴ്വാരങ്ങളിലേക്ക് ഊർന്നുപോയി.

രാവിലെ നേരത്തെയുണർന്ന് തുടർയാത്ര. വഴി കൂടുതൽ ദുർഘടം. കരിങ്കല്ലുനടപ്പാത പിന്നെയും മെലിഞ്ഞിട്ടുണ്ട്. ചിലയിടത്ത് അത് ഇല്ലാതെയുമായിട്ടുണ്ട്. കയറ്റങ്ങളുടെ പാറക്കെട്ടുകളുടെ തടസ്സങ്ങളുടെ ദുർഘടങ്ങളുടെ നദിയൊഴുക്കുകളുടെ മൂന്നുനാല് കിലോമീറ്ററുകൾ കൂടി...

ഒടുവിലെത്തി. അവൾ, വിദ്യ ഭൂമിയിലെ സ്വർഗ്ഗം എന്ന് ഹൃദയത്തിൽ കൊത്തിയിട്ട താഴ്‌വാരം. പൂക്കളുടെ താഴ്‌വര. കണ്ണെത്താപ്പരപ്പുകളോളം പൂക്കൾ. ലോകത്തെ എല്ലാ നിറങ്ങളേയും കൊരുത്ത് പ്രവിശാലമായി. മലയിറമ്പുകളിൽ, താഴ്‌വാരങ്ങളിൽ നദിക്കരകളിൽ, പാറയിടുക്കുകളിൽ, ചരിവുകളിൽ എല്ലായിടത്തും പൂക്കൾ, പൂക്കൾ മാത്രം.

അവളും ഞാനുമല്ലാതെ കാണാവുന്ന ദൂരത്തിലെവിടെയും മനുഷ്യ രാരുമുണ്ടായിരുന്നില്ല. ചുണ്ടിൽ ചുണ്ടുചേർത്ത് പേലവമായ ഒരു ചുംബനത്താൽ ആ നിമിഷത്തെ ഞങ്ങൾ കുറിച്ചിട്ടു.

ദ്വന്ദ്വം

പൂക്കളുടെ താഴ്‌വര.

കടുകുപൂക്കൾ വിടർന്നു നിൽക്കുന്ന വയലിൽ നിൽക്കേ നീതു ആ വാക്കുകൾ തന്നെ വീണ്ടും പറഞ്ഞു.

''പൂക്കളുടെ മനോഹര മനോഹര താഴ്‌വര.''

അതിതല്ലെന്ന് ചിരിയോടെ തല വിലങ്ങനെയാട്ടി.

''അങ്ങനെയൊന്ന് വേറെയുണ്ട്.''

നീതുവിന് കൗതുകം.

''ദൂരെ, അങ്ങ് ദൂരെ ഉത്തരാഖണ്ഡിൽ, ഹിമാലയസാനുക്കളിൽ.''

അവൾക്കത് പുതിയ അറിവാണെന്ന് തോന്നി.

''അവിടെപ്പോയി നിന്നിട്ടുണ്ട്. തനിയെ അല്ല, പ്രണയിനിയുടെ കൈകോർത്ത് പിടിച്ച്.''

നീതു കുറച്ചുകൂടി അടുത്തേക്ക് നീങ്ങിയെത്തി.

''എന്നിട്ട്? എന്നിട്ടെന്നിട്ട്? അത് പറയൂ.''

കടുകുപാടത്തിന്റെ കരയിൽ കുന്നോട് ചേർന്ന ഭാഗത്തേക്ക് പതുക്കെ നടന്നു. അവിടെ കാട്ടുമരങ്ങളെന്ന് തോന്നിക്കുന്ന കുറച്ച് വൃക്ഷങ്ങൾ ഉയരശാഖികൾ വിടർത്തി നിന്നിരുന്നു. പാടത്തിന്റെ കാവൽക്കാരെന്ന മട്ടിൽ. അതിന്റെ ചുവട്ടിൽ വെറും മണ്ണിലിരുന്നു.

''എന്റെ കവിതയ്ക്ക് ശബ്ദമായാണ് വിദ്യ എന്റെ ജീവിതത്തി ലേക്ക് കടന്നുവന്നത്.''

വിദ്യയെക്കുറിച്ച് ആദ്യമായി, ഒരുവേള അവസാനമായും ഒരാളോട് പറയാൻ തുടങ്ങി.

''സഹപാഠികളായിരുന്നു ഞങ്ങൾ. വിദ്യയും ഞാനും. പക്ഷേ സ്കൂൾ ക്ലാസ്സുകളിലോ കോളേജ് പഠന സമയത്തോ ഒന്നുമായിരുന്നില്ല അത്. എല്ലാം തീർന്ന് ജോലി സമയത്ത്. നഗരത്തിൽ പ്രസ്ക്ലബ് നടത്തുന്ന പാർട്ട്ടൈം പത്രപ്രവർത്തനകോഴ്സിൽ. പക്ഷേ അവിടെ വെച്ചായി രുന്നില്ല വിദ്യയെ ഞാൻ ആദ്യം കാണുന്നത്. ആകാശവാണി നിലയ ത്തിൽ റെക്കോർഡിംഗ് സ്റ്റുഡിയോയിൽ വെച്ചായിരുന്നു ഞങ്ങളുടെ

ആദ്യത്തെ കൂടിക്കാഴ്ച. കവിതകളെഴുതി ഞാൻ കുറച്ചൊക്കെ അറിയപ്പെട്ടു തുടങ്ങിയ സമയമായിരുന്നു അത്. എഴുതിയവരികൾ അച്ചടിച്ചു വരുന്നതിന്റെ ആഹ്ലാദത്തിൽ ഞാൻ തുടരെ കവിതകളെഴുതുന്നുമുണ്ടായിരുന്നു. അങ്ങനെയൊരു ദിവസമാണ് എനിക്കൊരു കത്തുവരുന്നത്. എന്റെ ഓഫീസിലേക്ക്. ബാങ്കുകളോ ഇൻഷൂറൻസ് സ്ഥാപനങ്ങളോ അല്ലാതെ ആരുമാർക്കും അങ്ങനെ എഴുത്തയയ്ക്കാറില്ലാത്ത കാലമായിക്കഴിഞ്ഞിരുന്നു അപ്പോഴേക്കും. അതുകൊണ്ടുതന്നെ ഏറിയ ആകാംക്ഷയോടെയാണ് ഞാനത് കൈപ്പറ്റിയത്. ആകാശവാണിയിൽ നിന്നായിരുന്നു അത്. ഞാൻ ജോലി ചെയ്യുന്ന നഗരത്തിൽതന്നെയുള്ള നിലയത്തിൽനിന്നും അയച്ചത്.

''നിങ്ങളയച്ച കവിത പ്രക്ഷേപണം ചെയ്യുന്നതിന് തിരഞ്ഞെടുത്തിട്ടുണ്ട്. യുവവാണി പരിപാടിയിലാണത് സംപ്രേക്ഷണം ചെയ്യുക. അത് ആലപിക്കുന്നതിനായി നേരിൽ ഹാജരാവണമെന്ന് താത്പര്യപ്പെടുന്നു.''

അത്രയുമായിരുന്നു കാര്യമാത്രപ്രസക്തമായ ആ കത്തിലുണ്ടായിരുന്നത്. റെക്കോർഡിംഗിനെത്തേണ്ട തിയ്യതിയും സമയവും വേറെ ഒരു ഭാഗത്ത് കുറിച്ചിട്ടുണ്ട്.

മഴക്കാലമാസത്തിലെ ആദ്യത്തെയാഴ്ച. കനിവൊന്നുമില്ലാതെ കർക്കിടകം തിമർത്തുപെയ്യുന്ന നാളുകൾ. മഴത്തോർച്ചയുടെ ഇടനേരത്ത് ഓഫീസിൽ നിന്നിറങ്ങി ഞാൻ നഗരത്തിന്റെ മറ്റൊരറ്റത്തുള്ള ആകാശവാണി നിലയത്തിലേക്ക് പുറപ്പെട്ടു. ബൈക്കിൽ. പക്ഷേ പാതിദൂരം പിന്നിടവേ മഴ വീണു. ഒരു കടവരാന്തയിൽ കയറി ഞാൻ മഴതോരാൻ കാത്തുനിന്നു. പക്ഷേ കുറച്ചുനേരം പിന്നിട്ടിട്ടും അത് കുറയുന്ന മട്ട് കണ്ടില്ല. സമയം വൈകുന്നു. എനിക്ക് ആശങ്ക തോന്നാൻ തുടങ്ങി. ആദ്യമായാണ് ആകാശവാണിയിൽനിന്ന് ഒരവസരം. സമയക്ലിപ്തതയ്ക്ക് പേരുകേട്ട, ആളുകൾ തങ്ങളുടെ സമയനിർണ്ണയത്തിന്റെ അടയാളമായിക്കൂടി കരുതുന്ന ഇടമാണ്. അവിടേക്ക് വൈകിച്ചെല്ലുക എന്നാൽ...

ഒടുവിൽ രണ്ടും കല്പിച്ച് തോരാമഴയിലേക്കിറങ്ങി. ബൈക്കോടിച്ച് നീങ്ങി. ആകെ നനഞ്ഞ് കുതിർന്നും വിറച്ചുമായിരുന്നു ആദ്യത്തെ ആകാശവാണി പ്രവേശം. തലയൊന്നുതുടയ്ക്കാൻ ഒരു തൂവാലപോലും കൈവശമുണ്ടായിരുന്നില്ല.

മഴ നനഞ്ഞ ഉടലുമായി അപകർഷത പേറുന്ന മനസ്സുമായി ഇരിക്കേ റെക്കോർഡിംഗ് മുറിയിൽ വെച്ചാണ് ഞാൻ വിദ്യയെ ആദ്യം കാണുന്നത്. അവർക്കായിരുന്നു യുവവാണി പരിപാടിയുടെ ചുമതല.

വസ്ത്രങ്ങളിൽനിന്ന് ഉറ്റിവീണവെള്ളം സ്റ്റുഡിയോയുടെ കാർപ്പറ്റ് വിരിച്ചനിലവും ഞാനിരുന്ന കസേരയും നനച്ചുകൊണ്ടിരുന്നു. എന്റെ ദയനീയ നിലയിൽ അനുകമ്പ തോന്നിയിട്ടാവണം വിദ്യയെനിക്ക് അരമണിക്കൂർ കൂടി സമയമനുവദിച്ചു. വസ്ത്രങ്ങൾ ഉണങ്ങാൻ, ഒന്ന് സ്വയം ക്രമീകരിക്കാൻ ഉള്ള ഇരിപ്പിൽ പോക്കറ്റിലിട്ടിരുന്ന കവിതയെടുത്ത് ഒരാവർത്തികൂടി വായിച്ചു നോക്കാനായി വിടർത്തി. കഷ്ടം... അക്ഷരങ്ങളൊട്ടുമുക്കാലും മഴയെടുത്ത് പോയിരുന്നു. എങ്കിലും ഞാനെഴുതിയ

കവിതയാണ്. ഏത് പാതിരായുറക്കത്തിലും അതെനിക്ക് ഹൃദയത്തിൽ നിന്ന് ചൊല്ലാമായിരുന്നു

കൃത്യം അരമണിക്കൂർ കഴിഞ്ഞപ്പോൾ വിദ്യ വീണ്ടുമെത്തി. പുറത്തു നിന്നുള്ള ശബ്ദങ്ങളൊന്നും കടന്നുവരാത്ത സ്റ്റുഡിയോയിലിരുന്ന് കണ്ഠശുദ്ധി വരുത്തി കണ്ണടച്ചിരുന്ന് ഓർമ്മയിൽനിന്ന് ഞാൻ കവിത പറയാൻ തുടങ്ങി. പക്ഷേ അതുതന്നെയായിരുന്നു കുഴപ്പം. പറച്ചിൽ. എത്ര ശ്രമിച്ചിട്ടും എനിക്ക് കവിത ആലപിക്കാനോ ചൊല്ലാനോ കഴിഞ്ഞില്ല. എന്റേത് സംഭാഷണംപോലെ, സംസാരംപോലെ വെറും ഒരു പറച്ചിൽ മാത്രമായി കലാശിച്ചു. ഒട്ടും ആത്മവിശ്വാസമില്ലാതെ, ആരുടെയോ കവിത ആർക്കോവേണ്ടി ആലപിക്കുംപോലെയായിരുന്നു അന്നേരമെന്റെ മട്ട്.

റെക്കോർഡിംഗ് മുറിയുടെ തൊട്ട് ചില്ലിട്ട് വേർതിരിച്ച ക്യാബിനിലിരുന്ന് വിദ്യ എന്നോട് നിർത്താനും വീണ്ടും വീണ്ടും ശ്രമിക്കാനും ക്ഷമയോടെ നിർദേശിച്ചുകൊണ്ടിരുന്നു. ഇല്ല, പിന്നെയും പരാജയം തന്നെ. ആദ്യവരികളിൽതന്നെ ഞാൻ തട്ടിയും തടഞ്ഞും വീണു. താത്പര്യമില്ലാത്ത പാഠഭാഗങ്ങൾ തന്നെ പിന്നെയും ഉരുവിട്ട് പഠിക്കുന്ന കുട്ടിയേപ്പോലൊരു പതംപറച്ചിലായി എന്റെ വായന.

എഴുതുമായിരുന്നെങ്കിലും കവിതചൊല്ലി എനിക്ക് ശീലമുണ്ടായിരുന്നില്ല. ഞാനിനി അത് അഭ്യസിക്കേണ്ടിയിരിക്കുന്നു. എന്തൊരു ദുർഗതി എന്നോർത്ത് തലകുനിച്ചു. സ്റ്റുഡിയോയിലിരുന്നു പൊട്ടിക്കരയണമെന്ന് തോന്നി. ക്ഷമയോടെ, ഏറെ മര്യാദയോടെ, അത് ആ സ്ഥാപനത്തിന്റെ സംസ്കാരവും രീതിയുംതന്നെ, ഉള്ള കാത്തിരിപ്പ്. അതവസാനിപ്പിക്കാൻ വിദ്യ തയ്യാറായില്ല. അപ്പുറത്തെ മുറിയിൽ നിന്നിറങ്ങിവന്ന് അവരെന്നെ പ്രോത്സാഹിപ്പിക്കുന്നത് തുടർന്നു.

പക്ഷേ കഷ്ടം, എന്റെ ആലാപനം പിന്നെയും ദീനമായി. പിറുപിറുപ്പുപോലെ ദുർബലമായി. അപ്പോഴാണ് റെക്കോർഡിംഗിന്റെ ചുമതലയുണ്ടായിരുന്ന ടെക്നീഷ്യൻ പറയുന്നത്, ''വിദ്യാമ്മ, നിങ്ങളൊന്ന് ട്രൈ ചെയ്യൂ. അത് മതിയല്ലോ.''

വിദ്യ എന്നെ നോക്കി. എനിക്ക് പരാതിയുണ്ടായിരുന്നില്ല. ആരാലപിച്ചാലെന്ത് എന്റെ വരികൾ തന്നെയല്ലേ എന്ന് ഞാൻ ആശ്വസിപ്പിച്ചു. അതിനായി വിദ്യയ്ക്ക് അവരുടെ പ്രോഗ്രാം ഡയറക്ടറുടെ അനുമതികൂടി തേടേണ്ടതുണ്ടായിരുന്നു. അത് എളുപ്പം നടന്നു.

അവൾക്ക് ചൊല്ലാൻ ഞാനെന്റെ കവിത ഹൃദയത്തിൽ നിന്നെടുത്ത് കടലാസിൽ കുറിച്ചിട്ടു. 'യുദ്ധങ്ങൾ' എന്ന കവിത ഹൃദ്യമായി അവർ ആലപിച്ചു. അങ്ങനെയായിരുന്നു ഞങ്ങളുടെ കണ്ടുമുട്ടൽ. കവിത കണ്ണി ചേർത്ത കൂട്ട്. പിന്നെയത് ദൃഢതരമായി. ഞങ്ങൾ പരസ്പരം പ്രിയപ്പെട്ടവരായി.

ആകാശവാണിയിൽ പാതിസമയ കരാർ ജീവനക്കാരിയായിരുന്നു അവൾ. വിവാഹിത. ബാങ്കിൽ ജീവനക്കാരനാണ് ഭർത്താവ്. കുഞ്ഞുങ്ങളില്ല.

ഇരുപതുപേർക്ക് മാത്രം അഡ്മിഷൻ കിട്ടുന്ന പ്രസ്ക്ലബ്ബിന്റെ ജേർണലിസം കോഴ്സിനെക്കുറിച്ച് എന്നോട് പറഞ്ഞത് വിദ്യ തന്നെയാണ്. എനിക്കും താത്പര്യം തോന്നി. രണ്ടുപേർക്കുമുള്ള അപേക്ഷാഫോമുകൾ വാങ്ങിച്ച് കൊണ്ടുവന്നത് വിദ്യയാണ്. എൻട്രൻസും അഭിമുഖവും കുറച്ച് കടുപ്പമായിരുന്നുവെങ്കിലും ഞങ്ങൾ കടന്നുകയറി. കോഴ്സിന് അഡ്മിഷൻ ലഭിച്ചു. ക്ലാസ്സുകളാരംഭിച്ചു. വൈകുന്നേരങ്ങളിലായിരുന്നു അത്. ആകാശവാണിയിലെ ജോലിയുടെ സമയം ക്രമീകരിച്ച് അവളും ഓഫീസ് സമയം കഴിഞ്ഞ് ഞാനും ക്ലാസിന് എത്തും.

ഫീൽഡുവർക്കുകൾക്കും അസൈൻമെന്റുകൾക്കും പ്രാമുഖ്യമുള്ള സിലബസായിരുന്നു കോഴ്സിന്റേത്. അധ്യാപകരിൽ മിക്കവരും എഴുത്തുകാരും പത്രസ്ഥാപനങ്ങളിലെ എഡിറ്റർമാരും അവയുടെ ഉടമകളുമായിരുന്നു. ഞായറാഴ്ചപ്പതിപ്പുകൾക്കും മാഗസിനുകൾക്കും വേണ്ടിയുള്ള സ്റ്റോറികൾ ചെയ്യാൻ സ്വാഭാവികമായും ഞങ്ങൾക്ക് അവസരം കിട്ടി.

മനുഷ്യജീവിതവുമായി നേരിട്ട് ബന്ധപ്പെടുന്ന ഹ്യൂമൻ ഇന്ററസ്റ്റിംഗ് സ്റ്റോറികളിലായിരുന്നു എനിക്കും വിദ്യയ്ക്കും പൊതുവായി താത്പര്യം. പല അസൈൻമെന്റുകളും ചെയ്യാൻ ഞങ്ങൾ സഹയാത്രകൾ നടത്തി. രാവിലെ ആരംഭിച്ച് വൈകുന്നേരം അവസാനിക്കുന്ന ഒറ്റപ്പകൽ ദൈർഘ്യമുള്ള സഞ്ചാരങ്ങൾ. അവ ഞങ്ങളെ ഏറെ അടുപ്പിച്ചു. അതിവേഗം. വിവാഹിതർ. ദാമ്പത്യത്തിന്റെ തീവണ്ടിപ്പാളത്തിലൂടെ ഒരേഗമനം ഗമിക്കുന്നവർ. സ്വയംതീർത്ത ന്യായീകരണക്കോട്ടകൾ കടന്നുകയറാനാവാതെ കുറ്റബോധത്തിന്റെ മുൾമുനയെഴുപ്പുകൾ പിന്മടങ്ങി. ഞങ്ങൾ കൂടുതൽ കൂടുതൽ അടുത്തു. മറ്റെല്ലാം മറന്നവരായി. പിന്നെ പ്രണയത്തിന്റെ, രതിയുടെ, സഞ്ചാരങ്ങളുടെ എല്ലാമെല്ലാമായ ഒരു കാലം.

വന്യമോഹങ്ങളുടെ തമ്പുരാട്ടിയായിരുന്നു അവൾ, വിദ്യ.

അതേ ശരിക്കുമതേ. ഞങ്ങൾക്കിടയിൽ രതി സങ്കല്പിക്കാനാവാത്ത ഒരുകാലമുണ്ടായിരുന്നു എനിക്ക്. ഒരിക്കൽ ചുരം കടന്നുള്ള ഒരു യാത്രയ്ക്കിടയിൽ അടുത്തടുത്ത സീറ്റുകളിൽ കൈപ്പടങ്ങൾ പരസ്പരം പൊതിഞ്ഞ് പിടിച്ച് ഇരിക്കവെ പൊടുന്നനേയാണ് അവൾ പറഞ്ഞത്.

''നിഷാദ്, മുൻപിൻ ഇല്ലാത്ത രതിയാവണം നമ്മുടേത്.''

നേരിയ നടുക്കത്തിൽ, അവൾ അങ്ങനെത്തന്നെയാവുമോ പറഞ്ഞിരിക്കുക എന്ന് വിശ്വാസം വരാതെ, ഉറപ്പിക്കാൻ അവളുടെ മുഖത്തേക്ക് നോക്കി.

കൂസലില്ലാതെ, തലകുനിക്കാതെ വിദ്യ.

''രതിയെനിക്കൊരനിവാര്യതയൊന്നുമല്ല. അതില്ലാതെയാണ് ഏതാനും വർഷങ്ങളായി എന്റെ ദാമ്പത്യവും.'' അവൾ പറഞ്ഞു. ''നമ്മുടെ ബന്ധത്തിലുമതൊരു അനിവാര്യതയല്ല. പക്ഷേ നമ്മുടെ പ്രണയം, നാം, അത് അർഹിക്കുന്നില്ല എന്ന് ഉപാധിവയ്ക്കുന്നത് എനിക്ക് സഹിക്കാവതല്ല. സംഭവിച്ചാലുമില്ലെങ്കിലും അതിനുള്ള അവകാശമെങ്കിലും നാം പരസ്പരം വകവെച്ചു നൽകണം.''

അതേ, എല്ലാ കാര്യത്തിലും ഏതാണ്ട് വിചിത്രമട്ടുകളും സ്വപ്ന ങ്ങളുമായിരുന്നു അവൾക്ക്.

''നിഷാദ്, നമുക്ക് ധാരാളം പണമുണ്ടാവണം. '' ഒരിക്കൽ അവൾ പറഞ്ഞു. ''എന്നിട്ട് ഒരു ദ്വീപ് വാടകയ്ക്ക് എടുക്കണം. എന്നിട്ട്, ഞാനും നീയും മാത്രമായി അവിടെ കഴിയണം ഏതാനും നാൾ.''

പൂക്കളുടെ താഴ്‌വരയിലേക്കുള്ള യാത്രയും അവളുടെ സ്വപ്നമാ യിരുന്നു. ഉള്ളത് പറയാമല്ലോ അങ്ങനെയൊരിടത്തെപ്പറ്റി കേട്ടിട്ടുപോലു മുണ്ടായിരുന്നില്ല ഞാൻ അതേവരെയും. അവിടേയ്ക്കൊരു യാത്ര, അവളോടൊപ്പം. വിദൂരസാധ്യതയുള്ള ഒന്നായിപ്പോലും കല്പിക്കാൻ കഴിഞ്ഞിരുന്നില്ല അങ്ങനെയൊന്ന്. അതുകൊണ്ടുതന്നെയത് സംഭവി ക്കാൻ പോവുന്നു എന്നറിഞ്ഞപ്പോൾ ആവേശമല്ല, അത്ഭുതമാണ് എന്നെയാദ്യം ആവേശിച്ചത്.

പക്ഷേ ഗൗരവത്തിൽ തന്നെയായിരുന്നു വിദ്യ. ഹിമാലയ താഴ്ഭാഗ മലകളിലെ ആ പ്രദേശത്ത് എങ്ങനെ ചെന്നുചേരാമെന്ന്, ഏത് കാലത്ത് പോകാമെന്ന്, എന്ത് തയ്യാറെടുപ്പുകൾ നടത്തണമെന്ന് എല്ലാം പഠി ച്ചതും നിർണ്ണയിച്ചതും അവളാണ്. അവളുടെ വിചിത്രമോഹമാണ് ആ യാത്ര സാധ്യമാക്കിയത്. എത്ര വലിയ സാഹസികതയാണ് അവൾ ചുമൽ കൊണ്ടത് എന്നോർക്കുമ്പോൾ അതിശയം തോന്നും. ഭർത്താവുൾപ്പടെ ഈ ലോകത്ത് മറ്റാരുംതന്നെയറിയാതെ പൂർണ്ണമാവേണ്ട സ്വപ്നം. അതിനായി എടുക്കേണ്ട മുൻകരുതലുകൾ. നടത്തേണ്ട മുന്നൊരുക്ക ങ്ങൾ, പാലിക്കേണ്ട സൂക്ഷ്മതകൾ, ചമയ്ക്കപ്പെടേണ്ട കളവുകൾ...

മിക്കവയും അവളുടെമാത്രം ആശങ്കകൾ. എനിക്ക് ഏതാണ്ട് ചുമൽ ബാഗിന്റെ ഭാരം ചുമക്കേണ്ട ബാധ്യത മാത്രമുള്ള ഒരിറങ്ങിപ്പുറപ്പെടലാ യിരുന്നു ആ യാത്ര.

''ഓർമ്മയ്ക്കായിപ്പോലും ഒന്നും വാങ്ങരുത്, എത്ര ഭ്രമിപ്പിക്കുന്നവ യാകിലും. ഒരു തെളിവും സൂക്ഷിക്കരുത്.'' ആ യാത്രയെക്കുറിച്ച് അവ ളുടെ വിചിത്ര കല്പനകൾ.

''ഫോട്ടോകളോ വീഡിയോകളോ ഒന്നും പകർത്തരുത്. എത്ര ചന്തം തികഞ്ഞവയും കൊതിപ്പിക്കുന്നവയും ആയാലും ഹൃദയത്തിലാ വണം കാഴ്ചകൾ പതിക്കേണ്ടത്. ആത്മാവിലാവണം അത് കോറിയി ടേണ്ടത്. സംഭവിച്ചു എന്നതിന് ഒരു തെളിവുമവശേഷിപ്പിക്കാത്ത ഒരു യാത്ര. പക്ഷേ അതിന്റെ ഓർമ്മകളിലാവണം പിൽക്കാലത്ത് നമ്മുടെ ജീവിതം.''

''മാലാഖമാർ കാവൽപങ്കാളികളായ പാപം.'' ഞങ്ങളുടെ യാത്രയെ അവൾ അങ്ങനെയാണ് വിശേഷിപ്പിച്ചത്, അതേ, ആ യാത്രയിൽ എല്ലാം ഞങ്ങൾക്ക് പ്രിയതരമായ രീതിയിൽ മാത്രം ഭവിക്കുകയായിരുന്നു. ഞങ്ങൾക്കത് ഒരു യാത്ര മാത്രമായിരുന്നില്ല. മോഹിച്ച ജീവിതത്തിന്റെ പരിച്ഛേദമായിരുന്നു.

പൂക്കളുടെ താഴ്‌വരയിലേക്കുള്ള യാത്ര! അതിന് ശേഷവുമൊഴുകി ജീവിതം. സ്വപ്നങ്ങൾ പിന്നെയും പലത്, അവൾ, വിദ്യ, വന്യമോഹങ്ങളുടെ

റാണി പെറ്റുപേറി, താലോലിച്ചു. ചിലതെല്ലാം യാഥാർത്ഥ്യമായി. പിന്നെയും പിന്നെയും ഞങ്ങൾ യാത്രകൾ പോയി. പ്രിയപ്പെട്ട പലയിടങ്ങളിലും ഞങ്ങൾ ഞങ്ങളെ കണ്ടെത്തി. ഉരുകുന്ന, താപം വമിപ്പിക്കുന്ന, പ്രണയത്തിൽ ഞങ്ങളെ കൊരുത്തു നിർത്തി.

നല്ല എല്ലാ കാര്യങ്ങൾക്കും ഒരവസാനമുണ്ടെന്ന് പറയാറില്ലേ. ഞങ്ങളുടെ ബന്ധവും അതിന് അപവാദമായില്ല. ഞങ്ങൾക്ക് പിരിയേണ്ടി വന്നു.

സഹീറ, എന്റെ ഭാര്യ ആശുപത്രിയിലായ കുറച്ച് നാളുകൾ. കടുത്ത പനിയും കഫക്കെട്ടുമായി അവളെ ആശുപത്രിയിൽ പ്രവേശിപ്പിച്ചിരിക്കുന്നു എന്ന് ഉപ്പയാണ് ഒരു ദിവസം വിളിച്ചറിയിക്കുന്നത്. ഒരു വൈകുന്നേരമായിരുന്നു അത്. ഓഫീസിലെ ഒരാവശ്യത്തിന് കുറച്ചകലെ പോയതായിരുന്നു ഞാൻ. ഇന്നിനിയിപ്പോൾ ധൃതിപ്പെട്ട് വരേണ്ടെന്ന് ഉപ്പതന്നെയാണ് വിലക്കിയത്. ഉപ്പയും ഉപ്പയുടെ ഇളയ പെങ്ങൾ, എന്റെ കുഞ്ഞമ്മായിയുമായിരുന്നു അവൾക്ക് കൂട്ടിന്.

ഒരു ദിവസംകൂടി പിന്നിട്ട് പിറ്റന്നാൾ വൈകുന്നേരമേ എനിക്ക് ആശുപത്രിയിലെത്താനായുള്ളൂ. അവളെ ഐ.സി.യുവിലേക്ക് മാറ്റിയിട്ടുണ്ടായിരുന്നു അപ്പോഴേക്കും. കടുത്ത പനി ന്യുമോണിയയായി മാറിയിരുന്നു. അവളുടെ നില ഗുരുതരമായത്, വളരെ ഗുരുതരമായത് പെട്ടെന്നാണ്. ചികിത്സിച്ചിരുന്ന ഡോക്ടർമാരെപ്പോലും നടുക്കുന്ന വേഗത്തിൽ.

"ചെയ്യാവുന്നതൊക്കെ ശ്രമിക്കുന്നുണ്ട്. പേഷ്യന്റ് ഇടയ്ക്കിടെ കോൺഷ്യസല്ലാതാവുന്നതിന്റെ റിസ്കുണ്ട്. പ്രാർത്ഥിക്കുക."

പുറത്ത് കാത്തുനിന്ന എന്നോടും ഉപ്പയോടും ഡോക്ടർ പറഞ്ഞു. ഒരു ഡോക്ടർക്ക് ചേരാത്തവിധം പ്രതീക്ഷയറ്റവനായിരുന്നു അയാളപ്പോഴെന്ന് എനിക്ക് തോന്നി.

ബോധത്തിലേക്ക് തെറിച്ചും വഴുതിയകന്നും അകത്ത് അവൾ. ഒന്ന് കാണാൻ പോലുമാവാതെ ആധിവ്യാധികൾ കോർത്ത കൈകളുമായി പുറത്ത് ഞങ്ങൾ. മൂന്നോ നാലോ പകലുകൾ, രാത്രികൾ, അങ്ങനെ. ഒടുവിൽ അവൾക്ക് ഭേദപ്പെട്ട് തുടങ്ങിയെന്ന പ്രതീക്ഷ ചില്ലുവാതായനങ്ങൾ കടന്ന് ചിരിയായി ഞങ്ങളെ തേടി വന്നു. ആശ്വാസത്തിന്റെ വലിയ വിസ്ഫോടനം.

സഹീറ പതിയെ ജീവിതത്തിലേക്ക് മടങ്ങി. അവളെ മുറിയിലേക്ക് മാറ്റി. ഞാൻ അവൾക്കൊപ്പം മുറിയിൽ. ഉപ്പയോ അമ്മായിമാരിൽ ആരെങ്കിലുമോ പുറത്ത് സഹായത്തിനും. അങ്ങനെ പതിനാറ് ആശുപത്രി ദിവസങ്ങൾ. എഴുന്നേറ്റിരുന്ന് ഒരുകോപ്പ വെള്ളം തനിയെ കുടിക്കാവുന്ന നിലയിലേക്ക് വന്നതോടെ ആശുപത്രി വിടാനായി.

വീട്ടിൽ വന്നിട്ടും ഏറെ നാളുകളെടുത്തു അവൾക്ക് ഏറക്കുറെ പൂർണ്ണമായ ആരോഗ്യം വീണ്ടുകിട്ടാൻ. കുറച്ച് നടക്കുമ്പോഴേക്കും കാലുകൾ വേച്ചുവിറയ്ക്കുമായിരുന്ന, ശരീരം തളരുമായിരുന്ന, കണ്ണിൽ

ഇരുട്ടുകയറുമായിരുന്ന ആ ദിവസങ്ങൾ. അവധി നീട്ടിയെടുത്ത് ഞാനവൾക്ക് മുഴുവൻ സമയവും കൂട്ടും താങ്ങുമായി നിന്നു.

പ്രണയം, അത് ജീവിതം മധുരവീഞ്ഞുപോൽ തുളുമ്പി നിൽക്കേണ്ട ആദ്യനാളുകളിലും എന്റെയും സഹീറയുടേയും ബന്ധത്തിലുണ്ടായിരുന്നില്ല. അപ്പോൾ ആ രോഗകാലത്തും അത് കണ്ടെത്താൻ എനിക്കായില്ല. പക്ഷേ തിരിച്ചറിഞ്ഞു, ഞാനവളെ ഏറെയേറെ സ്നേഹിക്കുന്നുണ്ടെന്ന്.

ആ നാളുകളിൽ ഞാൻ, എന്റെ പ്രണയം, വിദ്യയെ മറന്നേ പോയിരുന്നോ? ജീവിതം പരുപരുത്ത കല്ലുരയ്ക്കലുകളാൽ പോറൽ വീഴ്ത്തിയും വേദനിപ്പിച്ചുംകൊണ്ടിരുന്ന നാളുകളായിരുന്നു അത്. സമാന്തരമായ ഒരു ലോകത്തിന്റെ മൃദുമൃദുലതകൾ എന്റെ ആലോചനകളുടെ പുറത്തായിരുന്നു തൽക്കാലത്തേക്ക് ആ ദിവസങ്ങളിലെങ്കിലും.

എപ്പോഴും സഹീറയുടെ ഒപ്പമായിരുന്നതിനാൽ, എനിക്ക് വിദ്യയുടെ ഫോൺകോളുകൾ പലപ്പോഴും എടുക്കാനായില്ല. ഇടയ്ക്കുമാത്രം ഞാൻ തിരികെ വിളിച്ചപ്പോഴൊക്കെയും സംഭാഷണം കാര്യമാത്രപ്രസക്തവുമായി. സഹീറയുടെ കട്ടിൽത്തലയ്ക്കലിരുന്ന് സ്വീകരിച്ച വിദ്യയുടെ സന്ദേശങ്ങൾക്കുള്ള എന്റെ മറുപടികളും ഹ്രസ്വവും നിരാർദ്രവും പ്രണയരഹിതവുമായി.

നേരിൽ കാണാൻ വരാമെന്ന വിദ്യയുടെ നിർദ്ദേശവും ഞാൻ സ്വീകരിച്ചില്ല. വിദ്യയ്ക്ക് മുറിഞ്ഞു, വേദനിച്ചു. നിഷാദ്, പ്രണയമിറങ്ങിപ്പോയിരിക്കുന്നു നിനക്കെന്നവൾ കുറ്റം വിധിച്ചു. അവളെനിക്ക് അയച്ചിട്ടുള്ളതിൽ വെച്ച് ഏറ്റവും സുദീർഘമായ സന്ദേശങ്ങളിൽ ഒന്നിൽ- കത്ത് തന്നെയായിരുന്നു അത്- ഒടുവിലെ വരികളായി അവൾ കുറിച്ചു.

> ‘‘നിഷാദ്, കുറ്റപ്പെടുത്താൻ ഞാനാളല്ല. അർഹിച്ചതിലുമെത്രയോ നിന്നിൽനിന്ന് ഞാൻ പിടിച്ചുപറ്റിയിരിക്കുന്നു. നിറയെ നിറയെ പ്രണയം, അത് പൊതിഞ്ഞ രതി, നമ്മളൊന്നിച്ചായിരുന്ന പകലുകൾ, രാത്രികൾ, കൂട്ടുവന്ന ഹ്രസ്വവും ദീർഘവുമായ യാത്രകൾ, സമ്മാനങ്ങൾ, പൂമരം കുലുക്കിയിടും പോലോർമ്മകൾ, മഞ്ഞ് മാഞ്ഞിട്ടും ബാക്കി നിൽക്കുന്ന കുളിരുകൾ. അങ്ങനെയങ്ങനെ...
>
> ഇപ്പോൾ പക്ഷേ അർഹതയില്ലാത്ത ഒരിടത്ത് തങ്ങിനിൽക്കാതെ സ്വയമേ അടർന്നുപോവുകയാണ് ഞാൻ. പ്രണയമെനിക്കും സ്നേഹമിനിയൊരാൾക്കുമെന്ന പകുക്കൽ, എനിക്കത്, മനസ്സിലാവുന്നേയില്ല നിഷാദ്. ഞാനിറങ്ങുകയാണ്. പ്രണയവും സ്നേഹവും കരുതലും സമം ചേർത്ത് നീ അവളുടെ ജീവിതത്തിന്, ആത്മാവിന് കാവലാവണം. അവളുടേതുമാത്രമാവണം.
>
> വിട നിഷാദ്
>
> വിദ്യ.

യുദ്ധങ്ങൾ സംഭവിക്കുന്നതിന് അടിയന്തിര കാരണമുണ്ടാവുമെന്ന് പറയാറില്ലേ? പക്ഷേ അത് മാത്രമായിരിക്കയില്ല അവയ്ക്ക് ഹേതു. കൂടുതൽ പ്രധാനവും സ്ഥിരവുമായ കാരണങ്ങൾ വേറെയുമുണ്ടായിരിക്കും. അങ്ങനെതന്നെയാണ് ഞങ്ങളുടെ ബന്ധത്തിലും സംഭവിച്ചത്. അതിന്റെ അവസാനത്തെ കാരണമായിരുന്നു സഹീറയുടെ ആശുപത്രിവാസക്കാലത്തെ എന്റെ അസാന്നിദ്ധ്യവും അവഗണനയും.

അവസാനമവൾ എനിക്കെഴുതിയ കത്തിൽ കുറിച്ചതുപോലെ ഒരാളോട് പ്രണയവും ഇനിയൊരാളോട് സ്നേഹവും ഒന്നിച്ച് സൂക്ഷിക്കുന്ന എന്റെ ദ്വന്ദ്വം മിക്കപ്പോഴും അവൾക്ക് ദഹിച്ചിരുന്നില്ല.

താന്താങ്ങളുടെ വിവാഹജീവിതങ്ങളെപ്പറ്റി ഏറെയൊന്നും പങ്കുവെയ്ക്കാതെ- വിവാഹിതരാണ് എന്നറിയാമെന്നല്ലാതെ-യാണ് ഞാനും വിദ്യയും അടുത്തത്. ഉപാധിവെയ്ക്കാതെ അത് കടുക്കുകയും ചെയ്തു. സഹീറയെ ഉപേക്ഷിച്ച് പോരണമെന്ന് ഒരിക്കലുമവൾ പറഞ്ഞില്ലായെങ്കിലും പൊസസ്സീവ്നസ് അതിന്റെ മൂർദ്ധന്യത്തിൽ വിദ്യയുടെ ഭാഗത്തുനിന്ന് ഞങ്ങളുടെ ബന്ധത്തെ എപ്പോഴും ദംശിച്ചുകൊണ്ടേയിരുന്നു.

ഒടുവിൽ അനിവാര്യമായത്....

രുചികൾ

കടുകുപാടക്കരയിൽനിന്ന് സിലിയാന്റിയുടെ വീട്ടിലേക്കാണ് മടങ്ങിയത്. നീതുവിനെ അവിടെയിറക്കിയശേഷം പിന്നെ ഞാൻ ഭദ്രാവതി നഗരത്തിലേക്കുപോയി. ഉച്ചയ്ക്ക് ജോലി കഴിഞ്ഞിറങ്ങുന്ന ആന്റിയെ കൂട്ടി വന്നുകൂടേയെന്ന് നീതു ചോദിച്ചപ്പോൾ, സമ്മതിച്ച് പുറപ്പെട്ട് പോരുകയായിരുന്നു.

എങ്കിലും ചെറിയൊരു സങ്കോചം തോന്നാതിരുന്നില്ല. നീതുവും താനുമായുള്ള ബന്ധത്തെ ആന്റി എങ്ങനെയാവും കണ്ടിട്ടുണ്ടാവുക? പ്രണയത്തിലായിരിക്കുമെന്ന് കരുതുന്നുണ്ടാവുമോ? അങ്ങനെയെങ്കിൽ അതവർ എങ്ങനെയാവും എടുക്കുക?

ഏതായാലും ആദ്യകാഴ്ച മുതൽ ഒരമ്പരപ്പും ഭാവഭേദവുമൊന്നും കാണിച്ചിട്ടില്ല അവർ. തീർത്തും സ്വാഭാവികമായ ഒരുഭാവം. എപ്പോഴും പ്രതീക്ഷിക്കാവുന്ന ഒരതിഥി വന്നുചേർന്നതുപോലൊരു മട്ടായിരുന്നു അവർക്ക്. കടന്നുപോയ ജീവിതത്തിന്റെ കഠിനതകൾ മനുഷ്യബന്ധങ്ങളെ അതിന്റെ സ്വാഭാവികതയിലെടുക്കുവാൻ അവരെ പരുവപ്പെടുത്തിയിട്ടുണ്ടാവും. അല്ലെങ്കിൽ പ്രായപൂർത്തിവന്ന് മുതിർന്ന മനുഷ്യർ അവരുടെ ജീവിതത്തെ അവർക്കിഷ്ടമുള്ള ഗതിയിൽ തുറന്നുവിടുന്നതിൽ മറ്റുള്ളവർക്ക് എന്തുണ്ട് കാര്യം എന്ന് സ്നേഹവും പ്രണയവും കൊണ്ട് ഏറെ മുറിഞ്ഞ ആ സ്ത്രീ കരുതുന്നുണ്ടാവും.

കാന്റീനിലെത്തിയപ്പോൾ ആന്റി ഇറങ്ങാൻ തുടങ്ങുകയായിരുന്നു. സംശയമോ, ചോദ്യമോ ഒന്നുമുണ്ടായില്ല. ബൈക്കിൽ കയറി. നദിക്കു കുറുകേയുള്ള വലിയ പാലത്തിനടുത്തുവെച്ച് വലത്തോട്ട് തിരിയാൻ

പറഞ്ഞു ആന്റി. കുറച്ചു ദൂരം പിന്നെ നദിക്കു സമാന്തരമായി പോയ ശേഷം വീണ്ടും വലത്തോട്ട്. കുറച്ചേറെ കടകൾ ഒന്നിനോടൊന്നുചേർന്ന് നിരനിരയായി നിൽക്കുന്ന ഒരിടത്ത് ചെന്നാണ് ആ വഴിയവസാനിച്ചത്. മാംസമാർക്കറ്റ്.

പരുക്കനൊച്ചയിട്ടും കലമ്പൽ കൂട്ടിയും വാങ്ങാൻ എത്തിയവരെ തങ്ങളിലേക്കാകർഷിക്കുന്ന വില്പനക്കാർ, ഇപ്പോൾ ക്രോധത്തോടെ കഴുത്തിൽ പിടിച്ചേക്കുമെന്നു തോന്നിക്കുംവിധം വിലപേശുന്നവർ. ഒരു കടയുടെ മുന്നിൽ നിന്ന് മറ്റൊന്നിന് മുമ്പിലേക്ക് പിണങ്ങി നീങ്ങുന്നവർ. ജീവിതങ്ങളുടെ ഒടുവിലത്തെ കരച്ചിലുകൾ, പിടച്ചിലുകൾ. മൃതമായ മൃഗനയനങ്ങളുടെ തുറിച്ച് നോട്ടങ്ങൾ. സ്വതേ ശാന്തമെന്ന് കരുതിയ ആ നഗരത്തിലെ ശബ്ദായമാനമായ ഒരു ഇടം. പച്ചമാംസത്തിന്റെ നിറത്തിനും ഗന്ധത്തിനും ഇടയിൽ നിൽക്കെ, പെട്ടെന്ന് സിലിയാന്റിയെ കാണാതായി. എവിടെപ്പോയിക്കാണും അവരെന്ന അതിശയത്തിലേക്ക്. വൈകാതെ സിലിയാന്റി തിരികെയെത്തി. അകത്തെന്താണെന്ന് കാണാത്ത ഒരു പൊതിയുണ്ടായിരുന്നു അന്നേരം അവരുടെ കൈയിൽ.

''ആട്ടിറച്ചിയാണ്.'' ബൈക്ക് തിരിക്കുമ്പോൾ അവർ പറഞ്ഞു.

''നീമോള് വരിക എന്തെങ്കിലും കൊതിയും കൊണ്ടാവും. പാവം, ആശുപത്രിക്കാന്റീനിലെ ഭക്ഷണം കഴിച്ചുകഴിച്ച് അതിന് മടുത്തിട്ടുണ്ടാവണം. ഹലീം എന്നൊരു പേരാണ് ഇത്തവണ നാവിൽ.''

ബൈക്കോടുമ്പോൾ അവർ പിറകിലിരുന്നു പറഞ്ഞു.

''കഴിഞ്ഞ തവണ വന്നപ്പോൾ ഞാനാണതേക്കുറിച്ച് അവളോട് പറഞ്ഞത്. ഇത്തവണ അത് കഴിക്കണമെന്നാണ് അവളുടെ മോഹം.'' ആന്റിയൊന്ന് നിർത്തി. പിന്നെ തുടർന്നു. ''യഥാർത്ഥത്തിൽ ഞാനത് ഇതുവരെ ഉണ്ടാക്കിയിട്ടൊന്നുമില്ല. ആദ്യത്തെ ശ്രമമാണ്. എങ്ങനെ ഉണ്ടാക്കണമെന്ന് കേട്ടുപഠിച്ചിട്ടേയുള്ളൂ ഇതുവരെ. ഹലീം കഴിച്ചിട്ടുണ്ടോ?''

ഇല്ലായിരുന്നു, ആദ്യമായിട്ടാണ് അങ്ങനെയൊരു പേര് കേൾക്കുന്നതുപോലും.

''ജയിലിൽ വച്ചാണ് ഞാനിതേപ്പറ്റി കേൾക്കുന്നത്.'' ആന്റി തുടർന്നു. ''എന്റെ സെല്ലിലൊരു ഹൈദരാബാദുകാരിയുണ്ടായിരുന്നു. ഒരു നജ്മാ ബീഗം. ഭക്ഷണമായിരുന്നു ഞങ്ങളുടെ പൊതുവർത്തമാനങ്ങളുടെ വിഷയം. ജീവിതത്തിൽ ഇന്നേവരെ കഴിച്ചിട്ടുള്ള പ്രിയപ്പെട്ട ആഹാര സാധനങ്ങളെക്കുറിച്ച്, അവയുടെ രുചിയെക്കുറിച്ച്, അവ ഉണ്ടാക്കുന്ന വിധത്തെക്കുറിച്ച് ഞങ്ങൾ വാതോരാതെ സംസാരിക്കും. നമ്മുടെ ചോറും സാമ്പാറും കപ്പബിരിയാണിയുമൊക്കെ എന്റെ വാക്കുകളിൽ നിറയും. ഹൈദരാബാദിന്റെ തനത് രുചിക്കൂട്ടുകൾ, മാംസാഹാരങ്ങൾ. അവയെക്കുറിച്ചെല്ലാമാണ് അവൾക്ക് പറയാനുണ്ടാവുക. അതെ, പറയുക മാത്രം. തുറങ്കിലടയ്ക്കപ്പെട്ട മനുഷ്യർക്ക് ഒരിക്കൽ പ്രിയപ്പെട്ടതായിരുന്ന രുചികളെ തിരികെ പിടിക്കാൻ മറ്റെന്ത് മാർഗ്ഗമാണുള്ളത്. സെല്ലിന്റെ

തണുത്ത തറയിലിരുന്ന് വിശദമായി ഞങ്ങൾ ഓരോ വിഭവവും തയ്യാറാക്കുന്നതിനെക്കുറിച്ച് ആവർത്തിച്ചാവർത്തിച്ച് പറഞ്ഞുകൊണ്ടിരിക്കും. കഴിച്ച് പൂർത്തീകരിക്കാനാവാത്ത കൊതികളെ അങ്ങനെ അമർച്ച ചെയ്യും. ഹലീം അങ്ങനെ അവൾ പറഞ്ഞ് കേട്ടാണെന്റെ നാവിൽ കയറുന്നത്. എന്നിൽനിന്ന് നീതുവിലേക്കും. ഗോതമ്പും ആട്ടിറച്ചിയും ചേർത്ത് വേവിച്ചെടുക്കുന്ന വിഭവം.''

നഗരാതിർത്തി വിടുന്നതിന് മുമ്പേ ഒരു കടയുടെ മുമ്പിൽ വണ്ടി നിർത്താൻ ആന്റി നിർദേശിച്ചു.

ഗോതമ്പ്, പരിപ്പ്, കിഴങ്ങ്... ചേരുവകളെപ്പറ്റി തന്നെത്തന്നെയോർമ്മിപ്പിക്കാൻ എന്നപോലെ ഒരാവർത്തി പറഞ്ഞുകൊണ്ട് അവർ കടയുടെ നേരേ നടന്ന് പോയി.

ഏറെ വൈകാതെ ഒരു സഞ്ചിയിൽ സാധനങ്ങളുമായി ആന്റി തിരികെ വന്നു. വീട്ടിലേക്ക് വണ്ടിയിലിരിക്കവെ അവർ പിന്നെയൊന്നും സംസാരിച്ചില്ല.

മനുഷ്യർ തമ്മിലുള്ള ബന്ധങ്ങളെ വ്യാഖ്യാനിക്കാൻ ശ്രമിക്കുന്നത് സ്വയവും മറ്റുള്ളവരേയും ചെറുതാക്കലാണ്. വിചാരിച്ചു.

പിരിഞ്ഞിരുന്ന കാലമത്രയും നീതുവിനെപ്രതി എത്ര വേദനിച്ചിട്ടുണ്ടാവും ഈ സ്ത്രീ. നീതുവല്ലാതെയാരും അവരുടെ ജീവിതത്തിൽ പ്രിയത്തോടെ ബാക്കി നിന്നിരുന്നുമില്ല. എന്നിട്ടും അവർ അവൾക്ക് ഒരു പ്രയാസമോ ബുദ്ധിമുട്ടോ ആയിക്കൂടെന്നും ഭാവിയിൽ അവളുടെ ജീവിതത്തിൽ ഒരു ബാധ്യത ആവരുത് തന്റെ മടങ്ങിപ്പോവൽ എന്നും കരുതുകയാൽ, ജയിൽക്കാലത്തിന് ശേഷവും ഒറ്റയ്ക്ക് കഴിയാൻ നിശ്ചയിക്കുകയായിരുന്നു. ശരിക്കും ജീവിതംകൊണ്ടുള്ള ത്യാഗം. നീതുവിന്റ കാര്യവും ആലോചിച്ചു. ഓർമ്മ ഉറച്ചുവരുന്ന പ്രായത്തിലായതിനാൽ, പുതിയ പുതിയ സംഭവങ്ങൾക്കും മനുഷ്യർക്കും ഇടയിൽ നിറം മങ്ങിപ്പോവേണ്ടതായിരുന്നു പത്തുവയസ്സുവരെയുള്ള ജീവിതം. നീതുവിന് പക്ഷേ അതുണ്ടായില്ല. എന്ത് വ്യക്തമായി ഓർത്തുവച്ചിരിക്കുന്നു അവൾ ആന്റിയോടൊത്തുള്ള പഴയകാലം. ഒടുവിൽ അവർ പരസ്പരം കണ്ടെത്തുകകൂടി ചെയ്തു. അതേ, കാലം അതിന്റെ കടം വീട്ടുന്നു.

ചെന്നു കയറുമ്പോൾ മുൻവശവാതിൽ ചാരിമാത്രമിട്ട് ഒരു കുഞ്ഞുറക്കത്തിലായിരുന്നു നീതു. വെല്ലുവിളിയില്ലാതെ. അമ്മ മടിയിലെന്ന മട്ടിലെ ഉറക്കത്തിന്റെ സ്വാസ്ഥ്യം കെടുത്താതെ ഒരു ഷീറ്റ് എടുത്ത് പുതപ്പിച്ച് ആന്റി വാതിൽ ചാരിയിട്ടു.

യാത്ര തുടരണം. വിചാരിച്ചു. അലക്കിവിരിച്ചിട്ട വസ്ത്രങ്ങൾ വെയിലിൽ ഉണങ്ങിയിരുന്നു. എല്ലാമെടുത്ത് ബാഗിൽ ഒതുക്കിവെച്ചു. സമയം ഉദാരനായ ധനികനെപ്പോലെ പിന്നെയും മുമ്പിലുണ്ട്.

മോട്ടോർ സൈക്കിൾ ഒന്ന് കഴുകണമെന്ന് തോന്നി. ഇനിയെപ്പോഴാണ് അതിനവസരം കിട്ടുകയെന്ന് നിശ്ചയമില്ല. കിട്ടിയാൽതന്നെ തോന്നുമോയെന്നും. വാഗ്ദാനം പാലിക്കുംപോലെ, ഒരു മോഹം

സഫലമാക്കുംപോലെ കൂടെ കൂട്ടിയതാണീ വാഹനത്തെ. നന്മ തിന്മ കളിലേക്ക് വഴിനടത്തുന്ന, കൂടെ വരുന്ന കൂട്ടായി ഇടക്കാലം തൊട്ടേ അതുണ്ട് കൂടെ. ചിലപ്പോഴൊക്കെ വിചിത്രമാം കാരണത്താൽ മനുഷ്യ നായി കരുതുന്നു ഇതിനെ. ജീവനുള്ള ഒരു കൂട്ട്.

മുറ്റത്തിനിറമ്പിലെ പൈപ്പിനടുത്ത് മാറ്റിയിട്ട് വിശദമായി കഴുകി ത്തീർന്നു. തുടച്ച് മിനുക്കിക്കൊണ്ടിരിക്കെ ഇരുകൈകളിലും കാപ്പി ക്കപ്പുകളുമായി നീതു വന്നു. ഒന്നുറങ്ങിയതിന്റെ തുടിപ്പും ആലസ്യവും മുഖത്ത്.

"ഇവിടെ വന്നാലിങ്ങനെയാണ്. ഞാനെന്റെ തന്നെ അധിപയാവും. രാജകുമാരിയോ രാജ്ഞിയോ തന്നെയാവും." അവൾ ചിരിച്ചു.

"തോന്നുമ്പോൾ ഉണരും. തോന്നുന്നത് ചെയ്യും. തോന്നുന്നത് തിന്നും. തോന്നുമ്പോൾ ഉറങ്ങും ഉച്ചയ്ക്കോ, സന്ധ്യയ്ക്കോ. എന്റെ സമയത്തിനുമേൽ എനിക്ക് മാത്രം നിയന്ത്രണമുള്ള അപൂർവ്വദിവസ ങ്ങൾ. റസിയ സുൽത്താനയോ വിക്ടോറിയ രാജ്ഞിയോ ആവേശി ക്കുന്ന ഞാൻ."

കാപ്പിക്കപ്പു തുളുമ്പേ അവൾ പൊട്ടിച്ചിരിച്ചു.

"പക്ഷേ ഉറക്കം കഴിഞ്ഞ് അടുക്കളപ്രവേശം നടത്തിയ എന്നെ കാപ്പിക്കപ്പ് കൈയിൽ തന്ന് ആന്റി പുറത്തിറക്കി വിട്ടു. ഹലീമിന്റെ മണം മൂക്കിലടിക്കുമ്പോൾ കണ്ടുപോയാൽ മതിയത്രെ അവിടെ." നീതു ചിരിച്ചു.

"സത്യത്തിൽ രുചികൾ അവയുടെ വൈവിധ്യങ്ങൾ ഇല്ലാതാവുന്ന കാലം എത്ര കഷ്ടമായിരിക്കുമല്ലേ?" നീതു ചോദിക്കുന്നു.

അതെ, ശരി തന്നെയെന്ന് തലയിളക്കി. ഒപ്പം വിചാരിച്ചു, ഇഷ്ടാ ഹാരവും രുചികളും വിലക്കുന്ന, തടയുന്ന കാലം എന്തൊരു കടും കാലമാണ്. ഒപ്പം ഓർക്കാനിഷ്ടമില്ലാത്ത വേറൊരു കാലം, പിന്നിട്ടു വന്നതിന്റെ ഓർമ്മയുമുണർന്നു ഉള്ളിൽ. നടുക്കം ഉള്ളിലൂടെ പാഞ്ഞു പോയി. രുചികളും മണങ്ങളും അന്യമായ ഒരു സമയം. വർഷങ്ങൾക്കു മുമ്പാണ്, ഒരു ജലദോഷമായിട്ടായിരുന്നു തുടക്കം. അകമ്പടിയായി തൊണ്ടവേദനയും, തലവേദനയും. അതിന്റെ പതിവ് സമയം ഒരാഴ്ച എടുത്ത് അത് ഒട്ടുമുക്കാലും മാറിപ്പോയി. പക്ഷേ പിന്നീടാണ് നടുക്ക ത്തോടെ അറിയുന്നത്. മാറിപ്പോയ തൊണ്ടവേദനയ്ക്കും തലവേദന യ്ക്കുമൊപ്പം രുചിയും മണവും പൊയ്പ്പോയിരിക്കുന്നു. എല്ലാം പൂർണ്ണ മായും മാറുന്നതോടെ രുചി നാവിനെയും ഗന്ധങ്ങൾ മൂക്കിനെയും തിരികെ ആശ്ലേഷിക്കുമെന്ന് പ്രതീക്ഷയോടെ കാത്തു. ഒരാഴ്ച കൂടി. ഇല്ല അത് മടങ്ങിവന്നില്ല. ഒരു രുചിയും അറിയാനാവുന്നില്ല. എരിവ്, മധുരം... എന്തിന് കയ്പോ, ചവർപ്പോപോലും നാവിനെ തൊടാതിരുന്നു. രുചി മാത്രമല്ല മണവും അങ്ങനെ തന്നെ. പലവിധമായ ഭീതിയോടെ ഒരു ഡോക്ടറെ ചെന്ന് കണ്ടു. ഇത്തരത്തിലൊന്ന് എന്റെ അനുഭവ ത്തിൽ പോയിട്ട് പരിചയത്തിൽപോലും ആർക്കും ഞാൻ പറഞ്ഞുകേട്ടിട്ടു ണ്ടായിരുന്നില്ല. പക്ഷേ ഭാഗ്യവശാൽ എനിക്ക് മാത്രമായിരുന്നു ഇതൊരു

പുതിയ കാര്യം. ദിനേന അമ്പത് രോഗികളെയെങ്കിലും കാണുന്ന ഡോക്ടർക്ക് അത് വിശദപരിശോധനപോലും നടത്താതെ മനസ്സിലാക്കാവുന്ന സമസ്യയായിരുന്നു. മൂക്കിൽ ദശ വളരുന്നതായിരുന്നു പ്രശ്നം. ഏതായാലും മരുന്ന് കുറിച്ച് തന്ന് സമാശ്വാസവാക്കുകളുമായി ഡോക്ടറെന്നെ മടക്കിയയച്ചു.

ആദ്യത്തെ ഒന്നുരണ്ട് ആഴ്ചകൾ വ്യത്യാസമേതുമില്ലാതെ കടന്നുപോയി. ആഹാരം, അത് എത്ര ഇഷ്ടപ്പെട്ടതാണെങ്കിലും ഒരു രുചിയും തോന്നാതെ ഞാൻ വെറുതെ വെറുതെ ബദ്ധപ്പെട്ട് ചവച്ചിറക്കി. പ്രാണൻ നിലനിർത്താൻ പാകത്തിന് മാത്രം. മണങ്ങളും അങ്ങനെ ആയിരുന്നു. വളരെ കടുത്ത ചില ദുർഗന്ധങ്ങൾ മാത്രമായിരുന്നു എനിക്ക് ആ സമയത്ത് അനുഭവേദ്യമായിരുന്നത്. അതും കഷ്ടിച്ചു മാത്രം. എങ്കിലും അതൊരാശ്വാസമായിരുന്നു, ദുർഗന്ധമെങ്കിലും എനിക്ക് കുറച്ചെങ്കിലും തിരിച്ചറിയാനാവുന്നുണ്ടല്ലോ എന്ന ആശ്വാസം.

മരുന്നുകൊണ്ട് ഭേദമാകാത്തപക്ഷം സർജറി ഉൾപ്പടെ അടുത്ത പടികളിലേക്ക് പോകാമെന്ന് ഡോക്ടർ സൂചിപ്പിച്ചിരുന്നു. പക്ഷേ ആശ്വാസം. രണ്ടാംമാസം ഒടുവിലായപ്പോൾ എനിക്ക് രുചിയും മണവും തിരിച്ചറിയാനായിത്തുടങ്ങി. ഓഫീസിനടുത്ത് കട നടത്തുന്ന ചേച്ചിയുടെ ചായക്കടയിലെ പലഹാരങ്ങൾ ഞങ്ങൾക്ക് ഏറെ ഇഷ്ടമായിരുന്നു. വൈകുന്നേരത്തെ പതിവ് ശീലമായിരുന്ന ചായ കുടിക്കുമ്പോഴാണ് മുളക് ബജിയുടെ രുചി എന്റെ നാവ് തിരിച്ചറിഞ്ഞത്. പൊടുന്നനെ ഒരു മടങ്ങിവരവായിരുന്നു അത്. വാർദ്ധക്യംകൊണ്ട് ക്ഷീണിച്ച ആ സ്ത്രീയെ, അക്കാ എന്ന് ഞങ്ങൾ വിളിക്കുന്ന പേരറിയാത്ത ചായക്കടക്കാരിയെ ഉലയെ കെട്ടിപ്പിടിക്കണമെന്ന് തോന്നി എനിക്ക് ആ നിമിഷം. പിന്നെയൊരു ആർത്തിയായിരുന്നു. രുചിയും മണവും മാത്രമല്ല, വിശപ്പും എന്നിൽ തിരികെ ചേർന്നു. കൊതിയോടെ, ആർത്തിയോടെ ഒരപമാനവും തോന്നാതെ കടയിലുണ്ടായിരുന്ന പലഹാരങ്ങളിൽ ഏറിയ പങ്കും പൊതിഞ്ഞുവാങ്ങിയാണ് ഞാനന്ന് മടങ്ങിയത്.

പതിയെ എല്ലാം സാധാരണമട്ടിലായി. രുചികൾ, മണങ്ങൾ എല്ലാം എന്നിലേക്ക് തിരികെ എത്തി.

ആർഭാടങ്ങളില്ലാത്ത നാടൻ കാപ്പി. അത് കുടിച്ചുകൊണ്ടിരുന്നപ്പോൾ രണ്ടുപേരും- ഞാനും നീതുവും- നിശ്ശബ്ദരായിരുന്നു.

''നാളെ നമ്മൾ പിരിയുന്നു അല്ലേ?'' പെട്ടെന്ന് പകർന്ന് മറ്റൊന്നായ ഭാവത്തിൽ നീതു മുഖത്തേക്ക് ഉറ്റുനോക്കി.

ഒന്നും പറഞ്ഞില്ല.

''ഭായ് ഉണരുംമുമ്പേ ഞാൻ പോയിട്ടുണ്ടാവും. രാവിലെ 7.10ന് ഭദ്രാവതിയിലെത്തുന്ന ഒരു വണ്ടിയുണ്ട്. അതിന് ഞാൻ പോവും. ആറിന് തന്നെ ഇവിടെന്നെഴുന്നേറ്റ് ആന്റിയുടെ കൂടെ ഞാൻ നടക്കും. കാന്റീനിൽനിന്ന് ഒരു കാപ്പികുടിച്ച് കഴിയുമ്പോഴേക്കും വണ്ടിവരും. പത്തിന് മുമ്പേ ഹാസനിലെത്തും. പിന്നെയൊന്ന് വിശ്രമിച്ച് ഉച്ചകഴിഞ്ഞുള്ള ഷിഫ്റ്റിന് ഡ്യൂട്ടിക്ക് കയറണം.''

കുറച്ച്നേരമവൾ മിണ്ടാതിരുന്നു. തുടർന്നു.

''പിരിയുമ്പോൾ എനിക്ക് ചിലപ്പോൾ സങ്കടമാവും. ഈ ദിവസങ്ങളിൽ പിരിയാതെ കൂടെയുണ്ടായിട്ട്, ദുഃഖങ്ങൾക്ക് പരസ്പരം കേൾവിക്കാരായിട്ട്, കുറെയേറെ ദൂരം ഒന്നിച്ച് സഞ്ചരിച്ചിട്ട്...''

പാതിയിൽ മുറിഞ്ഞ വാചകങ്ങളുപേക്ഷിച്ച് ഒഴിഞ്ഞ കാപ്പിക്കപ്പുകളുമായി അവൾ അകത്തേക്ക് പോയി. പിന്നെ മുഖം കഴുകി, മുടി ചീകിയൊതുക്കി തിരികെയെത്തി.

''ദാദാ... നിങ്ങളുടെ യാത്ര എങ്ങോട്ടാണ് എന്ന് എനിക്കറിഞ്ഞുകൂടാ. എന്ത് തിരഞ്ഞാണെന്നും.''

സിസിലിയാന്റിയുടെ വീടിന്റെ ഇളംതിണ്ണയിൽ കട്ടികൂടിത്തുടങ്ങിയ ഇരുട്ടിലേക്ക് നോക്കിയിരിക്കെ നീതു പറഞ്ഞു.

''എങ്ങോട്ടാണെങ്കിലും എന്താണെങ്കിലും ഇടയ്ക്കെന്നെ വിളിക്കണം. അല്ലെങ്കിൽ മെസ്സേജുകളെങ്കിലും.''

പിരിയുമ്പോഴത്തെ സങ്കടം അവൾ കാലേക്കൂട്ടി അനുഭവിക്കുന്നുവെന്ന് തോന്നി.

''വിദ്യയെപ്പിരിഞ്ഞ് സഹീറയിലേക്ക് തിരികെ പോയ ഭായിയുടെ ജീവിതത്തിൽ പിന്നീടെന്തുണ്ടായെന്ന് എനിക്കറിഞ്ഞുകൂടാ. നല്ലതായിരിക്കുമെന്ന് പ്രതീക്ഷയും ആഗ്രഹവും സൂക്ഷിക്കുന്നു. അപ്പോഴും എന്തിൽ നിന്നെല്ലാമോ ഇറങ്ങിപ്പുറപ്പെട്ടാണ് എങ്ങോട്ടെന്നില്ലാതെ ഈ അലച്ചിലെന്ന് ഞാൻ ഭയക്കുന്നുമുണ്ട്.''

അവളോട് ഒന്നും പറഞ്ഞില്ല.

''ഇപ്പോൾ വേണ്ട. എപ്പോഴെങ്കിലും പറയൂ. പിന്നീടെന്തുണ്ടായി എന്ന്. പറച്ചിലിന്റെ ആശ്വാസത്തിനെങ്കിലും.''

ശരിയെന്ന് തലയിളക്കി.

''കഥകൾ മനുഷ്യനെ അടുപ്പിക്കുന്നു, പ്രിയപ്പെട്ടവരാക്കുന്നു അല്ലേ ദാദാ?'' അവൾ പറഞ്ഞു.

''കഥകളുള്ളതിനാലാണ് ലോകമിങ്ങനെ നിലനിൽക്കുന്നത് എന്ന് പറഞ്ഞ് കേട്ടിട്ടില്ലേ. പറയാൻ, കേൾക്കാൻ, കഥയായി മാറാൻ നമുക്ക് പറ്റുന്നതുകൊണ്ടാണ്... ഞാനറിയുന്നു, മനുഷ്യർക്ക് പ്രിയപ്പെട്ടവരാവാൻ ഏറെ സമയമൊന്നും വേണ്ട എന്ന്.''

നീതു കൈ നീട്ടി.

''എനിക്ക് വാക്കു നൽകൂ. എവിടെയാണെങ്കിലും എന്നെ ഓർക്കുമെന്ന്.''

അവളുടെ കൈ തൊട്ടു. പാലിക്കുമെന്ന് തീർച്ചയില്ലാത്ത ഒരുറപ്പ്.

കത്ത് പ്രാഥമികമായി അതെഴുതുന്നവരെ
തെല്ലൊക്കെ ശമിപ്പിക്കുന്നു. അത് ഇനിയൊരാളുടെ
ചാരെ ചെന്ന് ചേരുന്നുണ്ടാവുമോ, അയാളത്
വായിക്കുന്നുണ്ടാവുമോ അയാൾക്കത്
സന്തോഷവും ആശ്വാസവുമാവുന്നുണ്ടാവുമോ.
അതെല്ലാം കുറച്ചുകൂടി ലളിതമായ പ്രാധാന്യം
മാത്രമുള്ള കാര്യങ്ങളാണ്.
അതെ ഉറപ്പാണ്, ഒരു കത്തും നഷ്ടമാവുന്നില്ല.

തുംഗഭദ്ര

"പ്രിയ നീതു,

വാർന്നുവീഴുന്ന നിലാവിലിരുന്നാണ് ഇത് എഴുതാൻ തുടങ്ങുന്നത്. എഴുതുമ്പോൾ അത് നിലാവെട്ടത്തിലാവുന്നതിനും മീതെ എന്താണുള്ളത്. സമീപകാലത്തൊന്നും ഒരെഴുത്ത് ആർക്കുമെഴുതിയിട്ടില്ല എന്ന് തോന്നുന്നു. അതിന്റെയൊരു ക്രമരാഹിത്യം ഈ കത്തിലുണ്ടാവാതെ തരമില്ലതാനും. എങ്കിലും സമ്പന്നമായൊരു കത്തെഴുത്ത് ഭൂതകാലത്തിന്റെ പ്രതാപം എനിക്കുണ്ടായിരുന്നു കേട്ടോ.

അയ്യോ, അതെപ്പറ്റിയൊന്നുമല്ല പറഞ്ഞുവരുന്നത്. എഴുതിത്തുടങ്ങി ഞാനെങ്ങോട്ടോ പോയി.

നീതുവും സിസിലിയാന്റിയും പോവാനൊരുങ്ങുമ്പോൾത്തന്നെ ഞാനുണർന്നിരുന്നു. പക്ഷേ വല്ലാത്ത ദുഃഖവും സങ്കടവും വന്നുമൂടിയ മനോനിലയിലായിരുന്നു അപ്പോൾ ഞാൻ. ഇടയ്ക്ക് ചില ദിവസങ്ങളിലേക്ക് എന്നെ വിട്ടുപോയിരുന്ന നിരാശയും മൂകതയും പൊടുന്നനവെ തിരികെ വന്നതുപോലെ തോന്നി. ഇറങ്ങുമ്പോൾ നിങ്ങളെ കണ്ടാൽ അത് ഇനിയും കനം കൂടിയേക്കുമെന്ന് തോന്നി. അതുകൊണ്ട് പുറത്തിറങ്ങാതെ കിടക്കയിൽതന്നെ കമിഴ്ന്ന് കിടന്നു. പുറമേയ്ക്ക് പരുക്കനെന്ന് ഭാവിക്കിലും നാം മനുഷ്യരൊക്കെ ഉള്ളിൽ ഒട്ടുവളരെ ദുർബലർ തന്നെ അല്ലേ?

നിങ്ങളിരുവരും പോയിക്കഴിഞ്ഞു എന്നുറപ്പായപ്പോൾ, ഭീരുവായ ഒരു പൂച്ചയെപ്പോലെ ഞാൻ പുറത്തിറങ്ങി വന്നു. കുളിച്ചു. വേഷം മാറി. മേശമേലടച്ചുവെച്ചിരുന്ന ആഹാരം കഴിച്ചു. പിന്നെ വീടടച്ച് ഇറങ്ങി. താക്കോൽ അതിന്റെ ഒളിയിടത്തിൽ പാത്തുവെച്ചു.

വളരെ പ്രിയപ്പെട്ട ഒരിടത്തുനിന്ന് ദീർഘകാലത്തേക്ക് പുറപ്പെട്ട് പോവുന്നതുപോലൊരു വിങ്ങൽ അപ്പോൾ അനുഭവിച്ചു. വെറും രണ്ടു ദിവസം മാത്രം ഞാനുണ്ടായിരുന്ന ഒരു സ്ഥലമായിരുന്നിട്ടും ആന്റിയുടെ വീട് എനിക്കെത്ര പ്രിയപ്പെട്ട ഇടമായി മാറിപ്പോയി. തീർച്ചയായും നിങ്ങളിരുവരുടേയും സാന്നിദ്ധ്യം തന്നെയാണ് അതിന്റെ കാരണവും. അല്ലാതെ മനുഷ്യരില്ലാത്ത കെട്ടിടങ്ങൾക്ക് മാത്രമെന്ത്. ഭദ്രാവതിയിൽ നിന്ന് അകന്നുപോവുമ്പോൾ നിങ്ങളെയൊക്കെയും മറന്നുമറന്നേ

പോകുമെന്നായിരുന്നു കരുതിയത്. പക്ഷേ അങ്ങനെയേയല്ല. അതെ, അകലം അകലമല്ല, സ്നേഹം തന്നെയാണ് വർദ്ധിപ്പിക്കുന്നത്. ഉള്ള് കനപ്പെട്ടുതന്നെ കിടന്നു. നിങ്ങളെപ്പിരിഞ്ഞുള്ള യാത്രയിൽ ഭദ്രാവതിയിൽനിന്ന് ചിത്രദുർഗയിലേക്കാണ് മോട്ടോർ സൈക്കിൾ ഓടിച്ചത്. നൂറ് കിലോമീറ്ററുണ്ട് എന്ന് സൈൻബോർഡുകൾ സൂചന നൽകിയ ദൂരം രണ്ടുമണിക്കൂർ കൊണ്ടാണ് ഓടിച്ച് പിന്നിട്ടത്. ആരോടോ പിണങ്ങിയിട്ടെന്ന മട്ടിലൊരു വേഗമെടുപ്പ്.

ചിത്രദുർഗയിൽ ഭക്ഷണശാലയിൽ ആഹാരത്തിന് കയറി. താലി മീൽസ് ഓർഡർ ചെയ്തു. സമയമെടുത്ത് അത് കഴിച്ചുകൊണ്ടിരിക്കുമ്പോഴാണ് കുറച്ചേറെ ചെറുപ്പക്കാർ അങ്ങോട്ട് കയറി വന്നത്. പത്ത് പന്ത്രണ്ട് പേരുള്ള കൂട്ടം. ജാക്കറ്റും കയ്യുറകളുമെല്ലാം ഉണ്ട്. റൈഡർമാരാണെന്ന് വ്യക്തം. അവർക്കെല്ലാം ഒന്നിച്ചിരിക്കാൻ തിരക്കുള്ള ആ സമയത്ത് ഇടം കിട്ടിയില്ല. രണ്ടുപേർ എനിക്കെതിരെയും വന്നിരുന്നു.

ചുറ്റിലുമൊന്നും നോക്കാതെ സംസാരിച്ചുകൊണ്ടിരുന്ന അവരുടെ ഭാഷണങ്ങളിൽ പിന്നിട്ട വഴിയും പോവാനുള്ള ദൂരവുമൊക്കെയുണ്ടായിരുന്നു. തമിഴും ഇംഗ്ലീഷുമൊക്കെ കലർന്ന സംസാരം.

ബിൽ പേ ചെയ്ത് പുറത്ത് വന്നപ്പോൾ ഹോട്ടലിന് മുന്നിൽ അവരുടെ വാഹനങ്ങൾ നിരനിരയായി നിർത്തിയിട്ടിരിക്കുന്നത് കണ്ടു. എല്ലാം ബുള്ളറ്റുകൾ. അവയിൽ ഭദ്രമായി കെട്ടിവെച്ചിരിക്കുന്ന ബാഗേജുകൾ. അനാകർഷകമായി ഗാർബേജ് കെട്ടിയപോലെ പ്ലാസ്റ്റിക് ഷീറ്റ് കൊണ്ട് പൊതിഞ്ഞുവെച്ചിരിക്കുന്ന ആ ലഗേജുകളിൽ ഒരു യാത്രയ്ക്കല്ല ഒരായുസ്സിന് വേണ്ട വിഭവങ്ങൾ കാണും എന്ന് തോന്നി. വളരെയകലേക്ക് ഒട്ട് ദിവസങ്ങളെടുത്തൊരു സഞ്ചാരത്തിലാണ് അവരെന്ന് വ്യക്തം.

നീതു, പക്ഷേ കുഴപ്പമതായിരുന്നില്ല. ആ ചെറിയ ഹോട്ടൽ മുറ്റത്ത് ഒരു ഷോറൂമിനകത്ത് നിരനിരയായും തൊട്ടുതൊട്ടുമെന്ന മട്ടിലും നിർത്തിയിട്ടിരുന്ന ആ വാഹനക്കൂട്ടത്തിനുള്ളിൽപ്പെട്ട് കിടക്കുകയായിരുന്നു എന്റെ ബൈക്ക്. കോട്ടയ്ക്ക് പുറത്തേക്ക് വഴി കണ്ടെത്തേണ്ട കളിയിലെന്നപോലെ വേണമായിരുന്നു അതിനെ പുറത്തെടുക്കാൻ. ഒന്ന് ശ്രമിച്ചിട്ട് തോൽവി സമ്മതിച്ച ഞാൻ, കാത്തുനിൽക്കാൻ തീരുമാനിച്ചു. എനിക്കെന്ത് ധൃതി? ലക്ഷ്യമില്ലായാത്രികൻ. എങ്ങോട്ടോ ഇറങ്ങിപ്പുറപ്പെട്ടവൻ.

ആ സമയത്ത് ആ വാഹനങ്ങളെയാകെയൊന്ന് ചുറ്റിനടന്നു നോക്കി. തമിഴ്നാട് രജിസ്ട്രേഷനാണ് മിക്കതിനും. കരുതിയതുപോലെ അവരൊരു ലക്ഷ്യമുള്ള യാത്രയിലാണ്. അത് സൂചിപ്പിക്കുന്ന ഒരു ബോർഡ് -പൊതുവായുള്ളത്- അവരുടെ വാഹനങ്ങളുടെ പിറകുവശത്ത് നമ്പർ പ്ലേറ്റിന് മുമ്പിലായി ഘടിപ്പിച്ചിട്ടുണ്ട്.

Ride from Rameswaram to Karakkonam

Reduce polution, Save Country

പെട്ടെന്നാലോചിക്കുമ്പോൾ തോന്നും, വിശേഷിച്ചും ദോഷൈക ദൃക്കുകൾക്ക്, അന്തരീക്ഷ മലിനീകരണമവസാനിപ്പിക്കാനുള്ള സന്ദേശ വുമായുള്ള യാത്ര പെട്രോൾ പുക വമിപ്പിച്ചുകൊണ്ടാണല്ലോ മുന്നേറു ന്നത് എന്ന്. പക്ഷേ അങ്ങനെയല്ല, മുൻനിർത്തുന്ന വലിയ സന്ദേശം നോക്കുമ്പോൾ ക്ഷമിച്ച് അവഗണിക്കാവുന്നത്ര നിസ്സാരമായ കാര്യം അല്ലേ!

അങ്ങനെ ഓരോന്നാലോചിച്ച് എന്റെ വണ്ടിക്കരികിൽ കാത്തുനിന്നു. കുറച്ചുകൂടി സമയമെടുത്തു അവർ ഓരോരുത്തരായി പുറത്തുവരാൻ. ബുള്ളറ്റുകളുടെ പത്മവ്യൂഹത്തിൽപ്പെട്ടുകിടന്നിരുന്ന എന്റെ നില അപ്പോഴാണവർ ശ്രദ്ധിച്ചത്. കൂട്ടത്തിൽ ലീഡറെന്ന് തോന്നിച്ചയാൾ അടുത്ത് വന്ന് എനിക്കുണ്ടായ അസൗകര്യത്തിന് ക്ഷമ പറഞ്ഞു. ഞാനവരോട് എപ്പോഴേ ക്ഷമിച്ചിരുന്നല്ലോ!

ഞങ്ങൾ പരിചയപ്പെട്ടു. മധുര ആസ്ഥാനമായി പ്രവർത്തിക്കുന്ന കൂട്ടായ്മയാണ് അവരുടേത്. മധുരയിലും കരൂരിലുമൊക്കെയുള്ള ചെറുപ്പക്കാർ. ലോൺട്രി ഷാപ്പിലെ ജീവനക്കാരൻ മുതൽ മൈക്രോ സോഫ്റ്റിലെ പ്രോജക്ട് ഹെഡ്വരെയുണ്ട് കൂട്ടത്തിൽ. പന്ത്രണ്ട് വാഹന ങ്ങൾ പതിന്നാല് യാത്രികർ. രാമേശ്വരത്ത് എ.പി.ജെ. അബ്ദുൾ കലാം പഠിച്ച സ്കൂൾ മുറ്റത്ത് നിന്നാരംഭിച്ച സഞ്ചാരം. തമിഴ്നാടും കേരളവും കടന്ന് ഇപ്പോൾ കർണ്ണാടകയുടെ ഭാഗങ്ങളിൽ. ഇനി സാധ്യമായ സ്റ്റേഷനുകളിലെ ചെറുതും വലുതുമായ പട്ടണങ്ങളും ഗ്രാമപ്രദേശ ങ്ങളും കടന്ന് വടക്ക് കാരക്കോണം മലനിരകളിലെ ഒരതിർത്തി പോസ്റ്റ് വരെ ചെന്ന് മടങ്ങും.

അവരോടൊപ്പം കൂടുന്നോയെന്ന്, അഭിജിത്ത് - അക്കൂട്ടത്തിലെ ലീഡർ - ചോദിച്ചപ്പോൾ ഞാനെന്താണ് പറഞ്ഞിട്ടുണ്ടാവുക?

ഉക്കിനക്കോട്ടൈ എന്ന പേരിൽ പ്രസിദ്ധമായ ഒരു കല്ലുകോട്ടയുണ്ടാ യിരുന്നു ചിത്രദുർഗ്ഗയിൽ. അടുത്തതായി അവിടം സന്ദർശിച്ച് മുന്നോട്ട് പോവാനായിരുന്നു സംഘം പദ്ധതിയിട്ടിരുന്നത്. കൂട്ടത്തിലെ പതി നഞ്ചാമനായി ഞാനുമവരെ അനുയാത്ര ചെയ്തു.

സിസിലിയാന്റിയുടെ ഭദ്രാവതി നഗരത്തിന് ആ പേര് കിട്ടുന്നത് നഗരത്തിലൂടൊഴുകുന്ന നദിയിൽ നിന്നാണെന്ന് നീതുവല്ലേ പറഞ്ഞത്? അതുപോലെ ചിത്രദുർഗ്ഗാപട്ടണത്തിന് ആ പേരു കിട്ടുന്നത് ഈ കോട്ട യുടെ സാന്നിദ്ധ്യം കൊണ്ടാണത്രെ.

പക്ഷേ നീതൂ, കോട്ടയുടെ ആദ്യകാഴ്ചതന്നെ എന്നിൽ ദുഃഖം നിറച്ചു. ഇടനേരത്തേക്കു തോന്നിയ തെളിച്ചം മനസ്സിനെ ഉപേക്ഷിച്ചു പോയി. ചിലപ്പോൾ അങ്ങനെയാണ്. വലിയ എടുപ്പുകൾ, നിർമ്മിതികൾ, മലകൾ, കടൽ... അങ്ങനെ ചിലതൊക്കെ കാണുമ്പോൾ ദുഃഖം മന സ്സിനെ വന്നുമൂടും. ഇല്ല, അതിന് എനിക്കറിയുന്ന കാരണങ്ങളൊന്നു മില്ല. അല്ലെങ്കിലും എന്തിനുമേതിനും കാരണങ്ങൾ തിരയുന്നത് എന്തി നാണ് അല്ലേ.

അത്രയും ദൂരം വന്നിട്ടും കോട്ടയ്ക്കുൾഭാഗം കാണുന്നില്ലെന്ന് ഞാൻ പറഞ്ഞപ്പോൾ, അവർ, സഹയാത്രികർ ഒന്നമ്പരന്നു എന്നു തോന്നി. പക്ഷേ എന്റെ തീരുമാനത്തെ ബഹുമാനിച്ച് അവർ അകത്തേക്ക് കടന്നു. ബൈക്കുകൾ പാർക്ക് ചെയ്തിരുന്നതിന് തെല്ലുമാറി ഒരു മരച്ചോട്ടിൽ ചെന്നിരുന്ന് കോട്ട നോക്കി ഞാൻ വെറുതെയിരുന്നു. ഉള്ളിൽ കെട്ടുകളും എടുപ്പുകളും ആരാധനാസ്ഥലങ്ങളും കാവലിടങ്ങളുമെല്ലാം ഉണ്ടാകും ഈ കോട്ടയിലും. പടുകൂറ്റൻ മതിലിനാൽ എല്ലാത്തിനും മറതീർത്ത് തെളിഞ്ഞു പരന്ന് കിടക്കുന്ന വെയിലത്ത് നിൽക്കുമ്പോഴും ഒരു ശോകഭാവമായിരുന്നു ആ കോട്ടയ്ക്ക്. പറഞ്ഞുവല്ലോ. അത് എന്റെ മനസ്സിലേക്കും പടർന്നുവെന്ന് തോന്നി.

എനിക്ക് പൊട്ടിപ്പിളർന്ന് കരയണമെന്ന് തോന്നി. അടുത്തെങ്ങുമാരുമില്ലാത്ത ആ വിജനതയിലിരുന്ന് ഉറക്കെയുറക്കെ. ഒരു കണക്കിനാലോചിക്കുമ്പോൾ എത്ര വിചിത്രമാണല്ലേ. നല്ല എന്തെന്ത് കാര്യങ്ങളെക്കുറിച്ചുള്ള ഓർമ്മകളുണ്ടാവും ഓരോ ജീവിതത്തിലും. എന്നിട്ടും വേദനകളുടേയും ദുഃഖങ്ങളുടേയും ഓർമ്മകളെ മാത്രം തിരഞ്ഞ് തിരികെ പിടിച്ച് പിന്നെയും പിന്നെയും ഖിന്നരാവുന്നു നാം മനുഷ്യർ. ഇപ്പോൾ തന്നെ നോക്കൂ. നിന്നോട് പറഞ്ഞ് പൂർത്തീകരിച്ചിട്ടില്ലാത്ത, പിന്നെയുമേതോ വേദനകളെ താലോലിച്ചാണ് എന്റെ ഗമനം. അവയിൽനിന്ന് അകലാനായി ഞാൻ തിരഞ്ഞെടുത്ത ഈ യാത്രയിലും പിന്നെയും ദുഃഖങ്ങളെത്തന്നെ ഞാൻ കൂടെ കൂട്ടുന്നു.

വാർന്നുവീഴുന്ന മഞ്ഞച്ച ഉച്ച വെയിലത്ത് ആരോ കൊണ്ടുപോയ് വെച്ചതുപോലെ വാവട്ടം മുകളിലേക്ക് തുറന്ന കോട്ടയുടെ കാഴ്ചയിൽ നിന്ന് സഹയാത്രികർ മടങ്ങിയെത്താൻ ഒന്നുരണ്ട് മണിക്കൂറുകളെടുത്തു. മരച്ചുവട്ടിലെ ഇരുപ്പിനിടെ ഇടയ്ക്ക് ഞാനൊരു ചെറുമയക്കത്തിലേക്ക് വീണിരുന്നു എന്ന് തോന്നി.

''നിങ്ങൾ വരണമായിരുന്നു അകത്തേക്ക്. ഗംഭീരമാണ് ഉൾവശം.''

നടന്നും വിയർത്തും തെല്ലുതളർന്നും മടങ്ങി വന്ന റൈഡർമാരിലൊരാൾ മോട്ടോർ സൈക്കിളുകൾ പാർക്കുചെയ്തിടത്തേക്ക് മടങ്ങുമ്പോൾ എന്റെ നഷ്ടത്തെക്കുറിച്ച് ഓർമ്മിപ്പിച്ചു.

ശരിയായിരിക്കണം നീതു.

''ഇനിയെപ്പോഴെങ്കിലും ഇതുവഴി വരുമ്പോൾ...'' ഞാൻ അയാളോട് ചിരിച്ചു. എന്നെയാശ്വസിപ്പിക്കാൻവേണ്ടി കൂടി ഞാൻ പറഞ്ഞ പൊള്ളയായ വാക്കുകൾ. ഇനിയങ്ങനെയൊന്ന് ഉണ്ടാവുമോ?

കോട്ടയിൽനിന്ന് ഹോസ്‌പേട്ടിലേക്കാണ് യാത്ര തുടർന്നത്. ചിത്രദുർഗയിൽനിന്ന് ഹോസ്‌പേട്ടിലേക്ക് നൂറ്റിയിരുപത്തഞ്ചുകിലോമീറ്റർ ദൂരം, മൂന്ന് മണിക്കൂറെങ്കിലും യാത്ര. ഇടവേളകളെടുക്കുന്ന പക്ഷം അതിലുമേറെ.

തൊട്ടുപിറകിൽ, ചിലപ്പോഴൊക്കെ കുറച്ചേറെ അകലെയായി ഞാൻ ആ കൂട്ടത്തെ പിന്തുടർന്നു. ഉപാധികളില്ലാത്ത ഒരനുധാവനം. സന്ധ്യ കഴിഞ്ഞനേരത്ത് ഞങ്ങൾ ഹോസ്‌പേട്ടിലെത്തി.

വിചിത്രമായ ഒരനുഭവമാണ് ഞങ്ങളെയവിടെ കാത്തിരുന്നത്. പതിന്നാലുപേർക്ക് താമസിക്കാനായി ഏഴുമുറികൾ തലേന്ന് പകൽ തന്നെ സംഘം ബുക്ക് ചെയ്തിരുന്നുവത്രെ. പക്ഷേ ഹോട്ടലിലെത്തിയപ്പോൾ മുമ്പ് വാഗ്ദാനം ചെയ്തതിലും കൂടുതൽ തുക തന്നാലേ റൂം തരൂ എന്ന് മാനേജർ തീർത്തുപറഞ്ഞു. കുറച്ച് നേരമൊരു തർക്കത്തിനും ചെറുവാഗ്വാദത്തിനും ഹേതുവായി അത്. കേവലം നിസ്സാരമായ ഒരു തുകയ്ക്ക്വേണ്ടി യാതൊരു തത്ത്വദീക്ഷയും തീണ്ടാതെ വാക്കുതെറ്റിക്കുന്ന മനുഷ്യർ. എനിക്ക് നിരാശ തോന്നി.

നീതു, അതിന്റെ മറുഭാഗമായി ഞാനപ്പോൾ ഓർത്തത് നിങ്ങളെയൊക്കെയാണ്. നീതുവിനെ, സിസിലിയാന്റിയെ, പിന്നെ പനിച്ച് വഴിയിൽ കിടന്ന എന്നെ വീട്ടിൽ കൊണ്ടുപോയി പരിചരിച്ച, ഇപ്പോഴും പേരറിയാത്ത ആ സ്ത്രീയെ... (കഷ്ടം, എന്നിട്ട് ഞാനവരോട് ചെയ്തതോ? അതോർക്കുമ്പോൾ ഇതെഴുതുമ്പോഴുമെനിക്കെന്നോടുതന്നെ പരിഹാസവും പുച്ഛവും തോന്നുന്നു)

ഏതായാലും ഒരുരൂപപോലും അധികം നൽകി അവിടെ തങ്ങേണ്ടതില്ലായെന്ന് സംഘം തീരുമാനിച്ചു. ആ സംഭവം നഗരത്തോടുണ്ടാക്കിയ പെട്ടെന്നുള്ള അനിഷ്ടമാവണം കാരണം, അവിടംവിട്ട് നാളെ പകൽ കടന്ന് പോവാനുദ്ദേശിച്ച ഹംപിയിലേക്ക് അപ്പോൾതന്നെ പോവാനാണ് അവർ തീരുമാനിച്ചത്. മുമ്പ് അവിടം സന്ദർശിച്ചിട്ടുണ്ടായിരുന്നുവെങ്കിലും ഞാനും അവരുടെകൂടെ തുടരാനാണ് തീരുമാനിച്ചത്. ഹംപിയിൽ വിരൂപാക്ഷ ക്ഷേത്രത്തിന് സമീപത്തെ ഗസ്റ്റ്ഹൗസുകളിലൊന്നിൽ കൂട്ടുകാരോടൊപ്പം താമസിച്ചത് എനിക്കോർമ്മ വന്നു.

രാത്രിയിൽ ആൾ സഞ്ചാരം തീരെ കുറഞ്ഞ ഹോസ്പേട്ട്-ഹംപി പാതയിലൂടെ പന്ത്രണ്ടും ഒന്നും പതിമ്മൂന്ന് മോട്ടോർസൈക്കിളുകൾ കൃത്യം ഒന്നിന് പിറകെ ഒന്നായി നിശ്ശബ്ദത മുറിച്ച് കീറി പാഞ്ഞുപോയി. പട്ടാളമാർച്ചിലെന്നപോലെ രാത്രിയിലും അവർ പാലിക്കുന്ന നിഷ്ഠയോട് ആദരവ് തോന്നി.

പാറക്കെട്ടുകളും ഒഴിവിടങ്ങളും കുന്നിൻചെരിവുകളും നിറഞ്ഞ ഹംപിയിൽ ആ രാത്രിയിൽ ഒരു ഹോട്ടൽമുറിയുടെ സുഖദതയിലേക്ക് പോവാനായിരുന്നില്ല സംഘത്തിന്റെ തീരുമാനം. പകരം എവിടെയെങ്കിലും ടെന്റടിച്ച് ക്യാംപ് ചെയ്യുക എന്നതായിരുന്നു. തുംഗഭദ്ര നദിയുടെ കരയിൽ ഒരൊഴിഞ്ഞ ഇടം അതിനായി അവർ കണ്ടെത്തുകയും ചെയ്തു.

മുമ്പ് ഹംപിയിൽ വന്നപ്പോൾ വിരൂപാക്ഷ ക്ഷേത്രത്തിന് പിൻഭാഗത്തെ പടവുകളിറങ്ങി തോണിയിൽ തുംഗഭദ്ര കടന്നതും ഹിപ്പി ഐലന്റിൽ ചെന്ന് ചേർന്നതും ഞാനന്നേരം ഓർമ്മിച്ചു.

വണ്ടി നിർത്തി ഒന്ന് നടുനിവർന്ന് നോക്കിയ ഞാൻ കാണുന്നത് രണ്ട് ചെറുടെന്റുകളാണ്. രണ്ടുപേർ പെട്ടെന്നുതന്നെ എല്ലാവർക്കും കിടക്കാനുള്ള കൂടാരങ്ങൾ ഉണ്ടാക്കിക്കഴിഞ്ഞിരിക്കുന്നു. അതിനുള്ള സാമഗ്രികളുമെല്ലാമായാണ് കൂട്ടത്തിന്റെ ദീർഘയാത്ര.

ഓട്സും ഉണങ്ങിയ അത്തിപ്പഴങ്ങളുമായിരുന്നു രാത്രിഭക്ഷണം. അല്ലാതെ രാത്രി ഹോട്ടൽ തിരഞ്ഞ് പോകാനൊന്നും അവർ മിനക്കെട്ടില്ല. കൈയിലുണ്ടായിരുന്ന ഗ്യാസ് സ്റ്റൗവിന് മേൽ പാത്രം വെച്ച് ഓട്സ് എളുപ്പം തയ്യാർ ചെയ്തു അവർ.

രണ്ടു ടെന്റുകളിൽ നിലത്തു വിരിച്ച ഷീറ്റിൽ എനിക്കുമുണ്ടായിരുന്നു ഒരിടം. ഞാനിതെഴുതുമ്പോൾ അവരിൽ ചിലർ കിടന്ന് കഴിഞ്ഞിട്ടുണ്ട്. വേറെ ചിലർ വൈകിയ ഈ രാത്രിയിലും ഉറങ്ങാത്ത തുംഗഭദ്രയിലേക്ക് നോക്കി പാറക്കെട്ടുകളിലിരിക്കുന്നു.

നദിയിലേക്ക് നിലാവിറ്റു വീഴുന്നത് എന്തൊരു കാഴ്ചയാണെന്നോ. കുറച്ച് നേരം അത് നോക്കിയിരുന്നപ്പോൾ നീതു, എനിക്ക് മിണ്ടണമെന്ന്, എഴുതണമെന്ന് തോന്നി. അതെ, എഴുതണമെന്ന്! ആ ആഗ്രഹത്തിന്റെ നിലാവെട്ടം അണഞ്ഞുപോകുംമുന്നേ പാറപ്പരപ്പിൽ നിന്ന് ഞാൻ ടെന്റിലേക്കോടി. ഒരു വീർപ്പിന് ഈ ഡയറിയും പേനയും കണ്ടെടുത്തു. നിലാവെട്ടമല്ലാതെ വെളിച്ചമില്ല. എങ്കിലും സാരമില്ല, ഉള്ളിലെ ആന്നൽ അണയുംമുമ്പേ എനിക്കിതെഴുതിത്തീർക്കണം.

അതേ, നീതൂ, എത്രകാലമായെന്നോ ഞാനെന്തെങ്കിലും എഴുതിയിട്ട്. കവിതയോ ലേഖനങ്ങളോ ഒരു കത്തുപോലുമോ എഴുതിയിട്ട്. എനിക്ക് വാക്കുനഷ്ടമായിട്ടില്ല. അവ എന്നിൽനിന്ന് ഇറങ്ങിപ്പോയിട്ടില്ല എന്ന് എന്നെ ഓർമ്മിപ്പിക്കാൻ, സ്വയം ആശ്വസിക്കാൻ- ഒരു പക്ഷേ പ്രാണനോളം വലിപ്പമുള്ള ആശ്വാസം- എനിക്ക് എഴുതണമായിരുന്നു ഒരു കത്തെങ്കിലും.

ഇപ്പോൾ ഞാനറിയുകയാണ്, പറയുന്നതിന്റെ ഉള്ളു തുറക്കുന്നതിന്റെ ആനന്ദം വീണ്ടും. ആനന്ദം, ആശ്വാസം.

ഇനിയിത്, നീതുവിന് ഞാനയയ്ക്കും. ഏയ്, ഇതൊരിക്കലുമൊരു നല്ല കത്തേയല്ല. അറിയാമെനിക്കത്. മനസ്സിന്റെ വേഗത്തിൽ തിക്കുമുട്ടലിൽ, ഒരു പേനയൂന്നൽ അത്രമാത്രം.

ഇത് എഴുതുമ്പോഴെനിക്കറിയാം ഞാനാവാക്ക് പാലിച്ചിട്ടില്ല എന്ന്. ഇടയ്ക്കിടെ നിന്നെ വിളിക്കാമെന്ന്, നിനക്ക് സന്ദേശങ്ങൾ അയച്ചുകൊള്ളാമന്ന് നൽകിയ വാക്ക്. നീതു, നാട്ടിൽനിന്ന് പോന്നപ്പോൾ, അല്ല, അതിന് മുമ്പേതന്നെ ഓഫ് ചെയ്തിട്ടതാണ് എന്റെ ഫോൺ. ആരുമെന്നെ വിളിക്കേണ്ടതില്ല, ആരുമെന്നിലേക്ക് എത്തേണ്ടതില്ല എന്ന ഒരുതരം ഭയത്തോടെ. ഭീരുത്വം നിറഞ്ഞ ഒരുൾവലിയൽ. അതേപ്പറ്റി പറയാം. പിന്നീട്.

പക്ഷേ ഇപ്പോൾ ഞാനെഴുതുകയാണ്. അതിന്റെ ആശ്വാസത്തിലാണ്. വാക്കുകൾ എന്നെയുപേക്ഷിച്ച് പോയിട്ടില്ലല്ലോ എന്ന വലിയ ആശ്വാസത്തിലാണ്. എത്ര നേരം നീണ്ടുനിൽക്കുമെന്ന് തീർച്ചയില്ലാത്ത ഒന്ന്.

നിലാവിന്റെ ഒരു നദിയായി ഒഴുകും തുംഗഭദ്രയുടെ കരയിലിരുന്ന് ഇത് എഴുതുമ്പോൾ, ഇവിടെയും നിർത്താനാവാതെ എന്റെ ഉള്ളം തുളുമ്പുന്നുണ്ട്.

സഹീറ

വാക്കുകൾ തിരികെ വന്നതിന്റെ ആശ്വാസത്തിലായിരിക്കുന്നു ഞാൻ. പങ്കുവെയ്ക്കുന്നത് എന്നെ ഭേദപ്പെടുത്തുന്നുണ്ട്, സുഖപ്പെടുത്തുന്നുണ്ട്, കുറച്ചെങ്കിലും. വീട് വിട്ടിറങ്ങുമ്പോൾ സഞ്ചാരമെന്നെ സുഖപ്പെടുത്തുമെന്നായിരുന്നു പ്രതീക്ഷ. ഇപ്പോൾ പക്ഷേ എഴുതാനാവുന്നതിന്റെ ആശ്വാസം ഉള്ളം തണുപ്പിക്കുന്നു. ഇറങ്ങിപ്പോവരുതേ എന്ന മോഹത്തോടെ അതിന് കാവലിരിക്കുകയാണ് ഈ മുറിയിൽ.

ഇന്ന് രാവിലെയാണ് ഞങ്ങൾ തുംഗഭദ്രക്കരയിൽ നിന്ന് ഹംപിയിലെ ഈ ഗസ്റ്റ് ഹൗസിലേക്ക് വന്നത്. എല്ലാവരും കുളിച്ച് വേഷം മാറി. പിന്നെ ആഹാരം കഴിക്കാനായി പുറത്തിറങ്ങി.

ഹംപി കാണാനായിരുന്നു പ്ലാൻ. ഒരിക്കൽ വിശദമായി കണ്ടതാണെന്നും ഇപ്പോൾ മുറിയിലിങ്ങനെയിരിക്കുന്നതാണ് എനിക്ക് പ്രിയമെന്നും സൂചിപ്പിച്ചിരുന്നതിനാൽ അവരെന്നെ നിർബന്ധിച്ചില്ല. ലഗേജുകൾ മുറിയിൽ വെച്ച് ഒരിക്കൽകൂടി കാവൽജോലി എന്നെ ഭരമേൽപ്പിച്ച് അവരിറങ്ങി.

നീതു, ക്ഷേത്രത്തിലേക്ക്, ഹംപി നൽകുന്ന വൈവിധ്യമുള്ള കാഴ്ചകളിലേക്ക് തിരക്കിട്ടും സാവധാനവും പോവുന്ന മനുഷ്യരുടെ കാഴ്ചകളിലേക്ക് തുറക്കുന്ന ജനാലയ്ക്കരികിലിരിക്കുകയാണ് ഞാനിപ്പോൾ. ലക്ഷ്യവും പ്രതീക്ഷയുമുള്ള മനുഷ്യരുടെ ഗമനങ്ങൾ, സഞ്ചാരങ്ങൾ. ഒന്നുമില്ലാതെ വെറുതെ, വെറും വെറുതെ ഞാൻ.

മുമ്പൊരിക്കൽ ഇവിടെവന്ന കാര്യം പറഞ്ഞുവല്ലോ. രണ്ട് സുഹൃത്തുക്കളോടൊപ്പമായിരുന്നു അത്. അവരിലൊരാൾ പ്രായത്തിൽ കുറച്ച് മുതിർന്നയാളായിരുന്നു. വിവാഹം കഴിഞ്ഞിട്ട് ഏറെ വർഷങ്ങളായിട്ടും കുഞ്ഞുങ്ങളില്ലാതെ ഖിന്നനായിരുന്നു അയാൾ. ഒടുവിലേറെ നാളുകൾക്കുശേഷം ഇരട്ടക്കുഞ്ഞുങ്ങൾ പിറന്നപ്പോൾ അതിന്റെ ആഹ്ലാദമാഘോഷിക്കാൻ അദ്ദേഹത്തിന്റെ വാഹനത്തിലാണ് ഞങ്ങളെത്തിയത്.

സംഘത്തിലെ രണ്ടാമന് നീണ്ട ഒരു പ്രണയം തകർന്നതിന്റെ നിരാശയിൽനിന്നുള്ള മോചനലേപനമായിരുന്നു ആ യാത്ര. ഞാനാകട്ടെ, അക്കാലത്ത് സജീവമായിരുന്ന പ്രണയത്തിലെ നായികയെ ഓരോ നല്ല കാഴ്ചകളിലും ഓർത്തും അവളുടെ അസാന്നിദ്ധ്യത്തിൽ വിരഹം നുകർന്നും. അങ്ങനെ കൂട്ടമായി യാത്രചെയ്യുമ്പോഴും ഒറ്റയ്ക്കൊറ്റയ്ക്കായും ഞങ്ങൾ. അല്ലെങ്കിലും ഏത് ആൾസഞ്ചയത്തിലും നമ്മളൊക്കെയും ആന്തരികമായി ഒറ്റയ്ക്കൊറ്റയ്ക്കാവും അല്ലേ!

നീതു, ഇന്നലെയെന്റെ പിറന്നാളായിരുന്നു. ഏറെ വർഷങ്ങൾക്കുശേഷം സമ്മാനങ്ങളോ ആശംസകളോ തേടിവരാത്ത, വന്നിട്ടുണ്ടെങ്കിൽത്തന്നെ അതൊന്നും ഞാൻ അറിയാതെ പോയ പിറന്നാൾ.

യദൃച്ഛയാ ആണ് പിറന്നാളിനെക്കുറിച്ച് ഓർക്കാനിടവന്നത്. നിനക്കെഴുതാൻ കടലാസിനായി ഡയറിയെടുക്കാൻ ബാഗിൽ തിരയുകയായിരുന്നു. അപ്പോഴാണ് മുമ്പൊരു പിറന്നാളിന്, സഹീറ സമ്മാനിച്ച

ഒരു ആശംസാകാർഡ്, എന്റെ കണ്ണിൽപ്പെടുന്നത്. ബാഗിൽ വാരിവലിച്ച് നിറച്ച സാധനങ്ങളുടെ കൂട്ടത്തിൽ ആ ഓർമ്മയുമുണ്ടായിരുന്നു.

നീതു, സഹീറയെക്കുറിച്ച് നീ അന്വേഷിച്ചിരുന്നുവല്ലോ. ഞങ്ങളുടെ ബന്ധത്തിൽ പിന്നെ എന്താണുണ്ടായത് എന്നും. നീതു, എനിക്കു മജ്ഞാതമാണത്. ഞാനും അന്വേഷിക്കുകതന്നെയാണ്. പറഞ്ഞിരുന്നു വല്ലോ, ഒരു അറേഞ്ച്ഡ് കല്യാണമായിരുന്നു ഞങ്ങളുടേത്. സാധാരണ മട്ടിലുള്ള ഒന്ന്. മുമ്പും പിൻപുമുള്ള പ്രണയകാലങ്ങൾക്കിടയിൽ സംഭ വിച്ചത്. ഉപ്പയും അമ്മായിമാരുമാണ് സഹീറയെ പോയി കണ്ടത്. ചടങ്ങ് പൂർത്തിയാക്കുവാൻ ഇടയ്ക്കെപ്പോഴോ ഞങ്ങളും തമ്മിൽ കണ്ടു. എല്ലാം വളരെ പെട്ടെന്ന് എന്ന് പറയാവുന്ന വേഗത്തിലാണ് കല്യാണം നടന്നത്. ഉപ്പയ്ക്കായിരുന്നു ധൃതി കൂടുതൽ. ഉമ്മയില്ലാതായിപ്പോയ തിൽപിന്നെ ഒരു ആൺവീട് മാത്രമായിരുന്നു ഞങ്ങളുടേത്. വേറൊരു വിവാഹത്തെപ്പറ്റി ഉപ്പയ്ക്കാലോചിക്കാൻ വയ്യാത്തതിനാൽ, രണ്ടാണു ങ്ങൾ ജോലിക്ക് പോകുന്ന പകൽനേരത്ത് ഒഴിഞ്ഞുകിടക്കുകയും രാത്രിയിൽ രണ്ട് മനുഷ്യർ വീണുറങ്ങാനായി മാത്രം തിരികെയെത്തു കയും ചെയ്യുന്ന ഒരിടം, ഞങ്ങളുടെ വീട്.

വനംവകുപ്പിലെ ഓഫീസ് ജീവനക്കാരനായിരുന്നു ഉപ്പ. അഞ്ചു മണിക്ക് ജോലി കഴിഞ്ഞ് അഞ്ചരയോടെ വീട്ടിലെത്താമായിരുന്നുവെ ങ്കിലും ഉപ്പ എപ്പോഴും വൈകി മാത്രം വീട്ടിലെത്തി. എല്ലാവരും പോയി ക്കഴിഞ്ഞാലും ഇരുട്ടുവീഴുവോളം ഓഫീസിൽ തങ്ങി. അവിടുന്ന് ഇറങ്ങിയാലും ടൗണിലെ സുഹൃദ്കൂട്ടങ്ങൾക്ക് കൂടി സമയംകൊടുത്ത് വൈകിമാത്രം വീട്ടിലെത്തി.

വീട്ടിൽനിന്ന് ഒരു മണിക്കൂറിന്റെ അകലം മാത്രമേ ഉണ്ടായിരുന്നുള്ളൂ വെങ്കിലും ഞാനും ഇരുട്ട് വീഴാതൊരിക്കലും വീട്ടിൽ വന്നുചേർന്നില്ല. എനിക്ക് കടുത്ത ജോലിഭാരവും സമ്മർദ്ദവും ഉണ്ടായിരുന്നുതാനും. പലപ്പോഴും ഞാൻ കിടപ്പ് ഗസ്റ്റ് മുറിയിലാക്കുകയും ആഴ്ചയിൽ രണ്ടോ മൂന്നോ വട്ടം മാത്രം വീട്ടിലെത്തുകയും ചെയ്തു.

ഭക്ഷണം പലപ്പോഴും പുറത്തുനിന്നായിരുന്നു ഞങ്ങൾക്ക്. ചില പ്പോൾ ഉപ്പ, അല്ലെങ്കിൽ ഞാൻ, പകർച്ച വാങ്ങിക്കൊണ്ടുവരും. മിക്ക പ്പോഴും രണ്ട് സമയത്തായി, രണ്ടിടത്തിരുന്ന് കഴിക്കും. പാചകം രണ്ടുപേർക്കും വെറുപ്പായിരുന്നു, മടുപ്പായിരുന്നു. തുണികൾ ചില പ്പോൾ ആഴ്ചകൾ തന്നെയും കുളിമുറിച്ചാരത്തെ കൊട്ടയിൽ വിഴുപ്പു മണം പ്രസരിപ്പിച്ച് കിടക്കും. ഒടുവിലെപ്പോഴെങ്കിലും അലക്കുമെഷീ നിൽ തള്ളിയലക്കും. വാഷ്ബേസിനുകളും ക്ലോസറ്റുകളും കുളിമുറി നിലവും കറുത്തും മഞ്ഞച്ചും അങ്ങനെ കിടക്കും. തൊടിയിലും ഇത്തിരി മുറ്റത്തും പുല്ലും കാടും കേറി നിറയും.

മനുഷ്യരുടേതല്ലാത്ത വീട്, എട്ടുകാലികളുടേയും, ഉറുമ്പുകളുടേയും പല്ലികളുടേയും പഴുതാരയുടേയും എന്തിന് കടന്നലുകളുടേതുപോലു മായ വീട്, ഞങ്ങളുടേത്. ഇടയ്ക്കെപ്പോഴെങ്കിലും അമ്മായിമാരോ മറ്റോ വിരുന്നു വരും. ഇവിടെയെങ്ങനെ മനുഷ്യർ കഴിയുന്നുവെന്ന് അതിശ യിക്കും. ഓരോ അഴുക്ക് നീക്കുമ്പോഴും ദേഷ്യപ്പെടും. കണ്ണുപൊട്ടുന്ന

ചീത്ത വിളിക്കും. പിന്നെ പ്രാകിയും പതംപറഞ്ഞും വീട് വൃത്തിയാക്കും. ഇനിമേൽ ഇങ്ങനെ കണ്ടുപോയാൽ നന്നാക്കിത്തരില്ലെന്ന് താക്കീത് നൽകും.

ഒടുവിൽ ക്ഷീണിച്ചും മുഷിഞ്ഞുമിറങ്ങാൻ നേരത്ത് അപേക്ഷാ ഭാവവും ദീനതയും സമം ചേർത്ത് നിർദ്ദേശം വെയ്ക്കും: ''ഒന്നുകിൽ ഒരു കൂട്ട് വേണമെന്ന് ഇക്കാക്കയ്ക്ക് തോന്നണം. അല്ലെങ്കിൽ അവ നൊരു കുട്ടിയെ കൊണ്ടുവരണം. ഇതൊരു വീടാവണം.''

പഠനം തീർന്ന് ബാങ്ക്ടെസ്റ്റിന്റെ പരിശീലനത്തിന് സഹീറ പോകുന്ന സമയത്തായിരുന്നു ഞങ്ങളുടെ കല്യാണം. കല്യാണശേഷവും അത് തുടർന്നു. ഉറച്ച ലക്ഷ്യവും മികച്ച ശ്രദ്ധയും അദ്ധ്വാനിക്കാനുള്ള മനസ്സും ഉണ്ടായിരുന്നു അവൾക്ക്.

സത്യത്തിൽ ഞങ്ങളേക്കാൾ- എന്നെയും ഉപ്പയെയും- തിരക്കുണ്ടാ യിരുന്നത് അവൾക്കാണ്. പകൽ ക്ലാസിൽ പോകൽ. രാത്രി അതിന്റെ ഹോം വർക്കുകൾ, അസൈൻമെന്റുകൾ. എങ്കിലും ഇടയ്ക്ക് കിട്ടുന്ന സമയംകൊണ്ട് എത്ര നന്നായാണവൾ വീട് പരിപാലിച്ചിരുന്നത്. ഏറെ ക്കാലംകൊണ്ട് ഞാനും ഉപ്പയും ചേർന്ന് വൃത്തിയില്ലാത്ത ദുഷ്ടക്കോട്ട യാക്കി മാറ്റിയിരുന്ന വീടിനെ നീണ്ടുമെലിഞ്ഞ വിരലുകളുള്ള കൈകൾ കൊണ്ടവൾ തിരികെ പിടിച്ചു.

ഉപ്പയിൽ അവളുണ്ടാക്കിയ മാറ്റം! മാറ്റമെന്ന് വിളിക്കേണ്ടിയിരുന്നത് അതിനെയാണ്. ഇങ്ങനെയൊരാൾ വരാൻ കാത്തിരുന്നതുപോലെ ഒരു വ്യത്യാസം. ഉമ്മയുണ്ടായിരുന്ന കാലത്ത് പാത്തും പതുങ്ങിയും വല്ല പ്പോഴുമെന്ന മട്ടിലായിരുന്ന, ഉമ്മ പോയശേഷം ഏറെക്കുറെ സ്ഥിര മായി മാറിയ ഒന്ന്, മദ്യപാനം. അത് സഹീറയുടെ വരവോടെ അവ ളുടെ നിശ്ശബ്ദനോട്ടങ്ങൾ നേരിടാനാവാതെ ഉപ്പ കുറച്ചുകൊണ്ടുവന്നു. പോകപ്പോകെ പാടേ ഉപേക്ഷിച്ചു. ജോലിയിൽനിന്ന് വിരമിച്ചാലെങ്ങ നെയാവും ജീവിതമെന്ന് എപ്പോഴും ആകുലപ്പെട്ടിരുന്ന ഉപ്പ, സഹീറ യുടെ വരവിനുശേഷം റിട്ടയർമെന്റ് ജീവിതത്തെ പ്രതീക്ഷയോടെ കാത്തിരിക്കാൻ തുടങ്ങി. മരുമകളല്ല, മകൾ തന്നെയായിരുന്നു ഉപ്പയ്ക്ക് അവൾ. ഒറ്റമകനായിരുന്നിട്ടുപോലും എനിക്ക് നൽകാതെ പോയ സ്നേഹാർദ്രതകളത്രയും ഉപ്പ അവളിൽ ചൊരിഞ്ഞു.

ആദ്യമാസങ്ങളിലെ ആവേശപ്പെരുക്കങ്ങൾക്കുശേഷം പക്ഷേ എന്റെയും സഹീറയുടേയും ജീവിതം സാധാരണ മട്ടിലായി. അല്ലെങ്കിലും എപ്പോഴെ ങ്കിലും ഞങ്ങൾക്കിടയിൽ പ്രണയമുണ്ടായിരുന്നോ?

ആളൊഴിഞ്ഞതും സ്വകാര്യതയ്ക്ക് തണൽ തരുന്നതുമായ ഇടം. കടിച്ചുപറിക്കുന്ന ചുംബനങ്ങൾ ലോപമില്ലാതെ കൈമാറാൻ, കിടപ്പു മുറിയെന്നോ അടുക്കളയെന്നോ വ്യത്യാസമില്ലാതെ തോന്നുമ്പോഴെല്ലാം ഇണചേരാൻ, ദീർഘദീർഘമായി ആലിംഗനത്തിൽ കോർത്തിടാൻ, പരസ്പരം താലോലിക്കാൻ, തലോടാൻ, ഊട്ടാൻ, ഗൂഢാർത്ഥമുള്ള കുസൃതിയൊളിപ്പിച്ച നോട്ടങ്ങൾ കൈമാറാൻ, തോന്നുമ്പോഴെല്ലാം തളർന്നുറങ്ങാൻ ഒരിടം. അത് വിവാഹജീവിതത്തിന്റെ ആദ്യനാളുകളിൽ

ദമ്പതിമാരുടെ സ്വപ്നമായിരിക്കും. ആവശ്യത്തിലേറെ മുറികളും ഒഴിവിടങ്ങളുമുള്ള ഒരുവീട് ഉണ്ടായിരുന്നിട്ടും പക്ഷേ തുടക്കം തൊട്ടേ ഒരൗപചാരികത ഞങ്ങളുടെ ബന്ധത്തെ ചൂഴ്ന്നുനിന്നു. ഞങ്ങൾ ഒരു സ്വപ്നവും ഒരുമിച്ച് കണ്ടിരുന്നില്ല. സ്വപ്നങ്ങളെക്കുറിച്ച് സംസാരിച്ചുപോലുമില്ല. ഒരു യാത്രയും ഒന്നിച്ച് പോയില്ല. എന്തിന് അതിനെക്കുറിച്ച് വെറുമൊരാലോചനപോലും നടത്തിയില്ല.

എല്ലാവർക്കുമെന്നതുപോലെ കുഞ്ഞുങ്ങളെ ഞങ്ങൾക്കുമിഷ്ടമായിരുന്നു. പക്ഷേ ഞങ്ങളുടെ കുട്ടികളെ താലോലിക്കുന്നത് ഒരിക്കലും ഞങ്ങളുടെ സ്വപ്നമായി കടന്നുവന്നില്ല. ഞങ്ങൾ മാത്രമായിരുന്ന് ആഹാരം കഴിക്കുന്ന അവസരങ്ങളായിരുന്നു ഏറെയും. പക്ഷേ ഒരുരുള ച്ചോറുകൊണ്ടുപോലും പരസ്പരം ഊട്ടിയില്ല. ഞങ്ങളൊന്നിച്ച് ഒരിക്കലും കുളിച്ചില്ല. പരസ്പരം കുളിപ്പിച്ചില്ല.

പുലർച്ചെ, ഉച്ചയ്ക്ക്, അല്ലെങ്കിൽ നേരമല്ലാനേരങ്ങളിൽ പതിവ് തെറ്റിച്ച് അരങ്ങേറുന്ന രതിയുടെ വിഭിന്നതകൾ സമയവും അവസരവുമുണ്ടായിട്ടും ഞങ്ങളുടെ ജീവിതത്തിൽ ഒരിക്കലും സംഭവിച്ചില്ല. അടുക്കളയിൽ, സോഫകളിൽ, ഹാളിൽ, ഇടനാഴികളിൽ പൊട്ടിത്തെറിച്ചുണരേണ്ട, പതിവ് തെറ്റിച്ചരങ്ങേറേണ്ട വെറും നിലസുരതങ്ങളിലേക്ക് ഞങ്ങൾ പരസ്പരം പ്രകോപിപ്പിച്ചില്ല, പ്രചോദിപ്പിച്ചില്ല. രാത്രിയിൽ അടച്ചിട്ട മുറിയിലെ വിളക്ക് തെളിക്കാഇരുട്ടിൽമാത്രം നിഴൽമുനകൊണ്ട് കോറിയ ചിത്രങ്ങൾപോലെ ഞങ്ങൾ ഞങ്ങളെ കണ്ടു, തൊട്ടു. എത്രയൊക്കെയുണ്ടായിട്ടും ഒരിക്കലുമൊരു മഞ്ഞോ മഴയോ നിലാവോ ഞങ്ങൾ ഒരുമിച്ച് നനഞ്ഞില്ല. ഭാര്യയോട്, കൂട്ടുകാരിയോട്, ചിലപ്പോഴൊക്കെ അമ്മയോടോ ഇളയ പെങ്ങളോടോ തോന്നുന്ന ഇഷ്ടം എനിക്കവളോട് എപ്പോഴും ഉണ്ടായിരുന്നു. അതവൾ രോഗബാധിതയായി കഴിഞ്ഞിരുന്ന നാളുകളിൽ ഞാൻ ഉറപ്പിച്ച് അറിയുകയും ചെയ്തിരുന്നു. പക്ഷേ പൂർവ്വാനുഭവങ്ങളുടെ ഭാരമാവാം പ്രണയം ഞങ്ങൾക്കിടയിൽ അനുഭവിക്കാൻ, അനുഭവിപ്പിക്കാൻ എനിക്ക് സാധിച്ചിരുന്നില്ല.

ഒരു ദിനം പൊടുന്നനെ അവൾ എന്റെ ജീവിതത്തിൽ നിന്ന്, എന്റെയും ഉപ്പയുടേയും ജീവിതത്തിൽനിന്ന് ഇറങ്ങിപ്പോവുകയായിരുന്നു. ചിലപ്പോൾ ശരിയായേക്കാവുന്ന ചില ഊഹങ്ങൾ, അതിനുമപ്പുറം ഇറങ്ങിപ്പോവലിന് എന്തെങ്കിലും കാരണങ്ങൾ കണ്ടെത്താൻ ഇന്നുമെനിക്ക് കഴിഞ്ഞിട്ടില്ല. ഞാനും വിദ്യയും ഒന്നിച്ച് ഉണ്ടായിരുന്ന, ഞാൻ ജോലി ചെയ്തിരുന്ന അതേ നഗരത്തിൽ തന്നെയായിരുന്നു അവളുടെ സ്വന്തം വീട്. അതേ പട്ടണത്തിൽ തന്നെയാണവൾ കോഴ്സു ചെയ്തിരുന്നത്. എന്തെങ്കിലും തെളിവുകൾ, സൂചനകൾ അവൾക്ക് കിട്ടിയിരിക്കാം. ഒരു സ്ത്രീക്കും പൊറുക്കാനാവാത്ത എന്തെങ്കിലും അവൾ കണ്ടിരിക്കാം. കേട്ടിരിക്കാം. ഒരുപക്ഷേ ഇതൊന്നുമല്ലാത്ത മറ്റു പല കാരണങ്ങളുമാവാം. ഏതായാലും ഇനിയൊന്നിച്ച് ഒരുപോക്ക് സാധ്യമല്ലെന്നവൾ ഉറപ്പോടെ പറഞ്ഞു. ഒരുപക്ഷേ ദൈർഘ്യം കുറഞ്ഞ ഞങ്ങളുടെ സഹജീവിതത്തിനിടെ ഏറ്റവും ഉറപ്പോടെ അവൾ പറഞ്ഞ ഒരേയൊരു കാര്യം.

പിന്നീടവൾ സ്വന്തം വീട്ടിൽ തുടർന്നു. ആർക്കും തിരുത്താനോ സ്വാധീനിക്കാനോ കഴിയാത്ത ആത്മാഭിമാനത്തോടെ, ഉറപ്പോടെ.

സഹീറയുടെ മടക്കം, എനിക്ക് തോന്നുന്നത്, കൂടുതൽ ബാധിച്ചത് ഉപ്പയെയായിരുന്നു. ഈ ലോകത്തെ അവസാനബന്ധുവും നഷ്ടമായെന്നപോലൊരനാഥത്വം ഉപ്പയെ ഗ്രസിച്ചു. പ്രഭാതനടത്തവും പാട്ടു കേൾക്കലും വായനയും സിനിമകാണലും നഗരക്കറക്കങ്ങളുമുള്ള ഉപ്പയുടെ ജീവിതം അവളില്ലാതെയായതോടെ കലങ്ങിമറിഞ്ഞു.

സംഭവിച്ചുകൂടാത്ത എന്തോ പിഴവ്, എന്നിൽനിന്ന് ഉണ്ടായത് സഹീറയുടെ മടങ്ങിപ്പോക്കിന് അതല്ലാതെ മറ്റ് കാരണങ്ങളൊന്നും കാണാൻ ഉപ്പയ്ക്കും കഴിഞ്ഞില്ല. ഞങ്ങൾ സംസാരിക്കുന്നത് നന്നേ കുറഞ്ഞു. ഉള്ളുകൊണ്ടകന്നു. സഹീറ വരുന്നതിന് മുമ്പത്തേക്കാൾ മോശമായി ഞങ്ങളുടെ ജീവിതം. ഒരേ വീട്ടിൽ താമസിക്കുന്ന രണ്ട് വൈരികളെപ്പോലെയായി ഞാനും ഉപ്പയും. ഞാൻ വീട്ടിൽ വരുന്നത് വല്ലപ്പോഴുമായി. ഉപ്പ പഴയ മദ്യപാന ശീലത്തെ കൂടുതൽ ഉത്സാഹത്തോടെ പുണർന്നു. സഹീറയുടെ വരവോടെ ചാരുതയുള്ളതും ശാന്തവുമായി മാറിക്കഴിഞ്ഞ ഉപ്പയുടെ വിശ്രമജീവിതം ഹ്രസ്വായുസ്സായി. വിശ്രമജീവിതം മാത്രമല്ല. ജീവിതവും. നഗരത്തിലെ ബാറിൽ ഒരു പകൽനേരത്ത് കുഴഞ്ഞുവീണാണ് ഉപ്പ മരിക്കുന്നത്.

പ്രിയ നീതു, ഇപ്പോഴോർക്കുമ്പോൾ വിചിത്രമെന്ന് തോന്നും. ഒരു പക്ഷേ എനിക്കുള്ള ശിക്ഷയാണെന്നും. ആദ്യം വിദ്യ എന്നെ സഹീറയ്ക്കായി ഉപേക്ഷിച്ച് എന്റെ ജീവിതത്തിൽനിന്ന് പടിയിറങ്ങിപ്പോവുന്നു. ഏറെ വൈകാതെ സഹീറയും. പിന്നാലെ ഉപ്പയും. ഇരട്ട പ്രഹരങ്ങൾ. അല്ല മൂന്ന് പ്രഹരങ്ങൾ. ഒന്നിന് പിന്നാലെ ഒന്നായി അവ. ആഘാതം വലുതായിരുന്നു. ഞാൻ ഇരുട്ടിലാണ് ചെന്നുവീണത്. കട്ടികൂടിയ ഇരുട്ടിൽ.

നീതു, ഇപ്പോഴും ഞാനും സഹീറയും തമ്മിൽ വേർപിരിഞ്ഞിട്ടില്ല. രേഖകളിൽ ഞങ്ങൾ ഒന്നായി തുടരുന്നു. ഇനിയൊരു മടക്കമുണ്ടാവുമോ എന്ന്.... അല്ലെങ്കിൽ അതേപ്പറ്റി ഞാനിനി പറയാതിരിക്കട്ടെ.

അവളെ, സഹീറയെ, ഞാനങ്ങനെ ഓർക്കാറൊന്നുമില്ല. വല്ലപ്പോഴും അവളുണ്ടായിരുന്ന കാലത്തെ അടയാളപ്പെടുത്തുന്ന ചിലതിൽ നോട്ടവും ശ്രദ്ധയും എത്തുമ്പോൾ മാത്രം. എന്താവും അവളുടെ മടങ്ങിപ്പോവലിന് കാരണമായിട്ടുണ്ടാവുക എന്ന ആലോചനയിൽ തന്നെയത് ചെന്നു നിൽക്കും. ചുറ്റിത്തിരിയും. അത്രമാത്രം.

പിന്നെ, പിന്നെയുമെന്തെല്ലാം സംഭവിച്ചു ജീവിതത്തിൽ! എന്തെല്ലാം? എല്ലാം എന്നപോലെ ഞാൻ അവളെയും മറക്കുന്നു.

വയലോരരാത്രികൾ

ഇന്നലെ പ്രതീക്ഷിച്ചതിലും വൈകിയാണ് റൈഡർമാരുടെ കൂട്ടം മടങ്ങിയെത്തിയത്. വന്നയുടനെയവർ ഒരു മീറ്റിംഗ് കൂടാനിരുന്നു. ആ സമയത്ത് ഞാൻ മുറിവിട്ട് പുറത്തേക്കിറങ്ങി.

എനിക്ക് ആ ചെറുപ്പക്കാരുടെ കൂട്ടത്തോട് കൂടുതൽ ആദരവും ഇഷ്ടവും തോന്നി. അവരൊരിക്കലും തങ്ങളുടെ യാത്രയുടെ ഫോക്കസ് നഷ്ടപ്പെടുത്തുന്നില്ല. ലക്ഷ്യം മറക്കുന്നില്ല. ലഗേജുകൾ റൂമിൽ അഴിച്ചു വെച്ച് സ്വസ്ഥമായി കാഴ്ച കാണാനിറങ്ങിയപ്പോഴും അവർ എല്ലാ ബൈക്കുകളുമെടുത്തു. പതിവുപോലെ ഒരാൾക്കു പിന്നിലൊരാളായി ത്തന്നെ യാത്ര ചെയ്തു. എവിടെയും നിർത്തി ഒന്നും പറയേണ്ടതില്ല. അവരുടെ ആ ഗമനംതന്നെ അവരുടെ ലക്ഷ്യം വിളംബരം ചെയ്യുന്ന താണ്. അമിതവേഗമോ പിളരുന്ന ശബ്ദമോ ഇല്ലെങ്കിലും അവരുടെ യാത്ര വഴിയോരത്തെയും പാർക്കിംഗ് സ്ഥലങ്ങളിലേയും ശ്രദ്ധ കവരും. യാത്രോദ്ദേശ്യം ചോദിക്കാതെയും പറയാതെയും എല്ലാവരിലുമെത്തും. യാത്രയും ഒരു കലയാണവർക്ക്.

എന്നെക്കുറിച്ച് അവരെന്ത് കരുതുന്നുണ്ടാവും? ആളുകളൊഴിഞ്ഞ് വിജനമായിത്തുടങ്ങിയ തീരെച്ചെറിയ ആ പട്ടണത്തിലൂടെ നടക്കുമ്പോൾ ഞാനാലോചിച്ചു. ഹംപി പോലെ ലോക പ്രസിദ്ധമായ ഒരിടത്ത് വന്നിട്ട് - ഒരിക്കൽ കണ്ടതാണെങ്കിലും-പകൽ നേരം മുഴുവൻ മുറിയിലടച്ചിരുന്ന താനൊരു വിചിത്രജീവിയാണെന്ന് വിചാരിക്കുന്നുണ്ടാവും.

ഭക്തരും സഞ്ചാരികളും കച്ചവടക്കാരുമൊഴിഞ്ഞ തെരുവിന് അഭി മുഖമായി നിൽക്കുന്ന വിരൂപാക്ഷക്ഷേത്രത്തിന്റെ പടുകൂറ്റൻ എടുപ്പിന് മുമ്പിൽ നടപ്പവസാനിപ്പിച്ച് ഞാൻ തിരികെ മുറിയിലേക്ക് മടങ്ങി.

ഹംപിയിൽനിന്ന് ഞങ്ങൾ രാവിലെ യാത്ര തുടർന്നു. ഇടയിൽ ബെല്ലാരിക്ക് തൊട്ടുമുമ്പ് ഞങ്ങൾ വഴി പിരിഞ്ഞു. രണ്ടു വ്യത്യസ്ത വഴികളിലേക്ക് തിരിയുംമുമ്പേ പാതയോരത്ത് വെച്ച് ആ പ്രഭാത നേരത്ത് അവരെനിക്കൊരു യാത്രയയപ്പ് നൽകി. സമീപകാലത്ത്, അല്ല, ഒരുപക്ഷേ ജീവിതത്തിൽത്തന്നെ എവിടെ നിന്നെങ്കിലും എനിക്ക് ലഭി ച്ചിട്ടുള്ള ഹൃദ്യമായ യാത്രയയപ്പ്.

ഒഴിഞ്ഞ പാതയോരത്ത് നിരനിരയായി നിർത്തിയിട്ട മോട്ടോർ സൈക്കിളുകൾക്കരികിൽ നിന്ന് അവരിലൊരാൾ സംസാരിച്ചു. എന്റെ സ്പിരിറ്റിനെക്കുറിച്ച്. ഇടനേരത്തേക്കെങ്കിലും സംഘാംഗമായി ഒന്നിച്ച് യാത്ര ചെയ്യാനെടുത്ത നിശ്ചയത്തെക്കുറിച്ച്, അവരോടൊത്ത് ഭക്ഷണം പങ്കിട്ടതിനെക്കുറിച്ച്, അവരുടെ ചുമൽഭാരങ്ങൾക്കും വാഹനങ്ങൾക്കും കാവലിരുന്നതിനെക്കുറിച്ച്. നന്ദിയോടെ...

പിരിയുമ്പോൾ അവരെനിക്ക് ചില കുഞ്ഞുസമ്മാനങ്ങൾ തന്നു. ഭാരരഹിതമായവ. ഓർമ്മ നിലനിർത്താൻ ഉദ്ദേശിച്ചുള്ളവ. കീചെയിനു കൾ, ഒരു തൊപ്പി, പേന.

ഓർമ്മകളിൽനിന്ന് - മനുഷ്യരേയും സംഭവങ്ങളെയും അനുഭവ ങ്ങളേയും കുറിച്ചുള്ള ഓർമ്മകളിൽ നിന്ന് - ഊർന്നൂർന്ന്, ഇറങ്ങിയിറങ്ങി, അകന്നകന്ന് പോവാനാണ്, എല്ലാം മറക്കാനാണ് ഈയാത്രതന്നെ. പക്ഷേ നീതു, ഇത് കൂടുതൽ കൂടുതൽ മനുഷ്യരെ, അനുഭവങ്ങളെ ജീവിതങ്ങളെ കൊണ്ടുവന്നുചേർക്കുക മാത്രമാണ്. ഒന്നും മാഞ്ഞുമങ്ങി പ്പോവുന്നില്ല. നീതു, ഇപ്പോൾ ഞാനിരിക്കുന്ന, ഇരുന്ന് ഇതെഴുതുന്ന

വൈക്കോൽ മേഞ്ഞ ഒറ്റമുറിപ്പീടികപോലും അതിന് അപവാദമാകുന്നില്ല.

റൈഡർക്കൂട്ടത്തെ പിരിഞ്ഞശേഷം കുറച്ച് നേരത്തേക്ക് ഒരു വല്ലാത്ത മനോനില എന്നെ ചൂഴ്ന്നു. ഒരുതരം ശൂന്യത. യഥാർത്ഥത്തിൽ ശൂന്യതയ്ക്കും നമ്മളെ ഭാരപ്പെടുത്താനാവും നീതു. ഇനിയെന്ത് എന്ന തോന്നൽ ഉള്ളിലുണ്ടാക്കുന്ന ശൂന്യത, അതിന്റെ ഭാരം.

ഞാൻ യാത്ര തുടർന്നു. ബെല്ലാരി പിന്നിട്ട് മുന്നോട്ട് അലസമലസമങ്ങനെ. കുറച്ചേറെ ദൂരം ദേശീയപാത 67 കൂട്ടായി ഉണ്ടായിരുന്നു. പിന്നീടെപ്പോഴോ ചെറുറോഡിലേക്ക് തെന്നി. പിന്നെയും മുന്നോട്ട്. ആന്ധ്രയുടെ ഭാഗങ്ങളിലാണ് ഇപ്പോഴുള്ളതെന്ന് ഇടയ്ക്ക് പിന്നിട്ട് പോരുന്ന അടയാളക്കല്ലുകളും കടകളുടെ ബോർഡുകളും സൂചന നൽകി. മിക്കവയും തെലുങ്കിൽ. ഇടയ്ക്ക് ചില ഒറ്റപ്പെട്ട ഇംഗ്ലീഷ് വാക്കുകൾ.

വൈകാതെ വയലുകളുടെ കാഴ്ചകൾ കാണാൻ തുടങ്ങി. പാതയ്ക്കിരുഭാഗത്തുമായി തുടർച്ചമുറിയാതെ വിശദവിശാലമായങ്ങനെ കിടക്കുന്നു വയലേലകൾ. മിനുക്കി വിടർത്തിയിട്ട പട്ടിൻപരപ്പിന് നടുവിൽ കൈക്കുറ്റപ്പാട് പോലെ ആ പാത. അപൂർവ്വമായി, തീർത്തുമപൂർവ്വമായി മാത്രം മനുഷ്യർ, കെട്ടിടങ്ങൾ. ഒക്കെയും ആ സ്വർണ്ണവർണ്ണപ്പാടങ്ങളുടെ പ്രവിശാലതയിൽ തീർത്തും നിസ്സാരാകാരങ്ങളായി തോന്നി.

ആരാവും ഇവിടെ വിതയ്ക്കുന്നത്? ചെടികൾക്കൊപ്പം വളർച്ചയുടെ വേദന നോൽക്കുന്നത്? പരിപാലിക്കുന്നത്? മനുഷ്യർക്കാകെയും ഉണ്ണാനുള്ള ധാന്യം, അത് നട്ടുപോറ്റുന്നവർ, എല്ലായിടത്തുമെന്നപോലെ അവർ കാണാമറയത്തകലങ്ങളിൽ നിസ്സാരരായി തുടരുന്നുണ്ടാവണം.

ഒരേ കാഴ്ചകളിലൂടെയുള്ള തുടർഗമനം ഒരു പാട്ട് താരാട്ടായി ചെറുമയക്കത്തിലേക്ക് എന്നെ കൊണ്ടു ചേർക്കുന്നുവോ എന്ന തോന്നലുണ്ടായി. എവിടെയെങ്കിലും നിർത്തി ഒരിടവേളയെടുക്കാമെന്ന് നിശ്ചയിച്ചു.

ഇത്തിരിദൂരം കൂടി ചെന്നപ്പോൾ മുകളിലെ കുന്നിൻനിരകളിൽ നിന്ന് വയൽപ്പരപ്പിലേക്ക് ഇറങ്ങിവന്ന് പതിയെ അലിഞ്ഞ് തീരുന്ന ഒരു പാറക്കൂട്ടം കണ്ടു. ആ ഭാഗത്ത് ഇടത്തരം ഉയരമുള്ള കുറച്ച് മരങ്ങളുടെ തണലുമുണ്ടായിരുന്നു. വണ്ടി ഓരംചേർത്ത് ഒതുക്കിയിട്ട് വയലിലിറങ്ങി വരമ്പിലൂടെ അങ്ങോട്ടു നടന്നു.

അകലെനിന്ന് കാണുന്നതിനേക്കാൾ ഭംഗിയുള്ള ഒരിടം. ചെരുവിൽനിന്ന് ആരംഭിച്ച് നിലംപറ്റെ പരന്നവസാനിക്കുന്ന പാറക്കെട്ട്. അതിൽനിന്ന് ഉറവയെടുക്കുന്ന വെള്ളം തളംകെട്ടിക്കിടന്ന് നിയതാകാരത്തിലല്ലാതെ രൂപപ്പെട്ട ഒരുകുളം. അതിന് ഒരേസമയം ദീർഘ ചതുരത്തിന്റെയും അതേസമയം ദീർഘവൃത്തത്തിന്റെയും രൂപമാണെന്ന് തോന്നി. കുളത്തിൽ നിന്ന് പുറപ്പെട്ട് താഴ്ന്ന വയൽ ഭാഗത്തുകൂടിയൊഴുകിയകലുന്ന കുഞ്ഞരുവി. സ്ഥിരമായ ജലസാന്നിദ്ധ്യംകൊണ്ട് അവിടെ നിലനിൽക്കുന്ന പച്ചപ്പ്, മരത്തണലുകൾ. കാണാവുന്ന അകലത്തിലെല്ലാം വിളഞ്ഞുകിടക്കുന്ന ധാന്യക്കതിരുകൾ.

സമീപകാലത്തൊന്നും ആരുമങ്ങോട്ട് വന്നിട്ടില്ലെന്ന് തോന്നി. ആരുടേതുമല്ലാത്ത ഭൂഭാഗമാവണം അത്. ഇടത്തിനായുള്ള മനുഷ്യന്റെ അന്വേഷണത്തിൽ വെളിപ്പെടുത്താതെ പ്രകൃതി ഒളിപ്പിച്ചുവച്ച ഇത്തരം തുരുത്തുകൾ ഇനിയുമുണ്ടാകണം. ചെറുജലാശയത്തിലെ വെള്ളം കുടിച്ചും മുഖം നനച്ചും കുറച്ചേറെ നേരം ഞാനവിടെയിരുന്നു. തെല്ലകലെ നേർരേഖയിൽ കാണാവുന്ന റോഡിലൂടെ വല്ലപ്പോഴും കടന്നുപോവുന്ന വാഹനങ്ങളുടെ ഇരമ്പമല്ലാതെ മറ്റു ശബ്ദങ്ങളൊന്നും തേടിയെത്താത്തയിടത്ത് ഒരു ധ്യാനത്തിലോ ചെറുമയക്കത്തിലോ എന്നപോലെ.

യാത്ര തുടരുമ്പോൾ വെയിൽനിറം കടുത്തിരുന്നു. എന്നിട്ടും ചൂടത്ര അസഹ്യമായി തോന്നിയില്ല. പിന്നെയുമേതോ നാട്ടുനഗരവഴികളിലൂടെ. ഇടയ്ക്ക് കണ്ണാടി പ്രതലമുള്ള ദേശീയപാതകളിലൂടെ. ചിലപ്പോൾ ചെറുതുരങ്കങ്ങളിലൂടെ അവയെ മുറിച്ച് കടന്ന്. ഇനിയും ചിലപ്പോൾ അവയിൽ നിന്നകന്ന്. മിക്കപ്പോഴും കൊയ്ത്ത് കാത്ത്കിടക്കും വയലിടങ്ങളിലൂടെ.

നന്നേ ക്ഷീണിച്ച് ഇനി യാത്ര തുടരുക വയ്യെന്ന നിലയിൽ, ആൾപ്പാർപ്പില്ലാത്ത വയലു മാത്രമായ ഒരിടത്തുതന്നെയാണ് വൈകുന്നേരം ഞാനെന്നെ കണ്ടെത്തുന്നത്. ഒരു ചെറുപീടികയുണ്ടായിരുന്നു അവിടെ, ആ വഴിവക്കിൽ. വൈക്കോൽ മേഞ്ഞ മേൽക്കൂരയുള്ള, മുളന്തട്ടി കൊണ്ടുള്ള ഇരിപ്പിടങ്ങളുള്ള, എന്റെ ചെറുബാല്യത്തിൽ നാട്ടിൻപുറത്ത് ഞാൻ കണ്ടു പരിചയിച്ചിട്ടുണ്ടായിരുന്ന തരം ഒന്ന്. തൊട്ടടുത്തൊന്നും ഒരു ഗ്രാമം പോയിട്ട് ഒറ്റ വീടുപോലുമില്ലാത്ത ആ ഭാഗത്ത് ഇങ്ങനെയൊന്ന് തുറന്നിരിക്കുന്നത് എന്തിനാവുമെന്നാണ് ഞാനാദ്യം ആലോചിച്ചത്. ഇരുപതോ ഇരുപത്തഞ്ചോ വർഷംമുമ്പ് എന്റെ നാട് എങ്ങനെയായിരുന്നോ അങ്ങനെ ഇപ്പോഴുമുള്ള ആ സ്ഥലത്ത് ആ കട സ്വാഭാവികതയെ പൂർത്തിയാക്കുന്നുണ്ട്.

ഭരണിയിലടച്ച ഏതാനും ബിസ്ക്കറ്റുകളല്ലാതെ വിശപ്പടങ്ങാവുന്ന മട്ടിലൊന്നും അവിടെ കാര്യമായി ഉണ്ടായിരുന്നില്ല. വയൽമറികടന്ന് പോയാൽ ഒരുപക്ഷേ എത്താവുന്ന ഗ്രാമത്തിൽ നിന്നോ, ആ വഴി കടന്നുപോവുന്ന അപൂർവ്വം വഴിപോക്കരുടേയോ കച്ചവടം പ്രതീക്ഷിച്ച് തുറക്കുന്ന ആ മാടക്കടയിലേക്ക് അന്നത്തെ അവസാനത്തെയാളും എത്തിച്ചേർന്നു എന്നമട്ടിൽ അടയ്ക്കാനൊരുമ്പെടുകയാണ് ഉടമ.

ചെമ്പൻ താടിരോമങ്ങളും മെലിഞ്ഞ ഇരുണ്ട തവിട്ടുനിറശരീരവുമുള്ള അയാളും ചെറിയ പ്രായത്തിൽ ഞാൻ കണ്ടിട്ടുള്ള അദ്ധ്വാനശീലരായ മനുഷ്യരെ ഓർമ്മിപ്പിച്ചു. ഞാനൊരു ചായ പറഞ്ഞു. പഥ്യമില്ലാത്ത ഏതോ എണ്ണയുടെ സ്വാദ് പേറുന്ന ബിസ്കറ്റിന്റെ അരുചി കടുംചായയിൽ അലിയിച്ച് വിശപ്പടക്കാൻ നോക്കുന്ന എന്നെ, അല്ല എന്നെ മാത്രമല്ല, എന്റെ വാഹനത്തെയും വിരസമായ മങ്ങിയ ആ വൈകുന്നേരത്ത് കാഴ്ചയ്ക്ക് കിട്ടിയ വിഭവങ്ങൾ എന്നമട്ടിൽ അയാൾ നോക്കിയിരുന്നു.

താമസിക്കാനൊരിടം കിട്ടുന്ന സ്ഥലങ്ങളെക്കുറിച്ചുള്ള എന്റെ ചോദ്യത്തിന് മറുപടിയായി അയാൾ പറഞ്ഞ ഇടങ്ങളുടെ പേരുകൾ മുമ്പൊരിക്കലും

ഞാൻ കേട്ടിട്ടില്ലാത്തവയായിരുന്നു. മാത്രമല്ല, അവ ഏറെ ദൂരെയുമായിരുന്നു. അന്നേദിനം എനിക്ക് ചെന്നുചേരാൻ പറ്റാത്തത്രയും അകലത്തിൽ. എന്റെ തളർന്നിരിപ്പും ദീനതയും അയാളോട് സംസാരിച്ചുവെന്ന് തോന്നി. ബാല്യത്തിൽ നാട്ടിലെനിക്കുണ്ടായിരുന്ന ജ്യേഷ്ഠന്മാരിൽ ഒരുവനെപ്പോലെ തോന്നിച്ച ആ മനുഷ്യൻ അന്നവിടെ തങ്ങുവാൻ എന്നെ അനുവദിച്ചു.

നീതു, മുളന്തണ്ടുകൾ കോർത്തുകോർത്ത് അടുപ്പിച്ച് മുളങ്കാലുകൾക്കു മീതെ ഘടിപ്പിച്ച് അത് തറയിൽ കുഴിച്ചിട്ടുറപ്പിച്ച ഈ ബെഞ്ചാണ് നാളെ പുലരും വരേയ്ക്കുമെന്റെ ഇടം. കാലുനീട്ടിവച്ചിരിക്കാം. പരുപരുപ്പിൽ നടുനിവർന്ന് കിടക്കാം. വയലിറമ്പിലെ ഈ കുഞ്ഞുമാടക്കട രാത്രി ചെല്ലവേ കൂടുതൽ കടുപ്പമാവാനിടയുള്ള തണുപ്പിൽനിന്ന് എന്നെ എങ്ങനെ കാക്കുമെന്ന് തീർച്ചയില്ല. എങ്കിലും നിലാവെട്ടത്തിൽ നിലാനിറമുള്ള ഈ കടലാസിൽ നിനക്കെഴുതുന്നതിന്റെ ആനന്ദത്തിൽ ഞാൻ ആശങ്കകളെ മറക്കുന്നു.

നീതു, വയൽക്കാഴ്ചകളും തണുപ്പും ഈ കുഞ്ഞുപുൽക്കുടിലിലെ ഇരുപ്പും ഓർമ്മകളെ ഏറെയേറെ പിന്നാക്കം കൊണ്ടുചെന്ന് നിർത്തുന്നു. ഒട്ടുവളരെ പഴയൊരോർമ്മയുടെ വയൽക്കരയിൽ.

ഓർമ്മകൾ അങ്ങനെയാണല്ലോ. നല്ലതോ ചീത്തയോ ആയിക്കൊള്ളട്ടെ. ഒന്നോടൊന്നു ചേർന്നല്ലാതെ ഒറ്റയ്ക്കൊറ്റക്കായി ഒരു നിൽപ്പുണ്ടോ ഓർമ്മകൾക്ക്! അവയെപ്പോഴും പരസ്പരബന്ധിതം തന്നെ.

ഒരുവേള യാത്രയുടെ പുസ്തകത്തിലോ മറ്റോ-അങ്ങനെയൊന്ന് സംഭവിക്കാനിടയുണ്ടോ ആവോ! ചേർത്ത് വെയ്ക്കാൻ ഞാൻ ഉള്ളിൽ ഗോപ്യമായി സൂക്ഷിച്ചിരുന്ന ഒന്ന്, ഒരു ഓർമ്മ. അത്പക്ഷേ നീതു, ഇപ്പോഴീ കൂട്ടില്ലാ ഒറ്റയ്ക്കിരിപ്പിൽ നിന്നോട് പങ്കിടാനാണ് എനിക്ക് തോന്നുന്നത്.

കുറച്ചേറെ വർഷങ്ങൾക്ക് മുമ്പേയാണ്. കുറച്ചെന്നാൽ പത്താണ്ടെങ്കിലും മുമ്പേ. എനിക്ക് ജോലി കിട്ടിയതിന് തൊട്ടുടനെ. ഞങ്ങൾ നാലുപേരുള്ള ഒരു കൂട്ടം. ഞങ്ങളൊരു പഠനസപര്യയിലായിരുന്നു. വിത്തുകളെക്കുറിച്ച് ഒരന്വേഷണം. പരമ്പരാഗത വിത്തിനങ്ങളെക്കുറിച്ച് ഒരു പഠനം. അവയുടെ സൂക്ഷിപ്പുകളെയും അതിന്റെ രീതികളെയും കുറിച്ച്, അങ്ങനെ ചെയ്യുന്ന മനുഷ്യരെക്കുറിച്ച്, അവർ പാർക്കും ഇടങ്ങളെക്കുറിച്ച്, അവരുടെ ആവാസവ്യവസ്ഥകളെക്കുറിച്ച്, അവരുടെ ജീവിതത്തെക്കുറിച്ച്.

ബീഹാറിലെ ഒരിടം. ഇപ്പോഴെനിക്ക് പേരോർത്തെടുക്കാനാവാത്ത ഒരുൾഗ്രാമ പ്രദേശം. അവിടെ ഒരേമട്ടിലുള്ള കുറച്ച് വീടുകൾ. പുല്ലുമേഞ്ഞ, മുളന്തട്ടിമേൽ മണ്ണ് പൊത്തിയ ചുമരുകളിൽ പടുത്ത കുഞ്ഞുവീടുകൾ. അക്കൂട്ടത്തിൽനിന്ന് തെല്ലുമാറി നിൽക്കുന്ന കുറച്ചുകൂടി വലിപ്പമുള്ള ഒന്നിലായിരുന്നു ഞങ്ങൾക്ക് താമസസൗകര്യം. ഗ്രാമമുഖ്യന്റെ വീടായിരുന്നു അതെന്നാണോർമ്മ. കുറച്ചു വലിയ ഒരുമുറി. അതിനെ മുളന്തട്ടികൊണ്ടുതന്നെ പകുത്ത് രണ്ടായി തിരിച്ചിരിക്കുന്നു. ഒരു പാതിയിൽ

പശുക്കൾ. അവ രണ്ടുമൂന്നെണ്ണമുണ്ട്. മറുപാതിയിൽ ഞങ്ങൾ നാലുപേർ. വീടിന് മുൻഭാഗത്തും പിൻഭാഗത്തുമായി രണ്ട് ചായ്പുകളുണ്ട്. ഉയരവും വീതിവിസ്താരവും തീരെ കുറഞ്ഞവ. ഒരു മാളത്തിലേക്കെന്നമട്ടിൽ കുനിഞ്ഞ് കടന്നുപോവേണ്ട ചായ്പുകളിലൊന്ന് അടുക്കളയാണ്.

പശുക്കൾക്കരികെ അവർ സസന്തോഷം ഉപയോഗിച്ചിരുന്ന കൂടുതൽ വലിയ ഇടം അവർ ഞങ്ങൾ അതിഥികൾക്ക് വിട്ടുനൽകി. രണ്ടു ചായ്പുകളിൽ അടുക്കളയല്ലാത്ത രണ്ടാമത്തേതിൽ കുടുംബനാഥനും ഭാര്യയും കുട്ടികളും.

അന്ന്, പകലെപ്പോഴെങ്കിലുമാവും. മെഴുകിയ ചാണകത്തിന്റെ പച്ച മണമുണ്ട് തറയ്ക്ക്. കിടക്കാൻ കട്ടിലുകളൊന്നുമില്ല. ആവശ്യത്തിന് രജായികളുണ്ട്, വിരിക്കാനും പുതക്കാനും. പക്ഷേ അത് മതിയാവുമായിരുന്നില്ല. തണുപ്പുകാലമാണ്. കാലുകളെ, കൈവിരലുകളെ മൂക്കിന്റെയഗ്രഭാഗത്തെ, അല്ല, എല്ലാ ഉടൽഭാഗങ്ങളെയും തണുപ്പ് ഒരു ദാക്ഷിണ്യവുമില്ലാതെ ആക്രമിക്കുന്നു. മങ്കിത്തൊപ്പികൾക്കിടയിലൂടെ വെളിപ്പെട്ടു കാണാവുന്ന ഞങ്ങളുടെ പല്ലുകൾ തണുത്ത് കിടുകിടുത്തു.

ചെയ്യാനൊന്നുമില്ലാത്ത വൈകുന്നേരം നേരത്തെതന്നെ ഞങ്ങൾ കരിമ്പടങ്ങൾക്കിടയിൽ അഭയം തേടി. പകൽ ഏറെ നടന്നതിന്റെയും അലഞ്ഞതിന്റെയും ക്ഷീണമുണ്ടായിരുന്നു. എങ്കിലും ഉറക്കം കടാക്ഷിക്കുന്ന മട്ടില്ല. കൂട്ടത്തിലെ രണ്ടുപേർ നല്ല സിഗരറ്റ് വലിയന്മാരായിരുന്നു. ഒന്നിൽനിന്നൊന്ന് കൊളുത്തി അവരങ്ങനെ പാക്കറ്റ് കാലിയാകുവോളം വലിച്ചുകൊണ്ടിരുന്നു. ഞങ്ങൾ തുടരെ സംസാരിച്ചുകൊണ്ടിരുന്നു. നാളെയും മറ്റന്നാളും അതിന് പിറ്റന്നാളുമൊക്കെ ചെയ്യേണ്ട കാര്യങ്ങളെക്കുറിച്ച് തുടരെത്തുടരെ.

രാവ് വളർന്നു. ഓരോരുത്തരായി പതിയെ ഉറക്കത്തിലേക്ക് വഴുതി. ശരീരം നന്നായി തളർന്നിരുന്നിട്ടും എനിക്കു മാത്രം ഉറക്കം വരുന്നതിന്റെ ലാഞ്ചന പോലുമില്ല. തൊട്ടപ്പുറത്ത് പശുക്കളുടെ ഒരിക്കലുമവസാനിക്കാത്ത ഒച്ചയനക്കങ്ങൾ. ചാണകമിടാനും മൂത്രമൊഴിക്കാനുമായി അവ ഊഴമിട്ട് എഴുന്നേറ്റ് നിന്നുകൊണ്ടിരുന്നു. ശല്യക്കാരായ ഈച്ചകളെ തുരത്താൻ കാലുംവാലുമിട്ട് അടിച്ചുകൊണ്ടിരുന്നു. ചെറുശബ്ദമുണ്ടാക്കിയും ശിരസ്സിട്ടുരച്ചും സ്നേഹപ്രകടനങ്ങൾ നടത്തികൊണ്ടിരുന്നു.

വൈകുന്നേരംതന്നെ ഭക്ഷണം കഴിച്ചിരുന്നതിനാൽ, വിശക്കാനും തുടങ്ങിയിരുന്നു. വിശപ്പും തണുപ്പും ഉറക്കരാഹിത്യവും. അതൊരു കഠിനരാത്രിയായേക്കുമെന്ന ഭീതിയിലേക്ക് ഒരുപാട്ട് കടന്നുവരുന്നു. ഇടയ്ക്കിടെ വീശുന്ന തണുത്ത കാറ്റ് കടംകൊണ്ടതിന്റെ ബാക്കി ശീലുകൾ. ഏറെയകലെയല്ലാതെവിടെയോനിന്ന് പുറപ്പെട്ടുവരുന്നു അത്. തലയിലെ തൊപ്പി ഒന്നു കൂടി ശരിയാക്കിയിട്ട് പകൽ മുഴുവൻ പുതച്ച് നടന്നിരുന്ന മഫ്ളർ വിടർത്തി ചുമൽമൂടി ഞാൻ പുറത്തിറങ്ങി.

വയലിനഭിമുഖമായി നിൽക്കുന്ന ആ കുഞ്ഞുഗ്രാമത്തിലെ വീടുകളിലൊന്നിലും ഒരു മണ്ണെണ്ണവിളക്ക് മുനിയുന്നതിന്റെ വെട്ടംപോലുമില്ലായിരുന്നു. കൊയ്ത്തു കാത്തുകിടക്കുന്ന പാടം. മീതെ നിലാവിന്റെ

അഭൗമവും മിതവുമായ പ്രഭ. ചക്രവാളംവരെ പരന്ന് കിടക്കുന്നുണ്ടെന്ന് തോന്നും അത്.

പാട്ടുവരുന്നത് പാടത്തുനിന്നാണ്. ആര്, ആരാവും ഈ രാത്രിയിൽ എന്ന് അതെന്നെ അങ്ങോട്ട് ക്ഷണിച്ചുകൊണ്ടിരുന്നു. പൊട്ടി ക്ഷണിച്ച് വഴി നടത്തിച്ച യാത്രികനെപ്പോലെ പാട്ട് കേട്ടിടത്തേക്ക് സ്വയമറിയാതെ നടന്നു. ഒറ്റവരമ്പിലൂടെ കുറച്ച് ദൂരം ചെന്നപ്പോൾ കാണായി ആ ചെറിയ കാവൽമാടം. തറയിൽനിന്ന് അരയാൾ പൊക്കത്തിൽ. അതിന് ചാരെ കത്തിനിൽക്കുന്ന തീക്കുണ്ഡം.

എന്നെ കണ്ടതോടെ പാട്ട് നിലച്ചു. ഒരാണും പെണ്ണും. ഒരേ കരിമ്പടം പുതച്ച്, ഉടലുടലോട് ഉരുമ്മി തണുപ്പിനെ പ്രതിരോധിച്ച് അവർ. ആ നേരത്ത് ഒരാളെയവിടെ- അതും അപരിചിതൻ- കണ്ടതിന്റെ അമ്പരപ്പ് മങ്ങിയ രാവെട്ടത്തിലും അവരുടെ മുഖത്ത് വായിക്കാം. അവർ കരിമ്പടച്ചൂടിൽനിന്ന് അകന്നു, ഒട്ടിയിരിപ്പിൽനിന്ന് വിടർന്നു.

"എന്തിനാണ് നിർത്തിയത്? നല്ല പാട്ടായിരുന്നല്ലോ." ഞാൻ ചങ്ങാത്തത്തിന് പഴുത് തിരഞ്ഞു. പിന്നെ സ്വയം പരിചയപ്പെടുത്തി.

നാല് പേർക്ക് കഷ്ടിച്ച് കാലുനീട്ടിയിരിക്കാവുന്ന കാവൽമാടം. നിലത്താഴ്ത്തിയ കാലുകൾക്കുമീതെ മുളവരിഞ്ഞ് വെച്ച് ഉണ്ടാക്കിയത്. ആ ഭാഗത്ത് ധാരാളമുള്ളതാവണം ഒരുതരം പനയോല കൊണ്ടുള്ള മേൽക്കൂര.

രണ്ടുപേരിൽ സ്ത്രീ ചെന്ന് ദുർബലപ്പെട്ടു തുടങ്ങിയ തീയിലേക്ക് ഒന്നുരണ്ട് കമ്പുകൾ തള്ളി വച്ചപ്പോൾ ഒന്ന് മടിച്ചുനിന്ന് തീ ആളിക്കത്താൻ തുടങ്ങി. മേല്പോട്ട് പൊട്ടലോടെ പറക്കുന്ന നാളങ്ങളുടെ പ്രഭയിൽ അവർ ഒരു ചിത്രത്തിലാണെന്ന് തോന്നി. കുറച്ച് അകന്നു നിന്നിട്ടും കിട്ടുന്ന ചൂടിന്റെ ആശ്വാസത്തിൽ ഞാനവരെക്കുറിച്ച് ചോദിച്ചറിഞ്ഞു. ഭാര്യാഭർത്താക്കന്മാരാണവർ. ഞാനിറങ്ങിവന്ന വീടുൾപ്പെടുന്ന ഗ്രാമത്തിലെ ഒരു കുഞ്ഞുവീടാണ് അവരുടേത്. പാടശേഖരത്തിന്റെ ഉടമയായ ജമീന്ദാറുടെ ജോലിക്കാരാണ്. രാത്രി ഉറങ്ങാതെ കാവലിരിക്കുന്നു. കൊയ്തെടുക്കാറായ ധാന്യത്തിന് മൃഗങ്ങളിൽ നിന്നാണ് കാവൽ.

രണ്ടുപേരിൽ പുരുഷൻ അകലേക്ക് ചൂണ്ടി. കുന്നിറങ്ങി പന്നിവരും. ഒന്നുംരണ്ടുമല്ല കൂട്ടംകൂട്ടമായി. അവയെത്തുരത്താൻ കാവൽ വേണം. കൊയ്ത്ത് കാലമാവുന്നതിന് ഏതാനും മാസങ്ങൾമുമ്പേ കാവലാരംഭിക്കുന്നു. ആ വിശദമായ വയൽപ്പരപ്പിൽ വേറെയും കാവൽ മാടങ്ങളുണ്ടായിരുന്നു. അകലേക്ക് നോക്കിയപ്പോൾ വെളിച്ചപ്പൊട്ടുകൾ മിന്നി നിൽക്കുന്നത് അവിടവിടെ കണ്ടു.

ഇടയ്ക്ക് അകലെനിന്ന് ലോഹത്തിൽ പ്രഹരമേല്പിക്കുന്ന ഒച്ച കേട്ടു. അന്നേരം അയാൾ, ആ പുരുഷൻ മാടത്തിൽ നിന്നിറങ്ങി വരമ്പിലൊരിടത്ത് വച്ചിരിക്കുന്ന തകരപ്പാട്ടയെടുത്ത് കൊട്ടി. കൂവലിന് മറുകൂവൽപോലെ. അതിന്റെ പ്രതിധ്വനിപോലെ പലഭാഗത്തുനിന്നും ലോഹത്തെ പ്രഹരിക്കുന്ന ഒച്ചയുണർന്നു. കുറച്ച് കഴിഞ്ഞപ്പോൾ അവ നിലച്ചു.

"പാട്ടു പാടൂ ഭയ്യാ." തീയുടെ നേരെ കൈനീട്ടി ചൂട് പിടിച്ചെടുത്തു കൊണ്ട് ഞാനയാളോട് അപേക്ഷിച്ചു.

മുപ്പത് വയസ്സ് മതിക്കുന്ന, മഫ്ളർ തലപ്പാവുപോലെ കെട്ടിയ ആ മനുഷ്യൻ നാണത്തോടെ തന്റെ പങ്കാളിയുടെ നേരെ നോക്കി. ഒരു ബോജ്പ്പൂരി നാടൻപാട്ടാണവർ പാടിയത്. അതിശയമില്ല, ഈണമല്ലാതെ ഏറെയൊന്നും എനിക്ക് മനസ്സിലായില്ല. ഒന്ന് തീർന്നപ്പോൾ ഒരു പാട്ട് കൂടി. ഏറെ ശബ്ദമില്ലാതെ. ഒരേയൊരു കേൾവിക്കാരനും അവർക്കും വേണ്ടി മാത്രം. ഇടയ്ക്ക് ആ സ്ത്രീ അലുമിനിയ കെറ്റിൽ തീയിലേക്ക് നീട്ടിപ്പിടിച്ച് ചായ തിളപ്പിച്ചു. പുക ചുവയ്ക്കുന്ന ചായയ്ക്ക് ഏറെ മധുര മുണ്ടായിരുന്നില്ല. എങ്കിലും രണ്ടിറക്കുകൊണ്ട് ഉറക്കച്ചടവകന്നു. ഒരു ന്മേഷം നിറഞ്ഞു.

പിന്നെയും അവർ പാട്ടുപാടി. ഒരിക്കൽപോലും കേട്ടു പരിചയ മില്ലാത്ത ശീലുകൾ. ഇടയ്ക്ക്, മാടത്തിലെ കാൽ നീട്ടിയിരിപ്പിനിടെ എപ്പോഴോ ഞാനുറങ്ങിപ്പോയി.

ഉണർന്നപ്പോൾ ചുറ്റുപാടുകളെ അന്യമാക്കുംവിധം മഞ്ഞ് പെയ്യു ന്നുണ്ടായിരുന്നു. പോയരാത്രിയിൽ നിലാവിൽ കുളിച്ചു കുതിർന്നു കിടന്ന ആ പാടമിപ്പോൾ വെൺമഞ്ഞിന്റെ പുതപ്പിന് കീഴിലാണ്. അവരെ, ആ സ്ത്രീയെയും പുരുഷനേയും അവിടെയെങ്ങും കാണാനുണ്ടായി രുന്നില്ല. അവരുടേതായി ഒന്നുമവിടെ ശേഷിച്ചിരുന്നുമില്ല. അവർ ഒന്നിച്ച് പുതച്ച കരിമ്പടം, ചായ തിളപ്പിച്ച പാത്രം, അത് പകർന്ന കോപ്പ, ഒന്നും, ഒന്നുമില്ലായിരുന്നു.

കാവൽമാടത്തിന് മുമ്പിലെ തീക്കുണ്ഡത്തിലെ കനൽമാത്രം അപ്പോഴു മെരിയുന്നുണ്ടായിരുന്നു.

ദൈവസ്വപ്നം

കോതാപേട്ട തപാലാപ്പീസ്.

ജീവിതത്തിൽ എപ്പോഴെങ്കിലുമൊരു കത്ത് അവിടെനിന്ന് ഞാൻ ഇനിമേലിൽ ആർക്കെങ്കിലും അയക്കാനിടയുണ്ടോ? നീതു, എപ്പോഴെ ങ്കിലും ഒരു കത്ത് അവിടെനിന്ന് ഇനി നിനക്കാരെങ്കിലും അയയ്ക്കു മായിരിക്കുമോ?

യാത്രയ്ക്കിടെ വഴിവക്കിൽ കണ്ട ഒരു തപാലാപ്പീസ്. പോസ്റ്റ്മാസ്റ്റർ, കോതാപേട്ട പോസ്റ്റോഫീസ്, ബ്രാഞ്ച് ഓഫീസ്, വിനുകോണ്ട, ആന്ധ്ര പ്രദേശ്– 522647, ഇന്ത്യ. അതായിരുന്നു ആ പോസ്റ്റോഫീസിന്റെ വിലാസം.

നിനക്കെഴുതി നിറച്ച കടലാസുകൾ, ഒന്ന് ഒന്നിനു പിറകിലായി അടുക്കിവെച്ച് കവറിലിട്ട് ഞാനാദ്യം 'ഫ്രം' ആണെഴുതാൻ തുടങ്ങിയത്. അതെന്താണ് എന്നന്വേഷിച്ചപ്പോൾ ആ ചെറിയ തപാലാപ്പീസിലെ മാസ്റ്റർ എന്നെയൊന്ന് അമ്പരപ്പോടെ നോക്കി. ഞാനല്ലാതെ അവിടെയാ നേരത്താരും ഇടപാടുകാരായുണ്ടായിരുന്നില്ല. കത്തയയ്ക്കാനായി

മാത്രം ഇപ്പോഴാരും തപാലാപ്പീസുകളിലേക്ക് പോകുന്നുണ്ടാവില്ല. ഒരുവേള അതാവും ആ മാസ്റ്ററുടെ അത്ഭുതത്തിന്റെ ഹേതുവും.

ഔദ്യോഗിക കത്തും ബില്ലുകളും മറ്റും കൈമാറുന്ന, ധനമിടപാട് നടത്തുന്ന കേന്ദ്രങ്ങളായി തപാലാപ്പീസുകൾ പരിണാമപ്പെട്ടിരിക്കുന്നു. പോസ്റ്റ്മാസ്റ്റർ- ഇവിടെ അങ്ങനെതന്നെയായിരിക്കുമോ അയാളുടെ ജോലിപ്പേര്? - അധികാരം നഷ്ടപ്പെട്ട സാമന്തരാജാവിനെപ്പോലെ ഒട്ടും തിരക്കില്ലാതെയിരിക്കുന്ന ആ മനുഷ്യനെ കണ്ടപ്പോൾ എനിക്ക് ഞങ്ങളുടെ നാട്ടിലെ പോസ്റ്റുമാനെയാണ് ഓർമ്മവന്നത്. ഇയാളുമായി തെല്ലും സാമ്യമില്ലാതിരുന്നിട്ടുംകൂടി.

നീണ്ട മുടിയും താടിയുമുള്ള ഒരാൾ, ഞങ്ങളുടെ പോസ്റ്റ്മാൻ. മെലിഞ്ഞ് നീണ്ട എന്നാൽ ഉറച്ച ശരീരമുള്ള ഒരാൾ. സൈക്കിളോ വാഹനങ്ങളോ ഒന്നുമില്ലാതെ നടന്ന് നടന്നാണയാൾ വന്ന് ചേരുക. കത്തെടുത്ത് കൈമാറുമെന്നല്ലാതെ ഒരുവാക്കുമധികം അയാൾ മിണ്ടുകയില്ല. സംസാരിക്കുക എന്നത് താൻ കൈമാറിയ കത്തുകളുടെ ധർമ്മമാണ് എന്നമട്ടിൽ ഒരു സുചിന്തിതമൗനം. ഖാജാ മൊഹിയുദ്ദീൻ. തെല്ലുവിചിത്രമായ അങ്ങനെയൊരു പേരായിരുന്നു അയാൾക്ക്. കത്തുകൾ കൈമാറാൻ മാത്രമായി ദൈവം അയച്ചയാൾ എന്ന് ഒരുകാലത്ത് ഞാൻ കരുതിയിരുന്ന അയാൾ തന്നെയാവണം ഒരുവേള നാട്ടിലിപ്പോഴും ഞങ്ങളുടെ തപാൽക്കാരൻ.

എന്തെല്ലാം കൈമാറുന്നുണ്ടാവണം. കൈമാറിയിട്ടുണ്ടാവണം ഓരോ പോസ്റ്റുമാന്മാരും അല്ലേ നീതു? സ്നേഹം, വാത്സല്യം, പ്രണയം, ക്ഷോഭം, നിരാശ, വിരഹം, പ്രതീക്ഷ. അങ്ങനെ എന്തിന്റെയെല്ലാം വാഹകരും ചാലകരുമാണ് ഓരോ പോസ്റ്റുമാനും അല്ലേ?

നിന്റെ പേര്, ജോലിപ്പേര്, ആശുപത്രിയുടെ പേര്, പട്ടണത്തിന്റെ പേര്, ജില്ല, സംസ്ഥാനം, അത്രയുമാണ് നിനക്കെഴുതിയ കത്തിൽ വിലാസമായി ചേർത്തത്. അത് ചെഞ്ചായമടിച്ച തപാൽപ്പെട്ടിയിലിടും മുമ്പേ സ്റ്റാമ്പ് പതിക്കാൻ തൂക്കം നോക്കിയ മാസ്റ്റർ, പോസ്റ്റ് മാസ്റ്റർ, അതിലില്ലാത്ത ഒരേയൊരു കാര്യം കണ്ടെത്തി. പിൻകോഡായിരുന്നു അത്. അതെനിക്ക് അറിയാമായിരുന്നില്ല. ഒടുവിൽ അയാൾതന്നെ എവിടെയോ തപ്പിത്തിരഞ്ഞ് കണ്ടെടുത്തു. തന്റെ കൈപ്പടകൊണ്ട് എഴുതിച്ചേർത്തു.

''പിൻകോഡ് ഞങ്ങളുടെ ഒരു മന്ത്രവാക്കാണ് ബാബു.'' തൂക്കം നോക്കി സ്റ്റാമ്പ് തരുമ്പോൾ അയാൾ പറഞ്ഞു. ''അതിന്റെ ചിറകിലേറി കത്തുകൾ സുരക്ഷിതമായി ഏതകലത്തിലേക്കും പറന്നുകൊള്ളും.'' അയാൾ ചിരിച്ചു.

അതെ, ഉറപ്പാണ് ഒരു കത്തും നഷ്ടമാവുന്നില്ല. ഞാനെഴുതിയ കത്ത് നിന്നെത്തേടി വരുന്നത് എനിക്ക് കാണാനാവുന്നുണ്ട് നീതു. അപ്രതീക്ഷിതമായ വിലാസത്തിന്റെ അമ്പരപ്പ് പതിയെ ഒരു ചെറുചിരിക്ക് വഴി മാറും, അകമേ എന്റെ പേര് കാണുമ്പോൾ.

മിക്കവാറും നീയത് തിരികെ മുറിയിൽ ചെന്ന് ചേർന്നിട്ടാവും വിശദ വായനയ്ക്കെടുക്കുന്നത്. നീതു, നീ പിണക്കത്തിലായിരിക്കുമല്ലോ. അതിനുള്ള അവകാശം നിനക്കുണ്ടുതാനും. ഭദ്രാവതിയിൽനിന്ന് വാക്കു നൽകിയതുപോലെ ഞാൻ നിന്നെ വിളിച്ചതേയില്ലല്ലോ. നിന്നെയെന്നല്ല നീതു, ആരെയും ഞാൻ വിളിച്ചിട്ടില്ല. പറഞ്ഞുവല്ലോ എത്രയോ ദിവസ ങ്ങളായി ഓൺ ചെയ്യാതെ വെച്ചിരിക്കുകയാണ് ഞാനെന്റെ ഫോൺ. ഒരു ദിവസം ഓഫീസിൽനിന്ന് എല്ലാം ഉപേക്ഷിച്ച് ഇറങ്ങിയ വൈകു ന്നേരം ഓഫ് ചെയ്ത് വച്ചതാണത്. ഈ ലോകവുമായി എന്നെ ബന്ധി പ്പിച്ച് നിർത്തുന്ന എന്തിനെയൊക്കെയോ നിരാകരിച്ച് നിർത്തലാവു ന്നുണ്ട് അതിന്റെ അസാന്നിദ്ധ്യം. അതങ്ങനെതന്നെ തുടരട്ടെ.

ഇപ്പോൾ ഞാനുള്ളത് ഈ വാക്കുകളിലാണ്. നിനക്കായി കുറിച്ചി ടുന്ന വരികളാണെന്റെയാശ്വാസം. ഞാൻ പൂർണ്ണമായും നഷ്ടപ്പെട്ടു തീർന്നിട്ടില്ലല്ലോ എന്ന് ഇത് സാക്ഷ്യം പറയുന്നു. നിനക്കായി എഴുതു ന്നുണ്ടെങ്കിലും ഇതിന്റെയാനന്ദം എനിക്ക് മാത്രമാണ് ഒട്ടുമുക്കാലും.

ഇടയ്ക്ക് പറയാൻ മറന്നു. ഞാനിപ്പോൾ തെലുങ്കാനയിലാണുള്ളത്. ഇവിടെ നർസാംപേട്ടിനും മെഹ്ബൂബാബാദിനും ഇടയിലുള്ള ഒരി ടത്ത്. ഒരു കുന്നിനുമീതെ. വയൽപ്പരപ്പിന് ചാരെ ആ കുഞ്ഞുകടയിൽ ഞാനന്ന് രാത്രി കഷ്ടിച്ച് കഴിച്ചുകൂട്ടി. ബാഗിലുണ്ടായിരുന്ന കുപ്പായ ങ്ങളെല്ലാമെടുത്ത് മേൽക്കുമേലിട്ടു. എന്നിട്ടും തണുപ്പുതന്നെ ജയിച്ചു. വല്ലവിധേനയും ഇരുട്ട് വെളുപ്പിച്ചു. ഇരതേടി അലയുന്ന വന്യമൃഗ ത്തെപ്പോലെ ഭക്ഷണം കിട്ടാൻ ഇടയുള്ള ഒരിടം തിരഞ്ഞ് രാവിലെ ത്തന്നെ യാത്ര തുടർന്നു.

ആന്ധ്രാപ്രദേശിന്റെ ഭാഗങ്ങൾ വിട്ട് എപ്പോഴോ തെലുങ്കാനയിലേക്ക് കടന്നിരുന്നു. ആന്ധ്രയും തെലുങ്കാനയും. ഒന്നായിരുന്ന രണ്ട് സംസ്ഥാന ങ്ങൾ. ഒരേ ഭാഷയും സംസ്കാരവും. ഒരേ മട്ടിലുള്ള ചുമരെഴുത്തുകൾ. ഭൂപ്രകൃതിയിലെ പരിമിതമായ വ്യതിയാനങ്ങൾ മാത്രം. അതിർത്തി മാറിയതൊന്നും അറിഞ്ഞതേയില്ല. വഴിയിൽ ഒരിടത്ത് ഒരു ചെറു നഗരം കണ്ടു. അതിന്റെ പേര് ഇപ്പോൾ ഓർമ്മിക്കാനാവുന്നില്ല. അവിടെ ഒരു മുറിയെടുത്തു. രാത്രി തങ്ങി. നന്നായുറങ്ങി.

പിന്നെയും യാത്ര തുടർന്നു.

ഇടയ്ക്ക് നമ്മുടെ ബുള്ളറ്റ്, നീ പറയാറുള്ള കുതിര, അതിനൊരു തകരാർ ബാധിച്ചു. കുറച്ച് ദൂരം ഓടുമ്പോൾ തനിയെ നിന്നുപോകുന്നു. ആദ്യമൊന്നും ഞാനതത്ര ഗൗനിച്ചില്ല. പക്ഷേ പോകപ്പോകെ നിന്നു പോകലുകൾക്കിടയിലെ ഇടവേളകൾ കുറഞ്ഞുകുറഞ്ഞ് വന്നപ്പോൾ ഞാനതിനെ ഒരു മെക്കാനിക്കിനടുത്തേക്ക് കൊണ്ടുപോയി. മെഹ് ബൂബാബാദിലെത്തിയിരുന്നു ഞാനപ്പോൾ. കുറഞ്ഞൊരു കേടുപാടു കൾ തീർക്കാനുണ്ട്. മൂന്നുനാല് മണിക്കൂറുകൾ നിർത്തിയിട്ടുകൊടു ത്താൽ പഴയതിലും കേമനാക്കി തിരികെ തരാമെന്ന് മെക്കാനിക്ക് വാക്കുപറഞ്ഞു. മറ്റൊന്നുമാലോചിക്കാതെ അത് സമ്മതിച്ചു.

പൊടുന്നനെ കൈവന്ന സമയത്തിന്റെ ധാരാളിത്തം. അല്ല, അങ്ങനെ

പറഞ്ഞുകൂടാ നീതു. ഈ യാത്രയിൽ എനിക്കൊരിക്കലുമൊരു തിടുക്കവുമില്ലല്ലോ. ലക്ഷ്യവുമതേ.

മെഹ്ബൂബാബാദിന്റെ തെരുവുകളിലൂടെ വെറുതെ നടന്നു. മനുകോട്ട എന്നും മെയ്ബാദ് എന്നും കൂടി തദ്ദേശീയർ വിളിക്കുന്ന, ചെറിയ, വികാസം പ്രാപിച്ചുവരുന്ന ഒരു പട്ടണം. ആദ്യമായി കേൾക്കുകയാണ് ആ നഗരത്തിന്റെ പേരുപോലും. ശരിക്കുമാലോചിച്ചാൽ മനുഷ്യന്റെ അറിവ് എത്ര പരിമിതമാണ്. നിസ്സാരമാണ് അല്ലേ നീതു. എത്ര കുറച്ച് മാത്രം അറിഞ്ഞുമനുഭവിച്ചും മറഞ്ഞ് പോവുന്നു നമ്മൾ.

ബാദിലൂടെ വെറുംവെറുതെയുള്ള അലച്ചിലിനിടെ അപ്രതീക്ഷിതമായി ഒരാളെ കൂട്ടുകിട്ടി. ബസ്സ്റ്റാൻഡിനടുത്തേക്ക് പോകുന്ന വഴിയിലെ വലിയ മരച്ചുവട്ടിൽ താൽക്കാലിക കടയിൽ ചായകുടിച്ച് നിൽക്കേയാണ് ഞങ്ങൾ പരിചയക്കാരാവുന്നത്.

ബ്രൂണോ ജീസസ് എന്ന് പേര്. ഗോവക്കാരനാണ് ആൾ. ഗോവയിലെ അഞ്ജുമാ സ്വദേശി. മെഡിക്കൽ ഉപകരണങ്ങളുടെ വിതരണത്തിനുള്ള ഏജൻസി നടത്തുന്നു. വർഷത്തിൽ ഏഴെട്ടുമാസങ്ങൾ ജോലിചെയ്ത് ബാക്കി സമയം തന്റെ വഴിയേ കറങ്ങിനടക്കുന്ന പാശ്ചാത്യ മട്ടുകാരൻ. സ്വന്തം കാറിലാണ് യാത്രകളത്രയും. മിക്കപ്പോഴും അതിനകത്തുതന്നെ ഉറങ്ങുകയും ചെയ്യും. ജീസസിന്റെ ഇത്തവണത്തെ യാത്ര ദൈവത്തെ കാണാൻ കൂടി ഉദ്ദേശിച്ചുള്ളതത്രെ. ഞങ്ങളുള്ള മെഹ്ബൂബാബാദിനും നർസാംപേട്ടിനുമിടയിൽ ഒരു കുന്നിൻമുകളിലാണ് ദൈവമുള്ളത്. അല്ല, എപ്പോഴും ദൈവമുണ്ടാകാറില്ലത്രെ. രാത്രിയിൽ മാത്രമേ ദൈവത്തിന്റെ സന്ദർശനം ഉണ്ടാവൂ.

പാതി കളിയും അത്രതന്നെ ഗൗരവത്തിലും പറയുന്ന മട്ടുകാരനാണെന്ന് ജീസസിനെ ഞാനാദ്യമേ അളന്നിട്ടിരുന്നു. ഏതായാലും അയാൾക്കൊപ്പം മല കയറാൻതന്നെ ഞാൻ നിശ്ചയിച്ചു. എന്നാലാദൈവത്തെ ഒന്ന് കാണണമല്ലോ.

പറഞ്ഞ സമയവും കഴിഞ്ഞ് ഒരു മണിക്കൂർ പിന്നിട്ടാണ് വർക്ക് ഷോപ്പിൽനിന്നും വണ്ടി തിരികെ കിട്ടിയത്. ആ സമയമത്രയും ഞാനും ജീസസും കണ്ട വഴികളിലൂടെയെല്ലാം അലഞ്ഞു തിരിഞ്ഞു.

ജീസസിന്റെ കാർ മുമ്പിലും ഞാൻ പിറകെയുമായി ഈ കുന്നിൻ മുകളിൽ എത്തിച്ചേർന്നപ്പോൾ, ഇരുട്ട് വീണ് തുടങ്ങിയിരുന്നു. ഉയരത്തിലായതിനാൽ എപ്പോഴും കാറ്റടിച്ചുകൊണ്ടേയിരിക്കുന്ന ഒരു പ്രദേശം. ഇവിടെയൊരു ആശ്രമമുണ്ട്. ഒരു ബാബ കുറേ മുമ്പ് സ്ഥാപിച്ചത്. ഹിമാലയമലകളിൽ തപസ്സിന് പോയി എന്നു കരുതപ്പെടുന്ന ബാബയുടെ ശിഷ്യന്മാരാണ് ഇപ്പോഴിവിടെയുള്ളത്.

പകലും രാത്രിയും ഒരുപോലെ ശാന്തമായി കിടക്കുന്ന ഈ ആശ്രമത്തിൽ രാത്രിയിൽ കഴിയുന്നവർക്ക് ചിലപ്പോൾ സ്വപ്നത്തിൽ ദൈവത്തിന്റെ ദർശനമുണ്ടാവാറുണ്ടുപോലും. മുന്നറിയപ്പൊന്നുമില്ലാതെന്നെ ആർക്കും അവിടെ വന്നുചേരാം. റൊട്ടിയും ദാലും കഴിക്കാം. താല്പര്യമുള്ളവർക്ക് കൂട്ടപ്രാർത്ഥനയിൽ പങ്കാളിയാവാം. ഒരു വിരിപ്പും പുതപ്പും

കിട്ടും. അതു പുതച്ച് ദൈവത്തെ സ്വപ്നം കാണുമെന്ന പ്രതീക്ഷയോടെ ഉറങ്ങാൻ കിടക്കാം. ഈ ദീർഘചതുരാകാര ഹാളിലിപ്പോൾ ഞാനും ജീസസും ഉൾപ്പടെ 5 പേർ മാത്രമാണുള്ളത്. എല്ലാവരും കിടന്നു കഴിഞ്ഞു.

നീണ്ടുനീണ്ടുപോയൊരു സന്ധ്യാപ്രാർത്ഥന-എനിക്ക് വലിയ താത്പര്യമൊന്നുമുണ്ടായിട്ടൊന്നുമായിരുന്നില്ല. ജീസസിന്റെ നിർബന്ധത്തിന് എങ്ങനെ ഉണ്ടാവുമെന്ന് പോയി നോക്കിയതാണ്-അതും കഴിഞ്ഞ് രാത്രി ഭക്ഷണമായി കിട്ടിയ കട്ടികൂടിയ ചപ്പാത്തിയും സബ്ജിയും കഴിച്ച് ഇത്തിരി മുമ്പാണ് ഇങ്ങോട്ട്, ഈ ചെറുഹാളിലേക്ക് വന്നത്.

ദൈവത്തെ സ്വപ്നത്തിൽ കാണാനായേക്കുമെന്ന പ്രതീക്ഷയിൽ ഉറങ്ങുന്ന മനുഷ്യർ. നേരിലൊരുവട്ടമെങ്കിലും വരാത്ത ദൈവം ഉറങ്ങുമ്പോൾ വരുമെന്ന് കാത്ത് കാത്ത്...! എത്ര വിചിത്രം അല്ലേ?

പക്ഷേ നീതു, എനിക്ക് ഇപ്പോൾ ദൈവത്തെ കാണാനായി ഉറങ്ങുന്നതല്ല, ഉണർന്നിരുന്ന് ഇങ്ങനെ എഴുതുന്നതാണ് പ്രിയം. കവിതപോൽ പഥ്യം!

കവിത വരവ്

നീതു, പഴയൊരു സുദിനത്തെക്കുറിച്ച്, ഓർമ്മകളെക്കുറിച്ചാണ്.

അതെ, അതൊരു സുദിനമായിരുന്നു. ഏറെ നാളുകൾക്കുശേഷം എന്റെ കവിത അച്ചടിമഷി പുരണ്ടുവന്ന ദിവസം.

സവിശേഷതകളൊന്നുമില്ലാതെയാണത് പുലർന്നത്. എന്നുമെന്നപോലെ അങ്ങിങ്ങ് കൂട്ടിയിട്ടിരിക്കുന്ന വിഴുപ്പിന്റെ കൂനയിലേക്ക് കൺതുറന്ന്, വൈകുന്നേരത്തിനകം പൂർത്തീകരിച്ച് തീർക്കേണ്ട ജോലിയെക്കുറിച്ച് ആധിപ്പെട്ട്, നൂറ്റിയൊന്നാവർത്തിച്ച ഹോട്ടൽ ഭക്ഷണത്തിന്റെ വിരസതയെക്കുറിച്ച് മുഷിഞ്ഞ് സാധാരണ മട്ടിലുള്ള ഒരു പ്രഭാതം.

കവിതവരവ് ആ ദിവസത്തിന്റെ ഗതി മാറ്റിക്കുറിക്കുകയായിരുന്നു. അല്ല, ആ ദിവസത്തിന്റേതുമാത്രമല്ല, പിന്നീടങ്ങോട്ടുള്ള എന്റെ ദിവസങ്ങളുടെയൊക്കെയും.

പതിവുപോലെ പകലറുതിയിൽ ഓഫ് ചെയ്ത് ഉപേക്ഷിച്ച മട്ടിലിട്ടിരുന്ന ഫോൺ ഓൺ ചെയ്തപ്പോൾ, ഒരൊറ്റ വീർപ്പിന് കുറച്ചേറെ സന്ദേശങ്ങൾ തിരതല്ലിക്കയറുന്നു. അഭിനന്ദനങ്ങളുടേത്, ആശംസകളുടേത്, അതിശയങ്ങളുടേത്.

മലയാളത്തിലെ പ്രധാനപ്പെട്ട ഒരു പ്രസിദ്ധീകരണത്തിൽ എന്റെ കവിത അച്ചടിച്ചുവന്നിരിക്കുന്നു. വലിയ ഇടവേളയ്ക്കുശേഷം. എത്രയോ എത്രയോ നാളുകൾക്കുശേഷം സന്തോഷം അതിന്റെ പാരമ്യത്തിൽ നെറുകയിൽ നോക്കി എന്നെ പ്രഹരിച്ചിരിക്കുന്നു. ഉണ്ട് ബാക്കിയുണ്ട് കവിത എന്നിൽ ഇനിയും, അച്ചടിക്കരി പതിഞ്ഞ അക്ഷരങ്ങളുടെ, ഞാൻ നൊന്തുനൊന്ത് കൊരുത്ത വാക്കുകളുടെ കാഴ്ച. കവിത, എത്രയോ

മാസങ്ങൾക്കുശേഷം എന്നിൽ ആശ്വാസമായി സന്തോഷമായി, അത്യാഹ്ലാദമായി നിറയുന്നു.

വിദ്യയും സഹീറയും പിന്നെ ഉപ്പയും പിരിഞ്ഞ ജീവിതത്തിൽ നിന്ന് കവിതയും ഇറങ്ങിപ്പോവുകയായിരുന്നു. ഇനിയൊന്നും ഒരിക്കലും പഴയതുപോലെയാവില്ലെന്ന തോന്നലിൽ. പരിപൂർണ്ണമായ ഒരിരുട്ട്. അതിനുള്ളിൽ വീണ് അടഞ്ഞ മനസ്സും ശൂന്യമായ ഹൃദയവുമായി പോകവേയാണ് പൊടുന്നനെ ഉള്ളിലേക്കാകവിത വന്നുനിറയുന്നത്. ഒരുച്ചനേരത്ത് ഭക്ഷണശേഷമുള്ള വിശ്രമത്തിനിടയിൽ കമ്പ്യൂട്ടറിന് മുമ്പിലിരിക്കവേയായിരുന്നു അതിന്റെ വരവ്. വല്ലാത്ത ഒരു വിങ്ങലിൽ, ഇപ്പോൾ നഷ്ടപ്പെട്ടുപോയേക്കുമോ എന്ന ആധിയിൽ പെട്ടെന്നുതന്നെ കുറിച്ചിടുകയായിരുന്നു.

തിരുത്തുകയോ കൂട്ടിച്ചേർക്കുകയോ മുറിച്ച് മാറ്റുകയോ ഉണ്ടായില്ല. വരികൾക്കു മീതെ അടയിരുന്നില്ല. കൂടുതൽ നല്ല വാക്കുകൾ കണ്ടു കിട്ടാൻ തപം ചെയ്തില്ല. നേരിട്ട് ആ പത്രസ്ഥാപനത്തിന്റെ വിലാസത്തിൽ ഇമെയിൽ ചെയ്യുകയായിരുന്നു. ഓർമ്മയുണ്ട്, പനിച്ച് വിറച്ചതു പോലെ, വേദനയിൽ വിങ്ങി വിയർത്ത് ആ ഉച്ച.

എനിക്ക് എഴുതുകയേ വേണ്ടിയിരുന്നുള്ളൂ. അതിനുശേഷം പിന്നെയത് മറന്നു മറന്നേ പോയി. എല്ലാം സാധാരണയായി. പക്ഷേ ഇപ്പോൾ കവിത എന്നെ വീണ്ടും കണ്ടെത്തുന്നു, തിരികെ തരുന്നു.

അതെ, കവിത തന്നെയാണ് അവളെ, രേഖയേയും ജീവിതത്തിലേക്ക് കൊണ്ടുവരുന്നത്. ഫേസ്ബുക്കിലൊരു ചങ്ങാത്തയപേക്ഷയായിരുന്നു ആദ്യം. പിന്നെയൊരു സന്ദേശം. എന്റെ കവിത അവളെ മോഷ്ടിച്ചതാണെന്നായിരുന്നു അത്.

നന്ദിയും സ്നേഹവുമായി ഞാൻ മറുപടി കുറിച്ചു.

'മോതിരമുദ്രകൾ' എന്നു പേരിട്ട, പലതരം മറവികളെയും യുവത്വത്തിന്റെ രണ്ടാംപാതിയിലെ സംഘർഷങ്ങളെയുംകുറിച്ച് കവിതപ്പെടുന്ന ആ രചന അവർക്ക് മാത്രമല്ല ഒരുപാട് പേർക്ക് തങ്ങളുടെ കവിതയാണെന്ന തോന്നലുണ്ടാക്കിയിരുന്നു. അഭിനന്ദനസന്ദേശങ്ങൾ, നല്ല വാക്കുകൾ പിന്തുണകൾ... എന്നിലെ കവിഹൃദയത്തെ സ്നാനപ്പെടുത്തി മോചിപ്പിച്ചുകൊണ്ടിരുന്നു.

വിങ്ങുന്ന, കവിതയ്ക്കായി വെമ്പുന്ന പഴയ അതേ ആത്മാവോടെ ഞാൻ വാക്കുകൾ കാത്തിരിക്കാൻ തുടങ്ങി. രേഖയുമായുള്ള ഭാഷണങ്ങൾ ആ ദിനങ്ങളുടെ താളമായി. ഞങ്ങൾ തുടരെ മിണ്ടിക്കൊണ്ടിരുന്നു. എപ്പോഴുമൊരു സന്ദേശം അവളുടേതായി എന്നെ കാത്തുകിടന്നു. തുറന്ന് നോക്കാത്ത സമ്മാനം സൂക്ഷിക്കുന്ന കുട്ടിയുടെ മനസ്സോടെ തിരക്കുകൾക്കിടയിൽപോലും അതെന്തെന്ന് നോക്കാൻ മനസ്സ് വെമ്പൽ കൂട്ടി.

പ്രണയത്തിലാവുകയായിരുന്നു ഞങ്ങളെന്ന് വൈകാതെ തിരിച്ചറിയാൻ തുടങ്ങി. പ്രണയത്തിലല്ലാതിരിക്കുക, ദീർഘകാലത്തിലെനിക്ക്

ദുസ്സഹമായിരുന്നു. എപ്പോഴും അതിനായി, പ്രണയത്തിനായി തുറന്നിട്ട വാതിലിലൂടെ അവൾ അകത്തുവന്നു, എളുപ്പം.

എന്നെക്കുറിച്ചെഴുതൂ എന്തെങ്കിലുമെന്ന് അവൾ പിന്നെയുമാവശ്യപ്പെട്ട ഒരു ദിവസമാണ് ദീർഘചുംബനത്തിൽനിന്ന് ഉണരവേ മുക്കൂത്തി മിനുക്കംകൊണ്ട് മുറിഞ്ഞ മുഖമുള്ള ഒരുവനെ, എന്നെ, ഞാൻ കവിതയിലവൾക്ക് അയച്ചുനൽകിയത്. ഒന്ന് നേരിട്ട്, എന്നവൾ മോഹം പറഞ്ഞതും അതേ വൈകിയ രാത്രിയിലാണ്.

രേഖ, എന്നേക്കാൾ മൂന്നോ നാലോ വയസ്സിന് മുതിർന്നവൾ. എന്റെ നാട്ടിൽതന്നെ, വീട്ടിൽനിന്ന് ഏറെ അകലെയുമല്ല. സകുടുംബം കഴിയുന്നു. മികച്ച വിദ്യാഭ്യാസമുണ്ടായിട്ടും ഒരു കുടുംബിനി മാത്രമായിരിക്കുന്നതിന്റെ സന്തോഷം താലോലിക്കുന്നവൾ. ഭർത്താവ്, ഉയർന്ന പ്രൊഫൈലിൽ ജോലി നോക്കുന്ന ഒരു ഇൻഷൂറൻസ് ജീവനക്കാരൻ. രണ്ട് കുട്ടികൾ, മിടുക്കർ, ഏതാണ്ട് മുതിർന്നവർ.

ഒരിക്കലൊരുച്ചതിരിഞ്ഞ നേരത്താണ് ഞങ്ങളാദ്യം കാണുന്നത്. സ്വാഭാവികവും യാദൃച്ഛികവുമായ ഒരു സന്ദർശനം എന്ന മട്ടിൽ പറഞ്ഞുറപ്പിച്ച്. മല്ലികകളും ജമന്തികളും മഞ്ഞച്ച അതിരുതീർക്കുന്ന മുറ്റത്തിന് നടുവിലെ അവളുടെ വീട്. വാതിൽ തുറന്ന് സൂര്യകാന്തിവർണ്ണ വേഷത്തിൽ അവൾ. എനിക്കയച്ചുതന്നിട്ടുള്ള ഏറ്റവും നല്ല ചിത്രങ്ങളെ അതിശയിക്കുംവിധം സുന്ദരി, കുലീന.

ഇടം അവളുടേതായതിനാൽ സമ്മർദ്ദമിത്തിരി എനിക്കുമാത്രമായിരുന്നു. അവൾ കൊണ്ടുവെച്ച ബ്രൂ കോഫിയിൽ അതലിയിക്കാൻ ശ്രമപ്പെട്ട് ഞങ്ങൾ സോഫാസെറ്റിയിൽ മുഖം നോക്കിയിരുന്നു. എന്തു ഭംഗിയാണ് നിന്നെ കാണാൻ നേരിലുമെന്ന് ഞാൻ കലർപ്പില്ലാതെ സ്തുതിവാക്കുകൾ മൊഴിഞ്ഞു. അഭിനന്ദനം എല്ലാവരും ആഗ്രഹിക്കുന്നു. തന്നെക്കുറിച്ച് ബോധവതിയും അഭിമാനം സൂക്ഷിക്കുന്നവളുമായ ഒരുവൾ വിശേഷിച്ചും.

അടുത്തേക്ക് ചേർന്നിരുന്ന് ഞാനവളുടെ കരം കവർന്നു. പരുപരുത്ത പോലത്തെ പെൺകൈയിൽ ഉമ്മ വെച്ചു. പിന്നെ ചുണ്ടിൽ, കവിളിൽ. ഒരു വാക്കുമുരിയാടാതെ കുറുകലിന്റെ കിളിയൊച്ചകളോടെ അവളെന്നോട് ചേർന്നുനിന്നു. സുദീർഘമാം ആലിംഗനത്തിൽ, അല്ല ആലിംഗനങ്ങളിൽ ഞങ്ങൾ ഞങ്ങളെ തടവിലിട്ടു. ഏറെ നേരം. ഒടുവിൽ ഉടലിലും ആത്മാവിലും നനഞ്ഞ് ചോർന്നൊലിച്ച്, വേർപ്പെടുത്താനാകാത്ത ഹൃദയങ്ങളോടെ ഞങ്ങൾ പിരിഞ്ഞു അന്നേക്ക്.

ഇഷ്ടമായോ എന്നെ, എന്റെ വേഷം, എന്റെ മണം?

അവളുടെ, അവളുടെ മാത്രം ഓർമ്മയുടെ മാന്ത്രികതയിൽ ലോകം ജയിച്ചവനായി ഞാനിരിക്കെ അവളുടെ സന്ദേശം. തന്റെ തന്നെയുള്ളിലേക്കു നാക്കി തന്നെത്തന്നെ പരിചരിച്ച് കാമുകനായി കാത്തുവെച്ചിരിക്കുന്ന കാമുകിയൊരുത്തിയുടെ സ്നേഹോത്ക്കണ്ഠകൾ.

എല്ലാമെല്ലാം. ഒറ്റവാക്കിന്റെ വാചാലതയിൽ എന്റെ മറുപടിയൊതുങ്ങി. രണ്ടിടത്തായിരുന്നിട്ടും ഞങ്ങളന്ന് ഒന്നിച്ചുറങ്ങി.

പിന്നെ അവളുടെ ഊഴമായിരുന്നു. മടക്കസന്ദർശനം. എന്റെ വീട്ടിലേക്ക്. കവിയെ കാണാനെത്തുന്ന വായനക്കാരിയായി. ഉച്ചവരെ ഞങ്ങളന്ന് ഒന്നിച്ചുണ്ടായിരുന്നു. തുറന്നിട്ട വാതിൽപ്പുറത്ത് മുറ്റത്ത്, പിന്നെ വാതിലടച്ച് അകത്ത്. നിറയെ മിണ്ടിയും നോക്കിയിരുന്നും ഊട്ടിയും താലോലിച്ചും സഹീറയോടൊത്ത് ഞാൻ കിടന്നിട്ടുള്ള കിടക്കയിൽ ഉടലുടലോട് പൊരുതിയും പിന്നെയും പിന്നെയും.

തുടർച്ചകളുണ്ടായി ഞങ്ങളുടെ കൂടിച്ചേരലുകൾക്ക്. വെല്ലുവിളികളേതുമില്ലാത്ത തടസ്സമില്ലാത്ത ഒഴുക്കായി പ്രണയം അതിന്റെ പൂർണ്ണതയിൽ. കുട്ടികൾ വീട്ടിലില്ലാത്ത പകൽ നേരങ്ങളിൽ, അയാൾ ജോലിയാവശ്യാർത്ഥം അകലെയായിരുന്ന ദിവസങ്ങളിൽ.

കൊതിയാവുന്നു, ഒന്ന് കൺനിറയെ കണ്ടിട്ട് പോകാമെടാ എന്ന ഒറ്റവരി സന്ദേശങ്ങളുടെ ക്ഷണം സ്വീകരിച്ച് മുൻപിൻ ആലോചിക്കാതെ ചെന്ന് ഞാനവളുടെ വാതിലിൽ മുട്ടി. മിക്കപ്പോഴും എനിക്ക് പ്രിയപ്പെട്ട വേഷങ്ങളിൽ, ചിലപ്പോൾ വിവസ്ത്രയായിപ്പോലും അവളെനിക്കായി കാത്തിരുന്നു, വാതിൽ തുറന്നുതന്നു. അവളുമയാളും അപ്പോഴും ഒന്നിച്ചു പുലരുന്ന മുറിയിൽ ഞങ്ങൾ ഞങ്ങളെ ഞങ്ങൾക്ക് സമ്മാനിച്ചു. കുറ്റബോധത്തിന്റെ നേരിയ ലാഞ്ഛനപോലുമില്ലാതെ.

ചിലപ്പോൾ ഒരേ പകൽനേരത്തുതന്നെ അവൾക്ക് പ്രിയപ്പെട്ട സോഫയിൽ. കുളിമുറിയുടെ സോപ്പുമണമുള്ള നനഞ്ഞ തറയിൽ, അടുക്കളയിൽപോലും നേരിയ ആപത്ശങ്കയോടെ. അതിന്റെ പാതിപോലും ഭയം തീണ്ടാത്ത സാഹചര്യങ്ങളിൽ എന്റെ വീട്ടിൽ വീണ്ടും തുടർച്ചകൾ. പ്രണയത്തിന്റെ, രതിയുടെ ഉത്സവമായ ദിവസങ്ങൾ.

ഉടയാടകളിൽനിന്ന് സ്വയമേ വിടർന്നുവരുന്നത് അവൾ ഇഷ്ടപ്പെട്ടിരുന്നില്ല. ഞാനത് ചെയ്യുന്നതിനെ രതിപോലെ അവളാസ്വദിച്ചു. പതിയെപ്പതിയെ എന്ന് അപ്പോളവൾ മന്ത്രിച്ചു. ഓരോ സ്പർശത്തിലും കാടുപോലെ തളിർത്തുപൂത്തു. ആ വേളയിലെ അവളുടെ സ്വനം, കഴുത്തിന്റെ കീഴറ്റത്ത് നിന്ന് പുറപ്പെട്ടുവരുന്ന ആഹ്... ആഹ്... എനിക്കത് ഏറെയേറെ പ്രിയമായിരുന്നു.

വെല്ലുവിളികളില്ലാത്ത പ്രണയജീവിതം. ഏറ്റവും വന്യമായതും ദീർഘമായതും ഒരിക്കലും അവസാനിക്കാത്തതുമായ നല്ല സ്വപ്നത്തിലാണ് ജീവിക്കുന്നത് എന്ന് തോന്നിച്ച കാലം. അവൾ, രേഖ എന്നെ ഉരുവപ്പെടുത്തുകയായിരുന്നു, അവൾക്കിഷ്ടമുള്ള കാമുകനായി. അതേ, ഞാനത് ആസ്വദിച്ചു. പൂർണ്ണമായും ആത്മാവിലേക്കെടുത്ത് ആസ്വദിച്ചു. ഞാനെന്റെയാകാരത്തെ ഉപേക്ഷിച്ച് ജലമായി മാറിയ നാളുകൾ. അവൾ പകരുന്ന കൂജയിൽ, ചില്ലുപാത്രങ്ങളിൽ അവയുടെ ആകാരത്തിൽ ആഴങ്ങളിൽ പരപ്പിൽ ഞാനെന്നെ കണ്ടെത്തി.

ഒരു പ്രണയവും പൂക്കാമരുഭാഗമായിരുന്നു അവളുടെ ജീവിതം. കൗമാരത്തിൽ യൗവനാരംഭത്തിൽ ഒക്കെയും. നേരത്തെയാരംഭിച്ച ദാമ്പത്യം. അതിനായി നിറമുള്ള കലാലയകാലത്തുതന്നെ കുരുതി കൊടുത്ത വിദ്യാഭ്യാസം. തുടർവർഷങ്ങളിലായി പിന്നെ രണ്ടു കുഞ്ഞുങ്ങൾ. ഒരേയൊരിക്കലെഴുതിയ മത്സരപ്പരീക്ഷ തന്നെ വിജയം കൊണ്ടു

വന്നിട്ടും വേണ്ടെന്ന് വച്ച് ഭർത്താവിന്റെ തണലിൽ പതുങ്ങാനെടുത്ത നിശ്ചയം. ഭാര്യയും കുട്ടികളുടെ അമ്മയും മാത്രമായി. നീണ്ടുനിണ്ട വർഷങ്ങൾ. പരാധീനതകളോ ദുരിതങ്ങളോ തീണ്ടാതെയെങ്കിലും സാധാരണവും വിരസവുമായി. മടുപ്പിക്കുന്ന ഏകാന്തതയുടെ തോട് അടർത്തിയുള്ള പുറത്തുവരവായിരുന്നു അവൾക്ക് ഞങ്ങളുടെ പ്രണയം. എന്തെന്തെല്ലാമോ, കുടഞ്ഞുകളഞ്ഞുള്ള ഒരു വരവായിരുന്നു. നഷ്ട മായ ഒരുകാലം തിരികെ പിടിക്കലായിരുന്നു ആ പ്രണയം.

അതേ, എന്റെ മുൻഗണനകളെ മാറ്റി, അവളുടെ മോഹങ്ങളിലെ കാമുകനായി രൂപാന്തരീകരണം സംഭവിക്കുകയായിരുന്നു എനിക്ക്. അല്ല പ്രണയത്തിന്റെ മേധാശക്തികൊണ്ട് അവളങ്ങനെ പരിവർത്ത നപ്പെടുത്തുകയായിരുന്നു എന്നെ. ഇടക്കാലത്ത് വേഷവിധാനങ്ങളിലും ഒരുക്കങ്ങളിലും എല്ലാം പ്രിയം നഷ്ടപ്പെട്ട് ആർക്കുവേണ്ടിയെന്നൊരു മട്ടായി മാറിക്കഴിഞ്ഞിരുന്നു എന്റെ ജീവിതം. അതിനേയും രേഖ അവൾ ക്കിഷ്ടമുള്ള രീതിയിൽ തിരികെ പിടിച്ചു. കൂടുതൽ ചെറുപ്പം തോന്നി ക്കുന്ന ടീ ഷർട്ടുകളിലേക്ക്, മുന്തിയതരം ബ്രാന്റുകളുടെ കുപ്പായങ്ങളി ലേക്ക്, കാലുറകളിലേക്ക്. ഞാൻ പോലുമറിയാതെ അവൾ ഓർഡർ ചെയ്ത് വരുത്തുന്ന പാദുകങ്ങളുടെ മൃദുഭാരം മാത്രമായി എനിക്ക് നടപ്പ്. അവൾ സമ്മാനിച്ച വാച്ചുകൾ, ഇടങ്കൈത്തണ്ടയിൽ എപ്പോഴുമവളുടെ ഓർമ്മ സൂക്ഷിപ്പായി മിടിച്ചുകൊണ്ടിരുന്നു.

ചന്ദനത്തിന്റെ അവൾക്കിഷ്ടപ്പെട്ട നറുമണം, അതായി മാറി എന്റെയും ഉടൽഗന്ധം. മേശമേൽ എപ്പോഴും കാണാൻ ഓർക്കാൻ അവൾ സമ്മാ നിച്ച പെൻസ്റ്റാൻഡ്. അവയിൽ നീയെഴുതുന്നതെന്തിലും എന്റെയോർമ്മ കൂടി ഉണ്ടാവട്ടെ എന്ന് അവൾ പറഞ്ഞ് സമ്മാനിച്ച പേനകൾ.

ഉമ്മയുടെ സഹോദരൻ എനിക്ക് തന്ന ഒരു സ്കൂട്ടർ, പഴക്കംകൊണ്ട് മ്യൂസിയംപീസ് മാതിരിയായി മാറിക്കഴിഞ്ഞ ഒന്ന്. അതായിരുന്നു ചെറു യാത്രകൾക്ക് ഒരു കാലത്ത് എന്റെ വാഹനം. ബുള്ളറ്റ് അവളുടെ മോഹ മായിരുന്നു. ബുള്ളറ്റിൽ പാതി തുറന്നിട്ട ഹാഫ് ജാക്കറ്റും കറുത്ത സൺഗ്ലാസ്സും വെച്ച് നീയെന്നെ കാണാൻ വരുന്നത്. ഹാ, എന്തൊരു കാഴ്ചയാണെടാ എന്ന് അവളെന്നെ പ്രലോഭിച്ചുകൊണ്ടിരുന്നു. അപ്പോ ഴത് ഒരു ആഡംബരമാണെന്നറിഞ്ഞിട്ടും ഞാനത് സ്വന്തമാക്കി. അവളെ ക്കാണാൻ ചെന്നു.

''നിനക്കൊപ്പം അരയിൽ കൈകോർത്ത് കാറ്റിന്റെയാവേഗങ്ങൾ ക്കെതിരിട്ട് ഒരാവേശക്കുതിപ്പ്. അതൊരു കൊതിയാണെടാ.'' പൊതി യഴിച്ച് കളിക്കോപ്പിന് മുമ്പിലെ കുട്ടിയായി, അവൾ ആ വാഹനത്തെ തൊട്ടു, വലംവെച്ചു. ഒരു കുഞ്ഞിന്റെ നെറുകയിലെന്നപോൽ അതിന്റെ ഹെഡ്ലൈറ്റിൽ ഉമ്മവെച്ചു. പക്ഷേ നാട്ടിൽ. നമുക്കത് സാധ്യമല്ലല്ലോ എന്നു നിരാശപ്പെട്ടു.

നേരുതന്നെയായിരുന്നു. പുറത്തേക്കുള്ള സഞ്ചാരങ്ങൾ, പുറത്തു നിന്നുള്ള കണ്ടുമുട്ടലുകൾ, രണ്ടുപേർക്കും നിറയെ പരിചയക്കാരുള്ള ഒരു ഇടത്ത് അത് ഒട്ടുമിക്കവാറും അസാധ്യമായിരുന്നു. എന്നിട്ടും ചില

കുഞ്ഞുദൂരങ്ങളിലേക്ക് സാഹസികമായി ഞങ്ങൾ, ഇരുട്ടിന്റെ കൂട്ടുപിടിച്ച്, അതിവേഗം, അതിവേഗമങ്ങനെ, നിലയ്ക്കാചലനങ്ങളായി ചെന്ന് മടങ്ങി. അത്തരം കുഞ്ഞുയാത്രകളുടെ പൂരണത്തിനായി അർദ്ധരാത്രിയിൽ വീടുവിട്ടിറങ്ങിപ്പോരും ധീരതയായി അവൾ. പകൽ കണ്ണടച്ചായാൽ പോലും ഞങ്ങൾക്ക് ചെന്നെത്താവുന്ന പ്രിയപ്പെട്ട ദൂരങ്ങളിലേക്ക് രാത്രിയിൽ അജ്ഞാതമജ്ഞാതമായ ഏതോ ഇടത്തിലെന്നപോൽ ആ മോട്ടോർസൈക്കിളിൽ ചെന്നുചേർന്നു, മടങ്ങിപ്പോയി. പിന്നെ ഗെയ്റ്റിന് കുറച്ചകലെ നിർത്തിയ വാഹനത്തിൽ നിന്നിറങ്ങി ഭീതിയില്ലാതെ ഇരുട്ടിലൂടെ നടന്ന് അവൾ വീടകം ചേർന്നു.

വീടുകൾ തന്നെയായിരുന്നു ഞങ്ങളുടെ സ്വർഗ്ഗം. പങ്കാളികൾക്കൊപ്പം ഉറങ്ങിയിട്ടുള്ള മുറികളിൽ, ഞങ്ങൾ ആ നേരങ്ങളിൽ എല്ലാം മറന്നു. നൈതികതകൾ, കീഴ്വഴക്കങ്ങൾ, ചുറ്റുപാടുകൾ, ഞങ്ങളോടിഷ്ടമുള്ള ഞങ്ങൾക്കിഷ്ടമുള്ള മനുഷ്യർ ലോകം. എല്ലാം. ഞങ്ങൾ ഞങ്ങൾ മാത്രമെന്ന പൂർണ്ണതയിൽ ഓരോ നിമിഷവും പ്രണയത്താൽ കുറിച്ചിട്ടു.

നാല്പതോടടുത്ത പെണ്ണുടലിലെ അഴകളവുകളെപ്രതി, കാമുകനായിരിക്കിലും പരുപരുക്കനും ഉച്ചസ്ഥായിയിലുമായിരിക്കുന്ന എന്റെ ശബ്ദത്തെപ്രതി, ദത്തശ്രദ്ധയോടെ പിഴുതെടുത്തിട്ടും ബാക്കിനിൽക്കും വെള്ളി ചുറ്റിയ ഒറ്റരോമത്തെപ്രതി, വയർമിനുപ്പിലെ പ്രസവപ്പാടുകളെ പ്രതി, നിരതെറ്റിയ പല്ലുകളെപ്രതി, ഞങ്ങൾ ഉടൽപരിഹാസങ്ങൾ ചമച്ചു. കുസൃതിപ്പിണക്കങ്ങളാസ്വദിച്ചു.

ഉടലിൽനിന്ന് പൊഴിഞ്ഞ മുടിയിഴകൾ, ചിലപ്പോൾ ചേലാഞ്ചത്തിൽ നിന്ന് മുറിച്ചെടുത്ത വർണ്ണത്തുണ്ടുകഷ്ണങ്ങൾ. എല്ലാം ഞങ്ങൾ ചില ദിനങ്ങളുടെ, സമാഗമങ്ങളുടെ ഓർമ്മയായി സൂക്ഷിച്ചു. ഏതകലത്തിലും ഞങ്ങൾ പരസ്പരം പിന്തുടർന്നു. സന്ദേശങ്ങൾ, സംഭാഷണങ്ങൾ, സമ്മാനങ്ങൾ, കൂടിച്ചേരലുകൾ, രതിയുടെ മേളനങ്ങൾ. എന്നിട്ടും കാണാനാവാത്ത ചെറുഇടവേളകളുടെ വിരഹംപോലും ഞങ്ങളെ പൊള്ളിച്ചുകൊണ്ടിരുന്നു.

നല്ല പ്രായത്തിൽ-അല്ല അങ്ങനെ പ്രായമൊന്നുമില്ല പ്രണയത്തിന് -കഴിയാതിരുന്ന പ്രണയത്താൽ സ്നാനപ്പെടൽ കൂടിയാണ് എനിക്ക് നമ്മുടെ ബന്ധം എന്ന് അവൾ ഇടയ്ക്കിടെ പറയും.

പ്രണയമില്ലാത്ത ഒരുനില അചിന്ത്യമായ ഒരുവന്, എനിക്കും എല്ലാമായിരുന്നു ഞങ്ങളുടെ പ്രണയം. തെളിനീരിലെന്നപോലെയതിന്റെ ആഴത്തിൽ മുങ്ങിനിൽക്കാനായി ഞാനെന്നെ ഉപേക്ഷിച്ചു. പരിണതിയെന്താവുമെന്ന് വിചാരപ്പെടാതെ ഞങ്ങൾ പ്രണയിച്ചുകൊണ്ടേയിരുന്നു.

കവിതകളുടെ പൂക്കാലം കൂടിയായിരുന്നു അത്. എപ്പോഴുമെന്നപോൽ പ്രണയം എന്നിലെ കവിതയുടെ ഉറവ വറ്റാതെ കാത്തു. തുടരെത്തുടരെ ഞാൻ കവിതകൾ ചമച്ചു. ഒന്നൊഴിയാതെയവ പ്രസിദ്ധീകരണങ്ങളിൽ പ്രാധാന്യത്തോടെ ഇടംനേടി. ചിലവയ്ക്ക് പരിഭാഷകളുണ്ടായി. കനപ്പെട്ട നിരൂപണങ്ങൾ വന്നു. അഭിമുഖങ്ങളും സംഭാഷണങ്ങളും

നടന്നു. ഒരുവട്ടമൊരു പ്രധാന പ്രസിദ്ധീകരണത്തിന്റെ മുഖചിത്രംപോലു മായി ഞാൻ. അക്ഷരങ്ങൾ കൊണ്ടുവന്ന് ചേർത്ത ശ്രദ്ധ, കീർത്തി, സ്നേഹം, കവിത തന്ന സൗഭാഗ്യങ്ങൾ.

അതെ നീതു, ഉത്സവകാലമായിരുന്നു അത്. കവിതയുടെ, പ്രണയ ത്തിന്റെ, ജീവിതത്തിന്റെയും.

പ്രതി

തെരുവ് വിജനവും നിശ്ചലവും. കെട്ടിടങ്ങൾക്ക് ചെരിഞ്ഞ മേൽക്കൂര കൾ. അവയുടെ പുകക്കുഴലുകളിൽ നിന്ന് ഉയർന്ന് അന്തരീക്ഷത്തിൽ പരക്കുന്ന പുക. മനുഷ്യരോ മൃഗങ്ങളോ ഇതരജന്തുജാലങ്ങളോ വാഹനങ്ങളോ ഇല്ല. ചലിക്കുന്ന ഒരേയൊരു വസ്തു പുക മാത്രമാണ്. ആരോ വരച്ചിട്ട വിഷാദഛവിയുള്ള ചിത്രംപോലുള്ള ദൃശ്യത്തിലൂടെ നടന്നുനടന്നേ പോവുകയാണ് ഞാൻ. ഞാൻ മാത്രം. ഒരിക്കലും ഒരി ക്കലും അവസാനിക്കുകയില്ല എന്ന് തോന്നിക്കുന്ന ഒരുനടപ്പ്. വഴി കൾക്ക് അവസാനമില്ലല്ലോ. അവ ഒന്നിൽനിന്ന് ഒന്നിൽച്ചെന്ന് ചേരുക മാത്രമാണല്ലോ എന്ന തോന്നൽ എന്റെയുള്ളിൽ ആധിയായി നിറയു ന്നുണ്ട്. വിജനവും വ്യത്യസ്തവും ഘനം തൂങ്ങുന്നതുമായ ചുറ്റുപാടു കളും പ്രാചീനമായ നിശ്ശബ്ദതയും എന്റെയുള്ളിൽ നിന്നൊരു കരച്ചി ലിനെ അഴിച്ചുവിടാൻ വെമ്പുന്നുണ്ട്.

അപ്പോഴാണ് തണുത്ത ഒരുകൈപ്പടം എന്റെ പാദം തൊടുന്നത്. മലമുകളിലെ യാഥാർത്ഥ്യത്തിലേക്ക് എന്നെ ഉണർത്തുന്നത്. ജീസസാ യിരുന്നു അത്. എന്റെ മുഖത്തേക്കുതന്നെ ഉറ്റുനോക്കിക്കൊണ്ട് നിൽ ക്കുകയായിരുന്നു അയാൾ. അപ്പോൾ പിറന്നുവീണ കുഞ്ഞിനെയെന്ന പോലെ. സ്നേഹവാത്സല്യങ്ങൾ തൊട്ടെടുക്കാവുന്ന ഒരു നോട്ടം. അടുത്ത നിമിഷം അയാൾ കുനിഞ്ഞ് എന്റെ നെറ്റിയിൽ ഉമ്മ വച്ചേക്കു മെന്ന് തോന്നി.

''ദൈവം കടാക്ഷിച്ചില്ല അല്ലേ?'' ജീസസ് ചിരിക്കുന്നു, മൃദുവായി.

''മൂപ്പരങ്ങനെയാണ്, ചിലരെ പാടെയങ്ങ് ഉപേക്ഷിച്ചുകളയും.''

ഞാനും ചിരിച്ചു. ജീസസ് എന്റെ നേരെ കൈകൾ നീട്ടി, കിടപ്പിൽ നിന്ന് എനിക്ക് പിടിച്ച് ഉയരാൻ. ദൈവത്തെ സ്വപ്നം കാണാമെന്ന പ്രതീക്ഷയിൽ അപ്പോഴുമുറങ്ങുന്ന മനുഷ്യരെവിട്ട് ഞാൻ ആ ഹാളിൽ നിന്ന് ജീസസിന്റെ കൂടെ പുറത്തേക്ക് നടന്നു.

പുറത്ത് രാത്രി നേർത്തുനേർത്തു പോകുന്നതേ ഉണ്ടായിരുന്നുള്ളൂ. തലേന്നാൾ ഞങ്ങൾ വന്ന് ചേർന്നതിൽനിന്ന് തീർത്തും വ്യത്യസ്ത മായ ഒരിടംപോലെ തോന്നിച്ചു പുലർക്കാലത്ത് ആ കുന്നിൻപുറം. തണുപ്പ് ഇരട്ടിയാക്കുംമട്ടിൽ കാറ്റടിക്കുന്നുണ്ടായിരുന്നു. ചൂട് കുപ്പായ ങ്ങളോ ശിരസ്സ് മൂടുന്ന തൊപ്പിയോ ഞങ്ങൾ ധരിച്ചിട്ടുണ്ടായിരുന്നില്ല. എനിക്ക് നന്നായി തണുത്തു. ഒരു കോപ്പ കാപ്പി കിട്ടിയിരുന്നുവെങ്കിൽ എന്ന് തോന്നി.

''നമുക്കു മുമ്പിൽ രണ്ട് മാർഗ്ഗങ്ങളുണ്ട്.'' തണുപ്പത്ത് അടഞ്ഞ് നേർത്തുപോയൊരൊച്ചയിൽ ജീസസ് പറഞ്ഞു.

''ഇന്നലെ നമ്മൾ പങ്കുചേർന്ന പ്രാർത്ഥനയുടെ തുടർച്ചയിൽ ചേരാം, രാവിലെയത് പുനരാരംഭിച്ചിരിക്കും. അല്ലെങ്കിൽ ഒരു നടപ്പിന് പോവാം.''

പ്രാർത്ഥനയുടെ കൗതുകം തലേന്നാൾതന്നെ അവസാനിച്ച് പോയിരുന്നു. പ്രഭാതനേരത്ത് ഈ കുന്നിൻമുകളിലൂടെ നടക്കുന്നതുതന്നെ ഒരു ധ്യാനമാവും.

ജീസസ് ഒരു സിഗരറ്റിന് തീ കൊളുത്തി. പിന്നെയതിന്റെ പുക നേർത്ത മഞ്ഞിലേക്ക് ഊതിപ്പരത്തി പതിയെ നടന്നു. ഗുരുവിനെപ്പിന്തുടരുന്ന ശിഷ്യനെപ്പോലെ ഞാനും അയാളുടെ പിറകിലായി നീങ്ങി.

ഒരു സിഗരറ്റ് തീർന്നപ്പോൾ അയാൾ മറ്റൊന്ന് കൊളുത്തി. അപ്പോഴും മൗനമായി നടക്കുന്നത് തുടർന്നു. തലേന്നാളത്തേതിൽനിന്നും കുന്നിൻപുറം മാത്രമല്ല, ജീസസും ഏറെ വ്യത്യാസപ്പെട്ടിരിക്കുന്നുവെന്ന് തോന്നി.

അലസനെങ്കിലും നിറയെ ഊർജ്ജം പേറുന്ന ചടുലതയും ചുറുചുറുക്കുമുള്ള ഒരു ചെറുപ്പക്കാരൻ. അങ്ങനെയാണ് ഞാൻ ജീസസിനെ വായിച്ചിരുന്നത്. ഇപ്പോഴീ പുലർവേളയിൽ അയാൾ പക്ഷേ മൗനമുദ്രിതമായ ചുണ്ടുകളോടെ സിഗരറ്റ് പുകയ്ക്കുന്നതിൽ മാത്രം ശ്രദ്ധിച്ച്... അയാൾക്കെന്നോട് എന്തോ പറയാനുണ്ടെന്ന്, അതിനായി ഊർജ്ജം സ്വരുക്കൂട്ടുകയാണ് അയാളെന്ന് തോന്നി.

മരങ്ങൾ നന്നേകുറഞ്ഞ്, കഷ്ടി ആളുയരത്തിൽ വളർന്നു നിൽക്കുന്ന പുല്ലുള്ള ഒട്ടുമുക്കാലും തുറസ്സായ ഒരു ഭൂഭാഗമായിരുന്നു ആ കുന്നിൻ പ്രദേശം. അതിന്റെ ഇരട്ടയെന്ന് തോന്നിക്കുന്ന മറ്റൊന്ന് കുറച്ചകലെയായി തലയുയർത്തി നിൽക്കുന്നുമുണ്ടായിരുന്നു.

മനുഷ്യനടപ്പിന്റെ അടയാളങ്ങളോ നടവഴികളോ ഉരുവപ്പെടാതെ കിടക്കുന്ന ഒരു ഭാഗത്തെത്തിയിരുന്നു ഞങ്ങളുടെ നടത്തമപ്പോൾ. ജീസസിന് പക്ഷേ അവിടമെല്ലാം സുപരിചിതമാണെന്ന് തോന്നി.

പ്രത്യേകിച്ച് ധടിതിയൊന്നുമില്ലാതെ, എന്നാൽ എവിടെയോ ഒരു ലക്ഷ്യസ്ഥാനമുണ്ടെന്ന മട്ടിലാണ് ഞങ്ങൾ നടന്നിരുന്നത്. മിക്കപ്പോഴും ജീസസ് മുമ്പിലും ഞാൻ പിറകിലും.

കുന്നിൽ നിറയെ വെള്ളാരംകല്ലുകൾ വിതറിയിട്ടമാതിരിയുള്ള ഒരു ഭാഗം വളഞ്ഞ് ചുറ്റിമറികടന്നപ്പോൾ പൊടുന്നനെ കാറ്റിന് കരുത്തുകൂടി. അതിന്റെ ശക്തിയിൽ ആദ്യമാദ്യം വീണുപോയേക്കുമോ എന്ന് ഭയം തോന്നി. പിന്നെയും നടന്ന് ഞങ്ങളൊരു വിളുമ്പിലെത്തി. മലയുടെ ചെരിവിൽ. പെട്ടെന്ന്, ഭൂമി തീർന്ന് വഴി അവസാനിച്ചതുപോലെ.

മുമ്പിൽ വലിയൊരു താഴ്ച മാത്രം. അറ്റം കാണാനാവാത്ത ആഴം. ദീർഘകാലമായി പ്രകൃതി ഒളിപ്പിച്ചുവച്ച് പൊടുന്നനെ വെളിപ്പെടുത്തുന്ന ഒരു മരണവക്രം. ഭീതിയാൽ കിടിലംകൊണ്ട് പോകുന്ന ആഴക്കാഴ്ച. മല വിളുമ്പിൽനിന്ന് താഴോട്ട് നോക്കിയപ്പോൾ എനിക്ക് കാഴ്ച

മങ്ങുന്നതായി തോന്നി. പാദം തരിച്ചു. ഉപ്പൂറ്റിമുതൽ മുകളിലേക്ക് ഭയത്തിന്റെ ഒരു തരംഗസഞ്ചാരമുണ്ടായി.

മരണം പിളർവായുമായി കാത്തുനിൽക്കുന്ന ചെരിവ്. വീണാൽ പിന്നെ തിരിച്ചുപോക്കേ ഉണ്ടാവുകയില്ല. തോന്നി. ചെന്നുനിന്നിട്ടുള്ള ആത്മഹത്യാ മുനമ്പുകൾ ഓരോന്നായി മനസ്സിലൂടെ കടന്നുപോയി. നെല്ലിയാമ്പതി, കൊടൈക്കനാൽ, ഇടുക്കി, കൽപ്പ....

ജീസസ് എന്റെ മുഖം വായിച്ചുവെന്ന് തോന്നി. അയാളുടെ മുഖത്ത് ചെറിയ ചിരി തെളിഞ്ഞു.

''മരണത്തെപ്പറ്റി ഓർത്തു അല്ലേ?'' കാറ്റിലും തണുപ്പിലും കിടുകിടുക്കുന്ന ഒച്ചയിൽ ബ്രൂണോ ജീസസ് ചോദിച്ചു. അവിടെ ആ നില്പ് തന്നെയും ഒരു പാതി മരണമാണെന്ന് തോന്നി. പിന്നെ അയാൾ താഴോട്ട് കാണാവുന്ന ഒരു പാറവിളുമ്പിൽ ചെന്നിരുന്നു. അയാൾക്കവിടമെല്ലാം നല്ല പരിചയമുണ്ടെന്ന് തീർച്ചയായി.

ഭയത്തെ പിന്നാക്കം തള്ളി ഞാനൊരുവട്ടംകൂടി താഴോട്ട് നോക്കി. ഭൂമി പിളർന്ന് മാറിയതുപോലെ അവസാനിക്കുന്ന ആ കുന്നിന് താഴെ വിശാലമായ സമനിരപ്പ്. വെളിമ്പ്രദേശങ്ങളാവണം. കുറച്ചകലെയായി വേറെയും കുന്നുകൾ. കാറ്റിന്റെ ഭാഷകൊണ്ട് അവ പരസ്പരം സംസാരിക്കുകയാണെന്ന് തോന്നി.

''മരണത്തെക്കുറിച്ചല്ല, ജീവിതത്തെക്കുറിച്ച് എന്നെ ഓർമ്മിപ്പിക്കാനാണ് ഞാനീ മലകേറി വരാറുള്ളത്.'' തെല്ലു കഴിഞ്ഞപ്പോൾ ജീസസ് പറഞ്ഞു.

ഞാനയാളെ താത്പര്യപൂർവ്വം സൂക്ഷിച്ചുനോക്കി.

''മരണമോഹം ഉള്ളിലുടലെടുക്കുമ്പോഴാണ് ഞാനിവിടെ വരാറുള്ളത്.'' അയാൾ തുടർന്നു. ''അത് ഇവിടെയുപേക്ഷിച്ച് നീട്ടിയെടുത്ത പ്രാണനുമായാണ് ഞാനീ മലയിൽനിന്ന് മടങ്ങാറുള്ളത്. അല്ലാതെ ദൈവത്തെ സ്വപ്നം കാണാനുള്ള വരവൊന്നുമല്ല എന്റേത്.''

ജീസസ് ചിരിച്ചു, ഞാനും. ദൈവസ്വപ്നം, അതെല്ലാം എന്ത് തമാശ എന്ന മട്ടിൽ.

ജീസസ് തുടർന്നു: ''സത്യത്തിൽ മരിക്കാൻ നിശ്ചയമെടുക്കുന്നത് എളുപ്പമൊന്നുമല്ല. ഭീരുക്കളാണ് അങ്ങനെയൊരു തീരുമാനമെടുക്കുന്നത് എന്ന് നമുക്ക് വെറുതെ പറയാമെന്നേയുള്ളൂ. അതിന് നല്ല ഒന്നാന്തരം ധീരത വേണം. അതില്ലാത്തതുകൊണ്ട്, വെറും ഭീരുവായതുകൊണ്ടാണ് ഞാനിപ്പോൾ ബാക്കിയുള്ളത്.''

ബ്രൂണോ ജീസസ് എന്നെ സൂക്ഷിച്ചുനോക്കി. എനിക്കയാളെക്കുറിച്ച് ഒന്നുമറിയില്ല എന്ന് അയാളെപ്രതിയുള്ള എന്റെ മുൻവിധികൾ മായ്ച്ചുകളയേണ്ടിയിരിക്കുന്നു എന്ന് ബോധ്യമായി.

''മരണമോഹമുപേക്ഷിക്കാൻ, ജീവിതത്തെക്കുറിച്ച് ഓർക്കാൻ എല്ലാമാണ് ഞാനിവിടെ വരാറുള്ളത്. ശരിതന്നെ. പക്ഷേ ജീവിച്ചിരിക്കുന്നതിനേക്കാൾ മരിച്ചുപോവാൻ അർഹതയുള്ള ഒരുവനാണ് ഞാൻ.''

ജീസസ് തുടർന്നു: ''എന്നേ മരിക്കേണ്ട ഒരു പ്രതി. ചുറ്റുമുള്ള ഒരുപാട് ജീവിതങ്ങളെ കൊന്നുകളഞ്ഞ ഒന്നാന്തരം പ്രതി.''

പൊടുന്നനെ അയാൾ കരയാൻ തുടങ്ങി. പൊട്ടിപ്പിളർന്നുള്ള വലിയ ഒരു കരച്ചിൽ. അങ്ങനെയൊന്ന് ഞാനപ്പോൾ പ്രതീക്ഷിച്ചിരുന്നുവെങ്കിലും എന്തെങ്കിലും പറഞ്ഞ് അയാളെ ആശ്വസിപ്പിക്കുവാൻ കഴിഞ്ഞില്ല. അല്ലെങ്കിലും കരച്ചിൽ തടഞ്ഞുനിർത്താൻ ആർക്കാണ് കഴിയുക? ആണുങ്ങൾ കരയുന്നത്, ഇത്ര നിയന്ത്രണം നഷ്ടപ്പെട്ട്, സ്വയമഴിഞ്ഞ്, അടുത്ത കാലത്തൊന്നും കണ്ടിട്ടുണ്ടായിരുന്നില്ല.

മലവിളുമ്പിലെ ഇരിപ്പിൽനിന്ന് അയാളുടെ അടുത്തേക്ക് എഴുന്നേറ്റു ചെല്ലണമെന്ന്, ചുമൽതൊട്ട് എന്തെങ്കിലും സമാശ്വാസവാക്കുകൾ പറയണമെന്ന് ആഗ്രഹിച്ചു. പക്ഷേ ഞങ്ങളിരുവരും പാറക്കെട്ടുകൾക്കു മീതെ ശിലയായിരിക്കുന്നത് തുടർന്നു. ഞാനയാളെ കരയുവാനായി വിട്ടു.

''പറഞ്ഞുവല്ലോ ഞാനൊരു കുറ്റവാളിയാണ്, പ്രതിയാണ് എന്ന്. കുറച്ചധികം ജീവിതങ്ങളെ...'' തെല്ലൊന്ന് ശമിച്ചപ്പോൾ ജീസസ് പറയാൻ തുടങ്ങി.

''ഗോവയിലാണ് ഞങ്ങളെന്ന് പറഞ്ഞിരുന്നുവല്ലോ. മർമ്മഗോവ പോർട്ട് ട്രസ്റ്റിലെ ജീവനക്കാരനായിരുന്നു എന്റെ പപ്പ. ചരിത്രപ്രസിദ്ധമായ പോർട്ട് ട്രസ്റ്റിലെ നൂറുക്കണക്കിന് ജീവനക്കാരിൽ ഒരാൾ. മമ്മിക്ക് ജോലിയൊന്നുമില്ലായിരുന്നു. വീട്ടമ്മ. ലക്ഷണമൊത്ത വീട്ടമ്മ. അങ്ങനെ ആയിരിക്കുന്നതിൽ ആത്മാർത്ഥമായ സന്തോഷം സൂക്ഷിക്കുകയും ചെയ്യുന്ന ഒരാൾ. അസാധാരണമായ സമയകൃത്യതയും നിഷ്കർഷയുമുള്ള ഒരാളായിരുന്നു മമ്മി. തന്റേതുമാത്രമല്ല, പപ്പയുടേയും എന്റെയും അനിയത്തിയുടേയും എല്ലാം ജീവിതങ്ങൾ അങ്ങനെ വേണമെന്ന് ശഠിക്കുകയും ചെയ്യുമായിരുന്നു മമ്മി. രാവിലെ ആറുമണിക്ക് അലാറം വെച്ചുണരൽ, ലഘുഭക്ഷണം, വ്യായാമം, ഹോംവർക്കു ചെയ്യൽ, ഒരുങ്ങൽ, സ്കൂളിൽ പോകൽ, മടങ്ങിവന്നുള്ള ലഘു ഭക്ഷണം, ചുറ്റുവട്ടത്തിലെ കളികൾ, മേൽകഴുകൽ, ഹോംവർക്കു ചെയ്യൽ, രാത്രിഭക്ഷണം, പ്രാർത്ഥന, ഉറങ്ങാൻ കിടക്കൽ... എനിക്ക് മമ്മി ഉരുവപ്പെടുത്തിയ നിഷ്ഠ.

അക്കാലത്ത് മടുപ്പും വെറുപ്പും തോന്നിച്ച പിൽക്കാലത്ത് പരിഹാസവും പിന്നെ അതിശയവും തോന്നിപ്പിച്ച ഒരേകതാനത.

എന്റേതിൽനിന്ന് കുറച്ച് വ്യത്യസ്തമായ ഒരു പട്ടാളച്ചിട്ട അനിയത്തിക്കും ജോലിക്ക് പോക്കുകാരനായ പപ്പയ്ക്കും മമ്മി ഉരുവപ്പെടുത്തി എടുത്തിരുന്നു. വീട് വിട്ടാൽ ജോലി, ജോലി വിട്ടാൽ വീട് എന്ന മട്ടുകാരനായിരുന്നു പപ്പ. മമ്മിയുടെ ചട്ടങ്ങൾ പപ്പയെ ഒരിക്കലും മുഷിപ്പിച്ചുകണ്ടിരുന്നില്ല. മാത്രമല്ല, അവർ തമ്മിൽ ഒട്ടുവളരെ സ്നേഹത്തിലും അവസാനിച്ച് പോകാത്ത പ്രണയത്തിലുമായിരുന്നു. തികച്ചും പ്രകടമായ, പുറത്തേക്ക് കാണാവുന്ന സ്നേഹം. അതിന്റെ പ്രകടനപരത കാണുമ്പോൾ ഇതത്രയും വെറും കോപ്രായമാണല്ലോ എന്ന് ഒരാൾക്ക് സംശയം തോന്നുക സ്വാഭാവികം. പക്ഷേ, അങ്ങനെയേ ആയിരുന്നില്ല.

എന്നുമെപ്പോഴും ഏതു പ്രായത്തിലുമവർ പരസ്പരമുള്ള പ്രണയത്തിൽ മുങ്ങിനിൽക്കുകയായിരുന്നു. പപ്പയുടെ ചെന്നിയിൽനിന്ന് കൂട്ടംകൂട്ട മായി ആക്രമിച്ച് കയറുന്ന നരപ്പിനെ ഒരാൾക്കും പിടികിട്ടാത്തവിധം കൃത്യമായി കടുംകറുപ്പും ചെമ്പനുമല്ലാത്ത സ്വാഭാവിക നിറച്ചായം പുരട്ടി ഒരുക്കുന്ന മമ്മി. ആർത്തവ നാളുകളിലെ കഠിനമായ വയറുവേദന കൊണ്ട് ഉറങ്ങാനാവാതെ തിരിഞ്ഞും മറിഞ്ഞും സമയം കഴിക്കുന്ന മമ്മിയുടെ കാല് മണിക്കൂറുകളോളം ഇരുന്ന് തലോടി പതിയെ ഉറ ക്കത്തെ ആവാഹിച്ചുവരുത്തുന്ന പപ്പ. അടുക്കളയോ തീൻമുറിയോ മുൻവശവരാന്തയോ എവിടെയും ആയിക്കൊള്ളട്ടെ, ലോഭമില്ലാതെ പരസ്പരം ചുംബനപ്പൂക്കൾ പൊഴിച്ചിടുന്ന അവർ. അങ്ങനെ...

ഞങ്ങൾ മക്കളുടെ സാന്നിദ്ധ്യത്തിൽ വെച്ചുപോലും സ്നേഹാലിം ഗനത്തിൽ ഇഴചേർന്ന് നിൽക്കുന്നതിന് ഒരു സങ്കോചവുമുണ്ടായിരു ന്നില്ല പപ്പയ്ക്കും മമ്മിക്കും. മമ്മിയെ ഇരുചുമലുകളിലുമായി ഇരുത്തി ചെറുഓട്ടത്തിലെന്നപോലെ മുറികളിൽനിന്ന് മുറികളിലേക്ക് പപ്പ നീങ്ങു ന്നത്... എന്നുമെപ്പോഴുമുള്ള കാഴ്ചയാണ്.

അത്യപൂർവ്വമാണെങ്കിലും ജോലിയാവശ്യാർത്ഥം പപ്പയ്ക്ക് യാത്ര ചെയ്യേണ്ടി വരാറുണ്ട്. ആ നാളുകളിൽ മമ്മി ഞങ്ങളുടെ വീടൊരു നരകമാക്കിമാറ്റും. പപ്പ തിരികെ വരുംവരെ ഒരു മൂകതയാവും മമ്മിക്ക്. തൊട്ടതിനും തൊടാത്തതിനുമെല്ലാം ദേഷ്യവും സങ്കടവും. ആ നാളു കളിൽ മമ്മി ഈ വീട്ടിലെ ഏറ്റവും ചെറിയ കുഞ്ഞാവുമെന്ന് അനി യത്തി സാഷ കളിയാക്കും. മമ്മിക്ക് ഭക്ഷണം വേണ്ടാതാവും. മിക്ക പ്പോഴും പപ്പയില്ലാത്ത ആ സമയത്ത് മാത്രം എന്തെങ്കിലും അസുഖം വരികയും ചെയ്യും. പനിയോ വയറുവേദനയോ അങ്ങനെ എന്തെങ്കിലും.

മറുഭാഗത്ത് ഇതേ വിരഹം പപ്പയും നോൽക്കുന്നുണ്ടാവുമെന്ന് തീർച്ച. യാത്രയ്ക്കായി കൊണ്ടുപോകുന്ന പെട്ടിയിൽ പപ്പ മമ്മിയുടെ വസ്ത്രങ്ങളെന്തെങ്കിലും എടുത്തുവെയ്ക്കുന്നത്-ഫ്രോക്കോ, ബ്ലൗസോ അങ്ങനെ എന്തെങ്കിലും- കണ്ടിട്ടുണ്ട്. രണ്ടുപേരിലാരെങ്കിലും മരിച്ചു പോയാൽ മറ്റേയാളത് എങ്ങനെ അതിജീവിക്കുമെന്ന ആശങ്ക ഞാനും സാഷയും ഇടയ്ക്കിടെ പങ്കുവെയ്ക്കാറുണ്ടായിരുന്നു.

പോർട്ട് ട്രസ്റ്റിലെ പപ്പയുടെ സഹപ്രവർത്തകനാണ് പയസ് അങ്കിൾ. പയസ് സിൽവ. സഹപ്രവർത്തകൻ മാത്രമല്ല കൂട്ടുകാരനും. വെറും കൂട്ടുകാരാണ് ഇരുവരുമെന്ന് പറഞ്ഞാൽ മതിയാവില്ല. ഉറ്റ ചങ്ങാതി മാർതന്നെയാണ്. ഒരു കൂട്ടുകാരന് മറ്റേയാളുടെ കയ്യോ, കാലോ അതോ തല തന്നെയോ വേണമെന്ന് പറഞ്ഞാലും മുറിച്ചെടുത്ത് തളികയി ലാക്കി കൈമാറുന്നതരം കൂട്ട്. പയസങ്കിൾ പറഞ്ഞതിൻപ്രകാരമാണ് അങ്കിളിന്റെ വീടിനടുത്ത്, കോൾവയിൽ പപ്പയും സ്ഥലം വാങ്ങുന്നതും വീടുവെയ്ക്കുന്നതും.

അങ്കിളിന്റെ ഭാര്യ ലിസ് ആന്റി. അവർക്ക് ഒരു മകൻ സേവ്യർ. സേവ്യർ സിൽവ. പ്രായത്തിൽ വെറും മൂന്നുമാസത്തിന്റെ മൂപ്പുണ്ടാ യിരുന്ന അവനും ഞാനും ഉറ്റ ചങ്ങാതിമാരായിരുന്നു. ഒരുവീടുപോലെ യായിരുന്നു ഞങ്ങൾ കഴിഞ്ഞിരുന്നത്. ഒരൊറ്റവീട്ടിലെ മൂന്ന് കുട്ടികളെ

പ്പോലെയായിരുന്നു ഞാനും സേവ്യറും എന്റെ അനിയത്തി സാഷയും. പലപ്പോഴും ഉറങ്ങുന്നതുപോലും ഒരു വീട്ടിലായിരുന്നു.

ആഘോഷങ്ങളായിരുന്നു ഞങ്ങളുടെ ജീവിതത്തിന്റെ താളം. എന്തിനു മേതിനും ആഘോഷം. നാലും മൂന്നു ഏഴുപേരടങ്ങുന്ന ഞങ്ങളുടെ വീടുകളിലെ ജന്മദിനങ്ങൾ, ഒന്നുമൊന്നും രണ്ട് കല്യാണവാർഷികങ്ങൾ, സ്കൂളിൽ ഞങ്ങൾ കുട്ടികൾ നേടുന്ന ചെറുജയങ്ങൾ, പുണ്യാളന്മാരുടെ ദിനങ്ങൾ, വിവിധ ആരാധനാദിനങ്ങൾ, എന്തിന് ചർച്ച് സ്കൂളിലെ ടീച്ചറായിരുന്ന ലിസ് ആന്റിയുടെയും പപ്പയുടേയും സേവ്യറങ്കിളിന്റെയും തികച്ചും ചട്ടപ്പടിയായ ശമ്പള ഇൻക്രിമെന്റ് പോലും ഒരു രാത്രി നീളുന്ന ആഘോഷമാണ് ഞങ്ങൾക്ക്. സാധാരണവും വിരസവുമായിത്തുടരുന്ന ദിവസങ്ങൾക്കിടയിൽനിന്ന് അത്തരം ദിനങ്ങൾ വേറിട്ട് ചിറകടിച്ചുയരും.

പറഞ്ഞുവല്ലോ, ഒരേ പ്രായക്കാരായ സേവ്യറും ഞാനും ഇഴപിരിയാത്ത കൂട്ടുകാരായാണ് മുതിർന്നത്. പത്തുപന്ത്രണ്ടു വർഷങ്ങൾ ഞങ്ങൾ ഒരേ സ്കൂളിലാണ് പഠിച്ചത്. ഞാൻ ബിസിനസ് അഡ്മിനിസ്ട്രേഷൻ പഠിക്കാൻ ഔറംഗബാദിലേക്കും ഡെന്റിസ്റ്റാവാൻ പഠിക്കാൻ സേവ്യർ മുംബൈയിലെ ഒരു കോളേജിലേക്കും പോയതോടെയാണ് ഞങ്ങളുടെ ഒന്നിച്ചുള്ള ജീവിതം അവസാനിച്ചത്. എങ്കിലും ഞങ്ങളുടെ കൂട്ട് പിരിഞ്ഞതേയില്ല. പുതിയ പരിസരം, മനുഷ്യർ ജീവിതത്തിലേക്ക് കടന്നുവന്നിട്ടും ഞങ്ങൾ പ്രിയപ്പെട്ടവരായിത്തന്നെ തുടർന്നു.

ശാന്ത പ്രകൃതക്കാരനായിരുന്നു സേവ്യർ. ഞാനാവട്ടെ, ഇടിച്ചുകയറുന്നമട്ടുള്ള ഒരു ബഹളക്കാരനും. കോളേജ് പഠനകാലത്തും ജോലിയാരംഭകാലത്തിലുമെല്ലാം പ്രണയങ്ങളുണ്ടായിരുന്നു എനിക്ക്. എങ്കിലും എന്റെ കല്യാണം ഒരു ലക്ഷണം തികഞ്ഞ അറേഞ്ച്ഡ് കല്യാണമായിരുന്നു. പക്ഷേ സ്വതേ തണുത്ത മട്ടുകാരനായിരുന്നെങ്കിലും സേവ്യർ എല്ലാവരെയും അതിശയിപ്പിച്ചു. അവനൊരു പ്രണയമുണ്ടായിരുന്നു. മഹാരാഷ്ട്രയിലെ പഠനത്തിന്റെ അവസാനവർഷം ഉടലെടുത്ത പ്രേമം. ഒരു സർപ്രൈസ് എന്ന നിലയ്ക്ക് അവൻ ഏറെ ശ്രമപ്പെട്ട് ഞങ്ങളിൽ നിന്നെല്ലാം മറച്ചുവെച്ചത്. ലിൻഡ സേവ്യറിന്റെ ഒരു വർഷം ജൂനിയറായിരുന്നു. മുംബൈയിൽ ഘടികാരങ്ങളുടെ കച്ചവടം നടത്തുന്ന ഒരു മുൻനിരകച്ചവടക്കാരന്റെ മകൾ. ഒരു കൊച്ചു രാജകുമാരിതന്നെ. സേവ്യറിന്റെയും ലിൻഡയുടേയും കല്യാണത്തിന് അവളുടെ വീട്ടുകാർക്ക് എതിർപ്പുണ്ടായിരുന്നു. പക്ഷേ ഞങ്ങൾ അവനോടൊപ്പം ഉറപ്പോടെ നിന്നതോടെ എതിർപ്പുകൾ മാറിപ്പോയി. അല്ലെങ്കിലും പ്രണയിക്കുന്ന മനുഷ്യർ ഒന്നിക്കണമെന്ന് നിശ്ചയമെടുത്താൽ അവരെത്തടയാൻ ആർക്കാണ് കഴിയുക?

നല്ല കുട്ടിയായിരുന്നു ലിൻഡ. ഞങ്ങളുടേതിൽനിന്ന് ഒട്ടുവളരെ വ്യത്യാസപ്പെട്ട സാഹചര്യത്തിലാണവൾ വളർന്നതും മുതിർന്നതും. എങ്കിലും ഞങ്ങളുടെ കൂട്ടത്തിലേക്കവൾ പെട്ടെന്നുതന്നെ ഇണങ്ങി. അതിനായി കുറെയേറെ ത്യാഗങ്ങളും വിട്ടുവീഴ്ചകളും ചെയ്തു അവൾ.

മഡ്ഗാവിലെ ഒരു ക്ലിനിക്കിൽ പ്രാക്ടീസ് ചെയ്തുവരികയായിരുന്ന സേവ്യർ അതിനിടെ പനജിയിൽ സ്വതന്ത്രമായി ഒരു ക്ലിനിക്ക് തുടങ്ങി അവിടെത്തന്നെ രോഗികളെ നോക്കാൻ തുടങ്ങിയിരുന്നു. ലിൻഡയുടെ കോഴ്സും പരിശീലനവും പൂർത്തിയാവുന്ന മുറയ്ക്ക് അവരിരുവരും ഒന്നിച്ച് പ്രാക്ടീസ് ചെയ്യാനായിരുന്നു അവരുടെ പദ്ധതി.

ഇപ്പോൾ ഞാൻ സ്വന്തമായി ചെയ്യുന്ന ബിസിനസ് അക്കാലത്ത് ഒരു പാർട്ണർഷിപ്പിൽ ചെയ്തുവരികയായിരുന്നു ഞാൻ. എന്റെ ഭാര്യ റോസ്മിൻ ഞങ്ങളുടെ വിവാഹത്തിന് മുമ്പേയുള്ള സ്പൈസ് ജെറ്റിലെ അവളുടെ ജോലിയിൽ തുടരുകയും.

അപ്രതീക്ഷിതമായി ഒരു ദുരന്തം ഞങ്ങളുടെ ജീവതത്തിലുണ്ടാവുന്നത് ആ ഘട്ടത്തിലായിരുന്നു. പയസ് അങ്കിളിന്റെ പോർട്ട് ട്രസ്റ്റ് ജോലി പ്രവേശത്തിന്റെ സിൽവർ ജൂബിലി സർപ്രൈസ് നൽകി ആഘോഷിക്കാൻ ഞങ്ങൾ കുട്ടികൾ തീരുമാനമെടുത്തിരുന്നു. അങ്കിളിന് ഏറെയിഷ്ടമുള്ള വലിയ മത്സ്യങ്ങൾ മാർക്കറ്റിൽനിന്നും വാങ്ങിവരുംവഴി റോസ്മിന് ഒരപകടം പറ്റി. അവളുടെ സ്കൂട്ടറിന് പിന്നിൽ ഒരു പിക്കപ്പ് വാൻ വന്നിടിച്ചു. വീഴ്ചയിൽ ഇടതുകാലിനും കൈക്കും പൊട്ടലുണ്ടായി. പക്ഷേ കൂടുതൽ ഗൗരവമായത് അവളാസമയത്ത് മൂന്നു മാസം ഗർഭിണിയായിരുന്നു എന്നതാണ്. ഞങ്ങളുടെ ആദ്യകുഞ്ഞിനെ അതിന്റെ അമ്മയുടെ ഉദരത്തിൽവെച്ചുതന്നെ ഞങ്ങൾക്ക് നഷ്ടമായി. ആദ്യം ആശുപത്രിയിലും പിന്നെ വീട്ടിലുമായി റോസ്മിൻ വിശ്രമത്തിലായി. ഏതാണ്ട് ഒരു വർഷമെടുത്തു ഇരട്ടദുരന്തങ്ങളുണ്ടാക്കിയ ശാരീരികവും മാനസികവുമായ ആഘാതങ്ങളിൽനിന്ന് അവളും ഞങ്ങളുമെല്ലാം ഒന്ന് കയറിവരാൻ. ലിൻഡ വേഗംതന്നെ രണ്ടമ്മമാർക്കും പ്രിയപ്പെട്ടവളായി മാറിയിരുന്നു. എനിക്കും ഇഷ്ടമായിരുന്നു അവളെ.

ഞങ്ങളുടെ വീടുകളിൽ ആർക്കുമില്ലാത്ത ഒരു ശീലത്തിന്, പ്രിയത്തിന് ഉടമയായിരുന്നു ഞാൻ. പുസ്തകങ്ങളോടുള്ള ഇഷ്ടം. ലിൻഡയ്ക്കും പുസ്തകങ്ങൾ ഇഷ്ടമായിരുന്നു. പക്ഷേ വിചിത്രം അവൾ ഓഷോ പുസ്തകങ്ങളുടെ മാത്രം വായനക്കാരിയായിരുന്നു. ഓഷോ രജനീഷിന്റെ എല്ലാ പുസ്തകങ്ങളും അവളുടെ ശേഖരത്തിലുണ്ടായിരുന്നു. ചിലവയുടെയെല്ലാം ഒന്നിലധികം പതിപ്പുകൾ. വേറെ ചിലതിന്റെ അവൾക്കറിയാത്ത ഭാഷയിലിറങ്ങിയ പരിഭാഷകൾ പോലും! ഓഷോ എഴുതിയവ മാത്രമല്ല ഓഷോയെക്കുറിച്ച് രചിച്ചവയും ഓഷോയുടെ കൃതികളെ ആധാരമാക്കി രചിക്കപ്പെട്ടവപോലും അവൾ പ്രിയത്തോടെ സ്വരുക്കൂട്ടുകയും വായിക്കുകയും ചെയ്തുപോന്നു. താനൊരു ഓഷോ ബിബ്ലിയോഫൈൽ ആണെന്ന് അവൾ ഇടയ്ക്കിടെ പറയാറുണ്ടായിരുന്നു. സത്യത്തിൽ അവൾ വന്നുചേർന്നതിനു ശേഷമാണ് ഞാൻ ഓഷോയെ കാര്യമായി വായിക്കുന്നത്. പിന്നെ കുറച്ച് മാസങ്ങൾ ഞാൻ വായിച്ചത് ഓഷോയുടെ പുസ്തകങ്ങൾ മാത്രമായിരുന്നു താനും. ഒട്ടും പണച്ചിലവില്ലാതെ ലിൻഡയുടെ ശേഖരത്തിൽനിന്ന് എടുത്തുകൊണ്ടുവന്നുള്ള ഓഷോ വായന.

ശരീരത്തിൽ രക്തം കുറയുന്ന അസുഖമുണ്ടായിരുന്നു ലിൻഡയ്ക്ക്. ഇടയ്ക്കിടെ ചോര സ്വീകരിക്കേണ്ടി വരും. റെയർ ഗ്രൂപ്പായ ബി നെഗറ്റീവായിരുന്നു അവളുടേത്. പഠനകാലത്ത് കോളേജിലെ ഒരു സഹപാഠിയും ഒരു ബസ് ബുക്കിംഗ് സെന്ററിലെ ജീവനക്കാരനുമായിരുന്നു അവൾക്ക് സ്ഥിരമായി രക്തം നൽകിയിരുന്നത്. എന്റേതും മമ്മിയുടേതും അതേ ഗ്രൂപ്പു തന്നെയായിരുന്നു. സേവ്യറും ലിൻഡയും വിവാഹിതരായശേഷം ആവശ്യം വന്നപ്പോൾ രക്തം നൽകിയിരുന്ന് ഞാനായിരുന്നു. നമ്മൾ തമ്മിൽ ഇപ്പോൾ സുഹൃദ്ബന്ധം മാത്രമല്ല രക്തബന്ധം കൂടിയായി എന്ന് ഞാനും അല്ല, ഞാൻ രക്തമൂറ്റിക്കുടിച്ചിട്ടുള്ള മനുഷ്യരുടെ കൂട്ടത്തിലേക്ക് ബ്രൂണോയും കടന്നുവന്നിരിക്കുന്നു എന്ന് അവളും അതിനെക്കുറിച്ച് തമാശ പറയുമായിരുന്നു.

റോസ്മിൻ ചികിത്സയും വിശ്രമവും കഴിഞ്ഞ് എഴുന്നേറ്റപ്പോഴേക്കും ഒരു വർഷം കഴിഞ്ഞിരുന്നു. തിരികെ ജോലിക്ക് കയറുന്നത് ഹണിമൂൺ യാത്ര പൂർത്തിയാക്കിയിട്ടാവട്ടെയെന്ന് അവൾ തന്നെയാണ് നിർദ്ദേശം വച്ചത്. അപകടം, കുഞ്ഞിന്റെ നഷ്ടം, കട്ടിലിൽ ഒരേ മട്ടിൽ കിടന്ന ദിവസങ്ങൾ, പിന്നെ വീടകമല്ലാതെയൊന്നും കണ്ടിട്ടില്ലാത്ത നീണ്ട നീണ്ട മാസങ്ങൾ. അവളാകെ മുഷിഞ്ഞിരുന്നു. ഒരു യാത്ര അവളാഗ്രഹിച്ചിരുന്നു, അർഹിച്ചിരുന്നു.

സേവ്യറുടെ കല്യാണം കൂടി കഴിഞ്ഞിട്ട് ഞങ്ങൾ രണ്ടു ജോഡികളുമൊന്നിച്ച് എന്ന് മാറ്റിവെച്ചതായിരുന്നു ഞങ്ങളുടെ ഹണിമൂൺ യാത്ര. അപ്പോഴേക്കും റോസ്മിൻ അപകടംപറ്റി കിടപ്പിലുമായി. ഇനിയത് വൈകിക്കേണ്ടതില്ലെന്ന് ഞങ്ങൾ കൂട്ടായി തീരുമാനിച്ചു. എങ്കിൽ ആദ്യയാത്ര പോർച്ചുഗലിലേക്കാവട്ടെ എന്ന് നിർദ്ദേശം വെച്ചത് പയസങ്കിളാണ്. എല്ലാവർക്കുമത് സമ്മതമാവുകയും ചെയ്തു.

ആദ്യം ലിസ്ബൺ. പിന്നെ പോർച്ചുഗലിലെ തന്നെ വിവിധ ഭാഗങ്ങൾ. അത് കഴിഞ്ഞ് യൂറോപ്പിലെ മറ്റിടങ്ങൾ. അതായിരുന്നു ഞങ്ങളുടെ പദ്ധതി. ഷെങ്കൺ വിസയായതിനാൽ അങ്ങനെ എളുപ്പം സാധ്യവുമായിരുന്നു.

പയസങ്കിളിന്റെ വീട്ടിൽ നിന്നാണ് ഞങ്ങൾ ഇറങ്ങിയത്.

''നിങ്ങൾ പോവുന്നത് പോർച്ചുഗലിലേക്കാണ്. ഗോവ-പോർച്ചുഗൽ ബന്ധത്തെക്കുറിച്ച് അറിയാമല്ലോ. സാധ്യമായത്രയും ആ ചരിത്രം അന്വേഷിച്ചുപോവുകയും ചെയ്യുക എന്നതും നിങ്ങളുടെ യാത്രയുടെ ലക്ഷ്യമാവട്ടെ എന്ന് ഇറങ്ങാൻ നേരം ആലിംഗനം ചെയ്ത് പയസങ്കിൾ നൽകിയ നിർദ്ദേശം ഉയർത്തിയ ചിരിയുടെ അലയൊലികൾ ഡാബോളിമിലെ എയർപോർട്ടിൽ ചെന്ന് കയറിയിട്ടും ഞങ്ങളെ വിട്ടുപോയില്ല.

പതിനാറാം നൂറ്റാണ്ടു മുതൽ സംഭവിച്ച പോർച്ചുഗീസധിനിവേശത്തിന്റെ കാര്യകാരണങ്ങൾ അവിടെ മധുവിധുവിന് പോവുന്ന ഞങ്ങൾ അന്വേഷിക്കാൻ ശ്രമിക്കണമെന്ന്. അതും എവിടെയിരുന്നും എന്തും വിരൽത്തുമ്പിൽ കിട്ടുന്ന ഇക്കാലത്ത്.

ഗൗരവഭാവത്തിലാണെങ്കിലും അങ്കിൾ പറഞ്ഞ ഒരു തമാശയായിരിക്കും ഒരുവേള അതെന്ന് ഞാൻ റോസ്മിനോട് പറഞ്ഞു. വിമാനത്തിന്റെ സുഖോഷ്മളതയിലിരിക്കവേ ഞങ്ങൾ അങ്കിളിന്റെ ചിലവിൽ പിന്നെയും പൊട്ടിച്ചിരിച്ചു.

ശ്രീലങ്കയിലെ കൊളംബോയിലും നെതർലാന്റിലെ ആംസ്റ്റർഡാമിലുമിറങ്ങി വിമാനം മാറിമാറിക്കയറിയുള്ള യാത്രയായിരുന്നു ലിസ്ബണിലേക്ക്. ഒരല്പം സമയമെടുത്താണെങ്കിലും പണച്ചെലവ് കുറവുള്ള ആ മാർഗ്ഗം തെരഞ്ഞെടുത്ത് നിശ്ചയിച്ചത് റോസ്മിനായിരുന്നു. അവളുടെ വിമാനക്കമ്പനിയിലെ ജോലിപരിചയം അക്കാര്യത്തിൽ ഞങ്ങൾക്ക് ഗുണകരമായി.

രാത്രിനേരത്ത് ഉറക്കം കളയുന്ന, സമയക്കൂടുതലെടുക്കുന്ന മാർഗ്ഗമായിരുന്നുവെങ്കിലും ഞങ്ങളെയത് മടുപ്പിച്ചില്ല. ഒന്നിച്ചുള്ള ആദ്യയാത്രയുടെ ആവേശം എല്ലാത്തിനും മീതെ ഉയർന്നുനിന്നു.

ലിസ്ബണിൽ ഞങ്ങൾ ഉച്ചയോടടുത്ത നേരത്താണ് ചെന്നിറങ്ങുന്നത്. വൈകുന്നേരം വരെ മുറിയിൽ വിശ്രമിച്ചു. പിന്നെ രാത്രിനഗരം കാണാനിറങ്ങി. അന്നും പിറ്റേന്നും പോർച്ചുഗൽ തലസ്ഥാനത്ത് തന്നെ അലഞ്ഞു. പിന്നെയവിടുന്ന് സ്പെയിനിലെ മാഡ്രിഡിലേക്ക് യാത്രയായി. പിന്നീട് അവിടെ നിന്ന് ഇറ്റലിയിലെ ടൂറിൻ, ഫ്രഞ്ചു തലസ്ഥാനമായ പാരിസ് തുടങ്ങിയ നഗരങ്ങളിലേക്കും യാത്ര ചെയ്തു.

ഏറ്റവുമൊടുവിലാണ് സ്വിറ്റ്സർലാന്റിലെത്തിയത്. അതുവരെയുള്ള യാത്രയിൽ നിന്ന് വ്യത്യസ്തമായി കുറച്ചധികം ഗ്രാമദേശങ്ങളിലേക്ക് ഞങ്ങൾ പോവുന്നത് സ്വിറ്റ്സർലാന്റിലാണ്. ഏറ്റവുമൊടുവിലായാണ് സ്വിസ് തലസ്ഥാനമായ ബേണിൽ എത്തുന്നത്. അവിടെ നിന്നായിരുന്നു ഞങ്ങളുടെ മടക്കയാത്ര നിശ്ചയിച്ചിരുന്നതും.

വല്ലാത്ത ഒരു സംഭവമുണ്ടാകുന്നത് അവിടെ, ബേണിൽ വച്ചാണ്.

ആ നഗരത്തിൽ ഞങ്ങൾക്ക് വേറൊരു പദ്ധതികൂടി ഉണ്ടായിരുന്നു. കൃത്യമായി പറഞ്ഞാൽ സേവ്യറിന്. അവന്റെ ക്ലിനിക്കിലേക്ക് വേണ്ട കുറച്ച് ആധുനിക ചികിത്സാ ഉപകരണങ്ങൾ അവിടെ നിന്ന് വാങ്ങിച്ച് ഷിപ്പ് ചെയ്യുക. യഥാർത്ഥത്തിൽ യൂറോപ്പിലെവിടെയും എളുപ്പം ലഭ്യമായിരുന്നവ തന്നെയായിരുന്നു അവ. എങ്കിലും അവസാന ഡെസ്റ്റിനേഷൻ എന്ന നിലയ്ക്കാണ് ബേൺ അതിനായി തിരഞ്ഞെടുത്തത്. അവിടെയുള്ള ചില വിതരണക്കാരുമായി നേരത്തേതന്നെ സേവ്യർ ചർച്ചകൾ നടത്തുകയും ചെയ്തിരുന്നു.

മെഡിക്കൽ ഉപകരണങ്ങളുടെ ബിസിനസിൽ ഏർപ്പെട്ടിരുന്ന ഞാനും അക്കാര്യത്തിലവനെ സഹായിച്ചിരുന്നു. യഥാർത്ഥത്തിൽ പർച്ചേസിന് ഞങ്ങൾ രണ്ടുപേരും ഒരുമിച്ച് പോകാം എന്നായിരുന്നു പരിപാടിയിട്ടിരുന്നത്. എങ്കിലും തുടർയാത്രയും തലേന്നാളത്തെ കുന്നുകയറ്റവും റോപ്‌വേ സഞ്ചാരവും ഞങ്ങളെ ഒരുപോലെ തളർത്തിക്കളഞ്ഞിരുന്നു. യാത്രയിൽ കൂടുതൽ ദിവസങ്ങൾ ശേഷിച്ചിട്ടില്ലാതിരുന്നതിനാൽ സേവ്യറിന്

അന്നത് വാങ്ങിച്ചേ കഴിയുമായിരുന്നുള്ളൂ. അങ്ങനെയാണ് അവനൊറ്റയ്ക്ക് പോവാൻ തീരുമാനിച്ചത്.

അവനിറങ്ങുമ്പോൾ ഞങ്ങളാരും എഴുന്നേറ്റിട്ടുപോലുമുണ്ടായിരുന്നില്ല. ഉറക്കമുണർപ്പോൾ തലയ്ക്ക് വല്ലാത്ത കനം തോന്നി എനിക്ക്. സുദീർഘമായ ഒരു വിമാനസഞ്ചാരത്തിന്റെ ശേഷിപ്പായ ജെറ്റ്ലാഗ് പോലൊന്ന് എന്റെ തലയിൽ ഓളംവെട്ടുന്നതുപോലെ തോന്നി.

കട്ടിൽച്ചാരെ ടീപ്പോയിമേൽ വെച്ചിരുന്ന വിസ്കി ബോട്ടിലിൽനിന്ന് കുറച്ചെടുത്ത് അകത്താക്കിയശേഷമാണ് ചെറിയൊരാശ്വാസം എനിക്ക് തോന്നിയത്. പിന്നെ ടോയ്ലറ്റിൽ പോയി ഫ്രഷായി വന്ന് കുറഞ്ഞ വോളിയത്തിൽ ടി.വി തുറന്നുവെച്ചു. ഏതോ തദ്ദേശീയ ഫുട്ബോൾ ലീഗിലെ മത്സരങ്ങളുടെ പുനഃസംപ്രേഷണം കുറച്ചുനേരം കണ്ടുകൊണ്ടിരുന്നു. റോസ്മിൻ അപ്പോഴും ഉറങ്ങുക തന്നെയായിരുന്നു. അവളുടെ എപ്പോഴത്തെയും പതിവുപോലെ കമിഴ്ന്ന് കിടന്ന്.

ലിൻഡയെക്കുറിച്ച് അപ്പോഴാണ് ഓർത്തത്. സേവ്യർ പോയിട്ടുണ്ടാവും. അവൾ ഉണർന്ന് ഞങ്ങളെ ഉണർത്താൻ മടിച്ച് കാത്തിരിക്കുകയാവണം. ഒരു ഗുഡ്മോർണിംഗ് പറഞ്ഞുവരാം. റ്റി.വി ഓഫ് ചെയ്ത് ഞാൻ എഴുന്നേറ്റു. മുറി വാതിൽ പതിയെ അടച്ച് സേവ്യറുടെ പേരിലെടുത്തിരുന്ന മുറിയിലേക്ക് നടന്നു. സേവ്യർ പോയപ്പോൾ ചാരിയിട്ട നിലയിലായിരുന്നു വാതിൽ.

അകത്ത്, ഒരുരാവ് കിടന്ന് പുലർന്നതിന്റെ ചുളിവുകളൊന്നും ഏറെ ശേഷിക്കാത്ത തൂവെള്ള വിരിക്കിടക്കയിൽ വശം ചെരിഞ്ഞ് കിടക്കുന്ന ലിൻഡ. ചെറിയ ഒരു സങ്കോചത്തിൽ ഞാനൊരുമാത്ര സംശയിച്ചു നിന്നു. പിന്നെ പതിയെ അവളുടെ കട്ടിലിനടുത്തേക്ക് നടന്നു. ശാന്തമായ ഉറക്കത്തിന് ഒരു ചുംബനത്തിന്റെ തൊങ്ങലിടണമെന്ന തോന്നലാണ് എനിക്ക് പെട്ടെന്നുണ്ടായത്. ഞാനതുതന്നെ ചെയ്യുകയും ചെയ്തു. എന്റെ ചലനങ്ങളിൽ എനിക്കുതന്നെ നിയന്ത്രണമില്ലാതെ പോയ ഏതാനും നിമിഷങ്ങൾ. നേരിയ നടുക്കത്തോടെ ലിൻഡ ഉണർച്ചയിലേക്ക് തെറിക്കുന്നത് ഞാൻ കണ്ടു. കിടക്കയിൽ എഴുന്നേറ്റിരുന്ന് അവളെന്നോട് കണ്ണുകളാൽ ഏറ്റുമുട്ടി. താഴ്ന്നുപോയ ശിരസ്സോടെ പാതിക്ക് മുറിഞ്ഞ ക്ഷമാപണവാക്കുകളോടെ ഞാനവളുടെ പാദം തൊടാനാഞ്ഞു.

അവളെന്റെ കൈകൾ പിടിച്ച് അരുതെന്ന് പറഞ്ഞു. പിന്നെ വാതിലിന് നേരെ നോക്കി. അതപ്പോഴും തുറന്ന് കിടക്കുകതന്നെയായിരുന്നു. ഞാൻ ഒരു നിമിഷം കൂടിയൊന്ന് നിന്ന് പതിയെ വാതിലിനുനേരെ നടന്നു. പിന്നെ ഒന്ന് നിന്ന് തിരിഞ്ഞു നോക്കി. പിന്നീടാലോചിച്ചപ്പോഴെല്ലാം ഉണ്ടാവാൻ പാടില്ലാത്തത് എന്ന് തോന്നിയ ഒരു വലിയ നിമിഷം ആ നോട്ടം. കട്ടിലിൽ എന്നെത്തന്നെ നോക്കിയിരിക്കുന്നു ലിൻഡ. അപകടം പിടിച്ച ആ നിമിഷം ഞാൻ കടന്നുകയറിയില്ല. വാതിൽ തുറന്ന് നടന്നകലാനല്ല. തിരികെ അവളുടെയരികിലേക്ക് ചെല്ലാനാണ് എനിക്ക് തോന്നിയത്. പിന്നെ ശരിയാംവിധം തഴുതിടുകപോലും ചെയ്തിട്ടില്ലാത്ത വാതിലിനിപ്പുറത്ത് എല്ലാം മറന്ന് ഞങ്ങൾ...

ഇടയ്ക്ക് ബ്രൂണോ അരുത്, എന്നോ മറ്റോ അവൾ പ്രതിരോധം ചമയ്ക്കാൻ ശ്രമപ്പെടാതിരുന്നില്ല. അത് പക്ഷേ തീരെ ദുർബലമായിരുന്നു.

ബേണിലെ അരുതായ്മയ്ക്ക് ഞങ്ങൾക്ക് ഞങ്ങൾക്കുതന്നെ മാപ്പു നൽകാമായിരുന്നു. ക്ഷണനേരത്തെ പ്രലോഭനത്തിന്റെ പരിണതി എന്ന് മറന്നുകളയാൻ ശ്രമപ്പെടാമായിരുന്നു, അതിന് പിന്നീട് തുടർച്ചകൾ ഉണ്ടാവാത്തപക്ഷം. പക്ഷേ അങ്ങനെയല്ല സംഭവിച്ചത്. നാട്ടിൽ തിരികെയെത്തിയിട്ടും ഞങ്ങൾ...

ഇടനേരങ്ങളിൽ കുറ്റബോധത്തിന്റെ തീയിൽ നീറിയിട്ടും ഞങ്ങൾക്ക് ഞങ്ങളെ തടുത്തുനിർത്താനായില്ല. അവളെ, ലിൻഡയെ ഏറെ കുറ്റപ്പെടുത്തുക വയ്യായിരുന്നു. അരുതരുതെന്ന് തീരെ മെലിഞ്ഞത് എങ്കിലും പ്രതിരോധിക്കാൻ അവൾ ശ്രമിച്ച് നോക്കിയിരുന്നു. പക്ഷേ ഞാൻ, അവൾ പറയാറുള്ള പറ്റിപ്പിടിക്കുന്ന, തള്ളിക്കയറുന്ന മട്ടുകൊണ്ട് പിന്നെയും പിന്നെയും പ്രേരണയുടെ സമ്മർദ്ദം ചെലുത്തിക്കൊണ്ടേയിരുന്നു. ചിലപ്പോഴൊക്കെ, കഷ്ടം, ചോരയുടെ കടം എന്ന ഇമോഷണൽ ബ്ലാക്ക് മെയിലിംഗ് പോലും ഞാൻ നടത്തി.

പരസ്പരം സ്നേഹാദരങ്ങളും ഒപ്പം കുടുംബജീവിതത്തിൽ അവശ്യം വേണ്ട പൊസസീവ്നെസ്സുമെല്ലാം സൂക്ഷിക്കുന്നവരായിരുന്നു ഞാനും റോസ്മിനും. പക്ഷേ ഒരിക്കലും മനുഷ്യരെന്ന നിലയിലുള്ള സ്വകാര്യതകളെ ഞങ്ങൾ ഭേദിച്ചില്ല. അതിലേക്ക് പരസ്പരം ആക്രമിച്ചു കയറിയില്ല. ഞങ്ങളുടെ ഫോണും ലാപ്ടോപ്പുമെല്ലാം എപ്പോഴും ഇരുവർക്കും തുറന്നുതന്നെയിരുന്നു.

എന്റെ മേൽ ഒരു സംശയം തോന്നാൻ റോസ്മിനുണ്ടായകാരണം ഇന്നുമെനിക്ക് അജ്ഞാതമാണ്. ഒരുവേള ക്രൈമുകളിൽ കുറ്റവാളികൾ ബാക്കിവെയ്ക്കുന്ന ദൈവത്തിന്റെ കയ്യൊപ്പുള്ള തെളിവുപോലെ എന്തെങ്കിലുമാവാം. പിടിക്കപ്പെട്ട, എല്ലാം തലകുത്തനെ തകർന്നുവീണ ആ ദിനത്തിൽ റോസ്മിൻ എന്റെ ഫോൺ പരിശോധിച്ചു. ബാത്ത്റൂമിലായിരുന്നു ഞാനന്നേരം.

ലിൻഡയുമായുള്ള വർത്തമാനങ്ങൾ ഒട്ടുമിക്കതും, ഒടുവിലെ ചില നാളുകളിലേതൊഴികെ, ഞാൻ മായ്ച്ചുകളഞ്ഞിരുന്നു. പിടിക്കപ്പെടുകയില്ല എന്ന അമിതവിശ്വാസംകൊണ്ടാവാം അതുമാത്രമങ്ങനെ ബാക്കി കിടന്നത്.

ലിൻഡ, ഞാൻ ശ്രദ്ധിക്കാറുണ്ട്, ഈയിടെയായി, ആ സമയത്ത്, ക്ലൈമാക്സിലെ പൊട്ടിത്തെറിവേളകളിൽ നീയെന്റെ ചുണ്ടിൽ ചുംബിക്കാറില്ല. പുറത്തോ തലയിലോ കൈ തൊടാറില്ല. മുടിയിഴ പിടിച്ച് വലിക്കാറില്ല. ഓ... അങ്ങനെയൊക്കെ ചെയ്യുന്നത് ഞാനെത്ര ആസ്വദിക്കുന്നുവെന്നോ. പകരം നീയെപ്പോഴും കണ്ണ് ഇറുക്കെപ്പൂട്ടിക്കിടക്കുക മാത്രമാണ്. ഒരു കുറ്റവാളിയെപ്പോലെ.

അതായിരുന്നു എന്റെ ഒരു സന്ദേശം.

അതിനു മറുപടിയായി ഗൗരവച്ചിരിയുടെ ഇമോജി ലിൻഡ അയച്ചത്, ഒപ്പം 'ഐ ബികേം വെരി ടയേർഡ് ആഫ്റ്റർ ദി ലെങ്ത്തി സ്പെൽസ് നൗവേഡേയസ്' എന്ന അവളുടെ സന്ദേശം. അതിനു മറുപടിയായി, 'ഇറ്റ് ഈസ് എ ഹെവി വെയ്റ്റ് കോംപ്ലിമെന്റ്'എന്ന എന്റെ സന്ദേശം.

വീണ്ടും അവളുടെ ഗൗരവമുഖമുള്ള ഇമോജി.

പിന്നെ ഒന്നോരണ്ടോ ദിവസങ്ങൾക്കുശേഷം ഞാനയച്ച കാപ്പിക്കപ്പും പൂക്കളുമുള്ള ഒരു ഗുഡ്മോർണിംഗ് കാർഡ്. അതിനുള്ള ലിൻഡയുടെ പ്രത്യഭിവാദനം.

ഇത്രയുമാണ് മായ്ച്ചുകളയാതെ ബാക്കിയുണ്ടായിരുന്നത്.

കൂടുതൽ വിശദീകരണങ്ങൾ ആവശ്യമില്ലാത്ത വിശദവിശാലമായ ശേഷിപ്പുകൾ, തെളിവുകൾ. അവയത്രയും സേവ്യറിന് അയയ്ക്കുകയാണ് റോസ്മിൻ ഉടനെ ചെയ്തത്. പിന്നെ പപ്പയ്ക്ക്, മമ്മിക്ക്, പയസങ്കിളിന്, ലിസ് ആന്റിക്ക്.

കുളികഴിഞ്ഞ് പുറത്തിറങ്ങിവന്നപ്പോൾ കിടക്കയിൽ അവളുടെ പതിവ് മട്ടിൽ ചമ്രം പടിഞ്ഞിരിക്കുന്ന റോസ്മിനെയാണ് ഞാൻ കണ്ടത്. അവളുടെ മുഖഭാവം മൂളിക്കൊണ്ടിരുന്ന എന്റെ പാട്ട് പാതിക്ക് മുറിച്ചു.

''റോസ് വാട്ട് ഹാപ്പൻഡ്? യു ലുക്ക് സ്ട്രെസ്ഡ്. നോട്ട് ഫീലിംഗ് വെൽ?'' ഉടുത്തിരുന്ന ടവലോടെ ഞാൻ കിടക്കയിൽ അവൾക്ക് ചാരെയിരുന്നു.

''അതേ, നോട്ട് ഫീലിംഗ് ഗുഡ്. ഇറ്റ് വിൽ ബീ ലൈക്ക് ദാറ്റ്, നൗ ഓൺവാർഡ്സ്.'' അവൾ മുനവെച്ച് ഒരു മറുപടി പറഞ്ഞു.

ഞാനവളെ അപരിചിതയായ ഒരുവളെ എന്നമട്ടിൽ സൂക്ഷിച്ചു നോക്കി.

''യു ആർ ഗുഡ് അറ്റ് ആക്ടിംഗ് ബ്രൂൺ. ബട്ട് നോട്ട് ഗുഡ് അറ്റ് മാനേജിംഗ് എവിഡൻസസ്.'' സംഘർഷങ്ങളുടെ ഇരുട്ടിനുപകരം അവളുടെ മുഖത്തപ്പോൾ പരിഹാസത്തിന്റെ ചിരി.

''ചീപ്പാകാം മനുഷ്യർ. പക്ഷേ ഇത്രയും...'' അവൾ കിതച്ചു.

''എന്നോടുപോകട്ടെ. ചോരപോലെ ഒപ്പമുള്ള, ജനിച്ചനാൾതൊട്ട് കൂടെയുള്ള ഒരു മനുഷ്യനെ... പിറ്റി യു ബ്രൂൺ. യു ബ്ലഡി ഗോ ടു ഹെൽ...''

പൂർത്തിയാവാത്ത ചില ശാപവാചകങ്ങൾ. അതായിരുന്നു റോസ്മിൻ എന്നോട് പറഞ്ഞ അവസാനവാക്കുകൾ.

എല്ലാം അവസാനിച്ചിരിക്കുന്നു എന്ന് എനിക്ക് ആ നിമിഷം തീർച്ചയായി. ഞാൻ കട്ടിലിൽ തളർന്നിരുന്നു.

അന്ന് ഇറങ്ങിപ്പോയ റോസ്മിൻ പിന്നെ തിരികെ വന്നില്ല. ഒരിക്കലും.

ഒരു ന്യായീകരണവും പ്രതിരോധവും ചമയ്ക്കാതെ എന്റെ പിഴ ഏറ്റുപറഞ്ഞ് ഞാനവൾക്കൊരു ശബ്ദസന്ദേശയച്ചു.

മാപ്പ് നൽകണമെന്ന്- ഞാനതർഹിച്ചിരുന്നില്ലെങ്കിലും - കേണ് മറ്റൊരു സന്ദേശവും.

ഒന്നിനും അവൾ മറുപടി നൽകുകയുണ്ടായില്ല.

റോസ്മിൻ ഇറങ്ങിപ്പോവുമ്പോൾ പപ്പയും മമ്മിയും വീട്ടിലുണ്ടായിരുന്നില്ല. അവർ തിരികെയെത്തുംമുമ്പേ ഞാനെങ്ങോട്ടെങ്കിലും ഓടിപ്പോവുകയായിരുന്നു വേണ്ടിയിരുന്നത്. ആരുമേ കണ്ടെത്താത്ത ഒളിയിടം തിരഞ്ഞൊരു ഓട്ടം. പക്ഷേ ഇരുമ്പുകാലിൽ കെട്ടിയിട്ട അറവുമാടിനെപ്പോലെ ഞാൻ ആ മുറി വിട്ടിറങ്ങാതെ കഴിഞ്ഞു.

താഴെ പപ്പയുടെ വണ്ടി വന്നുനിൽക്കുന്നത് ഞാൻ അറിയുന്നുണ്ടായിരുന്നു. സാധാരണയിലും വേഗത്തിൽ കാറ്റുപോലെ മുകളിലേക്ക് ഓടിക്കയറിവന്ന പപ്പ എന്റെ കരണത്തടിച്ചു. ഓർമ്മയിൽ ഉടലിലോ മനസ്സിലോ പപ്പ ഏല്പിച്ച ആദ്യത്തെ പ്രഹരം.

''പട്ടിയിൽ പന്നിക്കു പിറന്നവർ ചെയ്യുന്നത്.''

അറയ്ക്കുന്ന ഒരു ശാപവാക്കുകൊണ്ട് എന്റെ ചെയ്തിയെ അടയാളപ്പെടുത്തിയിട്ട് അതേ കാറ്റുവേഗത്തിൽ പപ്പ മുറിവിട്ട് പോവുകയും ചെയ്തു. മമ്മി പക്ഷേ എനിക്ക് മുഖം തന്നതേയില്ല.

ആ വീട് വിട്ടു പോവാനാണ് അവരുടെ ഒരുക്കമെന്ന് എനിക്ക് ബോധ്യമായി. അത് നീതിയായിരുന്നില്ല. പപ്പ ഓരോ ഇഞ്ചിലും ആഗ്രഹവും വിയർപ്പും ഉരുക്കി വീഴ്ത്തി പടുത്തുയർത്തിയതാണത്. ഓർക്കാൻ മറ്റൊന്നുമേറെയില്ലാത്ത മമ്മിയുടെ ജീവൻതന്നെ തൊട്ടും തെളിഞ്ഞും നിൽക്കുന്ന വീടാണത്. സാഷയ്ക്കും അവളുടെ ഭർത്താവിനും സ്നേഹമല്ലാത്തതൊന്നും ഓർമ്മയായി കൊടുക്കാത്ത ഇടമാണത്. അപ്പോൾ പുറത്തിറങ്ങേണ്ടവൻ ഞാനാണ്. ഞാൻ മാത്രമാണ്.

കൈയിൽത്തടഞ്ഞ കുറച്ച് വസ്ത്രങ്ങൾ മാത്രമെടുത്ത് ഞാൻ വീട് വിട്ടിറങ്ങി. കുറച്ചുനാൾ അവിടവിടെ അലഞ്ഞു. പിന്നെ അഞ്ചുമാ ബീച്ചിനടുത്ത് ഒരു വാടകമുറി കണ്ടെത്തി അവിടെ താമസമാരംഭിച്ചു.

പാഞ്ചിമിലെ അവളുടെ വീട്ടിലേക്ക് പോയ റോസ്മിൻ പിന്നെ മടങ്ങി വന്നില്ല. ലിൻഡയും സേവ്യറും ഔദ്യോഗികമായി വേർപിരിഞ്ഞില്ലെങ്കിലും അവരിപ്പോൾ ഒന്നിച്ചല്ല. സേവ്യർ പനാജിയിലെ ക്ലിനിക്ക് അടച്ചുപൂട്ടി ഹൈദരാബാദിലേക്ക് പോയി. അവനെക്കുറിച്ചും പിന്നെയൊന്നുമേറെ കേട്ടിട്ടില്ല. ഓർമ്മവെച്ച നാൾമുതൽ ഒരു കുടുംബംപോലെ കഴിഞ്ഞിരുന്ന ഞങ്ങളുടേയും പയസ്സങ്കിളിന്റെയും വീടുകൾ രണ്ട് ശത്രുരാജ്യങ്ങൾ പോലെയായി. അങ്കിളും പപ്പയും തമ്മിലോ മമ്മിയും ലിസ് ആന്റിയും തമ്മിലോ കാണാറും മിണ്ടാറുമില്ലാതെയായി. ഒരു കാലത്ത് എല്ലാവരുടേയും അസൂയയ്ക്ക് പാത്രമായിരുന്ന ഞങ്ങളുടെ കൂട്ട് പോകപ്പോകെ മറ്റുള്ളവർക്ക് നിശിത പരിഹാസത്തിനും കീറിമുറിക്കലിനും മാത്രമുള്ള കഥയായി മാറി.

നോക്കൂ, ഞാൻ എന്തൊക്കെയാണ് തകർത്തുകളഞ്ഞത് എന്ന്. എല്ലാം എന്റെ മാത്രം സുഖത്തിനും സന്തോഷത്തിനുംവേണ്ടി. എന്ത് ശിക്ഷ കിട്ടിയാലാണ് എനിക്ക് കൂടുതലാവുക.''

തെല്ലൊന്ന് നിർത്തി ജീസസ് നിശ്ശബ്ദനായിരുന്നു. പിന്നെ മുഖം പൊത്തി കണ്ണുനീരൊഴുക്കി വിങ്ങിക്കരയാൻ തുടങ്ങി.

ബ്രൂണോ, ജീസസിനെ കേട്ടുകഴിഞ്ഞപ്പോൾ എനിക്കുമയാളോട് സഹതാപമൊന്നും തോന്നിയില്ല. അല്ല ആർക്കാണങ്ങനെ തോന്നുക? അയാൾക്ക് തന്നെയും ഉണ്ടാവില്ല സ്വയമേ ഒരനുതാപം.

അല്ല, താനാരായിട്ടാണ് അയാളെ വിധിക്കാൻ. തൊട്ടുടനെതന്നെ എനിക്ക് അങ്ങനെയും തോന്നി. എന്തർഹതയുണ്ട് തനിക്കതിന്. ഓർത്തു നോക്കുമ്പോൾ ഇനിയും കടുത്ത ശിക്ഷകൾക്ക് തലകുനിക്കേണ്ടവൻ ഞാനാണെന്ന് തോന്നി.

ഒഴുക്കിയ കണ്ണുനീർ ജീസസിനെ തെല്ല് ശമിപ്പിച്ചുവെന്ന് തോന്നി. തണുത്ത കാറ്റ് അയാളെ സമാശ്വാസിപ്പിക്കുന്നുമുണ്ടാവണം. എനിക്ക് അയാളുടെ അടുത്തേക്ക് നടന്ന് ചെല്ലണമെന്നും സാരമില്ലെന്നൊരു പൊള്ളയായ ആശ്വാസവാക്കെങ്കിലും പറയുകയും ചെയ്യണമെന്നുമുണ്ടായിരുന്നു. പക്ഷേ ഞാൻ എന്നിലേക്കുതന്നെ നോക്കിയിരിക്കുന്നത് തുടർന്നു.

ജീവിതങ്ങളെ ഇല്ലാതാക്കിയവൻ, അത് ഞാനാണ്. എന്നോളം ആ പേര്, പ്രതിയെന്ന പേര് മറ്റാർക്കാണ് ചേരുക?

ജീസസ് ഇരിക്കുന്ന മലവിളുമ്പിനോട് കൂടുതൽ ചേർന്ന പാറക്കല്ലിൻമേൽ ഞാനായിരുന്നെങ്കിലെന്ന് കരുതി. കാറ്റ് അതിന്റെ വേഗക്കൈകളാൽ പ്രഹരിച്ച് മലയുടെ ആഴപ്പാതാളത്തിലേക്ക് എന്നെ ആഴ്ത്തിയിരുന്നുവെങ്കിൽ!

നിരാസം

കുന്നിൻമുകളിലെ ഈ സത്രത്തിൽ ഒരു ദിനംകൂടി തുടരാൻ ഞാൻ നിശ്ചയമെടുത്തു. ദൈവത്തെ സ്വപ്നം കാണാനായി ഇവിടേക്ക് വന്നു ചേരുന്ന മനുഷ്യരെപ്രതി എനിക്ക് കഷ്ടം തോന്നി. എങ്കിലും അധികമാരും വന്നുചേരാത്ത ആരും ആരെയും ഒന്നിനും നിർബന്ധിക്കാത്ത, ആരും ആരുടേയുംമേൽ അധികാരം പ്രയോഗിക്കാത്ത ഇത്തരം ഒഴിഞ്ഞ ഇടങ്ങൾ ഭൂമിയിൽ ധാരാളധാരാളമായി ഉണ്ടായിരുന്നെങ്കിലെന്ന് ഞാൻ വിചാരിച്ചു. സർവ്വം നിശ്ചലമാകും മധ്യാഹ്നത്തിൽ പോലും ഇടവേളയെടുക്കാതെ വീശിക്കൊണ്ടിരിക്കുന്ന ഇവിടുത്തെ കാറ്റിന് മനുഷ്യരെ ആശ്വസിപ്പിക്കാൻ വിമലീകരിക്കാൻകൂടി സാധിച്ചിരുന്നെങ്കിൽ എന്ത് നന്നായേനേ. എങ്കിൽ ഞാൻ എന്നെ അതിന് മുമ്പിൽ തുറന്നിട്ടേനേ.

നീതു, രേഖയെക്കുറിച്ച് ഞാൻ നിനക്ക് എഴുതിയിരുന്നുവല്ലോ. പിന്നീട് എങ്ങനെ, എന്ത്, എന്ന് നീ അരികിൽ ഉണ്ടെങ്കിൽ ചോദിക്കുമായിരുന്നല്ലോ. ഇവിടെ ഈ മലയുടെ മീതെയിരിപ്പിൽ രേഖയെ, ഞങ്ങളുടെ പ്രണയത്തെ പൂരിപ്പിക്കണമെന്ന്, അങ്ങനെ ചെയ്യുന്നതും എന്നെ തെല്ലുശമിപ്പിക്കുമെന്നും ഞാൻ കരുതുന്നു.

നീതു, എല്ലാവർക്കും എല്ലാത്തിനും കാരണങ്ങളുണ്ടാവും ന്യായങ്ങളുണ്ടാവും. അടുക്കാൻ, അകലാൻ, ഉപേക്ഷിക്കാൻ എല്ലാത്തിനും. അതേച്ചൊല്ലി വിധിക്കാനും കുറ്റപ്പെടുത്താനും ആർക്കാണവകാശം? അതെ, ശരികൾ വ്യത്യസ്തങ്ങൾ തന്നെ.

ലോകത്ത് ഞങ്ങൾ രണ്ടുപേർക്ക്, എനിക്കും രേഖയ്ക്കും മാത്രമറിയാവുന്ന ഒന്നായിരുന്നു ഞങ്ങളുടെ കൂട്ട്. അത് അങ്ങനെതന്നെയായിരിക്കാൻ ഞങ്ങൾ ഒട്ടുവളരെ സൂക്ഷ്മത ശീലിച്ചു. ശ്രമപ്പെട്ടു. അതിനായി മാത്രം ചിലത് ഉപേക്ഷിച്ചു.

എത്രകാലം ഇങ്ങനെ, അതിന്റെ സഹർഷമേളങ്ങളോടെ എന്നത് ഞങ്ങൾ ആലോചിച്ചിരുന്നില്ല, എക്കാലത്തേക്കും തുടരുമെന്ന് തങ്ങളിൽ തങ്ങളിൽ വാക്കു നൽകിയിരുന്നുമില്ല. എങ്കിലുമങ്ങനെ ഒരിക്കലും പിരിയാതെ ദീർഘദീർഘമായി പോവുമെന്നുതന്നെ കരുതിയിരുന്നു.

തലനരയ്ക്കുംകാലത്ത്, നടപ്പ് വേഗതകുറഞ്ഞ് തുടങ്ങുംകാലത്ത്, രോഗാതുരതകൾക്ക് സന്ധിചെയ്യേണ്ടിവരുംകാലത്ത്, ഉടൽമിനുക്കങ്ങൾ ഇല്ലാക്കാലത്തും... എല്ലാം നമ്മൾ പ്രണയികളായിരിക്കുമെന്ന് ഞങ്ങൾ കരുതിയിരുന്നു. ഞങ്ങളിലൊരാൾ മരിച്ചുപോകുന്നത് ഓർത്തുനോക്കുന്നത് അവളുടെ ഇടയ്ക്കിടെയുള്ള ഒരു കളിയായിരുന്നു. വല്ലാത്തത് തന്നെയെന്ന് ദേഷ്യപ്പെട്ടാലും, വിചിത്രം, അവളെപ്പോഴും അതേപ്പറ്റി പറയും. വാചാലയാകും.

ഞാൻ ആദ്യം മരിക്കുന്നത്- മിക്കവാറും അതങ്ങനെതന്നെയാവും. പ്രായത്തിൽ മൂപ്പ് എനിക്കാണല്ലോ- ഒന്ന് ഓർത്തുനോക്കൂ.

നരപ്പ് പൂർണ്ണാധിപത്യം നേടിക്കഴിഞ്ഞ താടിയിലൂടെ കണ്ണീർവാർത്തിരിക്കുന്ന നിന്നെ എനിക്ക് കാണാം. ഒന്ന് പൊട്ടിപ്പിളർന്ന് കരയാൻ വെമ്പുന്ന നിന്റെയുള്ളം എനിക്ക് കാണാം. ഒരാളോടെങ്കിലും എന്റെ ലോകം നഷ്ടമായിരിക്കുന്നു എന്ന് വിങ്ങിക്കരഞ്ഞ് ചുമൽ ചായാൻ മോഹിക്കുന്ന നിന്നെയെനിക്ക് കാണാം. മരണം കോർത്തു കെട്ടിയ എന്റെ കാൽക്കൽ വന്നുനിന്ന് അകമേ വലിയൊരു കരച്ചിലാവുന്ന നിന്നെയെനിക്ക് കാണാം. കൊതിയോടെ ഒരായിരംവട്ടം നീ ചുണ്ടുചേർത്തിട്ടുള്ള ചുണ്ടിൽ ഹൃദയം പറിച്ചുവെച്ച് ഒടുവിലെ ചുംബനം നൽകുന്നത് എനിക്ക് കാണാം.

ദൈവങ്ങളുണ്ടെങ്കിൽ നീതു, അവർ മനുഷ്യരുടേത് മാതിരി അസൂയയും കുശുമ്പുകുന്നായ്മകളും കോപതാപാദികളും പേറുന്നവരാകുമോ? ചിലപ്പോൾ അങ്ങനെയുമാവണം. അസൂയകൊണ്ടാന്ധ്യം ബാധിച്ച ഏതോ ദൈവം ശപിച്ചതുപോലെ. അങ്ങനെയാണ് എപ്പോഴും പൂവിരിയും കാലമായിരുന്ന ഞങ്ങളുടെ ജീവിതത്തിൽ പിന്നീടുണ്ടാവുന്നത്.

ഞങ്ങൾക്കിടയിലേക്കൊരു പെൺകുട്ടി കടന്നുവന്നു. അഖില. രേഖയുടെ ചേച്ചിയുടെ മകൾ. അഖിലയൊരാളുമായി പ്രണയത്തിലായിരുന്നു. അവൾ താൽക്കാലികാധ്യാപികയായി ജോലി ചെയ്തിരുന്നിടത്തെ ഒരു സഹപ്രവർത്തകൻ. അവരൊരുമിച്ച് ജീവിക്കണമെന്ന്

നിശ്ചയമെടുത്തിരുന്നു. വീട്ടുകാർക്ക് അത് സമ്മതമായിരുന്നില്ല. ജാത്യാ ഭിമാനത്തിന്റെ ദുർഭൂതബാധയേറ്റിരുന്ന അവർ അവളെ ചെറിയമ്മയുടെ, രേഖയുടെ, വീട്ടിൽ കൊണ്ടുവന്ന് പാർപ്പിച്ചു. എല്ലാം മറക്കാൻ പുതിയ ജീവിതത്തിന് തയ്യാറെടുക്കാൻ ഒരു പരിശീലനം.

പക്ഷേ അവൾക്കതൊരു തടവ് തന്നെയായിരുന്നു. തടവ് മാത്രമായിരുന്നു. പുറത്ത് പോവാനോ ഫോണുപയോഗിക്കാനോ പോയിട്ട് പേനയെടുത്ത് എന്തെങ്കിലുമെഴുതാനോ പോലും അനുവാദമില്ലാത്ത, എന്തിന് ഒറ്റയ്ക്ക് ഉറങ്ങാൻ, കരയാൻ പോലും സ്വാസ്ഥ്യം വകവെച്ചു കിട്ടാത്ത ജീവിതം. പുതിയ കാലത്തെ അസ്സൽ ജയിൽവാസം.

''നോക്കി പഠിക്കേണ്ട ജീവിതം, കൂടെ നിന്നറിയേണ്ട ജീവിതം, ചെറിയമ്മയുടേത്. നല്ല ഒന്നൊന്താരം മാതൃക!'' കുറ്റബോധവും സ്വയം നിന്ദയും തൊങ്ങലിടുന്ന സ്വരത്തിൽ രേഖ ഇടയ്ക്കിടെ പറയും.

''എനിക്ക് ആഹാരമിറങ്ങുന്നില്ലെടാ. തൊണ്ടയിൽ തടഞ്ഞുകെട്ടി നിൽക്കുന്നു. സ്നേഹം ചാലിക്കയാൽ ആത്മാവിനെയും ഊട്ടുന്നതെന്ന് നീ പ്രകീർത്തിക്കാറുള്ള എന്റെ പാചകത്തിനിപ്പോൾ ഉപ്പ് രുചിയാണ് മുഖ്യം. എന്റെയും അഖിലയുടെയും കണ്ണുനീരുപ്പ്. എപ്പോഴും പെയ്തുവീഴാവുന്ന ഇരുണ്ടമേഘംപോലെ, ദുഃഖത്തിന്റെയാൾരൂപമായി എന്റെ കൂടെയാ പെൺകുട്ടി എപ്പോഴുമുണ്ട്. എനിക്കിത് താങ്ങാനാവുന്നില്ല. അവളോടെന്താണ് ചെയ്യുന്നത്. അതും ഞാൻ.''

''കാലം ഒരുവഴികൊണ്ടുവരാതിരിക്കില്ല. കാത്തുനിൽക്കാം നമുക്ക്.''

ഉള്ളിൽ തൊടാത്ത പൊള്ളവാക്കുകൾകൊണ്ട് ഞാൻ രേഖയെ ആശ്വസിപ്പിക്കും.

''വിരഹവും ദുഃഖവും ഘനീഭവിച്ച അവളുടെ മുഖം എപ്പോഴും കണ്ടുകൊണ്ടിരിക്കുന്ന എന്റെ നില നിനക്ക് മനസ്സിലാവുന്നുണ്ടോ നിഷാദ്? വലിയ ഒരു കരച്ചിൽ എന്റെയുള്ളിൽ തിക്കുമുട്ടിയുണരുന്നുണ്ട്. ചിലപ്പോൾ, ചിലപ്പോൾ ചേച്ചിയെ, ഏട്ടനെ എല്ലാവരെയും മറന്ന് ഞാനവളെ പ്രണയത്തിന്റെ ആകാശത്തിലേക്ക് സ്വതന്ത്രമാക്കിയേക്കും.''

പക്ഷേ, സ്വന്തം പ്രണയത്തിന്റെ കാര്യത്തിലല്ലാതെയാവുമ്പോൾ അത്രമാത്രമൊന്നും ധീരരാവുവാൻ ഒരുപക്ഷേ മനുഷ്യർക്ക് ആവില്ലായിരിക്കണം. ഒരേറ്റു പറച്ചിൽ. കുമ്പസാരംപോലും രേഖയ്ക്ക് സാധിച്ചിരിക്കില്ല.

വീട്ടുകാർ അവൾക്ക്, അഖിലയ്ക്ക് ഒരു വരനെ കണ്ടെത്തി. അകന്ന കുടുംബത്തിലെ, എന്നാൽ എല്ലാമറിയുന്ന ഒരാൾ. ഒരിക്കലും പ്രകടിപ്പിച്ചിട്ടില്ലാത്തത് എങ്കിലും നിശ്ശബ്ദമായൊരിഷ്ടം, ഏകപക്ഷീയമായത്, അവളോടുള്ളിൽ സൂക്ഷിച്ചിരുന്നൊരാൾ. വീട്ടുകാർക്ക് അപ്രതീക്ഷിതമായി എല്ലാം എളുപ്പമായി. രഹസ്യം കരുതിവെച്ച്, സൂക്ഷ്മത പാലിച്ച് സുരക്ഷിതമായി പോവേണ്ടതിന്റെ ഭാരം അവരുടെ, വീട്ടുകാരുടെ ശിരസ്സുകളെ ആയാസപ്പെടുത്താതെ ഒഴിഞ്ഞുപോയി.

രണ്ടു കൂട്ടരും ഒരു ഭാഗത്ത്. പാവമവൾ, അഖില മാത്രം മറുഭാഗത്തും.

ലളിതമായൊരുക്കിയ വിവാഹച്ചടങ്ങിലേക്ക് കല്യാണമണ്ഡപത്തിലേക്ക് ഏറെ നാളുകൾക്കുശേഷം അവൾ പുറത്തിറങ്ങി.

വിവാഹശേഷം, വൈകാതെ അയാൾ, അഖിലയുടെ ഭർത്താവ് നൈജീരിയയിലെ ജോലിസ്ഥലത്തേക്ക് മടങ്ങി. അവളേയും ഏറെ വൈകാതെ തന്നോടൊപ്പം ചേർക്കുക എന്ന ആലോചന തന്നെയാണ് അയാൾക്കുണ്ടായിരുന്നത്.

രേഖയുടെ വീട്ടിൽനിന്ന് ഭർതൃഗൃഹത്തിലേക്ക് പോയ അഖില, അവിടെയും ഇരുളിൽ തന്നെയായിരുന്നിരിക്കണം. ദുഃഖത്തിന്റെ, വേദന യുടെ, വിരഹത്തിന്റെ, സ്വയം തീർത്ത തടവിൽ.

നീതു, അതെത്രമാത്രം കൊല്ലുന്നതാണെന്ന് ഒരിക്കലെങ്കിലും പ്രണയത്തിലായിട്ടുള്ള ഒരാളോട് പറയേണ്ടതില്ലല്ലോ. ആ കുട്ടി ആത്മാ ഹുതി ചെയ്തു. ഉടൽ തീനാളങ്ങളിൽ ഉരുക്കി, വെന്തുനീറി.

''പോകുകയാണ്, ആരോടും ഒന്നുമില്ല. നിന്നോട് നീതി ചെയ്യാ നായില്ല. വാക്കുപാലിക്കാനാവാത്തതിന്റെ വേദന സഹിച്ച് ശിഷ്ട ജീവിതം വയ്യ. എന്നെപ്രതി നിന്നെ നീറ്റുന്നതിനുംകൂടി ഈ ശിക്ഷ ഞാൻ വരിക്കുകയാണ്. ശരത്, മാപ്പ് എല്ലാത്തിനും.''

കാമുകനായി മാത്രം കുറിച്ചിട്ട അവളുടെ അവസാന വരികൾ.

വലിയ ഒരാഘാതം, ഒരുപാടു ജീവിതങ്ങളെ ചെന്ന് തൊട്ട, പിടിച്ചു കുലുക്കിയ കുറ്റവിചാരണ ചെയ്ത ഒരുമരണം. രേഖയെ വളരെയേറെ, അവളിലൂടെ അറിഞ്ഞിട്ടു മാത്രമുള്ള എന്നെപ്പോലും ഏറെക്കാലം വേദനിപ്പിച്ച ഒരു വേർപാട്. ആ പെൺകുട്ടിയുടെ ഉടലിൽ നിന്നാളിയ തീ ഞങ്ങളെ പൊള്ളിച്ചു. അവളുടെ പ്രാണന്, പ്രണയത്തിനുവേണ്ടി ഒന്നും ചെയ്യാനായില്ലല്ലോ എന്നത് എന്നെയും രേഖയെയും മൂകരാക്കി നിർത്തി. എളുപ്പം പുറത്തുവരാവുന്ന ഇരുട്ടായിരുന്നില്ല അത്. രേഖയ്ക്ക് വിശേ ഷിച്ചും. കടുത്ത കുറ്റബോധത്തിന്റെയും ദുഃഖത്തിന്റെയും നാളുകൾ.

കുറച്ചേറെ മാസങ്ങൾ ചേച്ചിയോടൊപ്പവും സ്വന്തം വീട്ടിലും ഒക്കെ യായിരുന്നു അവൾ. അഖില അവളുടെ വീട്ടിൽ താമസിക്കാനെത്തിയ കാലം മുതൽ, അവളുടെ മരണശേഷവും ചില മാസങ്ങൾ ഞാനും രേഖയും തമ്മിൽ കണ്ടതേയില്ല. ആഗ്രഹിച്ചാലുമത് നടക്കുമായിരു ന്നില്ല എന്നതായിരുന്നു സത്യം. ഫോൺവിളികളും സന്ദേശകൈമാറ്റ ങ്ങളും പഴയതുപോലെ ഞങ്ങൾക്ക് സാധ്യമായില്ല. ചെറിയ ഒരു വിടവ് ഞങ്ങൾക്കിടയിൽ ഉരുവപ്പെടുന്നത് ഞാൻ തിരിച്ചറിഞ്ഞു.

ആ സമയത്ത് തന്നെയാണ് ഒരസുഖഭീതി അതിന്റെ ചോരച്ചകണ്ണു കളാലെന്നെ തുറിച്ചുനോക്കാൻ തുടങ്ങിയത്. അടിവയറ്റിൽനിന്ന് പുറ പ്പെട്ട് മുകളിലേക്ക് പടരുന്ന ഒരു വേദനയായിട്ടായിരുന്നു തുടക്കം. ആദ്യമാദ്യം ഞാൻ അതങ്ങനെ താളത്തിലിട്ടു. പക്ഷേ വേദന അസഹ്യ മാംവിധം അധികരിച്ചപ്പോൾ പോയൊരു ഡോക്ടറെ കണ്ടു. ഉടൻശമന ത്തിന് കുറച്ച് മരുന്നുകൾ, വേദന സംഹാരികൾ തന്നു ഡോക്ടർ. ആശ്വാസമുണ്ടായി. പക്ഷേയത് ഒരു മാഞ്ഞ്പോവലായിരുന്നില്ല. മാറി

നിൽക്കലായിരുന്നു. വേദന വീണ്ടും വന്നു. ഇത്തവണ കൂടുതൽ കടുപ്പത്തിൽ, ഒരു പ്രഹരം പോലെ. ഭക്ഷണം കഴിക്കുമ്പോഴും വെള്ളമിറക്കുമ്പോഴെല്ലാം എനിക്ക് വേദനിച്ചു. ക്രമേണയത് ഉടലാകെ പടരുന്നതായി തോന്നി.

ഡോക്ടർ കൂടുതൽ പരിശോധനകൾക്കെഴുതി. ചോര പരിശോധനകൾ, എൻഡോസ്കോപ്പി, കൊളോണോസ്കോപ്പി. ഒന്നിന് പിന്നാലെ ഒന്നായി അവയൊക്കെയും ചെയ്തു ഞാൻ ഡോക്ടറെ വീണ്ടും കണ്ടു. പിന്നെയും പിന്നെയും റിപ്പോർട്ടുകൾ പരിശോധിച്ച ഡോക്ടറെ ചില സംശയങ്ങൾ ചൂഴുന്നുണ്ടെന്ന് എനിക്ക് തോന്നി.

"നമുക്കിത് കാൻസറെല്ലെന്ന് ഉറപ്പിക്കേണ്ടതുണ്ട്." തെല്ല് മടിച്ച് ഒടുവിൽ ഡോക്ടർ പറഞ്ഞു.

ഭയം ഇടിമിന്നൽമുനപോലെ എന്നെത്തുളച്ച് കടന്ന്പോയി. കുറച്ച് നേരം ഞാൻ നിശ്ശബ്ദനായിരുന്നു. ഉടലിലെ ഓരോ അണുവും കരുത്ത് നഷ്ടപ്പെട്ട് കുഴഞ്ഞ് പോവുന്നതുപോലെ. ഡോക്ടറുടെ ആ മുറിയും ചുറ്റുപാടുകളും ലോകമാകെയും തന്നെ കൊഴുത്ത ഇരുട്ടിൽ മൂടിപ്പോയെന്ന് തോന്നി. പതിയെ ഞാൻ നില വീണ്ടെടുത്തു.

"സംശയം റൂട്ടൗട്ട് ചെയ്യൽ മാത്രമാണ്." ഡോക്ടർ എന്നെ ആശ്വസിപ്പിച്ചു.

ഡോക്ടറെനിക്ക് വിശദമായ റഫറൻസ് ലെറ്റർ എഴുതിത്തന്നു. വെല്ലൂർ ക്രിസ്ത്യൻ മെഡിക്കൽ കോളേജിലേക്ക്. അവിടെ ഡോക്ടറുടെയൊരു സഹപാഠിയുണ്ട്. അവരെച്ചെന്ന് കാണാൻ നിർദേശിച്ചു. പിന്നെ അവരെ, ഡോക്ടർ ഡീനാശ്രീനിവാസൻ എന്ന ഓങ്കോളജിസ്റ്റിനെ ഫോണിൽ വിളിച്ച് എന്നെ പരിചയപ്പെടുത്തുകയും ചെയ്തു.

പിറ്റന്നാൾ തന്നെ ഞാൻ വെല്ലൂരിലേക്ക് പുറപ്പെട്ടു. മുമ്പ് പലരോടൊത്തും പലവട്ടം യാത്ര പോയിട്ടുള്ള അതേപാത, അതേ പാളങ്ങൾ. വിദ്യയോടൊത്തും ഇതേ തീവണ്ടിയിൽ ഒരേ യാത്രാപഥമായിരുന്നു എന്നും ഞാനോർത്തു. ഉള്ളം നിറഞ്ഞ് കവിയും ഹർഷത്തോടെ താലോലിച്ചും തലോടിയും പ്രണയത്താൽ നനഞ്ഞും നനച്ചും ഞങ്ങൾ അന്ന്. ഇപ്പോൾ തികച്ചും തനിയെ, കണ്ണീരണിഞ്ഞ്. ഇനിയൊരിക്കലും മടങ്ങിവരികയുണ്ടാവില്ലെന്ന്, ഒരു വേള ഈ യാത്രയ്ക്കുപോലും മടക്കമുണ്ടാവില്ലെന്ന് ഞാൻ ഭയന്നു.

ജീവിതത്തിൽനിന്ന് നിറങ്ങളത്രയും ഇറങ്ങിപ്പോയിരിക്കുന്നു. ഇനി ഇരുട്ട് മാത്രം. ഉത്സവങ്ങളും ഘോഷങ്ങളും ഇറങ്ങിപ്പോയ കുടുസ്സ് ഇനി ജീവിതം. പ്രിയങ്ങളും ഹർഷകളും ഉന്മാദങ്ങളും ലഹരികളുമെല്ലാം കഴിഞ്ഞുപോയ കാലത്തിന്റെ വിശേഷങ്ങൾ മാത്രമാവും. കവിത ഇനി ഞാനെഴുതുകയുണ്ടാവില്ല. ഉണ്ടെങ്കിൽ തന്നെയും ഒരേ ശോകച്ഛവി കലർന്നതാവും ഇനിയത്. അതും എത്രകാലത്തേക്കാവും.

രേഖയോട് മാത്രം ഞാൻ എല്ലാം പറഞ്ഞിരുന്നു. പങ്കിടാൻ അല്ലാതെയാരാണുണ്ടായിരുന്നത്. അവൾ പക്ഷേ, ഒരുവേള അവളുടെ തന്നെ

പ്രശ്നങ്ങളുടെ നീറ്റലിലായിരുന്നതിനാലാവണം, മോഹിച്ച ഒരനുതാപം എനിക്കുമേൽ ചൊരിഞ്ഞില്ല. ഉവ്വ്, അറിഞ്ഞപ്പോളവൾ നടുങ്ങിയിരുന്നു. സങ്കടപ്പെട്ടിരുന്നു. അങ്ങനെയല്ലാതല്ല. ആശ്വാസവാക്കുകളും പറഞ്ഞിരുന്നു. പക്ഷേ ആ നാളുകളിൽ എനിക്കതത് മതിയാവുമായിരുന്നില്ല.

കൂടെയുണ്ട്, ഞാനോരാ നിമിഷവും ഹൃദയംകൊണ്ടെന്ന്, ഒന്നുമുണ്ടാവില്ല എനിക്കുറപ്പാണതെന്ന്, ഇല്ല വിട്ടുകൊടുക്കില്ല ഒരാതുരതയ്ക്കും നിന്നെയെന്ന്... അങ്ങനെയൊന്നും അവളൊരിക്കലും പറഞ്ഞില്ല.

എനിക്കറിയാമായിരുന്ന, ഒരുപക്ഷേ അന്നറിയാതിരുന്ന വേറെയും കാരണങ്ങളാൽ അവളേറെ നിശ്ശബ്ദയായിരുന്നു ആ നാളുകളിൽ.

മരുന്നുകൾക്ക്, അവ തരുന്ന ആശ്വാസങ്ങൾക്ക് എത്രയോ മീതെയാണ് ആതുരനായ ഒരു മനുഷ്യന് പ്രിയസാമീപ്യങ്ങളെന്ന് ഞാൻ തിരിച്ചറിഞ്ഞ ദിവസങ്ങൾ. ഹൃദയവും ഉടലും നല്ലതുമാത്രം പങ്കിട്ട പ്രണയനാളുകൾ. ഒടുവിൽ പ്രാണനെത്തൊടുന്ന ഒരു സന്ധിയിൽ എന്റെ പ്രണയം എനിക്ക് കൂട്ടാവുന്നില്ലല്ലോ എന്നത് എന്നെ മരണത്തോളം ഖിന്നനാക്കി.

രോഗഭീതിയുടെ ഒറ്റപ്പെടലിൽ നിരാർദ്രവും ഇരുണ്ടതുമായ കുറച്ചധികം രാപകലുകൾ. പരിശോധനകൾ പൂർത്തിയാവാൻ, അവസാന നിർണ്ണയം വരാൻ ആവശ്യമായതിലുമേറെ സമയമെടുത്തു

ഭയന്നിരുന്നതുപോലെ ഒന്നുമായിരുന്നില്ല അത്. ഒരു തരം അൾസർ മാത്രമായിരുന്നു എനിക്ക്. ഉദരത്തെ ആകെ ബാധിച്ചിരുന്ന ഒന്ന്. കുറച്ച് ദീർഘമായി മരുന്നെടുത്താൽ മാറാവുന്ന അസുഖം.

ജീവിതത്തെ നമ്മളെത്ര സ്നേഹിച്ചിരുന്നുവെന്ന് ബോധ്യമാവുന്ന ആശ്വാസത്തിന്റെ വലിയ ഒരു നിമിഷം. അവളെ, ഞാനേറ്റവും ഇഷ്ടപ്പെടുന്നയാളെ, രേഖയെ, ഉടനെ കാണണമെന്ന്, സുദീർഘമായ ഒരാലിംഗനത്തിൽ അവളെപ്പെടുത്തി ഈയാശ്വാസം പങ്കിടണമെന്ന മോഹമുണ്ടായി. അവൾ പക്ഷേ തണുത്ത ചിലവാക്കുകൾകൊണ്ട്, ചെറുചിരിയെക്കുറിക്കുന്ന ചില ചിഹ്നസൂചനകൾകൊണ്ട് എന്നെ കെടുത്തിക്കളഞ്ഞു. അകൽച്ചയുടെ മഞ്ഞ് ഞങ്ങൾക്കിടയിൽ മൂടിത്തുടങ്ങിയിട്ടുണ്ടെന്ന് എനിക്ക് കുറച്ചു മുമ്പേ തോന്നിത്തുടങ്ങിയിട്ടുണ്ടായിരുന്നു. ഇപ്പോളത് കൂടുതൽ കനത്തതാവുന്നു. ശൈത്യം ഞങ്ങളുടെ ബന്ധത്തെ പൊതിഞ്ഞു തുടങ്ങിയെന്ന് ഞാൻ ഭയന്നു. തികച്ചും സാധാരണ മട്ടിലും വരണ്ടതുമായി ഞങ്ങളുടെ കൈമാറ്റങ്ങൾ. ദിവസങ്ങളോളം ഞങ്ങൾ ഒരു വാക്കുകൊണ്ടുപോലും പരസ്പരം ഓർമ്മിപ്പിച്ചില്ല. വല്ലപ്പോഴും മിണ്ടിയപ്പോഴാവട്ടെ അത് പ്രണയമിറങ്ങിപ്പോയ മനുഷ്യരുടെ കുറ്റപ്പെടുത്തൽ മാത്രമായി കലാശിച്ചു.

കാണാനുള്ള അവസരങ്ങൾപോലും ഞങ്ങൾ ആത്മാർത്ഥതയോടെ പ്രയോജനപ്പെടുത്തിയില്ല. ആകെ വരണ്ട് വറ്റി...

നീതു, പ്രണയത്തിന്റെ ആദ്യകാലങ്ങളിൽ എത്രമേൽ ഗാഢമായിരുന്നു ഞങ്ങളുടെ കൂട്ട് എന്ന് ഞാൻ പറഞ്ഞിരുന്നുവല്ലോ. സ്വന്തമായിക്കഴിയുമ്പോൾ എല്ലാ പ്രണയത്തിലും സംഭവിക്കാറുള്ള ഒരു പതിഞ്ഞ

മട്ട്, അത് എന്റെ ഭാഗത്തുനിന്നുമുണ്ടായിട്ടുണ്ട്. ഇല്ല എന്ന് ഞാൻ പറയുന്നില്ല. അതവളെ വേദനിപ്പിച്ചിട്ടുണ്ടാവണം. എങ്കിലും പുറംശഭളിമയുടെ പരപ്പിൽനിന്ന് ആഴത്തിലേക്ക് പരിവർത്തനപ്പെട്ടുകഴിഞ്ഞിരുന്ന പ്രണയത്തിൽ അവളെനിക്ക് പ്രിയപ്പെട്ടവൾ തന്നെയായിരുന്നു അന്നുമെന്നും. അതുകൊണ്ടുതന്നെയീ അവഗണന, ഉൾവലിയൽ എനിക്ക് താങ്ങാനാവുന്നതായിരുന്നില്ല.

ഞങ്ങൾ കൂടെക്കൂടെ പിണങ്ങി. പരസ്പരം മുറിപ്പെടുത്തി, അത്രയും തന്നെ അകന്നു. വീണ്ടും കുറച്ച് നാളുകൾ നിശ്ശബ്ദരായിരുന്നു. പിന്നെയും ഇടയ്ക്ക് ഫോണിലൂടെ ഞങ്ങൾ ബന്ധപ്പെട്ടു. അപ്പോഴൊക്കെയും അവൾ, ഇല്ല ഞാനുണ്ട് ഇവിടെ. നിനക്കായി എന്നത്തേയും പോൽ. ബാക്കിയത്രയും തോന്നൽ മാത്രമെന്ന് സമാശ്വസിപ്പിക്കാൻ ശ്രമപ്പെട്ടു. പക്ഷേ എനിക്കറിയാമായിരുന്നു പഴയ അവളല്ല അതെന്ന്.

എനിക്കറിയണമായിരുന്നു. എന്താണ് അവൾക്ക് സംഭവിക്കുന്നത് എന്ന്. വിശ്വസിക്കുക, ഉൾക്കൊള്ളുക അത്ര എളുപ്പമല്ലാത്ത ഒരു രീതിയിലൂടെയാണ് അതെന്നെ തേടിയെത്തിയത്. ഒരു ഓഫീസ് ദിനത്തിൽ മദ്ധ്യാഹ്നം പിന്നിട്ട നേരത്ത് എന്നെക്കാണാൻ ഒരു സന്ദർശകനെത്തി. ചെറുപ്പക്കാരൻ, 20–22 വയസ്സുമാത്രം പ്രായം. ഇയാളെ ഞാനെവിടെയാണ് കണ്ടത് എന്ന ആലോചനാക്കുഴപ്പത്തിനിടെ അവനവന്റെ പേര് പറഞ്ഞു, സഞ്ജയ്. രേഖയുടെ മകൻ. രണ്ട് മക്കളിൽ മൂത്തയാൾ. ചിത്രങ്ങളിൽ കണ്ടാണ് മുഖപരിചയമെന്ന് ഞാനോർത്തെടുത്തു.

''എനിക്ക് അങ്കിളിനോടൊന്ന് സംസാരിക്കണം. പത്ത് മിനിട്ട് മതിയാവും.'' അപേക്ഷാസ്വരം. പക്ഷേ ഉറച്ചത്.

സ്വാഭാവികത പാലിക്കാൻ ശ്രമിച്ചിട്ടും എന്റെ ഉള്ളിലുണർന്ന ഇടികുടുക്കത്തിന്റെ നടുക്കങ്ങൾ അവനും മനസ്സിലായിട്ടുണ്ടാവണം.

ഒരഞ്ച് നിമിഷം, ചില അത്യാവശ്യകാര്യങ്ങൾ എന്ന് അവനെ സന്ദർശകർക്കുള്ള കാത്തിരിപ്പ് ഭാഗത്ത് ഇരുത്തിയിട്ട് ഞാൻ എന്റെ ക്യാബിനിലേക്ക് മടങ്ങി. ഒന്ന് ക്രമപ്പെടുത്താൻ, സ്വയമേ ഒരു തയ്യാറെടുപ്പിന് എനിക്കൊരിത്തിരി സമയം വേണമായിരുന്നു.

തെല്ലുനേരം കഴിഞ്ഞ് ഞാനിറങ്ങി. കൂട്ടുകാരോടൊത്ത് പലപ്പോഴും പോയിരിക്കാറുള്ള, ചിലപ്പോഴെല്ലാം രേഖയോടൊത്തും വന്നിട്ടുള്ള ഇടത്ത്, ഒരു റെസ്റ്റോറന്റിൽ അവനോടൊപ്പം ചെന്നു.

''അങ്കിൾ, ഞാനാദ്യമേ പറയട്ടെ.'' ഓർഡർ ചെയ്തിരുന്ന ചായ വന്നുചേരും മുമ്പേ സഞ്ജയ് സംസാരിച്ചു തുടങ്ങി. എല്ലാം കരുതി ഉറപ്പിച്ച ഒരു ആത്മവിശ്വാസവും ധൈര്യവും അതിന്റെ തിടുക്കവും അവനിലുണ്ടായിരുന്നു.

''എല്ലാം എനിക്കറിയാം. എല്ലാം. അമ്മയും അങ്കിളും തമ്മിൽ എന്താണെന്നും അമ്മയ്ക്ക് അങ്കിൾ എങ്ങനെയാണെന്നും. എല്ലാം.''

കണ്ണുകളിൽ കണ്ണുകോർത്ത് ഉറപ്പോടെ അവൻ തുടർന്നു.

''വേണമെന്ന് വെച്ചിട്ടോ, എന്തെങ്കിലും സംശയങ്ങളുടെ പിന്നാലെയുള്ള ഒരു തേടിപ്പിടിക്കലോ ആയിരുന്നില്ല. തികച്ചും യദൃച്ഛയാ അതെന്റെ മുമ്പിൽ വെളിപ്പെടുകയായിരുന്നു. ഞാനിത് മനസ്സിലാക്കിയിരിക്കുന്നു എന്ന് അമ്മയ്ക്കും അറിയാമെന്ന് അങ്കിൾ അറിയണം. ഇക്കാലത്ത്, തുറന്ന പുതിയ ഈ ലോകത്ത് ഇങ്ങനെയൊന്ന് അസാധാരണമായി ഞാൻ കരുതുന്നില്ല. അതുകൊണ്ടുതന്നെ ഏകപക്ഷീയമായി കുറ്റപ്പെടുത്തുന്നുമില്ല. എനിക്ക് മനസ്സിലാക്കാനാവുന്നുണ്ട് എല്ലാം, നിങ്ങളേയും.''

തെല്ലു നേരത്തേക്ക് അവൻ നിശ്ശബ്ദനായിരുന്നു. ചായക്കോപ്പയെടുത്ത് ഒന്ന് മൊത്തി. പിന്നെ ആരുടെയോ കാര്യം ആരോടോ പറയും മട്ടിലുള്ള സ്വാഭാവികതയിൽ തുടർന്നു.

''ഞങ്ങളുടെ വീട്ടിലെ കാര്യങ്ങൾ അറിയാമല്ലോ? ഈയിടെ ഉണ്ടായ സംഭവങ്ങളും. അമ്മയെ ഇപ്പോൾ ഭരിക്കുന്നത് കുറ്റബോധമാണ്. അത് അല്ലമഴപോലെ അമ്മയെ പൊള്ളിക്കുന്നുണ്ട്. അച്ഛനോട് എല്ലാം പറയാൻ, കുമ്പസാരിക്കാൻ, പൊട്ടിക്കരയാൻ, ആ പാദങ്ങൾ കണ്ണീരുപ്പിൽ കുതിർത്ത് മുക്തയാവാൻ അമ്മ മോഹിക്കുന്നുണ്ട്. അത്രയ്ക്കും നല്ല ഒരു കുടുംബസ്ഥനാണ് അച്ഛൻ. അത്ര നന്നായാണച്ഛൻ ഞങ്ങളെ, അമ്മയേയും നോക്കുന്നത്. കുറവുകളേതുമില്ലാതെ. അമ്മയ്ക്കതറിയാം. പിന്നെയെന്തിനായിരുന്നു ഇങ്ങനെയെന്നെല്ലാമുള്ള കൊടുംകുറ്റ വിചാരണ അമ്മ ഉള്ളിൽ നടത്തുന്നുണ്ട്. അച്ഛനോടെല്ലാം പറഞ്ഞ് സ്വയം ശിക്ഷവരിക്കാൻ അതുകൊണ്ടുതന്നെ അമ്മ കൊതിക്കുന്നുണ്ട്.

ഒരുവേള, ഒരുവേള അച്ഛനെല്ലാം ക്ഷമിക്കുമായിരിക്കും. പക്ഷേ തീർച്ചയില്ല എനിക്ക്. അതുകൊണ്ട് ഞാനാണ് അമ്മയെ അതിൽനിന്ന് തടഞ്ഞുവെച്ചത്. അപ്പോൾ അതാണ് അങ്കിൾ. നമ്മൾ തമ്മിലുള്ള ഈ കൂടിക്കാഴ്ച തന്നെ അമ്മ അറിയാതെയാണ്. അറിയുകയും വേണ്ട.

അങ്കിൾ, നിങ്ങൾക്കിരുവർക്കും വേദനാകരമാവും. എങ്കിലും ക്ഷമിക്കൂ. ഇനിയമ്മയെ വിളിക്കരുത്. നിങ്ങൾ തമ്മിൽ കാണരുത്. ഒന്നും പഴയതുപോലെയാവരുത്. അമ്മയുടെ പാപഭാരവും കുറ്റബോധവും ഇനി അച്ഛനോടുള്ള സ്നേഹം കൂടുതൽ തിളക്കമുള്ളതാക്കട്ടെ.''

ചായക്കോപ്പ എടുത്ത് അവൻ ഒരാവർത്തികൂടി മൊത്തി. പിന്നെ എഴുന്നേറ്റു. ശേഷം നടന്നുമറഞ്ഞു. തിരിഞ്ഞുനോക്കാതെ.

സുവർണ്ണ രേഖ

ദൈവത്തെ കിനാവ് കാണാൻ ജീസസിനെ ആ കുന്നിൻമുകളിൽ വിട്ട് ഞാനെന്റെ യാത്ര തുടരാൻ നിശ്ചയിച്ചു. പിരിയും മുമ്പേ വരുന്നോ ഒന്നിച്ച് നീങ്ങാമെന്നൊരു ആത്മാർത്ഥത തീണ്ടാത്ത പൊള്ളച്ചോദ്യം ഞാനയാൾക്ക് നേരെ എയ്യാതിരുന്നില്ല. ജീസസത് കേട്ടതായി തോന്നിയില്ല. അല്ലെങ്കിൽ അങ്ങനെ ഭാവിച്ചില്ല.

''ജീവിതം ഇങ്ങനെയും കൂടെയാണ്. ഒട്ടുമിക്കപ്പോഴുമത് നമ്മുടെ കൈയിൽ ആയിരിക്കുകയേ ഇല്ല.'' ഒട്ടൊരു ദാർശനിക ഭാവം കടം

കൊണ്ട് ഞാനയാളെ സമാശ്വസിപ്പിക്കാൻ ശ്രമിച്ചു. പക്ഷേ തെല്ലുമേ ആത്മാർത്ഥതയില്ലാതെ.

"ആർക്കും പിണയാവുന്ന പിഴവുകളാണ്. കാലമെല്ലാം മായ്ച്ചു കളയും. മുറിവുകളുണക്കും. വിഷമിക്കരുത്." എനിക്കുമുമ്പേ പലരു മാവർത്തിച്ചിട്ടുണ്ടാവാനിടയുള്ള വാക്കുകൾ. ഒട്ടുമേ ഘനപ്പെടുത്താതെ ഉള്ളിൽതട്ടാത്ത മന്ത്രോച്ചാരണംപോലെയോ കടംകഴിക്കൽ പോലെയോ, ഞാനവ ജീസസിനോട് ആവർത്തിച്ചു.

അതും പക്ഷേ അയാളെ തൊടുന്നുണ്ടെന്ന് തോന്നിയില്ല. വെറുതെ ചില വെറും വാക്കുകൾ പറഞ്ഞുവെങ്കിലും എനിക്കയാളെ വിട്ട് വേഗത്തിൽ നീങ്ങാൻ തന്നെയായിരുന്നു തിടുക്കം. അയാളോടൊപ്പം തുടരുന്ന ഓരോ നിമിഷവും ഞാനെന്നെത്തന്നെ കൂടുതൽ കൂടുതൽ കുറ്റവിചാരണയുടെ ഇരുമ്പുകൊളുത്തിൽ തൂക്കി നിർത്തുമെന്ന്, താരതമ്യപ്പെടുത്തുമ്പോൾ എന്ത് നന്മയാണ് എനിക്കുള്ളത്, കുടുതൽ കടുത്ത വിചാരണകൾ നേരിടേണ്ടവൻ ഞാൻതന്നെയാണ് എന്നിങ്ങനെ തോന്നലുകൾ എന്റെ മുതുകിൽ ചാട്ടവാറടിയായി പതിച്ചുകൊണ്ടിരിക്കുമെന്നും ഞാൻ ഭയന്നു.

എങ്കിലും ബൈക്കിൽ കടന്നിരിക്കുമ്പോൾ, ഇനിയും കാണാമെന്ന് പാലിക്കുക സാധ്യമല്ലെന്ന് തീർച്ചയുള്ള ഒരുറപ്പുകൂടി ഞാനയാൾക്ക് നൽകി. നിശ്ചല നിലയിൽ നിന്ന് ജീസസ് ചിരിച്ചു. അപ്പോൾ മാത്രം എനിക്കയാളോട് നേരിയ ഒരനുതാപം തോന്നി.

കൂടുതൽ വടക്കോട്ട്, വിദൂരത്തിലെങ്കിലും ഒട്ടൊക്കെ കിഴക്കൻ തീരത്തിന് സമാന്തരമായി ഞാൻ യാത്ര തുടർന്നു. ഈ യാത്രയിൽ എപ്പോഴുമെന്നപോലെ നിയതമായ ലക്ഷ്യമില്ലാതെയും അലഞ്ഞലഞ്ഞും ഒഴുകിയൊഴുകിയും. ഛത്തീസ്ഗഡിന്റെയും ഒറീസയുടെയും ഭാഗങ്ങളിലൂടെ... ചിലയിടങ്ങളിൽ തങ്ങിനിന്നു. ചിലയിടത്തുനിന്നും വേഗം വേഗമകന്നു. ഇടയ്ക്ക് ജഗ്ദാൽപൂരും മുനിഗുഡയും പിന്നിട്ട് ഞാനെന്നെ കൊണാർക്ക് സൂര്യക്ഷേത്രത്തിന് മുമ്പിൽ കണ്ടെത്തി. കടൽച്ചാരെ.

നീതു, നിനക്കെഴുതുന്ന ധൃതിയിൽ ഇടങ്ങളിൽനിന്ന് ഇടങ്ങളിലേക്കുള്ള ദൂരങ്ങളെ ഇടയിലെ കാഴ്ചകളെ ഞാൻ ഒറ്റവാക്കിലും വാചകങ്ങളിലും കുറിച്ചുവെക്കുന്നു എന്നേയുള്ളൂ. നിനക്കൊരുപക്ഷേ അറിയാവുന്നതുപോലെ അത്രയെളുപ്പത്തിൽ ചെന്നുചേരാവുന്ന അകലങ്ങളേ ആയിരുന്നില്ല ഇവയൊന്നും. പലപ്പോഴും ഒരു പകൽനേരം മുഴുവനായും വണ്ടിയോടിക്കേണ്ടിയിരുന്ന ദൂരങ്ങൾ. ചിലപ്പോഴൊക്കെ ഒരുപകലും രാത്രിപ്പാതിയും വേണ്ടിവന്ന സഞ്ചാരങ്ങൾ. പലപ്പോഴും ഉടലും ഒരു യന്ത്രഭാഗമായി പരിണമിച്ച് ഞാനെന്നെ സ്വയം ശിക്ഷിക്കുകയാണെന്ന് തോന്നി. കാറ്റുംതണുപ്പും ചിലപ്പോഴൊക്കെ പൊടുന്നനെപ്പെയ്ത്തായി മഴയും വെയിലുമെല്ലാം എന്നെ പ്രഹരിച്ചില്ലെന്നല്ല. ഇടയ്ക്കിടെ അപ്രതീക്ഷിതവും പ്രതീക്ഷിതവുമായ കഠിനതകൾ- യാത്രകളിൽ എപ്പോഴുമെന്നപോലെ-എന്നെ കാത്തിരുന്നിരുന്നു.

അവശ്യം വേണ്ട പണം കൈയിലുണ്ടായിരുന്നിട്ടും വിശപ്പിന്റെ തീയാളൽ സഹിച്ചുസഹിച്ച് കഴിയേണ്ടി വന്ന അവസ്ഥകൾ മുമ്പ് പലപ്പോഴും എന്റെ ജീവിതത്തിലുണ്ടായിട്ടുണ്ട്. ദൈവത്തിന്റെ ആശ്രമത്തിൽനിന്ന് കൊണാർക്കുവരെയുള്ള സഞ്ചാരത്തിനിടയിലും വീണ്ടും പലവട്ടം ഞാനത് അനുഭവിച്ചു. പുരി നഗരത്തിലേക്ക് കടക്കുംമുമ്പേ വല്ലാത്ത ഒരനുഭവമുണ്ടായി. മുഖ്യപാതയിൽനിന്ന് തെല്ലകന്ന് ഒരു ചെറിയ റോഡിലൂടെയായിരുന്നു ഞാനപ്പോൾ സഞ്ചരിച്ചുകൊണ്ടിരുന്നത്. എനിക്ക് നന്നായി വിശക്കുന്നുണ്ടായിരുന്നു. ഇരുന്നുപഴകിയ കുറച്ച് വെള്ളമല്ലാതെ എന്റെ കൈയിൽ ഒരുതുണ്ട് മിഠായിപോലും ശേഷിച്ചിരുന്നില്ല. ആ വഴിയിൽ എന്തെങ്കിലും വിൽക്കുന്ന കടകളൊന്നും ഏറെയുള്ളതായി ഞാൻ കണ്ടില്ല. ഉള്ളവയത്രയും രാത്രി വളർന്നുതുടങ്ങിയ ആ നേരത്ത് അടച്ച് പോവുകയും ചെയ്തിരുന്നു. വിശപ്പിന്റെ കഠിനാക്രമണംകൊണ്ട് എനിക്ക് തല കറങ്ങുന്നതുപോലെ തോന്നി.

അന്നേരമാണ് വഴിയോരത്ത് മൂന്നുനാല് ചെറിയ കടകൾ കാണായത്. അവയും ഒന്നൊഴികെയെല്ലാം അടച്ചുപോയിരുന്നു. താഴ്ന്ന പ്രകാശത്തിൽ മണ്ണെണ്ണ വിളക്ക് മുനിഞ്ഞ് കത്തുന്ന അടയ്ക്കാതെയവശേഷിച്ചിരുന്ന കടയുടെ മുമ്പിൽ ബൈക്ക് നിർത്തി ഞാനിറങ്ങി. ബിസ്കറ്റോ, പഴമോ ഒരുചെറിയ കുപ്പിവെള്ളമോ എങ്കിലും അവിടെ നിന്ന് വാങ്ങിയേ തീരൂ. അറുപത് വയസ്സിന് മീതെ പ്രായം മതിക്കുന്ന ഒരു സ്ത്രീ മാത്രമാണ് അവിടെ ഉണ്ടായിരുന്നത്. മാവുകുഴച്ച പാത്രം കഴുകി വൃത്തിയാക്കുകയായിരുന്നു അവർ. വിശന്നും തളർന്നുമുള്ള എന്റെ നില്പ് അവരോട് സംസാരിച്ചുവെന്ന് തോന്നി. പക്ഷേ എന്ത് ചെയ്യാൻ കനലടുപ്പ് അവർ കെടുത്തിക്കഴിഞ്ഞിരുന്നു. റൊട്ടി ചുടാൻ മാവ് ശേഷിപ്പുണ്ടായിരുന്നില്ല. ആകെ ഉണ്ടായിരുന്നത് രാവിലെയോ മറ്റോ പാകംചെയ്ത കുറച്ച് തണുത്ത സബ്ജി മാത്രമാണ്. പഴങ്ങളോ ബിസ്കറ്റോ അങ്ങനെയെന്തെങ്കിലും വിൽക്കുന്ന ഒരു കടയായിരുന്നില്ല അത്. ആ ഭാഗത്ത് കുറച്ച് കാലമായി തുടരുന്ന കനാലിന്റെ പണിക്കെത്തുന്നവരെ പ്രതീക്ഷിച്ചാണത് കാര്യമായി തുറന്നിരിക്കുന്നത്.

നീതൂ, മുമ്പ് നിനക്ക് ഞാനെഴുതിയിരുന്നില്ലേ. ആന്ധ്രയിലെവിടെയോ വെച്ച് ഇതുപോലൊരു വഴിയോരക്കടയിൽ രാത്രി തങ്ങാനനുവദിച്ച ഒരാളെക്കുറിച്ച്. ഈ സ്ത്രീയെ കണ്ടപ്പോൾ ഞാനയാളെ ഓർമ്മിച്ചു.

പുരിയിലെത്തിച്ചേരാൻ അവിടുന്ന് പിന്നേയും ഇരുപത് കിലോമീറ്ററെങ്കിലും പോവേണ്ടതുണ്ടായിരുന്നു. രാത്രിയായതിനാൽ ഏറെ ആൾസഞ്ചാരമില്ല. ആ വഴിയിൽ കടകളൊന്നും തുറന്നിരിക്കാൻ സാധ്യതയുമില്ല. കുനിഞ്ഞ ശിരസ്സും ക്ഷീണിച്ച് ഇടിഞ്ഞ ചുമലുമായി ഞാൻ ഇറങ്ങാൻ തുടങ്ങവേയാണ് ആ സ്ത്രീ പറഞ്ഞത്.

''മോനെ എന്റെ വീട് അത്ര അകലെയൊന്നുമല്ല. നീ എന്റെകൂടെ വന്നാൽ ഞാൻ റൊട്ടിയുണ്ടാക്കി തരാം.''

ഞാനൊന്നു സംശയിച്ച് അവരെ നോക്കി.

“എനിക്കതൊരു ബുദ്ധിമുട്ടേയല്ല. മടിക്കാതെ വന്നോളൂ.” മുറുക്കാൻകറകുത്തിയ പല്ലുമുഴുവൻ കാണിച്ച് ആ സ്ത്രീ ചിരിച്ചു.

അവരുടെ കൂടെപ്പോവാൻ ഞാൻ നിശ്ചയിച്ചു. റോഡിൽനിന്ന് തിരിഞ്ഞ് ഗ്രാമത്തിലേക്ക് പോവുന്ന ചെറുവഴിയായിരുന്നു അത്. വീതികുറഞ്ഞ് പുല്ലുപടർന്ന മൺവഴി.

“ഞാനിന്നേവരെയൊരു മോട്ടോർ സൈക്കിളിൽ കയറിയിട്ടില്ല. ഈ വഴിയാണെങ്കിൽ മോന് പുതിയതും. ഞാൻ നടക്കാം.”

ബൈക്കിൽ കയറാനുള്ള എന്റെ ക്ഷണത്തെ അവർ ചിരിയോടെ നിരസിച്ചു.

ബുള്ളറ്റ് നിർത്തിയും നീക്കിയും പതിയെ ഞാൻ. അതിന്റെ വെളിച്ചത്തിന് കാക്കാതെ തലയിൽ പാത്രച്ചുമടുമായി ആ സ്ത്രീ മുന്നിലും. പത്ത്-പന്ത്രണ്ട് വീടുകൾ ഒന്നിച്ചുള്ള ചെറുഗ്രാമത്തിന്റെ വെളിച്ചം അകലെനിന്നേ കണ്ടു. വയലിറമ്പുപോലെ തോന്നിച്ച ഒരിടത്ത് ബൈക്ക് നിർത്തി നടവരമ്പു കയറി ആ സ്ത്രീയുടെ വീട്ടുമുറ്റത്തെത്തി.

വാതിൽ തട്ടിവിളിച്ചപ്പോൾ ഒരു സ്ത്രീ കൈക്കുഞ്ഞുമായി വന്ന് വാതിൽ തുറന്നു. വൃദ്ധയുടെ മകളോ മരുമകളോ ആയിരിക്കണം. ഞാൻ അകത്തുകയറാതെ ഇളംതിണ്ണയിൽ കാല് നീട്ടിവെച്ച് വെറുതെയിരുന്നു.

ഒന്ന് മയങ്ങിപ്പോയിരുന്നോ? ഉണർന്നപ്പോൾ ആ സ്ത്രീ ഒരു സ്റ്റീൽ തട്ടത്തിൽ ആവി പറക്കുന്ന റൊട്ടിയുമായി നിൽക്കുന്നു.

“കറിയായി കാര്യമായൊന്നുമില്ല. അച്ചാറും ദഹിയുമല്ലാതെ.”

അവർ തെല്ല് ക്ഷമാപണപൂർവ്വം പറയുന്നു. അത് വാങ്ങവേ ഞാൻ ചിരിക്കാൻ ശ്രമിച്ചു. “അല്ലെങ്കിലും നന്നായി വിശക്കുമ്പോൾ കറി ആർഭാടമാണ് എന്നല്ലേ.” അവരും ചിരിക്കുന്നു.

സാധാരണയിലും ഘനമുള്ള - ആ ഭാഗങ്ങളിലെ പതിവാവണം- രണ്ട് മൂന്ന് റൊട്ടികൾ. ഒന്നുപോലും ബാക്കിവെക്കാതെ ഞാനവ മുഴുവൻ കഴിച്ചു. ഒരു നാണവും കൂടാതെ. ആഹാരത്തിന്റെ തളർച്ചയിലും അതിന്റെ തന്നെ തൃപ്തിയിലും കുറച്ചുനേരം കൂടി ഞാൻ ആ വരാന്തയിൽ ഇരുന്നു. പണം നൽകുന്നത് ആ സ്ത്രീയെ അപമാനിക്കലാവുമോ? നൽകാതിരിക്കുന്നത് ശരിയാണോ എന്നിങ്ങനെയുള്ള ആലോചനാക്കുഴപ്പങ്ങൾ പോവാനെഴുന്നേറ്റപ്പോൾ എന്നെ ഗ്രസിച്ചു. ആ സ്ത്രീക്ക് അത് മനസ്സിലായി എന്ന് തോന്നി.

“ബേട്ടാ, വഴി മോശമാണ് ശ്രദ്ധിച്ച് പോവണം” എന്ന് നന്ദി പറയാൻ പോലുമവസരം നൽകാതെ വാതിലടച്ചുകളഞ്ഞു അവർ.

നീതൂ, വേറൊരു രാത്രിയിൽ വിചിത്രമായ ഒരു ടൂറിസ്റ്റ് ഹോമിലാണ് ഞാൻ ചെന്നുപെട്ടത്. പുരാതനകാലം മുതൽക്കേ അവിടെ ഉണ്ടായിരുന്നു എന്ന് തോന്നിച്ച ഒരു കെട്ടിടം. അതിന്റെ രൂപത്തിലും അത് സ്ഥിതിചെയ്തിരുന്ന അന്തരീക്ഷത്തിലും ആകെയും ഒരു ഗൂഢത തങ്ങിനിൽക്കുന്നതായി എനിക്ക് ആദ്യമേ തോന്നിയിരുന്നു. ഇടനാഴിയിലും

പുറത്തും വെച്ച് ഞാൻ അപൂർവ്വമായിക്കണ്ട മനുഷ്യർക്കുമുണ്ടായിരുന്നു ഒരതിഗൗരവം.

റിസപ്ഷനിലെ മധ്യവയസ്കൻ ഒരു സംശയമട്ടിലാണ് എന്നെ നോക്കിയിരുന്നത്. എന്നോട് എന്തോ ഉദാരത കാണിക്കുംപോലെ ഇട പെട്ടുകൊണ്ടിരുന്ന അയാൾ ഒരു രാത്രിയിലെ അന്തിയുറക്കത്തിന് മുറിവാടകയുടെ ഇരട്ടിയാണ് അഡ്വാൻസായി ആവശ്യപ്പെട്ടത്. മറ്റ് നിവൃത്തിയില്ലാത്തതിനാൽ അതത്രയും നൽകി താക്കോലും വാങ്ങി ഞാൻ മുറിയിലേക്ക് പോയി.

മുറി വൃത്തികെട്ടതായിരുന്നു. മങ്ങിയടർന്ന മുറിച്ചുവരുകളിൽ കൊതുകു ചോരയുടെ പൂക്കളങ്ങൾ. മയം നഷ്ടപ്പെട്ട കല്ലിച്ച കിടക്ക. കൂട്ടിയിട്ട നനഞ്ഞ തുണികൾ പ്രസരിപ്പിക്കുന്ന മുഷിപ്പ് മണം പോലൊന്ന് ആ മുറിയാകെ. ആകെ തളർന്നും വശംകെട്ടും എത്തിച്ചേർന്ന എനിക്കു പക്ഷേ അവിടെ തുടരുകയല്ലാതെ വൈകിയ ആ രാത്രിയിൽ മറ്റ് വഴി കളുണ്ടായിരുന്നില്ല. എന്തെങ്കിലും വേണോ സാബ്, എന്ന ചോദ്യവു മായി മുറിവാതിലിൽ മുട്ടിയ റൂംബോയ് പയ്യനെ, ഇല്ല ഒന്നുമില്ലെന്ന് ഒഴിവാക്കിയശേഷം ഞാൻ വേഷംപോലും മാറാതെ കട്ടിലിലേക്ക് വീണു. നീതൂ, പറയണമല്ലോ, ആ ചെറുക്കനും സൂക്ഷിച്ചിരുന്നു തിരിച്ചു വായിച്ചെടുക്കാനാവാത്ത വല്ലാത്ത ഒരു ഭാവം.

സമാനതകൾ ഒന്നുമില്ലായിരുന്നുവെങ്കിലും നാട്ടിലുണ്ടായിരുന്ന ഒരു കൂട്ടുകാരനെ, ഒരു ടൂറിസ്റ്റ് ഹോമിന്റെ മാനേജരായിരുന്ന രാജീവി നെയാണ് അപ്പോൾ ഓർമ്മവന്നത്. ഒരേ സ്കൂളിൽ ഒന്നിച്ച് പഠിച്ചവരാ യിരുന്നു ഞങ്ങൾ. അടുത്തടുത്ത ക്ലാസ്സുകളിൽ. പത്താം ക്ലാസ് പിന്നിട്ട ശേഷം അവനെക്കുറിച്ച് പിന്നെയേറെയൊന്നും കേട്ടിട്ടുണ്ടായിരുന്നില്ല. ടൗണിലെ ആ പഴയ ടൂറിസ്റ്റ് ഹോമിൽ സഹായിയായി അവൻ വന്നു ചേർന്നപ്പോഴാണ് വർഷങ്ങൾക്കുശേഷം പിന്നെയവനെ കണ്ടുമുട്ടുന്നതു തന്നെ. പതിയെപ്പതിയെ സഹായി എന്ന നിലയിൽ നിന്നവൻ ആ സ്ഥാപനത്തിന്റെ നടത്തിപ്പുകാരൻ എന്ന നിലയിലേക്ക് മാറി.

രണ്ടു നിലകളിലായി ഇരുപതോളം മുറികളുള്ള ഒന്നായിരുന്നു ആ ടൂറിസ്റ്റ് ഹോം. പരിമിതമായ സൗകര്യങ്ങളും അതിനനുസൃതമായി മാത്രം വാടകയുമുള്ള ഇടം. അതിഥികൾ, അത് ആരുമായിക്കൊള്ളട്ടെ അവരെ വീട്ടിലേക്കെന്ന മട്ടിലാണ് രാജീവ് സ്വീകരിക്കുക. അക്കാലത്ത് ടൗണിലേക്കിറങ്ങുമ്പോൾ പലപ്പോഴും അവന്റെയടുത്ത് ഒന്ന് കയറി, ചിലപ്പോൾ കുറച്ചധികനേരം തങ്ങി, വിശേഷങ്ങൾ പങ്കിട്ട് മടങ്ങുന്നത് ഒരു പതിവായിരുന്നു.

എപ്പോഴും ചലിക്കുന്ന, വൈവിധ്യമുള്ള ഒന്നായിരുന്നു ആ ടൂറിസ്റ്റ് ഹോമിലെ ജീവിതം. പലതരക്കാരും ദേശക്കാരുമായ മനുഷ്യൻ. പല പല ആവശ്യങ്ങൾക്കായി വന്ന് ചേരുന്നവർ തമ്പടിക്കുന്ന ഇടം. ചെറിയ, ഇടുങ്ങിയത് എന്നുതന്നെ പറയാവുന്ന ആ മുറികളിൽ എന്തെല്ലാം നടന്നിട്ടുണ്ടാവും. നടക്കുന്നുണ്ടാവും എന്ന് അവിടെചെല്ലുമ്പോഴെല്ലാം ഓർക്കാറുണ്ട്. എത്രയേറെ പ്രണയവും സ്വപ്നങ്ങളും പ്രതീക്ഷകളും

കൈമാറപ്പെട്ടിട്ടുണ്ടാവും. എത്രയെത്ര രതിയുടെ ആഹ്ലാദങ്ങൾ അനുഭൂതികൾ പങ്കിട്ടിട്ടുണ്ടാവും. എത്ര സ്വാസ്ഥ്യവും ആശ്വാസവും അനുഭവിച്ചിട്ടുണ്ടാവും. ക്രിയാത്മകമായ എന്തെന്ത് ചിന്തകൾ ഉരുവപ്പെട്ടിട്ടുണ്ടാവും. എന്തെല്ലാം ആലോചനകളും ഗൂഢാലോചനകളും നടന്നിട്ടുണ്ടാവും.

അതേ, ജീവിതംപോലെ വൈവിധ്യം നിറഞ്ഞ ഒരിടം, ആ ടൂറിസ്റ്റ് ഹോം. ഒരിക്കൽ ഒരുച്ചനേരത്താണ്, അവിടെച്ചെന്ന് കയറിയത്. റിസപ്ഷനിൽ ഒരു ചെറുപ്പക്കാരനും ചെറുപ്പക്കാരിയും. ഇരുപത്തഞ്ച് വയസ്സിന് മീതെ പ്രായം കാണും യുവാവിന്. പെൺകുട്ടി കുറച്ചുകൂടി ഇളയതാണ്. ദീർഘസഞ്ചാരത്തിലെന്ന് തോന്നിക്കുന്നവിധം ബാഗും വേഷവും. ആശങ്കയും ഭീതിയും തൊങ്ങലിടുന്ന മുഖം. രാജീവ് അവരോട് വളരെ കാര്യമായി എന്തോ സംസാരിച്ചു നിൽക്കുകയാണ്. മുറിയെടുക്കാനെത്തുന്നവരെ അവൻ വിധേയരാക്കാറുള്ള പതിവ് പരിശോധനാ അഭിമുഖത്തിനപ്പുറമാണതെന്ന് എനിക്ക് തോന്നി.

അത് കഴിഞ്ഞപ്പോൾ ഒന്നാംനിലയിലേക്ക് അവരെയും കൂട്ടി അവൻ കയറിപ്പോകുന്നത് കണ്ടു. മടങ്ങിവരുമ്പോൾ അവന്റെ മുഖത്തൊരു ചെറുചിരി തങ്ങിനിൽക്കുന്നുണ്ടായിരുന്നു.

''കമിതാക്കളാണവർ. അല്ല, ആയിരുന്നു. ഇന്നലെവരെ. ഇന്ന് രാവിലെ മുതൽ ഭാര്യാഭർത്താക്കന്മാരാണ്.'' രാജീവ് പറഞ്ഞു.

''ഇന്ന് പതിമ്മൂന്നാം തിയ്യതിയാണല്ലോ എന്നൊന്നും ഗൗനിക്കാതെ ഒരു ക്ഷേത്രാങ്കണത്തിൽ ചെന്ന് ആരുമാരും സാക്ഷികളില്ലാതെ അവർ ഒന്നിച്ചു. പിന്നെ ഒരു ദീർഘദൂര കെ.എസ്.ആർ.ടി.സി. ബസ്സിൽ കയറി ഇവിടെയെത്തി. ഇന്ന്, അവരുടെ ആദ്യരാത്രിയല്ലേ.'' രാജീവ് ചിരിച്ചു. പിന്നെയവൻ പെട്ടെന്ന് ഗൗരവത്തിലായി. ആലോചനയിലായി.

''ആദ്യരാത്രി മറക്കാനാവാത്തതാവണം. അവർക്കിവിടെ ആരുണ്ട് നമ്മളല്ലാതെ.'' അവൻ പറഞ്ഞു.

''അവരിപ്പോൾ കുളിച്ച് വേഷംമാറി പുറത്തേക്കിറങ്ങി വരും. ടൗണും ചുറ്റുഭാഗവുമൊക്കെ കാണാനാണ് പരിപാടി. അവർ പുറത്തുപോവുന്ന സമയം നമുക്കുള്ളതാണ്. നമുക്കത് പ്രയോജനപ്പെടുത്തണം.''

എനിക്ക് അവൻ ഉദ്ദേശിക്കുന്നതെന്താണെന്ന് മനസ്സിലായതേയില്ല. ഏതോ ഗുരുതരകാര്യത്തിന് പദ്ധതിയിടും മട്ടിലായിരുന്നു അവന്റെ സ്വരവും ഭാവവും.

നമ്മളെന്ത് ചെയ്യാനാണെന്ന എന്റെ അമ്പരപ്പിന് അവൻ വിശദീകരണം നൽകാനൊരുമ്പെടവേ നേരത്തെ കണ്ട യുവതിയും യുവാവും താഴേക്ക് ഇറങ്ങി വന്നു. തന്റെ ബൈക്ക് തന്നെ അവരുടെ കറക്കത്തിന് വിട്ടുനൽകി രാജീവ് അവരെ യാത്രയാക്കി. ടൗണിലും ചുറ്റുഭാഗത്തുമായി അത്യാവശ്യം കാണേണ്ട ഇടങ്ങളെക്കുറിച്ചൊരു വിശദീകരണവും നൽകിയിരുന്നു അവൻ അതിന് മുമ്പേ.

അവർ പോയിക്കഴിഞ്ഞതോടെ അവൻ വീണ്ടും പഴയ ഗൗരവത്തിലായി. പിന്നെ ഒരു കടലാസും പേനയുമെടുത്ത് ഒരു ലിസ്റ്റുണ്ടാക്കാൻ

തുടങ്ങി. അവരുടെ ആദ്യരാത്രി ഗംഭീരമാക്കാനുള്ള സാധനങ്ങളായിരുന്നു അത്.

പാൽ, പഴവർഗ്ഗങ്ങൾ, നട്ട്സ്, പൂക്കൾ...

നീണ്ട ആ ലിസ്റ്റ് വായിച്ച് അതിശയിച്ച് നിന്നുപോയി.

''നമ്മളവർക്കുവേണ്ടി മണിയറ ഒരുക്കുന്നു. ഈ ലോഡ്ജിൽ.'' എന്റെ അമ്പരപ്പ് ഗൗനിക്കാതെ അവൻ പറഞ്ഞു.

പിന്നെയെന്തെങ്കിലുംകൂടി ഉൾപ്പെടുത്തേണ്ടതുണ്ടോ എന്നാലോചിച്ച് ഒന്നു നിന്നശേഷം ലോഡ്ജിന്റെ നോട്ടച്ചുമതല എന്നെയേൽപ്പിച്ച് അവൻ ധൃതിയിൽ ഇറങ്ങിപ്പോയി. പിന്നെ ഒന്നൊന്നര മണിക്കൂർ കഴിഞ്ഞു അവൻ തിരികെയെത്താൻ. അതിനകം ആ യുവാവും യുവതിയും മടങ്ങിവന്നിട്ടുണ്ടാവുമോ എന്ന ആധിയായിരുന്നു അവന്. ഇല്ലെന്നറിഞ്ഞ് അവൻ ആശ്വസിച്ചു. പിന്നെ സഹായത്തിന് എന്നെയും വിളിച്ച് മുകളിലേക്ക് നടന്നു. രണ്ടാം താക്കോലിട്ട് അവരുടെ മുറി തുറന്നു. പിന്നെ അവിവാഹിതരായ ഞങ്ങളിരുവരുംകൂടി അവരുടെ മണിയറ, ഞങ്ങളുടെ സങ്കല്പത്തിലേത്, ഒരുക്കാൻ തുടങ്ങി.

മുറി ഒരുവട്ടം കൂടിയൊന്ന് തൂത്തുതുടച്ചു. നിറംമങ്ങിയ കിടക്കവിരി മാറ്റി വെള്ളയിൽ പൂക്കളുള്ള പുതിയത് വിരിച്ചു. സുഗന്ധമുള്ള പൂക്കളാൽ മുറിയും കട്ടിലും അലങ്കരിച്ചു. കിടക്കയിൽ ലോഭമില്ലാതെ മുല്ലപ്പൂക്കൾ വിതറിയിട്ടു. പഴങ്ങൾ - ആപ്പിളും മുന്തിരിയും മാതളവും ഉൾപ്പെടെ - കഴുകി ഒരു താലത്തിൽ ക്രമമായി ഒരുക്കിവെച്ചു. തലയിണച്ചാരെ പുതിയ രണ്ട് ടവ്വലുകൾകൂടി വെച്ചു. അതിന് മീതെ ഗർഭനിരോധന ഉറകളും.

''പാൽ, പാൽ മാത്രം നമുക്ക് വൈകുന്നേരം അവർ വന്ന് കഴിഞ്ഞശേഷം കൊടുക്കാം.'' ഒന്നും സംഭവിച്ചിട്ടില്ലാത്ത മട്ടിൽ മുറിപൂട്ടിമടങ്ങുമ്പോൾ രാജീവ് പറഞ്ഞു. തിരികെ റിസപ്ഷനിലെത്തി സോഫയിലിരുന്ന് അവൻ ദീർഘനിശ്വാസമയച്ചു.

''ഇനി അവർ വരട്ടെ.''

ടൗണിലേയും പ്രാന്തങ്ങളിലേയും കറക്കം കഴിഞ്ഞ് ഞങ്ങളൊരുക്കിയ സസ്പെൻസിലേക്ക് ആ ചെറുപ്പക്കാർ വന്നുചേരുവോളം ഇനി ആകാംക്ഷയുടെ നിമിഷങ്ങൾ. പലതിനും പലതിനും പങ്കാളിയായിട്ടുണ്ടെങ്കിലും ആദ്യമായാണ് ഒരു മണിയറ ക്രമീകരിക്കുന്നതിന് കൂട്ടാവുന്നത്. ഓർത്തപ്പോൾ എനിക്കും കൗതുകം തോന്നി. വൈകുന്നേരം തിളപ്പിച്ചപാൽ ഗ്ലാസിൽ പകർന്ന് ആ പെൺകുട്ടിക്ക് കൈമാറാൻ രാജീവ് അവരുടെ മുറിവാതിൽ മുട്ടുന്നത് മനസ്സിൽ കണ്ട്കൊണ്ട് ഞാൻ അവിടെ നിന്നിറങ്ങി.

''നീയൊരു വല്ലാത്ത ഒരുത്തൻ തന്നെയെടാ. സമ്മതിച്ചു തന്നിരിക്കുന്നു'' എന്ന് ഇറങ്ങാൻനേരം അവനെ നോക്കി അഭിനന്ദിക്കാതിരിക്കാനായില്ല. അവൻ ചിരിച്ചു.

''ആ പാവങ്ങളുടെ ആദ്യരാത്രിയാണിന്ന്. ഈ ദിനം ഒരു മനുഷ്യൻ അവസാനശ്വാസം വരെയും ഓർത്തിരിക്കുമെന്ന് കേട്ടിട്ടുണ്ട്. എക്കാലത്തും

ഉള്ളിൽ തങ്ങിനിൽക്കും ഓർമ്മകൾ. ഒന്ന് ഓർത്തു നോക്കൂ. നമ്മുടെയീ പഴയ ടൂറിസ്റ്റ്ഹോമിലെ നിറം മങ്ങിയ ചുമരുകളുടേയും മടുപ്പിക്കുന്ന ഫിനോയിൽ മണത്തിന്റെയും വരണ്ട ഓർമ്മകൾ അവരുടെ ഓർമ്മയിൽ എക്കാലവും തങ്ങിനിൽക്കുന്നത് എത്ര കഷ്ടമായിരിക്കുമെന്ന്. ചെറിയ ചില ശ്രമങ്ങളാൽ നമ്മളത് നിറമുള്ളതും സുഗന്ധപൂരിതവുമാക്കാൻ ശ്രമിച്ചു നോക്കി. അത്രമാത്രം നിഷാദ്.''

തളർന്നുറങ്ങിയെങ്കിലും പിറ്റന്നാൾ പുലർച്ചെതന്നെ ഞാനുണർന്നു. ബാഗുമെടുത്ത് മുറിക്ക് പുറത്തിറങ്ങി. തലേന്നാൾ മുൻകൂറായി ഒടുക്കിയ തുകയുടെ ബാക്കി വാങ്ങാൻ റിസപ്ഷനിൽ ചെന്നപ്പോൾ കൗതുകം, അവിടെ ആരുമുണ്ടായിരുന്നില്ല. ആ മധ്യവയസ്കനോ തലേന്നാൾ രാത്രി കണ്ട പയ്യനോ ആരും. എന്നോ ഉപേക്ഷിക്കപ്പെട്ടത് എന്ന് തോന്നിച്ച ആ കെട്ടിടത്തിലെ ഒരു മുറിയുടെയും വാതിലുകൾ അന്നേരം തുറന്നിട്ടുമുണ്ടായിരുന്നില്ല.

അന്നേരം തന്നെ റിസപ്ഷനിലെ ലാന്റ്ഫോൺ വല്ലാത്ത ഒരു കരകരപ്പോടെ മണി മുഴക്കാൻ തുടങ്ങി. രണ്ടാവർത്തി അത് തുടർന്നുവെങ്കിലും അതെടുക്കാൻ ആരും അങ്ങോട്ട് വന്നുകണ്ടില്ല. കുറച്ച് നേരം കൂടി കാത്തുനിന്നശേഷം ബാക്കി കിട്ടാനുള്ള തുക ഉപേക്ഷിക്കുന്നതാവും നല്ലത് എന്ന് തീർച്ചയാക്കി ഞാൻ ബൈക്കിനടുത്തേക്ക് നടന്നു.

ആ ലോഡ്ജ് വിട്ട് ഞാൻ കുറച്ച് ദൂരം നീങ്ങിയതേയുള്ളൂ, പൊടുന്നനേ വണ്ടി അതിന്റെ ചലനമവസാനിപ്പിച്ചു. പിന്നെ ഞാനെത്ര ശ്രമപ്പെട്ടിട്ടും അത് സ്റ്റാർട്ടായില്ല. കുറച്ചുനേരം ആ തണുപ്പത്ത് പാതയോരത്ത് വിഷമിച്ചുനിന്ന ഞാൻ ഒടുവിൽ ഒരു റിക്ഷാവാലയെ കൈ കാണിച്ചു നിർത്തി. വെളുപ്പിന് എവിടെയോ സവാരിപോയി മടങ്ങുകയായിരുന്നു അയാൾ. ഒന്നുരണ്ട് വട്ടം അയാളും ശ്രമിച്ച് നോക്കിയെങ്കിലും പരാജയപ്പെട്ടു.

''ഇസ്മേ പെട്രോൾ ഹെ ക്യാ ഭായ്?'' എന്ന് അയാൾ സംശയം ചോദിച്ചപ്പോഴാണ് ഞാനുമത് ഗൗനിച്ചത്. തലേന്നാൾ വൈകുന്നേരമാണ് ഞാൻ ഇന്ധനം നിറച്ചത് എന്നതിനാൽ എനിക്കങ്ങനെയൊരു സംശയമേ ഉണ്ടായിരുന്നില്ല. പമ്പിൽനിന്ന് ആ ലോഡ്ജ് വരെ പത്തു കിലോമീറ്റർ ഞാൻ തികച്ച് ഓടിയിട്ടുണ്ടാവില്ല. എങ്കിലും ഒരുറപ്പിനായി ഞാൻ ടാങ്ക് തുറന്ന് നോക്കി. ഞെട്ടിപ്പോയി. അത് കാലിയായിക്കിടക്കുന്നു. തലേന്നാൾ നിർത്തിയിട്ടിരുന്നിടത്തുനിന്ന് ആരോ പെട്രോൾ ചോർത്തി മാറ്റിയിരിക്കുന്നു. റിക്ഷയിൽ കരുതലുണ്ടായിരുന്ന പെട്രോളിൽനിന്ന് തൊട്ടടുത്ത ബങ്ക് വരെയെത്താനുള്ളത്രയും പകർന്നു തരുമ്പോൾ ആ റിക്ഷാക്കാരൻ ഉറക്കെയുറക്കെ ചിരിച്ചു.

''പെട്രോൾ ചോർത്തിയിട്ടുണ്ടാവുക പുറമേനിന്ന് വന്ന ആരുമാവില്ല ഭായ്. അവിടെ ആ ലോഡ്ജിലെ ജീവനക്കാരോ അവിടത്തെ താമസക്കാരോ ആരെങ്കിലും തന്നെയാവും.'' അയാൾ ഒന്നു നിർത്തി എന്നെ നോക്കിയിട്ട് തുടർന്നു.

"ആ ലോഡ്ജിനെ വിളിക്കുന്ന പേരെന്തെന്ന് അറിയാമോ ഭായ്, ചോർ ലോഡ്ജ്. അതെ ചോർ ലോഡ്ജ്. പലതരത്തിലുള്ള കളവുകൾ നടത്തുന്നവർ വന്ന് തമ്പടിക്കുകയും ഓപ്പറേഷൻസ് പ്ലാൻ ചെയ്യുകയും ചെയ്യുന്ന ഇടമാണത്. വല്ല നക്കാപ്പിച്ചയും വാങ്ങാനല്ലാതെ പൊലീസ് പോലും അങ്ങോട്ട് കാലെടുത്ത് കുത്തില്ല. കണ്ടാൽ തുറന്നു കിടക്കുന്ന ഒരു സ്ഥലമെന്ന് തോന്നും. പക്ഷേ അവിടമാകെ രഹസ്യമാണ് ഭായ്."

ഞാൻ അമ്പരന്ന് നിൽക്കവേ ആ മനുഷ്യൻ റിക്ഷ സ്റ്റാർട്ട്ചെയ്തു. പിന്നെ എന്നെ ആശ്വസിപ്പിക്കാനെന്നോണം പറഞ്ഞു: "കുറച്ച് പെട്രോ ളല്ലേ പോയുള്ളൂ. പ്രാണൻ ബാക്കിയുണ്ടല്ലോ."

അതെ നീതു പ്രാണൻ ബാക്കിയുണ്ട്!

അങ്ങനെ...

പക്ഷേ നീതൂ, കൊണാർക്ക്! ആദ്യമായിട്ടാണ് ഞാനവിടെപ്പോവു ന്നത്. ഞാനെന്തെല്ലാം കണ്ടു എന്ന അഹങ്കാരത്തെ നീയത്ര കുറച്ചു മാത്രമേ കണ്ടിട്ടുള്ളൂ എന്ന് വെല്ലുവിളിക്കുന്ന നിർമ്മിതി. കൊണാർക്ക് സൂര്യക്ഷേത്രം. ഒറീസയുടെ അഭിമാന ഇടങ്ങളിൽ ഒന്ന്. ഇതിനകം കണ്ടിട്ടില്ലായെങ്കിൽ നീതു ഒരിക്കലെങ്കിലും നീയുമവിടെ പോവണം. അതിശയിച്ചു നിൽക്കണം.

നീതൂ, നിന്റെയാശുപത്രിവിലാസത്തിൽ ഞാനയയ്ക്കുന്ന കത്തു കൾ നിനക്ക് കിട്ടുന്നുണ്ടാവുമെന്ന് കരുതട്ടെ. മറുപടി അയയ്ക്കാനാ വാത്ത കത്തുകളും വേദന തന്നെയാണ്. അതുണ്ടാക്കുന്ന വിങ്ങൽ എത്ര വലുതാണെന്ന് നന്നായറിയുന്നവനാണ് ഞാൻ. ഏതായാലും ഈ എഴുതൽ എനിക്കെത്രമാത്രം ആശ്വാസകരമാണ് എന്ന് ഞാൻ പറഞ്ഞിരുന്നുവല്ലോ.

ഇടയ്ക്ക് നീയെന്നെ പലവട്ടം വിളിച്ച് നോക്കിയിട്ടുണ്ടാവുമെന്ന് അറിയാതെയല്ല. പക്ഷേ എന്റെ ഫോൺ, ഉപേക്ഷിക്കപ്പെട്ട ജീവിത ത്തിന്റെ പരിച്ഛേദംപോലെ അതെന്റെ ബാഗിന്റെ ഏതോ അറയിലാണു ള്ളത്. എന്നാണ് ഞാനിനി അത് തുറക്കുക എന്ന്, അല്ലെങ്കിൽ എന്നെ ങ്കിലും ഞാനിനി അത് തുറക്കുമോ എന്ന് ഒരു തീർച്ചയുമില്ല.

ജലേശ്വർ എന്ന സ്ഥലത്ത് വെച്ച് കലശലായ ഒരാശയക്കുഴപ്പം എന്നെ പിടികൂടി. ഒരുപക്ഷേ ഈ യാത്രയിലെ ആദ്യത്തെ അത്തര ത്തിലുള്ള ഒന്ന്. കൂടുതൽ വടക്കോട്ട്, വടക്കുകിഴക്കോട്ട് നീങ്ങി ഒഡീഷ പിന്നിട്ട് ബംഗാളിലേക്ക് കടക്കണോ, അതോ പടിഞ്ഞാറ് ഭാഗത്തേക്ക് ഗതി തിരിയണോ? എങ്ങോട്ടും പോകാവുന്ന എങ്ങോട്ടും പോകാതിരി ക്കാവുന്ന ഒരു ഗമനത്തിലാണ് ഞാനുള്ളത് എങ്കിലും അപ്പോഴത് വലി യൊരു ആലോചനാപ്രശ്നം തന്നെയായി. ഇഞ്ചിയും ഏലവും ചേർത്ത കുറുക്കുചായ വിൽക്കുന്ന ഒരു ചെറുപീടികയുടെ മുന്നിൽ രണ്ടോ മൂന്നോ വട്ടം ചെറിയ കോപ്പ നിറഞ്ഞൊഴിയുവോളം ഞാനെന്റെ ആലോ ചനാക്കുഴപ്പത്തോട് തോറ്റുനിന്നു.

ഒടുവിൽ ആ കളി - ചെറുബാല്യത്തിൽ ചിലപ്പോഴൊക്കെ മുതിർ ന്നിട്ടും തീരുമാനത്തിലെത്താനും തർക്കം തീർക്കാനുമുള്ള മാർഗ്ഗമായി

ഞങ്ങളേർപ്പെടാറുള്ള അതേകളി- ഇലയിട്ടുനോക്കൽ, തന്നെ പരീക്ഷിക്കാൻ ഞാൻ നിശ്ചയിച്ചു.

നീതൂ, എനിക്ക് തീർച്ചയുണ്ട്. വ്യത്യസ്തമെങ്കിലും നിങ്ങളുടെ നാട്ടിലുമുണ്ടാവണം ഇത്തരം കൗതുകങ്ങൾ. ശീമക്കൊന്നയില, തുളസിയില, അരയാലില അങ്ങനെ ഇലകൾ വ്യത്യാസപ്പെട്ടിരിക്കാനിടയുണ്ട് എന്നേയുള്ളൂ. വായുവിൽ നെടുകനെയും കുറുകനെയും സഞ്ചരിച്ച് കറങ്ങിയും മറിഞ്ഞും ഒടുവിൽ കമിഴ്ന്നോ മലർന്നോ വീണ് തീരുമാനത്തിന്റെ തീരത്ത് നമ്മെകൊണ്ടടുപ്പിക്കുന്ന കുഞ്ഞില! എത്ര മുതിർന്നാലും ചെറുബാല്യത്തിൽനിന്ന് നമ്മെ പിന്തുടർന്നേ പോരുന്ന കളിമ്പങ്ങൾ, കൗതുകങ്ങൾ, യുക്തിഭദ്രമല്ലാത്ത വിചാരങ്ങൾ. ഇത്തവണ ഏതോ പേരറിയാച്ചെടിയുടെ ദീർഘവൃത്താകൃതിയിലുള്ള ഇല പടിഞ്ഞാറോട്ട് നീങ്ങിക്കൊള്ളുവാനാണ് എനിക്ക് ദിശാസൂചിയായത്.

ജലേശ്വറിൽനിന്ന് ജാംഷഡ്പൂരിലേക്കായിരുന്നു പിന്നീട് എന്റെ യാത്ര. (ഇടയ്ക്ക് പറയട്ടെ ഇവിടെ ജാംഷഡ്പൂരിലെ ഒരു ഹോട്ടൽ മുറിയിൽ ഇരുന്നാണ് ഞാനിത് നിനക്കായി എഴുതുന്നതും). ഒറീസ വിട്ട് ജാർക്കണ്ടിലേക്ക്. പഴയ വലിയ ബീഹാറിന്റെ ഭാഗമായ പുതിയ ജാർക്കണ്ട്. ഇരുനൂറ് കിലോ മീറ്ററെന്ന് സൈൻബോർഡുകൾ സൂചന തന്ന അകലം. ഒരു മുഴുവൻ പകലിന്റെയും യാത്ര. ഞാൻ കണക്കുകൂട്ടി.

ജാംഷഡ്പൂർ എന്ന നഗരം എന്തുകൊണ്ട് ലക്ഷ്യമായി മനസ്സിൽ കടന്നു എന്നത് അജ്ഞാതമാണ്. ഏതായാലും ഞാൻ അങ്ങോട്ടുതന്നെ വണ്ടി ചലിപ്പിച്ചു. ഇടയിലൊരിടത്ത് പാത വലിയൊരു നദി മുറിച്ചുകടക്കുന്നുണ്ട്. വീതിയേറിയ നദീഭാഗം. നീളൻ പാലം. വണ്ടി ഒതുക്കി നിർത്തി ഞാൻ നദി നോക്കി നിന്നു.

സുവർണ്ണരേഖാ നദി. ബംഗാൾ ഉൾക്കടലിന്റെ ആഴങ്ങൾ ലക്ഷ്യം വെച്ച് വിശദ വിശാലമായും ധൃതവേഗത്തിലും ഒഴുകിനീങ്ങുന്നു അത്.

നദിക്കാഴ്ച എന്നിൽ ദുഃഖം നിറച്ചു. അകാരണമായ ഒരുതരം ശോകം. അല്ല അകാരണമല്ല, നദിക്കാഴ്ചകൾ ഉള്ളിലുണർത്തുന്ന ഓർമ്മകൾ, മനുഷ്യരുടെ ഓർമ്മകൾതന്നെയാണ് വേദനയുടെ ഹേതു. സുവർണ്ണരേഖയും അങ്ങനെ തന്നെ. സുവർണ്ണരേഖ എന്ന് പൊതുവിലും സുബർണ്ണരേഖ എന്ന് അതൊഴുകും ഭാഗങ്ങളിലും വിളിക്കപ്പെടുന്ന നദി. അതെന്നിൽ ഉണർത്തിയ പലവിധമാം ഓർമ്മയുടെ ഓളങ്ങൾ. വീട്ടിത്തീരാത്ത കടം, വലിയ ഒരു കടം ബാക്കി കിടക്കുന്ന ഒരു മനുഷ്യന്റെ ഓർമ്മ. ഹരിപ്രസാദ് എന്ന പ്രസാദ് സാർ. പത്രപ്രവർത്തന വിദ്യാർത്ഥിയായിരുന്ന കാലത്തെ ഗുരുനാഥൻ. ഒരുകാലത്ത് ഞങ്ങൾ ശിഷ്യർക്ക് ഏറ്റവും പ്രിയപ്പെട്ടവനായിരുന്നയാൾ. അദ്ദേഹത്തിന്റെ ഓർമ്മ.

അദ്ദേഹത്തിന്റെ എഴുത്തുകളിലൂടെയാണ് സുവർണ്ണരേഖാനദിയെപ്പറ്റി കാര്യമായി അറിയുന്നത്. ആ പേര് മനസ്സിൽ ഉറയ്ക്കുന്നത്. മൂന്ന് ഇന്ത്യൻ സംസ്ഥാനങ്ങളിലൂടൊഴുകി ബംഗാൾ ഉൾക്കടലിൽ പതിക്കുന്ന സുവർണ്ണരേഖയും കേരളത്തിലെ രണ്ട് ജില്ലകളിലൂടെ മാത്രമൊഴുകി

അറബിക്കടലിൽ പതിക്കുന്ന ചാലിയാറും താരതമ്യപ്പെടുത്തി അദ്ദേഹ മെഴുതിയ ഒരു പരമ്പര. സ്വർണ്ണം, സ്വർണ്ണമായിരുന്നു പ്രത്യക്ഷത്തിൽ ആരുടേയും ശ്രദ്ധയിൽ വരാത്ത സാമ്യതയുടെ അടിസ്ഥാനം.

പേരിൽ തന്നെ സ്വർണ്ണമുള്ള സുവർണ്ണരേഖയിലും കേരളത്തിലെ പ്രധാന നദികളിലൊന്നായ ചാലിയാറിലും ഉള്ള സ്വർണ്ണസാന്നിദ്ധ്യത്തേയും ഒരു തപസ്സിലെന്നപോലെ ഒരായുസ്സുമുഴുവൻ സ്വർണ്ണം തിരയാൻ നദിയോരത്ത് ചെലവിടുകയും ചെയ്യുന്ന ഗോത്ര ജീവിതങ്ങളെയും താരതമ്യപ്പെടുത്തിയുള്ള ഒരെഴുത്ത്. സുവർണ്ണതീരത്തെ ഇരുൾ ജീവിതങ്ങൾ എന്നോ മറ്റോ ആയിരുന്നു അദ്ദേഹമക്കാലത്ത് ജോലി ചെയ്തിരുന്ന പ്രധാനപ്പെട്ട പത്രത്തിൽ കുറച്ച് നാളുകൾ തുടർന്നുവന്ന ആ പരമ്പരയുടെ പേര്. ഏറെ യാത്രകളും അന്വേഷണവും പഠനവും ചെലവഴിച്ച് ഹരിപ്രസാദ് സാർ ചേർത്തുവെച്ച ജീവിതമെഴുത്ത് പത്രങ്ങളിലെ തുടർപ്പരമ്പരകൾക്ക് കൂടുതൽ ശ്രദ്ധ കിട്ടിയിരുന്ന അക്കാലത്ത് വലിയ ചർച്ചകൾ ഉയർത്തിവിട്ടിരുന്നു.

അതേ, പേരുകളും സാധനങ്ങളും സമ്മാനങ്ങളുമെന്നപോൽ വഴികളും വയലുകളും മലകളും നദികളുമെല്ലാം നമുക്കോർമ്മകളാണ്. മനുഷ്യരുടെ, ജീവിതത്തിന്റെ എല്ലാം ഓർമ്മകൾ...

സുവർണ്ണരേഖയുമതേ.

ഹരിപ്രസാദ് എന്ന ഗുരുവിനെക്കുറിച്ച്, ഇനിയും വീട്ടാത്ത കടത്തെക്കുറിച്ച് പറയുക ആശ്വാസവമാവും എനിക്ക്. ഒരു കുമ്പസാരംപോലെ.

ദക്ഷിണ

അങ്ങനെയൊരു വന്നുചേരലായിരുന്നു ഹരിപ്രസാദ് സാറിന്റേത്! ഞങ്ങളുടെയെല്ലാം ജീവിതത്തിലേക്ക്. ആഘോതവും സ്വാധീനവും ചെലുത്തി ഒരിടിച്ചിറങ്ങൽ. ഇക്കാലത്തെ മട്ടിൽ പറയുകയാണെങ്കിൽ മാസ് എൻട്രി!

ചണ്ഡീഗഢിൽനിന്ന് കേരളത്തിലേക്ക് കാറോടിച്ചാണ് എച്ച്.പി. എന്ന ഹരിപ്രസാദ് സാർ വന്നത്. ഒരു ജീവിതത്തിന് അവശ്യം വേണ്ട സാധനങ്ങൾ മാത്രമാണ് അക്കാലത്തുതന്നെ ഫാഷൻ ശ്രേണികളിൽ നിന്ന് പുറംതള്ളപ്പെട്ട് പഴയമട്ടിലായിക്കഴിഞ്ഞിരുന്ന ആ ചുവന്ന മാരുതിയിൽ ഉണ്ടായിരുന്നത്. ഉത്തർപ്രദേശ് സഹ്‌റാൻപൂർകാരി ഭാര്യ ജഹനാറ ബീഗവുമുണ്ടായിരുന്നു അദ്ദേഹത്തോടൊപ്പം. അവരിരുവരും മാറിമാറിയോടിച്ച് പത്തു മൂവായിരം കിലോമീറ്റർ വഴിദൂരം താണ്ടിയ ആ കാർ പ്രസ് ക്ലബ് മുറ്റത്ത് വന്ന് നിൽക്കുമ്പോൾ അക്കാലത്തുതന്നെ പത്രപ്രവർത്തകരായി പേരെടുത്തിരുന്നവരും ഭാവിയിൽ മികച്ച പത്രപ്രവർത്തകരാവണമെന്ന പ്രതീക്ഷ താലോലിക്കുന്നവരും ആയാലും കൊള്ളാം ഇല്ലെങ്കിലും കൊള്ളാം എന്ന മട്ടുള്ള എന്നെപ്പോലെ ചിലരും ഉൾപ്പെട്ട ഒരു ചെറുകൂട്ടം സ്വീകരിക്കാൻ തയ്യാറായി കാത്തുനിന്നിരുന്നു.

മൂന്ന് ദിവസത്തെ യാത്രയുടെ ക്ഷീണമൊന്നും മധ്യവയസ്സു പിന്നിട്ട ആ മനുഷ്യരുടെ മുഖത്തും ശരീരഭാഷയിലും കാര്യമായി കാണാനുണ്ടായിരുന്നില്ല. ഇതാ തൊട്ടുമുമ്പ് വിമാനമിറങ്ങി ടാക്സി പിടിച്ച് വന്നുചേർന്നതാണ് എന്ന മട്ട്.

ഇന്ത്യയിൽനിന്ന് പുറത്തിറങ്ങുന്ന അന്തർദേശീയമായിത്തന്നെ പേരെടുത്തിട്ടുള്ള ഒരു ഇംഗ്ലീഷ് പത്രത്തിന്റെ സോണൽ ഹെഡ് എന്ന പദവിയിൽനിന്ന് സ്വയം വിടുതൽ വാങ്ങി കേരളത്തിലെ പ്രസ് അക്കാദമി ഒരുവർഷം 30ൽ താഴെ ആളുകളെ അഡ്മിറ്റ് ചെയ്ത് നടത്തുന്ന പത്രപ്രവർത്തക പരിശീലനകോഴ്സിന്റെ ഡയറക്ടറാവാൻ വന്ന മനുഷ്യനെ ഒരത്ഭുതജീവിയെ എന്നമട്ടിലാണ് ഞങ്ങൾ കാത്തിരുന്നത്.

അതിശയവന്നിറങ്ങലിനു തൊട്ടുടനെ ഹരിപ്രസാദ് സാർ ഞങ്ങളെ ഒന്നുകൂടി അമ്പരപ്പിച്ചു. ഭാര്യ ബീഗത്തെ താഴെ പ്രസ് ക്ലബ്ബ് സെക്രട്ടറിയുടെ കാബിനിൽ വിശ്രമിക്കാൻ വിട്ട് അദ്ദേഹം ഗോവണികയറി ക്ലാസ്മുറിയിലെത്തി. ഒരു മണിക്കൂർ ഞങ്ങളോടൊപ്പം ചിലവിട്ട് ക്ലാസ് തീർന്ന് എല്ലാവരോടുമൊപ്പം ഒരുകപ്പ് ചായകൂടി പങ്കിട്ടാണ് നഗരപ്രാന്തത്തിൽ അദ്ദേഹത്തിനായി കണ്ടുവെച്ചിരുന്ന വാടകവീട്ടിലേക്ക് കാറോടിച്ച് പോവുന്നത്. ഞങ്ങൾ കൊണ്ടുചെന്നാക്കാമെന്നും സാധനങ്ങൾ ഇറക്കിവയ്ക്കാമെന്നുമുള്ള നിർദ്ദേശത്തെ, വേണമെന്നില്ല, വികാൻ മാനേജ് എന്ന് ചിരിയോടെ നിരസിച്ച് സർ ഗേറ്റു കടന്നപ്പോൾ ഞങ്ങൾ പരസ്പരം നോക്കി. വല്ലാത്ത മനുഷ്യൻ, വല്ലാത്ത രീതി എന്ന്.

ഒരുപക്ഷേ വലുതായിരിക്കുമ്പോഴും ഗ്രാമീണത സൂക്ഷിക്കുന്ന ആ നഗരത്തിൽനിന്ന് ആലോചിക്കുമ്പോൾ ഞങ്ങൾക്ക് തോന്നിയതാവണം അങ്ങനെ. ഹരിപ്രസാദ് സാറിന് അതൊക്കെയും സാധാരണപോലെ തന്നെയാവണം. നഗരത്തിലെ ഒരു വാടകവീട് സ്ഥിതി ചെയ്യുന്ന ഇടം എവിടെയെന്ന് കണ്ടെത്തുക. ഒരു ജീവിതത്തിന് വേണ്ട സാധനങ്ങൾ ഇറക്കിവയ്ക്കുക എല്ലാം.

മലപ്പുറം ജില്ലയിലെ കുറ്റിപ്പുറത്തായിരുന്നു ഹരിപ്രസാദ് സാറിന്റെ നാട്. അച്ഛനുമമ്മയും മൂത്തസഹോദരിമാരുമൊക്കെ അവിടെയായിരുന്നു. ആരും ഇപ്പോൾ ജീവിച്ചിരിപ്പില്ല. യൗവനാരംഭത്തിൽതന്നെ നാടുവിട്ട ആൾക്ക് നാടുമായി തൊട്ടുനിർത്തുന്ന ബന്ധങ്ങളുടെ വേരുപടലങ്ങളുമില്ല.

പിന്നീട് ഹരിപ്രസാദ് സാറ് തന്നെ പറഞ്ഞിട്ടുള്ള കഥയാണ്.

ഗ്രാജുവേഷൻ കഴിഞ്ഞ് സമകാലികരായ ഒട്ടുമിക്ക ചെറുപ്പക്കാരെയുംപോലെ ഒരു പാരലൽ കോളേജ് അധ്യാപകനാവുകയാണ് ആദ്യം ചെയ്തത്. ഉള്ളുനിറയെ പുകയെടുത്ത് സിഗരറ്റ് വലിക്കാനുള്ള പണംപോലും ഉറപ്പില്ലാതിരുന്ന ആ ആദ്യജോലിയിൽ പക്ഷേ അധികകാലം കുരുങ്ങിക്കിടന്നില്ല. നാട് വിട്ടു. അതുപക്ഷേ അക്കാലത്തെ പതിവുപോലെ ബോംബെയിലേക്കായിരുന്നില്ല. കുറച്ചുകൂടി വടക്ക് ഭോപ്പാലിലേക്ക്. നാട്ടുകാരനും ജ്യേഷ്ഠസ്ഥാനീയനും മുമ്പേ അവിടെയെത്തി ഏറെക്കുറെ സ്ഥിരതാമസക്കാരനുമായിക്കഴിഞ്ഞ ഒരകന്ന ബന്ധുവാണവിടെ സഹായത്തിനുണ്ടായിരുന്നത്.

ഒരു പാർസൽ കമ്പനിയിൽ ഏറെ ബുദ്ധിമുട്ടില്ലാതെ ജോലി കിട്ടി. ഹിന്ദി നന്നായറിയാമെന്നും കണക്കിൽ മിടുക്കനാണ് എന്നുമുള്ള ബന്ധുവിന്റെ ശുപാർശയ്ക്ക് ഡിഗ്രി സർട്ടിഫിക്കറ്റിനേക്കാൾ വില യുണ്ടായിരുന്നു. പക്ഷേ കളവ് ഏറെനാൾ അന്നം തരില്ല എന്നാണല്ലോ. കണക്കിലല്ലെങ്കിലും ഭാഷയിലെ പിഴവുകൾ കയ്യോടെ പിടിക്കപ്പെട്ടു. ബുക്കിംഗ് ഓഫീസിലെ ഇടപാടുകാരുമായുള്ള നിരന്തരമായ ആശയ വിനിമയത്തിന് പത്താംക്ലാസ്‌വരെ കേരളത്തിലെയൊരു സ്കൂളിൽ പഠിച്ച ഹിന്ദി മതിയാവില്ലെന്ന് ആദ്യദിവസങ്ങളിൽ തന്നെ തിരിച്ചറിഞ്ഞി രുന്നതാണ്. ചങ്കുറപ്പുകൊണ്ട് അതിനെ മറകടക്കാമെന്നായിരുന്നു ആദ്യ പ്രതീക്ഷ.

പക്ഷേ കമ്പനി മാനേജർക്ക് അതത്ര ബോധ്യം വന്നില്ല. ആദ്യം നീ പോയി ഭാഷ പഠിക്ക് എന്ന് മുഖമടച്ചുള്ള ഒറ്റവാചകത്തിന്റെ ഡിസ് മിഷ്യൽ റിപ്പോർട്ടിൽ അയാൾ പാർസൽ സെന്ററിൽനിന്ന് ഇറക്കിവിട്ടു.

അകന്ന ബന്ധു ചെറിയ വാടകയ്ക്ക് ഏർപ്പാടാക്കിയ ഒറ്റമുറി വാടക വീട്ടിൽത്തന്നെ അന്നും കഴിഞ്ഞു. പിറ്റേന്ന് എയർബാഗിൽ സാധന ങ്ങൾ വാരിത്തിരുകി പുറത്തിറങ്ങി. ഭോപ്പാൽ റെയിൽവേ സ്റ്റേഷനിൽ എത്തുവോളം ഇനിയെന്ത്, എങ്ങോട്ട് എന്ന കാര്യത്തിൽ തീർച്ചയൊന്നു മുണ്ടായില്ല. പക്ഷേ ഒരു കാര്യം മാത്രം ഉറപ്പിച്ചു. വാശിയോടെ. ഹിന്ദി വശപ്പെടുത്തണം.

പക്ഷേ അതിനെന്ത് വഴി, എവിടെപ്പോവും, ജോലിയില്ലാതെങ്ങനെ?

റെയിൽവേ സ്റ്റേഷനിൽ സിമന്റു തേച്ച പരുക്കനായ നിലത്ത് ആലോ ചിച്ചിരിക്കെ പൊടുന്നനെ എല്ലാ ചോദ്യങ്ങൾക്കുമുള്ള ഉത്തരങ്ങൾ ഒന്നിച്ച് മുമ്പിൽ വന്നുനിന്നു, ഒരു തീവണ്ടിയുടെ ആകാരത്തിൽ.

ഒരു ഗുഡ്സ് ട്രെയിനായിരുന്നു അത്. അഞ്ചോ ആറോ തുറന്ന കമ്പാർട്ടുമെന്റുകൾ മാത്രം. അതിൽ ഒന്നുരണ്ടെണ്ണത്തിൽ നിറയെ മനു ഷ്യരുണ്ടായിരുന്നു. ബാക്കി ഉള്ളവയിൽ പണിയായുധങ്ങൾ, സാധന സാമഗ്രികൾ. റെയിൽവേ ലൈനിന്റെ പണിക്ക് പോവുന്ന തൊഴിലാളി കളായിരുന്നു അത്. പരുപരുത്ത ഒച്ചയിൽ കലമ്പൽ കൂട്ടുന്ന ആ മനു ഷ്യരുടെ ശബ്ദത്തെ അതിജയിച്ച് ഒരാളുടെ ശബ്ദം ഇടയ്ക്കിടെ ഉയരുന്നുണ്ടായിരുന്നു. അവരുടെ സൂപ്പർവൈസറുടേത്. ലൈൻ പണിക്ക് വന്നവർ ഇനിയാരെങ്കിലുമുണ്ടോ? ഇനിയാരെങ്കിലും... കോയി ഹേ?

അയാൾ പ്ലാറ്റ്ഫോമിലിറങ്ങി നിന്ന് വിളിച്ച് ചോദിച്ചുകൊണ്ടിരുന്നു.

മൂന്നോ നാലോ പേർ പലഭാഗത്തു നിന്നായി വന്ന് ബോഗിയിലെ മനുഷ്യ-ശബ്ദമിശ്രിതത്തിന്റെ ഭാഗമായി. അധികം ആലോചിക്കാതെ ചെന്ന് ആ കൂട്ടത്തിലൊരുവനായി. വൈകാതെ വണ്ടി നീങ്ങി. ഭോപ്പാൽ ജംഗ്ഷനിൽ നിന്ന് കുറച്ചകലെ ഒരു ചെറുസ്റ്റേഷനിൽ ചെന്നാണ് പിന്നെ വണ്ടി നിന്നത്. റെയിൽവേ ലൈനിന്റെ പണി ആരംഭിക്കുന്നതേ ഉണ്ടായി രുന്നുള്ളൂ. കഠിനമായി അദ്ധ്വാനിക്കാൻ, വെയിലുകൊള്ളാൻ തയ്യാറുള്ള എത്ര പേർക്കും എത്രകാലവും വേണ്ട ജോലി അവിടെ ഉണ്ടെന്ന് തോന്നി.

പിന്നെ കുറച്ചേറെ നാളുകൾ. പരുപരുത്ത സാഹചര്യത്തിൽ പരുപരുത്ത ജോലിയിൽ പരുപരുത്ത ഭാഷ ഉപയോഗിക്കുന്ന മനുഷ്യരോടൊപ്പം. താമസവുംകൂടി അവരോടൊപ്പമായതിനാൽ സ്വഭാഷയിൽ തന്നോടുപോലും സംസാരിക്കാതായി. നല്ലതും ചീത്തയുമായ വാക്കുകൾ, വാചകങ്ങൾ, ശാപവചനങ്ങൾ, സ്തുതിവാക്കുകൾ, അതിശയസ്വരങ്ങൾ, ആക്ഷേപങ്ങൾ, ചോദ്യങ്ങൾ, സാധനപ്പേരുകൾ..! അങ്ങനെ ജീവിതത്തിന്റെ പരിച്ഛേദമായ വാക്കുകൾ. വശപ്പെടുത്തണമെന്ന നിശ്ചയത്തോടെ ഇറങ്ങിവന്ന ഒരുവനു മുമ്പിൽ പുതിയ ഭാഷ താരതമ്യേന എളുപ്പം വഴങ്ങി. മൂന്നരമാസം. കൂടുതൽ കൃത്യമായി പറഞ്ഞാൽ 103 ദിവസങ്ങൾ. ഭാഷയ്ക്കൊപ്പം മണ്ണിനോടും ഇരുമ്പിനോടും പൊരുതിയ ലൈൻ പണിയുടെ കഠിനലോകത്തുനിന്ന് കൂലി തീർത്തുവാങ്ങി ഇറങ്ങി.

പത്രപ്രവർത്തക പരിശീലനാർത്ഥികളെ ക്ഷണിച്ചുകൊണ്ട് ഇന്ത്യൻ എക്സ്പ്രസ് ദിനപത്രം നൽകിയ പരസ്യം കണ്ട് ഭോപ്പാലിലെ താമസത്തിനിടെ ഒരപേക്ഷ അയച്ചിരുന്നു. അഭിമുഖത്തിന് ഹാജരാവുക എന്ന് നിർദ്ദേശിച്ച് അവരുടേതായി ലഭിച്ച കാർഡാണ് അങ്ങനെയൊരു തീരുമാനമെടുപ്പിന് പെട്ടെന്ന് ഹേതുവായത്.

മാടിനെപ്പോലെ പണിയെടുക്കുന്ന, കഠിനമായി അന്യോന്യം ഇടപെടുന്ന മനുഷ്യരുടെ കൂട്ടത്തിലെ ജീവിതം. എന്നിട്ടും ആ പാവങ്ങളെപ്പിരിഞ്ഞപ്പോൾ ദുഃഖം തോന്നി. അവരിലൊരാളായി നിന്ന് അവരറിയാതെ ശിഷ്യത്വം സ്വീകരിച്ച് വശപ്പെടുത്തിയ ഭാഷയ്ക്കുള്ള നന്ദി അകമേ പറഞ്ഞ് പോരുമ്പോൾ കരുതിയത് ആ പാർസൽ ഓഫീസിലേക്ക് ഒരിക്കൽകൂടി കടന്നുചെല്ലണമെന്നാണ്. എന്നിട്ട് അന്നാട്ടിലെ ഭാഷയിലെ ഏറ്റവും രൂക്ഷമായ വാക്കുകൾ ആ മാനേജറുടെ മുഖത്തേക്ക് തുപ്പണമെന്നും.

ഒരു ആവേശത്തിന് അങ്ങനെ തോന്നിയെങ്കിലും പിന്നെ കരുതി, എന്തിന് അയാളോളം ചെറുതാവണം.

ഡൽഹിയിലേക്കുള്ള ട്രെയിൻ കാത്തിരിക്കുമ്പോൾ പക്ഷേ ഒരു പോസ്റ്റുകാർഡിൽ നാട്ടുകാരനായ അന്നാട്ടിലെ അകന്ന ബന്ധുവിന് ഒരു കത്തെഴുതി ബോക്സിലിട്ടു.

> ''പഴയ ജോലിയിൽ നിന്ന് പുറത്താക്കപ്പെട്ടതിന്റെ വിഷമവും നാണക്കേടുമുണ്ടായിരുന്നു. ഏട്ടനെ അഭിമുഖീകരിക്കാൻ മടിയുമുണ്ടായിരുന്നു. അതാണ് ഇടയ്ക്ക് കാണാൻ വരാതിരുന്നത്. ഞാൻ ഭോപ്പാൽ വിടുകയാണ്. ചേച്ചിയോടും കുട്ടികളോടും അന്വേഷണം അറിയിക്കണം.''

എക്സ്പ്രസ്സിലെ അഭിമുഖത്തെ സംബന്ധിച്ച് വലിയ പ്രതീക്ഷകളൊന്നും താലോലിച്ചിരുന്നില്ല. പക്ഷേ ഉള്ളു നിറയുന്ന, ഒരാത്മവിശ്വാസമുണ്ടായിരുന്നു എന്നത് നേര്. അത് പുതുതായി വശപ്പെടുത്തിയ ഒരു ഭാഷയെ പ്രതിയായിരുന്നുതാനും. അതണഞ്ഞുപോവാതിരിക്കാൻ ജനറൽ കമ്പാർട്ടുമെന്റിലെ ഞെരുങ്ങിയിരുന്നുള്ള സഞ്ചാരത്തിനിടെ സീറ്റിലും

നിലത്തുമായിരിക്കുന്ന മനുഷ്യരോട് ഇടതടവില്ലാതെ മിണ്ടിക്കൊണ്ടിരുന്നു. ചിലപ്പോഴൊക്കെ ടിക്കറ്റില്ലാത്തതിന്റെയും നിന്നനിലയിൽ അനങ്ങാൻ കഴിയാത്തതിന്റെയും ആധി ഉള്ളിൽ സൂക്ഷിക്കുന്ന ആ മനുഷ്യരെ ഉപദ്രവിക്കും മട്ടിലുള്ള വാചാലത.

പത്രത്തിലേക്ക് പരിഗണിക്കപ്പെട്ടാലും ഇല്ലെങ്കിലും രാജ്യതലസ്ഥാനത്ത് പിടിച്ചുനിൽക്കാൻ പുതുതായി പഠിച്ചെടുത്ത ഹിന്ദി തുണയാവുമെന്ന തോന്നലോടെയാണ് പഴയ ദില്ലിയിൽ പാദമൂന്നുന്നത്.

എക്സ്പ്രസിൽ പക്ഷേ പരീക്ഷിക്കപ്പെട്ടത് പ്രധാനമായും മറ്റൊരു ഭാഷയിലെ പരിജ്ഞാനമായിരുന്നു. സ്വാഭാവികമായും ഇംഗ്ലീഷിലേത്. നഷ്ടപ്പെടാൻ ഒന്നുമില്ലെന്ന ഉറപ്പിൽ തല ഉയർത്തിയുള്ള പൊരുതിനിൽക്കൽ. അഭിമുഖം, എഴുത്ത്പരീക്ഷ, മാതൃകാലേഖനം തയ്യാറാക്കൽ, കഥ പൂർത്തിയാക്കൽ...

തിരഞ്ഞെടുത്തവരുടെ പേരുവിവരങ്ങൾ മൂന്നാംനാൾ ഇതേ കാര്യാലയത്തിലെ നോട്ടീസ് ബോർഡിൽ പ്രസിദ്ധം ചെയ്യുമെന്ന അറിയിപ്പു കിട്ടിയതോടെ അവിടെ നിന്നിറങ്ങി.

പിന്നെ ആദ്യ ദില്ലിദർശന്റെ ആവേശത്തിൽ രണ്ട് പകലും അത്രതന്നെ രാത്രികളും. സമയം കടൽപോലെ കിടന്നിരുന്നതിനാൽ ഒട്ടുമിക്കയിടത്തേക്കും നടന്ന് നടന്നുതന്നെ. പിൽക്കാലത്ത് തന്റെ നഗരമാവാനിടയുള്ള ഇടം എന്ന തോന്നലോ പ്രതീക്ഷയോ കൂടാതെ. യാത്രാപഥം മൂന്നാംനാൾ രാവിലെ ദ ഇന്ത്യൻ എക്സ്പ്രസ് ദിനപത്രത്തിന്റെ ഓഫീസ് നോട്ടീസ്ബോർഡിന് മുമ്പിൽ അവസാനിച്ചു. തിരഞ്ഞെടുക്കപ്പെട്ട അഞ്ച് പേരുടെ കൂട്ടത്തിൽ രണ്ടാമനായി പേരുണ്ടായിരുന്നു. പിന്നെ അലഹാബാദ് ബ്യൂറോയിൽ രണ്ട് വർഷം ശമ്പളത്തോടെയുള്ള ജോലി പരിശീലനം. അതേത്തുടർന്ന് ആഗ്രയിൽ സ്ഥിരപ്പെടുത്തിയുള്ള നിയമനം. അവിടെ നിന്ന് ദില്ലി, ബറോഡ, വീണ്ടും ദില്ലി, അഗർത്തല, കൽക്കട്ട, വീണ്ടും ദില്ലി... ഇടയിലുണ്ടായ ജോലിക്കയറ്റങ്ങൾ, പേരെടുപ്പ്, പ്രസിദ്ധി...

ഇടക്കാലത്ത് എക്സ്പ്രസ് വിട്ട് ഹിന്ദു, ഡെക്കാൻ ഹെറാൾഡ്, ഇന്ത്യാ ടുഡേ, വീണ്ടും ഹിന്ദു. ഉയർന്ന ഉത്തരവാദിത്തങ്ങൾ, സ്വാതന്ത്ര്യവും കഠിനഭാരവും ഉള്ളവ. വെല്ലുവിളികൾ, അംഗീകാരങ്ങൾ...

ദില്ലിയും ബോംബെയും കൽക്കട്ടയും പോലുള്ള വലിയ വലിയ നഗരങ്ങൾ. അവിടങ്ങളിലെ ജീവിതം. ഒടുവിൽ പഞ്ചാബും നോർത്ത് ഈസ്റ്റുമുൾപ്പെടെയുള്ള ഭാഗങ്ങളുടെ തലവനായിരിക്കെ ദി ഹിന്ദുവിൽ നിന്ന് പ്രായമാവാതെ പടിയിറക്കം.

ലളിതവും വെല്ലുവിളികൾ ഇല്ലാത്തതുമായിരുന്നു താരതമ്യപ്പെടുത്തുമ്പോൾ ഞങ്ങളുടെ കോഴ്സ് ഡയറക്ടറായുള്ള സാറിന്റെ ജോലി ജീവിതം. സാറിനെപ്പോലെയൊരാൾക്ക് ഉറക്കത്തിലായിരിക്കെ ഇടംകൈകൊണ്ട് ചെയ്യാവുന്ന ജോലി എന്ന് ഞങ്ങൾ തമാശ പറയുമായിരുന്ന ഉത്തരവാദിത്തം.

കോഴ്സിന്റെ ഭരണപരമായ കാര്യങ്ങൾ നിർവ്വഹിക്കാൻ ഒരു മുഴുവൻ സമയ ജീവനക്കാരന്റെ സഹായം. പിന്നെ വിവിധ പത്രങ്ങളിലേയും മാനേജ്മെന്റ് സ്ഥാപനങ്ങളിലേയും വിദഗ്ധർ ഫാക്കൽറ്റികളായും. പൊതുവായി കാര്യങ്ങൾ ഒന്ന് നോക്കുക, സ്ഥാനത്തിരിക്കുക, വല്ലപ്പോഴും വിദ്യാർത്ഥികളെ അഭിമുഖീകരിക്കുക. അത്രയുമേ ഹരിസാറിന് കാര്യമായി ചെയ്യാനുണ്ടായിരുന്നുള്ളൂ.

അതുകൊണ്ടുതന്നെ അദ്ദേഹത്തിന് സമയം കടൽ പോലെ തോന്നിച്ചു. ഉത്തരേന്ത്യയിൽ നിന്ന് മടങ്ങിവന്നശേഷമുള്ള കാലം ഭാരരഹിതമായി തോന്നുംപടി ഉണർന്ന് തോന്നുമ്പോഴുറങ്ങി ഇഷ്ടംപോലെ വായിച്ച്, വൈകുന്നേരം ഒന്നു നടക്കാനോ, ഒരു ഡ്രൈവിനോ ഇറങ്ങി രാത്രി വളരും മുമ്പേ രണ്ട് ലാർജ്ജ് വിസ്കിയുടെ സുഖദമാം ചവർപ്പ് നുണഞ്ഞ് അങ്ങനെ തോന്നുംപടി ഒഴുകട്ടെയെന്ന് വിടാമായിരുന്നു സാറിന്. പക്ഷേ അതായിരുന്നില്ല ആളുടെ നിശ്ചയം.

മലയാളത്തിലെ ഒരു മുൻനിര മാധ്യമസ്ഥാപനം അതിന്റെ ആറ് ജില്ലകളുൾപ്പെടുന്ന മേഖലയുടെ ഹെഡ്ഡായിരിക്കാൻ ക്ഷണിച്ചപ്പോൾ സാറത് സ്വീകരിച്ചു. എങ്കിലും ആഴ്ചയിൽ മൂന്ന് ദിവസമെങ്കിലും ഞങ്ങളുടെ സെന്ററിൽ എത്തുമായിരുന്നു അദ്ദേഹം. ഞങ്ങൾക്ക് ഏറെ പ്രിയപ്പെട്ട അദ്ധ്യാപകനായി മാറുകയായിരുന്നു ഹരിസാർ.

മറ്റ് ജോലികൾ ചെയ്തുകൊണ്ടിരുന്നവരും ഭേദപ്പെട്ട വരുമാനമുള്ളവരുമായിരുന്നു ഞങ്ങളിൽ പലരും. അതുകൊണ്ടുതന്നെ പാർട്ട്ടൈം കോഴ്സിനോട് ഒരു പതിഞ്ഞ പാസീവ് മട്ടായിരുന്നു അധികം പേർക്കും. ഞങ്ങളുടെ സമീപനത്തിൽ മാറ്റമുണ്ടാവുക എന്ന മാജിക്കാണ് ഹരിസാറിന്റെ ആദ്യസെഷനുകളിൽത്തന്നെ സംഭവിച്ചത്.

ഇടപെടുന്ന ഏത് വൃത്തിയിലും ആത്മാർത്ഥതയോടെ ആയിരിക്കുക, പാഷനോടെ സമീപിക്കുക എന്നതായിരുന്നു സാറിന്റെ ഉപദേശം. ചെറുതായി ചിന്തിക്കുന്നതിനെ, ചെറിയ ഉയരത്തെ ലക്ഷ്യം വെക്കുന്നതിനെ സാർ വെറുത്തു. ആകാശം വിശദവും വിശാലവുമാവേണ്ടതിനെക്കുറിച്ച് ലോകത്തിനാകെയും നന്മ കൊണ്ടുവരുംവിധം സ്വപ്നങ്ങളെ സ്കെയിലപ്പ് ചെയ്യേണ്ടതിനെക്കുറിച്ച് അദ്ദേഹം ഇടയ്ക്കിടെ വാചാലനായി.

ഞങ്ങളെ-എന്നെയും വിദ്യയേയും - ഏറെ ഇഷ്ടമായിരുന്നു അദ്ദേഹത്തിന്. ഞങ്ങളല്ലാതെ, ഞങ്ങളുടെ കൂട്ടിനെക്കുറിച്ച് ഈ ലോകത്ത് അറിവുണ്ടായിരുന്ന ഒരേയൊരാൾ ഹരിപ്രസാദ് സാറായിരുന്നു.

നീതൂ, നമുക്ക് ഇപ്പോൾ പോലും ആലോചിക്കാൻ പ്രയാസമുള്ള കാര്യങ്ങൾ പതിറ്റാണ്ട് മുമ്പേ ആലോചിച്ചിരുന്ന പിന്തുണച്ചിരുന്ന, ചിലതൊക്കെ സ്വജീവിതത്തിലും പാലിച്ചിരുന്ന ആളായിരുന്നു അദ്ദേഹം.

“നോക്കൂ. ഇതരജാലങ്ങളെപ്പോലെ സ്വാതന്ത്ര്യം നാം അർഹിക്കുന്നുണ്ട്.” ഇടയ്ക്കിടെ ഒരോർമ്മപ്പെടുത്തൽപ്പോലെ അദ്ദേഹം പറയും. സ്വയവും മറ്റുള്ളവരോടും:

“Is Freedom anything else than the right to live as we wish? Nothing else.”

എപ്പോഴും കാൺകയാൽ പദാനുപദം ഞങ്ങളുടെ ഉള്ളിൽ പതിഞ്ഞു പോയ എപ്പിക്റ്റസിന്റെ ഈ വാചകങ്ങളും സ്വാതന്ത്ര്യത്തെക്കുറിച്ച് ഏറെ വാചാലനായിരുന്ന മറ്റൊരു ഗ്രീക്ക് ചിന്തകനായ പ്ലേറ്റോയുടെ രേഖാചിത്രവും മാത്രമാണ് അദ്ദേഹത്തിന്റെ മുറി അലങ്കരിച്ചിരുന്നത്.

നഗരത്തിന്റെ ഏറെ ആൾബഹളമില്ലാത്ത ഭാഗത്തായിരുന്നു ഹരി സാറും ഭാര്യ ജഹനാറബീഗവും താമസിച്ചിരുന്നത്. ഒരടുക്കളയും നീളൻ ഹാളും പിന്നെ നാലുമുറികളുമുള്ള വീട്. വലിയ വലിയ നഗരങ്ങളിലെ പൊന്നുംവിലയുള്ള ഇത്തിരിയിടങ്ങളിൽ ഒതുങ്ങിക്കഴിഞ്ഞതിനാലാവും ആ വീടൊരു കൊട്ടാരത്തിന്റെ തുറസ്സുപോലെ ഭയപ്പെടുത്തുന്നതാണ് എന്ന് ഹരിസാർ തമാശപറയും. അവരുടെ കിടപ്പുമുറിയൊഴികെയുള്ള ബാക്കി ഭാഗമത്രയും ഞങ്ങൾ ശിഷ്യർക്കായി തുറന്നിട്ടിരിക്കുകയായിരുന്നു. ഏത് നേരമില്ലാനേരത്തും.

അപൂർവ്വങ്ങളിൽ അപൂർവ്വങ്ങളായവ, ഞങ്ങൾ പേരുപോലും കേട്ടിട്ടില്ലാത്തവ ഉൾപ്പടെയുള്ള പുസ്തകങ്ങൾ അടുക്കിവെച്ചിരുന്ന ഹാളും അടുക്കളയും ഇതരമുറികളുമുൾപ്പടെ എല്ലായിടത്തും അദ്ദേഹമുള്ളപ്പോഴും അല്ലാത്തപ്പോഴും ഞങ്ങൾ കാറ്റുപോലെ കടന്നുകേറി. സ്വന്തമായി കരുതി. പാചകം ചെയ്തു. ചർച്ചകളും വാഗ്വാദങ്ങളുംകൊണ്ട് മുഖരിതമാക്കി. പാട്ടുപാടി, ചിത്രംവരച്ചു. പുസ്തകം വായിച്ചു. നോട്ടുകുറിച്ചു. തോന്നുന്നത്രയും നേരം കിടന്നുറങ്ങി.

പലപ്പോഴും ആ വീട് ഞങ്ങൾ അതിസ്വാതന്ത്ര്യമെടുപ്പും ബഹളങ്ങളും അഴുക്കും അവശിഷ്ടങ്ങളുംകൊണ്ട് മലിനമാക്കി. ഹരിപ്രസാദ് സർ, സാറിന്റെ ആ പാവം ബീവിയും അതത്രയും ഹൃദയപൂർവ്വം വിമലീകരിച്ചു. വീടുകളിലോ ഞങ്ങളുടെ ഇടങ്ങളിലോ വകവെച്ചു കിട്ടാത്ത സ്വാതന്ത്ര്യം ഞങ്ങൾ ഗുരുനാഥന്റെ വീട്ടിൽ ആസ്വദിച്ചു.

നല്ല എല്ലാ കാര്യങ്ങൾക്കുമെന്നപോലെ ഒരവസാനം അക്കാലത്തേയും കാത്തിരുന്നിരുന്നു നീതു. ഒരു വെള്ളിയാഴ്ച എല്ലാം അവസാനിച്ചു. തിളങ്ങുന്ന ലോകം- അതേ അതുവരെയും സ്വപ്നം മാത്രമായിരിക്കുകയും ഹരിസാറിന്റെ വരവോടെ യാഥാർത്ഥ്യമായി മാറുകയും ചെയ്ത തിളങ്ങുന്ന ഞങ്ങളുടെ സമാന്തര ലോകം - അതിന്റെ ചലനമവസാനിപ്പിച്ചു. ആഘോഷങ്ങളും തിമിർപ്പുകളും അവസാനിച്ചു. എല്ലാം തലകുത്തിവീണു. നിത്യമാംവിധം നിശ്ചലമായി

കഞ്ചാവ് വീട്ടിൽ സൂക്ഷിച്ച കുറ്റത്തിന് ഹരിപ്രസാദ് സർ അറസ്റ്റ് ചെയ്യപ്പെട്ടതോടെ. അദ്ദേഹത്തിന്റെ വാഹനമായ ചുവന്ന മാരുതിയിൽ നിന്നാണത് ആദ്യം കണ്ടെടുത്തത്. പിന്നെ വീട്ടിൽ നടത്തിയ പരിശോധനയിൽ പുസ്തകങ്ങളടുക്കിയ ഷെൽഫിന് കീഴിൽ നിന്നും.

പുക വലിക്കുന്ന ശീലക്കാരനായിരുന്നു ഹരിപ്രസാദ് സാർ. പണ്ട് റെയിൽവേ ലൈനിന്റെ പണിക്കാരനായിരിക്കേ കയറിക്കൂടി പിന്നെ ഇറങ്ങിപ്പോവാൻ മടിച്ചുനിൽക്കുന്ന സ്വാതന്ത്ര്യം എന്ന് സാർ ഇടയ്ക്കിടെ വിളിക്കാറുള്ള ശീലം. മറ്റെന്തുതന്നെയും ആയിക്കൊള്ളൂ ഇതവസാനിപ്പിക്കൂ എന്ന് ഞങ്ങൾ ശിഷ്യരുടെ സ്നേഹനിർബന്ധങ്ങളെ അവഗണിച്ച് അദ്ദേഹം തുടരുന്ന ശീലം.

മറ്റുള്ളവർക്ക് അങ്ങനെ ഉപദ്രവമാവുംവിധമല്ലെങ്കിലും ഏറെക്കുറെ പ്രാക്തനവും പ്രാകൃതവുമായ ഒരു മട്ടായിരുന്നു പുകവലിയിൽ അദ്ദേഹത്തിന്. ശീലമായകാലം തൊട്ടുള്ളവിധം ഒട്ടുമേ പരിഷ്കരിക്കാതെ അതങ്ങനെതന്നെ തുടർന്നുവരികയായിരുന്നു അദ്ദേഹം.

സിഗരറ്റോ ബീഡിയോ ആയിരുന്നില്ല ചുരുട്ടായിരുന്നു അദ്ദേഹം ഉപയോഗിച്ചിരുന്നത്. ആദിമരൂപത്തിലുള്ള പുകയില നുറുങ്ങുകൾ അകത്തുവെച്ച് പുകയിലകൊണ്ടുതന്നെ പൊതിഞ്ഞ് നാടൻമട്ടിൽ തയ്യാറാക്കുന്ന സംസ്കരിച്ചിട്ടില്ലാത്ത പരുക്കൻ ചുരുട്ട്. ആസാമിലെ ഏതേതോ ഉൾനാടൻ ദേശഭാഗങ്ങളിൽനിന്ന് അത് ഹരിപ്രസാദ്സാർ സഞ്ചരിച്ചിട്ടുള്ള, ജീവിച്ചിട്ടുള്ള ലോകത്തിന്റെ എല്ലാ ഭാഗങ്ങളിലും പിന്തുടർന്നു തേടിച്ചെന്നു. വന്യമായ പ്രാക്തനമായ ഏതേതോ ചോദനകളുടെ പൂരണംപോലെ സാർ അതോടൊപ്പം എരിഞ്ഞു, ആരുടേയും സ്നേഹ നിർബന്ധങ്ങൾക്ക് വിലകൊടുക്കാതെ.

അറസ്റ്റിലായ വെള്ളിയും പിന്നെ ശനിയും ഞായറുമവധിയും കഴിഞ്ഞാണ് സാറിനെ കോടതിയിൽ ഹാജരാക്കിയത്. അപ്പോഴേക്കും എല്ലാം തലകീഴായി മറിഞ്ഞിരുന്നു. വടക്കേ ഇന്ത്യവിട്ട് കേരളത്തിലെത്തിയ പത്ര ഉന്നതന്റെ മയക്കുമരുന്നു മാഫിയ ബന്ധമുൾപ്പടെ പൊലിപ്പിച്ച് പത്രങ്ങളും ചാനലുകളും വിശേഷിച്ച് അദ്ദേഹത്തെ ശത്രുസ്ഥാനത്തു കണ്ടിരുന്ന മാധ്യമങ്ങൾ, കോളങ്ങളും സ്പെഷ്യൽ സ്റ്റോറികളും ഊഹാപോഹക്കഥകളും പരമ്പരകളും തുടങ്ങിക്കഴിഞ്ഞിരുന്നു. തങ്ങൾക്കിഷ്ടമില്ലാത്തവരെ പാതാളത്തോളം എഴുതിയും താറടിച്ചും തുരത്താനുള്ള പ്രഹരശേഷിയും സ്വാധീനശക്തിയും ഇന്നത്തേതിലും കൂടുതൽ പത്രമാധ്യമങ്ങൾക്കുണ്ടായിരുന്ന കാലമായിരുന്നു അത്. ഞങ്ങളൊക്കെ ഒരൊറ്റ നാൾകൊണ്ട് ഏറെ ചുരുങ്ങിച്ചെറുതായിപ്പോയിരുന്നു. ഭയം ഭക്ഷിക്കുന്ന ജീവികൾ.

സാറുമായി സൂക്ഷിച്ചിരുന്ന അടുപ്പം, ആ വീട്ടിലെ ഞങ്ങളുടെ സാന്നിദ്ധ്യം, ജീവിതം എല്ലാം ഞങ്ങളെ കുഴപ്പത്തിലാക്കുമെന്നും ഒറ്റു കൊടുത്തേക്കുമെന്നുമുള്ള കാർന്നു കാർന്നു തിന്നുന്ന പേടി. ഓരോരുത്തരായി താന്താങ്ങളുടെ മാളങ്ങളിലേക്ക് വലിഞ്ഞു നിശ്ശബ്ദരായി. ഞങ്ങളുടെ കരിയറുകൾതന്നെ ഇരുട്ടിലായിപ്പോവാൻ ഇത് ധാരാളമാണെന്ന് ഞങ്ങൾ ഭയന്നു. അതുകൊണ്ടുതന്നെ അദ്ദേഹത്തിന് പുറമേ നിന്ന് സഹായങ്ങളൊന്നും ലഭിച്ചില്ല. ഒരു വക്കീലിനെ ഏർപ്പാട് ചെയ്തു കൊടുത്തതൊഴിച്ചാൽ അദ്ദേഹമുണ്ടായിരുന്ന മാധ്യമസ്ഥാപനവും കയ്യൊഴിഞ്ഞു. സ്വതേയുള്ള അവശതകളോട് പോരടിച്ച് അദ്ദേഹത്തിന്റെ ഭാര്യ മാത്രമാണ് പൊരുതി നിന്നത്.

നാല്പത്തഞ്ച് ദിവസങ്ങളാണ് ഹരിപ്രസാദ്സാറിന് സബ് ജയിലിൽ കഴിയേണ്ടി വന്നത്. ഞങ്ങൾ ശിഷ്യരുടെ കൂട്ടത്തിൽനിന്ന് വിദ്യ മാത്രമാണ് ജയിലിലെത്തി സാറിനെ കണ്ടത്. എന്തുകൊണ്ടോ സാർ അങ്ങനെയൊന്ന് ചെയ്യുമെന്ന് അവൾ മാത്രം വിശ്വസിച്ചിരുന്നില്ല. വിദ്യയോടൊപ്പം സാർ എന്നെക്കൂടി പ്രതീക്ഷിക്കുകയും അന്വേഷിക്കുകയും ചെയ്തിരുന്നു. പക്ഷേ ഞാനൊരിക്കലും സാറിനെക്കാണാൻ ചെന്നില്ല.

വിചാരണയുടെ ആദ്യനാളുകളിൽ സാറും ബീഗവും നഗരത്തിലെ അതേ വാടകവീട്ടിൽ തന്നെയാണ് കഴിഞ്ഞിരുന്നത്. ജയിലന്തരീക്ഷമെന്ന ആശങ്കയില്ലാതിരുന്നിട്ടും ഇരുൾമറപറ്റിപോലും ഞങ്ങളാരും അങ്ങോട്ട് തിരിഞ്ഞ് കയറിയില്ല, പേരിനുപോലും അദ്ദേഹത്തെയൊന്ന് പോയി കണ്ടില്ല. സ്വാതന്ത്ര്യം, സ്വാതന്ത്ര്യമെന്ന് ഞങ്ങൾ ശ്വസിച്ചിരുന്ന ആ വീട്ടിലെ വായു അനക്കമറ്റ് തണുത്ത് കിടന്നു.

ആർക്കും ഹരിപ്രസാദ് സാറിന്റെ പക്ഷം കേൾക്കണമെന്നുണ്ടായിരുന്നില്ല. വിധിക്കാൻ എളുപ്പമായിരുന്നു. അതായിരുന്നു കൂടുതൽ സൗകര്യപ്രദവും. മനുഷ്യന്റെ ആദിമവും പ്രാക്തനുമായ സ്വാതന്ത്ര്യത്തെയും വേദനകളെയുംകുറിച്ച് വിചാരപ്പെടാറുള്ള വാചാലനാവാറുള്ള ആ മനുഷ്യൻ ഒരു തപസ്സിലെന്നപോലെ നിന്ന് വലിച്ച് തള്ളിയിരുന്ന ചുരുട്ടുകളിൽ കഞ്ചാവ് ചേർത്തിരുന്നു എന്ന് കരുതുക. അതായിരുന്നു എളുപ്പം.

വിദ്യ മാത്രം ഇടവേളകളിൽ ഹരിപ്രസാദ് സാറിനെ സന്ദർശിച്ചു. ജഹനാറബീഗത്തിനവൾ ആശ്വാസമായി. സാധ്യമായ സഹായങ്ങളും പിന്തുണയും നൽകി. സാറിനെ കാണാൻ ചെല്ലാത്തതിന് അവളെന്നോട് പലവട്ടം വഴക്കുണ്ടാക്കി. എന്നിട്ടും കുലുങ്ങാതെ ഞാൻ സാറിനെ പ്രതിസ്ഥാനത്ത് നിർത്തിയിരുന്നവരുടെ പക്ഷത്ത് തന്നെ തുടർന്നു.

കേസിന്റെ വിചാരണ അവസാനഭാഗമായപ്പോഴാണ് സാർ നഗരത്തിലെ വാടക വീട് വിട്ട് മറ്റെങ്ങോട്ടോ മാറിയത്. അത് അജ്ഞാതമായ ഒരിടമായിരുന്നു. തീർത്തും അജ്ഞാതമായ ഒരിടം. ദീർഘദൂരം സഞ്ചരിച്ചാണദ്ദേഹം കോടതിയിലെത്തിയിരുന്നത് എന്നല്ലാതെ നഗരം വിട്ടശേഷം അദ്ദേഹം എവിടെയാണെന്നതിനെപ്പറ്റി ആർക്കും ഊഹിക്കാൻപോലും സാധിച്ചിരുന്നില്ല. പൊടുന്നനെ ഒരു പ്രത്യക്ഷമാവൽ. അതുപോലെതന്നെ ഒരു മാഞ്ഞുപോവൽ. നിർബന്ധബുദ്ധ്യാ സൂക്ഷിക്കുന്ന ഒരു ദുരൂഹത.

ഇക്കാലത്ത് എന്നപോലെ അക്കാലവും വാർത്തകൾ വാർത്തകളേയും വിശേഷങ്ങൾ വിശേഷങ്ങളെയും നിസ്സാരവും അപ്രസക്തവുമാക്കുന്ന കാലമായിരുന്നു. സാറിന്റെ ദുരന്തം, എന്തിന് ആ പേരുതന്നെയും വൈകാതെ മറന്നുപോയി എല്ലാവരും. ഞങ്ങളൊക്കെയും കോഴ്സ് പൂർത്തീകരിച്ച് പുറത്തിറങ്ങി. പുതുതായി അണിഞ്ഞ ബിരുദത്തിന്റെ കീരിട ഭാരവുമായി ഒട്ടുമിക്കവരും താന്താങ്ങളുടെ പഴയവൃത്തികളിലേക്ക് മടങ്ങിപ്പോയി. ചിലർ പുതിയ ലാവണങ്ങളിലേക്കും.

ഹരിപ്രസാദ് സാറിനെക്കുറിച്ച് പിന്നീട് കേൾക്കുന്നത് വിചാരണവേളയിലുണ്ടായ ഒരു സംഭവവുമായി ബന്ധപ്പെട്ടാണ്. അക്ഷരാർത്ഥത്തിൽ സംഭവബഹുലമായിരുന്ന അദ്ദേഹത്തിന്റെ അതുവരെയുള്ള ജീവിതത്തിന്റെ ഗതി വീണ്ടുമൊരുവട്ടംകൂടി മാറ്റിമറിച്ച ഒന്ന്.

നഗരത്തിലെ നാർക്കോട്ടിക് കേസുകളുടെ വിചാരണ നടക്കുന്ന കോടതി. ഹരിപ്രസാദ് സാറിന്റെ കേസ് വിളിച്ച സമയം. ഒരു പെൺകുട്ടി നിലവിളിയോടെ ജഡ്ജിന്റെ ചേംബറിനടുത്തേക്ക് ഓടിക്കയറി

വരുന്നു. ജഡ്ജിയുൾപ്പടെ കോടതിയാകെയും അമ്പരപ്പിലേക്ക് വീണു പോയ ഏതാനും നിമിഷങ്ങൾ. കുറിക്കപ്പെട്ട വിധികളെ മാറ്റിക്കുറിക്കാൻ പോയിട്ട് ഒന്ന് തൊടാൻ പോലും മേധാശക്തിയില്ലാത്തത് എങ്കിലും സങ്കടവിതുമ്പലും പൊട്ടിക്കരച്ചിലുകളും കോടതി ഹാളിൽ ഉതിരാറുണ്ട്. ചിലപ്പോൾ ആശ്വാസത്തിന്റെ സന്തോഷത്തിന്റെ ഒതുക്കിയ പുഞ്ചിരിയും നെടുനിശ്വാസങ്ങളും പൊഴിയാറുമുണ്ട്. പക്ഷേ ജഡ്ജിനടുത്തേക്ക് അലമുറയോടെ ഒരാൾ ഓടിയണയുന്നത് സിനിമകളിൽപോലും അപൂർവ്വം. പുറത്ത് ജോലിയിലുണ്ടായിരുന്ന രണ്ടാൺപൊലീസുകാർ ഓടിയെത്തി ജഡ്ജിനോട് ക്ഷമ ചോദിച്ച് അവരെ പുറത്താക്കാൻ ശ്രമപ്പെട്ടു. സാധാരണമല്ലാത്ത സംഭവഗതികളിൽ ഒന്നമ്പരന്നുവെങ്കിലും കേസ് കേട്ടിരുന്ന ജഡ്ജ് ആ പൊലീസുകാരെ തടഞ്ഞു. പിന്നെ ആ പെൺകുട്ടിക്ക് പറയാനുള്ളത് പറഞ്ഞുകൊള്ളട്ടെയെന്ന് അവളെ അനുവദിച്ചു.

കഥകളെ അതിശയിപ്പിക്കുന്ന ചില കാര്യങ്ങളാണ് ആ പെൺകുട്ടിക്ക് കോടതിയോട് പറയാനുണ്ടായിരുന്നത്.

ഒരു പത്രപ്രവർത്തക തന്നെയായിരുന്നു അവർ. ഉത്തരേന്ത്യയിൽ ഹരിപ്രസാദ് സർ മുൻപ് ജോലി ചെയ്തിരുന്ന ഒരു പത്രസ്ഥാപനത്തിനായി കേരളത്തിൽനിന്നുള്ള ചില സ്റ്റോറികൾ ചെയ്യുകയും ചെയ്തിരുന്നു അവർ. അങ്ങനെ ആയിരുന്നു അവൾക്ക് ഹരിപ്രസാദ് സാറുമായുള്ള പരിചയം. സർ നാട്ടിൽ തിരികെ വന്നപ്പോഴും അത് തുടരുകയും ചെയ്തു. മിടുക്കിയായ പെൺകുട്ടി എന്ന് സാർ പരിചയപ്പെടുത്തിയ അവർക്ക് ഇപ്പോൾ ജോലി ചെയ്യുന്ന സ്ഥാപനത്തിൽനിന്ന് മാറി പുതിയ ഇടത്തു ജോലിക്ക് ചേരുന്നതിനായി ഒരു പ്രവർത്തി പരിചയ സർട്ടിഫിക്കറ്റ് അവശ്യമായി വന്നു. ഇംഗ്ലീഷിലുള്ള ഏതെങ്കിലും മാധ്യമങ്ങളിൽനിന്നു തന്നെ വേണമായിരുന്നു അത്.

ഹരിസാർ വിചാരിച്ചാൽ എളുപ്പം അത് സാധ്യമാകാവുന്നതേ ഉണ്ടായിരുന്നുള്ളൂ എന്നായിരുന്നു അവളുടെ പ്രതീക്ഷ. എന്നാൽ വഴിവിട്ട് എന്തെങ്കിലും ചെയ്യുക എന്നത് സാറിന്റെ ആലോചനയിലേ വരുമായിരുന്ന ഒന്നായിരുന്നില്ല എന്ന് അദ്ദേഹത്തെ പരിചയമുള്ള ആർക്കും അറിയാവുന്ന കാര്യമായിരുന്നു. അതുകൊണ്ടുതന്നെ പലവട്ടം അവൾ സാറിനോട് അപേക്ഷിച്ചിട്ടും ഒരിക്കലും അനുകൂലമായൊന്നും സാറിൽ നിന്നുണ്ടായില്ല. തനിക്കായി പോലും അങ്ങനെ ഒരു കാര്യത്തിനായി വഴിവിട്ട രീതിയിൽ സമീപിക്കുന്നത് അങ്ങേയറ്റം ആത്മനിന്ദാപരമായിരുന്നു അദ്ദേഹത്തിന്. അതുകൊണ്ടുതന്നെ എത്ര ശ്രമിച്ചിട്ടും ആ പെൺകുട്ടിക്ക് പരാജയപ്പെടേണ്ടി വന്നു. അതവളെ കടുത്ത നിരാശയുടെയും വിരോധത്തിന്റെയും ആഴങ്ങളിലേക്ക് വീഴ്ത്തി.

ഏതാണ്ട് ഇതേസമയത്തു തന്നെയാണ് ഹരിസാറിന്റെ ശത്രുക്കൾ അവരെ പരിചയപ്പെടുന്നതും. അതെ, നഗരത്തിലെത്തി പ്രമുഖ പത്രത്തിന്റെ തലപ്പത്ത് ജോലി ആരംഭിച്ചതോടെതന്നെ ഹരിപ്രസാദ് സാർ ശത്രുക്കളെയും നേടിത്തുടങ്ങിയിരുന്നു. ഒരുതരം പ്രൊഫഷണൽ ജലസി. വിചിത്രമെന്ന് പറയണം, ഹരിസാർ ജോലി ചെയ്തിരുന്ന പത്രസ്ഥാപനം തന്നെയായിരുന്നു അദ്ദേഹത്തോടുള്ള എതിർപ്പിന്റെ പ്രഭവകേന്ദ്രം.

ഉത്തരേന്ത്യയിൽ പത്രപ്രവർത്തനത്തിൽ പല പതിറ്റാണ്ടു നീളുന്ന അനുഭവസമ്പത്തും അത് സമ്മാനിച്ച പ്രൊഫഷണൽ ഔട്ട്ലുക്കുമായി കേരളത്തിലെത്തി സ്ഥാപനത്തിലെ നിർണ്ണായകസ്ഥാനങ്ങളിലൊന്നിൽ അവരോധിതനായ ഹരിപ്രസാദിനോട് അതേ സ്ഥാപനത്തിലെ മുതിർന്ന പലർക്കും അനിഷ്ടമുണ്ടാവുക സ്വാഭാവികം. മാത്രവുമല്ല ആ മാധ്യമ സ്ഥാപനം അടുത്തിടെ തുടങ്ങാൻ നിശ്ചയിച്ചിട്ടുള്ള ടി.വി. ചാനലിന്റെ തലവൻ സ്ഥാനത്തേക്കും കണ്ടുവെച്ചിരുന്നത് ഹരിപ്രസാദ് എന്ന തല യെടുപ്പുള്ള സെലിബ്രിറ്റി പരിവേഷമുള്ള മാധ്യമപ്രമുഖനെയല്ലാതെ മറ്റാരെയുമായിരുന്നില്ല. ഇത് സ്ഥാപനത്തിനകത്തുതന്നെ അദ്ദേഹത്തോട് അസൂയവും എതിർപ്പും സൂക്ഷിക്കുന്ന പക്ഷത്തെ പ്രബലമാക്കി.

ചാനലിലെ അവതാരകരുൾപ്പടെ കീ റോളുകളിലേക്ക് തങ്ങളുടെ തന്നെ പത്രസ്ഥാപനത്തിൽ ജോലിയെടുത്തു പരിചയമുള്ള കുറച്ചധികം പേരെയാണ് സ്ഥാപനം കണ്ടുവെച്ചിരുന്നത്. ഹരിപ്രസാദ് സാറിന്റെ മുമ്പാകെ എത്തിയപ്പോൾ ആ കൂട്ടത്തിൽനിന്ന് അടിമുടി മാറ്റങ്ങളും വെട്ടിയൊഴിവാക്കലുകളുമുണ്ടായി. പക്ഷപാതങ്ങളോ, ഇതര പരിഗണന കളോ തീണ്ടാതെ കറതീർന്ന മെറിറ്റിന്റെ അടിസ്ഥാനത്തിലായിരുന്നു ഹരിപ്രസാദ് സാറിന്റെ തിരഞ്ഞെടുപ്പ്.

മുഖസൗന്ദര്യവും പ്രസന്നതയും സ്ഥാപനക്കൂറും മാത്രമായിരിക്ക രുത് സെലക്ഷന് അടിസ്ഥാനം. മറിച്ച് തികഞ്ഞ രാഷ്ട്രീയ വ്യക്തത യോടെയും വിവേചനബുദ്ധിയോടെയും സ്വതന്ത്രമായി വിഷയങ്ങളെ സമീപിക്കുന്നവർക്കായിരിക്കണം മുൻഗണന എന്ന് സാർ തീർപ്പു കുറിച്ചു. അതിന് സാധൂകരണം നൽകുന്നതിനായി അദ്ദേഹം ദേശീയ അന്തർ ദേശീയ ഉദാഹരണങ്ങൾ മാനേജ്മെന്റ് മുമ്പാകെ അവതരിപ്പിച്ചു.

ചാനൽ സ്ക്രീനിൽ മുഴുവൻ സമയവും ചിരിയും പ്രസന്നതയും സൂക്ഷിച്ച് നിറഞ്ഞ് നിൽക്കേണ്ടതിലേക്കായി പരിശീലനത്തിലായിരു ന്നവരും പാകമായ കോട്ടുതുന്നാൻ നൽകിയിരുന്നവരും ഹരിപ്രസാദ് സാറിന്റെ വെട്ടോടെ നിരാശയുടെ ആഴപാതങ്ങളിലേക്ക് വീണുപോയെന്ന കഥകൾ പത്ര ഉപശാലകളിൽ പ്രചരിച്ചു.

ഇതോട് കണ്ണിചേരുന്നതായിരുന്നു ഇതര മാധ്യമസ്ഥാപനങ്ങൾക്ക്, വിശേഷിച്ചും മുഖ്യഎതിരാളിക്ക്- സാറിന്റെ സ്ഥാപനത്തോടുള്ള എതിർപ്പ്. പ്രചാരണത്തിലും പ്രസിദ്ധിയിലും സാർ ജോലി ചെയ്തിരുന്ന മാധ്യമ സ്ഥാപനവുമായി സ്ഥിരമായ കിടമത്സരത്തിലായിരുന്നു അവർ. ഹരി പ്രസാദ് സാറിന്റെ വരവോടെ അദ്ദേഹം പ്രവർത്തിച്ചിരുന്ന പത്രത്തിലു ണ്ടായ മാറ്റവും അത് റീഡർഷിപ്പിലുണ്ടാക്കിയ അനുകൂല വ്യതിയാ നവും എതിരാളികളെ ആശങ്കപ്പെടുത്തുന്നതായിരുന്നു. പുതിയ പല പ്രവണതകൾക്കും അദ്ദേഹത്തിന്റെ കേരള പ്രവേശത്തോടെ തുടക്ക മായിരുന്നു.

പൈങ്കിളിയാഭിമുഖ്യമുള്ള തലക്കെട്ടുകൾ- അവ മുഖ്യവാർത്തകൾ ക്കാണെങ്കിലുംകൂടി- ചമയ്ക്കുന്നതിൽ പത്രസ്ഥാപനങ്ങൾ പരസ്പരം മത്സരിക്കുന്ന കാലമായിരുന്നു അത്. തലക്കെട്ടുകളുടെ നിലവാരം

തിരികെ പിടിക്കുകയാണ് ഹരിപ്രസാദ്സാർ ആദ്യം ചെയ്തത്. ഉൾ പേജുകളിൽകൂടി അദ്ദേഹത്തിന്റെ ശ്രദ്ധ ചെന്നെത്തി. തിരക്കുപിടിച്ച ജീവിതത്തിനിടെ പത്രവാർത്തകൾ പൂർണ്ണമായും വായിച്ചുതീർക്കാൻ സമയമില്ലാത്തവർക്കായി മുഖ്യവിശേഷങ്ങൾ ഒറ്റ വാചകപോയിന്റു കളായി ഹെഡ്ഡിംഗുകൾക്ക് താഴെ എടുത്തുനൽകുന്ന രീതിയായിരുന്നു മറ്റൊന്ന്. വൈകാതെ മറ്റു പത്രങ്ങളും ഇത് പിന്തുടർന്നു.

ഞായറാഴ്ചപ്പതിപ്പുകൾ കാലേക്കൂട്ടി തയ്യാർ ചെയ്ത് അച്ചടിയും പൂർത്തിയാക്കുന്ന രീതിയായിരുന്ന ഒട്ടുമിക്ക പത്രങ്ങളിലും അക്കാ ലത്ത്. തന്റെ പത്രത്തിൽ ഇക്കാര്യത്തിലും സാർ ഒരു മാറ്റം കൊണ്ടു വന്നു. ഞായറാഴ്ചയിലെ പത്രത്തോടൊപ്പമാക്കി ഞായറാഴ്ചപ്പതിപ്പി ന്റെയും അച്ചടി. ഈ വൈകിക്കൽ ഏറ്റവും സവിശേഷമായതും വൈകി വരുന്നതുമായ വിശേഷങ്ങൾകൂടി ഉൾപ്പെടുത്തി ഞായർപത്രങ്ങൾ പുറത്തിറങ്ങാൻ സഹായകരമായി.

ഇങ്ങനെ ഇതര മാധ്യമങ്ങളെ വെല്ലുവിളിച്ച, പ്രചാരത്തിൽ അവയെ പിന്നെയും പിന്നാക്കം തള്ളാൻ ഹേതുവായ ഒട്ടേറെ മാറ്റങ്ങൾ.

അകത്തും പുറത്തുമുള്ള ശത്രുക്കൾ ഒരുപോലെ അദ്ദേഹത്തെ തളയ്ക്കാൻ മാർഗ്ഗം തിരയവേയാണ് ഈ പെൺകുട്ടി അവരുടെ ലക്ഷ്യ ത്തിലേക്കുള്ള കുറുക്കുവഴി ആവുന്നത്. എപ്പോഴുമെല്ലാവർക്കുമെന്ന മട്ടിൽ സ്വതന്ത്രമായി തുറന്നു കിടന്നിരുന്ന, എല്ലാവരുടേതുമായ ഒരു വീട്ടിൽ ഒരു ചതികൊണ്ടുചെന്ന് ഒളിപ്പിക്കാൻ, തന്നെക്കുറിച്ച് ഒട്ടുമേ ആശങ്കപ്പെടാതെ കഴിഞ്ഞിരുന്ന ഒരു മനുഷ്യനെ അതിൽ വീഴ്ത്താൻ എളുപ്പമായിരുന്നു.

സാർ എത്തിച്ചേർന്നിരുന്ന ഉയരശൃംഖങ്ങളിൽനിന്ന് താഴെ വീഴ്ത്താ നായില്ലെങ്കിലുംകൂടി ഒന്ന് പിടിച്ചുലയ്ക്കുക, കറപുരളാത്ത നിറശോഭ യ്ക്ക് മീതെ മങ്ങൽ പടർത്തുക. അത്രയുമേ ലക്ഷ്യമായുണ്ടായിരുന്നുള്ളൂ എതിരാളികൾക്ക്. പക്ഷേ എല്ലാം ആകെ കൈവിട്ടുപോവുകയായിരുന്നു. എല്ലാവരുടേയും. കൂട് തുറന്നുവിട്ട ദുർഭൂതം കണക്കെ ഗണിച്ച് തീർക്കാനാ വാത്ത നാശനഷ്ടങ്ങളും കൂട്ടക്കുഴപ്പങ്ങളും തകർച്ചകളുമുണ്ടാക്കി അത്.

ആ പെൺകുട്ടി പക്ഷേ ഒരുകാലത്ത് താൻ ഗുരുസ്ഥാനത്ത് കണ്ടി രുന്ന മനുഷ്യന് നൽകിയ ദക്ഷിണയോർത്ത് ഏറെ ദുഃഖിച്ചു, ഉരുകി നീറി. എക്കാലത്തും തന്റെ ശിരസ്സിന് മീതെ നെട്ടനെ നിൽക്കുന്ന ഗുരു ശാപത്തിന്റെ വാൾനിഴലിൽനിന്ന് ഇറങ്ങിയോടണമായിരുന്നു അവൾക്ക്. അവളുടെ ആ കുറ്റബോധമാണ് ഒരു കുമ്പസാരത്തിനവളെ പ്രേരിപ്പി ച്ചത്. സിനിമാരംഗങ്ങളെ വെല്ലുന്ന നാടകീയത കോടതി മുറിയിലു ണ്ടാക്കിയത്.

ചട്ടപ്രകാരമല്ലാത്തത് എങ്കിലും ആ ഏറ്റുപറച്ചിൽ കോടതിയെ സ്വാധീനിച്ചിരിക്കണം. കുറ്റാരോപിതന്റെ ഇടത്തിൽനിന്ന് കണ്ടെടുത്തു എന്നതിനപ്പുറം ശക്തമായ മറ്റൊന്നും സാറിനെ വിധിക്കാൻ ഇല്ലാത്ത വിധം ദുർബലമായിക്കഴിഞ്ഞിരുന്നു കേസ് അതിനകം. പെൺകുട്ടിയുടെ ഏറ്റുപറച്ചിൽ അതിനെ വീണ്ടും നിസ്സാരമാക്കി.

ശിക്ഷിക്കപ്പെട്ടില്ലെങ്കിലും അതിനകംതന്നെ ഏറെ ക്രൂശിക്കപ്പെട്ടു കഴിഞ്ഞിരുന്ന സാറിന്റെ നഷ്ടം നികത്താൻ പത്രങ്ങളുടെ ഒടുവിലെ പ്പേജിലെ എട്ടാംകോളം കുറ്റവിമുക്ത വാർത്തയ്ക്കോ ചാനലുകളിലെ ആത്മാർത്ഥതയില്ലാതെ മിന്നിപ്പൊലിഞ്ഞ മൂന്നോ നാലോ വാചക ങ്ങൾക്കോ ആവുമായിരുന്നില്ല.

ഞങ്ങളുടെ ജീവിതത്തിൽനിന്ന് ഹരിപ്രസാദ് എന്ന ഗുരു, ആ വലിയ മനുഷ്യൻ പൂർണ്ണമായും നിഷ്കാസിതനായി. എവിടെയാണ് എന്നതിന് തെളിവുകളേതും ശേഷിപ്പിക്കാതെ.

കോടതിയിലെ ഏറ്റുപറച്ചിൽ ആ പെൺകുട്ടിയെ ഒട്ടൊക്കെ സ്വാസ്ഥ്യ പ്പെടുത്തിയിട്ടുണ്ടാവണം, ഞാനെന്റെ കടം കുറച്ചെങ്കിലും വീട്ടിയല്ലോ എന്ന്. പക്ഷേ നീതു, ഞാനിപ്പോഴും എന്നെ വിമലീകരിച്ചിട്ടില്ലല്ലോ. തെറ്റേറ്റ് പറഞ്ഞിട്ടില്ലല്ലോ. ജയിലിലും വിചാരണ വേളയിലുമൊന്നും ഒരിക്കലും ഒരു സമാശ്വാസത്തിന്റെ ഒറ്റവാക്കുകൊണ്ടുപോലും ഞാൻ ഹരിപ്രസാദ് സാറിനെ ചെന്ന് തൊട്ടില്ലല്ലോ എന്ന കുറ്റബോധം എനിക്കെ പ്പോഴുമുണ്ടായിരുന്നു. എത്ര പ്രിയപ്പെട്ടവരാണ് സാറിന് നാം. നീ ചെന്ന് കാണാതിരിക്കുന്നതിലും മോശമായിട്ടെന്തുണ്ട് എന്ന് വിദ്യ അതേപ്രതി എന്നോട് കലമ്പൽ കൂട്ടുകയും പിണങ്ങുകയും ചെയ്തിട്ടും ഞാൻ ആ മനുഷ്യനെ പ്രതിസ്ഥാനത്തു നിർത്തി അകന്നു നിന്നു. അദ്ദേഹ ത്തോടുള്ള സൗഹൃദം ഒരു നഷ്ടക്കളിയായേക്കുമെന്ന് ഭയന്നിരുന്ന വരുടെ, യഥാർത്ഥ അർത്ഥത്തിൽ അദ്ദേഹത്തിന്റെ മറുപക്ഷത്തായിരുന്ന വരുടെ കൂടെത്തന്നെയായിരുന്നു ഞാനും. എല്ലാം ഏറ്റുപറയാൻ മോഹിച്ച പ്പോഴേക്കും അദ്ദേഹം കാണാമറയത്തകലത്തേക്ക് പിൻവലിഞ്ഞ് പൊയ് ക്കളഞ്ഞിരുന്നു.

അതേ നീതൂ, സുവർണ്ണരേഖാ നദി, അതേ നദിയൊഴുകും വഴിയിലെ ജംഷഡ്പൂർ എന്ന ഈ നഗരം ഒക്കെയും വീട്ടാത്ത കടത്തെക്കുറി ച്ചുള്ള ഓർമ്മകൾ എന്നിൽ നിറയ്ക്കുന്നു. കുത്തിനോവിക്കുന്നു. എന്നെ കുറ്റവിചാരണ ചെയ്യുന്നു.

കുമ്പസാരം

ജീവിതങ്ങളിൽ അത്ഭുതങ്ങൾ അവസാനിക്കുന്നില്ല. അല്ലായിരുന്നെ ങ്കിൽ ഞാനിപ്പോൾ ഈ തടാകക്കരയിൽ ഉണ്ടാവുമായിരുന്നില്ലല്ലോ നീതു. ഇതങ്ങനെ പേരുകേട്ട ഒരു തടാകമൊന്നുമല്ലെന്ന് തീർച്ച. യഥാർത്ഥത്തിൽ ജീലെന്നും താലാബെന്നും തദ്ദേശീയർ തരംപോലെ വിളിക്കുന്ന ഇതിന്റെ പേരെന്താണ് എന്ന് ഞാനിനി കണ്ടെത്തേണ്ടി യിരിക്കുന്നു. കരയിൽനിന്നു നോക്കുമ്പോൾ മറുകര കാണാനാവാത്ത ഉള്ളിൽ ഭീതിനിറയ്ക്കും പരപ്പോ നിഗൂഢതകളൊളിപ്പിച്ച ചുഴിത്താഴ്ച കളോ ഇതിനുണ്ടെന്ന് തോന്നിയില്ല. അത്യാവശ്യം ഭേദപ്പെട്ട നീന്തൽ ക്കാരൻ ഒരുവന് മറികടക്കാവുന്ന ജലപ്പരപ്പ്. ഗൂഢമായ നീലനിറം മൂടിനിൽക്കയാൽ ആഴം തിട്ടപ്പെടുത്തുക എളുപ്പമല്ല എന്നുമാത്രം.

അത്ഭുതങ്ങളവസാനിക്കുന്നില്ല ജീവിതത്തിൽ എന്ന് ഞാൻ പറഞ്ഞത് എന്തുകൊണ്ടാണ് എന്നോ? അത് സാധാരണഗതിയിൽ എത്തിച്ചേരാൻതക്ക പ്രാധാന്യമൊന്നും ഇല്ലാത്ത ഒരു ജലാശയക്കരയിൽ ഞാനെന്നെ കണ്ടെത്തിയതുകൊണ്ട് മാത്രമല്ല നീതു.

അന്ന് ആ രാത്രി ജാംഷഡ്പൂരിലെ അതിവിനയവും കൃത്രിമത്വമുള്ള വിധേയത്വവുംകൊണ്ട് ശ്വാസംമുട്ടിക്കുന്ന ജീവനക്കാരുള്ള ഹോട്ടൽ മുറിയിൽ ഇരുന്ന് ഹരിപ്രസാദ് സാറിനെക്കുറിച്ച് നിനക്കെഴുതിയപ്പോൾ ഒരു കുമ്പസാരത്തിന്റെ ആശ്വാസം ഒട്ടൊക്കെ എന്നെ ഗ്രസിക്കുന്നത് പോലെ തോന്നിയിരുന്നു. എങ്കിലുമത് പൂർണ്ണമൊന്നുമായിരുന്നില്ല. തെല്ലൊരാശ്വാസം. അത്രമാത്രം.

രാത്രി വളർന്നത് ഗൗനിക്കാതെ കൺതുറന്ന് തന്നെയിരിക്കുന്ന ആ നഗരത്തിന്റെ തെരുവുകാഴ്ചകളിലേക്ക് തുറക്കുന്ന ഇരട്ടജാലകങ്ങളായിരുന്നു എന്റെ മുറിയുടെ ഒരു ഭാഗത്ത്. ഇരുട്ടിന്റെ വലിയ കടലിൽ നിരന്തരം സഞ്ചരിക്കുന്ന യാനങ്ങളാണ് വാഹനവെളിച്ചങ്ങൾ എന്ന് എനിക്ക് തോന്നി.

മുറിയെടുക്കാനായി അവിടെ വന്ന് കയറിയപ്പോൾത്തന്നെ ഞാൻ ശ്രദ്ധിച്ചിരുന്നു, ലോബിയിൽ അതിഥികൾക്ക് ഉപയോഗിക്കാനായി ക്രമീകരിച്ചിരുന്ന രണ്ടോ മൂന്നോ കമ്പ്യൂട്ടറുകൾ. മൊബൈൽ ഫോണിന്റെ ഇക്കാലത്ത് വെറും അലങ്കാരത്തിന് മാത്രമായതിനാലാവാം അവയുടെ മുമ്പിൽ അന്നേരം ആരുമുണ്ടായിരുന്നില്ല. മുറിവിട്ട് ഞാനിറങ്ങി ചെന്നപ്പോഴുമതേ.

തണുപ്പുള്ള ആ വൈകിയ രാത്രിയിൽ ഉറക്കച്ചടവ് മുഷിപ്പിക്കാത്ത മുഖവുമായി ഒരു വെള്ളക്കോട്ടുകാരൻ ചെറുപ്പക്കാരനാണ് റിസപ്ഷനിലുണ്ടായിരുന്നത്. പുലർച്ചെ വിമാനത്താവളത്തിലേക്ക് പോവേണ്ട ഏതോ അതിഥികൾക്ക് വാഹനം ക്രീമീകരിച്ചു നൽകുന്നതിന്റെ തിരക്ക് തീർത്തതിനുശേഷം അവൻ പഴയ അതേ ക്ഷമാപണസ്വരത്തിൽ എനിക്ക് എന്ത് സഹായമാണ് ചെയ്യേണ്ടത് എന്ന് അന്വേഷിച്ചു.

കമ്പ്യൂട്ടറുപയോഗിക്കുകയാണ് എനിക്ക് വേണ്ടത് എന്നറിഞ്ഞപ്പോൾ അയാൾ ഒരു മാന്ത്രികന്റെ ദ്രുതഗതിയിൽ ഒരു വീർപ്പിനുതന്നെ അതിന്റെ കണക്ഷൻ ക്രമപ്പെടുത്തുകയും അത് ബൂട്ട് ചെയ്യുകയും എനിക്കിരിക്കാൻ ഒരിടം ഒരുക്കുകയും ചെയ്തു.

haripradadforyourlettersever@rediffmail.com

ഫോണിനേക്കാളുപരി ആളുകൾ തന്നെ ബന്ധപ്പെടുന്നതിന് ഹരിസാറിന് പ്രിയമായിരുന്ന നെടുനീളൻ ഇ-മെയിൽ വിലാസം. സൈൻ ഇൻ ചെയ്ത ശേഷം ഞാൻ സാറിന്റെ ആ വിലാസം ഓർമ്മയിൽ നിന്നെടുത്ത് കുറിച്ചിട്ടു. അതിലേക്ക് തൊടുത്തുവിടുന്ന ഒരുകത്ത് പോലും പാഴാവുകയോ അനാഥമായിപ്പോവുകയോ ചെയ്യില്ലെന്ന് പറയാറുണ്ടായിരുന്നു ഞങ്ങൾ. അതിപ്പോൾ, ഹലോ ഹൗ ആർ യു എന്ന ഒറ്റ വാചക അന്വേഷണമാണെങ്കിലുംകൂടി. അതെ ജീവനോടെയുണ്ടെങ്കിൽ സാറിന്റെ മറുപടി കിട്ടുമെന്ന് കരുതാറുണ്ടായിരുന്ന വിലാസത്തിന് കീഴിൽ പ്രിയ

ഹരിസർ എന്നു തുടങ്ങുന്ന കത്ത് ഞാൻ എഴുതിത്തുടങ്ങി. അത്, കത്ത് വലുതൊന്നുമായിരുന്നില്ല. അല്ല ഒട്ടുമേ വലുതായിരുന്നില്ല.

എന്നെ ഓർമ്മിക്കുന്നുണ്ടോ, സാറിന് സുഖമല്ലേ, എന്നിങ്ങനെ ഏതാനും ചോദ്യങ്ങൾ. സാറിനെ ഒന്ന് കാണാനായെങ്കിൽ എന്ന ഒരു പ്രതീക്ഷയും എന്നെ ശപിക്കരുത് എന്ന് ക്ഷമാപണപൂർവ്വം ഒരവസാന വാചകവും. അത്രമാത്രം.

എഴുതിയത് സാറിന്റെ ഇമെയിൽ വിലാസത്തിലേക്കയച്ച് എഴുന്നേറ്റപ്പോൾ വല്ലാത്ത ഒരാശ്വാസം എന്നെ വരിച്ചു.

വർഷങ്ങൾ പലതു കഴിഞ്ഞിരിക്കുന്നു. പഴയ ആ വിലാസം ഇപ്പോൾ ഉപയോഗത്തിലുണ്ടാവുമോ, ഉണ്ടെങ്കിൽതന്നെ അടുത്തെപ്പോഴെങ്കിലും സാറത് തുറന്നു നോക്കുമോ എന്ന്, അദ്ദേഹത്തിന്റെ ഓർമ്മയിൽ ഞാനുണ്ടാവുമോ എന്ന് ഒന്നും എനിക്ക് തീർച്ചയുണ്ടായിരുന്നില്ല. എങ്കിലും കടം വീട്ടാനെടുത്ത നിശ്ചയത്തിന്റെ ആശ്വാസം തണുപ്പിന്റെ കിരീടമായി, എന്റെ ശിരസ്സിനെ പൊതിഞ്ഞു. ഞാൻ സുഖമായുറങ്ങി.

അതേ ഞാൻ നന്നായുറങ്ങി. തണുപ്പ് അന്തരീക്ഷത്തിലും ആ മുറിയിലും എന്റെ തലയിലും തങ്ങിനിന്നതിനാലാവണം കതിർനിറമാർന്ന വെയിൽ മുറിയിലേക്ക് വാർന്ന് തുടങ്ങിയിട്ടും ഞാനുണരാതെ പോയത്.

സമയത്തെക്കുറിച്ച് സൂചനയൊന്നും കിട്ടാത്ത ആ മുറിച്ചതുരത്തിൽ ഞാൻ കുറച്ചുനേരം കൂടി അലസം കിടന്നു. പിന്നെ എഴുന്നേറ്റ് മുഖം കഴുകി ഗോവണിയിറങ്ങി താഴെയെത്തി. ഹോട്ടലിൽ അതിഥികൾക്ക് നൽകുന്ന കോംപ്ലിമെന്ററി ബ്രേക്ക്ഫാസ്റ്റിന്റെ സമയം കഴിഞ്ഞിരുന്നു. എങ്കിലും സാറിനായി എന്തെങ്കിലും അറേഞ്ച് ചെയ്യാൻ ശ്രമിക്കാമെന്ന റിസപ്ഷനിലെ പെൺകുട്ടിയുടെ മര്യാദപൂർവ്വകമായ സൗമനസ്യത്തിന് നന്ദി പറഞ്ഞ് ഞാൻ പുറത്തിറങ്ങി.

വെയിലുറച്ചിരുന്നുവെങ്കിലും തണുപ്പ് വിട്ടുപോയിരുന്നില്ല. തെരുവിലൂടെ മുന്നോട്ടുതന്നെ നടന്നു. കുറച്ചുദൂരം ചെന്നപ്പോൾ സവിശേഷമായ ഒരു ഇലകൊണ്ടുള്ള പാത്രത്തിൽ പൂരി ബാജി വിളമ്പുന്ന ഒരു തെരുവുകച്ചവടക്കാരനെ കണ്ടു. അയാളുടെ ചാരത്തായി സൈക്കിളിൽ ചൂടാറാപാത്രം ഘടിപ്പിച്ച് ചായ പകരുന്ന ഒരു ചായ് വാലയും. ഒന്നിലധികം ചായയും ഒരിലപ്പാത്രം നിറയെ പൂരി ബാജിയും കഴിച്ചു.

പ്രാതൽ കഴിഞ്ഞപ്പോൾ തോന്നിയ ഒരുന്മേഷത്തിൽ കുറച്ചുദൂരം കൂടെ നടക്കാനാണ് തോന്നിയത്. തിരക്കായിത്തുടങ്ങിയിരുന്ന പേരറിയാത്തെരുവിലൂടെ കുറെദൂരം നടന്നു. ഇടയ്ക്ക് ഒരു ഇന്റർനെറ്റ് കഫേയുടെ ബോർഡു കണ്ടപ്പോഴാണ് ഹരിപ്രസാദ് സാറിന് തലേന്നാൾ വൈകിയ രാത്രിയിലയച്ച ഈമെയിലിനെക്കുറിച്ച് എനിക്കോർമ്മ വന്നത്.

അത്ഭുതം തോന്നി, അത്ര പ്രാധാന്യത്തോടെ ഞാനതയച്ച്, അത്ര മാത്രം ആശ്വാസം ആത്മാവിൽ അതേപ്രതി ഞാനനുഭവിച്ചിട്ട് ഒരു പാതിദിനം പോലുമായിട്ടില്ല. പക്ഷേ ഞാനത് മറന്നേ പോയിരിക്കുന്നു. ഒരുപക്ഷേ അങ്ങനെയൊരു കത്തയയ്ക്കുക വഴി ഞാനെന്റെ കടം വീട്ടിക്കഴിഞ്ഞുവെന്ന് ഉള്ളം കരുതുകയാലാവും ആ മറന്നുപോവൽ.

ഏതായാലും ആ കഫേയിൽ ചെന്ന് എന്റെ എഴുത്തിന് സാറിന്റെ മറുപടിയുണ്ടോ എന്ന് നോക്കുവാൻ ഞാൻ നിശ്ചയിച്ചു.

ഇന്റർനെറ്റ്, ഫോട്ടോകോപ്പി മേക്കിംഗ്, പ്രിന്റിംഗ്, ലാമിനേഷൻ, ടിക്കറ്റ് ബുക്കിംഗ്, പരീക്ഷാ രജിസ്ട്രേഷൻ, സ്പൈറൽ ബൈന്റിംഗ്, റീച്ചാർജ്ജിംഗ്... ഒരുപാടൊരുപാട് സേവനങ്ങൾ ഒറ്റയിടത്തു നൽകുന്നുവെന്നവകാശപ്പെടുന്ന ആ ചെറിയ കടയുടെ ബോർഡിലെ ഒരു തെറ്റ് പക്ഷേ എന്നിൽ ചിരിയുണർത്തി. Jay Internet Cofee എന്നായിരുന്നു അത്. അത്രകാലമായിട്ടും ആരുമതിന് തിരുത്ത് നിർദേശിച്ചിട്ടുണ്ടാവില്ലേ എന്ന് ഞാൻ ഓർക്കുകയും ചെയ്തു. വലിയ ഒരു നഗരത്തിൽ ആർക്കാവും ഇത്തരം കാര്യങ്ങൾ ശ്രദ്ധിക്കാൻ നേരം. ഒരുപക്ഷേ കണ്ടവർ തന്നെയും അതിന് സവിശേഷമായ അർത്ഥമുണ്ടെന്നോ അല്ലെങ്കിൽ ഒരു തമാശയ്ക്ക് അതങ്ങനെ ബോധപൂർവ്വം നിലനിർത്തിയിരിക്കുന്നതാവാം എന്നും അവഗണിച്ച് കടന്നുപോയിട്ടുണ്ടാവും.

എനിക്ക് ഇന്റർനെറ്റുപയോഗിക്കാനാണ് എന്നറിഞ്ഞപ്പോൾ കടയിലുണ്ടായിരുന്നയാൾക്ക് ചെറിയ അത്ഭുതമുണ്ടായി എന്ന് തോന്നി. അയാൾക്കുള്ളത് കൂടാതെ ഒരിരിപ്പിടം മാത്രമാണ് നന്നേ ഇടുങ്ങിയതും പലവിധത്തിലുള്ള മെഷീനുകൾ കുത്തിനിറച്ചതുമായ ആ ചെറിയ മുറിയിൽ ഉണ്ടായിരുന്നത്.

''രണ്ടോ മൂന്നോ ഫോണുകൾ വീതം എല്ലാവർക്കുമുണ്ട്. അതുകൊണ്ട് ഇന്റർനെറ്റുപയോഗിക്കാനൊന്നും ഇവിടെയങ്ങനെ ആരും വരാറില്ല സാബ്.'' പ്രവർത്തിപ്പിച്ചിട്ട് കുറച്ചായി എന്ന് തോന്നിച്ച പഴയ മട്ടിലുള്ള കമ്പ്യൂട്ടർ പ്രവർത്തിപ്പിക്കാനൊരുമ്പെടുമ്പോൾ കടക്കാരൻ ക്ഷമാപണസ്വരത്തിൽ പറഞ്ഞു.

ഞരങ്ങിയും മൂളിയും വിചിത്ര ശബ്ദങ്ങളുണ്ടാക്കി മടിച്ചുമടിച്ചും ആവശ്യമായതിലും ഇരട്ടി സമയമെടുത്തുമാണ് കമ്പ്യൂട്ടർ പ്രവർത്തനസജ്ജമായത്. ഇന്റർനെറ്റ് കണക്ഷൻ ശരിപ്പെട്ടു കിട്ടാൻ അത്രതന്നെ സമയം വീണ്ടുമെടുത്തു.

സൈൻ ഇൻ ചെയ്തപ്പോൾ ഇൻ ബോക്സിൽ കുമിഞ്ഞുകിടക്കുന്ന അസംഖ്യം ഈമെയിലുകൾ കണ്ടു. ഒഫീഷ്യലായവയും അല്ലാത്തവയും. തുറന്നുനോക്കാത്ത ഒരുപാടൊരുപാട് കത്തുകൾ. നാടുവിട്ടിറങ്ങിയപ്പോൾ മുതൽ ഇങ്ങോട്ടുള്ളവ. അവയിൽ അന്വേഷണങ്ങളുണ്ടാവും. ചോദ്യങ്ങളുണ്ടാവും. കല്പനകളുണ്ടാവും. നിർദ്ദേശങ്ങളുണ്ടാവും. ആശങ്കകളുണ്ടാവും. അവസാനതിയ്യതികളെക്കുറിച്ചുള്ള ഓർമ്മപ്പെടുത്തലുകളുണ്ടാവും. പരസ്യങ്ങളും ക്ഷണപത്രങ്ങളും ഔദാര്യങ്ങളും പ്രലോഭനങ്ങളുമുണ്ടാവും. തലേന്നാൾ രാത്രി പക്ഷേ അവയൊന്നും ശ്രദ്ധിച്ചതേയില്ലല്ലോ എന്നോർത്തു. അതിശയമില്ല. എങ്ങനെയെങ്കിലും കുമ്പസാരത്തിന്റെ ആ കത്തെഴുതി അയയ്ക്കുകയേ വേണ്ടിയിരുന്നുള്ളുവല്ലോ ഇന്നലെ.

നീതൂ, രണ്ട് പരസ്യമെയിലുകൾക്കിടയിൽ ഏറെ അതിശയവും

അമ്പരപ്പും എന്നിലേക്ക് പ്രസാരണം ചെയ്തുകൊണ്ട് ആ കത്തുമുണ്ടായിരുന്നു. ഹരിപ്രസാദ് സാറിന്റെ മറുപടി.

എപ്പോഴുമെന്നെപോലെ ഹ്രസ്വവും കൃത്യവുമായത്.

പ്രിയ നിഷാദ്,

സുഖം?!

ഓർക്കുന്നു, എല്ലാവരേയും, എല്ലാം. നിഷാദിനെ വിശേഷിച്ചും. കവിതകളാൽ നിഷാദതിന് ഒരിടവേളവരെ അവസരം തന്നിരുന്നുവല്ലോ. ഇവിടെ മലയാളം മാഗസിനുകൾ ലഭിക്കുന്നത് വല്ലപ്പോഴുമൊക്കെയാണെന്ന പരിമിതിയുമുണ്ട്. ഞങ്ങൾ - ഞാനും ബീഗവും- ഇവിടെ ജാർക്കണ്ടിൽ ഗർവ്വയിലാണുള്ളത്. സ്ഥായിയായ ചില ആതുരതകളുള്ളതിനോട് പൊരുതിയങ്ങനെ. നിഷാദ് വരൂ. കാണണമെന്നുണ്ട്, ഞങ്ങൾക്കും.

സ്നേഹം!

കത്തിനിടയിൽ എപ്പോഴത്തെയും പതിവുപോലെ സാറിന്റെ പേര്. അതിന് താഴെ ഫോൺ നമ്പറും.

കത്ത് വായിച്ച് ഞാൻ കുറെനേരം അതേ നിലയിലിരുന്നു. ഹരിപ്രസാദ് സാറിന്റെ മറുപടി അത്രവേഗമെന്നെ തേടി വന്നതിലെ അത്ഭുതത്തെ നിസ്സാരമാക്കുന്നതായിരുന്നു ആൾ അധികം അകലെയല്ലാതെയുണ്ട് എന്ന അതിശയം. ഗർവ്വ, ഞാനുള്ള ഇടത്തുനിന്ന് അത്ര അകലെയൊന്നുമല്ല അത്. ഒരു പകലിന്റെ ദൂരം. ഏറിയാൽ ഒരു പകലും പകുതി രാത്രിയും. കാണാതായിപ്പോയ കളിപ്പാട്ടം പൊടുന്നനവേ കണ്ടുകിട്ടിയ കുട്ടിയുടെ ആഹ്ലാദവും ആവേശവും ആ ചെറിയ കത്തെന്നിൽ നിറച്ചു.

ഞാൻ ജാംഷഡ്പൂരിലുണ്ടെന്നും സാറിനെ കാണാൻ ഉടനെ വരാനാഗ്രഹിക്കുന്നു എന്നും കൃത്യമായ വിലാസം എഴുതി അറിയിക്കുമല്ലോ എന്നും മറുപടിയായി അതേ കത്തിന് കീഴിൽ കുറിച്ച് അയച്ചശേഷം ഞാൻ കുറച്ച് നേരംകൂടി ആ കഫേയുടെ ഇരുണ്ട കുടുസ്സിലിരുന്നു. തൽക്കാലത്തേക്കെങ്കിലും വീണ്ടുമൊരിക്കൽകൂടി ഒരു ലക്ഷ്യം എന്റെ യാത്രയ്ക്ക് വന്ന് ചേർന്നതുപോലെ.

കമ്പ്യൂട്ടർ സ്ക്രീനിൽ നോക്കി പലവുരു വായിച്ച് സാറിന്റെ ഫോൺ നമ്പർ ഹൃദയത്തിലെടുത്ത് കഫേയിലെ പണംനൽകി ഞാൻ പുറത്തിറങ്ങി. ഹോട്ടലിലേക്ക് വേഗത്തിൽ മടങ്ങി. വൈകാതെ തന്നെ ഹോട്ടൽ വെക്കേറ്റ് ചെയ്ത് യാത്ര തുടരുക എന്ന തീർപ്പിൽ അതിനകം ഞാൻ എത്തിച്ചേർന്നിരുന്നു. രണ്ടോ മൂന്നോ ദിവസങ്ങൾ ആ നഗരത്തിൽ, വിശേഷിച്ചും അതേ ഹോട്ടൽ മുറിയിൽ താമസിക്കുക എന്ന് കരുതിയായിരുന്നു അവിടെ മുറിയെടുത്തത്. അത്രയ്ക്ക് മടുപ്പിക്കുന്ന ചില താമസയിടങ്ങളിൽ- അതേ താമസയിടങ്ങളിൽ, ദേശങ്ങളിലല്ല- പോയ നാളുകളിൽ അന്തിയുറങ്ങേണ്ടി വന്നതിന്റെ ചെടിപ്പ് കുടഞ്ഞ് കളയാൻ അത് വേണമായിരുന്നു. മനുഷ്യർ താമസിച്ചിരുന്നതിന്റെ അടയാളങ്ങളൊന്നും ശേഷിച്ചിട്ടില്ലാത്തവിധം പരിചരിക്കപ്പെട്ട ആ ഹോട്ടൽമുറി

എന്റെ തീരുമാനത്തെ പ്രബലപ്പെടുത്തുകയും ചെയ്തു. പക്ഷേ ഇപ്പോൾ എനിക്കുടനെ നീങ്ങിയേ മതിയാവൂ. ഒരുക്കങ്ങൾ ഒരു വീർപ്പിന് തീർത്ത് ഞാൻ വേഗേന മുറിവിട്ട് ലോബിയിലെത്തി. റിസപ്ഷനിലെയാൾ എന്റെ ബില്ല് തയ്യാറാക്കുന്ന സമയംകൊണ്ട് ഞാൻ കമ്പ്യൂട്ടറിന് മുമ്പിലിരുന്ന് മെയിൽ തുറന്നു. ഇത്തവണ, എന്തുകൊണ്ടോ എനിക്ക് ഉറപ്പായിരുന്നു. ഹരിപ്രസാദ് സാറിന്റെ മറുപടി ആ കുറഞ്ഞ സമയത്തിനകം വീണ്ടു മൊരിക്കൽക്കൂടിയെന്നെ തേടി വന്നിട്ടുണ്ടാവുമെന്ന്.

നിഷാദ്, ഞങ്ങളുമിപ്പോൾ ആവേശത്തിലായി, എന്ന് മുഖവുരകളൊ ന്നുമില്ലാതെ തുടങ്ങുന്ന കത്തിൽ അവരപ്പോഴുള്ള ഇടം വിശദമായി രേഖപ്പെടുത്തിയിട്ടുണ്ട്. സംസ്ഥാനം, ജില്ല, നഗരം, പോസ്റ്റ്ഓഫീസ്, തെരുവ്, കെട്ടിടം എന്നിങ്ങനെ ഒരു കത്തിന്റെ വിലാസത്തിലെന്നപോലെ കൃത്യം കൃത്യമായി.

ജാംഷെഡ്പൂരിൽനിന്ന് ഗർവ്വ വരെയുള്ള ദൂരത്തിനിടെ നിങ്ങൾക്ക് വഴി പിശകാനൊന്നുമില്ല. ഗർവ്വ പട്ടണത്തിന്റെ അതിര് തൊടുമ്പോൾ പി.എസ്.എം. അസ്പതാൽ എവിടെയാണ് എന്ന് തിരക്കുക ഏത് കുഞ്ഞും നിങ്ങൾക്ക് അങ്ങോട്ട് വഴി കാണിക്കും. ഹോസ്പിറ്റലിനടു ത്തെത്തുമ്പോൾ ഗർവ്വ റോഡ് സ്റ്റേഷനിലേക്കുള്ള വഴി അന്വേഷിക്കുക. ആ വഴി അമ്പത്മീറ്റർ കഷ്ടിച്ച് പിന്നിടുമ്പോൾ ഇടത് ഭാഗത്ത് ഹസാർ ഹൗസിംഗ് കോളനി എന്ന് എഴുതി വെച്ചിരിക്കുന്ന വലിയ ഒരു കമാനം കാണാം. ഗേറ്റിൽ വെളുത്തുകിളിരം കൂടിയ ഒരു ചെറുപ്പക്കാരനുണ്ടാവും കാവലിന്. അയാളോട് ഹൗസ് നമ്പർ 9 ചോദിക്കുക. നിഷാദ് കൃത്യ മായും നിങ്ങൾ ഇവിടെ എത്തിച്ചേർന്നുകൊള്ളും. തീർച്ച.

എന്തെങ്കിലും സംശയമുണ്ടെങ്കിൽ വിളിക്കുക എന്ന അവസാന വാചകത്തിനുശേഷം സാറിന്റെ ഫോൺനമ്പർ ഒരുവട്ടംകൂടി കുറിച്ചിട്ടു മുണ്ട്.

ഇതാ ഇവിടെയടുത്ത്, വേഗമെത്തിച്ചേരാവുന്ന ഒരിടത്തേക്ക് എന്ന മട്ടിലൊരു ധടുതിയിലാണ് ഞാൻ ബുള്ളറ്റിനെ ഉണർത്തിയത്. നഗര പരിധി ഒരു വീർപ്പിന് പിന്നിടുകയും ചെയ്തു. പക്ഷേ അത്ര അടുത്ത ല്ലല്ലോ ഇടമെന്ന് ആദ്യത്തെ ഉത്സാഹനിമിഷങ്ങൾക്കുശേഷം ഞാൻ സ്വയം ചിരിച്ചു. നാനൂറ് കിലോമീറ്ററിനടുത്ത് ദൂരമുണ്ട്. ഇടയ്ക്കെടു ക്കുന്ന അവശ്യംവേണ്ട ഇടവേളകളും കൂടി ചേരുമ്പോൾ പത്തുമണി ക്കൂറെങ്കിലും കഴിയും ലക്ഷ്യം തൊടാൻ.

സുഗമമായ മുഖ്യപാത. അതേ പൂർണ്ണമായും മുഖ്യപാത. ഈ സഞ്ചാരത്തിനിടെ പ്രധാന പാതകളിലൂടെ മാത്രം ഇത്രദൂരം സഞ്ചരിച്ച ഒരുദിനം ഞാൻ പിന്നിട്ടിട്ടില്ലെന്ന് വേണം പറയാൻ. പ്രിയമുള്ള ഒരു ലക്ഷ്യത്തിലേക്ക് വേഗം വേഗം എന്ന് വഴി എന്നെ നയിച്ചുകൊണ്ടി രുന്നു. ഇടയ്ക്ക് റാഞ്ചി പോലുള്ള ചില പട്ടണങ്ങളിൽ പ്രവേശിച്ചും മറികടന്നും പുറത്തിറങ്ങേണ്ടി വന്നു എന്നതൊഴിച്ചാൽ എവിടെയും തടസ്സം നേരിട്ടില്ല.

ഇന്ധനം നിറയ്ക്കാൻ, ലഘുഭക്ഷണം കഴിക്കാൻ, ഇടയ്ക്കൊന്നു കൈകാൽ നിവർത്താൻ ചെറു ഇടവേളകളെടുത്തതൊഴിച്ചാൽ ക്ഷീണ മോലാതെ ഞാൻ തുടരെ വണ്ടി പായിക്കുകതന്നെയായിരുന്നു. ഒടുവിൽ രാത്രി പത്തുമണി പിന്നിട്ട നേരത്ത് സാറ് പറഞ്ഞതുപോലെതന്നെ ഞാനദ്ദേഹത്തിന്റെ വീട്ടുപടിക്കൽ ചെന്ന് നിന്നു, തടസ്സമൊന്നുമില്ലാതെ.

ബീഗമാണ് വാതിൽ തുറന്നത്. ബെല്ലടിച്ച് വീടു കാണിച്ചു തരാൻ വന്ന കാവൽക്കാരന് ധന്യവാദ് പറഞ്ഞ് തിരിഞ്ഞപ്പോൾ അവരുണ്ട് വാതിൽക്കൽ നിറചിരിയായി നിൽക്കുന്നു. കുറച്ചൊന്ന് മെലിഞ്ഞി ട്ടുണ്ട് എന്നതൊഴിച്ചാൽ അവർക്ക് ഒരഞ്ചെട്ട് കൊല്ലം മുമ്പുണ്ടായി രുന്നതിൽനിന്ന് കാര്യമായ മാറ്റമൊന്നും തോന്നിയില്ല.

ആവോ ആവോ ബേട്ടാ എന്ന് അവരെന്നെയൊരു ആലിംഗനത്തിൽ പ്പെടുത്തി. അതിൽനിന്ന് വേർപ്പെടേണ്ടെന്ന് ഞാൻ ഒതുങ്ങി നിൽക്കേ ഹരിപ്രസാദ് സാറും ഇറങ്ങിവന്നു. ആ മനുഷ്യന്റെ നെഞ്ചിൻകൂടിൽ ശിരസ്സ് മുട്ടിച്ച് ഞാൻ ലജ്ജയില്ലാതെ കണ്ണീരൊഴുക്കി.

കരച്ചിലെന്നെ ശമിപ്പിക്കുമെങ്കിൽ ആവട്ടേയെന്ന് കരുതുകയാലാ വണം കൂൾ ഡൗൺ, കൂൾ ഡൗൺ സൺ എന്ന് അദ്ദേഹമെന്റെ ശിര സ്സിൽ തലോടുകമാത്രം ചെയ്തു. അദ്ദേഹമെന്നോട് എന്നേ ക്ഷമിച്ചിരി ക്കുന്നു എന്ന്, പാപബോധത്തിന്റെ വിങ്ങൽ കരച്ചിലായി എന്നെ വിമലീ കരിക്കുന്നു എന്ന് ഞാനറിഞ്ഞു. എനിക്ക് വലിയ ഭാരക്കുറവ് തോന്നി.

''കുളിച്ചു വരൂ, എന്നിട്ട് നമുക്ക് വല്ലതും കഴിക്കാം'' എന്ന ഹരി സാറിന്റെ നിർദ്ദേശത്തിൽ ഞാൻ തണുപ്പും അതുണ്ടാക്കിയ മടിയും മറന്നു.

ചെറുചൂടുവെള്ളത്തിലെ കുളിയിൽ എന്റെ ക്ഷീണമകന്നു.

ചോറും കറികളുമായിരുന്നു അത്താഴത്തിന്. പിന്നെ അന്നാട്ടിലെ പതിവുപോലെ ദഹിയും അച്ചാറുമുണ്ട്. വൈകിയ ആ രാത്രിയിലും പ്രായത്തിൽ മുതിർന്ന ആ മനുഷ്യർ ആഹാരം കഴിക്കാതെ എനിക്കായി കാത്തിരിക്കുകയായിരുന്നു എന്നറിഞ്ഞപ്പോൾ വല്ലായ്മ തോന്നി.

''ഞങ്ങൾക്ക് ചപ്പാത്തി, അല്ല റൊട്ടിയാണ് പതിവ്. ഇതിപ്പോൾ നിഷാദ് വരുന്നത് പ്രമാണിച്ച് ബീഗത്തിന്റെ ഔദാര്യമാണ്.'' പ്ലേറ്റിലെ ചോറിന് മുകളിലേക്ക് ഇലക്കൂട്ടാനൊഴിക്കുമ്പോൾ ഹരിസാർ പറഞ്ഞു.

''എന്റെ പഞ്ചസാര നില അതിർത്തി വരമ്പിനടുത്താണ് എന്ന് ഒരുതവണ ഡോക്ടർ പറഞ്ഞതേയുള്ളൂ. പിറ്റന്നാൾ മുതൽ ഇവർ ഇഷ്ടഭോജ്യങ്ങൾ എന്നിൽനിന്ന് തട്ടിപ്പറിച്ചകലത്താക്കി. രാവിലെ റൊട്ടി, ഉച്ചയ്ക്ക് റൊട്ടി, രാത്രിയിലും റൊട്ടി! പഞ്ചസാര സൂക്കേടുകാർ കഴിക്കുന്ന ഗ്ലൂക്കോനാം എസ്.ആർ ആണ് ഈ റൊട്ടികൾ എന്ന മട്ടിൽ.''

സാറും ഞാനും ചിരിച്ചു. പൂർണ്ണമായും അസ്സൽ മലയാളത്തിലായി രുന്നുവെങ്കിലും ബീഗത്തിനുമത് മനസ്സിലായി എന്ന് തോന്നി. അവർ പരിഭവക്കൂർപ്പുള്ള ഒരു നോട്ടം സാറിന് നേരെ എറിഞ്ഞു.

എട്ട് നീണ്ട വർഷങ്ങൾ. അവയിലെ പരസ്പരമജ്ഞാതമായ കടൽ പോലെ കിടക്കും വിശേഷങ്ങൾ, സംഭവങ്ങൾ. പക്ഷേ ആ നാട്ടിലെ

അപ്പോഴത്തെ കാലാവസ്ഥയെക്കുറിച്ച്, ബീഗത്തിന്റെ കാലിലെ വേദന യെക്കുറിച്ച്... അങ്ങനെ ചിലതിനെക്കുറിച്ചൊഴികെ ഞങ്ങൾ ഒന്നും സംസാരിച്ചില്ല. ഒക്കെയും നാളെ പുലർന്നിട്ടാവട്ടെയെന്ന് ബാക്കിവെച്ച താവണം. അല്ലെങ്കിൽ അകലത്തിന്റെ അക്കാലം, ആ വർഷങ്ങൾ ഈ സമാഗമത്തോടെ മാഞ്ഞുപോയിരിക്കുന്നു എന്ന് ഉപേക്ഷിക്കുകയാണോ?

മുറിച്ചുവരുകളിലേക്ക് എന്ന മട്ടിലുള്ള നോട്ടങ്ങളിലൂടെ ഇടയ്ക്കിടെ ഞാൻ സാറിനെയും ബീഗത്തെയും നിരീക്ഷിച്ചു. അതെ ബീഗം ഒന്നു മെലിഞ്ഞിട്ടുണ്ട്. ഒന്നുകൂടിയൊന്ന് വെളുത്തിട്ടുണ്ട്. ആതുരതകളുടെ ഒരു പ്രസരിപ്പില്ലായ്മ ബാധിച്ചിട്ടുണ്ട് അവർക്ക്. പക്ഷേ, ഒരുവേള ഹരി സാറിനെ വിനീതവിധേയനാക്കിയ നീണ്ടുവിടർന്ന കണ്ണുകൾ, എന്ന് ഞങ്ങൾ ശിഷ്യർ പറയാറുള്ള അവരുടെ കണ്ണുകളും അതിന്റെ തിള ക്കവും ആ കുസൃതിനോട്ടവും ക്ഷീണമേശാതെ അതുപോലെയുണ്ട്.

ഹരിസാർ ഒന്നുകൂടി മെലിഞ്ഞിട്ടാണുള്ളതെന്ന് തോന്നി. അക്കാ ലത്ത് കറുപ്പിനാധിപത്യമുള്ള താടി-മുടികളിലിപ്പോൾ വെള്ള ജയമുറ പ്പിച്ചു കഴിഞ്ഞിട്ടുണ്ട്. മുൻവശത്തുനിന്നാക്രമിച്ചു തുടങ്ങിയ കഷണ്ടി പൂർണ്ണമായും ശിരസ്സിന് കിരീടമായിട്ടില്ല. സമൃദ്ധമായ താടിയുടെ സാന്നിദ്ധ്യം മുടിക്കുറവിനെ നിസ്സാരമാക്കുന്നുണ്ട്. എപ്പോഴുമുള്ള ആ ആലോചനാ മട്ടിന് മാത്രം മാറ്റമൊന്നും വന്നിട്ടില്ലെന്ന് തോന്നി.

സാറിപ്പോഴും പുകവലിക്കുന്നുണ്ടാവുമോ? അതോ അക്കാലത്ത് തന്നെ അതുപേക്ഷിച്ചിട്ടുണ്ടാവുമോ? പൊടുന്നനെ അതോർത്തപ്പോൾ എനിക്ക് ആഹാരം തൊണ്ടയിൽ തടഞ്ഞതുപോലെ തോന്നി.

ഒരു ഇരട്ടപ്പാളി ജനാലമാത്രമുള്ള മുറിയായിരുന്നു എനിക്ക്.

ലൈറ്റണച്ച് കിടക്കയിലിരുന്നപ്പോൾ നാട്ടിലെ ഞങ്ങളുടെ നഗര ത്തിലെ ഹരിസാറിന്റെയും ബീഗത്തിന്റെയും പിന്നെ ഞങ്ങളുടേതും കൂടി ആയിരുന്ന ആ വാടകവീടിന്റെ ഓർമ്മകൾ വാതായനക്കൊളുത്തു കൾ ഭേദിച്ച് കാറ്റുപോലെ ഉള്ളിലേക്ക് ആർത്തിരമ്പി വന്നു. ആ നഗരം, വീട്, ഞങ്ങൾ, ഞാൻ, വിദ്യ, ഹരിപ്രസാദ് സർ, ജഹനാറബീഗം, മറ്റുള്ള വർ... പുലരുംവരെ ചെന്ന് വളരുന്ന ഞങ്ങളുടെ രാത്രികൾ, ആഘോഷ ങ്ങൾ, പകലുറക്കങ്ങൾ, വാഗ്വാദങ്ങൾ, മൗനങ്ങൾ സന്തോഷങ്ങൾ... ഞങ്ങളുടെ ആ ജീവിതം.

അതേ, രണ്ടുപേർക്ക് മതിയാവുന്നതിലേറെ ഇടമുള്ള ഈ വീടും അക്കാലത്തെ അനുസ്മരിപ്പിക്കുന്നു, അക്കാലത്തെപ്രതി എന്നെ കുറ്റ വിചാരണ ചെയ്യുന്നു. സാറിനോട് പാലിച്ച അകലം, ഞങ്ങളുടെ മൗനം, കള്ളസാക്ഷ്യം പറയുമ്പോലെ അല്ലാതെ മറ്റൊന്നുമായിരുന്നില്ല എന്ന് വീണ്ടും ഒരു ശിക്ഷപോലെ ഓർമ്മിപ്പിക്കുന്നു. ലൈറ്റ് കെടുത്തിയ ഇരുട്ടിലും കണ്ണടച്ച് ഞാൻ ഓർമ്മകളെ അകറ്റാൻ ശ്രമിച്ചു.

ഒന്നോ രണ്ടോ മുറികളൊഴിച്ച് മറ്റൊന്നും ഇവിടെയും ഹരിസാറും ബീഗവും ഉപയോഗിക്കുന്നുണ്ടാവില്ല. തലയിണ മാറ്റിവെച്ച് കിടക്ക യിൽ നീണ്ടുനിവർന്ന് കിടന്നപ്പോൾ ഞാൻ വിചാരിച്ചു.

കിടക്കവിരിക്കുപോലും അതേ ഖാദിപ്പരുപരുപ്പും തണുപ്പും. അവിട ത്തേതുമാതിരി ഘനം കുറഞ്ഞ തലയിണകൾ പോലും. അവിടെ ഉറങ്ങിയിട്ടുള്ള രാത്രികൾ. എനിക്ക് വിദ്യയെ ഓർമ്മ വന്നു. ഇരുട്ടിന്റെ സജലങ്ങളാം കരിമിഴികളുമായി അവളുമുണ്ട് ഈ മുറിയിലെന്ന് തോന്നി. ഇറങ്ങിപ്പോയെന്നു ധരിച്ചിരുന്ന ദുഃഖവും കരച്ചിലും വീണ്ടും വന്നെന്റെ കണ്ണുമൂടുന്നു. ഉറക്കെയുറക്കെ കരയണമെന്നു തോന്നി എനിക്ക്.

ആരാധനാലയങ്ങളിൽനിന്നോ മറ്റോകേൾക്കുന്ന മന്ത്രോച്ചാരണം പോലെയോ പ്രാർത്ഥനാശീലുകൾ പോലെയോ ഉള്ള സ്ഥിരമായ ആമ ന്ത്രണംപോലുള്ള ഒരൊച്ചയാണ് രാവിലെ എന്നെ ഉണർത്തിയത്. അധികമകലെയല്ലാതെ എവിടെയെങ്കിലും ഒരു പ്രാർത്ഥനാലയം ഉണ്ടാ വുമെന്ന് ഞാൻ കരുതി. പിന്നേയും കാതോർത്തപ്പോൾ മനസ്സിലായി ആ വീട്ടിൽനിന്ന് തന്നെയാണത്. സ്ഥിരമായിതന്നെയത് തുടരുകയാണ്. പക്ഷേ എത്ര കാതോർത്തിട്ടും വാക്കുകൾ വേർതിരിക്കാനായില്ല.

സമയമെത്രയായിട്ടുണ്ടാവണം?

പെട്ടെന്ന് തലേന്നാൾ ഉറങ്ങിപ്പുലർന്ന ജാംഷഡ്പൂരിലെ ഹോട്ടൽ മുറി ഓർമ്മവന്നു. ഈ മുറിയിലും സമയം സൂചിപ്പിക്കുന്ന ഒന്നുമുണ്ടാ യിരുന്നില്ല. ഘടികാരമോ അലാറമോ ഒന്നും. നന്നായി ഉറങ്ങിപ്പോയി രുന്നു. അല്ലെങ്കിലും ഉറക്കത്തിനിപ്പോൾ ഒന്നും അലോസരമോ തടസ്സമോ ആവുന്നില്ല. മിക്കപ്പോഴും നന്നായി ക്ഷീണിച്ചിട്ടാണ് ഉറങ്ങാൻ കിടക്കു ന്നത് എന്നത് അതിന് കാരണവുമാകാം.

ആരാവും ഈ വീട്ടിൽ പ്രാർത്ഥിക്കുന്നത്? ഹരിപ്രസാദ് സാറോ ബീഗമോ എന്തെങ്കിലും തരത്തിലുള്ള ഭക്തി ആഭിമുഖ്യമുള്ളവരായി തോന്നിയിട്ടില്ല അക്കാലത്ത്. പക്ഷേ പോയവർഷങ്ങൾ ഇനിയവരെ എങ്ങനെ മാറ്റിയിട്ടുണ്ടാവുമെന്ന് തീർച്ചയുമില്ല.

പതിയെ മുറിക്ക് പുറത്തിറങ്ങി.

ഇടനാഴി അവസാനിക്കുന്നിടത്ത് വലിയ ഒരു ഹാളുണ്ട്. അവിട മാണ് ശബ്ദത്തിന്റെ പ്രഭവകേന്ദ്രം. ദീർഘവൃത്തത്തിൽ പരസ്പരം അഭിമുഖമായിരിക്കുന്ന കുറച്ച് മനുഷ്യർ. മിക്കവാറും സ്ത്രീകൾ, ചെറുപ്പ ക്കാർ. അവർക്കിടയിൽ ഹരിസാറും ബീഗവുമുണ്ട്. താടി താലോലിച്ച് വെറുതെയിരിക്കുന്ന ഹരിസാർ. ബീഗമാണ് സംസാരിക്കുന്നത്. അവ രുടെ ശബ്ദമാണ് മുറിയിൽ പ്രാർത്ഥനാശീലുകൾപോലെ തോന്നിയത്.

വാതിൽക്കൽ ആളനക്കം കേട്ടപ്പോൾ ബീഗം സംസാരം നിർത്തി ചിരിച്ചു. പിന്നെ തുടർന്നു. പഴയ ഒഴുക്കിലേക്ക് തിരികെ പോയി. ഒരാ ചാരംപോലെ തല തിരിച്ചുനോക്കിയ മറ്റുള്ളവരും തിരികെപോയി.

പ്രാതലിനുശേഷം ഹരിസാറിനൊപ്പം പുറത്തിറങ്ങി.

കാറെടുത്താൽ പാർക്കിംഗ് ബുദ്ധിമുട്ടാവും. എനിക്ക് തോന്നുന്നത് ലോകമിപ്പോൾ നേരിടുന്ന ഏറ്റവും വലിയ കുറവ് ആഹാരത്തിന്റെയോ വെള്ളത്തിന്റെയോ വായുവിന്റെയോ പോലുമല്ല. പാർക്കിംഗ് സ്പേസി ന്റേതാണ്. അതുകൊണ്ട് നമുക്ക് സ്കൂട്ടറിൽ പോവാമെന്ന് സാർ ചിരിച്ചു.

പക്ഷേ ബുള്ളറ്റ് കണ്ടപ്പോൾ പഴയകാര്യങ്ങളെന്തോ ഓർക്കുമ്പോലൊരാവേശം ആളെ ഗ്രസിച്ചു. കുറച്ചു നാളായി, ഒരുപക്ഷേ വർഷങ്ങൾ തന്നെ കഴിഞ്ഞിട്ടുണ്ടാവും ഞാനൊരു ബുള്ളറ്റ് ഓടിച്ചിട്ട് എന്ന് അതിന്മേൽ കടന്നിരുന്ന് തൊഴിച്ച് സ്റ്റാർട്ട് ചെയ്തു. പിന്നെ പരിചയക്കേടോ തട്ടുതടവുകളോ കൂടാതെ ഗിയറുകൾ കൃത്യമായി മാറ്റി മുമ്പോട്ടു നീക്കി.

വണ്ടി നീങ്ങവേ ഹരിപ്രസാദ് സർ സംസാരിക്കാൻ തുടങ്ങി. അന്നാട്ടിലെ അവരുടെ ജീവിതത്തെക്കുറിച്ച്. ഞങ്ങളുടെ നഗരം വിട്ടുപോന്ന ശേഷം മുതൽ പിന്നീടുള്ള കാലത്തെക്കുറിച്ച്.

കേസിന്റെ വിചാരണകാലത്ത് അലഹാബാദിലായിരുന്നു താമസം. ബീഗത്തിന്റെ വൃദ്ധരായ അമ്മാവനും അമ്മായിക്കുമൊപ്പം. ഒരുതരം ഒളിച്ചുതാമസം. ലോകത്തോടാകെയും ശത്രുത തോന്നിയിരുന്ന, അത് നിലനിന്നിരുന്ന ഒരു കാലം. ശരിക്കുമൊരു ഇരുട്ടിലായിരുന്നു ആ നാളുകൾ. ശിക്ഷിക്കപ്പെടില്ലെന്ന് ചെറിയ ആത്മവിശ്വാസമുണ്ടായിരുന്നത് വക്കീലിന് മാത്രമായിരുന്നു.

അത് പക്ഷേ കക്ഷികളിലേക്ക് പകർത്താൻ അയാൾക്ക് കഴിഞ്ഞിരുന്നില്ല. തെറ്റ് ചെയ്തിട്ടില്ലെങ്കിലും ശിക്ഷ വരിക്കാൻ പാകപ്പെട്ട മനോനിലയിലായിരുന്നു സാർ. ജയിൽജീവിതകാലത്ത് വായിക്കേണ്ട പുസ്തകങ്ങൾകൂടി തിരഞ്ഞെടുത്തുവെച്ചുള്ള ഒരു കാത്തിരിപ്പ്.

വിധി അനുകൂലമായതോടെ ആശ്വാസമായി. പുതിയൊരിടത്ത് പുതിയ ജന്മമെടുത്തതുപോലൊരു ജീവിതം. അതായിരുന്നു ആഗ്രഹം. അലഹാബാദിലെ ഒളിവ് താമസവസാനിപ്പിച്ച് ഗർവ്വയിലെ സ്വതന്ത്ര ജീവിതത്തിന്റെ വെളിച്ചത്തിലേക്ക്. ഒരു വാടകവീടായിരുന്നു ആദ്യം. പിന്നെ ഇപ്പോഴുള്ളിടത്ത് വീടുവാങ്ങി താമസമുറപ്പിച്ചു. അതെ, രാജ്യത്ത് അങ്ങിങ്ങായി അലഞ്ഞിട്ടും പല പല വീടുകളിൽ താമസിച്ചിട്ടും ആദ്യമായി സ്വന്തമായി ഒരിടം. വീട്. അതും ഏറെക്കുറെ വാർദ്ധക്യത്തിന്റെ ആധിപത്യത്തിന് വിധേയമായിത്തുടങ്ങിയ ശേഷം.

സാമൂഹ്യവും സാമ്പത്തികവുമായി പിന്നാക്കം നിന്നിരുന്ന ആദിവാസി വിഭാഗങ്ങൾ ധാരാളമുള്ള ഒരു ഭൂഭാഗമായിരുന്നു അത്. അവരുടെ വിദ്യാഭ്യാസകാര്യങ്ങളിൽ സഹായിക്കുന്നതിനായി തയ്യാറാക്കിയ പ്രൊജക്ടിന് യു.എന്നിന്റെ പിന്തുണ കിട്ടുന്നത് ആ സമയത്താണ്. അങ്ങനെ വീടിന്റെ പാതിയിലേറെ ഭാഗം ഓഫീസാക്കി മാറ്റി പുതിയ തുടക്കം. പുതിയ ഒരു ജീവിതം. ഗർവ്വയുടെ പ്രാന്തപ്രദേശമായ പലാമൂവിലും ബൽറാംപൂരിലുമൊക്കെയായിരുന്നു ആദ്യ പ്രവർത്തനങ്ങൾ. പിന്നീട് ഗർവ്വയിലേക്കുകൂടി വ്യാപിപ്പിച്ചു.

കുട്ടികളെ സ്കൂളിൽ എത്തിക്കുക, വിദ്യാലയങ്ങളിൽ തുടരാനുള്ള പ്രേരണ നൽകുക, വിദ്യാഭ്യാസത്തിന്റെ പ്രാധാന്യത്തെക്കുറിച്ച് രക്ഷിതാക്കളെയും വിദ്യാർത്ഥികളെയും ബോധവൽക്കരിക്കുക, വിദ്യാലയത്തിനും കുട്ടികൾക്കുമിടയിലെ കണ്ണിയായി വർത്തിക്കുക., സർവ്വോപരി ലോകത്ത് ഉന്നതി പ്രാപിച്ച ഏത് ജനതയ്ക്കു പിന്നിലെയും കരുത്തായിനില കൊള്ളുന്ന വിദ്യാഭ്യാസത്തിന്റെ പ്രാധാന്യത്തെ ഉയർത്തി നിർത്തുക.

ഗ്രാമങ്ങളിൽനിന്നുള്ള കുറച്ചുപേരെ പ്രൊജക്ടിനായി റിക്രൂട്ട് ചെയ്തു. പരിശീലനം കൊടുത്തു. ഫീൽഡിലെ കാര്യങ്ങളെല്ലാം ഒട്ടുമുക്കാലും അവർ നോക്കിക്കൊള്ളും. ഇടയ്ക്കെല്ലാം ഒന്നുപോയി പിന്തുണ നൽകുകയേ വേണ്ടൂ. അവരുടെ വാരാന്ത്യയോഗമാണ് തൊട്ടുമുമ്പേ നടന്നുകൊണ്ടിരുന്നത്. കൂടുതൽ ഗ്രാമങ്ങളിലേക്ക് പ്രവർത്തനങ്ങൾ വ്യാപിപ്പിക്കാനുള്ള ശ്രമങ്ങളിലാണ് ഇപ്പോൾ. സാർത്ഥകവും തൃപ്തി തരുന്നതുമായ ജീവിതത്തിന്റെ, ജോലി ജീവിതത്തിന്റെ ഒരു രണ്ടാം ഇന്നിംഗ്സ്.

നീതൂ, പൊടുന്നനവേ സിലിയാന്റിയെ ഞാൻ ഓർമ്മിച്ചു. ഭദ്രാവതിയിൽ ആന്റി ചെയ്ത് പോരുന്നതുപോലെ ഒരു നന്മയാണല്ലോ കുറഞ്ഞൊന്ന് വ്യത്യാസപ്പെട്ടാണെങ്കിലും ഏറെ അകലെ ഗർവ്വയിൽ ഹരിപ്രസാദ് സാറും ബീഗവും ചെയ്യുന്നത് എന്ന് ഞാൻ ഓർമ്മിച്ചു. പ്രതീക്ഷയുടെ നന്മയുടെ എത്രയെത്ര വെളിച്ച സ്തംഭങ്ങൾ അല്ലേ!

ഒരു മാർക്കറ്റിന് ഉൾഭാഗത്തേക്കാണ് ഹരിസാർ വണ്ടി ഓടിച്ചു ചെന്നത്.

വാരാന്ത്യ ചന്ത ദിനമായിരുന്നു അത്. വാഹനമോടിക്കുന്നതുപോയിട്ട് നടന്നുപോകുന്നതുതന്നെയും ശ്രമകരമാക്കുന്നത്രയും തിരക്ക്. തലേന്നാൾ ശാന്തമെന്ന് തോന്നിച്ച നഗരത്തിലേയും ചുറ്റുപാടുകളിലേയും മനുഷ്യരാകെയും അവിടെയുണ്ടെന്ന് തോന്നി. കൂട്ടംകൂട്ടമായിരുന്ന് പച്ചക്കറികൾ വിൽക്കുന്നവർക്കരികിൽ ഇത്തിരിയിടത്ത് ബുള്ളറ്റ് ഒതുക്കിയിട്ട് ഞങ്ങൾ നടന്നു. ഒരാഴ്ച ജീവിതത്തിനുവേണ്ട വിഭവങ്ങൾ വിലപേശി വാങ്ങുന്ന മനുഷ്യർക്കിടയിൽ ആൾക്കൂട്ടശരീരത്തിന്റെ ഭാഗമായി അലിഞ്ഞലിഞ്ഞ്.

കുറച്ച് സാധനങ്ങൾ ചന്തയിലവിടവിടെ നിന്നായി വാങ്ങി ഞങ്ങൾ ഉച്ചയോടടുത്ത നേരത്ത് വീട്ടിൽ മടങ്ങിയെത്തി.

ആഹാരം കഴിഞ്ഞപ്പോൾ സാറും ബീഗവും പതിവ് മയക്കത്തിന് പോയി. ബൈക്ക് മുറ്റത്തിട്ട് ഒന്ന് വിശദമായി കഴുകി ചൂടുകുറഞ്ഞ ചെറിയ വെയിലത്ത് ഉണങ്ങാൻ നിർത്തിയിട്ട് ഞാനും മുറിയിൽക്കയറി ഒരു മയക്കം കാത്തു കിടന്നു.

എഴുന്നേറ്റപ്പോൾ നാല് മണി കഴിഞ്ഞിരുന്നു. അല്ല സ്വയമേ ഉണരുകയായിരുന്നില്ല. വാതിലിൽ നനുത്തമുട്ട് കേട്ട് ഉറക്കം ഞെട്ടുകയായിരുന്നു. വൈകുന്നേരം തടാകം കാണാൻ പോകാമെന്ന് പറഞ്ഞത് മറന്നുപോയോ എന്ന് ചിരിയോടെ വാതിൽക്കൽ ബീഗം. അവർ യാത്രയ്ക്കൊരുങ്ങിക്കഴിഞ്ഞിട്ടാണുള്ളതെന്ന് വേഷം സൂചിപ്പിച്ചു.

കുറച്ചകലെ ഒരു തടാകമുണ്ട്. അത്ര വലുതൊന്നുമല്ല അത്. തടാകമെന്ന് വിളിക്കാമോ എന്നുമറിഞ്ഞുകൂടാ. എന്നാലോ തീരെ ചെറുതല്ലാത്ത ഒരു ജലാശയം. അതിന്റെ കരയിൽ ചെന്നു നിൽക്കുക രസകരമാണ്. താല്പര്യമുണ്ടെങ്കിൽ താമസിക്കുകയുമാവാം. പുറംലോകത്തിന്റെ കണ്ണിലങ്ങനെ പെട്ടിട്ടില്ലാത്തതിന്റെ ഗുണവുമുണ്ട്. ഞാനും ബീഗവും ഇടയ്ക്കെല്ലാമവിടെ പോവും. ഒരൂർജ്ജം സ്വരുക്കൂട്ടിച്ചേർത്ത് തിരികെ വരും.

ചന്തയിലൂടെ സാധനങ്ങൾ തിരഞ്ഞും വിലപേശി വാങ്ങിയും സഞ്ചി ഭാരമേറ്റി ക്ഷീണിച്ചും നടക്കവേ ഹരിസാർ പറഞ്ഞിരുന്നു. പോകണമെന്ന് സംശയമൊന്നുമുണ്ടായിരുന്നില്ല. ഉച്ചയ്ക്ക് ആഹാരംകഴിച്ച് കുറച്ചധികം നേരം മയങ്ങിപ്പോയിരിക്കുന്നെന്ന് മാത്രം.

വേഗത്തിൽ മുഖം കഴുകി തയ്യാറെടുത്ത് വന്നപ്പോഴേക്കും മേശമേൽ കാപ്പിക്കപ്പുകളുമായി ഹരിസാറും ബീഗവും ഇരിക്കുന്നുണ്ടായിരുന്നു. മുതിർന്ന ആ മനുഷ്യർക്ക് എനിക്കായി കാത്തിരിക്കേണ്ടിവന്നതിൽ എനിക്ക് ദുഃഖം തോന്നി.

മധ്യാഹ്നം കഷ്ടിച്ച് പിന്നിട്ട് അന്നേരമായപ്പോഴേക്കും തണുപ്പ് തുടങ്ങിക്കഴിഞ്ഞിരുന്നു. രാത്രിയിലത് കൂടുതൽ കടുക്കുമെന്ന് തീർച്ചയുണ്ടായിരുന്നു. പോവുന്നത് ഒട്ടൊക്കെ തുറസ്സായ ഒരിടത്തേക്കും. ആയതിനാൽ രജായികളും കമ്പളങ്ങളുമെല്ലാം ആവശ്യത്തിന് എടുത്തിരുന്നു. അവയൊക്കെയും സാറിന്റെ കാറിൽ - പഴയ മാരുതിക്ക് പകരം ഇപ്പോൾ അതേ നിറമുള്ള ഒരു കൊറോള- അടുക്കി പുറപ്പെടാനൊരുങ്ങുമ്പോഴാണ് പെട്ടെന്ന് ഓർമ്മ വന്നതുപോലെ ഹരിസാർ ബുള്ളറ്റിനടുത്തേക്ക് നീങ്ങിയത്.

"എനിക്കിവനെ പായിക്കുന്നതിലെ ത്രില്ല് കെട്ടുപോയിട്ടില്ല. കാറ് നിഷാദെടുക്കൂ." ചിരിയോടെ ഹരിപ്രസാദ്സാർ താക്കോലിന് കൈ നീട്ടി.

ബീഗം മുൻസീറ്റിൽ കയറിയിരുന്നതോടെ ഞാൻ കാർ സ്റ്റാർട്ട് ചെയ്തു.

ഹരിസാർ ജാക്കറ്റ് ഒന്നുകൂടി ക്രമപ്പെടുത്തി ഹെൽമറ്റ് തലയിൽ ഉറപ്പിച്ച് ബുള്ളറ്റിന്റെ കിക്കർ തൊഴിച്ച് ഉണർത്തി ഞങ്ങളെ കടന്ന് മുന്നോട്ട് നീങ്ങി, നയിക്കാനെന്നവണ്ണം.

നിറംകൂടിയ, അതേസമയം ചൂട് കുറഞ്ഞ വെയിൽ ചാഞ്ഞുവീഴും വഴി. മുഖ്യപാതകളെപ്പിരിഞ്ഞ് ഗ്രാമഭാഗങ്ങളിലേക്കായതിനാൽ ഒട്ടുമേ തിരക്കുണ്ടായിരുന്നില്ല. വല്ലപ്പോഴും മാത്രം ചില വാഹനങ്ങൾ, റിക്ഷകളോ സൈക്കിളുകളോ ഒക്കെ എതിരേവന്നു.

ജാക്കറ്റിന്റെ കവചത്തിന് മീതെ കഴുത്തിൽ ചുറ്റിയ ഹരിസാറിന്റെ മഫ്ളയർ ഒരു പതാകയുടെ തലപ്പുപോലെ പിന്നാക്കം പാറി. ചാഞ്ഞും ചരിഞ്ഞും ചിലപ്പോഴൊക്കെ തെല്ല് വേഗം കൂട്ടിയും തിരിഞ്ഞ് നോക്കി കൈവീശിക്കാണിച്ചും അറുപത് പിന്നിട്ട ആ മനുഷ്യൻ ഞങ്ങളെ നയിച്ചു. മുഖത്ത് ഊറി നിറയുന്ന ചിരി ഒളിപ്പിക്കാതെ ബീഗവും സാറിനൊപ്പം എത്താൻ ശ്രമിച്ച് ഞാനും റോഡിൽ കണ്ണൂന്നിയിരുന്നു.

"നീ വരുന്നു എന്ന് കേട്ടപ്പോൾ ആവേശിച്ച ഉത്സാഹത്തിന്റെ ഭൂതമാണ്. കണ്ടില്ലേ അതിന്റെ ആവേശപ്പകർച്ചകൾ." ബീഗം ചിരിച്ചു. "എന്നെ കാണുന്ന കാലത്തിന്റെ തന്നെ പഴക്കമുള്ള ഒരു കഴുത്തുവേദനയുണ്ട് നിങ്ങളുടെ സാറിന്. സ്ഥിരമായ കുനിഞ്ഞിരിപ്പിന്റെ സമ്മാനം. ചികിത്സകളെല്ലാം തോറ്റ് പിൻമടങ്ങിയത്. നോക്കൂ. നീ വന്നപ്പോൾ മുതൽ അത് മാഞ്ഞുപോയിരിക്കുന്നു. അല്ലെങ്കിലും വേദനകൾ മനസ്സിന്റെ ഒരു തോന്നൽ മാത്രമാവണം."

ഞാൻ ചിരിക്കാൻ ശ്രമിച്ചു.

''സ്വാതന്ത്ര്യമില്ലാതാവുന്ന നില, അതൊഴികെ എന്തിനെയെങ്കിലും ആ മനുഷ്യൻ ഭയന്നിരുന്നത് എന്റെ ഓർമ്മയിലില്ല. പത്രത്തിലായിരുന്ന കാലത്ത്, വിശേഷിച്ച് പ്രിന്റ് മാധ്യമങ്ങൾക്ക് ജീവിതങ്ങളിൽ ഇന്നുള്ളതിന്റെ പതിൻമടങ്ങ് സ്വാധീനമുണ്ടായിരുന്ന കാലത്ത്, അവ നാട്ടുരാജാക്കന്മാരെപോലെയായിരുന്ന സമയത്ത് ദിനേനയെന്നോണം ഭീഷണികൾ നേരിട്ടിരുന്ന മനുഷ്യനാണ്. തൊലിപ്പുറത്തുപോലും ഏൽക്കാത്തത്രയും നിസ്സാരമാക്കി അതൊക്കെയും ചിരിച്ചു തള്ളുന്നത് ഞാൻ കണ്ടിട്ടുണ്ട്.''

ഒന്ന് നിർത്തി ബീഗം തുടർന്നു. ''പക്ഷേ നിഷാദ്, കേരളത്തിലെ ആ സംഭവം വല്ലാതെ ഉലച്ചു കളഞ്ഞു. ചില കാര്യങ്ങൾ മനുഷ്യരെ നിസ്സഹായരും ആലംബമറ്റവരുമാക്കുന്നത് എപ്രകാരമാണെന്ന് ഞാൻ അറിഞ്ഞു. അടുത്തുനിന്ന് അറിഞ്ഞു. പിന്നെ സമയമെടുത്ത് മാത്രം സാധ്യമായ ഒരു തിരിച്ചുവരവ്. സന്തോഷിക്കട്ടെ, ഉത്സാഹം നിറയ്ക്കട്ടെ.''

എനിക്ക് ബീഗത്തെ നോക്കാനേ ആയില്ല. അവർ ഓരോ വാക്ക് പറയുമ്പോഴും അവരങ്ങനെ ഉദ്ദേശിച്ചിരുന്നിരിക്കില്ല എങ്കിലും കൂടിയും അതൊക്കെയും എനിക്കുള്ള കുറ്റാരോപണങ്ങൾ കൂടിയായിത്തോന്നി. കറുത്തു തിളങ്ങുന്ന ടാർറോഡിൽ കണ്ണുറപ്പിച്ച് വണ്ടിയോടിക്കുന്നതിൽ മാത്രം ശ്രദ്ധയുള്ളവനായിരിക്കാൻ ഞാൻ ശ്രമിച്ചു .

സമനിരപ്പ് ഭാഗങ്ങൾ പിന്നിട്ട് ഞങ്ങൾ ഒരു കുന്ന് കയറാനാരംഭിച്ചു. കുന്നിന്റെ ഉച്ചിയിലേക്ക് വളഞ്ഞു ചുറ്റിപ്പോവുന്ന പാത, അത് ഒട്ടുമുക്കാലും കയറി നിവർന്നപ്പോൾ താഴേക്ക് കാണാവുന്ന ഒരിടത്ത്, കുന്നിൻവിളുമ്പിൽ ഹരിസാർ ബുള്ളറ്റ് ഒതുക്കി. സ്ഥിരമായി ആ വഴിയേ പോകയാൽ ബീഗത്തിനുമവിടം പരിചയമാണെന്ന് തോന്നി. ഏറെക്കുറെ കുന്നിന്റെ ഉച്ചിയിലായിരുന്നു അത്. താഴെ പലവിതാനത്തിൽ കിടക്കുന്ന കൃഷിയിടങ്ങൾ. ഇടയിലൂടെ നീരൊഴുക്കുകളുടെ വെള്ളിരേഖകൾ, ഒന്നൊന്നോട് തൊട്ട് ചെറു വീടുകളുടെ കൂട്ടങ്ങൾ.

''അങ്ങോട്ടാണ് നാം.'' മലഞ്ചെരിവുകളുടെ പിന്നിൽ താഴ്ന്നു തുടങ്ങുന്ന സൂര്യൻ ചെന്നിറമാക്കിയിട്ടിരുന്ന ഒരു ജലപ്പരപ്പ് ചൂണ്ടി ഹരിസാർ പറഞ്ഞു.

രണ്ടഗ്രങ്ങളും കൂർത്ത ഒരിലയുടെ വലിയ പതിപ്പ് പോലെ തോന്നിച്ചു അവിടെ നിന്നപ്പോൾ ആ ജലാശയം. തണുത്ത കാറ്റടിക്കുന്ന ആ കാഴ്ചാമുനമ്പിൽനിന്ന് ഇരുട്ട് വീഴുംവരെ അത് കണ്ടുകൊണ്ട് നിൽക്കണമെന്നായിരുന്നു എനിക്ക്.

''നമുക്ക് നീങ്ങാം, രാത്രിയാവും മുന്നേ അവിടെയെത്തണം. വഴിയിലൊരാൾ, ജഗന്നിവാസ് കാത്തുനിൽപ്പുണ്ട്'' എന്നിങ്ങനെ ഹരിസാർ ധൃതിപ്പെട്ടപ്പോൾ താഴ്വരക്കാഴ്ചയുടെ ഭംഗിയിൽ നിന്നടർന്ന് ഞങ്ങൾ വാഹനങ്ങൾക്കരികിലേക്ക് നടന്നു.

പിന്നീട് തടാകക്കരയിലേക്ക് കുന്നിറക്കമായിരുന്നു. ബുള്ളറ്റ് ഹരിസാർ തന്നെയാണ് എടുത്തത്. ജഹനാറ ബീഗത്തിനും സാറിനൊപ്പം

കയറണമെന്ന് പറഞ്ഞപ്പോൾ ഞാനവരെ അതിന് സഹായിച്ചു. ഇപ്പോൾ പിന്നാക്കം പറക്കുന്ന രണ്ട് ചേലാഗ്രങ്ങൾ. പതിയെ മാത്രം കുന്നിറങ്ങുന്ന അതിന്റെ ചലനങ്ങളെ പിന്തുടർന്ന് ഞാൻ കാറോടിച്ചു.

മലയിറങ്ങി മുമ്പോട്ട് പോവുന്ന വഴിയിൽ ഒരിടത്ത് ജഗന്നിവാസ് കാത്തുനിൽക്കുന്നുണ്ടായിരുന്നു. മധ്യവയസ്സ് പിന്നിട്ട മെലിഞ്ഞു കൊലുന്നനെയുള്ള ഒരു മനുഷ്യൻ. സ്ഥിരമായ അദ്ധ്വാനംകൊണ്ട് ഇരുണ്ടുപോയ നിറം. വീതികുറഞ്ഞ മഫ്ളയർ കഴുത്തിൽ ഞാത്തിയിട്ടിരുന്നതൊഴിച്ചാൽ തണുപ്പിനെ പ്രതിരോധിക്കാൻ അയാൾക്കൊന്നുമുണ്ടായിരുന്നില്ല. ഒരു സഞ്ചി നിറയെ എന്തെല്ലാമോ സാധനങ്ങളുമായിവന്ന് അയാൾ പിൻസീറ്റിൽ കയറി. ടാർറോഡും പിന്നെ മൺറോഡും പിന്നിട്ട് ഒറ്റവരമ്പ് തുടങ്ങുന്നിടത്തെ ഒരു തുറസ്സിൽ ഞങ്ങളെത്തിച്ചേർന്നു. വാഹനങ്ങൾ അവിടെ നിർത്തി ഞങ്ങൾ ജലാശയക്കരയിലേക്ക് നടന്നു. ചെറിയ ഒരു ഘോഷയാത്രയിലെന്നപോലെ, ഒരാൾക്ക് പിറകിൽ ഒരാളായി, പതിയെ പതിയെ.

അത്ര വലുതൊന്നുമല്ലാത്ത ഒരു ജലാശയം, താൽ എന്നാണതിന്റെ പേരെങ്കിലും ശരിയായ അർത്ഥത്തിൽ തടാകമെന്നതിനെ വിളിക്കുകവയ്യ. സമീപത്തെ കുന്നിൻഭാഗങ്ങളിൽ നിന്നൊഴുകിവരുന്ന ജലം അവിടെയാഭാഗത്ത് ഇടനേരത്തെക്ക് തങ്ങിനിൽക്കുന്നു. പിന്നെ ചെറിയ കൈവഴിയൊഴുക്കുകളായി വലിയ ജലാശയങ്ങളിലേക്ക് പുറപ്പെട്ട് പോവുന്നു. കരയിൽ പുല്ലുമേഞ്ഞ ഒരൊറ്റക്കുടിലുണ്ടായിരുന്നു. തണുപ്പിനെ ഒട്ടൊന്ന് പ്രതിരോധിച്ചേക്കുമെന്നല്ലാതെ അതങ്ങനെ സ്ഥിരമായ ഒരു നിർമ്മിതിയായിരുന്നില്ല. കൊണ്ടുവന്നിരുന്ന പായ വിരിച്ച് അതിന് മീതെ ബെഡ്ഷീറ്റ് കൂടി നിവർത്തിയിട്ട് ജഗന്നിവാസ് ഞൊടിയിടയിൽ ഇരിപ്പിടമുണ്ടാക്കി. കാറിലും ബുള്ളറ്റിലും പിന്നെ ഇത്തിരി ദൂരമാണെങ്കിലും നടന്നുമൊക്കെയുള്ള യാത്ര ക്ഷീണിപ്പിച്ചുവെന്ന് തോന്നി, ബീഗം കാലുകൾ നിവർത്തി നീട്ടിവെച്ച് നിലത്തിരുന്നു. കൈകാലുകൾ വശങ്ങളിലേക്ക് വിടർത്തി സ്വയം സുഖപ്പെടുത്തി ഹരിപ്രസാദ് സാറും ആശ്വാസത്തിന്റെ ഒരു നില പൂണ്ടു.

ജലാശയക്കരയിൽ അവിടവിടെ നിന്നായി ചുള്ളിക്കമ്പുകളും മറ്റും ശേഖരിച്ച് തീക്കുണ്ഡമൊരുക്കാനുള്ള ശ്രമത്തിലായിരുന്നു ജഗന്നിവാസ്. ഞാനുമയാളുടെ സഹായത്തിന് ഒപ്പം കൂടി. വേരുപിരിഞ്ഞ് നിലംപറ്റെ കിടന്നിരുന്ന ഒരു ഉണക്കമരം ഇരുകൈകളിലും താങ്ങി ജഗന്നിവാസ് കുടിലിനരികെ കൊണ്ടുവന്നിട്ടു. ഒരു രാത്രിയിലേക്ക് തീ നീറി നിൽക്കാൻ അത് മതിയാവുമായിരുന്നു. കാറ്റു വീശുന്നുണ്ടായിരുന്നുവെങ്കിലും മരത്തടിക്കുമീതെ ചുള്ളിക്കമ്പുകൾ വിതറിയിട്ട് ജഗന്നിവാസ് എളുപ്പം തീ പൂട്ടി. ഒന്ന് മടിച്ചും മങ്ങിയും നിന്നശേഷം തീ പതുക്കെ ഉറച്ചു. അതിനരികെ നിന്നപ്പോൾ തണുപ്പ് പതിയെ മാഞ്ഞുപോയി.

''നിഷാദ്, ഇതങ്ങനെ വാരാന്ത്യ അവധിസങ്കേതമൊന്നുമല്ല കേട്ടോ.''

തീനാമ്പുകൾക്ക് മീതെ കൈകൾ നീട്ടിപ്പിടിച്ച് നിൽക്കേ ഹരിപ്രസാദ് സർ ചിരിച്ചു. ''ചുറ്റുപാടുമുള്ള കൃഷിയിടങ്ങളിലേക്ക്, കുറച്ച്

ഗ്രാമങ്ങളിലക്ക് ജലം നൽകുന്ന ചെറിയൊരു പ്രകൃതിദത്തസ്രോതസ്. ഞങ്ങളല്ലാതെ ഇവിടെയാരും വരാറുണ്ടെന്ന് തോന്നുന്നില്ല. ഞാനും ബീഗവും മാത്രം വല്ലപ്പോഴും ഇവിടെയെത്തും. ചിലപ്പോൾ രാത്രി തങ്ങുന്നു. ചിലപ്പോൾ വേഗം മടങ്ങുന്നു.''

കൈവെള്ളയിൽ പകർത്തിയ ചൂട് കണ്ണിലും കവിളിലും വെച്ച് ഹരിസാർ തുടർന്നു. ''നമ്മുടെ പ്രവർത്തനങ്ങൾ നടക്കുന്ന മൂന്ന് ഗ്രാമങ്ങളുണ്ട് ഇവിടെ ചുറ്റുഭാഗങ്ങളിലായി. ജഗന്നിവാസിന്റെ വീട് അവയിലൊന്നിലാണ്. അയാളുടെ മകൾ സുലക്ഷണ നമ്മുടെ കൂടെ പ്രൊജക്ടിലുണ്ട്. ഇന്ന് രാവിലെ അവിടെ വീട്ടിൽ കണ്ട പെൺകുട്ടികളിലൊരുവൾ. മിടുക്കിയാണവൾ. കുഞ്ഞുങ്ങൾ സ്കൂളിൽ പോകുന്നു എന്ന് ഉറപ്പുവരുത്താൻ പഠനകാര്യങ്ങളിൽ പിന്തുണ കൊടുക്കാൻ, ദിനേന എന്നോണം വീടുവീടാന്തരം കയറിയിറങ്ങുന്നു അവൾ.''

ഒന്നു നിർത്തിയിട്ട് കുറച്ചൊന്ന് ഒതുക്കിയ ഒച്ചയിൽ, കുറച്ചപ്പുറെ മാറി അടുപ്പുകൂട്ടാൻ ശ്രമിക്കുന്ന ജഗന്നിവാസ് കേൾക്കാതിരിക്കാനാവണം, ഹരിസാർ തുടർന്നു.

''നിഷാദ് അറിയാമോ, വൈകുന്നേരംവരെ പണിയെടുത്താൻ കിട്ടുന്ന കൂലിയുടെ മൂല്യം എത്രയാണ് എന്ന് കൂട്ടിനോക്കാൻ പോലുമറിയാത്ത മനുഷ്യരുണ്ട് ഈ ഗ്രാമങ്ങളിൽ. ഒരാഴ്ച മുഴുവൻ പൊരിവെയിലത്ത് മാടിനെപ്പോലെ പണിയെടുത്ത് വാരാന്ത്യത്തിൽ കിട്ടുന്ന ഏതാനും നോട്ടുകൾ എണ്ണിത്തിട്ടപ്പെടുത്താനാവാതെ പോവുന്നത് എത്ര കഷ്ടമാണ് എന്ന് ഓർത്തുനോക്കൂ. കുട്ടികൾക്കായുള്ളത് എങ്കിലും നമ്മുടെ പ്രൊജക്ട് അവരേയും ശ്രദ്ധിക്കുന്നുണ്ട്. അവരേയും എഴുത്തും വായനയും കണക്കുകൂട്ടലുമൊക്കെ പഠിപ്പിക്കുന്നുണ്ട്. സുലക്ഷണയും സുഹൃത്തുക്കളും വലിയ സേവനമാണ് അക്കാര്യത്തിൽ ചെയ്യുന്നത്.''

പാറക്കല്ലുകൾ ഉറപ്പിച്ച് വിറക് കമ്പുകൾവെച്ച് തീപൂട്ടി ജഗന്നിവാസ് അടുപ്പ് തയ്യാറാക്കിക്കഴിഞ്ഞിരുന്നു, അതിനകം. തടാകത്തിന് മേൽ ഇരുട്ടാധിപത്യം പൂർണ്ണമാകുംമുമ്പേ ചുറ്റുപാടുമൊന്ന് നടന്ന് കാണാനായി ഞാൻ ഇറങ്ങി.

''കാലാഴ്ന്നു പോകുന്നത് ശ്രദ്ധിക്കണം ബാബു. ചിലപ്പോൾ പാമ്പുമുണ്ടാകും.'' പിന്നിൽ നിന്ന് ജഗന്നിവാസ് പറഞ്ഞു. അത്ര നേരവും ഒന്നിച്ചിട്ടുണ്ടായിരുന്നിട്ടും അപ്പോഴാണല്ലോ അയാളുടെ ശബ്ദം കേൾക്കുന്നത് എന്ന് അന്നേരം ഞാനോർമ്മിച്ചു.

ജഗന്നിവാസ് പറഞ്ഞത് നേരുതന്നെയായിരുന്നു. സ്ഥിരമായ വെള്ളക്കെട്ടിന്റെ സാന്നിദ്ധ്യംകൊണ്ട് ആ ജലാശയക്കരയിൽ പലയിടത്തും ചതുപ്പുകൾ ഉരുവപ്പെട്ട് കിടന്നിരുന്നു. മുകളിൽനിന്ന് നോക്കുമ്പോളുള്ളതുപോലെ ഇലയുടെ ആകാരമായിരുന്നില്ല അതിന് എന്ന് തോന്നി. ചില ഭാഗത്തുനിന്ന് നോക്കുമ്പോൾ തടാകത്തിന് ദീർഘവൃത്താകാരമായിരുന്നു. വേറെ ചിലയിടത്തുനിന്ന് അത് നിശ്ചലമായ കായൽപ്പരപ്പുപോലെയും ഇനിയും ചില ഭാഗത്തുനിന്ന് അധികം വീതിയില്ലാതെ കിടങ്ങുപോലെയും തോന്നിച്ചു. കാഴ്ചകൾ മാത്രമല്ല, മനുഷ്യരും

പലപ്പോഴും അടുത്തെത്തുമ്പോൾ അകലെ നിന്ന് കരുതിയതിനേക്കാൾ ഏറെ വ്യത്യാസപ്പെട്ടിരിക്കും. ഞാൻ വിചാരിച്ചു.

ജലാശയത്തിൽനിന്ന് പുറത്തേക്കുള്ള ഒഴുക്ക് മുറിച്ച് കടക്കേണ്ട ഭാഗത്ത് നടപ്പവസാനിപ്പിച്ച് ഞാൻ തിരികെ നടന്നു. ജഗന്നിവാസ് കൂട്ടിയ അടുപ്പിൽ കാപ്പി തിളച്ചിരുന്നു. അയാൾ കൊളുത്തിയ തീക്കുണ്ഡം മിതമായും സ്ഥിരമായും കത്തിക്കൊണ്ടിരുന്നു. അതിന്റെ ചാരെ തീ കാഞ്ഞിരുന്ന് കാപ്പിമൊത്തുമ്പോൾ യാത്രപറച്ചിലൊന്നും കൂടാതെ ജഗന്നിവാസ് തിരികെ പോവുന്നത് കണ്ടു.

‘‘ആളിനി ഒന്നുരണ്ട് മണിക്കൂർകൂടി കഴിഞ്ഞേ മടങ്ങിവരികയുള്ളൂ.’’

നേരിയ ഇരുട്ടിൽ വയൽവരമ്പുപറ്റി അയാൾ നടന്നകലുന്നത് നോക്കി ഹരിസാർ പറഞ്ഞു. ‘‘ജമീന്താറുടെ കാലികൾക്ക് ആഹാരം നൽകി, വീട്ടിലൊന്ന് പോയി സ്വസ്ഥനായിട്ടാവും അയാളിനി വരിക.’’

കാപ്പിക്കോപ്പയുമായി ഞാൻ ഹരിസാറിനും ബീഗത്തിനും അടുത്തേക്ക് ചെന്നിരുന്നു. ബീഗത്തിന്റെ കാല് തലോടിക്കൊണ്ടിരിക്കുകയായിരുന്നു ഹരിപ്രസാദ് സാർ.

‘‘കുറെയേറെ ദിവസങ്ങളുടെ അസാന്നിദ്ധ്യത്തിന്റെ കടം ഞാൻ വീട്ടേണ്ടതുണ്ട് എന്നാണ് ഇവർ പറയുക.’’ ഞാൻ പായയിലിരുന്നപ്പോൾ ഹരിസാർ ചിരിച്ചു. ‘‘അതിന്റെ പ്രതിക്രിയയാണ്, പ്രണയത്തിന്റെ കടം വീട്ടിത്തീർക്കലാണ് ഈ പാദസേവ.’’

ബീഗം പരിഭവം കൂർപ്പിച്ച ഒരു നോട്ടമെറിഞ്ഞു. പിന്നെ കാൽവണ്ണയിൽനിന്ന് സാറിന്റെ കയ്യെടുത്ത് മാറ്റുകയും ചെയ്തു.

‘‘നിഷാദ്, ബീഗത്തിന്റെയൊരു കണക്കുണ്ട്. കേൾക്കേണ്ടതാണത്.’’

ഹരിപ്രസാദ് സാർ ബീഗത്തിന്റെ പരിഭവമൊന്നും ഗൗനിക്കാതെ തുടരുകതന്നെയാണ്.

‘‘പത്തിരുപത്തിരണ്ട് വർഷത്തെ ഞങ്ങളുടെ ദാമ്പത്യം. അതിനെ ദിവസങ്ങളിലേക്ക് പരാവർത്തനം ചെയ്യുമ്പോൾ ഏഴായിരമോ എട്ടായിരമോ ദിവസങ്ങൾ. അതിൽ ഞങ്ങൾ ഒന്നിച്ചു പുലർന്നിട്ടുണ്ടാവുക രണ്ടായിരമോ, രണ്ടായിരത്തഞ്ഞൂറോ ദിവസങ്ങൾ മാത്രം. ബാക്കി നാളുകളിലത്രയും ഞങ്ങൾ വെവ്വേറെ ഇടങ്ങളിലായിരുന്നത്രെ.’’

പുറത്തെ തീക്കുണ്ഡത്തിൽനിന്ന് വരുന്ന അരണ്ട വെളിച്ചത്തിൽ ഞാൻ കൗതുകത്തോടെ ഹരിസാറിനെ ശ്രദ്ധിച്ചുകൊണ്ടിരുന്നു.

‘‘പറയുന്നത് ബീഗമായതിനാലും അല്ല അത് മാത്രമല്ല ഇവർ ഡയറിയെഴുതുന്ന ശീലക്കാരിയും അത് കൃത്യമായി സൂക്ഷിക്കുന്ന മട്ടുകാരിയും ആയിനാലും ഇവരുടെ കണക്കുകൾ നമുക്ക് സമ്മതിക്കാതെ തരമില്ല നിഷാദ്.’’

ഞാൻ ചിരിച്ചു.

‘‘ഏയ് ഒന്നു നിർത്താമോ’’ എന്ന് ബീഗം ഇടയിൽ കടന്ന് കലമ്പി. ‘‘കുട്ടികളോട് സംസാരിക്കേണ്ട വിധമാണോ ഇത്?’’

പിന്നെ എന്നെ നോക്കി തുടർന്നു. ''പഴയ ആ അപകടത്തെ ത്തുടർന്ന് എന്നോട് വിടാതെ സ്നേഹം കാട്ടുന്ന ഒന്നുണ്ട്. ഉടൽ വേദന. മുമ്പത് ഇടുപ്പെല്ലിന് മാത്രമായിരുന്നു. ഇപ്പോൾ പക്ഷേ കാലിലേക്കുകൂടി ഇറങ്ങാൻ തുടങ്ങിയിരിക്കുന്നു. കുറച്ച് നേരം തലോടുമ്പോൾ, ചൂട് തട്ടുമ്പോൾ ഒരാശ്വാസം. അത്രതന്നെ.''

മഫ്ളർ തലയിലൊരു കിരീടംപോലെ ചുറ്റിക്കെട്ടി ഹരിസാർ ബീഗ ത്തിനടുത്തേക്ക് വീണ്ടും ഇരുന്ന് അവരുടെ പാദം കയ്യിലെടുത്തു.

ബീഗം ബസ്, ബസ് എന്ന് സാറിനെ തടഞ്ഞു. തുടർന്നു,

''നിങ്ങൾക്ക് ഞങ്ങൾ സ്ത്രീകളുടെ മുൻഗണനകളെപ്പറ്റി എന്താ ണറിയുക?''

കുറച്ചുനേരം അവർ നിശ്ശബ്ദയായി എന്തോ ആലോചിച്ചു. ഭൂതത്തി ലേക്കാഴ്ന്ന് ഓർമ്മകളുടെ ഏതാനും തുണ്ടുകളുമായിട്ടാണ് പിന്നെ ഉയർന്നത്.

''ഞങ്ങൾ പെൺകുട്ടികളന്ന് ഇന്ദിരാഗാന്ധി ആവുന്നത് പോയിട്ട് ഗ്രാമമുഖ്യ ആവുന്നതുപോലും സ്വപ്നം കണ്ടിരുന്നില്ല. എന്തിന് ഏതെ ങ്കിലും സ്ഥാപനത്തിൽ ബുക്കിംഗ് ക്ലാർക്ക് ആവുന്നതുപോലും ഞങ്ങ ളുടെ മോഹമായിരുന്നില്ല. വിരിഞ്ഞ ചുമലുകളും നീണ്ട കരങ്ങളുമുള്ള ഒരുവന്റെ കല്യാണാലോചന പടികേറി വരുന്നത്, പിന്നെ നാടിനെ യാകെ ചമയിച്ച് സമംഗളം വിവാഹാഘോഷം നടത്തുന്നത്, ഒരാണ്ട് തികയുമ്പോൾ തുടുകവിളും തിളങ്ങുന്ന കണ്ണുകളുമുള്ള ഒരാൺകുഞ്ഞിനെ പ്രസവിക്കുന്നത് ഒക്കെയായിരുന്നു അക്കാലത്ത് ഞങ്ങളുടെ വലിയ സ്വപ്നങ്ങൾ. ഇക്കാലത്ത് ആലോചിച്ച് നോക്കുമ്പോൾ സ്വപ്നം കണ്ടാ ലുമില്ലെങ്കിലും നടക്കുമായിരുന്ന കാര്യങ്ങൾ.''

ബീഗം ഒന്ന് നിർത്തി അപ്പോഴേക്കും ചൂടാറിത്തുടങ്ങിയിരുന്ന കാപ്പി ക്കപ്പ് ഒന്ന് ചുണ്ടോടുചേർത്ത് തിരികെ മണ്ണിൽ വെച്ചു. തുടർന്നു.

''ബേട്ടാ, എനിക്ക് രണ്ട് സഹോദരിമാരുണ്ടായിരുന്നു. നേരിട്ടല്ല കസിൻസ്. അവരിലൊരാൾ ഹഫ്സത്ത്. പ്രായത്തിൽ എനിക്ക് മൂത്ത വൾ. ചെറിയ പ്രായത്തിലേ അവളുടെ വിവാഹം കഴിഞ്ഞിരുന്നു. പട്ടാള ത്തിലായിരുന്നു ജ്യേഷ്ഠന് ജോലി. ഭർതൃഗൃഹത്തിൽനിന്ന് ഗാവിലേക്ക് വരുമ്പോഴൊക്കെ അവൾ കുറച്ച് ദിവസങ്ങൾ ഞങ്ങളോടൊപ്പവും വന്നു നിൽക്കും. കല്യാണപ്രായമൊക്കെ ആവുന്നതേ ഉണ്ടായിരുന്നുള്ളൂ. എങ്കിലും ഞങ്ങളുടെ വർത്തമാനങ്ങളിലും ആലോചനകളിലും ഒരു നവവരൻ തല ഉയർത്തി നിൽക്കും.

ഹഹഹ! കഷ്ടം 13-14 വയസ്സിലൊക്കെയാണ് എന്നുകൂടി ഓർ ക്കണം. അല്ല, അന്നത് കല്യാണപ്രായമൊക്കെത്തന്നെയായിരുന്നു. അരേ, കല്യാണം കഴിക്കുന്നുവെങ്കിൽ, ദീദി പറയും, ഒരു പട്ടാളക്കാരനെ, കപ്പലിൽ പണിയെടുക്കുന്നവനെ, അതുമല്ലെങ്കിൽ ഏതെങ്കിലും മരു മണലാരണ്യത്തിൽ ജോലി നോക്കുന്നവനെ വരനാക്കണം. എന്തെന്നോ! ആണ്ടിലേറിയകൂറും അവൻ വിദൂരത്തിലായിരിക്കും. നമ്മിൽ നിന്നകന്ന്. എന്നാൽ അകന്നുമാറാതെ. അകലത്തായിരിക്കുന്ന ഓരോ നിമിഷവും

അയാളുടെ ഓർമ്മകളിൽ നമ്മളുണ്ടാവും. ഉടലിൽ രണ്ട് ചിറകുകൾ കെട്ടിവെച്ച് നമ്മിലേക്ക് വന്നുചേരാൻ അവരെപ്പോഴും മോഹിച്ചുകൊണ്ടിരിക്കും. ഇനി നമ്മോടൊപ്പം ആയിരിക്കുന്ന കുറച്ച് സമയത്ത്, അത് പറയുകയും വേണ്ടല്ലോ.''

ഒന്ന് നിർത്തി ബീഗം ചിരിച്ചു. ''ഞാനങ്ങനെയൊക്കെ കിനാവ് കണ്ടിരുന്നോ എന്തോ! മറ്റുള്ള മനുഷ്യർ ഉറങ്ങുമ്പോൾ ഉണർന്നിരിക്കുന്ന ഒരുവനെയാണ് എനിക്ക് കൂട്ടായി ലഭിച്ചത്.''

ബീഗം പിന്നെയും ഒരു ചിരിയിലേക്ക് പകർന്നു. ഞാൻ അവരെയും ഹരിസാറിനെയും മാറിമാറി സാകൂതം നോക്കി. പിന്നെ അവരൊന്നും തുടർന്നു പറഞ്ഞില്ല. തനിക്ക് പറയാനുള്ളത് വലിയ ആ വിടർന്ന ചിരിയിൽ സമാഹരിച്ചതുപോലെ തണുപ്പത്ത് കോറിത്തുടങ്ങിയ കൈവിരലുകൾ കൂട്ടിത്തിരുമ്മി ചൂടാക്കി അവർ ഇരുന്നു. അവർക്കായി ഒരുകപ്പ് കാപ്പി കൂടിയുണ്ടാക്കണമെന്ന് എനിക്കുതോന്നി.

ജഗന്നിവാസ് തീ പൂട്ടിയ അടുപ്പിലപ്പോഴും കനൽ കെടാതെയുണ്ടായിരുന്നു. കാപ്പിതിളപ്പിച്ച കെറ്റിൽ ചാരത്തുതന്നെ ഇരുന്നിരുന്നു. അതിൽ അഞ്ചോ ആറോപേർക്ക് സുഭിക്ഷമായി കുടിക്കാനുള്ള കാപ്പി ബാക്കിയുണ്ടായിരുന്നു. എനിക്കതെടുത്ത് അടുപ്പിൽ വെക്കുകയേ വേണ്ടിവന്നുള്ളൂ. ജഗന്നിവാസിന്റെ കരുതലോർത്ത് എനിക്ക് ആ പാവം മനുഷ്യനോട് കൂടുതൽ സ്നേഹം തോന്നി. തീക്കുണ്ഡത്തിൽനിന്ന് രണ്ട് കൊള്ളികൾ വലിച്ചെടുത്ത് അടുപ്പിൽ വെച്ച് ഞാൻ തീ ശക്തമാക്കി.

കാപ്പി പകർന്ന കപ്പുമായി വീണ്ടും കുടിലിനകത്തേക്ക് ചെന്നപ്പോൾ ഹരിപ്രസാദ് സർ ചുണ്ടത്ത് ഒരു ചുരുട്ടുമായി ഇരിക്കുന്നതാണ് കണ്ടത്. പല വർഷങ്ങളുടെ പഴക്കമുള്ള ഒരു ചിത്രം കാണുന്നതുപോലെ ഞാൻ ഏതാനും നിമിഷം തറഞ്ഞുനിന്നു.

''കത്തിക്കാറില്ല, വെറുതെ ചുണ്ടിൽ വെയ്ക്കുക മാത്രം. ഇതിന്റെയാ പരുക്കൻ രുചി നാവിലറിയാൻ, അതിലും പരുക്കനായ മണം മൂക്കിലടിക്കാൻ... അതിന് വേണ്ടി മാത്രം.'' ഹരിസാർ ചിരിച്ചു.

''പഴയ കാലവുമായി കൊരുത്തു ചേർത്തുനിർത്തുന്ന രുചി-ഗന്ധബന്ധം.''

മുമ്പെപ്പോഴോ കണ്ട ഒരു സിനിമയിലെ രംഗം ഞാനപ്പോഴോർത്തു. നടുറോഡിൽ പ്രതിയോഗികളുമായി വഴക്കുണ്ടാവുന്ന ഒരു അവസരം. നായകൻ എവിടെനിന്നോ കൈയിൽ പ്രത്യക്ഷപ്പെടുത്തിയ ഒരു സിഗരറ്റെടുത്ത് ചുണ്ടിൽ വയ്ക്കുന്നു. അനന്തരം ഒരു പ്രത്യേക ശൈലിയിൽ പറയുന്നു. ഞാനിതങ്ങനെ കത്തിക്കാറൊന്നുമില്ല. വെറുതെ ചുണ്ടിൽ വയ്ക്കുന്നു, പഴയ ഒരു ശീലം. വെറുതെ. എന്ന് കണ്ണിറുക്കുന്നു.

സിനിമയോ മറ്റു വിശദാംശങ്ങളോ ഒന്നും കാര്യമായി ഓർമ്മ വരുന്നില്ല. കലങ്ങി മങ്ങിയ ഓർമ്മകൾക്ക് പിന്നിൽനിന്ന് ആ രംഗം മാത്രമുണ്ട് ഏതാണ്ട് ഓർമ്മയുടെ തിരശ്ശീലയിൽ കുറഞ്ഞൊന്ന് തെളിഞ്ഞത്.

ഹരിസാറിനത് ഉപേക്ഷിക്കവയ്യാത്ത ശീലത്തിന്റെ തുടർച്ച മാത്രമാവണം. പക്ഷേ എന്നെയാ കാഴ്ച മറന്നുകളയാൻ ഞാനാഗ്രഹിക്കുന്ന

കാലത്തിലേക്ക് തിരികെ പിടിക്കുന്നു. പുറത്തേക്ക് കടക്കണം... കട ക്കണം...

''വിമാനത്താവളത്തിൽ നിന്ന് വാങ്ങുന്ന കാപ്പിയേക്കാൾ പൊന്നും വിലയുള്ളത്.'' കാപ്പിക്കപ്പിലെ ചൂട് കോറി മരവിച്ച വിരലഗ്രത്തിൽ മുട്ടിച്ച് ബീഗം ചിരിച്ചു.

അപരിചിതമല്ലെങ്കിലും തണുപ്പ് അവരെ കാര്യമായി ഉപദ്രവിക്കു ന്നുണ്ടെന്ന് തോന്നി. ചുരുട്ട് മാറ്റി കാപ്പിക്കപ്പ് ഒന്ന് മൊത്തി ഹരിസാർ ബീഗത്തിന്റെ കൈകൾ തിരുമ്മിയുണർത്താൻ തുടങ്ങി.

സ്നേഹത്തിന്റെ നിമിഷങ്ങളിൽ അവർ മാത്രമായിരിക്കട്ടെയെന്ന് കരുതി ഞാൻ പുറത്തിറങ്ങി. പിന്നെ നാട്ടുവെളിച്ചം തൊങ്ങലിടുന്ന തടാകപ്പരപ്പ് നോക്കി തീക്കുണ്ഡത്തിന് ചാരെയിരുന്നു.

നീതു അപ്പോൾ ഞാൻ ജഹനാറ ബീഗത്തെക്കുറിച്ച് - അതേ ഹരിപ്രസാദ് എന്ന ഗുരുവിനെക്കുറിച്ചല്ല - കൂടുതലാലോചിച്ചു. അവർക്ക്, അവരുടെ ആതുരതകൾക്ക് പിന്നിൽ ഒരു കഥയുണ്ട്. അല്ല, കഥയല്ല ചരിത്രം. അവരിരുവരുടേയും കൂടിച്ചേരലിനു പിന്നിലും ഒരു കഥയുണ്ട്.

ഹരിപ്രസാദ് സാറിന്റെ പത്രത്തിൽ സാറിന്റെ സ്റ്റെനോ ഗ്രാഫറാ യിരുന്നു ബീഗം. ഒരിക്കൽ അവർക്കൊരപകടം പിണഞ്ഞു. പത്രമോ ഫീസ് വളപ്പിലെ പ്രിന്റിംഗ് പ്രസ്സിന്റെ ചാരെയുള്ള എളുപ്പവഴിയിലൂടെ ഉച്ചഭക്ഷണം കഴിക്കാൻ നടന്നുപോവുകയായിരുന്നു അവർ. കൂടെ ഏതാനും സഹപ്രവർത്തകരുമുണ്ടായിരുന്നു. പത്രമച്ചടിക്കാൻ മില്ലിൽ നിന്ന് നേരിട്ടെത്തിച്ച വലിയ പേപ്പർറോളുകൾ ഇറക്കുന്നുണ്ടായിരുന്നു തൊഴിലാളികൾ അന്നേരം.

അപ്രതീക്ഷിതമായത്-അതെ, അപകടങ്ങൾ മിക്കപ്പോഴും അങ്ങനെ ആണല്ലോ- സംഭവിക്കുന്നത് അപ്പോഴാണ്. നിത്യാഭ്യാസമായതിനാൽ ഒട്ടൊരു ലാഘവത്തോടെയാവണം തൊളിലാളികൾ കയർക്കുരുക്കു കൾ കൈകാര്യം ചെയ്തത്. ഇറക്കുന്നതിനിടെ നിയന്ത്രണംവിട്ട പേപ്പർ റോൾ ലോറിയിൽനിന്ന് അതിവേഗം ഉരുണ്ട് നടന്നുപോവുകയായിരുന്ന ബീഗത്തേയും കൂടെയുണ്ടായിരുന്ന മറ്റൊരാളെയും ആഞ്ഞ് പ്രഹരിച്ചു. ഇടിയുടെ ആഘാതത്തിൽ ദൂരേക്ക് തെറിച്ചുപോയത് രണ്ടാമത്തെ യാൾക്ക് രക്ഷയായെങ്കിലും ബീഗം ഭീമാകാരമുള്ള ആ കടലാസ്സു റോളിനിടയിൽ പെട്ടുപോയി. തൽക്ഷണം ബോധരഹിതയായി വീണ അവരെ ഉടനെ ആശുപത്രിയിലേക്ക് മാറ്റി. ഗുരുതരമായ പ്രഹരത്തിൽ അവരുടെ വലതുഭാഗത്തെ ചുമലെല്ലുകളും ഇടുപ്പെല്ലുകളും പൊട്ടു കയും പേശികൾക്ക് കാര്യമായ ക്ഷതം സംഭവിക്കുകയും ചെയ്തു. ആശുപത്രിയിലും പിന്നീട് വീട്ടിലുമായി ഏറെക്കാലം വിശ്രമത്തിൽ കഴിയേണ്ടിവന്നു അവർക്ക്.

രണ്ടുവർഷ ട്രെയിനിംഗ് എന്ന പേരിൽ പുതുതായി ചേർന്നവർക്ക് പത്രസ്ഥാപനങ്ങളിൽ പതിവുള്ള കഠിന നിരീക്ഷണ കാലത്തിന്റെ ആദ്യത്തെ ഒമ്പതുമാസങ്ങൾ പിന്നിട്ടതേ ഉണ്ടായിരുന്നുള്ളൂ അന്നേര മവർ.

സമൂഹത്തിലെ കൊള്ളരുതായ്മകളെക്കുറിച്ച്, നീതിനിഷേധങ്ങളെക്കുറിച്ച് ഏറെ വാചാലമാവാറുള്ള, മുഖപ്രസംഗങ്ങൾ ചമയ്ക്കാറുള്ള പത്രം പക്ഷേ അതിന്റെ ഒരു ജീവനക്കാരിക്കുണ്ടായ ദുര്യോഗത്തിൽ ഒട്ടുമേ തത്വദീക്ഷ തീണ്ടാത്ത നിലപാടാണെടുത്തത്. ആശുപത്രിച്ചെലവുകളും കുറഞ്ഞൊരു ധനസഹായവും നൽകി ജഹനാറ ബീഗത്തെയവർ ജോലിയിൽനിന്ന് നീക്കം ചെയ്തുകളഞ്ഞു.

ഇതിനെതിരെ കലഹമുണ്ടാക്കിയാണ് ഹരിപ്രസാദ് സാർ ആ പത്രം വിടുന്നതും മറ്റൊരിടത്ത് ചേക്കേറുന്നതും. തന്റെ സ്റ്റെനോ ആയിരുന്ന ഒരാൾക്ക്, അതും സ്ഥാപനവളപ്പിൽ വെച്ച് തന്നെയുണ്ടായ അപകടത്തിൽ നീതി വാങ്ങിനൽകാനാവാത്തത് വ്യക്തിപരമായ ഒരു പരാജയം പോലെയായിരുന്നു സാറിന്. പുതിയ പത്രത്തിൽ ചേർന്ന ഹരിസർ ആദ്യം ചെയ്തത് ബീഗത്തിന്റെ ദുര്യോഗവും അവർ നേരിട്ട നീതിനിഷേധവും വാർത്തയാക്കി ലോകത്തിനു മുമ്പാകെ എത്തിക്കുകയാണ്. അക്കാലത്ത് ദേശീയശ്രദ്ധ നേടിയ ഒരു വിഷയമായി മാറി ഇത്. തുടർന്ന് കേസ് പരിഗണിച്ച കോടതിയിൽനിന്ന് ബീഗത്തിന് അനുകൂലമായ വിധിയുണ്ടായി. ജോലിയിൽ തിരികെ പ്രവേശം. ഒപ്പം അർഹമായ നഷ്ടപരിഹാരവും.

ബീഗം വീണ്ടും ജോലി ചെയ്തുതുടങ്ങിയെങ്കിലും അസുഖകരമായ ഒരു ഭൂതകാലം എഴുന്നുനിൽക്കെ മുന്നോട്ട് പോവുക, അതും പത്രം പോലെ ഒരിടത്ത്, എളുപ്പമായിരുന്നില്ല.

ഹരിപ്രസാദ് സാറിന്റെ സഹായത്തോടെ ബീഗം സാറിന്റെ പത്രത്തിൽ ജോലി നേടി. അപകടത്തിന്റെ ശാരീരികാഘാതത്തിൽനിന്ന് പൂർണ്ണമുക്തിയായിട്ടില്ലാത്തതിനാൽ അവർക്ക് പഴയ സ്റ്റെനോഗ്രാഫർ ജോലിയെടുക്കുക പ്രയാസകരമായിരുന്നു. അതിനുവേണ്ട അതിവേഗവും ചുറുചുറുക്കും തന്റെ ചലനങ്ങൾക്ക് തിരികെ പിടിക്കാനായിട്ടില്ലെന്ന് ബോധ്യമുള്ളതിനാൽ പത്രത്തിലെ മറ്റൊരു വിഭാഗത്തിൽ ബീഗം ജോലിയിൽ പ്രവേശിച്ചു. റഫറൻസ് വിഭാഗത്തിൽ. കൂടുതൽ നേരവും ഒരു ധ്യാനനിഷ്ഠയോടെ ഒറ്റക്കിരിക്കാവുന്ന ജോലി ബീഗം പഴയതിനേക്കാൾ ആത്മാവിലെടുത്ത് ആസ്വദിച്ചു.

പുതിയ പത്രത്തിൽവച്ചാണവർ, ബീഗവും ഹരിപ്രസാദ് സാറും അടുപ്പത്തിലാവുന്നത്. അതിശയം, എപ്പോഴും കണ്ടുമുട്ടേണ്ടിയിരുന്ന ദിവസത്തിലേറിയകൂറും ഒരു മുറിയിലായിരിക്കുന്ന പഴയ ജോലിയിടത്തിൽ കുറച്ചേറെ മാസങ്ങൾ ഒന്നിച്ചുണ്ടായിരുന്നപ്പോൾ തമ്മിലുടലെടുക്കാത്ത ഒരടുപ്പം വല്ലപ്പോഴും ആഴ്ചയിലൊരിക്കലോ മറ്റോ മാത്രം കാണുന്ന ഒരിടത്ത് ആയിത്തീർന്നപ്പോൾ അവർക്കിടയിൽ ഉരുവംകൊണ്ടു.

അല്ലെങ്കിലും മനുഷ്യരുടെ ഇഷ്ടം, പ്രണയം സംഭവിക്കുന്നതിന് നിയതമായ നിയമങ്ങളൊന്നുമില്ലല്ലോ ഒരു കാലത്തും. അവരുടെ വിവാഹത്തിന് പത്രത്തിൽ നിന്നുപോലും എതിർപ്പുയർന്നിരുവത്രെ. അപ്പോൾപ്പിന്നെ അക്കാലത്തെ ഒരു സാധാരണ നാട്ടിൻപുറജീവിത പരിസരത്തിൽ അതുണ്ടാക്കാനിടയുള്ള ആഘാതങ്ങളെക്കുറിച്ച് എന്തെങ്കിലും പറയേണ്ടതില്ലല്ലോ.

ബീഗത്തിന്റെ ബാബ, പാതിനേരം ഗാവിലെയൊരു പള്ളിയിൽ മൊല്ലയും ബാക്കി സമയത്ത് ഒരു ലമനേഡ് കമ്പനിയിലെ പാനീയങ്ങൾ സൈക്കിളിൽ കൊണ്ട് ചെന്ന് പീടികകളിൽ എത്തിക്കുകയും ജോലിയായി ചെയ്തിരുന്ന ഒരു വൃദ്ധൻ, മക്കളിൽ ഇളയവളുടെ ഇഷ്ടത്തിന് എതിരു നിന്നില്ല.

സഹ്റാൻപൂർ റെയിൽവേ സ്റ്റേഷനിൽ കാത്തുനിന്ന ഹരിപ്രസാദ് സാറിന്റെയടുത്തേക്ക് ജഹനാറ ബീഗത്തെ കൊണ്ടുചെന്നെത്തിച്ചത് ബാബ തന്നെയാണ്. പകൽ നേരങ്ങളിൽ ലമനേഡ് കയറ്റി നീങ്ങാറുള്ള സൈക്കിളിലിരുത്തി ഗലികളിലൂടെ ആരും കാണാതെ ഇരുട്ടിന്റെ മറപിടിച്ച്...

അർദ്ധരാത്രി പിന്നിട്ട നേരത്ത് സ്റ്റേഷനിൽ ഒരുമാത്ര നിന്ന് പിന്നേയും കുതിക്കുന്ന, ജീവിതം പോലുള്ള തീവണ്ടിയിലേക്ക് കയറും മുമ്പേ ഒട്ടുമിക്കവാറും ഒഴിഞ്ഞുകിടന്ന പ്ലാറ്റ്ഫോമിലെ ഒരു ഇരുട്ട് മൂലയിൽ വെച്ച് ബാബ ഇരുവരെയും ഇരുഭാഗങ്ങളിലായി ചേർത്തണച്ച് യാത്രയയയ്ക്കുകയായിരുന്നു.

''സഹ്റാൻപൂർ റെയിൽവേ സ്റ്റേഷനിലെ മൂന്നാം നമ്പർ പ്ലാറ്റ്ഫോമിലെ ഏതാനും തെരുവുപട്ടികൾ മാത്രം സാക്ഷ്യംനിന്ന കല്യാണമാഞങ്ങളുടേത്'' എന്ന് ഹരിപ്രസാദ് സാർ ഇടയ്ക്കിടെ പറയാറുള്ള അവരുടെ ഒന്നിക്കൽ.

പുതിയ പത്രത്തിൽ റീജിയണൽ ഹെഡ്ഡ് എന്ന ചുമതലയിലായിരുന്ന ഹരിപ്രസാദ് സാർ നോർത്ത് ഈസ്റ്റും ബംഗാളും ബീഹാറും വരുന്ന ഭൂഭാഗത്തിന്റെ കാര്യങ്ങൾ നോക്കാനായി കൽക്കത്തയിലേക്ക് മാറ്റം വാങ്ങിയിരുന്നു അതിനകം. കുറച്ചു കാലത്തേക്ക് കുറച്ചകലേക്ക് ഒരു മാറി നിൽക്കൽ. അത് പ്രകോപനങ്ങളെയകറ്റുമെന്ന് അവർ കണക്കു കൂട്ടിയിരുന്നു. കൽക്കട്ടയിൽ ചെന്നിറങ്ങിയ അവർ കൽക്കട്ട ഡംഡമിൽ തങ്ങളുടെ കൂട്ടുജീവിതമാരംഭിച്ചു. അവിടെ നിന്ന് വിവിധ ഗ്രാമ-നഗരങ്ങൾ, ദേശഭാഗങ്ങൾ, അവരൊന്നിച്ച്, ഒരൊറ്റ ഒഴുക്കായി. ഒടുവിൽ ഇവിടെ ഗർവ്വയിൽ പഴയ ജീവിതവുമായി ബന്ധിപ്പിക്കുന്ന ഏതാണ്ടെല്ലാത്തിൽ നിന്നുമകന്ന് വിടുതൽ പ്രഖ്യാപിച്ച് ഏറെക്കുറെ തനിയെ...

കുടിലിൽ നിന്നൊരു പാട്ട് കേൾക്കുന്നുണ്ടെന്ന് എനിക്കന്നേരം തോന്നി. അതേ ഒരു മലയാളഗാനം!. പഴയ ഒരുസിനിമയിലേത്. കാറ്റിൽ ശീലുകൾ അവ്യക്തമാവുംപോലെ അകലെ നിന്ന് ഒഴുകിയെത്തും മട്ടിലാണത് കേൾക്കാവുന്നത്.

ഹരിപ്രസാദ് സാറിന്റെ ഫോണിൽ നിന്നായിരുന്നു അത്.

''പ്രിയതമയല്ലയോ... പറയുകയില്ലയോ...''

മറുതല്ക്കലിരുന്നു സാറിനായി ഒരു പാട്ട് ആരോ അപ്പോൾ പാടി കേൾപ്പിച്ചുകൊണ്ടിരിക്കുന്നു. കിടക്കുന്ന ബീഗത്തിന് ചാരെയിരുന്ന് താളം പിടിക്കുന്ന സാറിനെനോക്കി ഞാൻ മങ്ങിയ വെളിച്ചമുള്ള ആ മുറിയിൽ കൗതുകത്തോടെ നിന്നു.

''സദൻ ഒന്നുകൂടി പ്ലീസ്... പുവർലി യുവർ ചോയ്സ്.''

പാട്ടു തീർന്നപ്പോൾ മുഖം ഫോണിനോടടുപ്പിച്ച് ഹരിസാർ അപേക്ഷിക്കുന്നു. മറുതലയ്ക്കൽ തെല്ല് നേരത്തേക്ക് നിശ്ശബ്ദത നിലനിന്നു.

പിന്നെ പാട്ടുമൂളുന്ന, തയ്യാറെടുക്കുന്ന ഒച്ചകേട്ടു.

''സീമന്തരേഖയിൽ ചന്ദനം ചാർത്തിയ...''

ഫോണിലൂടെയെങ്കിലും ഒരു തുറന്ന ഒച്ചയിൽ അകലെ നിന്നാരോ പാടുന്ന പാട്ട് ഞങ്ങൾക്കിടയിൽ വന്നു നിറഞ്ഞു. മലയാളമറിയാത്ത ബീഗംപോലും അതിന്റെ ലയത്തിലായെന്ന് തോന്നി.

പാട്ടു തീർന്നപ്പോൾ ഹരിസാർ നന്ദിയുടെ വാക്കുകൾ മൊഴിഞ്ഞു.

''സദൻ താങ്ക്യു വെരി മച്ച്. സദൻ ഇത്തവണ ഞങ്ങളിരുവരെയും കൂടാതെ നിനക്കജ്ഞാതനായ ഒരാൾ കൂടിയുണ്ടായിരുന്നു പാട്ട് കേൾക്കാൻ. അയാൾക്ക് വേണ്ടി കൂടിയും നന്ദി...''

''ഓ... സന്തോഷം... സന്തോഷം ഹരീ'' എന്ന് അതേ തുറന്ന ഒച്ചയിൽ മറുപടി വന്നു.

''സദൻ... സദനെന്ന സദാനന്ദൻ എന്റെ സ്കൂൾ ക്ലാസുകളിലെ സഹപാഠിയും കൂട്ടുകാരനുമാണ്.'' ഫോൺ ഡിസ്കണക്ട് ചെയ്ത ശേഷം ഹരിസാർ പറഞ്ഞു.

''ലോകം മുഴുവൻ പാട്ടുപാടി പാറി നടന്നിരുന്ന ഒരു വാനമ്പാടി. പാട്ടുകൊണ്ട് മാത്രം ജീവിച്ചിരുന്ന ഒരുവൻ. ശോകം പ്രസാരണം ചെയ്യുന്ന പാട്ടുകൾ എങ്കിലും ശബ്ദംകൊണ്ട് എല്ലാവരെയും സന്തോഷിപ്പക്കുന്നവൻ. സത്യത്തിൽ ഓർക്കുമ്പോൾ കൗതുകം തോന്നാറുണ്ട്. നിഷാദ്... വരികളിലും സംഗീതത്തിലും പിന്നെ ആലപിക്കുന്നയാളുടെ ശബ്ദത്തിലാകെയും ശോകവും ദുഃഖവും പുണർന്നുനിന്നിട്ടും ചില പാട്ടുകൾ, അവയേത് ഭാഷയിൽ നിന്നുള്ളവയും ആയിക്കൊള്ളട്ടെ, നമ്മെ സന്തോഷിപ്പിക്കുന്നു. ഒരു വേള മനുഷ്യന് സ്വന്തം ദുഃഖങ്ങളെ പരിചരിക്കുന്നതും പ്രിയമാകയാലാവും.''

ഞാൻ ഒന്നും മിണ്ടാതെ കുടിലിന് പുറത്ത് കത്തിക്കൊണ്ടിരിക്കുന്ന തീക്കുണ്ഡത്തിലെ ചുവപ്പിന്റെയും മഞ്ഞയുടേയും കലർപ്പിലേക്ക് നോക്കിയിരുന്നു.

''സദൻ, പാവം, പ്രമേഹം അവന്റെ ഒരു കാലെടുത്തു.''

ഹരിസാർ നെടുതായി നിശ്വസിച്ചു. തുടർന്നു.

''പാവം... പക്ഷേ ചിറകില്ലെങ്കിലും ഏതകലത്തിരുന്നാണെങ്കിലും അവന്റെ പാട്ട് ഞങ്ങളിൽ ചിലരെ ആവശ്യമുള്ളപ്പോഴെല്ലാം തേടി വരുന്നു. ഇടയ്ക്കെല്ലാം ഞാനവനെ വിളിക്കും. സുഖമല്ലേ എന്ന ഒറ്റ വാക്കുപോലും ചോദിക്കാതെ ഒരു പാട്ടുപാടാൻ പറയും. ഏതുറക്കത്തിലും തടസ്സംപറച്ചിലോ തയ്യാറെടുപ്പോ കൂടാതെ അവനെന്നെ വന്ന് തൊടും, തുറന്നു പാടുന്ന, ചിലപ്പോഴൊക്കെ നേർത്തു നേർത്തു പോവുന്ന ഒച്ചകൊണ്ട്.''

ഹരിസാർ ഒന്ന് നിശ്ശബ്ദനായി.

“ഏതു പാട്ടും എത്രവട്ടവും കേൾക്കാൻ നമുക്കിന്ന് പ്രയാസമേ തുമില്ല.” മൊബൈലിലേക്ക് നോക്കി സാർ തുടർന്നു.

“പക്ഷേ നമുക്കായൊരാൾ, നമുക്കായി മാത്രമൊരാൾ താളമേള ങ്ങളില്ലാതെയെങ്കിലുംകൂടി പാടുമ്പോൾ മറ്റെല്ലാം മറന്നുപോകുന്നു. നാടിനോട്, ഭാഷയോട് എന്നെ ചേർത്തുനിർത്തുന്ന അറ്റുപോകാത്ത വേരുപടലമാണ് എനിക്ക് അവന്റെ പാട്ട്.”

ഞാൻ ഹരിസാറിനെ വെറുതെ കേട്ടിരിക്കുക മാത്രം ചെയ്തു. കാലമെത്രയായിട്ടും മനുഷ്യർക്ക് സാറിനെ പ്രിയപ്പെട്ടതാക്കുന്ന, മനു ഷ്യരെ സാറിനോട് മന്ത്രവിദ്യയാലെന്നവണ്ണം ഒട്ടിച്ചു ചേർക്കുന്ന വാക്കു കളിലെയും സാമീപ്യത്തിലെയും ഊഷ്മളതയും പെരുമാറ്റത്തിലെ സ്വന്തമെന്ന് തോന്നുന്ന ആ ഹൃദ്യതയും അതിലുപരിയായ കലർപ്പോ ലാത്ത ആ മനുഷ്യസ്നേഹവും. എല്ലാത്തിന്റെയും ആഴവും പരപ്പും കൂടിയിട്ട് മാത്രമേയുള്ളൂ. ആർക്കും ആ മനുഷ്യനെ ഇഷ്ടപ്പെടാതിരി ക്കാനാവില്ല.

നേരം ഞങ്ങൾക്കിടയിൽനിന്ന് പതിയെമാത്രം ഊർന്നുപോയി. സമയത്തെക്കുറിച്ച് ആകുലപ്പെടുകയേ ചെയ്യേണ്ടാത്ത മനുഷ്യരുടെ മനോനില അറിഞ്ഞെന്നപോലെ. ഞങ്ങൾ, വിശേഷിച്ചും ഹരിപ്രസാദ് സാർ എന്തിനെക്കുറിച്ചെല്ലാമോ സംസാരിച്ചു. ഒരു കുമ്പസാരംപോലെ ഏറെപറയാൻ കടപ്പെട്ടിരിക്കുന്നവൻ ഞാനായിരുന്നുവെങ്കിലും.

സാറിന്റെ വാക്കുകൾ, ചിലപ്പോഴെല്ലാമത് എനിക്ക് വ്യക്തത വരേണ്ട ചോദ്യങ്ങളുടെ, ഞാൻ ചോദിക്കാത്ത ആശങ്കകളുടെ ഉത്തരമായി. ചിലപ്പോഴെല്ലാം ആശ്വാസവും സമാശ്വാസവുമായി. തെല്ലുകഴിഞ്ഞ പ്പോൾ സർ മൊബൈലിൽ ഒരു പാട്ടുവെച്ചു. മറാത്തിയോ ഗുജറാ ത്തിയോ അതോ ഇനിയുമേതെങ്കിലും എനിക്ക് പരിചയമില്ലാത്ത ഭാഷയോ.

പക്ഷേ ഏറെ ഗൃഹാതുരമായിരുന്നു അതിന്റെ ശീലുകളും ഈണ വുമെന്ന് തോന്നി. ഹരിസാറും ഇടയ്ക്കെപ്പോഴോ ബീഗവും ആ പാട്ടി നൊപ്പം മൂളാൻ തുടങ്ങി. ആദ്യത്തേത് തീർന്നപ്പോൾ മറ്റൊന്നുകൂടി. ഇപ്പോഴുമതേ എനിക്ക് വായിച്ചെടുക്കാനാവാത്ത ഭാഷയിൽ.

ഒരേപാട്ട് മൂളുന്ന ആ മുതിർന്ന മനുഷ്യരെ ഗോപ്യമായ ഇരുട്ടിൽ തനിയേ ആയിരിക്കാൻ വിട്ട് ഞാൻ ഒരിക്കൽകൂടി പുറത്തിറങ്ങി.

പിന്നെ നീറി നീറിയെരിയുന്ന തീക്കുണ്ഡത്തിനരികെ നിലാവും ജലവും ഒന്നായ് മാറിയ തടാകം കണ്ടുകണ്ട് നീതൂ, ഞാൻ നിനക്കായി എഴുതാനിരുന്നു.

ഝാൻസി

ചില മനുഷ്യർ ആദ്യകാഴ്ചയിലേ നമുക്ക് പ്രിയപ്പെട്ടവരായി മാറുന്നു. ഇനിയും ചിലരോടാവട്ടെ, കാരണങ്ങളേതും കൂടാത്തൊരനിഷ്ടം ഉണ്ടായിവരുന്നു. കുറച്ച് നേരത്തേക്കെങ്കിലും തങ്ങിനിൽക്കുന്നു. ദേവേന്ദ്ര യാദവിനോട് അങ്ങനെയായിരുന്നു. ഒരനിഷ്ടം. അയാളോട് തോന്നേണ്ട

ഒന്നുമുണ്ടായിരുന്നില്ല ഞങ്ങൾക്കിടയിൽ. യഥാർത്ഥത്തിൽ ഞാന യാളെ കാണുന്നത് തന്നെയും ആദ്യമായിട്ടായിരുന്നു. താടിമീശകൾ വടിച്ചൊഴിവാക്കിക്കളഞ്ഞ മുഖത്ത് ഒന്നുരണ്ട് ദിവസത്തെ വളർച്ചയെ ത്തിയ വെളുത്ത കുറ്റിരോമങ്ങൾ. ആലസ്യവും ഉറക്കച്ചടവും മുദ്ര വച്ച കണ്ണുകൾ. ഉന്മേഷമില്ലാത്ത പതിഞ്ഞ സംസാരം, ചലനങ്ങൾ.

അതേ, നീതു, എന്തുകൊണ്ടോ ആദ്യ കാഴ്ചയിൽ അയാളെ, ദേവേന്ദ്ര യാദവിനെ എനിക്കിഷ്ടമായതേയില്ല. തണുത്തമട്ടും പതുക്കെയുള്ള വർത്തമാനവും ഇടയ്ക്കിടെ തളർച്ചയിലെന്നവണ്ണം അടഞ്ഞുപോവുന്ന കണ്ണുകളും കൂടിയായപ്പോൾ അയാൾ കഞ്ചാവോ മയക്കുമരുന്നുകളോ ഉപയോഗിക്കുന്ന ഒരുവനാണെന്നുകൂടി എനിക്ക് തോന്നിപ്പോയി. പക്ഷേ നീതു, പറയാറില്ലേ, ഫസ്റ്റ് ഇമ്പ്രഷൻ ഈസ് നോട്ട് ആൾവേയ്സ് ദ ബെസ്റ്റ് ഇമ്പ്രഷൻ എന്ന്. യാദവിന്റെ കാര്യത്തിലും അങ്ങനെത്തന്നെ യായിരുന്നു. ആദ്യകാഴ്ചയിൽ, എട്ടോ പത്തോ മിനുറ്റുമാത്രം നീണ്ടു നിന്ന ഞങ്ങളുടെ ഔപചാരികരസം മാത്രമുള്ള വർത്തമാനത്തിനിടെ ഞാനയാളെക്കുറിച്ച് അകമേ ഉരുവപ്പെടുത്തിയതത്രയും തെറ്റിപ്പോയെന്ന്, ഞാൻ കരുതിയതേ അല്ല അയാളെന്ന് ബോധ്യമാവുകയായിരുന്നു, വൈകാതെ.

ഹരിപ്രസാദ് സാറാണ് എന്നെ അയാളുടെ അടുത്തേക്ക്, ഝാൻസി യിലെ ഈ യാദവിന്റെ അടുത്തേക്ക് യാത്രയാക്കുന്നത്. ഇരുവരും തമ്മിലുള്ള അടുപ്പത്തിന് കാരണമെന്താണെന്ന് എനിക്ക് ഒരൂഹവും ഉണ്ടായിരുന്നില്ല. പരസ്പരം കരുണയും ഉയർന്ന പരിഗണനയും സൂക്ഷി ക്കുന്നവരാണ് എന്ന് മാത്രം ഞാൻ മനസ്സിലാക്കി.

ഗർവ്വയിൽ ഹരിപ്രസാദ് സാറിന്റെ വീട്ടിൽ ഞാൻ എത്രദിവസ മാണ് ഒരു തപസ്സിലെന്നപോലെ താമസിച്ചത്! ഒരാഴ്ച? അതിലേറെയോ? സത്യമായും ദിവസഗണന പിഴച്ച് പോയിരിക്കുന്നു. അത് തെറ്റിപ്പോവും വിധം സംഭവരഹിതവും ഒരേമട്ടിലുള്ളതും ആയിരുന്ന കുറച്ചേറെ നാളുകൾ. എന്നാലോ സ്വസ്ഥമായ മനോനിലയിലല്ലാതെയും.

ഒട്ടുമിക്കവാറും നേരവും ആ മുറിയിൽത്തന്നെയായിരുന്നു ഞാൻ. ക്ലോക്കോ കലണ്ടറോ അങ്ങനെ കാലത്തെ സൂചിപ്പിക്കുന്ന എന്തെങ്കി ലുമോ ഇല്ലാത്ത മുറിച്ചതുരത്തിൽ. ഒരിക്കലുമവസാനിക്കാത്ത ആലോ ചനകളിൽ അവയുടെ തുടർച്ചകളിൽ ഞാനെന്നെ കുരുങ്ങിക്കിടക്കാൻ വിട്ടു. പോയദിനങ്ങളെക്കുറിച്ച്, അക്കാലത്തിലെ എന്റെ ജീവിതത്തെ ക്കുറിച്ച്, അതിലെ മനുഷ്യരെക്കുറിച്ച്, അവരോട് ഞാൻ എങ്ങനെയാ യിരുന്നു എന്നതിനെക്കുറിച്ച്, അവരെനിക്ക് എങ്ങനെയായിരുന്നു എന്നതിനെക്കുറിച്ച്, മരണത്തെക്കുറിച്ച്, ജീവിതത്തെക്കുറിച്ച്, പുറപ്പെട്ട് പോവലിനെക്കുറിച്ച്, പിന്നെയും ജീവിതത്തെയും മരണത്തെയും കുറിച്ച്...

ഞാനിങ്ങനെയൊക്കെ അല്ലായിരുന്നുവെങ്കിൽ ഇപ്പോഴും ജീവ നോടെ ഇരിക്കുമായിരുന്ന മനുഷ്യർ. ചലിക്കാതെ തളംകെട്ടിയ ജല മെന്നവണ്ണം ഒരിടത്ത് ഞാൻ തങ്ങിനിന്ന സമയങ്ങളിലൊക്കെയും എന്നെ അവർ കുറ്റവിചാരണ ചെയ്തു.

ഒറ്റയ്ക്കിരിക്കുന്നത് സ്വയം ചികിത്സയിലെന്നപോലെ എന്നെ ഭേദപ്പെടുത്തിക്കൊള്ളട്ടെയെന്ന് ഹരിസാറും ബീഗവും കരുതിയിരിക്കണം. അവരൊരിക്കലും വാതിലിൽ തട്ടിയില്ല. ഉറക്കത്തിൽനിന്ന്, ഉണർച്ചയിൽനിന്ന് ഒന്നുമെന്നെ വിളിച്ചില്ല. എനിക്കുള്ള ആഹാരത്തിന്റെ പങ്കുകൂടി മേശമേൽ എടുത്തുവെച്ചു. ചിലപ്പോഴൊക്കെ ഞാനത് ചൂടാറാതെ അവരോടൊപ്പം കഴിച്ചു. ചിലപ്പോൾ തനിയെ. ഇനിയും ചിലപ്പോൾ കഴിക്കാതെ തൊട്ടുനോക്കാതെ കേടുവന്ന ഭക്ഷണം ബീഗം എടുത്തുമാറ്റി.

ഹരിസാറും ബീഗവും പുറത്തുപോയപ്പോൾ മിക്കപ്പോഴും ഞാനതറിഞ്ഞതേയില്ല. അടിയിൽ ഹരിസാറിന്റെ ഒപ്പ് കോറി വരച്ച ചെറുകുറിപ്പുകൾ മാത്രം എന്നെ കാത്തിരുന്നു, പ്രൊജക്ടിന്റെ ആവശ്യാർത്ഥം രണ്ട് നാളേക്ക് ഡൽഹിയിലേക്ക് പുറപ്പെട്ടപ്പോൾ മാത്രം അവർ എന്നെ വിളിച്ച് യാത്ര പറഞ്ഞു. മൂന്നാംനാൾ ഉച്ചതിരിഞ്ഞനേരത്ത് അവർ തിരികെ വന്ന് വാതിലിൽ മുട്ടുമ്പോഴും ഉറക്കഗുളികകൾ സേവിച്ചവനെപ്പോലെ ഞാൻ മതിമറന്നുറങ്ങുകയായിരുന്നു. വാതിൽ കഷ്ടിച്ച് തുറന്ന് നൽകി ഞാൻ ഒരു സ്വപ്നാടകനെപ്പോലെ വീണ്ടുംചെന്ന് കിടക്കയിലമർന്ന് എന്റെ ഉറക്കത്തിന് തുടർച്ച നൽകി. ഒരു മര്യാദയുമില്ലാതെ.

ചില ദിവസങ്ങളിൽ ഞാൻ പുറത്തേക്കിറങ്ങി. ചിലപ്പോഴത് മഞ്ഞും തണുപ്പും കടുകടുത്തു നിൽക്കയാൽ മനുഷ്യരാരും രജായിക്കടിയിൽ നിന്നും പുറത്തേക്കിറങ്ങാതെ കഴിക്കുന്ന പ്രഭാതങ്ങളിലാവും. ചിലപ്പോൾ വെയിലുറച്ച് നിൽക്കുന്ന ഉച്ചനേരത്ത്. അപൂർവ്വമായി ചിലപ്പോൾ ഇരുട്ട് വീഴുന്ന വൈകുന്നേരങ്ങളിലും. വാഹനങ്ങളൊന്നുമെടുക്കാതെ തനിയെ നടന്നുനടന്ന് ഞാൻ മുമ്പിൽ തുറന്നുകണ്ട വഴികളിലൂടെയെല്ലാം നീങ്ങി.

മുമ്പോട്ടിനി എങ്ങനെ? അതിനെക്കുറിച്ച് അന്നേരം ഞാനെന്താണ് ആലോചിച്ചുകൊണ്ടിരുന്നത്? അധികമകലേക്ക് ഒന്നും കാണാത്ത മഞ്ഞുമൂടൽ പോലെയായിരുന്നു മനസ്സും. പുറത്തിറങ്ങി നടന്നപ്പോഴും വെറുതെ മുറിയിൽ ഇരുന്നപ്പോഴും അങ്ങനെതന്നെയായിരുന്നു. അതെ, ഇനിയെന്ത് എന്നതിനെക്കുറിച്ച് ആഴവും പരപ്പുമില്ലാത്ത വെറും ആലോചനകൾ. ഒടുവിലൊരു ഉച്ചനേരത്ത് പൊടുന്നനെ എനിക്ക് തോന്നി. അവിടം വിട്ട് നീങ്ങേണ്ടിയിരിക്കുന്നു എന്ന്. തീൻമേശയിലായിരുന്നു ഞങ്ങൾ. ഹരിപ്രസാദ്സാറും ബീഗവുമുണ്ടായിരുന്നു എന്റെ ഇരു ഭാഗങ്ങളിലുമായി. പുറത്ത് തണുപ്പിന് മേൽ ഉച്ചനേരത്തുമാത്രം നിലനിൽക്കുന്ന അധീശത്വം ഉറപ്പിച്ച് വെയിൽ തെളിഞ്ഞു നിൽക്കുന്നുണ്ടായിരുന്നു.

''യാത്ര തുടരാമെന്ന് കരുതുന്നു ഞാൻ.''

വെയിൽനാമ്പുകൾ ചെടിത്തലപ്പുകളെ തിളക്കുന്നത് നോക്കിയിരുന്ന് ഞാൻ എന്നോട് തന്നെയും എന്നമട്ടിൽ പതിയെ പറഞ്ഞു.

ഹരിപ്രസാദ്സാറോ ബീഗമോ ഒന്നും പറഞ്ഞില്ല, അനുകൂലമായോ എതിർത്തോ ഒരു വെറും നിർദ്ദേശമോ അഭിപ്രായമോ ഒന്നും. അന്ന്

ഉച്ചഭക്ഷണം കഴിഞ്ഞ് മുറിയുടെ തണുത്ത അരണ്ട വെളിച്ചത്തിലേക്ക് ഞാൻ മടങ്ങിയില്ല. പുറത്ത് കയറ്റ് പടികളിലിരുന്ന് കമാനത്തിങ്കലേക്ക് നീളുന്ന വഴിയെയും ശൈത്യകാല ചുറ്റുപാടുകളേയും വെയിൽ സ്നാനപ്പെടുത്തുന്നത് നോക്കിയിരുന്നു. പതിവുള്ള ഉച്ചയുറക്കം വേണ്ടെന്നുവെച്ച് സാറും ബീഗവും എനിക്കരികിൽ വന്നിരുന്നു. തണുപ്പ് കാലത്ത് മാത്രം പുറത്തെടുക്കുന്നതാവണം ഒരുചാരനിറ സ്വെറ്ററിന്റെ കുടുക്കുകൾ തുന്നാനെടുത്തിരുന്നു ബീഗം.

കുറച്ചുനേരം ഞങ്ങൾ മൂവരും ഒന്നും മിണ്ടിയതേയില്ല. ഒരു വാഹനത്തെയോ മറ്റോ പ്രതീക്ഷിച്ച് ഒരിടത്തിരിക്കുന്ന പരസ്പരം അജ്ഞാതരായ മൂന്ന് മനുഷ്യരെപ്പോലെയായിരുന്നു അപ്പോൾ ഞങ്ങൾ. ഞാനിനിയുമവിടെ അനന്തമായി തങ്ങാനിടയില്ല എന്ന്, എനിക്ക് നീങ്ങേണ്ടതുണ്ട് എന്ന് അവരിരുവർക്കും അറിയാമായിരുന്നു. എങ്കിലും അവിടം വിടാനുള്ള എന്റെ നിശ്ചയം ആ മനുഷ്യരിൽ ദുഃഖം നിറച്ചു.

''നിഷാദ്, ഞങ്ങളിവിടെ എപ്പോഴുമുണ്ടാവും.'' ഒരിക്കലും അവസാനിക്കില്ലെന്ന് തോന്നിയ മൗനത്തിന്റെ വലിയ ഒരിടവേളയ്ക്കുശേഷം ഹരിപ്രസാദ്സാർ പറയാൻ തുടങ്ങി.

''ഇവിടെനിന്നൊരു പറിഞ്ഞുപോവൽ ഞങ്ങൾക്ക് ഇനിയുമുണ്ടാവുമെന്ന് തോന്നുന്നില്ല. പ്രൊജക്ട് ഇവിടെ തുടരുന്നുണ്ടാവും. എളുപ്പം അവസാനിക്കേണ്ടതല്ല അത്. തുടർച്ചയാവശ്യമുള്ളതാണ്. എവിടെയാണെങ്കിലും എപ്പോഴാണെങ്കിലും നിഷാദിന് ഇങ്ങോട്ട് മടങ്ങിവരാം.''

കുറച്ചുനേരം ഹരിസാർ നിശ്ശബ്ദനായി. പിന്നെ തുടർന്നു.

''യാത്രാപഥം, അത് നിഷാദ് നിശ്ചയിച്ചിട്ടുണ്ടോ? അതോ ഇതുവരെയെന്നപോലെ അപ്പഴപ്പോൾ തുറന്നുവരുന്ന വഴികളിലൂടെയാവും അല്ലേ? ഏതായാലും നിഷാദ്, ഝാൻസി വഴി പോകൂ. ഇവിടെനിന്ന് 700 കിലോമീറ്റർ ദൂരം കാണും. തുടർസഞ്ചാരത്തിലായിരിക്കുന്ന ഒരാളെ സംബന്ധിച്ച് പ്രധാനപ്പെട്ട ഇടമാണ് ഝാൻസി. അവിടെയെത്തുമ്പോൾ പൊടുന്നനവേ അസംഖ്യം വഴികൾ തുറന്നുവരുന്നതായി നിങ്ങൾക്ക് തോന്നും. പടിഞ്ഞാട്ട് തിരിഞ്ഞ് രാജസ്ഥാനിലേക്കോ ഗുജറാത്തിലേക്കോ പോവാം. കിഴക്കൻ ദിശപിടിച്ച് ബീഹാറും ബംഗാളും വടക്കുകിഴക്കും ചെന്ന് ചേരാം. ഇനി വടക്കോട്ട് പോയാൽ ഹരിയാനയും പഞ്ചാബും പിന്നിട്ട് കാശ്മീരിലെത്താം. വേണമെങ്കിൽ ഝാൻസിയിൽനിന്ന് തെക്കോട്ട് തിരിഞ്ഞ് നാട്ടിലേക്ക് മടങ്ങുകയുമാവാം. ഏതായാലും ഇപ്പോൾ ഝാൻസിയിലേക്ക് നീങ്ങൂ. തുടർയാത്രയെക്കുറിച്ച്, ജീവിതത്തെക്കുറിച്ച്, മരണത്തെക്കുറിച്ചുപോലും ഒരു തീർപ്പിലെത്തിയേക്കും വഴികളുടെ ആ നാട്ടിൽവെച്ച്.''

ഒരു പ്രവചനംപോലെ അങ്ങനെ പറഞ്ഞിട്ട് ഹരിപ്രസാദ് സർ എന്റെ നേരെ നോക്കി. മറുപടിയായി എന്തെങ്കിലും പറയേണ്ടതില്ലെന്ന് കരുതുകയാൽ ഞാനും ബീഗവും നിശ്ശബ്ദരായിക്കുന്നത് തുടർന്നു.

ഹരിസാർ വരച്ചിട്ടത് പോലെയായിരുന്നു ആ വഴി. ഗർവ്വയിൽനിന്ന് ഝാൻസിയിലേക്കുള്ള ദൂരം. പുലർന്ന് വെയിലുറച്ച് തുടങ്ങിയപ്പോഴാണ്

ഞാനിറങ്ങിയത്. പലപ്പോഴത്തെയും ഒരനുഷ്ഠാനം പോലെ അവരിരുവരും - ഹരിപ്രസാദ് സാറോ ബീഗമോ- ഗേറ്റുവരെയോ വാതിൽപ്പടിവരെയോ അനുഗമിച്ചില്ല. രാവിലെതന്നെ ഒരു വല്ലാത്ത സിർദർദ് എന്ന് പറഞ്ഞ് ബീഗം അകത്തെ മുറിയിലേക്ക് പോയി. അത്യാവശ്യമായി തീർക്കേണ്ട ചില തിരക്കുകൾ എന്ന മട്ടിൽ സാറെനിക്ക് പുറംതിരിഞ്ഞ് കമ്പ്യൂട്ടറിന് മുന്നിലിരുന്നു.

ഞങ്ങൾ മൂവരും അപ്പോൾ ഒരുപോലെ മുറിഞ്ഞിരുന്നതിനാൽ അവരുടെ നാട്യങ്ങൾ, അത്രയും നന്നായി എന്ന് കരുതി ഞാൻ. എങ്കിലും ഞാൻ അകമേ ഉറക്കെയുറക്കെ കരഞ്ഞു. ഇടക്കാലത്തെ സനാഥത്ത്വത്തിനുശേഷം ഞാൻ വീണ്ടും ഒറ്റയ്ക്കാവുന്നതായി തോന്നി. മ്ലാനമായ മുറിഞ്ഞ മനസ്സോടെ ഞാൻ ഝാൻസിയിലേക്കുള്ള വഴിയേ വണ്ടി ഓടിച്ചു. പതിയെ വളരെ പതിയെ.

ഒറ്റയടിക്ക് ഓടിച്ചു പിന്നിടുക അസാധ്യമെന്നല്ല. പക്ഷേ നിഷാദ് ഇടയ്ക്കൊരു രാത്രി വഴിയിൽ ഉറങ്ങിപ്പുലർന്നിട്ട് മാത്രം മുന്നോട്ട് പോവൂ എന്ന് ഹരിപ്രസാദ് സാർ നിർദേശിച്ചിരുന്നു. ഒരിടത്തല്ല, രണ്ട് സ്ഥലത്ത്, സിദിയിലും പന്നയിലും തങ്ങിയശേഷം മൂന്നാംനാൾ ഉച്ചയോടെയാണ് ഞാൻ ഝാൻസിയിൽ എത്തിചേർന്നത്. ലക്ഷ്യമോ ഝടുതിയോ ഇല്ലാതിരുന്നതുകൊണ്ട് യാത്ര എപ്പോഴും പതിയെ മാത്രമായി.

നഗരത്തിനുൾഭാഗത്ത്, അതും ഏതാണ്ട് തിരക്കുകൂടിയ ഒത്ത മധ്യഭാഗത്തായിരുന്നു യാദവിന്റെ ഇടം. എങ്കിലും ഒട്ടും പ്രയാസപ്പെടാതെ തന്നെ ഞാൻ എത്തിച്ചേർന്നു. അത്രമേൽ കൃത്യമായിരുന്നു യാദവിലേക്ക് നയിക്കുംവിധം ഹരിപ്രസാദ് സാർ കുറിച്ച് നൽകിയ വഴിയും അടയാളങ്ങളും.

പറഞ്ഞുവല്ലോ നീതു, ആദ്യ കാഴ്ചയിൽ എനിക്കയാളെ, യാദവിനെ ബോധിച്ചതേയില്ല. പക്ഷേ വഴിയേ...

രണ്ട് നിലയുള്ള പഴയമട്ടിലുള്ള ഒരു കെട്ടിടമായിരുന്നു അയാളുടേത്. മുഖ്യറോഡിൽനിന്ന് പിരിഞ്ഞുപോകുന്ന അത്രതന്നെ തിരക്കുള്ള ഒരുവലിയ റോഡിന് അഭിമുഖമായി നിൽക്കുന്നത്. മുകൾനിലയിലാണ് യാദവും കുടുംബവും താമസിക്കുന്നത്. താഴത്തെ നിലയിൽ വ്യാപാരസ്ഥാപനങ്ങളായിരുന്നു. ഏഴോ എട്ടോ കടകൾ. എല്ലാം വസ്ത്രവിപണനശാലകൾ. അവയിലെല്ലാം ഒരേ മട്ടിലുള്ള തുണിത്തരങ്ങൾ, ഒരേ മുഖഭാവമുള്ള വില്പനക്കാർ. അലങ്കാരത്തിനായി പുറത്തേക്ക് വിതാനിച്ചിട്ടിരിക്കുന്ന ചുങ്കിടി ഷോളുകൾക്കുപോലും ഒരേ നിറക്കൂട്ട്.

താഴത്തെ നിലയേയും മുകൾനിലയേയും നേരിട്ട് ബന്ധിപ്പിക്കുന്ന ഒന്നും ആ പഴയ കെട്ടിടത്തിലുണ്ടായിരുന്നില്ല. പുറമെകൂടിയുള്ള ഒരു മരഗോവണിയല്ലാതെ. ഒന്നൊന്നോട് തൊട്ട് കടമുറികളുടേത് മാതിരി തന്നെയായിരുന്ന മുകൾ നിലയിൽ, പറഞ്ഞുവല്ലോ, യാദവും കുടുംബവുമായിരുന്നു താമസം. നാട്ടിലെ ഒറ്റമുറി ലായങ്ങളെ അനുസ്മരിപ്പിക്കുംവിധം വേറേവേറെയും തൊട്ടുതൊട്ടുമായിരുന്നു നില്പ് എങ്കിലും അവയിൽ എല്ലാത്തിലുമായി സൗകര്യങ്ങളെല്ലാമുണ്ടായിരുന്നു. ഏറ്റവും

അറ്റത്തായി അടുക്കള, തൊട്ടടുത്ത് തീൻമുറി, അതോട് ചേർന്ന ടി.വിയും ഇതരസൗകര്യങ്ങളുമെല്ലാമുള്ള വിശ്രമമുറി. പിന്നീട് തൊട്ടുതൊട്ടായി അതേ നിരയിൽ മൂന്ന് കിടപ്പുമുറികൾ. ഏറ്റവും അറ്റത്തായി അതിഥി മുറിയും. നിരനിരെയുള്ള ഈ മുറികളിൽ ഒരേ കുടുംബമാണ് താമസി ക്കുന്നത് എന്നറിയുമ്പോൾ കൗതുകം തോന്നും.

അതിഥികൾക്കായുള്ള മുറി - അവിടെയങ്ങനെ ആരും കിടക്കാറി ല്ലെന്ന് തോന്നി - അവിടെയായിരുന്നു എനിക്ക് താമസൗകര്യം. തടി കൊണ്ടുള്ള ഒരിരട്ടക്കട്ടിൽ, മേശ, കസേര. തടികൊണ്ടുതന്നെയുള്ള ഒരലമാരയും. പേടിതോന്നുംവിധം താഴ്ന്നുനിൽക്കുന്ന ഒരു സീലിംഗ് ഫാനുമുണ്ടായിരുന്നു മുറിയിൽ. ചുമരിൽ ഒരു കലണ്ടർ തൂങ്ങുന്നുണ്ടാ യിരുന്നു. അതുപക്ഷേ രണ്ടുവർഷം പഴയതായിരുന്നു. പിന്നെയുണ്ടായി രുന്നത് ഒരു ഭൂപടമായിരുന്നു. ഇന്ത്യയുടെ പൊളിറ്റിക്കൽ ഭൂപടം. സാമാന്യത്തിലേറെ വലിയത്. ഞാനൊരു കൗതുകത്തിന് കുറെയേറെ നേരം അത് നോക്കി നിന്നു.

നാടുവിട്ട് ഞാൻ പിന്നിട്ട് പോന്ന ചെറുതും വലുതും പ്രധാനവും അപ്രധാനവുമായ വഴികൾ, ഗ്രാമനഗരദേശങ്ങൾ. രാത്രിയും പകലും തങ്ങിയ ഇടങ്ങൾ. എല്ലാമെല്ലാം വലിയ ആ ഭൂപടത്തിൽ തിരഞ്ഞെടു ക്കാൻ, കോറിയിടാൻ ഞാൻ ശ്രമിച്ചുനോക്കി.

വീണ്ടും ഒരു കരച്ചിൽ വന്ന് അന്നേരമെന്റെ നെഞ്ചിൽ മുട്ടി.

അതിശയമില്ല, പിന്നിട്ട് പോന്ന വഴികളിലെ മനുഷ്യർ വഴികൾക്കും ഇടങ്ങൾക്കുംമീതെ ഉയർന്നുനിന്നു. ഹാ മനുഷ്യർ! എത്രയെത്ര...! ക്രമ ത്തിലും ക്രമമില്ലാതെയും ഒരു ആഘോഷരാവിലെന്നപോലെ അവരൊ ക്കെയും അവരുടെ ഓർമ്മകളും ഉള്ളിൽ വന്ന് നിറയുന്നു.

മനുഷ്യർ, വഴികൾ, ഇടങ്ങൾ, കഥകൾ, ഓർമ്മകൾ...!

കറുപ്പിന്റെ ഗൂഢവന്യതയുള്ള കുടകിലെ ആ വഴികൾ, വീണേ ച്ചിയെ ഓർമ്മിപ്പിക്കുന്ന ആ സ്ത്രീ, അവരുടെ ഓമനത്വമുള്ള കുട്ടികൾ, കൃഷ്ണപ്പ കോട്ടേജ്, നീതു, സിസിലിയാന്റി, തുംഗഭദ്ര, ചിത്രദുർഗ്ഗ യിലെ കോട്ട, ദച്ചമ്മ, ഭദ്രാവതി നഗരം, ബ്രൂണോ ജീസസ്, സിലിയാന്റി യുടെ കാന്റീൻ, ജഗന്നിവാസ്, കൊണാർക്കിലെ ക്ഷേത്രം, വയൽക്കര യിലെ ജ്യേഷ്ഠൻ, യാത്രയിലായിരുന്ന റൈഡർമാർ, ജാംഷഡ്പൂർ നഗരം, ജഹനാറ ബീഗം, പെട്രോൾബങ്കിലെ പെൺകുട്ടി, വഴിയോരത്തെ ധാബകൾ, ഹരിപ്രസാദ് സാർ, ഗർവ്വാ നഗരം. സുവർണ്ണരേഖാ നദി. രേഖയുടെ മകൻ, സഹീറ, വിദ്യ! ഓർമ്മകൾ, ഓർമ്മകൾ, ഓർമ്മകൾ!

അതേ... ചൂഴ്ന്ന് നിൽക്കുന്ന, പിന്തുടർന്ന് വേട്ടയാടുന്ന ഓർമ്മകൾ! ഓരോ മനുഷ്യനും അവരുടെ ഓർമ്മകൾ മാത്രമാണ് എന്ന് പറഞ്ഞത് ആരാവും?

ഇവിടെ യാദവിന്റെ മുറിയിലെ ഇളംനീല വിരിയിട്ട മേശമേൽ ഒരു പഴയ ടെലിഫോൺ ഡയറക്ടറിയും പിന്നെ ഒന്നുരണ്ട് ഡയറികളുമാണ് ഉണ്ടായിരുന്നത്. ഡയറികൾ വെറുതെയൊന്ന് മറിച്ചുനോക്കാനെന്റെ

കൈ ചലിച്ചതാണ്. പൊടുന്നനെ അവ സ്വകാര്യമായ എന്തെങ്കിലും കുറിപ്പുകൾ ഉൾപ്പെടുന്നവയാകുമോ എന്ന തോന്നലിൽ ഞാൻ പിൻവലിഞ്ഞു.

അതിശയം, അപ്പോൾ മാത്രമാണ് ഞാനത് കണ്ടത്. മേശമേൽ ഫ്രെയിംചെയ്ത് വെച്ചിരിക്കുന്ന ഒരു ഫോട്ടോ. ഹരിപ്രസാദ് സാറും യാദവുമായിരുന്നു അതിൽ. യൗവനകാലത്തെ അവിരുവരും. അക്കാലത്തെ ഫാഷനാവണം അയഞ്ഞ മട്ടിലുള്ള കാലുറയും ഇടുങ്ങിക്കിടക്കുന്ന കുപ്പായവും വേഷം. കഴുത്തിൽ ഒരേപോലത്തെ മഫ്ളറും.

നല്ല ഒരു ഫോട്ടോഗ്രാഫറല്ല ആ ചിത്രമെടുത്തത് എന്ന് എനിക്ക് തോന്നി. കാരണം അവരിരുവരും നിലത്തേക്കു നോക്കുന്ന നിലയിലായിരുന്നു ആ ഫോട്ടോ.

അവർ - ഹരിപ്രസാദ്സാറും ദേവേന്ദ്രയാദവും - തമ്മിലുള്ള ബന്ധത്തെക്കുറിച്ച് ഹരിസാർ ഒന്നും സൂചിപ്പിച്ചിരുന്നില്ല. യാദവിനോട് ഏങ്ങനെയാണ് ചോദിക്കുക എന്ന വിഷമപ്രശ്നത്തിലായി ഞാൻ. തന്റെയടുത്തേക്ക് വിളിച്ചുപറഞ്ഞ് അയയ്ക്കുന്ന ആളോട് തങ്ങൾ തമ്മിലുള്ള ബന്ധം എന്താണെന്ന് ഹരിസാർ പറഞ്ഞുകാണുമെന്ന് തന്നെ യാദവ് കരുതുന്നുണ്ടാവും. അതുകൊണ്ടുതന്നെ ഭക്ഷണസമയത്തും മറ്റും ഒന്നുരണ്ട് തവണ കണ്ടപ്പോൾ ഞാനതയാളോട് ചോദിക്കാൻ ഒരു മ്പെട്ടുമില്ല.

പരിചാരകനെപ്പോലെ ഒരാളെ എനിക്കായി യാദവ് നിശ്ചയിച്ചിരുന്നു. അതേ, കഷ്ടംതന്നെ. തോന്നുംപടി കണ്ട വഴിയിലെല്ലാം അലഞ്ഞ്, ലഭ്യമാവുന്നത് ഭക്ഷിച്ച്, പരിമിതമായ ഏതിടത്തും ഒതുങ്ങി സ്വയം ഒരു പരിഗണനയും നൽകാതെ സഞ്ചരിക്കുന്ന ഒരുവന് പരിചാരകൻ! ഉറങ്ങാൻ നേരത്ത് കിടക്ക തട്ടിക്കുടയാനും പുറത്തിറങ്ങിയപ്പോൾ വഴി കാട്ടിയാവാനും ഒപ്പംവന്ന അയാളെ, ഇന്ദർ എന്നാണ് അയാളുടെ പേര്, ഞാൻ കഷ്ടിച്ചാണ് പിന്തിരിപ്പിച്ചത്. എന്നിട്ടും ആശങ്കമാറാതെ മിക്കപ്പോഴുമയാൾ മുറിക്ക് പുറത്ത് ചുറ്റിപ്പറ്റി നിൽക്കുന്നു. ഇതാ, നീതു ഇപ്പോൾ ഞാൻ നിനക്കെഴുതുമ്പോഴും അയാൾ തൊട്ടുപുറത്ത് എവിടെയോ ഉണ്ട്. ഇന്ദർ എന്ന് കഷ്ടി വിളിക്കുക, വേണ്ട ഒന്ന് മുരടനക്കുക മാത്രം ചെയ്താൽ മതി അയാൾ 'സാബ്... ബതായിയേ' എന്ന് വാതിൽ കടന്ന് വന്ന് വണങ്ങി നിൽക്കും.

മനുഷ്യൻ മനുഷ്യന് വിധേയപ്പെട്ടിരിക്കണമെന്ന ആ വല്ലാത്ത വിചാരത്തിന്റെ ചങ്ങലക്കുരുക്കുകളിൽനിന്ന് പറിഞ്ഞ് പോന്നിട്ടില്ലാത്ത അസംഖ്യം പാവം മനുഷ്യരിൽ ഒരാൾ. അയാൾ, ഇന്ദർ, അയാളാണ് പക്ഷേ ഒരു കാര്യം എനിക്ക് വിശദീകരിച്ച് തന്നത്. അയാളുടെ മാലിക്കും ഹരിപ്രസാദ് സാറും തമ്മിലുള്ള ബന്ധത്തെക്കുറിച്ച്.

ചായക്കപ്പെടുക്കാൻ മുറിയിൽ വന്നപ്പോൾ മേശമേലുള്ള ചിത്രം കാണിച്ച് ഞാനങ്ങോട്ട് ചോദിക്കുകയായിരുന്നു. ഇന്ദർ തന്റെ സ്വതേ വിനീതമായ ഉടൽഭാഷ്യം അതിവിധേയത്വത്തിലേക്ക് പരിവർത്തനപ്പെടുത്തി ഒന്നുകൂടി അകം വളഞ്ഞു. പിന്നെ പറഞ്ഞു.

"അവർ വലിയ കൂട്ടുകാരാണ്. ഒരു ഉടലിലെ രണ്ട് കൈകൾപോലെ. ജീവിച്ചിരിക്കുന്നവർക്ക്, മരിച്ചവർക്ക്, ജനിക്കാനുള്ളവർക്ക്... എല്ലാം. ആരാധനാലയങ്ങളുള്ള നമ്മുടെ നാട്ടിൽ ഇനിയൊന്ന് യാദവ്സാബ് തീർക്കുന്നുണ്ടെങ്കിൽ അത് തീർച്ചയായും ഹരിബാബുവിന്റെ പേരിലാവും. കാരണം കള്ളച്ചൂതിൽ പെട്ടെന്നപോലെ കെട്ടിടങ്ങളും ജമീനും സ്വത്തുവകകളും സർവ്വവും നഷ്ടപ്പെട്ട് തെരുവിലിറങ്ങിപ്പോവേണ്ടിവന്ന സാബിനും കുടുംബത്തിനും രക്ഷയാവുന്നത് ഹരിബാബുവിന്റെ എഴുത്തുകളായിരുന്നുവല്ലോ."

ഇനിയും കൂടുതൽ പേരുടെ ജീവിതത്തിൽ ഹരിസാർ പ്രധാനപ്പെട്ടതാവുന്നതിന്റെ സാക്ഷ്യം.

ഝാൻസിയിലും ഞാനെനിക്ക് തോന്നുമ്പോഴെല്ലാം നടക്കാനിറങ്ങി. മിക്കപ്പോഴും ശൈത്യം തെല്ല് ശമിച്ച് വെയിൽ ബലപ്പെട്ട് തുടങ്ങുമ്പോൾ. നഗരത്തിനുൾഭാഗത്ത് തന്നെയായിരുന്നു താമസമെന്നതിനാൽ എല്ലായ്പ്പോഴും നഗരത്തിന്റെ വിവിധ ഭാഗങ്ങളിലൂടെയുള്ള അലച്ചിൽ മാത്രമായിരുന്നു നടത്തം.

മരണത്തെക്കുറിച്ചുപോലും തീരുമാനമെടുപ്പിക്കുന്ന നഗരം. അങ്ങനെയാണ് ഹരിപ്രസാദ് സാർ എന്നെയിങ്ങോട്ട് യാത്രയാക്കുമ്പോൾ പറഞ്ഞത്. അതിന് സാറിന് എന്തെങ്കിലും കാരണങ്ങളുണ്ടാവുമോ? ഒരുവേള കണ്ടേക്കാം. ആർക്കാണറിയുക. ഏതായാലും വിചിത്രതകൾ നിറഞ്ഞ ഒരിടമായാണ് എനിക്കുമിവിടം തോന്നിയത്.

മധ്യപ്രദേശിന്റെ ഉൾഭാഗത്ത് ആയിരിക്കുമ്പോഴും ഉത്തർപ്രദേശിന്റെ ഭാഗമായിരിക്കുന്ന പട്ടണം. ലോകത്തിന്റെ എല്ലാ ഭാഗത്തേക്കുമുള്ള പാതകൾ അവിടെനിന്ന് പുറപ്പെട്ട് പോവുന്നുണ്ടെന്ന് എനിക്ക് തോന്നി. അല്ല, അത് തോന്നലായിരുന്നില്ല. രാജ്യത്തെ പ്രധാനപ്പെട്ട പാതകൾ ആ ഭാഗത്ത് വന്നുചേരുകയും പരസ്പരം തൊടുകയും പിന്നെയും ദീർഘദീർഘമാം അകലങ്ങളിലേക്ക് നീണ്ടുനീണ്ടുപോകുകയും ചെയ്യുന്നുണ്ടായിരുന്നു. അതെ, വഴികളുടെ പിൻപറ്റേണ്ട തിരഞ്ഞെടുക്കേണ്ട ഗതികളുടെ ഒരിടം.

തെരുവിന്റെ ഓരോ ഭാഗത്ത് ചെന്നുചേരുമ്പോഴും അവിടെനിന്നെല്ലാം പുതിയപുതിയ വഴികൾ ഉരുവംകൊണ്ട് പലവഴിക്ക് പോവുന്നുണ്ടെന്ന് എനിക്ക് തോന്നി. നെടുകനേയും കുറുകനേയും രേഖകൾ പിണഞ്ഞുകിടക്കുന്ന കൈവെള്ളപ്പോലെ പട്ടണശരീരത്തിന്റെ ഓരോരോ ഭാഗവും.

ലക്ഷ്യങ്ങളില്ലാ നടപ്പിന്റെ ആ വൈകുന്നേരങ്ങളിലൊന്നിൽ ഞാനൊരു മധുശാലയിൽ ചെന്ന് കയറി. തിരക്കുള്ളൊരു ഗലിയിൽ മൂന്ന് നിലകളിലായി തല ഉയർത്തി നിൽക്കുന്നൊരു എടുപ്പ്. അതിന്റെ പത്തിലൊന്ന് ഇടംപോലും ഉപയോഗിക്കാത്ത ചെറുചെറു കെട്ടിടങ്ങളായിരുന്നു ചുറ്റിലും. ആ കെട്ടിടത്തിന്റെ സാമീപ്യത്തിൽ അവയൊക്കെയും പഴയവയും ഭംഗികെട്ടവയും ആയിത്തോന്നിച്ചു. നഗരത്തിന്റെ തിരക്കുപിടിച്ച ആ ഭാഗത്ത് മന്ത്രവടി വീശിയിട്ടെന്നവണ്ണം ആ നിർമ്മിതി ഉയർന്നുവരുമ്പോൾ ഉരുവംകൊണ്ടസമ്മർദ്ദത്തിൽ ചുറ്റുപാടുകളിലെ എത്രയെത്ര

ജീവിതങ്ങൾ കീഴടങ്ങുകയും വഴങ്ങിക്കൊടുക്കുകയും പ്രലോഭനത്തിൽ വീണുപോവുകയും ചെയ്തിട്ടുണ്ടാവുമെന്ന് ഞാൻ ആലോചിച്ചു. നെറുകയിൽ അധികാരചിഹ്നംപോലെ വലിയ, അതേസമയം വിചിത്രവുമായ മകുടംപേറുന്ന ആ ബാറിലേക്ക് ആളുകൾ ഒറ്റയ്ക്കും തെറ്റയ്ക്കും ധൃതിപ്പെട്ട് നടന്നുകയറുന്നുണ്ടായിരുന്നു.

മൂന്ന് നിലകൾ എന്നത് അതിന് ഒരനിവാര്യതയായിരുന്നു എന്ന് തോന്നി. പലതരത്തിലുള്ള സാധനങ്ങൾ വിൽക്കുന്ന പലതരം മനുഷ്യർ വന്നുചേരുന്ന ഒരു തെരുവിടംപോലെ തോന്നിച്ചു താഴത്തെ നില. സാധ്യമായത്രയും തൊട്ടുതൊട്ടായിട്ടിരിക്കുന്ന കളിപ്പാട്ടങ്ങൾപോലുള്ള പ്ലാസ്റ്റിക് മേശകളും ഇരിപ്പിടങ്ങളും. അവയിൽ കഷ്ടിച്ച് ഇരുന്നും ഇരിക്കാതെയും മദ്യം വിഴുങ്ങുന്നവർ. 'റ' ആകാരമുള്ള ബാർമാന്റെ കാബിനിനരികെ അയാളെ വളഞ്ഞുവെച്ചെന്നവണ്ണം കൂടി നിൽക്കുന്ന കുറച്ച് പേർ. ധൃതിയാണ് എല്ലാവരേയും നയിക്കുന്നത് എന്ന് തോന്നി. വേഗം വേഗം അകത്താക്കുക, വേഗം വേഗം ലഹരിക്ക് കീഴടങ്ങുക.

എല്ലാവരും സംസാരിക്കുന്നുണ്ടായിരുന്നു. ആരുടേയോ ആജ്ഞ പാലിക്കയാൽ ആ മധുശാലയുടെ പടി കയറുംവരെയും വാക്കുകളെ തടവിലിട്ടിരിക്കുകയായിരുന്നു അവരൊക്കെയും എന്ന് തോന്നി. ഉറക്കെയുറക്കെ, തുടരെത്തുടരെ സംസാരിക്കുന്ന മനുഷ്യർ. കുഴഞ്ഞ വഴുക്കുന്ന വാക്കുകൾ എന്റെ കാതിലും തെറിച്ചു വീണു.

''അരേ... നോക്കൂ അവന്റെ മുഖം. നന്നായി അകത്താക്കിയിട്ടുണ്ട്. മാലിന്യം കൊണ്ടിടുന്ന ഇടത്തെ പന്നിയെപ്പോലെ... തൊരപ്പൻ... ഹഹ... അസൽ തൊരപ്പൻ.'' ആരോ ആരെയോപ്രതി പരിഹാസം പൊഴിക്കുന്നു. പിന്നാലെ മേൽക്കൂര പൊളിച്ചിടാൻ തക്കവണ്ണം ഉയരുന്ന പൊട്ടിച്ചിരി. പച്ചമാംസം കൂട്ടമായി കടിച്ചുപറിച്ച് ഭക്ഷിക്കുന്നതിലെ ഗൂഢമായ ആനന്ദം.

കിട്ടുന്നതെന്തും മുൻപിൻനോക്കാതെ സ്വീകരിക്കുന്ന ഒരു ബയോഗ്യാസ് പ്ലാന്റാണിപ്പോൾ നമ്മുടെ വയറ്. വേറെ ആരുടേയോ വിചിത്രമായ താരതമ്യം.

എല്ലാവരും, ഏതാണ്ട് എല്ലാവരും തന്നെ പുകവലിക്കുന്നുമുണ്ടായിരുന്നു. ശിരസ്സുകളിൽ നിന്നുള്ള അധികവളർച്ചപോലെ നിഗൂഢനിറമുള്ള ധൂമം പല ആകാരത്തിൽ ഉയർന്ന് ആ ഹാളിനെ ചൂഴ്ന്നു നിന്നു.

പത്തോ, പന്ത്രണ്ടോ ഗോവണിപ്പടികൾ ആ ഇടത്തുനിന്നും തിരക്കുകുറഞ്ഞ ഒരിടത്തേക്ക് ഉയർന്ന് പോവുന്നുണ്ടായിരുന്നു. അവിടേയും നിൽക്കേണ്ടതില്ലെന്ന് പ്രായം കൂടിയൊരു ബെയററാൽ നയിക്കപ്പെട്ട് ഞാൻ പിന്നെയും ഗോവണി കയറിപ്പോയി.

മൂന്നാമത്തെ ഹാൾ ശരിക്കും വിജനമായിരുന്നു. പ്ലൈവുഡ് തട്ടികളാൽ മറച്ചിരുന്ന ചെറിയ ചെറിയ കാബിനുകൾ. അവയിലേക്ക് വാർന്നുവീഴുന്ന വെളിച്ചവും ഇരുട്ടും. മനുഷ്യർ സംസാരിക്കുന്നതിന്റേയോ ഗ്ലാസ്സുകൾ കൂട്ടിമുട്ടുന്നതിന്റേയോ ഒച്ചയനക്കങ്ങളില്ല. ഏറെക്കുറെ സമ്പൂർണ്ണമായ നിശ്ശബ്ദത. മദ്യത്തിന്റേതല്ലാത്ത ഗന്ധം, സുഗന്ധം.

ഉള്ളം അറിഞ്ഞെന്നവണ്ണം ബെയററർ, എന്നെയൊരു പാർശ്വത്തിലേക്ക് നയിച്ചു. അവിടെനിന്ന് നോക്കുമ്പോൾ താഴെ ഇരമ്പുന്ന നഗരം കാണാം. ഏതാനും നിമിഷങ്ങൾക്കുമുമ്പേ ഇങ്ങോട്ടുവന്ന് കയറണമെന്ന് യാതൊരു ഉദ്ദേശ്യവുമില്ലാതെ ഞാൻ പതിയെ നടന്ന വഴി, മറ്റ് അനേകം ഉപവഴികൾ, ഒറ്റനിലയും ഇരട്ടനിലയുമുള്ള കെട്ടിടങ്ങൾ. എല്ലായിടത്തുമെല്ലായിടത്തും മനുഷ്യർ. പലവിധമായ ആധികളാലും ആലോചനകളാലും തലതാഴ്ത്തി നടന്നുപോവുന്നവർ. അവരെ പിന്നെയും ചെറുജീവികളും നിസ്സാരരുമാക്കി മാറ്റുന്ന വാഹനങ്ങൾ, അവയുടെ ഇരമ്പങ്ങൾ.

ബെയററർ, എന്നെ അവിടെകൊണ്ടിരുത്തിയ അതേയാൾ, ഓർഡറെടുക്കാൻ വന്നപ്പോൾ താഴയുള്ള കാഴ്ചകളിൽനിന്ന് ഞാനെന്നെ തിരികെയെടുത്തു. ചില്ലു ടംബ്ലറിൽ അയാൾ കൊണ്ടുവെച്ച കടുംനിറമുള്ള മദ്യം ഐസ്ക്യൂബുകളാൽ മൂടി നേർപ്പിക്കാൻ ശ്രമപ്പെട്ട് ഞാൻ വീണ്ടും തെരുവിലേക്ക് നോക്കിയിരിക്കാൻ തുടങ്ങി.

കുറെ നേരം, കുറെ നേരമങ്ങനെ.

പകൽനേരത്തും ഇരുട്ട് ക്രമീകരിച്ചിരിക്കുന്ന ആ മുറി, അവിടെ തങ്ങിനിൽക്കും സുഗന്ധം, മുമ്പിലെ മദ്യത്തിന്റെ നേർത്തു തുടങ്ങുന്ന കടുത്ത നിറം, വേഗമിരുട്ട് വീഴും കാലത്തെ തെരുവിലെക്കാഴ്ചകൾ, തുറന്നിട്ട ജാലകപ്പൊളിയിലൂടെ കടന്നുകയറുന്ന തണുപ്പ്.

കാര്യകാരണങ്ങളില്ലാത്ത വെറും ആലോചനകളിൽ ഒരിക്കൽകൂടി മുങ്ങിനിൽക്കാൻ എന്നെയുപേക്ഷിച്ച് ഞാൻ ആ മധുശാലയുടെ വിജനതയിൽ പിന്നേയും കുറെനേരമിരുന്നു.

ഇടയിലെപ്പോഴോ ആണ് വൈദ്യുതിസ്പർശംപോലൊരു തോന്നൽ എന്റെ ഉള്ളിലുണരുന്നത്:

യാത്ര തുടരണം, വിദ്യ ഒരിക്കൽ മോഹിച്ച, ഗംഗയൊഴുകുന്ന വഴികളിലൂടെ, ഗംഗാപഥത്തിലൂടെ...

ഗമനം

അതേ നഗരം, അതേ ഹോട്ടൽ, അതേ മുറി.

വിദ്യയോടൊത്ത് കഴിഞ്ഞിട്ടുള്ള നഗരത്തിലെ, ഋഷികേശിലെ, നദിക്കരയിലെ മലനിരകളുടെ നേരേനോക്കും ഹോട്ടലിലെ ഞങ്ങൾ രാപ്പാർത്ത വെള്ളക്കിടക്ക വിരികളുള്ള അതേ മുറി. മങ്ങിമങ്ങിയും മടിച്ചുമുള്ള വെയിൽത്തിളക്കവും ആത്മാവിനെയും കിടുകിടുപ്പിക്കും തണുപ്പുമെല്ലാം അന്നത്തേത് മാതിരിതന്നെ. മുറുക്കാൻകറ കുത്തിയ പല്ലുകളുള്ള നടത്തിപ്പുകാരി ദീദിക്ക് പോലുമില്ല ഒരു മാറ്റവും. എല്ലാം അതേപടി, ആറേഴ് വർഷങ്ങൾക്കുമുമ്പെന്നതുപോലെതന്നെ. ഇവിടെ കാലവും ജീവിതങ്ങളും മഞ്ഞുറഞ്ഞ്, അതേപടിതന്നെ തുടരുകയാണെന്ന് തോന്നി.

ദേവ്പ്രയാഗിൽ നിന്ന് തുടങ്ങണം എന്റെ ഗംഗാപഥയാത്ര. അളകനന്ദയും ഭാഗീരഥിയുമൊന്നിച്ച് ഗംഗയായി മാറുന്ന ദേവപ്രയാഗിൽ നിന്ന്. വിദ്യ മോഹിച്ച യാത്ര. അവൾ കുറിച്ചിട്ട വഴികളിലൂടെ. പഥങ്ങളിലൂടെ.

നീതൂ, ഝാൻസിയിൽനിന്ന് ഋഷികേശിലേക്കുള്ള ദൂരം, ഏതാണ്ട് അറുനൂറോ എഴുന്നൂറോ കിലോമീറ്ററിന്റെ അകലം, ഒരുപക്ഷേ അതിലുമേറെയും. പക്ഷേ ഇടയ്ക്ക് കാര്യമായൊന്നും എന്റെ ഓർമ്മയിൽ തങ്ങിനിൽക്കുന്നുണ്ടായിരുന്നില്ല. ഗ്വാളിയോർ, ആഗ്ര, അലിഗർ, അങ്ങനെ ചില നഗരങ്ങൾ, ഒന്നുരണ്ട് വട്ടം യമുന മുറിച്ചുകടന്നത്, ചിലപ്പൊഴൊക്കെ തെല്ലുദൂരം അതിനോടൊപ്പം സഞ്ചരിച്ചത്, മീററ്റിന് അടുത്തൊരിടത്ത് വൈകിയ രാത്രിയിൽ ഞാൻ തങ്ങിയ സ്ഥലം... അത്രയുമൊക്കെയേ ഓർമ്മയുള്ളൂ.

ജാക്കറ്റുണ്ടെങ്കിലും ബൈക്കോടിക്കുക പ്രയാസകരമായ തണുപ്പുള്ള പ്രഭാതത്തിൽ കാലുകൾക്ക് വേവ് പിടിച്ചതുപോലൊരു ഝടുതിയിൽ ഞാൻ ഝാൻസിയിലെ യാദവിന്റെ വീട്ടിൽനിന്ന് പുറപ്പെട്ടിറങ്ങുകയായിരുന്നു. അത്ര നാളും കരുതലുള്ള ആതിഥേയനായിരുന്ന ആ മനുഷ്യന്റെ നാസ്ത കഴിച്ചിട്ടിറങ്ങാമെന്ന അപേക്ഷയെ അവഗണിച്ചുകൊണ്ട്.

ഇത്രനാളത്തെയും ഈ യാത്രയിൽ എങ്ങോട്ടെങ്കിലും ഒരു ലക്ഷ്യം വെച്ച് ഞാൻ വേഗത്തിൽ നീങ്ങിയ അവസരങ്ങൾ അപൂർവ്വമായേ ഉണ്ടായിരുന്നുള്ളൂ. ഇപ്പോൾ വേഗം വേഗം എന്ന് എന്റെ ഉള്ളിലിരുന്ന് ഗതിവേഗം കൂട്ടിക്കൊണ്ടിരിക്കുന്നു ആ തോന്നൽ. വേഗത്തിൽ, ഇനിയും വേഗത്തിൽ വിദ്യ മോഹത്തോടെ കുറിച്ചിട്ട ഇടങ്ങളിലേക്ക്. ഞാൻ ചെന്നുചേരും മുമ്പേ അവയൊക്കെയും മാഞ്ഞുപോയെങ്കിലോ എന്ന ഭീതിയോടെ. എന്റെ ആശ്വാസം ശാശ്വതമായി ആ ഇടങ്ങളിലാണ് ഉള്ളതെന്ന തോന്നലോടെ.

വിദ്യ, അവളെക്കുറിച്ച് എന്റെ ജീവിതത്തിൽനിന്ന് അവളിറങ്ങിപ്പോകും വരേയ്ക്കുമേ ഞാൻ നിന്നോട് പറഞ്ഞിട്ടുള്ളൂ അല്ലേ നീതു.

വിദ്യ, അവളെയെഴുതുമ്പോൾ എന്റെ കണ്ണു നിറയുന്നു. ഒരു കരച്ചിലെന്റെ നെഞ്ചുഞെരിക്കുന്നു. നിനക്കായി കുറിക്കുന്ന താളുകളിൽ നീരുവീണ് കുതിരുന്നു.

നീതൂ, അന്ന് ഗർവ്വയിലെ ആ തടാകക്കരയിൽ പുലർന്ന രാത്രിക്കു ശേഷം വെയിൽ കുടിക്കാൻ കാത്തുനിൽക്കുന്ന തണുത്ത ജലാശയം നോക്കി വെറുതെ നിൽക്കേ പൊടുന്നനെ ചോദിക്കുകയായിരുന്നു ഹരിപ്രസാദ് സാർ.

''വിദ്യ എന്തുപറയുന്നു നിഷാദ്, കാണാറുണ്ടോ അവളെ? അവരുടെ കാര്യങ്ങൾ എന്തെങ്കിലുമറിഞ്ഞിട്ട് ഒരാണ്ടെങ്കിലും കഴിഞ്ഞിട്ടുണ്ടാവും.''

കുറച്ചുനേരം ഒന്നും മിണ്ടാനാവാതെ, തണുത്ത ആ ദിനാരംഭത്തിൽ ഒരു പ്രഭാതവന്ദനംപോലും കൈമാറാതെ ഹരിസാർ ചോദിച്ചത് വിദ്യയെക്കുറിച്ചുതന്നെയാണ് എന്ന തീർപ്പിലേക്ക് വരാൻ ശ്രമിച്ച് ഞാൻ ജലാശയം നോക്കിനിന്നു.

‘‘നിങ്ങൾക്കിടയിലെന്താണുണ്ടായത് എന്ന് എനിക്ക് അറിഞ്ഞുകൂടാ നിഷാദ്.’’ പിന്നിൽ, എനിക്ക് പുറംതിരിഞ്ഞ് മലനിരകൾക്ക് പിന്നിൽനിന്ന് സൂര്യൻ വെളിപ്പെടുന്നത് നോക്കിനിന്ന് ഹരിസാർ പറയുന്നു.

‘‘നിങ്ങൾ തമ്മിൽ പിരിഞ്ഞു എന്നു മാത്രം അവളെന്നോട് പറഞ്ഞിട്ടുണ്ടായിരുന്നു. കാരണങ്ങളെക്കുറിച്ച് ഞാൻ അന്വേഷിച്ചില്ല. അല്ല, അതുകൊണ്ട് വിശേഷവുമില്ല. ഒരുവർഷം മുമ്പ് വരെ ഇ-മെയിലിലൂടെ അവളുടെ വിശേഷങ്ങൾ ഇടയ്ക്കിടെ എന്നെത്തേടി വരാറുണ്ടായിരുന്നു. അപൂർവ്വമായിട്ട് എങ്കിലും ഫോൺവിളികളും. ഇപ്പോൾ കുറച്ചായി. അല്ലെങ്കിലും ഇക്കാലത്ത് അത്തരം ഇടവേളകൾ സ്വഭാവികംതന്നെയാണല്ലോ.’’

എന്റെ കണ്ണുകൾ നിറഞ്ഞ് തടാകങ്ങളായി. വിദ്യയെക്കുറിച്ച് എപ്പോഴെങ്കിലും ഞങ്ങൾ സംസാരിക്കുമെന്ന് ഞാൻ പ്രതീക്ഷിച്ചിരുന്നതേയില്ലേ? ഇപ്പോഴിതാ ഹരിപ്രസാദ് സാർ മുന്നുരയൊന്നും കൂടാതെ.

‘‘വിദ്യ, വിദ്യ പോയി. വേദനിക്കാൻ കുറ്റബോധത്തിൽ നീറിനീറി ത്തീരാൻ ഭൂമിയിൽ എന്നെ മാത്രം ബാക്കി നിർത്തി, ഉപേക്ഷിച്ച് അവൾ പോയി.’’

പറച്ചിൽ പൊട്ടിക്കരച്ചിലായി പരാവർത്തനം ചെയ്യവേ ഹരിസാർ പിറകിലൂടെ വന്നെന്റെ ചുമലിൽ തൊട്ടു. തണുത്ത നിശ്ശബ്ദമായ കുറച്ച് നിമിഷങ്ങൾ ഞങ്ങൾക്കിയിടയിൽ കടന്ന് പോയി. സാറും കരയുകയാണെന്ന് തോന്നി. അല്ല അത് തോന്നലായിരുന്നില്ല. രക്തബന്ധത്താലോ, ബന്ധുത്തത്താലോ ആരുമല്ലാതിരുന്ന ഒരുവൾക്കായി ഞങ്ങൾ വിഭിന്നമാം കാരണങ്ങളാൽ, വ്യത്യസ്തമാം വികാരവായ്പിൽ തണുതണുത്ത ആ പ്രഭാതത്തിൽ ശൈത്യം ഉറഞ്ഞുകിടക്കുന്ന ജലാശയം നോക്കി കണ്ണീരണിഞ്ഞു.

രേഖയെ പിരിഞ്ഞ വലിയ ശൂന്യത, വ്യഥ... മാസങ്ങൾ ഏറെപ്പിന്നിട്ടിട്ടും അതിൽനിന്ന് ഉയർന്നുവരാതെ അതിന്റെ ആഴത്താഴ്ചകളിൽ വീണുകിടക്കാൻ വിട്ട്, സ്വയം ഉപേക്ഷിക്കപ്പെട്ട ഒരു ജീവിതമായിരുന്നു ആ നാളുകളിൽ എന്റേത്.

ഫോണിലേക്കൊരു സന്ദേശമായാണ് വിദ്യ എന്റെ ജീവിതത്തിലേക്ക് തിരികെയെത്തുന്നത്. അതെ ദീർഘമാം നാളുകളുടെ അല്ല വർഷങ്ങളുടെ തന്നെ ഇടവേളയ്ക്കുശേഷം അവളയയ്ക്കുന്ന ഒന്ന്.

വിദ്യ, സഹീറ, ഉപ്പ, രേഖ... മനുഷ്യർ, പിന്നെ പ്രിയങ്ങളിൽ പ്രിയപ്പെട്ട കവിതയും എന്നെ ഉപേക്ഷിച്ചുപോയ-അതേ, ഒന്നിന് പിന്നാലെ ഒന്നായി എല്ലാം ഇറങ്ങിപ്പോവുക മാത്രം ചെയ്ത- കാലം. ഋതുഭേദങ്ങൾ കടന്നുവരാത്ത ഒരിടത്തെ വൃക്ഷംപോൽ ജീവിതം. ആ സമയത്താണ്...

‘‘നിഷാദ്, നിനക്ക് സുഖമല്ലേ, നീയില്ലാതെ എനിക്കാവുന്നില്ലെടാ. നീയെത്ര മാറിപ്പോയിരിക്കും എന്ന് ആലോചിക്കുമ്പോൾ ഭീതികൊണ്ട് എന്റെ കരൾ വിറയ്ക്കുന്നു. നിന്റെ കാൽവിരലുരുമ്മുന്ന സ്നേഹമായി മടങ്ങിവരുന്നതിൽനിന്ന് എന്നെ തടയാതിരിന്നുകൂടെ ദയവായി. വിദ്യ.’’

സ്നേഹകാലത്ത് ഞങ്ങൾ നാവാടിയിരുന്ന മന്ദ്രമധുരമാം ഭാഷയിൽ, ഇതാ പോയനാളിലും കൂടി ഞങ്ങൾ സംസാരിച്ചിട്ടേയുള്ളൂ. ആയതിന്റെ തുടർച്ച മാത്രം എന്ന മട്ടിലുള്ള സന്ദേശം, അവളുടേതായി ഞാൻ സൂക്ഷിക്കുന്ന നമ്പറിൽ നിന്ന് തന്നെയായിരുന്നു എന്ന് സംശയമേതുമുണ്ടായിരുന്നില്ല. തുറന്ന് നോക്കാതിരുന്നാൽ കാണാതെ പോകുമായിരുന്നത്, കണ്ടാൽ തന്നെയും അവഗണിച്ച് ഉപേക്ഷിക്കാമായിരുന്നത്. പക്ഷേ എന്റെ നാളുകളിൽ, ജീവിതത്തിൽ ആഘാതം പോലെ വന്നു വീഴുകയായിരുന്നു, അവളുടെ, വിദ്യയുടെ വാക്കുകൾ.

ഭയമായിരുന്നു എനിക്ക്. ദുഃഖവും മൂകതയും ഇരുട്ട് തീർത്ത ഷെല്ലിൽ നിന്ന്, സ്വയം പണിത കവചത്തിൽനിന്ന് പുറത്ത് വരാൻ, ചിറക് വിരുത്തി മഞ്ഞും ശൈത്യവും കുടഞ്ഞു കളയാൻ. മറുപടി നൽകുകയുണ്ടായില്ല ഞാനവൾക്ക്, ഒരുവാക്കുകൊണ്ടുപോലും. ക്രൂരമായവഗണിക്കാൻ, ഓർക്കാതിരിക്കാൻ ശ്രമിക്കുകയാണ് ഞാനെന്ന് അവളെയും എന്നെത്തന്നെയും ബോധ്യപ്പെടുത്താൻ, ഉറപ്പിക്കാൻ ഒരു ശ്രമം.

വിദ്യയുടെ വാക്കുകൾ പക്ഷേ പിന്നെയും എന്നെത്തേടി വന്നു. അങ്ങോട്ടുമിങ്ങോട്ടും വാക്കുകൾ യാത്ര പോകുന്ന തുടർഭാഷണത്തിലാണ് എന്നമട്ടിൽ. ഇതാ ഇന്നലേയുംകൂടി ഞങ്ങൾ സംസാരിച്ചതേയുള്ളൂ എന്ന പോലെ.

ചിലപ്പോൾ ഒറ്റ വാക്കുകൾ. ചിലപ്പോൾ ഒറ്റ വാചകങ്ങൾ. ഇനിയും ചിലപ്പോൾ കുറച്ചേറെ വാചകങ്ങളും ചിത്രങ്ങളും.

''നിഷാദ്, എന്നോട് എന്തെങ്കിലും പറയാൻ നീയിനിയും വാക്കുകൾ കണ്ടുപിടിക്കണമെന്നുണ്ടോ. ദയവായി എന്തെങ്കിലുമൊക്കെ പറയെടാ. നിശ്ശബ്ദത എന്റെ ശ്വാസകോശത്തെ പൊതിയുന്നു. എനിക്ക് ശ്വസിക്കാനാവുന്നില്ല. എനിക്ക് കഴിയുന്നില്ല. നീയില്ലാതെ.'' എന്ന്

''അന്നിറങ്ങിപ്പോയ നാളിൽ ഉപേക്ഷിച്ചതല്ലേ പരസ്പരം. പിന്നെ വീണ്ടുമെന്തിന് എന്ന് മാത്രം പറയല്ലേ ദയവായി.'' എന്ന്

''ഓർമ്മകളിലെപ്പോഴും ആ കാലമാണ്. നീയും ഞാനുമുള്ള നമ്മുടെ കാലം.'' അങ്ങനെ വിദ്യയുടെ വാക്കുകൾ.

അപൂർവ്വമായി ചിലപ്പോൾ ഞാൻ ചില വരണ്ട മറുപടികൾ, രണ്ടോ, നാലോ വാക്കുകൾ കൊരുത്ത് അവൾക്ക് അയച്ചു.

ഇടയിൽ ഒരു നാളെന്നെ കാണാൻ വന്നു അവൾ. അവഗണനയുടെ അപമാനത്തിന്റെ കയ്പുനീർ കുടിച്ച് വറ്റിച്ച്, എന്നോടുള്ള സ്നേഹത്തെ പ്രതി.

പുറത്തെവിടെയോ പോയി ക്ഷീണിതനായി ഒരു വെയിലത്ത് ഞാൻ ഓഫീസിലേക്ക് മടങ്ങിവരവേ ഞങ്ങൾ വാഹനങ്ങളൊതുക്കിയിടുന്നിടത്തെ മരച്ചോട്ടിൽ എന്നെ നോക്കി സാകൂതം നിൽക്കുന്നു അവൾ, വിദ്യ. അവളുടെ പതിവ് മട്ടിൽ കൈകൾ പിറകിൽ പിണച്ച് കോർത്ത് ചെറിയ ചിരിയോടെ. കണ്ണുകളിലും ഇടയ്ക്കു മിന്നിപ്പൊലിയുന്ന എനിക്കു പ്രിയമുള്ള അതേ കുസൃതിച്ചിരി.

തെല്ലു നേരമെടുത്തു ഞാനെന്നെ അവിടേയ്ക്ക് കൊണ്ടുവരാൻ. ഒന്ന് നിന്നിടത്ത് തറഞ്ഞുനിന്നും രണ്ടുമൂന്നാവർത്തി ദീർഘമായി ശ്വാസമെടുത്തും സ്വയം സമീകരിക്കാൻ അവളുടെയടുത്തേക്ക് നടന്ന് ചെല്ലേണ്ട ഏതാനും ചുവടുകൾക്കിടയിൽ ഞാൻ ശ്രമപ്പെട്ടു.

മുമ്പ് പലപ്പോഴുമെന്നപോലെ വിദ്യയെന്നെ നയിച്ചു. നിഷാദ് വരൂ എന്നു പറഞ്ഞ് മുമ്പേ നടന്നു. അവളുടെ ഇടത്ത് ഞാൻ ചെന്നുചേർന്നതുപോലെ. ഓഫീസിലെ സന്ദർശകർക്കുള്ള ഇരിപ്പിടത്തിൽ ആദ്യം ഇരുന്നതും അവളാണ്. എതിർഭാഗത്ത് ഞാനും. ഇന്നലെ കണ്ടുപിരിഞ്ഞതുപോലൊരു തുടർച്ചയിൽ വിദ്യയെന്നോട് സംസാരിക്കാൻ തുടങ്ങി.

വർഷങ്ങൾക്ക് മുമ്പേ അവളുടേതായ കാരണങ്ങളാൽ എന്റെ ജീവിതത്തിൽനിന്ന് സ്വയമേ ഇറങ്ങിപ്പോയവൾ. എന്നിട്ടും വിദ്യ സംസാരിക്കുമ്പോൾ കുറ്റബോധവും സംഘർഷവുംകൊണ്ടെന്നപോലെ എനിക്കവളുടെ മുഖത്തു നോക്കാനായില്ല. പലപ്പോഴും തറയിൽ വിരിച്ചിട്ട കാർപ്പെറ്റിലും വശങ്ങളിലെ ചുമരുകളിലുമെല്ലാം എന്റെ നോട്ടം പതറിയും ഇടറിയും പതിഞ്ഞു.

ഇല്ല, ഞാൻ സാധാരണ മട്ടിലാണ് എന്ന് ഭാവിക്കാനായി ഇല്ലാത്ത ഒരു പാട്ടിന്റെ താളം ഞാൻ കസേരക്കൈകളിൽ തീർക്കാൻ ശ്രമപ്പെട്ടു.

ഞാനിരുന്ന ഭാഗത്തെ ജാലകപ്പഴുതിലൂടെ അവൾ പുറത്തേക്കു നോക്കുമ്പോൾ മാത്രം ഒളികണ്ണിട്ട് ഞാനവളെ നോക്കി. ഒരു കളവ് ചെയ്യും പോലെ.

ഇല്ല, വിദ്യയ്ക്ക് കാര്യമായ മാറ്റമൊന്നുമില്ല. വാർന്നുപോവാത്ത വിഷാദമുള്ള കണ്ണുകൾക്കുതാഴെ അതേ കറുപ്പ് ഇപ്പോഴുമുണ്ട്. സ്വതേയുള്ള ശോകച്ഛായ അത് പ്രബലപ്പെടുത്തുന്നുമുണ്ട്. എപ്പോഴും മുഖത്ത് ഒരാഭരണംപോലെ കാണാവുന്ന മുഖക്കുരുവിപ്പോൾ മൂക്കിന് ഇടത് ഭാഗത്താണ്. മൂക്കുത്തികണക്കെ. മറ്റുമാറ്റങ്ങളേതുമില്ല കാര്യമായി. ഞങ്ങൾ കാണാതിരുന്ന ആറുവർഷങ്ങൾ അവൾ മുതിർന്നിട്ടില്ലെന്ന് തോന്നി.

എന്തായിരുന്നു വിദ്യയും ഞാനും സംസാരിച്ച് കൊണ്ടിരുന്നത്?

ജോലിയേയും ആരോഗ്യത്തെയും കാലാവസ്ഥയെയും പറ്റി. എല്ലാത്തിന്റെയും കഠിനതകളെപ്പറ്റി. പൊതുവായി പരിചയമുള്ളവരും അല്ലാത്തവരുമായ മനുഷ്യരെപ്പറ്റി. അങ്ങനെ സാധാരണയായി ഏത് മനുഷ്യരേയുംപോലെ. വർഷങ്ങളുടെ ഇടവേളയ്ക്കുശേഷം ഞങ്ങൾ വീണ്ടും കണ്ടു എന്നതിനപ്പുറം വിശേഷിച്ച് ഒന്നുമില്ലാതെയവശേഷിച്ച ആ മധ്യാഹ്ന കൂടിക്കാഴ്ചയ്ക്കുശേഷം അന്നേദിനം രാത്രിതന്നെ വിദ്യ എനിക്കെഴുതി.

നിഷാദ്,

വർഷങ്ങളുടെ വലിയ ഇടവേളയിൽ നീയെന്നെ സ്നേഹമില്ലാത്ത, പ്രണയമില്ലാത്ത, നിരാർദ്രമായ ഏതേതോ അകലത്തിലേക്ക് വെറുപ്പോടെ കൊണ്ട് ചെന്നാക്കിയിട്ടാണ്ടാവും. ഇല്ല,

നിന്നെ ഞാനെങ്ങനെയാണ് കുറ്റപ്പെടുത്തുക. ഒട്ടു മുറിഞ്ഞെന്ന് തോന്നിയൊരിടക്കാലത്ത് ഇരുണ്ട ഏകാന്തമായ തുരുത്തിൽ തനിയേയാവാൻ ഉപേക്ഷിച്ച് പോയവൾ ഞാനാണല്ലോ.

പക്ഷേ അറിയൂ നിഷാദ്, ഇറങ്ങിപ്പോന്നിട്ടും ഞാനൊരിക്കലും നിന്നെ മറന്നതേയില്ല. ഇല്ല, സഹീറയ്ക്ക് നിന്നെ നൽകാൻ പ്രണയനിരാസത്തിന്റെ കൈപ്പുകുംഭം ശിരസ്സിലേറ്റി സ്വയം ഇറങ്ങിപ്പോന്നവൾ എന്ന കിരീടമൊന്നും എനിക്ക് ചേരില്ല നിഷാദ്. ഒരു പ്രണയിക്ക് പഥ്യമായ അസൂയയും പൊസസീവ്നെസുമെല്ലാം ആയിരുന്നല്ലോ എന്റെ ശിരസ്സിലപ്പോൾ. പക്ഷേ നിന്നെ മറന്നതേയില്ല. അകമേ ഒരിക്കലും നിന്നെ പിരിയാൻ എനിക്കായിട്ടുമില്ല.

വായിച്ചിട്ടില്ലേ നിഷാദ്, ആണ്ടുമുക്കാലും ശൈത്യമുറഞ്ഞ് കിടക്കുന്ന ഭൂഭാഗത്ത് പാർക്കുന്ന ചില ജീവിവർഗ്ഗങ്ങളെപ്പറ്റി. ആഹാരം ഒരു കൊല്ലത്തേക്ക് തികയുന്നത്, അല്ല ഒരായുസ്സിനു തന്നെയും തികയുന്നത് ശൈത്യമല്ലാക്കാലത്ത് സ്വരുച്ചേർക്കുമത്രേ അവ. പിന്നെ അതിൽ നിന്നെടുത്ത്... എടുത്ത്... അങ്ങനെയായിരുന്നു ഞാൻ. അത്രയും നമ്മുടെ പ്രണയകാലമെന്നെ അനുഭവിപ്പിച്ചിട്ടുണ്ടായിരുന്നുവല്ലോ നിഷാദ്. പ്രണയം, ഉത്സവം പോലെയായിരുന്ന പ്രണയം. അതിൽ നാം സ്വരുച്ചേർത്ത ഹർഷങ്ങൾ. ആനന്ദങ്ങൾ. ഹാ, എത്രയെടുത്താലും തീർന്നുപോവാത്തത്. ആ ഓർമ്മകളിൽ നിന്നെടുത്ത്...

നിന്നോട് മിണ്ടാതിരുന്ന, നാം കാണാതിരുന്ന ഈ വർഷങ്ങളിൽ ഇടയ്ക്ക്, ഇടയ്ക്ക് മാത്രം വേറെയും ചില ആലോചനകളിലേക്ക് ഞാൻ ആഴ്ന്നുപോവാതിരുന്നില്ല. സന്തോഷേട്ടനെ പ്രണയിക്കുന്നതിനെക്കുറിച്ചായിരുന്നു അത് എന്റെ ജീവിതത്തിലെ ചില അവഗണനകളെക്കുറിച്ച്, ഉപേക്ഷിക്കലുകളെക്കുറിച്ച്, എന്നെ പിന്നെയും ഓർമ്മിപ്പിച്ചു.

സന്തോഷേട്ടനും ഞാനും. എത്രവേഗമാണ് ഞങ്ങൾ പരസ്പരം ഉപേക്ഷിച്ചുകളഞ്ഞത്. ദാമ്പത്യത്തിന്റെ ആദ്യവർഷങ്ങളിൽ തന്നെ വിരമിച്ചുപോയ രണ്ട് മനുഷ്യർ. അവഗണനയുടെ കൈപ്പ്നിറഞ്ഞ പാനപാത്രങ്ങൾ ഞങ്ങൾ ആദ്യനാളുകളിൽ തന്നെ കൈമാറിയിരുന്നു. മധുരമുള്ളതെന്തെങ്കിലും അക്കാലത്തുനിന്ന് കണ്ടെടുക്കാൻ, എത്രയാലോചിട്ടും എനിക്ക് കഴിയുന്നേ ഉണ്ടായിരുന്നില്ല. പ്രായത്തിന്റെ അന്തരം, പത്തിലേറെ വർഷങ്ങളുടെ വ്യത്യാസം, അത് മാത്രമായിരുന്നില്ല ഞങ്ങൾക്കിടയിൽ ഇഴചേരാതെ നിന്നിരുന്നത്. വിവാഹത്തിന് മുമ്പേ കടുത്ത ഹൃദ്രോഗബാധിതനായിരുന്നു സന്തോഷേട്ടൻ. അകന്ന കുടുംബബന്ധമുണ്ടായിരുന്നു ഞങ്ങൾ തമ്മിലെങ്കിലും അസുഖകാര്യങ്ങളൊന്നും എനിക്കറിയുമായിരുന്നില്ല. സന്തോഷേട്ടനോ വീട്ടുകാരോ പറഞ്ഞുമില്ല. അല്ല, അറിഞ്ഞിരുന്നുവെങ്കിലും എനിക്കതൊരു കാരണവുമായിരുന്നില്ല.

രോഗങ്ങൾ ആരുടെ പിഴവാണ്! നാമൊക്കയും എന്തെന്ത് രോഗങ്ങളുടെ ബീജങ്ങൾ അകമേ പേറിയാണ് പുലരുന്നതെന്ന് ആർക്കാണറിയുക. ഞങ്ങളുടെ ബന്ധത്തിൽ പ്രണയമുണ്ടായിരുന്നോ? പോകട്ടെ സ്നേഹമെങ്കിലും! ചൂടുംചൂരും സംഘർഷങ്ങളും സംഭവങ്ങളുമില്ലാത്ത വെറും വെറുമൊരു ജീവിതം.

പരസ്പരം അത്രയൊന്നും പരിചയമില്ലാത്ത രണ്ടുപേർ ഒട്ടുമേ പരിചയമില്ലാത്ത രണ്ടാളുകളുടെ കഥപറയുന്ന മട്ടിൽ നിസ്സംഗമായ ഒരു ജീവിതം.

രതി, അത് സ്വയം മറന്ന് സ്നേഹത്തോടെ, പ്രണയത്തോടെ, പടവെട്ടും മട്ടിൽ പൊരുതി വീഴുന്ന, വീഴ്ത്തുന്നവിധം വേണമെന്നായിരുന്നു എന്റെ സ്വപ്നം. അങ്ങനെയൊന്ന് ഉണ്ടായില്ലെന്ന് മാത്രമല്ല ആദ്യത്തെ കുറച്ച് നാളുകളുടെ കടം കഴിക്കലിനുശേഷം തണുത്ത മഞ്ഞുഗുഹകളിൽ ഞങ്ങൾ ഞങ്ങളെ കണ്ടെത്തി.

ഹൃദയം വീണ്ടുമൊരിക്കൽകൂടി പിണങ്ങി ആശുപത്രിവാസം കഴിഞ്ഞ് തിരികെയെത്തിയതിന് ശേഷം രതി എന്നത് സന്തോഷേട്ടന് ഭീതിയുടെ പര്യായമായി. അതിന്റെ ഉയരശാഖികളിലേക്കുള്ള പടികയറ്റം ജീവിതത്തിൽനിന്നുള്ള തിരിച്ചിറക്കമാവുമെന്ന തോന്നൽ അസുഖത്തേക്കാൾ കടുത്ത ഭയമായി ആളുടെ ഉള്ളിലുറച്ചു. കിടപ്പ് പോലും ഒരു മുറിയിലെങ്കിലും രണ്ട് കട്ടിലുകളിലായി.

നിഷാദ്, പറഞ്ഞിട്ടില്ലേ ഞാൻ, ഒന്നും വേണ്ടായിരുന്നു, വല്ലപ്പോഴുമൊന്ന് ചേർത്ത് പിടിച്ചിരുന്നുവെങ്കിൽ, പോകട്ടെ വാക്കുകളുടെ തൂവൽകൊണ്ടെങ്കിലും ഒന്ന് തലോടിയിരുന്നെങ്കിലെന്ന് ഞാനെത്ര മോഹിച്ചിട്ടുണ്ടെന്നോ! ഇല്ല, ഒന്നുമുണ്ടായിട്ടില്ല.

അതേ നിഷാദ്, ഇങ്ങനെയൊക്കെയെങ്കിലും നിന്നെപ്പിരിഞ്ഞ ശേഷം സന്തോഷേട്ടനിലേക്ക് മടങ്ങാൻ, പ്രണയപൂർവ്വം മടങ്ങാൻ ഞാൻ ശ്രമങ്ങൾ നടത്തി. അവ പക്ഷേ ദീനദീനം കലാശിച്ചു.

വിചിത്രം, അല്ല വിചിത്രമൊന്നുമല്ല, സ്വാഭാവികം. ആളോട് അങ്ങനെയൊന്ന് എന്റെയുള്ളിൽ ഒരു കാലത്തും ഉണ്ടായിരുന്നിരിക്കില്ല. ഉണ്ടായിരുന്നുവെങ്കിൽതന്നെ അതു പട്ടുപോയിട്ടുണ്ടാവണം.

പ്രണയം, അതിന്റെ നില്പിന് അത് തിരികെ ലഭിക്കണം നിഷാദ്, അല്ലാതെങ്ങനെ?

സത്യത്തിൽ ഞാൻ പറഞ്ഞതിലേറെയും നാം ഒന്നിച്ചായിരുന്ന കാലത്തെ, ഒരുവേള നിനക്ക് കുറച്ചെങ്കിലും അറിയാമായിരുന്ന കാര്യങ്ങളാവും. നിന്നോട് വീണ്ടും പറയുന്നതിലെ ആശ്വാസത്തിന് ഞാനിവിടെ ഒരുവട്ടംകൂടി കോറിയിട്ടുവെന്ന് മാത്രം.

പക്ഷേ ഇനി പറയുന്നത് നീ കേൾക്കൂ, നടുങ്ങാതെ കേൾക്കൂ.

നിഷാദ്, നമ്മുടെയെല്ലാം രഹസ്യങ്ങൾ, നമുക്ക് മാത്രമറിയുന്നതെന്ന് നാം കരുതുന്ന നമ്മുടെ രഹസ്യങ്ങൾ എത്ര സുരക്ഷിതമാണ് ഇക്കാലത്ത്? അല്ല തെല്ലുമേയല്ല. ചെറിയ ഒരശ്രദ്ധ, വിട്ടുപറയുന്ന ഒരു വാക്ക്, കുറച്ചധികമായ ആത്മവിശ്വാസം, ഒക്കെയും നമ്മെ ഒറ്റുകൊടുക്കുന്നു.

നമ്മെപ്പറ്റി അറിയാമായിരുന്നു സന്തോഷേട്ടന്. എങ്ങനെയെന്ന്, എത്ര ആഴത്തിൽ കുഴിച്ച് ചെന്നിട്ടുണ്ട് എന്ന് എത്ര പരപ്പുകളിലേക്ക് തുഴഞ്ഞുചെന്നിട്ടുണ്ട് എന്ന് എനിക്ക് അറിഞ്ഞുകൂടാ. പക്ഷേ അറിയാം, അറിയാമായിരുന്നു.

പട്ടണത്തിൽനിന്ന് സാധനങ്ങൾ വാങ്ങി കാറിൽ മടങ്ങവേ രാത്രി മുഖത്തോട് മുഖം കാണേണ്ടാത്ത ഇരിപ്പിൽ, റോഡിൽ കണ്ണുറപ്പിച്ച് കാറോടിക്കവേ ആമുഖങ്ങളേതും കൂടാതെ പൊടുന്നനവേ, തികച്ചും തികച്ചും പൊടുന്നനവേ, ചോദിക്കുകയായിരുന്നു. നിന്നെപ്പറ്റി.

''അയാൾ, നിന്റെ നിഷാദ് എന്തുപറയുന്നു? സുഖമല്ലേ? നിങ്ങളൊന്നിച്ച് ഇപ്പോൾ യാത്രകളൊന്നുമില്ലേ?''

മുതുകിൽ കത്തിമുനയാഴുംവിധമൊരു നടുക്കമാണ് അന്നേരം എന്നിലുണ്ടാവേണ്ടിയിരുന്നത്. അതുതന്നെയാണ് ഉണ്ടായതും. അതിന് പിന്നാലെ ആത്മാഭിമാനവും സ്വയം സൂക്ഷിക്കുന്ന സ്നേഹവും വാർന്ന് പോയി ഞാനൊരു നിസ്സാരജീവിയായി. എനിക്കെന്നോടു തന്നെ കഠിനമായ പുച്ഛം തോന്നി. സൂക്ഷിക്കുന്ന രഹസ്യം കൈമോശം വന്ന ഒരുവൾക്ക് സ്വയം തോന്നുന്ന നിന്ദ.

നിഷേധമോ മറുപടികളോ കൂടാതെ എന്റെ മൗനത്തിൽ ആ ഭാഷണമവസാനിച്ചു.

ദിവസങ്ങൾ, ഒരുപക്ഷേ ആഴ്ചകൾ തന്നെയും പിന്നിട്ടുപോയിട്ടുണ്ടാവണം. ആശുപത്രിയിൽ നിന്ന് മടങ്ങുന്ന ഒരു രാത്രിയിലാണ് പിന്നെ അതിന് തുടർച്ചയുണ്ടാവുന്നത്. ഞാനായിരുന്നു അന്നേരം വണ്ടിയോടിച്ചുകൊണ്ടിരുന്നത്.

''വിദ്യ, വിരഹം നിന്നെകാർന്നു തിന്നുന്നുണ്ട്. നിന്റെ ഉടലിനെയും. നീ ഒരാതുരയായിരിക്കുന്നു.''

ഒന്നും മിണ്ടാതെ കാറോടിക്കുന്നതിൽ മാത്രം ശ്രദ്ധിക്കുന്നതായി ഭാവിച്ച് റോഡിന്റെ കറുപ്പിൽ കണ്ണുപതിച്ച് ഞാനിരുന്നു.

എന്റെ മൗനം മുറിച്ച് കയറാനാവാതെ ആ സംഭാഷണവും അവസാനിച്ചുപോയി.

വേനൽ മാസങ്ങളിലെ ഉഷ്ണവും പുഴുക്കവും നിറഞ്ഞ ദിവസങ്ങൾപോലെ നീങ്ങാൻ മടിച്ച് ദിനങ്ങൾ ഞങ്ങൾക്കിടയിൽ പിന്നെയും കടന്നു പോയി. വിശേഷിച്ച് ഒന്നുമുണ്ടായില്ല.

അല്ല തീരെ ഉണ്ടായില്ലെന്നല്ല. അത് പറയട്ടെ. രണ്ട് കട്ടിലുകളിലെങ്കിലും ഒരേ മുറിച്ചതുരത്തിലായിരുന്നു ഞങ്ങളുടെ ഉറക്കം. ജാലകച്ചാരെ, വിവാഹജീവിതത്തിന്റെ ആദ്യ വർഷങ്ങളിൽ മാത്രം ഞങ്ങളൊരുമിച്ച് ശയിച്ചിരുന്ന വലിയ കട്ടിലിൽ ഞാൻ. മുറിമൂലയിൽ തെല്ലൊരപകർഷത്തോടെ കിടന്നിരുന്ന ഒറ്റപ്പലകയുടെ ചെറിയ കട്ടിലിൽ സന്തോഷേട്ടനും.

യഥാർത്ഥത്തിൽ ഞങ്ങൾക്കുവേണ്ടിയല്ല, അമ്മയ്ക്കായിട്ടായിരുന്നു ഒരേ മുറിയിലുറക്കമെന്ന ആ നാടകം. അടഞ്ഞ മുറിയുടെ വാതിലിനിപ്പുറത്തെ നിരാർദ്രമായ ഞങ്ങളുടെ ജീവിതത്തെ പ്രതി അമ്മ ഉരുകാനിടവരേണ്ട എന്ന കരുതൽ. സന്തോഷേട്ടൻ പാലിച്ചുവന്ന ഒരു കരുതൽ. പക്ഷേ എനിക്ക് പലപ്പോഴും തോന്നാറുണ്ട്, അമ്മയും ഒരു നാടകത്തിലാണെന്ന്. അതേ നിഷാദ്, നമ്മുടെ രഹസ്യങ്ങളൊന്നും പലപ്പോഴും നമ്മുടേതല്ല.

ഒരു ദിവസം ഞാൻ വീട്ടിൽ മടങ്ങിയെത്തിയപ്പോൾ സന്തോഷേട്ടന്റെ ചെറിയ കട്ടിൽ താഴത്തെ നിലയിലെ മുറിയിലേക്ക് മാറ്റിയിട്ടുണ്ടായിരുന്നു. ആയിടെ രക്താതിസമ്മർദ്ദം കൂടിയുണ്ടെന്ന് നിർണ്ണയിക്കപ്പെട്ട അമ്മയ്ക്ക് കൂടുതൽ ശ്രദ്ധ നൽകാനായി ഒരു കീഴോട്ടിറക്കമെന്ന നാടകം തുടർന്നു. അങ്ങനെ കായികമായിക്കൂടി എന്റെ ഏകാന്തത കൂടുതൽ കടുത്തതും ദാർഢ്യമുള്ളതുമായി. അതിനോടും ഞാൻ പോകപ്പോകെ സമരസപ്പെട്ടു.

ഇടയ്ക്കൊരുദിവസം സന്തോഷേട്ടൻ നിശ്ശബ്ദത മുറിച്ച് മുകളിലേക്ക് കടന്നുവന്നു. എപ്പോഴുമെന്നപോലെ ഗോവണി കയറിയതിന്റെ കിതപ്പകറ്റാൻ ഒന്നു നിന്ന്, ചുണ്ടുകൾ പിളർത്തി ശ്വാസമെടുത്ത്.

ഞാൻ മാത്രമായിരുന്നതിനാൽ ആകെ അഴിഞ്ഞുലഞ്ഞ് തന്നിഷ്ടപ്പടിയൊരു കിടപ്പിലായിരുന്നു ആ സന്ധ്യാനേരത്ത് ഞാൻ. പൊടുന്നനെ ആളെ മുറിയിൽ കണ്ടപ്പോൾ അസമയത്ത് ടെലിഫോൺ മണിനാദം മുഴങ്ങിയാലെന്നപോലൊരാശങ്കയാണ് എന്റെ ഉള്ളിലുണർന്നത്.

എന്താവും എന്ന ആന്തലോടെ കിടക്ക വിട്ടുയർന്നപ്പോൾ സന്തോഷേട്ടൻ പതിയെ നടന്നുവന്ന് എന്റെ ചുമതൽ തൊട്ടു. പിന്നെ സുദൃഢമായ ഒരു ആലിംഗനത്തിൽ എന്നെപ്പെടുത്തി. ഒരു തീവണ്ടി കടന്നുപോകുന്ന സമയത്തിന്റെ ദൈർഘ്യമുള്ള ഒരാലിംഗനം. ആ നേരത്ത് വടക്കോട്ട് പോവുക പതിവുള്ള ഒരു യാത്രാവണ്ടി ഞങ്ങളുടെ വീടിനെ വിറപ്പിച്ച് കടന്നുപോയി തീർന്നപ്പോൾ അതവസാനിച്ചു. നാളേറെച്ചെന്നുള്ള ഗാഢസ്പർശത്തിന്റെ നിമിഷങ്ങളെ ഞാൻ സ്വയംമറന്ന് വരിച്ചു. ആലിംഗനത്തിൽനിന്ന് വിടർന്ന് സന്തോഷേട്ടൻ എന്റെ കട്ടിലിൽ ചെന്നിരുന്നു. പിന്നെ, വിദ്യ, വരൂ ഇരിക്കൂ എന്ന് ഉറപ്പോടെ ക്ഷണിച്ചു.

അന്നേരം കേൾക്കാൻ മോഹിച്ചിരുന്ന ഏക വാചകം ആ ക്ഷണമാണ് എന്നപോലെ ഞാൻ ആൾക്കുചാരെ ചെന്നിരുന്നു.

പരസ്പരം പഥ്യമില്ലാത്ത ചില നിർണ്ണയങ്ങളേയും തീർപ്പുകളേയും അവകാശപ്രകടനങ്ങളെയുംപ്രതി നമ്മളെത്ര കുഞ്ഞുപിണക്കങ്ങളുടെ മുള്ളുകൾ പോറിയിട്ടുണ്ട് നിഷാദ്. പക്ഷേ സന്തോഷേട്ടനെക്കുറിച്ച് അങ്ങനെ ഒരോർമ്മയുടെ തുണ്ടുപോലുമില്ല എന്റെയുള്ളിൽ. ജനിക്കുംമുമ്പേ തോറ്റുപോയ, വിരമിച്ച് കഴിഞ്ഞ, തികച്ചും നിർമമനായ ഒരാൾ സന്തോഷേട്ടൻ, ഞങ്ങളുടെ ബന്ധത്തിലുമതേ.

വിചിത്രം, എപ്പോഴെങ്കിലും തെല്ലധികാരം എനിക്കുമേൽ പ്രകടിപ്പിക്കാൻ ശ്രമപ്പെടുന്ന ഒരുവനായിരുന്നു അയാളെങ്കിലെന്ന് ഞാൻ വിചാരിച്ചിട്ടുണ്ട്. കൂട്ടാനിലെ രുചിഭേദങ്ങളെച്ചൊല്ലി പരാതിപ്പെടുന്ന, കിടപ്പുമുറിയിലെ പൊഴിഞ്ഞുകിടക്കും മുടിനാരിഴകളെപ്രതി ശാപവാക്കുകളുതിർക്കുന്ന, ഉടുപ്പിലെ മാഞ്ഞുപോയ ഇസ്തിരിവടിവു നോക്കി മുഖം കറുപ്പിക്കുന്ന, എങ്ങോട്ടെങ്കിലും പുറപ്പെട്ടിറങ്ങവേ ഉണ്ടാവുന്ന കാലവിളംബത്തെക്കുറിച്ച് കോപിക്കുന്ന ഒരു സന്തോഷേട്ടനെ കാണണമെന്ന് ഞാൻ മോഹിച്ചിട്ടുണ്ട്.

ഇല്ല, എന്റെ ഓർമ്മയിലെവിടെയും അങ്ങനെയൊരു തുണ്ടുപോലുമില്ലായിരുന്നു. അന്ന് പക്ഷേ ബാക്കിവെച്ച കടങ്ങൾ, അവയിൽ ചിലതെങ്കിലും വീട്ടാനൊരുമ്പെടുകയാണ് സന്തോഷേട്ടനെന്ന് എനിക്ക് തോന്നി. കട്ടിലിൽ എന്റെ തൊട്ടടുത്ത് കണ്ണിൽ കണ്ണ് കൊരുത്ത്, ചിലപ്പോൾ ചുമലിൽ കൈവെച്ച് അങ്ങനെയായിരുന്നു മിക്കപ്പോഴും സംസാരം.

ഒരുവേള ഏറെനാളുകൾക്കുശഷം കൂടുതൽ ഉറപ്പോടെ ആളെന്നെ കിടക്കയിലേക്ക് ചായ്ച്ച് രതിയിൽ എനിക്കെപ്പോഴും പ്രിയമായ കരുത്തിന്റെ വേഗ-ആവേഗങ്ങളിലേക്ക് ആഴ്ന്നും ഉയർന്നും എന്നോടൊത്ത് പറന്നേക്കുമെന്ന് തോന്നിച്ചു.

“വിദ്യ, പ്രണയമില്ലായ്മ ഓരോ അണുവിലും നിന്നെ കൊല്ലുന്നുണ്ട്.” നിശ്വാസങ്ങൾ കൂട്ടിമുട്ടാവുന്നത്രയും അടുത്ത് മുഖമണച്ച് സന്തോഷേട്ടൻ പറഞ്ഞുതുടങ്ങി.

“പ്രണയകാലത്ത് ഒരു പൂമരം പോലെയായിരുന്നു വിദ്യ നീ. പൂവാകയും പൂത്തിലഞ്ഞിയും പോലൊരുവൾ. സുഗന്ധവും ഭംഗിയും നിന്നിൽ സ്വരുച്ചേർന്നിരുന്നു അക്കാലം. എത്രനേരമെടുത്താണ് നീ നിന്നെത്തന്നെ അണിയിച്ചൊരുക്കിയിരുന്നത്. എന്തുശ്രദ്ധയും സൂക്ഷ്മതയുമായിരുന്നു നിനക്കതിൽ. ഒന്നൊന്നോട് അണുവിടയ്ക്കുചേരും ആടകൾ. തിരഞ്ഞു തിരഞ്ഞ് ഒടുവിൽ കൃത്യം കൃത്യമായി നീ കണ്ടെത്തും ചില്ലുവളകൾ. വളയക്കമ്മലുകൾ. നോട്ടം കൂർത്തുമൂർത്തതാക്കും ഇത്തിരിവട്ട മൂക്കുത്തിതിളക്കങ്ങൾ. ഭൂഗോളത്തോളം പോരുന്ന വലിയപൊട്ട്!

ഹാ... എന്തൊരു ആത്മവിശ്വാസമായിരുന്നു നിന്റെ ഓരോ കുഞ്ഞുനടത്തങ്ങളിൽപോലും. വിദ്യാ, പ്രണയിക്കുന്ന, പ്രണയിക്കപ്പെടുന്ന പെണ്ണൊരുത്തിയുടെ ചെറുഅഹങ്കാരത്തിന്റെ തല ഉയർത്തി നീങ്ങൽ, നിനക്കത് ഒരു അലങ്കാരമായിരുന്നു അന്നാളുകളിൽ. അകന്ന് നിന്ന്, എന്നാൽ സൂക്ഷ്മമായിത്തന്നെ നിന്നെ കാണുന്ന ഒരുവനിലേക്ക്, എന്നിലേക്കുകൂടി പടരുന്ന ഗൂഢാനന്ദം.

വിദ്യ, പിന്നീടെപ്പോഴാണ് നീ സ്വയം നഷ്ടപ്പെട്ട് തുടങ്ങിയത്?

അല്ല, അങ്ങനെ ചോദിക്കേണ്ടതില്ല, കൃത്യമായും അറിയാം, എനിക്കും നിനക്കും. കാമുകനോട് കലഹിച്ച് പ്രണയത്തിൽ നിന്ന് നീ ഇറങ്ങിപ്പോന്ന ആ നാളുകൾ മുതൽ അങ്ങനെയായിരുന്നു. സ്വയം ക്ഷയിക്കാൻ, ആത്മാവിനും ഉടലിനും മീതെ മണ്ണുവന്നു മൂടാൻ നീ അനുവദിക്കുകയായിരുന്നു.

പക്ഷേ വിദ്യ, വിചിത്രമെന്ന് പറയട്ടെ, നിങ്ങളുടെ വേർപിരിയലിൽ എനിക്കൊരാഹ്ലാദവും തോന്നിയിരുന്നില്ല. മറിച്ച് വേദന തോന്നുകയും ചെയ്തു. ഒരുവേള നിന്നോളംതന്നെ വിരഹം ഞാനും അനുഭവിക്കുന്നതുപോലെ.

ഭാര്യയുടെ പ്രണയത്തെ പിന്തുടരുന്ന, അതിന് ഉള്ളംകൊണ്ട് കാവലാളാവുന്ന, അത് അവസാനിക്കുമ്പോൾ ദുഃഖംപേറുന്ന ഭർത്താവ്! ഞാനെന്തൊരുതരം മനുഷ്യനാണെന്ന് നീ കരുതുന്നുണ്ടാവും അല്ലെ. ഇടയ്ക്കൊക്കെ ഞാനും അങ്ങനെ സ്വയം ചോദിക്കാതെയല്ല. പക്ഷേ എനിക്കങ്ങനെയാവാനേ കഴിയു വിദ്യ. മേലിലും ഞാനങ്ങനെയൊക്കെയായിരിക്കുകയും ചെയ്യും.

വിദ്യ, ഇത്ര ദീർഘമായി ഈയടുത്ത കാലത്തെപ്പോഴെങ്കിലും നമ്മൾ സംസാരിച്ചിരുന്നിട്ടുള്ളത് എന്റെ ഓർമ്മയിലില്ല. മിക്കപ്പോഴും പരിചയമില്ലാത്ത ഭാഷയിൽ നാവാടേണ്ടിവരുന്ന രണ്ട് മനുഷ്യരെപ്പോലെ പരിമിതമായ വാക്കുകളാൽ തപ്പിയും തടഞ്ഞുമായിരുന്നു നാമെപ്പോഴും. പക്ഷേയിപ്പോൾ.... പറഞ്ഞുവന്നത്, വിദ്യ, നീ തിരികെ മടങ്ങണം. നിന്റെ പ്രണയത്തിലേക്ക്, ജീവിതത്തിലേക്ക്, പഴയ നിന്നിലേക്ക്.''

അതെ, വർഷങ്ങളുടെ, നീണ്ട നീണ്ടവർഷങ്ങളുടെ ഇടവേളയ്ക്ക്ശേഷം ദീർഘമായി സംസാരിച്ച് സന്തോഷേട്ടൻ ഇറങ്ങിപ്പോയശേഷം ഞാനന്ന് ഏറെനേരം മുറിയിലിരുന്നു.

നിഷാദ്, സത്യത്തിൽ നമ്മെക്കുറിച്ച് ആൾക്കറിവുണ്ടായിരുന്നു എന്ന് വെളിപ്പെട്ട ആ രാത്രി നേരത്തെക്കാൾ ഞാൻ കൂടുതൽ നടുങ്ങിയത് ദീർഘഭാഷണത്തിന്റെ ഈ വൈകുന്നേരമാണ്.

ഇപ്പോൾ ആ ദിവസം പിന്നിട്ട് കുറെയേറെ നാളുകൾക്കിപ്പുറം ഇതെഴുതുമ്പോഴും നടുക്കത്തിന്റെ ആഘാതത്തിൽനിന്ന് ഞാനെന്നെ കഷ്ടി മോചിപ്പിച്ചിട്ടേയുള്ളു നിഷാദ്.

ഇവിടെ, ഈ വീട്ടിൽ പക്ഷേ ആ ദിവസത്തിനുശേഷം എല്ലാം പഴയപടി ആവുക തന്നെയായിരുന്നു. തുടരുകതന്നെ യായിരുന്നു. വലിയ ഈ വീട്ടിൽ രാത്രി മാത്രം ഒന്നിച്ചുണ്ടാവുന്ന, വല്ലപ്പോഴും ഒരു വാക്കുമിണ്ടുന്ന, രണ്ട് മുറികളിൽ ഉറങ്ങുന്ന ഞങ്ങൾ.

ഇല്ല, തീരെ മാറ്റമുണ്ടായില്ല എന്നല്ല, സന്തോഷേട്ടൻ അമ്മയോട് ഇനിയും കൂടുതൽ അടുത്തു. സ്വതേ ഒരമ്മക്കുഞ്ഞായിരുന്ന ആൾ ഞങ്ങളുടെ ബന്ധത്തിൽ അമ്മയ്ക്കായി സൂക്ഷിച്ചിരുന്ന നാട്യങ്ങൾ അവസാനിപ്പിച്ച് കൂടുതൽ കൂടുതൽ അമ്മയിലേക്ക് ചുരുങ്ങി. കിടപ്പ് തന്നെ അമ്മയോടൊപ്പം, അമ്മയുടെ കട്ടിലിലായി.

നിഷാദ്, ഞാനിതത്രയും വിശദവും വിപുലവുമായി എഴുതുമ്പോൾ നീ കരുതുന്നുണ്ടാവും, ഞാൻ ഇപ്പോൾ സ്വതന്ത്രയാണ്, നിന്നിലേക്ക് ഒരുകാറ്റുകണക്കെ വന്നുചേരാൻ തക്കവണ്ണം സ്വതന്ത്രയാണ് എന്ന് പറയാൻ ശ്രമിക്കുകയാണ് എന്ന്. നിഷാദ്, അങ്ങനെ പുതിയതായി വന്ന് ചേരാൻ ഒന്നുമില്ലെടാ. കാരണം ഞാനൊരിക്കലും അകമേ നിന്നിൽ നിന്ന് പിരിയുന്നേയില്ലല്ലോ.

വിദ്യ.

കൈപ്പടയെഴുത്തിലെങ്കിൽ ഒരുപാട് പുറംവരുമായിരുന്ന സുദീർഘമായ ആ കത്തിനും ഞാൻ കാര്യമായ മറുപടിയൊന്നും നൽകുകയുണ്ടായില്ല. വായിച്ചു. നന്ദി എന്നോ മറ്റോ ചില വെറും വാക്കുകളൊഴികെ.

സത്യത്തിൽ എന്റെ മനസ്സിലപ്പോൾ എന്തായിരുന്നു? ഒരുതരം വല്ലാത്ത ശൂന്യത. ഒപ്പം ഭയവും. അത് മാത്രം നീതു. രേഖ ഏല്പിച്ച് പോയ ആഘാതത്തിനുശേഷം എനിക്ക് ഭയമായിരുന്നു, പ്രണയത്തിന്റെ ആഴപാതാളത്തിലേക്ക് വീണു പോവാൻ, ഉയരശൃംഖങ്ങളിലേക്ക് കയറി ച്ചെല്ലാൻ. പ്രണയത്തിന്റെ ചൂടും കൊടുംവേവും ശൈത്യവും ഒടുവിലെ, ഒടുവിലെയാ ഏകാന്തമേകാന്തമാവലും അതിന്റെ വെറും ഓർമ്മയിൽ പോലും എന്നെ അസ്ഥി ചുളുന്നനെ വിറപ്പിച്ചു, ഭീതിപ്പെടുത്തി.

പ്രണയത്തിന്റെ പറുദീസകളിൽ നിന്ന് എത്രയെത്രയോവട്ടം ഒന്നിന് പിന്നാലെ ഒന്നായി പുറത്താക്കപ്പെട്ടവൻ. എടുത്തെറിയപ്പെട്ടവൻ എന്ന് ഞാൻ സ്വയം പിൻവലിഞ്ഞവനായി.

വിദ്യ, അവളെ അകംപുറം എനിക്കറിയാമായിരുന്നു. അവൾക്കു തിരികെയും. വീണ്ടുമൊരു പ്രണയകാലത്ത്, അതിന്റെ പൂക്കാലത്ത് ഞങ്ങൾക്ക് എളുപ്പം ചെന്ന് നിൽക്കാമായിരുന്നു. തടസ്സമില്ലാത്തൊരൊഴുക്കാകാമായിരുന്നു. ആഴംതൊടെ മുങ്ങി നിൽക്കാമായിരുന്നു.

ഇഷ്ടം തന്നെയായിരുന്നു എനിക്കവളെ. പക്ഷേ, പറഞ്ഞുവല്ലോ. ഏതേതോ ഉൾഭീതികളാൽ ഞാൻ സ്വയം ഉപേക്ഷിക്കപ്പെട്ടവനായി. ഞാനെന്നിലേക്ക്, അവളിലേക്ക് ഞങ്ങളുടെ പ്രണയത്തിലേക്ക് തിരികെ മടങ്ങിയില്ല.

വിദ്യ ഒരുവട്ടംകൂടി എനിക്കെഴുതി. ഇത്തവണ വീട്ടുവിലാസത്തിൽ ഒരു കത്തായിരുന്നു. ഒരിക്കലൊരു പ്രണയദിനത്തിന് ഞാനവൾക്ക് സമ്മാനിച്ച ഇളംനീലത്താളുകളുള്ള നോട്ട്പാഡിൽനിന്നും ഒന്ന് പരുക്ക നായി കീറിയെടുത്ത് വരിയൊപ്പിക്കാത്ത ഒരവസാന എഴുത്ത്.

നിഷാദ്,

ഞാൻ പോവുകയാണ്. ഒരു വേള ഈയെഴുത്ത് നിന്നെ തൊടുംമുമ്പെ തന്നെ. അല്ലെങ്കിലും മരണത്തിലുമാരും അവ സാനിച്ചുപോവുന്നില്ലെന്ന്, പദാർത്ഥങ്ങളും ധാതുക്കളുമായി മാറുന്നതേയുള്ളൂ എന്ന് ഞാനെവിടെയോ വായിച്ചുവല്ലോ.

മടുപ്പോ നിരാശതയോ എന്തെല്ലാമോ എന്നെ കാർന്ന് തിന്നുന്നുണ്ട്. ഒപ്പം രഹസ്യങ്ങളെല്ലാം നഷ്ടപ്പെട്ട് പോയല്ലോ എന്ന ശൂന്യതയുമുണ്ട്. നമ്മുടെ പ്രണയമാവട്ടെ എനിക്ക് തിരികെവന്ന് ചേരാനാവാത്ത വാഗ്ദത്ത ഭൂമിയായി നിൽക്കു കയും. നിഷാദ്, നാമൊന്നിച്ച് പോവണമന്ന് കിനാക്കണ്ട ഇടങ്ങളിലെല്ലാം ഇനി നീ തനിയെ ചെന്ന് നിൽക്കണം. നിർമമമായി നിരാർദ്രമായി എന്നെ ഓർക്കണം, ഇഷ്ടത്തിന്റെ അവസാനകണികയിൽ നിന്നുപോലും എന്നെ ഇറക്കിവിട്ട് ഉപേക്ഷിക്കണം. നീ സ്വതന്ത്രനാവണം.

നിഷാദ്, വിട.

വിദ്യ.

വിദ്യ പോയി, ഒരു രാത്രിയിൽ. ഞങ്ങൾ ഒരുമിച്ചും തനിയെ തനി യേയും യാത്ര പോയിട്ടുള്ള പാളത്തിലൂടെ നടന്നുനടന്ന്. പിന്നാലെ ചൂളം കുത്തിവരുന്ന മരണത്തെ തിരിഞ്ഞുനോക്കാതെ.

നീതൂ, അവളുടെ, വിദ്യയുടെ കടം വീട്ടലാണ് ഇനി എന്റെ യാത്ര. ജീവിച്ചിരിക്കേ ഞങ്ങൾ ഒരുമിച്ച് പോകുമെന്ന് കിനാവിൽ വരച്ചിട്ട വഴികളിലൂടെ ഇടങ്ങളിലൂടെ.

ബന്ധുര

ഖുഷിരഹോ അഭിഭീ കഭീഭീ എന്ന് രേഖപ്പെടുത്തിയ കമാനമുള്ള താമസയിടം പിന്നിടുമ്പോൾ എന്റെ ഹൃദയം പക്ഷേ കനപ്പെട്ട് വിങ്ങി.

ഓർത്തെടുക്കാൻ സന്തോഷം മാത്രം സൂക്ഷിച്ചിട്ടുള്ള ഒരിടം. വിയർ പ്പിന്റെ ഗന്ധംകൊണ്ടുപോലും ഞങ്ങൾ - ഞാനും വിദ്യയും- രണ്ടു പേരായിരുന്നു എന്ന് തോന്നിക്കാത്ത ഈ താമസയിടം. ഇനിയുമാരും കണ്ടെത്തിയിട്ടില്ലാത്ത ദ്വീപെന്നമട്ടിൽ ഞാനും അവളും മാത്രമായിരുന്ന മൃദുവായ പ്രസാദാത്മകത ചൂഴ്ന്ന് നിൽക്കുന്ന മുറി. മെലിഞ്ഞ് നീണ്ട് ഭംഗിയെഴും വിരലുകളാൽ വിദ്യ നീക്കിയിട്ട ജാലകശീലകൾ. ഒരു സാമ്രാജ്യത്തിന്റെ കുഞ്ഞുറാണിയെന്നപോലെ ക്രാസിയിൽ തൂവെള്ള തലയിണവെച്ച് അവൾ ചാരിയിരുന്ന കട്ടിൽ. പുലർച്ചകളിൽ വിട്ടു

പോവാത്ത ഉറക്കാലസ്യവുമായി അമ്മയുടെ ഗർഭപാത്രത്തിലെന്നപോലെ അവൾ മടിച്ചുചുരുണ്ടുകിടന്ന ചൂരൽക്കസേര. ഏറ്റിത്തെറിപ്പിച്ച് നനച്ചും പരസ്പരം കുളിപ്പിച്ചും കുളിച്ചും ഞങ്ങൾ കുതിർന്ന് കുളിർന്ന് നിന്ന കുളിമുറി. ചുമലിലും അരവൃത്തത്തിലും കൈകൾക്കൊരുത്ത് ഞങ്ങൾ നദിയും നിലാവും ചേരുന്നത് നോക്കി നോക്കി നിന്ന മട്ടുപ്പാവ്.

താമസിച്ചതിന്റെ ബില്ലടയ്ക്കും നേരത്ത് റിസപ്ഷനിലെ ആ ദീദി എന്നെ തിരിച്ചറിയുമെന്ന്, ഭഗവാന്റെ മണ്ണിൽനിന്ന് ഗർഭം ധരിക്കാനിട വരട്ടെയെന്ന് വിദ്യയെ അനുഗ്രഹിച്ചത് ഓർമ്മിക്കുമെന്ന്, അവളേയും കുഞ്ഞിനെയും കുറിച്ച് അന്വേഷിക്കുമെന്ന് ഞാൻ വൃഥാ വിചാരിച്ചു.

ഇല്ല, ഒന്നുമുണ്ടായില്ല. എത്രയെത്ര മനുഷ്യർ വന്നു ചേരുന്ന ഇട മാവണം അത്. എത്രയെത്ര പേർക്ക് അവർ ഒരേ അനുഗ്രഹംതന്നെ കൈമാറിയിട്ടുണ്ടാവില്ല! അന്ന് ഞങ്ങളിറങ്ങുന്നതും കാത്ത് തൂവെള്ള നിറമുള്ള ആ കാർ കിടന്നിടത്തായിരുന്നു ഞാൻ ബൈക്ക് ഒതുക്കി യിരുന്നത്. അങ്ങോട്ട് നടക്കവേ ഞാൻ വെറുതെ തിരിഞ്ഞുനോക്കി. അയ്യോ തെല്ലു വൈകിപ്പോയല്ലോ എന്ന ധൃതിച്ചുവടുകളോടെ വിദ്യ നടന്നുവരുന്നുണ്ടോ എന്ന്.

ഋഷികേശിൽനിന്ന് ഗംഗ പിറക്കുന്ന ദേവ്പ്രയാഗിലേക്കുള്ള വഴി ഓരോ കാതവും ഞാൻ ഇപ്പോൾ അറിഞ്ഞു. അന്ന് വിദ്യയ്ക്കൊപ്പ മായിരിക്കവെ സ്നേഹത്തിന്റെ തുളുമ്പലും വിങ്ങലും ഭാരരാഹിത്യവും ഒരേസമയമനുഭവിച്ച് ഒരിക്കലുമവസാനിച്ച് പോവരുതേ എന്ന് കരു തിയ വഴി ദൂരം. പക്ഷേ തനിയെ പിന്നിട്ടപ്പോൾ ആ എഴുപതിൽച്ചില്വാനം കിലോമീറ്ററുകൾ ഒരിക്കലുമവസാനിക്കാത്ത, ഓടിയിട്ടുമോടിയിട്ടും തീരാത്ത അകലമായി എന്നെ ഘനപ്പെടുത്തി.

ദേവ്പ്രയാഗ്. ഗംഗയുടെ ഉത്ഭവം നോക്കി കുറച്ച് നേരം മാത്രമേ എനിക്ക് നിൽക്കാനായുള്ളൂ. നീരുറന്ന് കാഴ്ചകൾ അന്യമാവാൻ തുടങ്ങി. വിദ്യ, അവൾ മോഹിച്ച യാത്ര. കൂടെയുണ്ടായിരുന്നുവെങ്കിൽ ഇടയ്ക്കിടെ നിഷാദ്, നിഷാദ് എന്ന് പേർ ചൊല്ലി വിളിച്ച് മിണ്ടി ദീർഘ നേരം നോക്കി നിന്നേനെ നദിയാരംഭം. പങ്കുവെയ്ക്കുമായിരുന്നു ഭ്രാന്തമാം മോഹങ്ങൾ, കല്പനകൾ.

നിഷാദ്, നമുക്ക് നദിയുടെ കരപറ്റി നടക്കാം. പോകപ്പോകെ ആഴവും പരപ്പുമാവാഹിക്കും നദിയുടെ വൃദ്ധിവികാസങ്ങൾക്കൊപ്പം. ഇടയ് ക്കെല്ലാം തെല്ലുമെലിഞ്ഞ് നിറഭേദംവന്ന് വീണ്ടും കൈവഴിയൊഴുക്കു കളെ വരിച്ച് ഘനപ്പെട്ട് ഒഴുകുന്ന നദിക്കൊപ്പം. അത് പരന്ന് പരന്നൊ ഴുകും ഭൂമികകളിലൂടെ അത് ചെന്നുതൊടും ജീവിതങ്ങളിലൂടെ. ഒരി ക്കലും അവസാനിക്കാത്ത ഒരു നടന്നു നടന്നു നീങ്ങൽ. ഒടുവിലായത് ചെന്ന് ചേരും സമുദ്രം വരേയ്ക്കും.

ഭക്തർക്ക് ഏറെ പ്രിയപ്പെട്ടതായ നഗരത്തിലൂടെ, ദേവ്പ്രയാഗിലൂടെ, ഞാൻ കുറച്ചേറെ നേരം അലഞ്ഞു. എനിക്ക് പ്രിയമുള്ള ഒരുവളുടെ മുഖം ഓരോ ചുവടിലും ഒരു ജപം പോലെ ഓർമ്മിച്ച്, ഓർമ്മിച്ച്.

പേരറിയാത്ത രണ്ടുമരങ്ങൾ ഒരാലിംഗനത്തിലെന്നപോൽ ഉടൽ കോർത്ത് നഗരത്തിനാകെതന്നെയും തണലൊരുക്കുന്ന ഒരിടത്തായിരുന്നു ഞാൻ മോട്ടോർ സൈക്കിൾ ഒതുക്കിയിരുന്നത്. ദീർഘമായ നടപ്പിനുശേഷം ഞാൻ തിരികെ വന്നപ്പോൾ ഉടൽഭാരം എന്റെ വാഹനത്തെ ഏല്പിച്ച് ചില്ല് ടംബ്ലറിൽനിന്ന് ചായ രുചിച്ച് മധ്യവയസ്സ് പിന്നിട്ട ഒരു സ്ത്രീ നിൽക്കുന്നതു കണ്ടു.

നാട്ടിൽനിന്നുള്ള ഒരു വാഹന നമ്പർ കണ്ടതിന്റെ സന്തോഷം, സ്വാതന്ത്ര്യമെടുപ്പ് എന്നവർ ചിരിച്ചു. പിന്നെ ഒരുചായ കുടിക്കാൻ എന്നെയും ക്ഷണിച്ചു. കുറച്ചേറെ നേരത്തെ നടപ്പുകൊണ്ട് നല്ല ക്ഷീണം തോന്നിത്തുടങ്ങിയിരുന്നു. പാതയോരത്ത് ആഹാരപാനീയങ്ങൾ മാത്രം വിൽക്കുന്ന ഏതാനും കടകളുണ്ടായിരുന്നു. അവയുടെ മുമ്പിൽ ഞാൻ ഒന്നാമത്തേതും അവർ രണ്ടാമത്തേതും ചായ കുടിച്ചുനിൽക്കെ പരസ്പരം പരിചയപ്പെട്ടു.

ബന്ധുര, അതായിരുന്നു അവരുടെ പേര്. പേര് ഒരുവട്ടംകൂടി ആവർത്തിച്ച് അതിനൊരു വിശദീകരണവും കൂടി നൽകി അവർ.

“മലയാളത്തിലൊന്നും അങ്ങനെ കണ്ടേക്കാനിടയില്ലാത്ത പേരാണ്, ബംഗാളിപ്പേര്. ഞാൻ ജനിക്കുമ്പോൾ ബംഗാളിലായിരുന്നു അച്ഛൻ. കേരളത്തിൽനിന്ന് തൊഴിൽ തേടി ആളുകൾ അങ്ങോട്ട് പോകുന്ന അക്കാലത്ത് അവിടെയൊരു കമ്പനിയിലായിരുന്നു അദ്ദേഹത്തിന് ജോലി. ഒരുപക്ഷേ അക്കാലത്തെയൊരു കോമൺ പേരായിരുന്നിരിക്കണം. അതുമല്ലെങ്കിൽ അച്ഛന്റെ പൂർവ്വകാമുകിയുടെ നാമം. ബന്ധുര.”

അവർ പൊട്ടിച്ചിരിച്ചു. പിന്നെ തുടർന്നു. “ഏതായാലും നിങ്ങളെന്നെ എല്ലാവരും വിളിക്കുന്നതുപോലെ ബന്ധു എന്നു വിളിക്കൂ. സുഹൃത്ത് എന്നത്രെ അതിന് അർത്ഥം.”

സരസമായും വാചാലമായും സംസാരിക്കുന്ന ഒരു സ്ത്രീ. ബന്ധുര.

നാട്ടിലൊരു പൊതുമേഖലാ സ്ഥാപനത്തിലായിരുന്നു അവർക്ക് ജോലി. പക്ഷേ പെൻഷൻപ്രായമാവും മുമ്പേ സ്വയംവിരമിച്ചു. ഭരണകൂടം അതിനെ പൂർണ്ണമായും കൊന്നുകളയും മുമ്പേ ഇത്തിരി പ്രതാപം ബാക്കിനിൽക്കേ തന്നെ ഞാൻ അവിടുന്ന് പടിയിറങ്ങിയെന്ന് കാലമാവാതെയുള്ള ആ വിരമിക്കലിനെപ്പറ്റി അവർ ചിരിച്ചു.

ഉത്തരാഖണ്ഡിന്റെ, ഉത്തർപ്രദേശിന്റെ ചില ഭാഗങ്ങളിലൂടെ ഒരു സഞ്ചാരത്തിലാണവർ, ഭർത്താവ് അജിത്, ഒരു ആയുർവേദ ഡോക്ടർ. ഇരുവരും ഒന്നിച്ചാണ് യാത്രകൾ പതിവ്. പ്രത്യക്ഷത്തിൽ ഒരലച്ചിൽ തന്നെയെങ്കിലും നന്നായി തയ്യാറെടുത്ത് നടത്തുന്ന യാത്രകൾ. ഇത്തവണ ചില അത്യാവശ്യങ്ങൾ കാരണം പങ്കാളിക്ക് അവസാനനിമിഷം യാത്രയിൽനിന്ന് പിൻവാങ്ങേണ്ടിവന്നു. പക്ഷേ പദ്ധതിയിട്ട യാത്ര മുടക്കാൻ മനസ്സുവരാത്ത ബന്ധു യാത്ര തുടരുന്നു.

“ഇനി ഹരിദ്വാറിലേക്ക് അല്ലേ?” ചായ കുടിച്ച് കഴിഞ്ഞ് പൊടുന്നനെ അവർ ചോദിച്ചപ്പോൾ ഞാൻ അമ്പരക്കാതിരുന്നില്ല. നാട്ടിൽ

എവിടെയാണ് എന്നതിനപ്പുറം എന്നെക്കുറിച്ചെന്തെങ്കിലും ഞാനവരോട് പറഞ്ഞിരുന്നില്ല.

എന്റെ മുഖഭാവം കണ്ട് അവർ ചിരിച്ചു.

''സൂക്ഷിക്കൂ, ഞങ്ങൾ മധ്യവയസ്സ് പിന്നിട്ടവർക്ക്, വിശേഷിച്ചും സ്ത്രീകൾക്ക്, ഇങ്ങനെ ഉള്ളുകാണാൻ ചില കഴിവുകളുണ്ട്. എക്സ്ട്രാ സെൻസറി പെർസപ്ഷൻ.''

ഞാൻ ഒന്നും മിണ്ടാതെ പതിയെ മോട്ടോർ സൈക്കിളിന് അടുത്തേക്ക് നീങ്ങി.

''ഞാനും ഹരിദ്വാറിലേക്ക് തന്നെയാണ്.'' ബന്ധു പറഞ്ഞു. ''പാവം എന്റെ ഡോക്ടർ യാത്ര ഉറപ്പാണെന്ന പ്രതീക്ഷയിൽ ഞങ്ങൾ രണ്ടുപേർക്കുമായി ബുക്ക് ചെയ്തിട്ട മുറി അവിടെ എന്നെ കാത്തിരിക്കുന്നു.''

അവർ ചിരിച്ചു. ''വിരോധമില്ലെങ്കിൽ നിങ്ങളോടൊപ്പം ഞാനും വരട്ടെ? ആലിലപോലെ എപ്പോഴും ഇളകുന്ന നാവ് ചലിപ്പിക്കാതെ ഞാൻ പിന്നിൽ ഇരുന്നുകൊള്ളാമെന്ന് ഇതാ വാക്കുനൽകുന്നു.''

നീതൂ, കൃത്യമായും ഒരുകൂട്ട് മോഹിക്കുംവിധം കടുത്തതായിരുന്നു ആ നേരത്ത് എന്നെ ഗ്രസിച്ചിരുന്ന ഏകാന്തത. ദേവ്പ്രയാഗിൽനിന്ന് ഹരിദ്വാറിലേക്കുള്ള യാത്രയിൽ ബന്ധുര എന്ന ആ സ്ത്രീ എനിക്ക് കൂട്ടായി. 90 കിലോമീറ്ററിന്റെ വഴിദൂരത്തിനിടെ പക്ഷേ നിശ്ശബ്ദമായിരിക്കുമെന്ന വാക്കുപാലിക്കാൻ മാത്രം അവർക്ക് സാധിച്ചില്ല. അവർ തുടരെ സംസാരിച്ചുകൊണ്ടിരുന്നു. അന്നേരം പക്ഷേയത്, വാക്കുകൾ, ഒരു തലോടൽപോലെ എന്നെ ശമിപ്പിക്കുന്നുണ്ടായിരുന്നു.

നീതൂ, മറ്റൊരവസരത്തിലായിരുന്നുവെങ്കിൽ എന്നെ ഏറെ സന്തോഷിപ്പിക്കുമായിരുന്ന ചിലത് പരസ്പരം മുഖം കാണാതെയിരുന്നുള്ള ആ യാത്രയിൽ സംഭവിച്ചു. എന്റെ നാടും ഇടവുമെല്ലാം ചോദിച്ചറിഞ്ഞപ്പോൾ ഒരെഴുത്തുകാരനെന്ന നിലയിൽ അവരെന്നെ തിരിച്ചറിഞ്ഞതായിരുന്നു അതിൽ ആദ്യത്തേത്. രണ്ടാമത്തേത് എന്റെ കവിതയിലെ ചില വരികൾ അവർ പദാനുപദം ഓർത്തുവച്ചിട്ടുണ്ടായിരുന്നു എന്നതാണ്.

> മുള്ളും മുനയും മറുമൊഴിയും
> പദസ്വനത്തിന്റെ പെരുപ്പംപോലും
> ഇഴപിരിച്ചോർക്കും ഓർമ്മ
> എന്റേത്, ഏറെ ഉദാരം.
> വാക്കും വരികളും മുഖംപോലും വിഴുങ്ങും
> അർത്ഥഗർഭങ്ങളുടെ നിന്റെമറവി
> ഏറെ ഉൽകൃഷ്ടം.
> അതിന് ഉപഹാസശരങ്ങളുടെ
> ഇഴചേർത്ത് എന്റെ പ്രണാമം.

ഓടുന്ന ബൈക്കിലിരുന്ന് അവരത്, ഇടയിലെ ഒരുഭാഗം, ഉറക്കെ ചൊല്ലി. ഞാൻ പോലും മറന്നുപോയ എന്റെ വരികൾ. അത്ര വിശിഷ്ടമൊന്നുമല്ലെങ്കിലും, നൊന്തുനൊന്തും പേർത്തുംപേർത്തും ആലോചിച്ചാലോചിച്ചും ഞാൻ എഴുതിയിട്ട വരികൾ.

അതേ നീതൂ, മറ്റൊരവസരത്തിലായിരുന്നുവെങ്കിൽ എത്ര ആഹ്ലാദകരമായി മാറുമായിരുന്ന മുഹൂർത്തം. ഇപ്പോൾ പക്ഷേ എന്റെയുള്ളിൽ തൊടാതെ.

ഹരിദ്വാറിൽ ഞങ്ങൾ വൈകുന്നേരത്തിന് മുമ്പേ എത്തിച്ചേർന്നു. പലവട്ടം തീവണ്ടികൾ മാറിമാറിക്കയറി വിദ്യയോടൊപ്പം ഈ നഗരത്തിൽ വന്നുചേർന്നത് പൊടുന്നനെ ഞാൻ ഓർമ്മിച്ചു. അന്നും തണുപ്പ് കടുത്തുനിന്ന ദിവസങ്ങളായിരുന്നു.

ബന്ധുരയുടെ വാചാലത തെല്ലൊന്ന് നേർപ്പിച്ചിരുന്ന എന്റെയുള്ളിൽ വീണ്ടും വിഷാദം തിടം വെയ്ക്കുന്നത് ഞാനറിഞ്ഞു.

നഗരത്തിൽതന്നെ എങ്കിലും ഒരല്പം തിരക്കുകുറഞ്ഞ ഒരു ഭാഗത്തായിരുന്നു ബന്ധുരയ്ക്കായി മുൻകൂറായി മുറി ബുക്ക് ചെയ്തിരുന്ന ഹോട്ടൽ. അന്ന് ആ നഗരത്തിൽ തങ്ങിയശേഷം തുടർയാത്ര എന്ന തീരുമാനം അതിനകം ഉരുവപ്പെട്ടിരുന്നതിനാൽ ഞാൻ വണ്ടിയൊതുക്കി ബാഗുമായി ഒന്നാംനിലയിലെ മുറിയിലേക്ക് അവരെ പിന്തുടർന്നു.

''ഭക്തിയുടെ, ലഹരിയുടെ നഗരം.''

തെരുവ് കാണാവുന്ന, മുറികൾക്ക് പൊതുവായുള്ള വരാന്തയിൽ നിന്ന് പുറത്തേക്ക് നോക്കിനിൽക്കെ ബന്ധു പിന്നിൽനിന്ന് പറഞ്ഞു.

''മുകുന്ദന്റെ എഴുത്ത് ലഹരിയായി ശിരസ്സിനെ മൂടി നിന്ന കാലത്ത് മനസ്സിൽ കുറിച്ചിട്ട ഇടമാണിത്. എന്തെല്ലാമോ കാരണങ്ങളാൽ വന്നുചേരാൻ വൈകി. പാവം എന്റെ അജിത്ത്. തണുതണുത്ത നഗരഗലികളിലൂടെ ബാംഗിന്റെ ഗന്ധം തിരഞ്ഞൊരു യാത്ര അവന്റെ പദ്ധതിയിലുണ്ടായിരുന്നു. പാവം.''

അന്നേരം തെരുവിലൂടെ ഒരു കുതിരവണ്ടി ലോഹം തറയിലുരയുന്ന ശബ്ദത്തോടൊപ്പം കടന്നുപോയി.

ഗംഗ കാണാൻ ഞങ്ങളിറങ്ങിയപ്പോൾ വൈകുന്നേരമായിരുന്നു. പകലിന് തെളിച്ചം പിന്നെയും കുറഞ്ഞു. തണുപ്പ് കുറച്ച് കൂടുകയും ചെയ്തു. മോട്ടോർവാഹനങ്ങൾക്ക് പ്രവേശനാനുമതിയില്ലാത്ത വഴികളിലൂടെ സ്നാനഘട്ടിലേക്ക് നടന്നുപോകണമെന്നായിരുന്നു എനിക്ക്. ബന്ധുവിന്റെ താല്പര്യത്തിൽ പക്ഷേ ഞങ്ങളൊരു സൈക്കിൾറിക്ഷയിലാക്കി സഞ്ചാരം.

സ്നാനഘട്ടുകളിൽ തിരക്കുകുറഞ്ഞ ഒരു ഭാഗത്തേക്ക് സ്ഥിരമായ അദ്ധ്വാനംകൊണ്ട് ഇരുണ്ടും മെലിഞ്ഞുമായിപ്പോയ റിക്ഷാക്കാരൻ വേഗത്തിൽ ചവിട്ടി.

''ഗംഗാജീ കാ ആരതി അഭി ശുരു ഹോഗയാ ഹോഗാ. ആപ് ലോക് ധോടാ ജൽദി നികൽനാ ചാഹിയേ ദാ...''

ഹരിദ്വാറിലെത്തുന്ന അസംഖ്യം ഭക്തരിൽ രണ്ടുപേർ എന്നുറപ്പിച്ച് കഠിനാദ്ധ്വാനത്തിനിടെ തലതിരിച്ച് റിക്ഷാക്കാരൻ പറഞ്ഞു. തെല്ലൊന്ന് കുറ്റപ്പെടുത്തുംമട്ടിലൊരു ശാസനാഭാവമുണ്ടായിരുന്നു അയാളുടെ സ്വരത്തിന്.

പ്രാർത്ഥന ഞങ്ങളുടെ കാര്യമേയല്ലെന്ന് അയാളോട് പറഞ്ഞില്ല. അല്ലെങ്കിലും എല്ലാം എപ്പോഴും പറഞ്ഞിട്ട് എന്ത്? സ്നാനഘട്ടിലേക്കിറങ്ങുന്ന പടിക്കെട്ടിനരികിൽ ഞങ്ങളെ ഇറക്കി, സ്വസ്ഥമായി പ്രാർത്ഥിച്ച് ആരതി കഴിഞ്ഞുവരൂ ഞാനിവിടെയിരിക്കാം എന്ന് നിർദ്ദേശം വച്ച റിക്ഷാവാലയെ വേണ്ട ഞങ്ങൾ കൂടുതൽ വൈകുമെന്ന് പറഞ്ഞ് പണം നൽകി തിരിച്ചയച്ചശേഷം ഞങ്ങൾ പടിക്കെട്ടുകളുടെ തുടക്കത്തിലൊരിടത്ത് ഇരുന്നു.

താരതമ്യേന തിരക്കുകുറഞ്ഞയിടം എന്ന് റിക്ഷാക്കാരൻ തിരഞ്ഞെടുത്ത അവിടെയും പക്ഷേ നൂറുകണക്കിനാളുകൾ ആ സന്ധ്യാനേരത്ത് വന്നു ചേർന്നിട്ടുണ്ടായിരുന്നു. വേർതിരിച്ചെടുക്കാനാവാത്ത പ്രാർത്ഥനകളുടെ, പ്രകീർത്തനങ്ങളുടെ, ഗാനാലാപനങ്ങളുടെ അസംഖ്യം ശീലുകൾ. മുനിഞ്ഞുനിൽക്കുന്ന ദീപങ്ങൾ നെഞ്ചോടമരെ ചേർത്തുപിടിച്ച്, തങ്ങളുടെ പ്രാണൻതന്നെയും ആ നാളത്തിലാണെന്നവണ്ണം അത് അണഞ്ഞുപോവാതിരിക്കാൻ ശ്രമപ്പെട്ട് ശ്രദ്ധയോടെ നദിയിലേക്കിറങ്ങുന്നവർ. ആ ഭാഗത്ത് നിശ്ചലമായ ഒരു തടാകംപോലെ തോന്നിച്ച നദിയുടലിൽ മുങ്ങിനിവരുന്നവർ.

പടവുകളിൽനിന്ന് ഗംഗയെ നോക്കിയിരിക്കേ ഞാൻ വിദ്യയെക്കുറിച്ച്, ഒരാളോട്, ബന്ധുവിനോടുകൂടി ഉള്ളു തുറന്നു. വാചാലത മറ്റാരുടേയോ, സവിശേഷതയാണ് എന്ന് തോന്നിക്കുംവിധം നിശ്ശബ്ദമായിരുന്ന് അവരെന്നെ പൂർണ്ണമായും കേട്ടു.

ഒടുവിൽ കൽപ്പടവുകളിൽ വെച്ചിരുന്ന എന്റെ കൈകൾതൊട്ട് അവർ പറഞ്ഞു.

''സൺ, ദുഃഖിക്കരുതെന്ന് ഞാൻ പറയുന്നില്ല. അതെളുപ്പവുമല്ല. അങ്ങനെയൊരു നില പതിയെയേ സാധ്യമാവൂ. പക്ഷേ കുറ്റബോധത്തിന്റെ ശിക്ഷയിൽ സ്വയം വേവിക്കുന്നതിൽ നിന്ന് മോചിപ്പിച്ചെടുക്കൂ. വിദ്യ, ഒടുവിലായി എഴുതി അയച്ചതുപോലെ നമുക്ക് കണ്ടെടുക്കാനാവാത്ത സാന്നിദ്ധ്യമായി, ഓർമ്മയായി ഇവിടെ ബാക്കി നിൽക്കുന്നുതന്നെയുണ്ട്, തീർച്ച. പിന്നെ, ഈ യാത്രയും ഒരു കടംവീട്ടൽ കൂടിയാണല്ലോ. വഴിയിലത്രയും അവളുടെ ഓർമ്മകൾ പേറി, ഉരുകി, ഉരുകി...''

മുറിയിലേക്കുള്ള മടക്കം എന്റെ ഇഷ്ടംപോലെ കഴിയുന്നത്രയും നടന്നാവട്ടെയെന്ന് അവർ പറഞ്ഞപ്പോൾ സവാരിക്കു ക്ഷണിക്കുന്ന സൈക്കിൾ റിക്ഷാക്കാരെ അവഗണിച്ച് ഞങ്ങൾ ഗംഗയുടെ കരയിൽ നിന്ന് തിരികെ നടക്കാൻ തുടങ്ങി.

തൊട്ടുതൊട്ടല്ലാതെ മനുഷ്യർക്ക് മുന്നോട്ടു നീങ്ങാനോ പരസ്പരം പിന്നിടാനോ കഴിയാത്ത വൈകുന്നേരത്തെരുവിലൂടെ ഒട്ടൊന്ന് ക്ലേശിച്ച് നടക്കവേ അവർ, ബന്ധു അവരുടെ വാചാലത തിരികെ പിടിച്ചു.

കേൾക്കുന്നതും എന്നെ ശമിപ്പിക്കുന്നുണ്ടെന്ന്, ആശ്വസിപ്പിക്കുന്നുണ്ടെന്ന് എനിക്ക് തോന്നി. എനിക്കവരോട്, ബന്ധുര എന്ന ആ സ്ത്രീയോട് ഒരിഷ്ടം തോന്നി.

"ഞാനവനെ, അജിത്തിനെ ശരിക്കും മിസ് ചെയ്യുന്നുണ്ട്. വൈകുന്നേരത്തെരുവിലൂടെ നടക്കുക എന്നത് ലോകത്തിന്റെ ഏത് ഭാഗത്തും അവന് പ്രിയതരമായകാര്യമാണ്."

നടപ്പിൽ തെല്ല് മുമ്പിലായിപ്പോയ എന്നോടൊപ്പം ഒരു ചെറുഓട്ടത്തിലെന്നപോലെ അടിവെച്ച് വന്ന് കാതരമായൊരൊച്ചയിൽ അവർ പറഞ്ഞു.

"പാവം, ക്ലിനിക്കിലെ തിരക്ക് അയയുന്ന മധ്യാഹ്ന നേരങ്ങളിൽ അവൻ സമയമെടുത്ത് ഗവേഷണം ചെയ്തുറപ്പിക്കുന്നതാണ് യാത്രാവഴിയും കാണേണ്ട സ്ഥലങ്ങളും താമസ ഇടങ്ങളുമെല്ലാം. പാചകത്തിൽ സഹായിക്കാത്തതിന്, പാത്രങ്ങൾ കഴുകിവെക്കാത്തതിന്, മുഷിഞ്ഞ ഉടുപുടവകൾ അങ്ങിങ്ങ് കൂട്ടിയിടുന്നതിന് എല്ലാമെല്ലാം എല്ലാ ഭാര്യമാരേയുംപോലെ കലമ്പൽ കൂട്ടുന്നവളാണ് ഞാൻ. പക്ഷേ അവൻ ചെയ്യുന്ന പലതും എനിക്കും, ഞാൻ ചെയ്യുന്ന പലതും അവനും അത്ര എളുപ്പം സാധ്യമല്ലെന്ന് അറിയാതെയല്ല അത്.

വെറും ഒരു മണിക്കൂർ, പോകട്ടെ രണ്ട് മണിക്കൂർ സമയംകൊണ്ട് എങ്ങനെയാണ് വില്ലേജോഫീസിലെ, ഡ്രൈ വാഷ് കടയിലെ, വാഹനപ്പുക പരിശോധനകേന്ദ്രത്തിലെ, സൂപ്പർമാർക്കറ്റിലെ കാര്യങ്ങൾ ചെയ്തുതീർത്ത് ഇതൊക്കെയെന്തെന്ന് അവൻ ചിരിച്ചു നിൽക്കുന്നത് എന്ന് എനിക്കതിശയമാണ്.

പാവം, ഇത്തവണ ഞങ്ങളുടെ നിയന്ത്രണത്തിലല്ലാത്ത ചില തടസ്സങ്ങൾ, അത് ഞങ്ങളുടെ കൂട്ടുസന്തോഷത്തിന്റെ വഴിമുടക്കി. ചിലപ്പോഴൊക്കെ നമ്മുടെ സമയം നമ്മുടേതല്ല എന്ന് പറയാറില്ലേ. നമ്മളല്ല അത് നിയന്ത്രിക്കുന്നത് എന്നും. ഇനിയത് നിയന്ത്രിക്കാൻ വല്ല ദൈവവുമുണ്ടെന്ന് വരുമോ?"

ബന്ധു ഉറക്കെ ചിരിച്ചു. പിന്നെ തുടർന്നു.

"ഞാനും അജിത്തും സമപ്രായക്കാരാണ്. സത്യത്തിൽ ഏതാനും മാസങ്ങളുടെ മൂപ്പ് എനിക്കുണ്ട് താനും. തികച്ചും അറേഞ്ച്ഡായ കല്യാണത്തിനുശേഷം താരതമ്യേന നേരത്തെയുള്ള പ്രായത്തിലാരംഭിച്ച ദാമ്പത്യം. അതിന്റെയീ സോകോൾഡ് വിരസത, മുപ്പതുകളുടെയൊടുവിലോ നാല്പതുകളിലോ ആരംഭിക്കുന്നത്. അങ്ങനെയൊന്ന് ഞങ്ങളെ തീണ്ടിയില്ലെന്ന് വേണം പറയാൻ. അതുകൊണ്ടുതന്നെ മധ്യവയസ്സിലെ പ്രണയം, വഴിമാറിനടത്തം, അതിന്റെ കൗതുകങ്ങൾ ഒന്നും എന്നെയാവേശിച്ചില്ല. എനിക്കങ്ങനെ കഴിയുമായിരുന്നില്ല എന്നതാണ് സത്യം. എന്റെയിഷ്ടങ്ങൾ സ്ഥിരവും സുദീർഘവും ആഴത്തിലുള്ളവയുമാണ്. അതങ്ങനെ പതുക്കെ പതുക്കെ ഇൻവോൾവ് ചെയ്തുവന്നുറയ്ക്കുന്നതാണ്. ഇടയ്ക്കിടെ മറ്റെന്തിലേക്കെങ്കിലും പതറിപ്പോവുന്നത്, പറന്നുചെന്ന് പറ്റുന്നത് ഒന്നുമല്ല അത്. സ്ഥിരമായ ചിലതിൽ, മനുഷ്യരിൽ അങ്ങനെ ചുറ്റിവരിഞ്ഞു നിൽക്കുന്നതാണത്. വലിയ ആതുറവിയും ഗൂഢതയില്ലായ്മയും എന്തൊരു സ്വാതന്ത്ര്യമാണെന്നോ എന്തൊരാനന്ദമാണെന്നോ. വലിയ ഒരാൾക്കൂട്ടത്തിനിടയിലൂടെ ആർക്കും കാണാനാവാതെ നാം നടക്കുന്ന ഒരാനന്ദം.

ഇതത്രയും പക്ഷേ എന്റെ കാര്യം മാത്രമാണ്. അജിത്തിന്റെ കാര്യത്തിൽ ഒരിക്കലൊരു, ഒരേയൊരിക്കലൊരു ഇഴപിരിയലുണ്ടായി. ഒരു വഴിമാറി നടത്തം. അത് പക്ഷേ ഞാനായിട്ടു കണ്ടെത്തിയതൊന്നുമായിരുന്നില്ല. ഉള്ള് നിറയുന്ന കുറ്റബോധത്തോടെ അവനെന്നോട് പറയുകയായിരുന്നു. പത്ത് മാസം നീണ്ടുനിന്ന ഒരു ബന്ധം. അവന്റെ ഗോപ്യമായ സാഹസികത. അറിഞ്ഞപ്പോൾ ഞാനവനോട് ക്ഷോഭിച്ച് വശായൊന്നുമില്ല. ഞങ്ങൾ പരസ്പരം അങ്ങോട്ടുമിങ്ങോട്ടും തുറന്നിട്ട വാതിലുകളാണ് എന്ന എന്റെ വിചാരത്തിന്, അങ്ങനെയായിട്ടും അകമേ കയറി ഒന്ന് നോക്കാത്തതിന്, ആ തോൽവിക്ക് എന്നോടുതന്നെ എനിക്ക് പരിഹാസം തോന്നി. അത്ര മാത്രം. അതും കുറച്ചു നാളത്തേക്ക് മാത്രം. പതിയെ എനിക്കെന്നോട് സഹതാപം തോന്നി. അവനോടും. ഞാൻ ക്ഷമിച്ചു.

മറക്കാനെന്നപോലെ ക്ഷമിക്കാനും കഴിയുന്നത് നമ്മളെ മനുഷ്യരാക്കുന്നു. ഇപ്പോൾ അങ്ങനെയൊരു മുള്ളു തറഞ്ഞതിന്റെ വേദനയില്ല, ഒരു ശേഷിപ്പുമില്ല. മകൻ മുതിർന്ന് ആളായപ്പോൾ അവനോട് പറഞ്ഞ് ചിരിക്കുന്ന ഒരു തമാശ മാത്രമായി ഞങ്ങൾക്കത്. ആ ഇടർച്ച ഞങ്ങളുടെ സ്നേഹത്തെ പ്രബലപ്പെടുത്തുകയാണ് ചെയ്തത്. എന്റെ അജിത്, എന്റെ അജിത് എന്ന് ഞാൻ ഇടയ്ക്കിടെ പറയുന്നത് ആത്മാർത്ഥമായി തന്നെയാണ്.

അതെ, മറക്കാനെന്നപോലെ ക്ഷമിക്കാനും കഴിയുന്നത് നമ്മളെ മനുഷ്യരാക്കുന്നു.

പതിയെ എങ്കിലും തുടർച്ചയായ നടപ്പ് അവരെ, ബന്ധുരയെ, ക്ഷീണിപ്പിക്കുന്നുണ്ടെന്ന് തോന്നി. റിക്ഷയെടുക്കാമെന്ന നിർദേശം എന്നിട്ടുമവർ അവഗണിച്ചു.

രാത്രി വളരെ കൂടുതൽ നിറപ്പകിട്ട് അണിയുന്ന നഗരത്തിലൂടെ ഞങ്ങൾ പതുക്കെ നടന്നു. ഇടയ്ക്ക് പലതരം പക്കോടകൾ മാത്രം വിൽക്കുന്ന ഒരു ഭാഗത്തെത്തിയപ്പോൾ ചായ കുടിക്കാനായി താരതമ്യേന തിരക്ക് കുറഞ്ഞ ഒരു കടയുടെ മുമ്പിൽ ഞങ്ങൾ നടപ്പ് മുറിച്ചു.

ആലുപക്കോട. തിരഞ്ഞെടുത്തത് ബന്ധുതന്നെയാണ്. ഒരു കടലാസ്പ്ലേറ്റിൽ നിന്ന് പങ്കിട്ടുകഴിക്കേ അവർ തന്നെ ചായയും തിരഞ്ഞെടുത്തു. "ദോ ചായ്... ഏക്മേ ഷുഗർ സ്യാദാ നഹി ചാഹിയേ."

പക്കോട തീരുംമുമ്പേ ചായയുമെത്തി.

"പ്രണയമിറങ്ങിപ്പോയാൽ ക്ഷമിക്കാമായിരുന്നു. പക്ഷേ ജീവിതത്തിൽനിന്ന് മധുരമിറങ്ങിപ്പോവുന്നത് എങ്ങനെയാണ് സഹിക്കുക?"

ഏലക്കായും ഇഞ്ചിയുമിട്ട് തിളപ്പിച്ച ചായ മൊത്തവേ ബന്ധു ചിരിച്ചു. പരിചയപ്പെട്ടതിന് ശേഷം ആദ്യമായി അവരുടെ മുഖത്ത് ശോകത്തിന്റെ നിഴൽ മിന്നിയതുപോലെ എനിക്ക് തോന്നി.

"മധുരം എന്റെ ഏറ്റവും പ്രിയങ്കരമായ രുചിയായിരുന്നു. നാൽപ്പത്തിനാലാം പിറന്നാളിന്റേയന്ന് വൈകുന്നേരമാണ്, അത് എന്റെ

ജീവിതത്തിൽ നിന്നിറങ്ങിപ്പോവുന്നത്. ഞാൻ കുറച്ചൊന്ന് മെലിയുന്നുണ്ടോ എന്ന് അജിത്തിന് തോന്നിയ സംശയത്തെതുടർന്ന് നടത്തിയ ഒരു റൂട്ടീൻ ചെക്കപ്പ്. വേണ്ടായിരുന്നു അത്. അല്ലെങ്കിൽ പിടിക്കപ്പെടാത്ത ഒരു കള്ളംപോലെ എനിക്കിപ്പോഴും മധുരം നുകരാമായിരുന്നു.''

ബന്ധു ചിരിച്ചു.

''ഞാൻ ആശിച്ച് ആവാഹിച്ച് കൊണ്ടുവന്ന അസുഖമെന്നാണ് അജിത്ത് പറയുക. അമ്മയ്ക്ക് പ്രമേഹമുണ്ടായിരുന്നു. ആകാരംകൊണ്ടും രീതികൾകൊണ്ടും അവരുടെ മട്ടുകാരിയായിരുന്ന ഞാൻ അതെപ്പോഴും പ്രതീക്ഷിച്ചുകൊണ്ടിരുന്നു. അത് വന്നുചേരുകയും ചെയ്തു.

അജിത്ത് പറയാറുള്ളത് നേരായിരിക്കും. നമ്മൾ എന്തിനെയെങ്കിലും കുറിച്ച് ആലോചിച്ചുകൊണ്ടിരുന്നാൽ അത് നമ്മുടേതാവും എന്ന്. അതിപ്പോൾ നല്ലതാണെങ്കിലും അല്ലെങ്കിലും. അവൻ, അജിത്ത്, എന്നെ പരിഹസിക്കുമ്പോൾ ഞാൻ ചുമ്മാതിരിക്കുകയൊന്നുമില്ല. ഞാൻ അവന്റെ ആതുരത പറഞ്ഞ് തിരിച്ചടിക്കും. ഇടയ്ക്ക് നിലവിട്ട് മുകളിലേക്കും അതുപോലെ നിലയില്ലാതെ താഴേക്കും വീഴുന്ന രക്തസമ്മർദ്ദത്തെ പ്രതി. അല്ല അവനെ കുറ്റപ്പെടുത്താനാവില്ല. എന്തൊരു സ്വസ്ഥതയില്ലാത്ത ജോലിയാണ് അവർ ഡോക്ടർമാരുടേത്. കാണുമ്പോഴെല്ലാം അസുഖത്തെക്കുറിച്ച് നാവാടുന്ന ഒരു പറ്റം മനുഷ്യരുമായുള്ള ഇടപെടൽ. ദിനേന, നിരന്തരം. സമ്മർദ്ദം ഉടലിനെ ബാധിച്ചില്ലെങ്കിലേ ഉള്ളൂ. അജിത്തിന്റെ ഒരു കൂട്ടുകാരിയുണ്ട്. ഡോക്ടർ റസീന. അവരാണ് ഞങ്ങൾ രണ്ടുപേരുടേയും ഡോക്ടർ. പറ്റിയ കൂട്ടാണ് അവർ ഞങ്ങൾക്ക്.

പ്രഷർ അത്ര കുറഞ്ഞു, പഞ്ചസാര ഇത്ര കൂടി എന്നിങ്ങനെ നിങ്ങളെന്തിനാണ് ഈ അക്കങ്ങളെ പ്രതി വറീഡാവുന്നത്? കാണുമ്പോഴൊക്കെ അവർ ചോദിക്കും.

ആ അക്കങ്ങൾ ഞങ്ങൾ ഡോക്ടർമാർക്കുള്ളതല്ലേ. നിങ്ങൾ അതോർത്തിരിക്കുന്നതുകൊണ്ട്, അതിനെപ്പറ്റി ആകുലപ്പെടുന്നതുകൊണ്ട് ദോഷമല്ലാതെ ഗുണമൊന്നുമില്ല. അപ്പോൾ അതെല്ലാം വിടുക. എല്ലാം ഒരു കളിയിലെന്നപോലെ ആഘോഷമായി എടുത്ത് അങ്ങനെ പോവുക. അതേ സൺ. അങ്ങനെയൊക്കെയാണ് ഇപ്പോൾ ഞങ്ങളുടെ ജീവിതവും. യാത്രകൾ, പുസ്തകങ്ങൾ, സിനിമകൾ, സൗഹൃദങ്ങൾ എല്ലാമായി ആഘോഷമായി അന്തസ്സോടെ ഒരു പോവൽ.''

പാതിദൂരം നടന്നു പിന്നിട്ടശേഷം ഞങ്ങളൊരു റിക്ഷയെടുത്തു. എന്നിട്ടും മുറിയിലെത്തിയപ്പോൾ എട്ടുമണികഴിഞ്ഞിരുന്നു. ഏറെദൂരം നടന്നുവെങ്കിലും കാര്യമായി വിയർത്തിരുന്നില്ല. നല്ല തണുപ്പുണ്ടായിരുന്നുവെങ്കിലും ഒന്ന് ഉടൽ നനയ്ക്കുന്നത് ക്ഷീണമകറ്റാൻ നന്നെന്ന് തോന്നി.

പാകം ചെയ്ത ആഹാരത്തിന്റെ ഗന്ധത്തിലേക്കാണ് കുളികഴിഞ്ഞിറങ്ങിയത്.

''രാത്രിയിൽ ചില ഗുളികകൾ വിഴുങ്ങാനുള്ളതാണ് എനിക്ക്. അതിനുമുമ്പ് ആഹാരം കഴിച്ചില്ലെങ്കിൽ മരുന്നുകൾ എന്റെ കുടൽ

ഒരു ദാക്ഷിണ്യവും കൂടാതെ കടിച്ചുപറിക്കും. അതുകൊണ്ട് ഞാൻ ഭക്ഷണം ഓർഡർ ചെയ്തുവരുത്തി.'' വെളുപ്പിൽ പൂക്കളുള്ള വിരിയിട്ട മേശമേൽ ഭോജ്യങ്ങൾ നിരത്തവേ ബന്ധു ചിരിച്ചു. ഒരുവട്ടം കൂടിയൊന്ന് തലതുടച്ച് ടവ്വൽ വിരിച്ചിട്ട് ഞാനും അവർക്കരികിൽ ചെന്നിരുന്നു. ചില്ല് ടംബ്ളറുകളിൽ ശ്രദ്ധയോടെ അവർ വെള്ളം പകർന്നു. ചെറിയ തീൻ മേശയിൽ തൊട്ടുതൊട്ടിരുന്ന് ഞങ്ങൾ ആഹാരം കഴിക്കാനാരംഭിച്ചു.

''സൺ, നോക്കൂ... ഭാവിയിൽ നീ നോവലെഴുതുമ്പോൾ ചേർക്കാവുന്ന നാലുവരികൾ ഞാൻ പറയട്ടെ.'' ബന്ധു കുറഞ്ഞൊരു ഗൗരവത്തിൽ എന്നെ നോക്കി. ഞാൻ ശരിയെന്ന് തലയിളക്കി.

''പ്രണയം ബിരിയാണി ഉണ്ടാക്കുന്നതുപോലെയാണ്. ഒരേ ചേരുവകളാൽ വ്യത്യസ്ത ആളുകൾ തയ്യാർ ചെയ്താലും ഓരോ ബിരിയാണിക്കും വ്യത്യസ്ത രുചി ആയിരിക്കും. എന്തിന്, ഒരേ ആൾ തന്നെ ഒരേ ചേരുവയാൽ വ്യത്യസ്ത അവസരങ്ങളിൽ ഉണ്ടാക്കുമ്പോഴും അതിന് ഭിന്നഭിന്നമായ രുചിഭേദങ്ങളാവും.''

പറഞ്ഞത് ആഹാരംപോലെ രുചിച്ചെന്ന മട്ടിൽ അവർ വിടർന്നു ചിരിച്ചു.

ഞാൻ ഒരു നോവലെഴുതുക. പോയിട്ട് ഒരു കവിതയെങ്കിലും എഴുതുക. എത്ര ദൂരെയായിരിക്കും. അത്. അല്ല അങ്ങനെയൊന്ന് ഇനിയെപ്പോഴെങ്കിലും സംഭവിക്കാനിടയുണ്ടോ? ഘനത്തിലും ആഴത്തിലും ആരോ പ്രഹരമേല്പിച്ചിട്ടെന്നപോലെ എനിക്ക് അകം വേദനിച്ചു. എല്ലാത്തിൽനിന്നും, കവിതയിൽനിന്ന്, പ്രിയപ്പെട്ടവരിൽനിന്ന്, പ്രണയത്തിൽനിന്ന്, എല്ലാത്തിൽനിന്നും ഇറങ്ങിപ്പോന്നവൻ. ജീവിതത്തിൽതന്നെ തുടരേണ്ടതുണ്ടോ എന്ന ആലോചന പേറുന്നവൻ. കവിതയെ സത്യത്തിൽ ഞാൻ ഉപേക്ഷിക്കുകയായിരുന്നില്ലേ.

ആഹാരം കഴിഞ്ഞ് ഞാൻ പുറത്തിറങ്ങി. മുറിവരാന്തയിൽനിന്ന് തെരുവ് നോക്കി നിൽക്കാൻ തുടങ്ങി. ബന്ധു കിടക്കയിലിരുന്ന് ഫോൺ ചെയ്യാനും.

മങ്ങിയ പകൽവെട്ടമുള്ള വൈകുന്നേരത്ത് വിഷാദഛവി വീണുകിടക്കുന്നതെന്ന് തോന്നിച്ച നഗരമിപ്പോൾ സ്വഭംഗിയിൽ ഉടയാത്ത ആത്മാഭിമാനം സൂക്ഷിക്കുന്ന അണിഞ്ഞൊരുങ്ങിയ പെണ്ണൊരുവളെ ഓർമ്മിപ്പിച്ച് ജ്വലിച്ച് നിൽക്കുന്നു.

കുറച്ചുനേരം അതിധൃതം ഒഴുകുന്ന നദിപോലെ തോന്നിച്ച രാത്രി നഗരം നോക്കിനിന്ന് ഞാൻ മുറിയിലേക്ക് മടങ്ങി. രണ്ടുപേർക്ക് സുഖമായി കിടന്നുറങ്ങാൻ മതിയാവുന്ന കട്ടിലിലെ വിരിപ്പ് ഏതൊരു സ്ത്രീയെയുംപോലെ സൂക്ഷ്മതയോടെ തട്ടിക്കുടയുകയായിരുന്നു ബന്ധു അപ്പോൾ.

''സൺ, നീയോർക്കുന്നുണ്ടാവും ഞാനെന്തൊരുതരം സ്ത്രീയാണ് എന്ന്. അല്ലേ! നിനക്ക് മിണ്ടാൻ ഏറെയൊന്നും പഴുതുതരാതെ തുടരെ വർത്തമാനം പറയുന്ന ഒരുവൾ.''

ഞാൻ വെറുതെ ചിരിക്കാൻ ശ്രമിച്ചു. ഒപ്പം ഓർമ്മിച്ചു. ഉള്ളിൽ വിദ്യ മാത്രമുള്ള ഈ ദിവസത്തിൽ ദുഃഖത്തിന്റെ ആഴപാതാളത്തിലേക്ക് ആഴ്ന്നുപോകാതെ കാത്തുനിർത്തിയത് ഇവരുടെ വാചാലത മാത്ര മാണ്. വാക്കുകളുടെ തൂവൽസ്പർശം. ഇടയിൽ എപ്പോഴെല്ലാമോ ഞാൻ നിന്നെയോർത്തു നീതു. മനസ്സ് ഏറെമുറിഞ്ഞിരിക്കേ വാക്കുകൾ കൊണ്ട് പൊരുതിയും പോരാടിയും മറികടക്കാൻ നീ നടത്തിയ ശ്രമ ങ്ങളെ.

''നിഷാദ്.'' ബന്ധു തുടർന്നു. ''എട്ടുപത്ത് വർഷം മുമ്പേയ്ക്ക് വരെയും ഞാൻ സാധാരണ ഏതൊരാളെയുംപോലെയായിരുന്നു. അല്ല, സാധാരണയിലും തെല്ലുകൂടുതൽ മിതത്വം, കരുതൽ, വാക്കു പയോഗിക്കുന്നതിൽ പാലിക്കുന്ന ഒരാൾ. അല്ല കൃത്യമായി പറഞ്ഞാൽ ആവശ്യത്തിന് മാത്രം സംസാരിക്കുന്ന, മൂകതയിൽ ആനന്ദം തോന്നുന്ന മട്ടുകാരി. ജോലിസ്ഥലത്തും വീട്ടിലും എല്ലായിടത്തുമതേ. മനുഷ്യർ പേർത്തും പേർത്തും സംസാരിക്കുന്നതിൽ ആനന്ദം തോന്നേണ്ട, മനു ഷ്യർ കൂടുതൽ കൂടുതൽ വാക്കുകൾ കൈമാറ്റം ചെയ്യുമ്പോൾ മടിശ്ശീല ക്കിലുക്കം കൂടുതലാവുന്ന ഒരു സ്ഥാപനത്തിൽ തൊഴിലെടുക്കുമ്പോഴും വാക്കു മിണ്ടാൻ നിനക്കെന്ത് പിശുക്കാണെന്ന് അജിത്ത് ഇടയ്ക്കിടെ എന്റെ മൗനത്തെ ഉപഹസിക്കുമായിരുന്നു.

സംസാരിക്കുന്നത് കുറവായിരുന്നു എന്ന് മാത്രവുമല്ല, എന്റെ ശബ്ദവും തീരെ പതിഞ്ഞ മട്ടിലായിരുന്നു. ഇപ്പോഴുള്ളതുപോലെ പൊക്കിൾകൊടിയിൽനിന്ന് പുറപ്പെട്ടുവരും മട്ടിലൊരു മുഴക്കമുള്ള ഒന്നായിരുന്നില്ല അന്നെന്റെയൊച്ച. നാവിൻതുമ്പിൽനിന്ന് പുറപ്പെട്ട് നേർത്തുനേർത്ത് പോവുന്ന ഒരു കുഞ്ഞുശബ്ദം.

കുറച്ച് നേരത്തേക്ക് ഒന്നു നിർത്തി ബന്ധു നിശബ്ദയായി. ഇട വേളയിൽ വാതിൽ തഴുതിട്ടിട്ടുണ്ട് എന്ന് ഉറപ്പുവരുത്താൻ, കർട്ടനുകൾ നീക്കിയിട്ട് യഥാവിധിയാക്കാൻ മുറിയിലാകെ ഒന്ന് ചുറ്റിവരികയും ചെയ്തു. മുറിയിലെ അതിവെട്ടം പ്രസരിപ്പിക്കുന്ന ലൈറ്റുകളിൽ ചിലത് അണയ്ക്കുകയും ചെയ്തു. പിന്നെ ആ പ്രായത്തിലുള്ള ഒരു സ്ത്രീക്ക് സാധ്യമാകുന്നതിലും എളുപ്പത്തിൽ കിടക്കയിൽ ചമ്രം പടിഞ്ഞിരുന്ന് സംസാരിക്കുന്നതിന് തുടർച്ച നൽകി.

''നാവിലാരംഭിച്ച ഞണ്ടിറുക്കമായിരുന്നു എല്ലാത്തിന്റെയും ഗതി മാറ്റിയത്. ആഹാരം കഴിക്കുന്നതിനിടെ പല്ലുകൊണ്ടുണ്ടായത് എന്ന് കരുതിയ ഒരു കുഞ്ഞുമുറിവിലായിരുന്നു തുടക്കം. ഒട്ടുമിക്കവാറും മനുഷ്യരേയുംപോലെ ആദ്യം ഞാനുമത് അവഗണിച്ചു. എരുവോ ചൂടോ തട്ടുമ്പോഴുള്ള വേദനാസാന്നിദ്ധ്യമായി അതവിടെത്തന്നെയുണ്ട് ഉണ ങ്ങാതെ എന്നറിഞ്ഞപ്പോഴാണ് ഒരു ഡോക്ടറെ കാണുന്നത്. പരിശോധന ഫലങ്ങൾ ഞങ്ങളുടെ ജീവിതത്തിൽ വലിയ ആഘാതമുണ്ടാക്കി എന്ന് പറയേണ്ടതില്ലല്ലോ. അപ്പോഴും അനിതരസാധാരണമായ ശാന്തത പാലി ക്കാൻ നമ്മൾ കല്പിതകഥയിലെ മനുഷ്യരല്ലല്ലോ. ഞങ്ങൾ കരഞ്ഞു. പൊട്ടിപ്പിളർന്നും വിങ്ങിയും ആരും കാണാതെ ഒതുക്കിയും. തീർപ്പുവന്ന അന്നുതന്നെ ആരംഭിച്ച ആശുപത്രിവാസം, മരുന്നുകൾ, ഓപ്പറേഷൻ.

ആഹരിക്കുക എന്ന നാവിന്റെ ധർമ്മം കൂടി മൂക്കിനെ ഭരമേല്പിച്ച നാളുകൾ. ബഷീറിന്റെ വിശ്വവിഖ്യാതമായ മൂക്കന്റെ മൂക്കുപോലെ നീണ്ട ഒരധികവളർച്ച എന്റെ മുഖത്തും. അതിലൂടെ അകത്തേക്ക് ചെലുത്തപ്പെടുന്ന മരുന്നുകൾ, ജലം, പ്രോട്ടീൻ പൗഡർ, പഴസത്ത്.

പ്രജ്ഞ പാതിമാത്രമായിരിക്കേയും മുഖത്തും ഉടലിലും ബന്ധിച്ചിരിക്കുന്ന കുഴലുകളുടെ, വള്ളികളുടെ പടലത്തെയാകെയും തൂത്തെറിയാൻ ശ്രമപ്പെടുന്ന എന്റെ ശാഠ്യങ്ങളെ തടുക്കാൻ കാവലിരിക്കുന്ന അജിത്തും മോനും.

ഇടയ്ക്ക് എനിക്ക് തോന്നി, രോഗം അതിന്റെ കടുത്ത പ്രഹരമേൽപ്പിച്ചത് എന്നിലുംകൂടുതൽ അവരിലാണെന്ന്. നാവ്, എന്റേതുമാത്രമല്ല, അവരുടേതുംകൂടി ബന്ധനത്തിലായിപ്പോയി. വാക്കുകൾ ഇനിയൊരിക്കലും തിരികെ വരാത്തവിധം ഞങ്ങളുടെ ജീവിതത്തിൽനിന്ന് ഇറങ്ങിപ്പോയിക്കഴിഞ്ഞു എന്ന് ഭയന്നു. കൂട്ടിരിപ്പുകാർക്ക് ചേരാത്തവിധം ഇടിഞ്ഞുപോയ അവരിരുവരേയും, അച്ഛനേയും മകനേയും, ഇല്ല ഒന്നുമില്ലെന്ന് ചുമൽചേർത്ത് സമാശ്വസിപ്പിക്കാൻ ഒന്ന് വശം ചെരിഞ്ഞ് കിടക്കാൻ പോലുമാവാത്ത ആ നിലയിലും ഞാൻ മോഹിച്ചു.

ആശുപത്രിവാസത്തിന്റെ ആ വല്ലാത്ത നാളുകൾ. അതിനുശേഷം ഞങ്ങൾ വീട്ടിലേക്ക് മടങ്ങിവന്നതോടെ അവരിരുവരും പഴയമട്ടിലേക്ക് പകർന്നു. അത്രയുമാശ്വാസം. ആതുരാലയത്തിന്റെ ആ വല്ലാത്ത അന്തരീക്ഷം അവരെ അത്രകണ്ട് ഭയപ്പെടുത്തിയിരിക്കണം. അവിടെ കമ്പികളിലും വള്ളികളിലും കെട്ടിപ്പിണച്ചിട്ടിരിക്കുന്ന അസംഖ്യം രോഗികൾ, അവരുടെ കട്ടിൽത്തലയ്ക്കലെ ആകുലതമാത്രം ഭുജിക്കുന്ന കൂട്ടിരിപ്പുകാർ.

അല്ലെങ്കിലും ഒരാതുരാലയം ആരെയാണ് സന്തോഷിപ്പിക്കുക! രോഗികൾ, കൂട്ടിരിപ്പുകാർ, സന്ദർശകർ, ജീവനക്കാർ? ഇല്ല, ആരെയുമില്ല.

എന്തിനാണവർ ഭീതി ഉല്പാദിപ്പിക്കുംവിധം അത്ര വലിയ ബോർഡുകൾ, സൂചനാഫലകങ്ങൾ, അറിയിപ്പുകൾ, പരസ്യങ്ങൾ ഒക്കെയും അതിനകത്തും പുറത്തും എഴുതിയും വരച്ചും വയ്ക്കുന്നത്. വിശേഷിച്ചും ആ ഞണ്ടുകളുടെ ചിത്രങ്ങൾ.

അജിത്തും മകനും ഒട്ടൊക്കെ സാധാരണ മട്ടിലേക്ക് വന്നപ്പോഴാണ് രോഗശയ്യയിലായിരുന്ന നാളുകളിലെ എന്നെ ഗ്രസിച്ചുതുടങ്ങിയിരുന്ന വല്ലാത്ത ഭീതി എന്നിൽ കടുക്കുന്നത്.

പഴയതുപോലെ സ്വച്ഛതയോടെ സംസാരിക്കാൻ എനിക്ക് ആവുകയില്ലെന്നോ? വാക്കുകൾ എന്നെ ഉപേക്ഷിച്ച് പൊയ്ക്കളഞ്ഞുവെന്നോ? എന്തെങ്കിലും മിണ്ടാൻ ശ്രമിക്കുമ്പോൾ മദ്യപിച്ച് ലക്കുകെട്ട ഒരാളുടെ മട്ടിൽ നാക്കുവഴുക്കുന്നത്, സംസാരത്തിൽ സ്ഥിരമായി ഉപയോഗിച്ചിരുന്ന വാക്കുകൾപോലും നാവിൽനിന്ന് വിചിത്രമായ രീതിയിൽ പുറപ്പെട്ടുപോവുന്നത്. എല്ലാം എന്റെ ഭയത്തെ പ്രബലപ്പെടുത്തി.

പിന്നെയൊരു വെപ്രാളമായിരുന്നു. ഉള്ളിൽ തീയെരിയും പോലൊരു ആധിയോടെ വാക്കുകൾ തിരികെപ്പിടിക്കാൻ, ഇറങ്ങിപ്പോവാതെ നോക്കാൻ നിരന്തരമായി ഞാൻ മിണ്ടിക്കൊണ്ടിരുന്നു. കേൾക്കാൻ ആരുമില്ലാത്തപ്പോഴും എന്നോടുതന്നെയെന്നപോലെ.

വേദന സഹിച്ചും ദീർഘമായി ശ്രമപ്പെട്ടും ഒടുവിലൊടുവിലായി എല്ലാം സാധാരണ പോലെയായി. അല്ല, ഞാൻ പഴയതിലും വളരെ കൂടുതൽ സംസാരിക്കുന്നവളായി. അതിപ്പോഴുമങ്ങനെ തുടരുകതന്നെയാണ്. രോഗഭീതി ഒഴിഞ്ഞുപോയിട്ടും വാക്കുകൾ പുറത്തുവരാതെ, വിചിത്രമായി പുറത്തുവന്ന് എന്നെ ശിക്ഷിക്കുമോയെന്ന് ഞാൻ അകമേയൊരു ഭീതി പേറുന്നുണ്ട്. ആ ഭയത്തെ അകറ്റി നിർത്താൻ വാചാലത എന്റെ ശീലമാക്കിയിരിക്കുന്നു. അജിത്ത് ഇടയ്ക്കിടെ മകനോട് തമാശയ്ക്ക് പറയും. അസുഖം അമ്മയുടെ തലച്ചോറിൽ വാക്കുകളുടെ കാഞ്ചി വലിക്കുകയാണുണ്ടായത്. വാക്കുകളുടെ കടന്നൽക്കൂട്ടിൽ വെടിയുണ്ട കൊണ്ടതുപോലെ വാചാലത.''

പിന്നെ ആ തമാശ ഇപ്പോഴും ആസ്വദിക്കുന്നു എന്ന മട്ടിൽ അവർ പൊടുന്നനെ പൊട്ടിച്ചിരിച്ചു.

രാത്രി ബന്ധുവിനരികിൽ കട്ടിലിന്റെ മറുപാതിയിൽ ഉറക്കം കാത്തു കിടക്കേ ഞാനും വാക്കുകളെക്കുറിച്ചുതന്നെ ആലോചിച്ചു. ഒരൊഴുക്കിലെന്നവിധം തിരികെ വന്ന വാക്കുകളെക്കുറിച്ചല്ല, വേനലിലെന്നപോലെ എന്നിൽ വറ്റിപ്പോയ വാക്കുകളെക്കുറിച്ച്, ഇറങ്ങിപ്പോയ കവിതയെക്കുറിച്ച്.

എനിക്ക് കരച്ചിൽ വന്നു.

അന്നേരം അവർ പുതപ്പിനടിയിലൂടെ കൈനീട്ടി എന്റെ ശിരസ്സ് തൊട്ടു, തലോടി.

എപ്പോഴോ ഞാനുറങ്ങിപ്പോയി.

പുലർച്ചെയാണ് ഞാനുണർന്നത്. ബന്ധു, ഉണർന്നിട്ടില്ലായിരുന്നു. നീതൂ, മേശവിളക്കിന്റെ മാത്രം വെളിച്ചത്തിൽ ഞാൻ നിനക്ക് ഇതെഴുതുമ്പോഴുമതേ. വാക്കു തീർന്നുപോകുമോ എന്ന ആധിയിലാവണം ഉറക്കത്തിലും എന്തെല്ലാമോ മിണ്ടി വശം ചെരിഞ്ഞ് ഉറങ്ങുന്നുണ്ട് അവർ.

നമ്മുടെ ആരുമല്ലാത്ത, അതും പ്രായംകൂടിയ ഒരാൾ സർവ്വം മറന്ന് ഉറങ്ങുന്നത് കാണുമ്പോൾ നമുക്ക് വാത്സല്യം തോന്നുമോ?

എന്തുകൊണ്ടോ എനിക്ക് ഇപ്പോൾ അങ്ങനെ തോന്നുന്നു.

വിദ്യാപഥം

മുഗ്ദ്ധവും മൃദുലവുമായ ഒരാലിംഗനം. അതുപോലെയായിരുന്നു ആ സ്ത്രീയുടെ, ബന്ധുരയുടെ സാമീപ്യം. ഒരേയിടത്ത് കുറച്ചേറെക്കാലം പ്രിയപ്പെട്ടവരായി കഴിഞ്ഞുവരികയായിരുന്നു ഞങ്ങളെന്ന് തോന്നിക്കുംവിധമുള്ള ഊഷ്മളത. ബന്ധു, അവർ പറഞ്ഞതുപോലെ

ആ വാക്കിനർത്ഥം അന്വർത്ഥമാക്കുന്ന കൂട്ട്. കഷ്ടി ഒരു ദിനവൃത്തത്തിന്റെ സമയം മാത്രമേ ഒന്നിച്ചുണ്ടായിരുന്നുള്ളൂ എങ്കിലും അവരെ പിരിഞ്ഞുപോരുമ്പോൾ തെളിമാനത്ത് കാറ് നിറയുന്നതുപോലെ എന്റെ ഉള്ളം വീണ്ടും ഇരുണ്ടു. ഇടനേരത്തേക്ക് ഒഴിഞ്ഞുനിന്ന ദുഃഖവും വേദനയും അകമേ തിരികെ ചേക്കേറി.

യാത്ര തുടരാതെ പക്ഷേ എനിക്ക് ആവുമായിരുന്നില്ല. മോഹം കൊണ്ട് വിദ്യ വരച്ചിട്ട വഴികളിലൂടെ എനിക്ക് പോവണമായിരുന്നു.

ഹരിദ്വാറിൽനിന്ന് പുറപ്പെട്ട് ബിജ്നൂറിലാണ് ഞാൻ വന്നുചേർന്നത്. യഥാർത്ഥത്തിൽ എഴുപതോ എൺപതോ കിലോമീറ്റർ മാത്രമുള്ള അകലം. മൂന്നോ നാലോ മണിക്കൂറുകൾകൊണ്ട് എത്തിച്ചേരാവുന്നയിടം. പക്ഷേ മുന്നിൽ തുറന്ന് കണ്ടവഴികളിലൂടെയെല്ലാം ഭ്രാന്തഭ്രാന്തമായി അലഞ്ഞും ഗംഗ കാണാനായ ഇടങ്ങളിലെല്ലാം യാത്ര മുറിച്ചുമായിരുന്നു എന്റെ ഗമനം.

പറയണമല്ലോ നീതു, ആൾബഹള സാമീപ്യമില്ലാതെ, തടസ്സമില്ലാതെയും സ്വച്ഛമായും നദി ഒഴുകിനീങ്ങുന്ന ഭൂഭാഗങ്ങൾ ഈ ദൂരത്തിനിടെ ഞാനേറെ കണ്ടു. അവിടങ്ങളിലെല്ലാം നദിയൊഴുക്കിന്റെ ഏക കാഴ്ചക്കാരൻ എന്ന മട്ടിൽ ഞാൻ ദീർഘദീർഘം ഒറ്റയ്ക്കുനിന്നു.

ഇടയ്ക്ക് നദി, വരൂ ഒഴുകാം, ഒഴുകിയകലാം ഒന്നിച്ചെന്ന് എന്നെ ക്ഷണിക്കുംപോലെ തോന്നി. എപ്പോഴുമത് വിദ്യയെ ഓർമ്മിപ്പിച്ചു. വിചിത്രം, ഇടയ്ക്കെല്ലാം കാറ്റ് നീളെ വിടർത്തിയിടുന്ന അവളുടെ ഇളം വർണ്ണചേലത്തുണ്ടാണ്, അവൾ തന്നെയാണ് നദി എന്ന് തോന്നിച്ചു.

ബിജ്നൂറിലെ, ചെറിയ ആ നഗരത്തിലെ തിരക്ക് നേർത്തുവരുന്ന സമയത്താണ് ഞാനവിടെ ചെന്നുചേർന്നത്. ഭോജനാലയങ്ങൾ മാത്രമുള്ളത് എന്ന് തോന്നിച്ച ഒരു തെരുവിൽ മാത്രം കുറച്ച് തിരക്കു കണ്ടു. നന്നേ ഇടുങ്ങിയ ആ ഗലിയിൽ വാഹനങ്ങൾ ഞെരുക്കിയൊതുക്കിയിട്ട് ആളുകൾ അങ്ങിങ്ങായി നിൽക്കുന്നുണ്ടായിരുന്നു. ഒരു ഭാഗത്ത് നിന്ന് നോക്കുമ്പോൾ മറ്റേയറ്റം കാണാൻ മാത്രം നീളമുണ്ടായിരുന്ന തെരുവിന്റെ തുടക്കത്തിൽ ബൈക്ക് നിർത്തി ഞാൻ ഇറങ്ങി നടന്നു. അടുത്തയിടെ മാത്രം ഒരു തീപിടുത്തം നടന്നത് എന്നമട്ടിൽ കരിയും മഞ്ഞപ്പും പടർന്ന മുഖഭാവമായിരുന്നു ആ തെരുവിനാകെയും. മനുഷ്യർക്കു മാത്രമല്ല തെരുവുകൾക്കും മുഖശ്രീയും വിഷാദവുമുണ്ട്. ഞാൻ വിചാരിച്ചു. മനുഷ്യരുടേത് എന്ന പോലെ ചിലപ്പോൾ അവയുടെ മുഖത്തും കരിമംഗലം നിഴൽ പടർത്തുന്നു. മനുഷ്യരെ എന്നപോലെ ചില കാലങ്ങളിൽ അവയെയും പ്രസാദാത്മകത ചൂഴുന്നു.

ആഹാരസാധനങ്ങൾ മസാലകളോടൊത്ത് വേവുന്നതിന്റെ മണം തങ്ങിനിൽക്കുന്ന തെരുവിലൂടെ ഞാൻ കുറച്ചു ദൂരം നടന്നു. പുറത്തേക്ക് കാണത്തക്കവിധം ഒന്നും പ്രദർശിപ്പിച്ചിട്ടില്ലാത്ത ഒരു കടയുടെ മുമ്പിൽ ഒരാൾ തിണ്ണയിൽ വെറുതെ ഇരിക്കുന്നുണ്ടായിരുന്നു. അവിടെ മാത്രം തിരക്കുണ്ടായിരുന്നില്ല.

മട്ടൻ കൊണ്ടുള്ള വിഭവങ്ങൾക്കു പ്രാമുഖ്യമുള്ള ഒരു കടയിൽ

തിരക്കൊഴിയുവോളം കാത്തുനിന്ന് ഞാൻ പതിയെ ഓർഡർ ചെയ്ത് പതിയെ മാത്രം കഴിച്ചു.

കടയടയ്ക്കാനുള്ള ഒരുക്കമാരംഭിച്ച വില്പനക്കാരനോട് ഞാൻ വെറുതെ സംസാരിച്ചു. ആ തെരുവിൽ തീപിടുത്തമുണ്ടായിട്ടുണ്ട് എന്ന് തോന്നിയത് വെറുതെയായിരുന്നില്ല. പലതവണ സംഭവിച്ചിട്ടുണ്ടത്രെ.

അതെങ്ങനെയെന്ന് അന്വേഷിച്ചപ്പോൾ അയാൾ പാത്രം കഴുകുന്നത് നിർത്തി എന്നെ നോക്കി.

"ആഹാരം വിൽക്കുന്ന സ്ഥലമല്ലേ. ആർക്കാണറിയുക. അല്ലെങ്കിൽ ആർക്കാണറിയാത്തത്?"

അയാൾ വീണ്ടും എനിക്ക് പുറം തിരിഞ്ഞുനിന്ന് പാത്രങ്ങൾ വൃത്തിയാക്കുന്നത് തുടർന്നു.

താമസിക്കാനൊരിടം കണ്ടെത്താൻ സഹായിച്ചതും അയാൾ തന്നെയായിരുന്നു. അയാൾ കൈകൊട്ടി ഉറക്കെ വിളിച്ചപ്പോൾ നേരത്തെ കച്ചവടമില്ലാത്ത കടയുടെ മുമ്പിൽ വെറുതെയിരുന്ന വൃദ്ധൻ അങ്ങോട്ട് പതിയെ നടന്നുവരാൻ തുടങ്ങി. ഒരു പാവയ്ക്ക് ചാവി കൊടുത്താലെന്നപോലെ ഒരു യന്ത്രനടത്തം.

"കഴിഞ്ഞ തവണ തീപിടുത്തമുണ്ടായശേഷമാണ് അങ്ങോർ ഈ മട്ടിലായത്." അയാളുടെ പതിഞ്ഞുപതിഞ്ഞുള്ള വരവ് നോക്കി കടക്കാരൻ പറഞ്ഞു.

"തീയണഞ്ഞ് അധികം കഴിയാതെ ഞങ്ങളെല്ലാം കച്ചവടം വീണ്ടും തുടങ്ങി. അയാൾ മാത്രം ഇങ്ങനെ. എന്നും തെരുവിലെത്തുന്നു അയാൾ. പക്ഷേ കട തുറക്കുകയില്ല. കുറച്ചുനേരം അകത്തേക്ക് നോക്കി നിൽക്കും. പ്രിയപ്പെട്ട ദേശത്തുനിന്നും നാടുകടത്തപ്പെട്ട ഒരുവനെപ്പോലെ. പിന്നെ അവസാനത്തെ കടയും അടയ്ക്കുംവരെ രാത്രി വൈകുവോളം തെരുവിൽ തുടരും. തീ പിടിച്ചത് ആ പാവത്തിന്റെ ഹൃദയത്തിന് കൂടിയാണ്. ഈ ഗലിയിലെ ഏറ്റവും കൈപുണ്യമുള്ള പാചകക്കാരനായിരുന്നു."

എനിക്ക് ഒരു താമസയിടം കണ്ടെത്തി നൽകാൻ അയാളോട് നിർദ്ദേശിച്ച് കടക്കാരൻ തന്റെ പണികളിലേക്ക് തിരികെ പോയി.

അയാളോടും ബൈക്കിൽ കയറാൻ പറഞ്ഞുനോക്കിയെങ്കിലും വൃദ്ധൻ ആ നടപ്പ് തുടരുകമാത്രം ചെയ്തു. ഞാൻ പതിയെ വണ്ടിയോടിച്ച് അയാളുടെ പിറകെ പോയി. ഒരു തെരുവ് കുറുകനെ കടന്ന്, പിന്നൊന്നിലൂടെ നേരെ നടന്ന് രണ്ട് ലോഡ്ജുകൾ അടുത്തടുത്തുള്ള ഒരു ഭാഗത്ത് അയാളെന്നെ കൊണ്ടുചെന്നെത്തിച്ചു. അയാളുടെ സേവനത്തിന് അയാൾക്കെന്തെങ്കിലും കൊടുക്കണമെന്ന് കരുതിയെങ്കിലും ഞാൻ ബൈക്ക് നിർത്തിയപ്പോഴേക്ക് അയാൾ തന്റെ യന്ത്രനടത്തം തുടർന്നിരുന്നു.

ലോകത്ത് എന്തെല്ലാമെന്തെല്ലാം വിചിത്രമട്ടുകാരായ മനുഷ്യർ. ഓരോരുത്തർക്കും എന്തെന്ത് കഥകൾ. എല്ലാവരും ഓരോ ബൃഹദ് ഗ്രന്ഥങ്ങൾ അർഹിക്കുന്നവർ. ഞാൻ വിചാരിച്ചു.

ഒന്ന് മറ്റൊന്നിന്റെ ഇരട്ടയാണെന്ന് തോന്നിച്ച രണ്ട് ലോഡ്ജുകളിൽ മഞ്ഞച്ചായമടിച്ച ഒന്നാണ് ഞാൻ തിരഞ്ഞെടുത്തത്. പുറമെനിന്ന് നോക്കിയപ്പോൾ കരുതിയത് മാതിരിയായിരുന്നില്ല ആ കെട്ടിടത്തിലെ മുറികൾ. നല്ല വൃത്തിയുള്ളത്. ചുളിവില്ലാത്ത ബെഡ്ഷീറ്റുകളും വെൺമയുള്ള തലയിണ ഉറകളും. തുടർച്ചയായ യാത്രകളും അലച്ചിലുംകൊണ്ട് പ്രാകൃതനും പരിക്ഷീണിതനും ആയിക്കഴിഞ്ഞിരുന്ന എനിക്ക് ആ കിടക്കയിലേക്ക് എന്റെ മുഷിഞ്ഞ ഉടലൊതുക്കാനോ സാധനങ്ങൾ പുറത്തെടുത്ത് വയ്ക്കാനോ മടി തോന്നി.

സമയമെടുത്ത് ഒന്ന് കുളിക്കണമെന്ന്, എന്നെത്തന്നെ ഒന്ന് അണിയിച്ചൊരുക്കണമെന്ന് എനിക്കന്നേരം തോന്നി. കുളിമുറിയിലെ കണ്ണാടിയിൽ എന്റെ രൂപം കണ്ടപ്പോൾ എനിക്ക് എന്നോടുതന്നെ പരിഹാസം തോന്നി. പ്രാകൃതമായ എന്റെ പ്രതിബിംബം, ദീർഘവർഷങ്ങൾ തടവിന് ശിക്ഷിക്കപ്പെട്ടൊരാൾ പരോളിൽ പുറത്തുവന്നപ്പോഴത്തേത് മാതിരിയുണ്ടായിരുന്നു.

ഞാനന്നേരം വിദ്യയെ ഓർത്തു. അവൾ പറയാറുള്ളത്, ചെയ്യാറുള്ളത് ഓർത്തു.

'നിഷാദ്, നന്നായി ഒരുങ്ങിയും സാധ്യമായത്രയും സുന്ദരമായും വേണം നാം ഉറക്കത്തിലേക്ക് പോകാൻ. പ്രണയിയോട് ഒപ്പമായിരിക്കുമ്പോൾ വിശേഷിച്ചും.' വിദ്യ പറയുകയാണ്. 'അത് നമ്മൾ മറ്റുള്ളവരോടും നമ്മോട് തന്നെയും കാണിക്കുന്ന ഒരാദരവാണ്.'

അവളോടൊത്തുള്ള ഏതോ യാത്രയ്ക്കിടെ കുളിക്കാതെ, വേഷം മാറാതെ മെത്തയിലേക്ക് ചരിഞ്ഞ് അലസമലസം കിടന്നപ്പോഴായിരുന്നു അത്.

ഏറ്റവും പ്രിയപ്പെട്ട ഒരാളോടൊത്ത് ഒരു മുറിയിൽ എട്ടോ പത്തോ മണിക്കൂറുകൾ കഴിയുമ്പോഴല്ലേ നമ്മൾ ജീവിതത്തിൽ ഏറ്റവും ശുഭ്രത പാലിക്കേണ്ടത്. അപ്പോഴല്ലേ നമ്മൾ നമ്മളെ ഏറ്റവും സുന്ദരമായി സൂക്ഷിക്കേണ്ടത്. അപ്പോഴല്ലേ ഏറ്റവും ഹൃദ്യമായ സുഗന്ധം നമ്മളെയും അയാളെയും പൊതിഞ്ഞുനിൽക്കേണ്ടത്. അങ്ങനെയല്ലേ പരസ്പരം നൽകേണ്ടത്.

നിഷാദ്, നമ്മളാരെയാണ് ഏറ്റവും സ്നേഹിക്കുന്നത്? സംശയമേയില്ല, നമ്മൾ നമ്മളെത്തന്നെയാണ് ഏറ്റവുമിഷ്ടപ്പെടുന്നത്. പരസ്നേഹമൊക്കെ അതിനുശേഷം മാത്രം. അപ്പോൾ കൂടുതൽ സൗന്ദര്യമുള്ള മനുഷ്യരായിരിക്കുക എന്നത് നാം അർഹിക്കുന്നു.

പറയുക മാത്രമല്ല അങ്ങനെ ചെയ്യാറുമുണ്ട് അവൾ. ഏറെ സമയമെടുത്ത് ഓരോ ഇഞ്ചിലും ഒരുങ്ങി അവളെ സമ്മാനിക്കും ചിലപ്പോൾ. പുറത്തേക്കൊരിക്കലും ധരിച്ചുകാണാത്ത കത്തുന്ന, കൊതിപ്പിക്കുന്ന വേഷങ്ങൾ, ചമയങ്ങൾ കരുതിവെച്ച് എനിക്കായിമാത്രം ഒരുങ്ങും. ഒരതിശയ സമ്മാനം.

ബിജ്നൂരിൽ ഏറെ തങ്ങിനിൽക്കാൻ എനിക്ക് തോന്നിയില്ല. അജ്ഞാതമായ ഏതേതോ കാരണത്താൽ ഒരു ശോക മൂകത ആ നഗരമെന്നിൽ

അങ്കുരിപ്പിച്ചു. അല്ലെങ്കിൽ ഉള്ളിലെ സ്ഥായിയായ ദുഃഖഭാവത്തെ ആ നഗരം ഒന്നുകൂടി പ്രബലപ്പെടുത്തി.

അതേ നീതൂ, ഞാൻ എഴുതിയതുപോലെ മനുഷ്യർക്കെന്നപോലെ, നഗരങ്ങൾക്കും ഗ്രാമങ്ങൾക്കുമെല്ലാമുണ്ട് പ്രസന്നത തിളങ്ങുന്ന, ശോകം ഘനീഭവിച്ച ഭാവങ്ങൾ. ചിലപ്പോഴെല്ലാം മനുഷ്യരിലെന്നപോലെ ആ ഭാവങ്ങൾ പരസ്പരം മാറുകയും മങ്ങുകയും തെളിയുകയുമൊക്കെ ചെയ്യുമായിരിക്കും.

ഫറുഖാബാദിലാണ് പിന്നീട് ഞാനെത്തിച്ചേർന്നത്. (അതെ, ഇവിടെയിരുന്നാണ് നിനക്ക് ഞാനിതെഴുതുന്നതും)

ബിജ്നൂർ ഫറൂഖാബാദ് അകലം ഇതാ, ഒറ്റവീർപ്പിന് തീർന്നുപോകും വിധമായിരുന്നു എന്ന് കരുതരുത്. കഠിനമായ ഒരു പകലിന്റെ, ഒരു പകുതി രാത്രിയുടേയും അകലമുണ്ടായിരുന്നു. മുന്നൂറ് കിലോ മീറ്ററിലേറെ ദൂരം. നേർവഴിവിട്ട് ഗംഗയൊഴുകും വഴികളിലൂടെയെല്ലാമായിരുന്നു സഞ്ചാരമെന്നതിനാൽ ഒരുപക്ഷേയത് നാനൂറ് കിലോമീറ്ററെങ്കിലുമായിട്ടുണ്ടാവണം.

ഒരു കടംവീട്ടാൻ ശ്രമപ്പെടുംപോലെ ഗംഗയ്ക്കൊപ്പം അലഞ്ഞ്, സ്വയം ക്ഷീണിപ്പിച്ചും, പീഡിപ്പിച്ചും യാത്ര. അർദ്ധരാത്രിയോടടുത്ത നേരത്ത് ഫറൂഖാബാദിൽ മുറിതിരഞ്ഞ്ചെന്ന എനിക്ക് അതെളുപ്പം ലഭ്യമായില്ല. കാഴ്ചയിൽ പ്രാകൃതനും തളർന്നവനുമായിത്തോന്നിച്ച എനിക്ക് ഒന്നുരണ്ടിടത്തുനിന്ന് മുഷിഞ്ഞമുഖമുള്ള ലോഡ്ജ് മാനേജർമാരുടെ അഭിമുഖ കടമ്പ മറികടക്കാനാവാതെ മടങ്ങേണ്ടിവന്നു. എന്തിന് ഈ നഗരത്തിൽ വന്നു എന്ന ചോദ്യത്തിനുള്ള എന്റെ ഉത്തരമായിരിക്കണം അവർക്ക് ബോധ്യപ്പെടാതെ പോയത്. പ്രായപൂർത്തിയായ ഒരു മനുഷ്യന് സ്വരാജ്യത്തുകൂടി കാരണമൊന്നുമില്ലാതെ സഞ്ചരിക്കാനാവില്ല എന്നോ! ഒടുവിൽ നാലാമത്തെയോ അഞ്ചാമത്തെയോ ഹോട്ടലിൽ എനിക്ക് മുറി തുറന്നുകിട്ടി. രാത്രിയിൽ ഞാൻ ആഹാരമൊന്നും കഴിച്ചിരുന്നില്ല. കഠിനമായി ക്ഷീണിതനുമായിരുന്നു. എങ്കിലും വല്ലവിധേനയും തരപ്പെട്ടുകിട്ടിയ മുറിയിൽ മരിച്ചവനെപ്പോലെ വീണുകിടന്നുറങ്ങി.

പിറ്റന്നാൾ ഉച്ചയോടടുത്ത നേരത്താണ് ഞാനുണർന്നത്. അതും സ്വേച്ഛയാ എഴുന്നേറ്റ് വരികായിരുന്നില്ല. തുടരേയുള്ള കോളിംഗ്ബെൽ കേട്ട് നടുങ്ങി ഉറക്കത്തിൽനിന്ന് പറിഞ്ഞടർന്നു പോരുകയായിരുന്നു.

അത്രനേരമായിട്ടും അതിഥി വാതിൽ തുറക്കാത്തതിനാൽ സ്വതേയുള്ള സംശയത്തിന്റെ മുനകൂർപ്പിച്ച് വാതിൽക്കൽ വന്നുനിൽക്കുന്നുണ്ടായിരുന്നു റിസപ്ഷനിസ്റ്റും അയാളുടെ സഹായിയും. ഉറക്കച്ചടവോടെ എന്നെ കണ്ടപ്പോൾ 'സാബ് എന്തെങ്കിലും ആവശ്യമുണ്ടോ എന്ന് ചോദിക്കാനാണ്' എന്ന് തലചൊറിഞ്ഞ് അവർ തിരികെപോയി.

അപ്പോൾ മാത്രമാണ് ഈ ഭൂമിയിലേക്ക് പിറന്ന്വീണത് എന്നമട്ടിൽ പിന്നിൽ ഓർമ്മകളുടെ തുടർച്ചയില്ലാതെ ഞാൻ കുറച്ചുനേരം വാതിൽ

ക്കൽ തറഞ്ഞു നിന്നു. അങ്ങനെയാവുന്നത്, അതുവരെയുള്ള ഓർമ്മ കളത്രയും മാഞ്ഞുപോകുന്നത്, ജീവിതത്തിൽനിന്ന് സംഭവങ്ങളും മനുഷ്യരുമെല്ലാം ഇല്ലാതായിപ്പോവുന്നത്, എല്ലാം ശൂന്യമാവുന്നത് എത്ര വിചിത്രവും കൗതുകകരവുമാവും. ഭൂതകാലത്തിന്റെ ആലഭാര ങ്ങൾ പേറാത്ത ഒരുനില. വെള്ളച്ചായമടിച്ച ചുവർപോലെ ശുദ്ധശൂന്യ മായി പിന്നിട്ടകാലത്തെ ജീവിതം!

ഉച്ചകഴിഞ്ഞ് ഞാൻ മുറിപൂട്ടി പുറത്തിറങ്ങി. പ്രാതലും ഉച്ചഭക്ഷ ണവും ചേർത്ത് ഒന്നിച്ചു കഴിച്ചു.

വെയിലിന് ആ നേരത്ത് ഒരു സുഖദതയുണ്ടായിരുന്നു. തണുപ്പു കാലത്ത് കാത്തിരുന്നു കിട്ടുന്ന ഒരൗദാര്യം. പക്ഷേയത് ഏറെനേരം നീണ്ടുനിൽക്കുകയില്ല. ഉടനെ നിറംമങ്ങലും തണുപ്പും തിരികേ വരും. ആധിപത്യം ഉറപ്പിക്കും.

ഭൂമി ഉരുവപ്പെട്ടപ്പോൾതന്നെ ഈ നഗരം, ഫറൂഖാബാദ് ഇവിടെ യുണ്ടായിരുന്നെന്ന് തോന്നിപ്പോയി എനിക്ക്. ഒരുപക്ഷേ നഗരത്തിന്റെ ഏറെ പഴകിയ ഭാഗങ്ങളിലൂടെയാവണം ഞാൻ നടന്നിരുന്നത്. പഴയ പഴയ കെട്ടിടങ്ങൾ, അധികം ഉയരമില്ലാത്തവ, ഒട്ടുമേ മുറ്റമോ മുൻ ഭാഗമോ ഇല്ലാതെ റോഡുകളോട് ചേർന്ന് അവ. ഇടുങ്ങിയ കുടുസ്സു വഴികളിലൂടെ ധാരാളമായിപ്പോവുന്ന സൈക്കിളുകൾ, സൈക്കിൾ റിക്ഷകൾ, മോട്ടോർ ഘടിപ്പിച്ച റിക്ഷകൾ, മറ്റു വാഹനങ്ങൾ. ഏതേതോ വേപഥുപേറുകയാലെന്നപോലെ വേഗം വേഗം നടന്നുപോകുന്ന മനു ഷ്യർ.

ഗംഗാതീരനഗരത്തിലെ ഏതെങ്കിലും സ്നാനഘട്ടുകൾ ചെന്ന് കാണണം. ഞാൻ വിചാരിച്ചു.

പിന്നെ പാഞ്ചൻഘട്ടിൽ ചെന്ന് താഴോട്ടിറങ്ങിപ്പോവുന്ന പടിക്കെട്ടു കളിൽ ചെന്നിരുന്ന് കുറച്ചുനേരം ഞാൻ ഗംഗ നോക്കിയിരുന്നു.

നഗരപ്രാന്തങ്ങളിൽ ഒട്ടുമിക്ക നദികൾക്കും സ്വീകരിക്കേണ്ടിവരുന്ന വേഷപ്പകർച്ച, അല്ല അടിച്ചേൽപ്പിക്കപ്പെടുന്ന വ്യതിയാനം. ഈ നഗര ത്തിൽ ഗംഗയും അതിന് വിധേയപ്പെട്ടിട്ടുണ്ട്. തെല്ലുകഴിഞ്ഞപ്പോൾ സ്വച്ഛത ആൾ ബഹളത്തിന് കീഴടങ്ങിയപ്പോൾ ഞാൻ പടിക്കെട്ടുകൾ വിട്ട് തിരികെ നടന്നു.

ഒരു സൈക്കിൾറിക്ഷയിലായിരുന്നു മടക്കം. നീതു, സാധാരണ മട്ടിൽ സവിശേഷതകളൊന്നുമില്ലാതെ പോവുമായിരുന്ന ആ വൈകു ന്നേരത്തെ മാറ്റിമറിച്ചത്, അതേപ്പറ്റി ഞാൻ നിനക്കായി ഇങ്ങനെ കുറിക്കാൻ ഇടയാക്കിയത് അയാളാണ്. ഞാൻ കയറിയ റിക്ഷ ചവിട്ടിനീക്കിയ വാർദ്ധക്യത്തിനടുത്ത് പ്രായം തോന്നിച്ച അയാൾ. അയാളെ, ആ റിക്ഷാ വാലയെ എനിക്ക് പരിചയമുണ്ട്. അതിശയം, സിനിമയിലോ, കഥ കളിലോ മറ്റോ സംഭവിക്കുന്നതുപോലെ ഒന്ന്. അവിടെ, ആ ഗംഗാതീര നഗരത്തിൽ വെച്ച് അയാളെ കണ്ടുമുട്ടാനുള്ള സാധ്യത എത്രയാണ് എന്ന് ആ നിമിഷത്തിന് തൊട്ടുമുമ്പ് ആരെങ്കിലും ചോദിച്ചിരുന്നു എങ്കിൽ പൂജ്യം എന്ന് പറയുമായിരുന്നു ഞാൻ.

മെല്ലിച്ച ശരീരം, സമൃദ്ധമായ താടിമുടികൾ, പിടഞ്ഞുപിടഞ്ഞുള്ള ചലനങ്ങൾ. ഒക്കേത്തിനും പുറമെ കൂർത്ത നോട്ടം പതിച്ചുവച്ചിരിക്കുന്ന അതേ മുഖവും.

വർഷങ്ങളെത്രയോ കഴിഞ്ഞുപോയിട്ടും ഞങ്ങൾ പരസ്പരം തിരിച്ചറിഞ്ഞു?

അത് ചിലപ്പോൾ അങ്ങനെയാവണം. ജീവിതത്തിൽ സംഭവങ്ങൾക്കുമേൽ സംഭവങ്ങൾ, മനുഷ്യർക്കുമേൽ മനുഷ്യർ, അടുക്കടുക്കായി വന്നു പതിച്ചാലും ചിലത്, ചിലർ മങ്ങാതെ മായാതെ അങ്ങനെതന്നെ ബാക്കി നിൽക്കും.

''അവരെവിടെ?''

റിക്ഷയിറങ്ങി പണം നൽകാൻ നേരത്ത് അത്രനേരത്തെ അദ്ധ്വാനത്തിന്റെ കിതപ്പിനിടയിലൂടെ അയാൾ ചോദിക്കുന്നു.

വിദ്യയെക്കുറിച്ചായിരുന്നു അയാളുടെ ചോദ്യം. കാലത്തെ പിന്നാക്കം പായിച്ച് പഴയ ഓർമ്മകളിലേക്ക് നയിക്കുന്ന ഒരു ദിശാസൂചി, അയാളുടെ ചോദ്യം.

ആറോ ഏഴോ വർഷങ്ങൾക്കുമുമ്പാണ്. വിദ്യയുണ്ടായിരുന്ന കാലം. ജോലിയാവശ്യാർത്ഥമുള്ള ഒരു യാത്ര. അട്ടപ്പാടിയിലേക്ക്. അവിടത്തെ ആദിവാസിവിഭാഗങ്ങളായ ഇരുള, കുറുമ്പ, മുഡുക ഇവരെക്കുറിച്ച് ഒരു പഠനം നടത്തുന്നുണ്ടായിരുന്നു എന്റെ സ്ഥാപനം. ഗവൺമെന്റ് പിന്തുണയുള്ള ഒരു ഗവേഷണ പദ്ധതി. അതിന്റെ ഭാഗമായി ഫീൽഡിൽ ചില ക്രമീകരണങ്ങളും മുന്നൊരുക്കങ്ങളും നടത്താനുള്ള ചുമതല എനിക്കായിരുന്നു.

കുറച്ചേറെ യാത്ര ചെയ്യണം. അലയണം. കുറച്ചേറെ മനുഷ്യരെ കണ്ടെത്തണം. ഒരുക്കങ്ങൾ നടത്തണം. വെല്ലുവിളി നിറഞ്ഞ ഉദ്യമം. വിദ്യയെ കൂട്ടിനുവിളിക്കാൻ ഞാൻ നിശ്ചയിച്ചു. അവളുണ്ടെങ്കിൽ ഏതകലവും ഒരുവീർപ്പിന് തീർന്ന് പോകുന്നതാവും. കഠിനതകൾ പൂപോലെ മൃദുലതരമാവും.

നമ്മളൊന്നിച്ചെങ്കിൽ ഏത് നരകപാതാളത്തിലേക്കും വരാമെന്ന് വിദ്യ ആവേശത്തിലായി. അവളുടെ സൗകര്യത്തിനായി നാല് ദിവസം കൂടി വൈകിച്ച് ഞങ്ങൾ യാത്ര പുറപ്പെട്ടു.

മെയ്മാസത്തിലെ അവസാന ആഴ്ചയായിരുന്നു അത്. ശബ്ദഘോഷത്തോടെ രൗദ്രഭാവത്തിൽ കാറ്റിനും മിന്നലിനുമകമ്പടിയോടെ പൊടുന്നനവേ മാനമിരുണ്ട് മഴപെയ്യുന്ന വൈകുന്നേരങ്ങൾ.

അട്ടപ്പാടിയിലേക്ക് ഞങ്ങൾ യാത്ര ചെയ്ത ദിവസവും മഴപെയ്തു, ശക്തമായമഴ. ചുരംകേറി ഉയരുമ്പോൾ സൂചനകളൊന്നുമുണ്ടായിരുന്നില്ല. പുതുമഴ കുടിച്ച് തഴച്ച് പച്ചയായ കാട് ശാന്തമായ അതിന്റെ ഗൂഢതയോടെ കിടക്കുന്നു. വിദ്യ ആദ്യമായിട്ടായിരുന്നു ആ വഴിയേ. എന്റെ ചുമൽ ചാരിയിരുന്ന് കൈകൾ കൊരുത്ത്പിടിച്ച് ഒന്നും മിണ്ടാതെ കാഴ്ചകൾ കണ്ടുകണ്ട് അവളുടെ ചുരം കയറ്റം.

കാട് തീർന്ന് ആൾപ്പാർപ്പുള്ള ഭാഗങ്ങളിലേക്ക് വന്നതോടെ പൊടുന്നനേ മഴ വീഴാൻ തുടങ്ങി. ഒപ്പം ശക്തമായ കാറ്റും. വേഗം കുറച്ച് പതിയെപ്പതിയേയായിരുന്നു ഞങ്ങളുടെ ബസിന്റെ ഗമനം. മുൻഭാഗത്തെ ചില്ലിലൂടെ നോക്കുമ്പോൾ കാറ്റ് മരത്തലപ്പുകളെ ഭീതിതമാംവിധം ആട്ടിയുലയ്ക്കുന്നത് കാണാമായിരുന്നു. ഒരുവേള ഞങ്ങളുടെ വാഹനത്തേയും അതെടുത്തുയർത്തിയേക്കുമെന്ന് ഭീതി തോന്നി. കാറ്റുംകോളുമുള്ള കടലിലെ തോണിക്കാരനെപ്പോലെ വിജനവഴിയിലൂടെ പതിയെയെങ്കിലും സർക്കാർ ബസ് ഓടിച്ചുകൊണ്ടിരുന്ന ഡ്രൈവർക്ക് പക്ഷേ ഒരിടത്ത് അതിന്റെ ചലനമവസാനിപ്പിക്കേണ്ടിവന്നു. റോഡിന് കുറുകനേ പിടഞ്ഞുവീണ വലിയ മരം വഴിമുടക്കിയിരിക്കുന്നു.

പിന്നെ അത്രനേരവും ഞങ്ങൾക്ക് സന്തോഷത്തിന്റെ ഒരുയാനമായിരുന്ന ബസ്സിൽ അപ്പോൾ മുതലുള്ള മടുപ്പിക്കുന്ന കാത്തുകിടപ്പ്. മണിക്കൂറുകൾ നീണ്ടു അത്. ഒടുവിൽ മരം മുറിച്ചുനീക്കി യാത്ര തുടർന്നപ്പോഴേക്കും ഇരുട്ട് വീണ് തുടങ്ങിയിരുന്നു.

ഗൂളിക്കടവിലെ ലോഡ്ജിൽ ഞങ്ങൾ ചെന്നു കയറിയപ്പോൾ ശരിക്കും രാത്രിയായിരുന്നു. വഴിയിലെ വല്ലാത്തതടസ്സംകൊണ്ട് മനസ്സിടിഞ്ഞ് പോയതിനാൽ രാത്രിയാഹാരം വേണ്ടെന്നുവെച്ച് ഞങ്ങൾ ഉറങ്ങാൻ കിടന്നു.

വേനൽമഴ പെയ്യുന്ന എക്കാലത്തുമെന്നപോലെ പിറ്റേന്നാൾ മാനം മഴലക്ഷണങ്ങളേതുമില്ലാതെ തെളിഞ്ഞു കിടന്നിരുന്നു. നല്ല ഒരു ഉറക്കം ഞങ്ങളെയും തെളിച്ചമുള്ളവരാക്കി. രാവിലെ ഉണർന്ന് കുളിച്ച് പ്രഭാത ഭക്ഷണം കഴിഞ്ഞ് ഗൂളിക്കടവിൽ നിന്ന് ആനക്കട്ടി ബസ്സിൽ കയറി കോട്ടത്തറയിറങ്ങി ശിരുവാണിപ്പുഴ കടന്ന് പ്രതീക്ഷയോടെ ഞങ്ങൾ ജോലിയാരംഭിച്ചു.

രസകരമായിരുന്നു അട്ടപ്പാടി ദിനങ്ങൾ. രാവിലെ ഉണർന്ന് റോഡ് പാർശത്തിലെ തട്ടുകടകൾ മാതിരിയുള്ള കടകളിൽനിന്ന് ദോശയോ ഇഡ്ഡലിയോ കഴിക്കും. എപ്പോഴും തിരക്കും ഇരിക്കാൻ ഇടം കുറവുമുള്ള കടകൾ. പക്ഷേ ആസ്വാദ്യകരമായ രുചിയായിരുന്നു ഞങ്ങൾ മാറിമാറിക്കയറുന്ന ആ കടകളിലെ വിഭവങ്ങൾക്ക്.

ഗൂളിക്കടവിൽനിന്ന് ഒരു കുന്നിറങ്ങിച്ചെന്നാൽ കാണാവുന്ന ശിരുവാണിപ്പുഴയിലേക്ക് എന്നുമെന്നപോലെ ഞങ്ങൾ പോവും. മിക്കപ്പോഴും അവിടെത്തന്നെയാവും ഞങ്ങളുടെ കുളിയും. പ്രഭാതത്തിലെ ആളൊഴിഞ്ഞ പുഴയുടെ നഗ്നവിജനതയിൽ കുളിച്ചും കുളിപ്പിച്ചും ഞങ്ങൾ. മണ്ണ് കലങ്ങിയ നിറത്തിൽ കാടിറങ്ങി വരുന്ന പുഴയിൽ കാലാഴ്ത്തിയിട്ടിരിക്കേ വിദ്യ ചെവിയിൽ ചുണ്ടിനാൽ എഴുതും.

'നിഷാദ്, നമുക്ക് ഈ നിമിഷത്തിൽ മരിച്ചുപോവാം! ഇതിലുമേറെയായി ഞാനാരെയെങ്കിലും പ്രണയിക്കുന്ന, ഇത്രത്തോളം എന്നെയാരെങ്കിലും പ്രണയിക്കുമെന്ന് തീർച്ചയുള്ള ഒരു നിമിഷം ഇനി മേലിൽ പിറന്നേക്കുമോ! ആയതിനാൽ പുഴയുടെ ഈ ആഴത്തിൽ കൊരുന്നു

കിടക്കുന്ന കൈകളുമായി നമുക്ക് മരിക്കാം. നാം ഒഴുകിയൊഴുകി അലിഞ്ഞലിഞ്ഞ് ജലത്തിൽ ചേരുന്നത്.... ഹാ!'

അഗളി, പുതൂർ, ഷോളയൂർ. അട്ടപ്പാടിയിലെ മൂന്ന് പഞ്ചായത്തുകളിലായി വിടർന്നുകിടക്കുന്ന ഊരുകളിൽ ഞങ്ങൾ സ്ഥിരമായി സഞ്ചരിച്ചു ചെന്നു. ബസ്സിൽ, ജീപ്പിൽ, ചിലപ്പോൾ രണ്ടിലും മാറിമാറി. മിക്കപ്പോഴും വാഹനമിറങ്ങി ഒട്ടുദൂരം കുന്നുംകാടും കയറി നടന്നു. ഊരുമൂപ്പൻമാരെയും ട്രൈബൽ പ്രമോട്ടർമാരെയും പഞ്ചായത്ത് മെമ്പർമാരെയുമെല്ലാം ഒറ്റയ്ക്കും കൂട്ടായും കണ്ട്, സംസാരിച്ച് ക്രമീകരണങ്ങൾ നടത്തി. ചിലപ്പോഴൊക്കെ നല്ല ഫലത്തിൽ സന്തോഷിച്ചും മുഖം തരാത്ത സംസാരിക്കാൻ കൂട്ടാക്കാത്ത മനുഷ്യരെപ്രതി നിരാശപ്പെട്ടും ആഹാരമായി ബ്രഡ് പോലും പച്ചവെള്ളത്തോടൊപ്പം കഴിച്ചും ചിലപ്പോഴൊക്കെ പട്ടിണി കിടന്നും കുറച്ച് ദിവസങ്ങൾ.

ഷോളയൂരിൽനിന്ന് കുറച്ചകലെ ഒരു ഊരുണ്ട്. എത്ര ശ്രമിച്ചിട്ടും അതിന്റെ പേര് പക്ഷേ ഇപ്പോഴെനിക്ക് ഓർത്തെടുക്കാനാവുന്നില്ല. കാട് അതിരിടുന്ന ഭാഗത്തെ ഒരിടം എന്ന് മാത്രമേ ഓർമ്മവരുന്നുള്ളൂ. അവിടുത്തെ ഊരുമൂപ്പനെ കണ്ട് വരുംനാളുകളിൽ നടത്തേണ്ട സർവ്വേയ്ക്കായി മുന്നൊരുക്കം നടത്തുകയും അനുമതി ഉറപ്പാക്കുകയും വേണമായിരുന്നു. അങ്ങനെയാണ് ഒരു ദിവസം രാവിലെ ഞങ്ങൾ ആ ഊരിലേക്ക് പോയത്.

വല്ലാത്ത ഒരു യാത്രയായിരുന്നു അത്. ആദ്യം ബസ് കയറി ഷോളയൂർ വരെ. അവിടെ നിന്ന് ജീപ്പിൽ കുറച്ചേറെ ദൂരം. പിന്നെ ടാർ റോഡും മൺറോഡും മെലിഞ്ഞില്ലാതാവുന്നിടത്തുനിന്ന് കൂടുതൽ മുകളിലേക്കുള്ള നടന്ന് കയറ്റം. മനുഷ്യർ നടന്നുനടന്ന് ഉരുവപ്പെട്ട ഒറ്റയടിപ്പാത മൊട്ടക്കുന്നിനെ ചുറ്റിവരിഞ്ഞ് മുകളിലേക്ക് പോകുന്നത് താഴെ നിന്നേ കാണാം.

ജീപ്പുകാരനോട് താഴെ കാത്തുനിൽക്കാൻ നിർദ്ദേശിച്ച് ഞങ്ങൾ, ഞാനും വിദ്യയും പതിയെ കുന്നു കയറാൻ തുടങ്ങി. ചെന്നിറമുള്ള കുന്നുകളുടെ അതിരായി തെഴുത്ത പച്ചകാണാം. കാടാണത്. അതോടുചേർന്ന് കുട്ടികൾ അടുക്കിവെച്ച കളിപ്പാട്ടങ്ങൾപോലെ വീടുകളുടെ കൂട്ടം കാണാം. കുറെയകലത്തായാണത്. അങ്ങോട്ടാണ് കഠിനമായി യാത്ര ചെയ്ത് ഞങ്ങൾക്ക് ചെന്നുചേരേണ്ടിയിരുന്നത്. ലക്ഷ്യത്തിലേക്കുള്ള ക്ഷീണിച്ചും ദാഹിച്ചുമുള്ള കയറ്റത്തിനിടെ ഞങ്ങൾ മനുഷ്യരെയാരെയും കണ്ടതേയില്ല. മരത്തട്ടകൾ കഴുത്തിൽ ആഭരണങ്ങൾപോലെ പേറുന്ന കാലികളുടെ ചില കൂട്ടങ്ങളെ മാത്രം ഇടയ്ക്കിടെ കണ്ടു.

ഇവയുടെ മേച്ചിൽക്കാരൻ എവിടെയാവും. അയാളിരിക്കുന്ന മരച്ചോട് എത്ര അകലെയാവും. ഒരു മുളവേണുവുണ്ടാവില്ലേ അയാളുടെ കൈയിൽ എന്നിങ്ങനെ വിദ്യ ആ കുന്നുകയറ്റത്തിന്റെ ആയാസത്തെ ലഘുതരമാക്കാൻ ശ്രമിച്ചു.

ഒരിക്കലും അവസാനിക്കുകയില്ലെന്ന് തോന്നിച്ച ആ വഴിയിലൂടെ കൈയിലുണ്ടായിരുന്ന അവസാന തുള്ളി വെള്ളവും പങ്കിട്ട് തീർത്ത്

വരണ്ട നാവും തളർന്ന കാലുകളുമായി ഒടുവിൽ ഞങ്ങൾ ആ ഊരിലെത്തിയപ്പോൾ സൂര്യൻ കത്തിനിൽക്കുന്ന ഉച്ചനേരമായിക്കഴിഞ്ഞിരുന്നു.

ക്ഷീണവും പാരവശ്യവും ഇരട്ടിയാക്കുന്ന ഒന്നുകൂടി അന്നേരം ഞങ്ങൾക്ക് നേരിടേണ്ടിവന്നു. അവിടെ ഞങ്ങൾക്കു കാണേണ്ട പ്രധാന വ്യക്തി, ഊരുമൂപ്പൻ അന്ന് രാവിലെ കുറച്ചകലെ ഒരിടത്ത് മറ്റൊരു ഊരിൽ ഒരു ചടങ്ങ് നടത്തിപ്പിന് പോയിരിക്കുകയാണ്. മടങ്ങിവരവ് എപ്പോഴാവുമെന്ന് തീർച്ചയില്ല.

കഠിനമായി യാത്രചെയ്ത് എത്തിച്ചേർന്നതാണ് അത്ര ദൂരവും. ഏതായാലും കാത്തിരിക്കാൻതന്നെ നിശ്ചയിച്ചു. ഊരിലൊരു അങ്കണവാടിയുണ്ടായിരുന്നു. അതിന് മുൻഭാഗത്തായൊരു വലിയ കാട്ടുമരവും. അതിന് ചുറ്റിലും ദീർഘവൃത്താകാരത്തിൽ കെട്ടിയ തറയുണ്ടായിരുന്നു. ഊരുകൂട്ടവും മറ്റ് ഒത്തുചേരലുകളുമൊക്കെ നടക്കുന്നത് അവിടെയാവണം. തുടർനടപ്പിന്റെ ക്ഷീണമകറ്റാൻ ഞാനും വിദ്യയും ആ മരച്ചോട്ടിൽ ചെന്നിരുന്നു.

അങ്കണവാടിയിൽ കുറച്ച് കുഞ്ഞുങ്ങളും ആയയും ഉണ്ടായിരുന്നു. ഉച്ചഭക്ഷണം കഴിഞ്ഞ് കുട്ടികളെ ഉറങ്ങാൻ വിടുന്ന സമയമായിരുന്നു അത്. കുരുന്നുകൊഞ്ചലുകൾക്ക് കലമ്പങ്ങൾക്ക്, മീതെ ആയയുടെ ശാസന ഉയരുന്നത് ഇടയ്ക്കിടെ കേൾക്കാം. ഉറക്കമെങ്ങനെ നിർബന്ധം ചെലുത്തി കൊണ്ടുവരാവുന്നതാണോ എന്ന് ഞാനും വിദ്യയും തമ്മിൽ തമ്മിൽ നോക്കി. രണ്ട് അമ്മമാർ അങ്കണവാടിക്ക് പുറത്ത് നിൽക്കുന്നുണ്ടായിരുന്നു. ക്ഷമയോടെ, മക്കളുടെ ഉറക്കത്തിന് കാവൽ എന്നപോലെ. ഞങ്ങൾ വരുമ്പോൾതന്നെ അവിടെയുണ്ടായിരുന്ന അവർ ഒരുപക്ഷേ മണിക്കൂറുകളായി അവിടെ ഉണ്ടായിരുന്നിരിക്കണം. അല്ലെങ്കിലും കുഞ്ഞുങ്ങളെ നെഞ്ചിൽനിന്നകറ്റിയുള്ള നില്പിൽ ഏതമ്മയ്ക്കാണ് സമാധാനമുണ്ടാവുക.

വിശപ്പും ക്ഷീണവും കഠിനമായപ്പോൾ വിദ്യ ആ മരച്ചോട്ടിലെ സിമന്റടർന്ന തറയിൽ ഒരു കുഞ്ഞിനെപ്പോലെ ചുരുണ്ടുകിടന്നു. മടിയിൽവച്ച അവളുടെ ശിരസ്സിലെ ഇല്ലാപ്പേനുകൾ പരതി ഞാനും അമ്മമാർക്കൊപ്പം ഉറക്കത്തിന് കാവലിരുന്നു.

വെയിലും കാറ്റുമേറ്റ് എണ്ണമിനുപ്പ് വറ്റിപ്പോയ വിദ്യയുടെ മുടിയിൽ പക്ഷേ രാവിലെ തേച്ചുകുളിച്ച സോപ്പിന്റെ മണം അപ്പോഴും ബാക്കിയുണ്ടായിരുന്നുവെന്ന് തോന്നി. എപ്പോഴുമെന്നപോലെ എനിക്ക് പ്രിയതരമായ ഒരുഗന്ധം.

അവിടെനിന്ന് കുറച്ചകലേക്ക് കാഴ്ച സാധ്യമായിരുന്നു. വേനൽമഴ കടുപ്പിച്ച പച്ചപ്പ് ഉച്ചിയിൽ ചൂടുന്ന കുന്നുകളുടെനിര കുറച്ചകലേക്ക് കാണാം. ഇളംപച്ച ഇരുണ്ട കടുംപച്ചയിലേക്ക് സംക്രമിപ്പിക്കുന്ന കാടിന്റെ ഭാഗങ്ങൾ കുന്നുകൾക്കതിരായി ഒരു ഭാഗത്ത് നീണ്ട് കിടന്നു.

നോക്കിനോക്കിയിരിക്കെ ഞാനുമൊന്ന് മയങ്ങിയിട്ടുണ്ടാവണം. പ്രകൃതിക്ക് മാത്രം പുറപ്പെടുവിക്കാനാവുന്ന ഒരു ശബ്ദമാണ് എന്നെ

വീണ്ടും മയക്കത്തിന്റെ സുഖദതയിൽനിന്ന് ഉണർച്ചയിലേക്ക് തെറു പ്പിച്ചത്. ഒരിടിമുഴക്കം. തൊട്ടുമുമ്പുവരെയും കുന്നിൻചെരുവിൽ വെയിൽ വാർന്നു കിടന്നിരുന്നു. അതുകൊണ്ടുതന്നെ ആ നേരത്ത് അത് അപ്ര തീക്ഷിതമായിരുന്നു.

കുന്നുകൾക്ക് കുറുകനെ കാറ്റ് വീശാൻ തുടങ്ങി. പിന്നെയും ഒന്നു രണ്ട് ഇടിവെട്ടി. മാനം നോക്കി നോക്കിയിരിക്കേ ഇരുണ്ട് വന്നു. അതെ, മഴ വരികയായിരുന്നു. അതിന്റെ ആദ്യതുള്ളികൾ മുന്നറിയിപ്പായി ഉട ലിൽ വീണപ്പോൾ മയക്കം മുറിഞ്ഞ് വിദ്യയും ഉണർന്നു.

ഒരാൾക്കു പിന്നാലെ ഒരാളായി ഒരുപറ്റം അമ്മമാർ അങ്കണവാടിക്ക് നേരെ ഓടിവരുന്നത് കണ്ടു അന്നേരം. വൈകാതെ കുഞ്ഞുങ്ങളുടെ ശിരസ്സുകൾക്ക് മീതെ കൈപ്പടം കുടയായിപ്പിടിച്ചും അവരെ നെഞ്ചോട് അടുക്കിയും മഴ കടുക്കുംമുമ്പേ ഓരോരുത്തരായി മടങ്ങിപ്പോവുകയും ചെയ്തു.

കുഞ്ഞുങ്ങളൊഴിഞ്ഞ് ആയ മാത്രമായ അങ്കണവാടിയുടെ വരാന്ത യിൽ ഞാനും വിദ്യയും അഭയം തേടി. വലിയ ശബ്ദത്തിൽ ഒരിടി കൂടി വെട്ടി. പിന്നാലെ മഴ ശക്തമായി പെയ്യാൻ തുടങ്ങി. ആയ ഞങ്ങളെ അകത്തേക്ക് വിളിച്ചു. കുഞ്ഞുങ്ങൾക്കായുള്ള നന്നേ ഉയരം കുറഞ്ഞ ബെഞ്ചുകളിൽ ഞങ്ങളിരുന്നു.

മഴ കൂടുതൽ കടുത്തുവെങ്കിലും കാറ്റും ഇടിമിന്നലും പിന്നീടു ണ്ടായില്ല. നഗ്നമായ കുന്നുകൾക്ക് മീതെ മഴനൂലുകൾ ചാഞ്ഞ് വീഴു ന്നത് അകലേക്ക് കാണാമായിരുന്നു. അതൊരു നല്ല കാഴ്ചയായിരുന്നു. മഴ നോക്കി ഞങ്ങൾ മൂവരുമിരുന്നു. ഞാനും വിദ്യയും ആയയും. കുട്ടികൾക്ക് കൊടുത്തതിൽ ബാക്കിയുണ്ടായിരുന്ന ചെറുപയർ പുഴുക്ക് ആയ ഞങ്ങൾക്ക് വിളമ്പി. ഞങ്ങളോടവർ ഏറെയൊന്നും സംസാരി ച്ചില്ല. അല്ലെങ്കിലും ആ സമയത്ത് ഞങ്ങൾക്ക് വാക്കുകളല്ല ആഹാര മായിരുന്നു അത്യാവശ്യം.

മഴ നിലയ്ക്കാതെ തുടർന്നു. മഴ വിഷാദികളും മൂകരുമാക്കിയ മൂന്ന് മനുഷ്യർ കുട്ടികളുടെ ഇരിപ്പിടങ്ങളിലിരുന്ന് അത് കാണുന്നത് തുടർന്നു.

“ഈ പെയ്ത്ത് ഒരിക്കലുമവസാനിക്കാതെ മഴ തടവിലിട്ട മനുഷ്യ രായി നമ്മളിവിടെ പെട്ടുപോവുന്നത് ഒന്നോർത്തു നോക്കൂ.”

ഇടയ്ക്ക് വിദ്യ അവൾക്കുമാത്രം തോന്നുന്ന ഒരു ഭ്രമകല്പന പങ്കിട്ടു. “നമ്മളിങ്ങനെ ഇരുന്നിരുന്ന് നമുക്ക് വേരാഴ്ന്ന്, ഇലകൾ മുളച്ച്, നമുക്കു മേൽ വള്ളികൾ പടർന്ന്, കിളികൾ കൂട് വെച്ച്, അടയിരുന്ന്... അന്നേ രവും ഉടലുടലോട് തൊടുന്ന രണ്ടു മരങ്ങളായി, മനുഷ്യരേക്കാളു മായുസ്സുള്ള ജീവനായ് നാം...”

പിന്നെ അങ്ങനെയെല്ലാം സംഭവിച്ചിട്ട് എന്നമട്ടിൽ അവളെന്റെ വിര ലഗ്രങ്ങൾ മൃദുമൃദുവായി തെരുപ്പിടിച്ചു.

തെല്ലുനേരംകൂടി പിന്നിട്ടപ്പോൾ മഴ ഒട്ടൊന്ന് ശമിച്ചു.

ഞങ്ങൾ പുറത്തിറങ്ങി. മൂപ്പന്റെ വീട്ടിലേക്ക് വീണ്ടും ചെന്നു. ഇല്ല, ആളപ്പോഴും തിരികെ എത്തിയിരുന്നില്ല. ഇനിയും കൂടുതൽ വൈകി യേക്കുമെന്നും ഒരുപക്ഷേ വരാതിരിക്കാൻതന്നെ സാധ്യതയുണ്ട് എന്നും മൂപ്പന്റെ മകൾ പറഞ്ഞപ്പോൾ അന്നേക്ക്, തൽക്കാലത്തേക്ക് മടങ്ങി പ്പോവാൻ ഞങ്ങൾ നിശ്ചയിച്ചു.

മഴ ഇടനേരത്തേക്ക് ശമിച്ചു നിൽക്കുന്ന സമയമായിരുന്നു അത്. ആ പഴുതിൽ വേഗത്തിൽ കുന്നിറങ്ങാൻ ഒരു മാർഗ്ഗം മൂപ്പന്റെ മകൾ ഞങ്ങൾക്ക് കാണിച്ചു തന്നു. ഞങ്ങൾ കുന്നുകയറി വന്നവഴി അല്ലാതെ കാടോടുചേർന്ന് പോകുന്ന, കുറച്ച് ഭാഗം കാട്ടിലൂടെ തന്നെയായ ഒരു പാത. കുറച്ച് കൂടുതൽ ചെങ്കുത്തായ ഇറക്കമുള്ളത്. എങ്കിലും അതി ലൂടെ പോയാൽ ഞങ്ങളുടെ ജീപ്പ് നിർത്തിയിട്ട ഇടത്തേക്ക് ദൂരം കുറച്ച് കുറഞ്ഞ് കിട്ടും. നേരമിരുട്ടിയാൽ മൃഗസാന്നിദ്ധ്യമുണ്ടാവാനിടയുണ്ട്. എങ്കിലും പകൽ നേരത്തെ സഞ്ചാരത്തിന് ആ വഴിയത്രെ ഊരിലുള്ള മിക്കവരും ഉപയോഗിക്കുന്നത്.

ആ വഴിയേ ഞങ്ങൾ കുന്നിറങ്ങാൻ തുടങ്ങി. മഴ സാധ്യത ഒഴി ഞ്ഞിരുന്നില്ല. ആർത്തലച്ചുള്ള ഒരു പെയ്ത്തിന് കൂടിയുള്ള ഊർജ്ജം സ്വരുചേർക്കുകയാണ് മാനമെന്ന് തോന്നി.

ഞങ്ങൾ കൂടുതൽ ധൃടുതിയിൽ നടന്നു. ഞങ്ങൾക്ക് വേഗത്തിൽ താഴ്വാരത്ത് എത്തണമായിരുന്നു. താഴെ കാത്തുനിൽക്കുന്ന ഡ്രൈവർക്ക് മുഷിഞ്ഞിട്ടുണ്ടാവും. ഒരു വേള യാത്രക്കൂലി വേണ്ടെന്ന് വെച്ച് അയാൾ മടങ്ങിയിട്ടുണ്ടാവുമോ എന്ന ഭീതിയും ഞങ്ങളെ തീണ്ടി.

കുന്നിറക്കത്തിന്റെ കുറച്ചു ഭാഗം കാടിനുൾവശത്തുകൂടി ആയിരുന്നു. സ്വതേ ഇരുണ്ട് തുടങ്ങിയ അന്തരീക്ഷത്തിന് ആ ഭാഗത്തെത്തിയപ്പോൾ കൂടുതൽ കനംവെച്ചതായി തോന്നി. കാട് ഏറെ പ്രിയപ്പെട്ടതായിരുന്നു വിദ്യയ്ക്ക്. എനിക്കുമതേ. പക്ഷേ അന്നേരമത് അതിന്റെ ആദിമമായ ഇരുട്ടുകൊണ്ട് ഞങ്ങളെ ഭയപ്പെടുത്തി. പെട്ടെന്ന് മഴ വീണ്ടുംവീഴാൻ തുടങ്ങി. ഞങ്ങളുടെ ഭീതി അതിനെ ക്ഷണിച്ചു വരുത്തിയതുപോലെ. ശക്തമായ മഴ. ഒപ്പം തന്നെ കൂടുതൽ കർക്കശഭാവത്തിൽ കാറ്റു വീശാനും തുടങ്ങി.

ബാഗിൽ കരുതിയിരുന്ന പല മടക്കുള്ള പൂനിറക്കുട നിവർത്തി വിദ്യ പ്രതിരോധത്തിന് ഒരുമ്പെട്ടെങ്കിലും ശക്തമായ ഒരു കാറ്റ് അതിനെ അകംപുറം മറിച്ച് അകലേക്ക് പറത്തി.

അകമേ തിടംവെയ്ക്കുന്ന ഭീതിയോടെ ഞങ്ങൾ മഴയത്ത് കാട്ടി ലൂടെ ഓടി. വേരുകളിൽ തടഞ്ഞുവീണും ആളൊപ്പമുയരമുള്ള അടി ക്കാടിന്റെ കൈനീട്ടിത്തൊടലിൽ മുറിഞ്ഞും വല്ലവിധേനയും കാടിന്റെ ആ ഭാഗം പിന്നിലാക്കി. കാടിന് വെളിമ്പുറത്ത് പക്ഷേ മഴയും കാറ്റും ഇരട്ടി ശേഷിയോടെ ഞങ്ങളെ പ്രഹരിച്ചു. ഒപ്പം ഭൂമി പിളർന്നുമാറും ശബ്ദത്തിൽ ഇടിയും മിന്നലും.

സമീപത്തൊന്നും ആരുമില്ലാത്ത ആ ഭാഗത്തുകൂടി കാറ്റിൽ വീണ് പോവാതിരിക്കാൻ പരസ്പരം ഉടൽ കോർത്തും ഇടിമിന്നലിൽ ഭൂമിയുടെ

നഗ്നതയോട് നിലംപറ്റെ പതിഞ്ഞും ഒരിക്കലുമവസാനിക്കാത്തത് എന്ന് തോന്നിച്ച ആ വഴിയിലൂടെ കുന്നിറങ്ങുന്നത് ഞങ്ങൾ തുടർന്നു.

പറയണമല്ലോ, എന്റെ ജീവിതത്തിൽ എപ്പോഴെങ്കിലും ഞാൻ കണ്ടിട്ടുണ്ടായിരുന്നില്ല അത്തരമൊരു മഴയും കാറ്റും. അല്ല കാണുകയായിരുന്നില്ല. അനുഭവിക്കുകയായിരുന്നു. മറയും തടസ്സങ്ങളുമില്ലാതെ. ഉടലിലും മനസ്സിലും. അത് ആദ്യമായി വന്നുചേരുന്ന ഈ കുന്നിൻ നിരകളിൽ വച്ചായിപ്പോയതിലെ കൗതുകം ആ വിഷമസന്ധിയിലും ഞാൻ ഓർക്കാതിരുന്നില്ല,

''ആലിപ്പഴവീഴ്ചയുടെ കുറവുകൂടിയുണ്ട് നിഷാദ്.''

ഓടിത്തളർന്നതിന്റെ കിതപ്പിനിടയിലും വിദ്യ തമാശ പറയാൻ ശ്രമിച്ചു. കല്ലുവീഴുന്നുണ്ടായിരുന്നില്ല എന്നേയുള്ളൂ. മഴ അതിന്റെ നൂറ് കൈകളാൽ ഞങ്ങളെ പ്രഹരിച്ചുകൊണ്ടിരുന്നു. കാറ്റ് ചിലപ്പോഴൊക്ക ഗോദയിൽ കിട്ടിയ പ്രതിയോഗികളെപ്പോലെ ഞങ്ങളെ എടുത്തുയർത്തി നിലത്തുവീഴിച്ചു.

ഊരിലേക്കുതന്നെ തിരികെ പോയാലെന്ത് എന്ന് ഞങ്ങൾ ഒരു വേള വിചാരിച്ചു. പക്ഷേ കയറ്റം, വീണ്ടും ആ കയറ്റം കയറണമായിരുന്നു. കാട്ടുപാത പിന്നിടുകയും വേണമായിരുന്നു.

ഞങ്ങൾ താഴേക്ക് താഴേക്ക് തന്നെ നീങ്ങി.

കാറ്റിൽ വേരോടെ പുഴകിയേക്കും എന്നപോലെ നിലകിട്ടാതാടുന്ന കുറച്ച് മരങ്ങളുള്ള കുന്നിന്റെ ഭാഗത്ത് ഒരു ഷെഡ്ഡ് പോലൊന്ന് ഞങ്ങൾ അകലെ നിന്ന് കണ്ടു. പിന്നെ ഓട്ടം അങ്ങോട്ടായി. പെരുമഴയത്ത് ഇതാ ഒരു ലക്ഷ്യമുണ്ടായിരിക്കുന്നു. പലവട്ടം വീണും എഴുന്നേറ്റും ഒടുവിൽ ഞങ്ങൾ അവിടെ ചെന്നുചേർന്നു.

മേഞ്ഞുനടക്കുന്ന കാലികൾക്ക് വൈകുന്നേരം വന്നണയാനുള്ള ഒരിടമായിരുന്നു അത്. ചാണകത്തിന്റെയും മൂത്രത്തിന്റെയും വാട. കാലികളെ ചുറ്റിപ്പറ്റി നിൽക്കുന്ന വലിയ ഈച്ചകളൊഴിച്ചാൽ അന്നേരമവിടം ശൂന്യമായിരുന്നു. കാറ്റിന്റെ വല്ലാത്ത പ്രഹരത്തിൽ മേൽക്കൂര ഏത് നിമിഷവും പറിഞ്ഞുപോയേക്കുമെന്ന് തോന്നിച്ച ആ ഷെഡ്ഡിൽ നനഞ്ഞു കുതിർന്ന ഉടലുണക്കാൻ ഒരു ശീലപോലുമില്ലാതെ ഞങ്ങൾ തൊട്ടുതൊട്ടുനിന്നു.

ഉടനെയൊന്നും അവസാനിക്കുകയില്ലെന്ന് തോന്നിയ കാറ്റും മഴയും ഭയത്തോടെ നോക്കിനിൽക്കെ കുറച്ചാളുകൾ ഷെഡ്ഡിന് നേർക്ക് ഓടിവരുന്നത് കാണായി. നിലയില്ലാതെ പെയ്യുന്ന മഴയിൽ ഒരഭയത്തിനായാണ് അവരും അങ്ങോട്ടുതന്നെ ഓടിക്കയറിവന്നത്.

കബഡിമത്സരത്തിനോ മറ്റോ പോകുന്നവരെ അനുസ്മരിപ്പിച്ച പരുക്കൻ മട്ടുള്ള ചിലർ. നാലു പേരുണ്ടായിരുന്നു അവർ.

ഞങ്ങളെ അവിടെ കണ്ടപ്പോൾ അവരൊന്ന് അമ്പരന്നു എന്ന് തോന്നി. മഴയിൽ ദീർഘമായി ഓടിയതിന്റെ കിതപ്പുമാറിയപ്പോൾ അവർ ഞങ്ങളെ തുറിച്ചുനോക്കാൻ തുടങ്ങി.

വൈകാതെ അവരുടെ പെരുമാറ്റം രൂക്ഷവും മര്യാദയില്ലാത്തതുമായി മാറി. കാലി ഷെഡ്ഡിന്റെ ഒരു ഭാഗത്ത് ഒതുങ്ങിനിന്ന ഞങ്ങളെ അർദ്ധവൃത്താകാരത്തിൽ വളഞ്ഞുനിന്ന് അവർ പരിഹസിക്കാനും ആക്ഷേപിക്കാനും തുടങ്ങി. ഒരുതരം തിണ്ണമിടുക്കിന്റെ പ്രകടനം.

അത് അപ്രതീക്ഷിതമായിരുന്നു. അല്പം മുമ്പ് മാത്രം പ്രകൃതിയുടെ പ്രഹരത്തിൽ ഞങ്ങളെപ്പോലെ തന്നെ പകച്ച് നില തെറ്റിപ്പോയവർ. തെല്ലൊരാശ്വാസം, ഇത്തിരിയിടം കിട്ടിയപ്പോൾ തനിസ്വരൂപം പൂകുന്നു. എനിക്ക് ദുഃഖം തോന്നി.

സ്ത്രീകളുടെ സമക്ഷത്തിൽ ആരെങ്കിലുമെപ്പോഴെങ്കിലും ഉപയോഗിക്കുമെന്ന് കരുതുകവയ്യാത്ത ചില വാക്കുകൾ പറഞ്ഞ് അവർ ഞങ്ങളെ വളഞ്ഞ് കൂടുതൽ അടുത്തേക്ക് വന്നതോടെ ഞങ്ങൾ കുരുക്കിലായിക്കഴിഞ്ഞിരിക്കുന്നുവെന്ന് എനിക്ക് ഉറപ്പായി.

വിദ്യ ഉപദ്രവിക്കപ്പെടുക എന്നത് ചിന്തിക്കാനാവാത്തതായിരുന്നു. അവർ നാലുപേരുണ്ടെങ്കിലും എനിക്കവളെ സംരക്ഷിക്കണമായിരുന്നു. പക്ഷേ ഞങ്ങൾ ഒരു സിനിമയിലോ നാടകത്തിലോ ആയിരുന്നില്ല. യാഥാർത്ഥ്യത്തിലായിരുന്നു.

അവരുടെ വൃത്തം ഞങ്ങൾക്ക് ചുറ്റും ഒന്ന് കൂടെ കുറുകിയപ്പോൾ ഞാൻ വിദ്യയോട് പതിയെ പറഞ്ഞു.

''If they come more closer, lets dash from here.''

അതവർക്ക് മനസ്സിലാവുകയില്ലെന്ന് ഞാൻ കരുതി. വിഷമവൃത്തിൽ നിന്ന് പുറത്തുകടക്കാൻ മറ്റാലോചനകളൊന്നും എന്റെ തലയിൽ അപ്പോൾ തെളിഞ്ഞില്ല. പക്ഷേ സിനിമയിലോ നാടകത്തിലോ ഒക്കെ മാത്രം സംഭവിക്കുന്ന ഒന്ന് തൊട്ടുടനെ ഉണ്ടായി. അതേ, ജീവിതത്തിൽ സംഭവിച്ചിട്ടില്ലായിരുന്നുവെങ്കിൽ ഞാനൊരിക്കലും വിശ്വസിക്കാത്ത ഒന്ന്. ഒരാൾകൂടി പെട്ടെന്നങ്ങോട്ട് കടന്നുവന്നു. മെലിഞ്ഞ ഒരു മനുഷ്യൻ. നല്ല ഉയരം. ക്രമംവിട്ട് വളർന്ന താടി മീശകൾ, മുടി. കുപ്പായത്തിന് മീതെ മറ്റൊരു കുപ്പായം ഓവർകോട്ട്പോലെ ധരിച്ചിരിക്കുന്നു അയാൾ. മഴ അയാളുടെ രോമസമൃദ്ധിയിൽനിന്ന് ഒരു കുഞ്ഞുനദിതന്നെ ഒഴുക്കുന്നുണ്ടായിരുന്നു.

''തൊട്ടുപോകരുത്.''

അങ്ങനെയാണയാൾ ആദ്യം പറഞ്ഞത്.

''പോ... പോ... വേഗം പോ.''

മനുഷ്യരല്ലാത്ത, മനുഷ്യരുടെ ഭാഷ മനസ്സിലാവാത്ത ആരോടോ സംസാരിക്കുന്നതുപോലെയും പരുഷമായുമായിരുന്നു അയാളുടെ വാക്കുകൾ. പ്രതിയോഗികൾ ഒന്നു പകച്ചു എന്നത് നേരാണ്. ഞങ്ങൾക്കു ചുറ്റിലായി ഉരുവപ്പെട്ട വൃത്തം അയഞ്ഞു. അതിന്റെ ആകാരം നഷ്ടമായി. പ്രതിരോധത്തിന് കടന്നാക്രമണത്തിലും നല്ല ഉപാധിയില്ലെന്ന പാഠം.

എന്നിട്ടും കണ്ണുകളുടെ ഭാഷകൊണ്ട് വിനിമയം ചെയ്ത് ഒരു വട്ടം

കൂടി അവർ ഞങ്ങളോടടുത്തു. അന്നേരമാണ് അയാളുടെ കൈയിൽ അത് പ്രത്യക്ഷമായത്. നീണ്ട വായ്ത്തലപ്പുള്ള ഒരു കത്തി.

ഞങ്ങളുടെ ശിരസ്സുകൾക്ക് മീതെ നിന്നാണത് പ്രത്യക്ഷമായത്. തൊഴുത്തിന്റെ മേൽക്കൂരയിൽ നിന്ന് അയാളത് വലിച്ചൂരി എടുക്കുകയായിരുന്നു. വെള്ളരിനാടകവേദിയിലെ അതിശയിപ്പിക്കുന്ന മാജിക്കുകാരന്റെ വേഗതയുണ്ടായിരുന്നു അയാളുടെ ചലനത്തിന്.

കത്തിയുടെ പൊടിയിട്ട് രാകി മൂർച്ച വരുത്തിയ വായ്ത്തല ശത്രുക്കളോട് സംസാരിച്ചിരിക്കണം. അമർത്തിയ ചില മൂളലുകളിൽ, ഒന്നും കഴിഞ്ഞിട്ടില്ലെന്ന തലയാട്ടലുകളിൽ മറുപടിയൊതുക്കി അവർ അപ്പോഴും തോരാത്ത മഴയിലേക്ക് നിഷ്ക്രമിച്ചു.

''കള്ളന്മാരാണ്, പേടിക്കണം.'' നെടുതായൊന്ന് നിശ്വസിച്ച് അയാൾ, ഞങ്ങളുടെ രക്ഷകൻ പറഞ്ഞു.

''മൃഗവേട്ടയ്ക്ക് പോകുകയാണ്. എന്നെയവർക്ക് കണ്ടുകൂടാ. ഫോറസ്റ്റുകാരുടെ ആളാണ് ഞാനെന്നാണ്...''

ഒന്നിച്ച് പറഞ്ഞാൽ തെറ്റായിപ്പോകുമോ എന്ന സംശയംകൊണ്ടെന്ന വിധം ചെറിയ ചെറിയ വാചകങ്ങളിൽ അയാൾ സംസാരിച്ചു. വേറെയേതോ ഭാഷയുടെ കലർപ്പുള്ളതരം ഒരു മലയാളം.

നടുക്കത്തിന്റെയാഘാതം അഴിഞ്ഞ്, ആശ്വാസത്തിലേക്ക്, തെല്ലാശ്വാസത്തിലേക്ക് വരുന്നതേ ഉണ്ടായിരുന്നുള്ളൂ ഞാനും വിദ്യയും. മഴ തീർന്നുവെന്ന് തോന്നിയ ഇടവേളയിൽ ഊരിൽ നിന്നിറങ്ങിയത് മുതൽ തെല്ലുനേരത്തിനുള്ളിൽ സംഭവിച്ചതത്രയും വിശ്വസിക്കാൻ, ഇനിയും കൂടുതൽ സമയം വേണ്ടിവന്നേക്കുമെന്ന് തോന്നി.

കാലികൾക്ക് വന്നുചേരാനുള്ള ആ ഇടത്ത് മഴ നനഞ്ഞു കുതിർന്ന ഉടലോടെ നിൽക്കെ അയാൾ അയാളെക്കുറിച്ച് പറഞ്ഞു. ഞങ്ങൾ പോയി മടങ്ങിവരുന്ന ഊരിലാണയാളുടെ താമസം. അത് പക്ഷേ സ്വന്തം വീടൊന്നുമല്ല. ഒരു വീടോടു ചേർന്ന ചായ്പ്. ഒറ്റാന്തടിയായ ആൾക്ക് അതുതന്നെ ധാരാളം. പകൽനേരത്ത് മുഴുവനും തൊട്ടടുത്തുള്ള രണ്ട് മൂന്ന് ഊരുകളിലുള്ളവരുടെ കാലികളെ മേയ്ച്ച് അവയ്ക്കു പിന്നാലെയാവും. അവറ്റ പുല്ലിൻ തെഴുപ്പുള്ള കുന്നിൻചെരുവുകൾ തിരഞ്ഞ് അങ്ങനെ നീങ്ങിപ്പൊയ്ക്കൊള്ളും. ഇടയ്ക്ക് കാടിനുൾഭാഗത്തേക്ക് കയറിപ്പോവാതെയൊരു കരുതൽ മാത്രം മതിയാവും.

ഇന്നാട്ടുകാരനല്ല ആൾ. നാടെവിടെയെന്ന് പറഞ്ഞതുമില്ല. പറഞ്ഞത് തൊട്ടുമുമ്പ് എവിടെയായിരുന്നു എന്ന് മാത്രമാണ്. ആനക്കട്ടിക്കപ്പുറം തമിഴ്നാട്ഭാഗത്ത് താൽക്കാലിക ഫോറസ്റ്റ് വാച്ചറായിരുന്നു. വാച്ചറെന്ന് പേരെങ്കിലും ജോലി വീട്ടുവേലക്കാരന്റേതായിരുന്നു. സ്ഥിരം ജീവനക്കാരുടെ ക്വാർട്ടേഴ്സിലെ ഊഴമിട്ടുള്ള അടിക്കലും തുടയ്ക്കലും വൃത്തിയാക്കലും. ഇടയ്ക്ക് പ്രമാദമായ ഒരു മൃഗവേട്ടക്കേസുണ്ടായി. അന്വേഷണത്തിൽ ഫോറസ്റ്റ് ജീവനക്കാർ തന്നെയാണ് കുറ്റക്കാർ എന്ന് കണ്ടെത്തി. ചിലരുടെ അടുക്കളയിൽനിന്നും തെളിവുകളും ലഭിച്ചു. രക്ഷപ്പെടാനുള്ള പഴുതായി ഉദ്യോഗസ്ഥർ ഇയാളെ ഉപയോഗിച്ചു.

കുറച്ചുകാലം ജയിലിലും കിടന്നു. പുറത്ത് വന്നപ്പോൾപിന്നെ അവിടെ നിൽക്കാൻ തോന്നിയില്ല. അതിർത്തി കടന്ന് ഇവിടെയെത്തി.

മഴ തോർന്നപ്പോൾ ഞങ്ങളിറങ്ങി. അയാളും ഞങ്ങളുടെ കൂടെ വന്നു. താഴെ ഞങ്ങൾക്ക് ചെന്നുചേരേണ്ട വഴി കാണുവോളം...

ഹോട്ടലിനുമുമ്പിൽ എന്നെയിറക്കി സൈക്കിൾറിക്ഷ ചവിട്ടി നീങ്ങും മുമ്പേ അയാളെന്നെ ഒരു വട്ടംകൂടി നോക്കിയെന്ന് തോന്നി. ഇപ്പോൾ അതയാളല്ലെന്ന് എനിക്ക് തോന്നി. അയാളിവിടെ വരാൻ, റിക്ഷാക്കാരനായിരിക്കാൻ ഉള്ള സാധ്യത എത്ര നേർത്തത് മാത്രമാണ്. ഇല്ല, റിക്ഷയിറങ്ങുംനേരത്ത് വിദ്യയെക്കുറിച്ച് അവളെവിടെയെന്നും അയാൾ ചോദിച്ചിരിക്കാനിടയില്ല.

ഇല്ല... ഒന്നുമില്ല... ഒന്നുമില്ല... ഓർമ്മകളല്ലാതൊന്നുമില്ല.

മനുഷ്യർ, ഇടങ്ങൾ, ദേശങ്ങളെ തൊട്ടൊഴുകുന്ന നദി, നല്ലതും വേദനിപ്പിക്കുന്നതുമായ ഓർമ്മകൾ. ഇപ്പോഴിപ്പോൾ എല്ലാം ഒടുവിൽ അവളിൽ, വിദ്യയിൽ ചെന്ന് തൊടുന്നു.

കടലിലേക്കൊഴുകും നദി പോലെ ഓർമ്മകളത്രയും അവളെ വഹിക്കുന്നു.

ഇല്ല... ഓർമ്മകളിലല്ലാതെ ഞാൻ പോലുമില്ല.

മടക്കം

കാടൽ വേഗം വേഗം എന്ന് ക്ഷണിക്കുന്ന നദിയെപ്പോൽ ഗംഗാപദത്തിലൂടെ എന്റെ ഗമനം പിന്നെയും തുടർന്നു. മരണത്തോടുള്ള വാഞ്ഛ തൽക്കാലത്തേക്കെങ്കിലും എന്റെ ശിരസ്സിനെ ഒഴിഞ്ഞു നിന്നിരുന്നു. എനിക്ക് എന്റെ കടം വീട്ടണമായിരുന്നു. വിദ്യയ്ക്ക് പ്രിയമായിരുന്ന, കല്പനകളിൽ അവൾ വരച്ചിട്ട വഴികളിലൂടെ സഞ്ചരിക്കണമായിരുന്നു. അങ്ങനെ ചെയ്ത് കുറ്റബോധത്തിന്റെ ഘനപ്പെടലിൽ നിന്ന് കുറച്ചെങ്കിലും എനിക്കെന്നെ മോചിപ്പിക്കണമായിരുന്നു.

ഫറൂഖാബാദിൽനിന്ന് കാൺപൂർ. പിന്നെ അലഹാബാദ്, വാരണാസി, ബക്സാർ, പാറ്റ്ന...

എവിടെയും ദീർഘമായി തങ്ങിനിൽക്കാൻ എനിക്ക് തോന്നിയില്ല. ചിലയിടത്ത് ഒരു പകൽ, അപൂർവ്വമായി ഒരു പകലും രാത്രിയും ഞാൻ വിവിധ സ്ഥലങ്ങളിൽ തങ്ങി.

നീതൂ, ചിലപ്പോൾ ഞാനായിരിക്കുന്ന മനോനിലയുടെ പ്രതിഫലനമാവാം. അല്ലെങ്കിൽ തണുപ്പാധിക്യമുള്ള നിറംകുറഞ്ഞ കാലാവസ്ഥ കാരണമാവാം പിന്നിട്ട വഴികളിലെ മനുഷ്യരിൽ ഒട്ടുമിക്കവരും പ്രസന്നത ചേർന്നുപോയി എന്തെന്തെല്ലാമോ വിഷാദങ്ങളും വ്യഥകളും പേറുന്നുണ്ടെന്ന് തോന്നി. ഒരുവേള കഠിനമായ ദാരിദ്ര്യത്തിന്റെയും

വറുതിയുടേയും പ്രഹരങ്ങളും മനുഷ്യരെ കുനിഞ്ഞവരും നിറം കുറഞ്ഞ വരുമാക്കുന്നുണ്ടാവുമെന്നും എനിക്ക് തോന്നി.

കണ്ടുമുട്ടുന്ന മനുഷ്യരോടൊക്കെ എനിക്ക് സ്നേഹം തോന്നി. അതിലുപരിയായി ഒരേ കയ്പ് നുകരുന്നവർ എന്ന സഹതാപവും അനുതാപവും തോന്നി.

വാരണാസിയിൽ ഗംഗയെന്നെ ഏറെ ദുഃഖിപ്പിച്ചു. ഗംഗാസാമീപ്യം കൊണ്ട് പേരുകേട്ട ആ നഗരത്തിൽ നദി ഒരിക്കലുമൊഴുകാത്ത നിശ്ചലത പേറുന്ന ഒന്നായി തോന്നിച്ചു. തടാകംപോലെയോ അണക്കെട്ട് പോലെയോ തന്നെ. പ്രസിദ്ധമായ അതിന്റെ ഘാട്ടുകളിൽനിന്ന് നോക്കിയപ്പോൾ നദി ഒരുത്സവപ്പറമ്പാണ് എന്ന് എനിക്ക് തോന്നി. ഇരുകരകളിലും മനുഷ്യർ. അസംഖ്യമസംഖ്യം മനുഷ്യർ. കരകളിൽനിന്ന് നദിപ്പരപ്പി ലേക്കും വ്യാപിച്ചിരിക്കുന്നു അവർ. അവരിൽനിന്ന് പുറപ്പെട്ട് വരുന്ന ശബ്ദങ്ങൾ.

നിഷ്കളങ്കമായി പ്രാർത്ഥനാശീലുകൾ ഉരുവിടുന്നവർ, നിർലോഭ മായി അനുഗ്രഹങ്ങൾ ചൊരിയുന്നവർ. അനുഗ്രഹവും പ്രാർത്ഥനയും വാഗ്ദാനമായി നൽകുന്നവർ.

പല തരത്തിലുമുള്ള വെളിച്ചങ്ങൾ, അലങ്കാരങ്ങൾ. ഭോജ്യങ്ങളുൾ പ്പടെ എല്ലാം വിൽക്കുന്ന വില്പനക്കാർ. അവരുടെ അപേക്ഷകൾ, പ്രലോഭനങ്ങൾ. കാരുണ്യവും ഭിക്ഷയും യാജിക്കുന്നവർ. അവകാശ മെന്ന മട്ടിൽ പ്രതീക്ഷിക്കുന്നവർ.

നദിയുടെ തളംകെട്ടലിൽ തങ്ങിനിൽക്കുന്ന ജീവനില്ലാത്ത അസംഖ്യം വസ്തുക്കൾ. പാതിവെന്ത ഉടലുകൾപോലും. ഇടയിലിടയിലൂടൊഴുകും ആൾകയറിയ യാനങ്ങൾ.

വിദ്യ, നിന്റെ ഗംഗ ഇവിടെയില്ല. വിദ്യ, നിന്റെ ഗംഗയല്ല ഇവിടെ യെന്ന് ക്ഷമാപണപൂർവ്വം പട്ടുസാരികളുടെ, ഉസ്താദ് ബിസ്മില്ലാഖാന്റെ ആ നഗരം വിട്ട് ഞാൻ അകന്നു.

ബക്സറിൽ മാത്രം ഞാൻ ഒരു പകൽ അധികം തങ്ങി. ബീഹാ റിലെ, ഉത്തർപ്രദേശതിരിലെ ആ ചെറുനഗരം എനിക്കായി ഒരു അപ്ര തീക്ഷിത അനുഭവം കാത്തുവെച്ചിട്ടുണ്ടായിരുന്നു. അതേ, തികച്ചും അപ്രതീക്ഷിതമായ ഒന്ന്. തണുപ്പിന് കടുപ്പം കൂടിത്തുടങ്ങിയ വൈകു ന്നേരമായിരുന്നു ഞാനവിടെ എത്തിയപ്പോൾ. ഒരു താമസസ്ഥലം കണ്ടെത്തണം. അതിനുമുമ്പേ എന്തെങ്കിലും കഴിക്കുകയും വേണമായി രുന്നു.

ആ ഭാഗത്ത് മനുഷ്യർ, വിശേഷിച്ചും ധനംകൊണ്ടോ പദവി കൊണ്ടോ മേൽ ശ്രേണിയിലുള്ളവർ കുപ്പായങ്ങൾക്ക് മീതെ ഭംഗിക്കും തണുപ്പ് അകറ്റാനുമായി ഇടുന്നതരം ഒരു മുറിക്കയ്യൻ ജാക്കറ്റുണ്ട്. അത് 'ബാബ്വ്, ആയിയേ, ദേഖിയേ കേവൽ ദോസൗ' എന്ന് നിലവിളിക്കുമ്പോലെ വിളിച്ച് പറഞ്ഞ് വില്പന നടത്തുന്നുണ്ട് തികച്ചും ഗ്രാമീണമട്ടിൽ വേഷം ധരിച്ച ഒരാൾ. അത്രയും കുറഞ്ഞ വില അവിടെയൊരതിശയമാണ് എന്ന മട്ടിൽ ഒരാൾക്കൂട്ടമുണ്ടായിരുന്നു അയാൾക്ക് ചുറ്റിലും.

പുല്ലുമേഞ്ഞ മേൽക്കൂരയുള്ള താൽക്കാലികമെന്ന് തോന്നിച്ച ഏതാനും ചായക്കടകളുമുണ്ടായിരുന്നു ആ ഭാഗത്ത്. ഗ്രാമീണരായ മനുഷ്യർ അവയുടെ മുമ്പിൽനിന്ന് കൈയിൽ ചുരുട്ടിപ്പിടിച്ച റൊട്ടിക്കും ലിട്ടിക്കുമൊപ്പം ധൃതിയിലും ലഘുവായും ചായ മൊത്തുന്നുണ്ടായിരുന്നു.

ബൈക്ക് ഒതുക്കി നിർത്തി ഞാനും ഒരു ചായ പറഞ്ഞു. അത് കുടിച്ചുകൊണ്ടിരിക്കെയാണ് പെട്ടെന്ന് എതിർഭാഗത്തെ കെട്ടിടത്തിലെ ബോർഡ്, വിശേഷിച്ച് അതിലെ അവസാന ഭാഗത്തെ വാക്കുകൾ എന്റെ ശ്രദ്ധ കവരുന്നത്.

നിയർ റെയിൽവേ ക്രോസ്, പാണ്ഡേപട്ടി, ബക്സർ 802103 എന്നായിരുന്നു അത്.

ഒരുകാലത്ത് ധാരാളമായി എന്റെ വിലാസത്തിൽ വന്നുചേർന്നിരുന്ന കത്തിലെ ഫ്രം വിലാസത്തിലെ അവസാനത്തെ ചിലവരികൾ. ഞാൻ ധാരാളമായി എഴുത്തുകൾ അയച്ചിരുന്ന ചില വരികൾ.

സോണിജോസ്, ടീച്ചർ, സെന്റ് ജോസഫ്സ് ഇംഗ്ലീഷ് സ്കൂൾ, നിയർ റെയിൽവേ ക്രോസ്, പാണ്ഡേപട്ടി, ബക്സർ, പിൻ-802103 എന്നായിരുന്നു അത് പൂർണ്ണരൂപത്തിൽ.

സോണി എന്റെ ബാല്യകാലത്തിലെ ചങ്ങാതിയായിരുന്നു. സമപ്രായക്കാർ. ഓർമ്മവെച്ച നാൾ മുതൽ പരസ്പരം കാണുന്നവർ. ഒരേ കളികൾ ഒന്നിച്ച് കളിച്ച് മുതിർന്നവർ. സ്കൂൾ കാലത്തിനൊടുവിൽ അവൻ അകലേക്ക് പോയി, പഠനത്തിനായി. അക്കാലത്ത് ഞങ്ങൾ കുട്ടികൾക്ക് ചിന്തിക്കുക അപ്രാപ്യമായിരുന്ന അകലത്തിലേക്ക്.

ബ്രഹ്മവാർ എന്നായിരുന്നു അവൻ പഠനത്തിന് പോയ സ്ഥലത്തിന്റെ പേര്. ദൈവശാസ്ത്രം പഠിപ്പിക്കുന്ന കോളേജിൽ പഠിച്ച് വൈദികനാവാനായിരുന്നു അവന്റെയിഷ്ടം. അവന്റെ അമ്മച്ചിയുടെ കൈയിൽനിന്ന് വിലാസം വാങ്ങിച്ച് ഞാനാണവന് ആദ്യം കത്തെഴുതിയത്. അതിനവൻ മറുപടിയെഴുതി. പിന്നെയതിന് തുടർച്ചകളുണ്ടായി. ഇടതടവില്ലാത്തൊരൊഴുക്കായി കത്തുകൾ. ബ്രഹ്മവാറിൽനിന്ന് അവൻ പോയ കരീം നഗറിൽനിന്ന്, ബറോഡയിൽനിന്ന് എല്ലാം എന്നെത്തേടി കത്തുകൾ വന്നു. ഞാനവയ്ക്ക് മറുപടികളയച്ചു. ഇൻദനേം ഓഫ് ഗോഡ് എന്ന് തുടങ്ങി പ്രാർത്ഥനാശംസകളോടെ അവസാനിക്കുന്ന അവന്റെ കത്തുകൾ. ബക്സറിലെ അവന്റെ സഭയുടെ സ്കൂളിൽ ജോലിക്ക് ചേർന്നപ്പോൾ അവിടെനിന്നും തുടർന്നു എഴുത്ത്. അവ അക്കാലത്ത് എനിക്കജ്ഞാതമായിരുന്ന ഒരു ലോകത്തേക്ക് അവിടുത്തെ വിശേഷങ്ങളിലേക്ക് തുറന്നിട്ട വാതായനങ്ങളായിരുന്നു.

ഫോൺ വിളികളുടെ, മൊബൈൽ ഫോണിന്റെ കാലമായതോടെ എഴുത്തുകൾ പതിയെപ്പതിയെ നിലച്ചു. കത്തുകൾക്കിടയിലെ ഇടവേളകൾ വേനൽക്കാലമാസങ്ങൾ പോലെ വലുതായി. പിന്നെ കത്തുകളേ വരാതായി. എഴുതാതായി. ഫോൺ വിളികളാവട്ടെ അതിന് പകരമായതുമില്ല.

ജോലിനേടി ഞാൻ നാടുവിട്ടു. എന്റെതന്നെ തിരക്കുകളിലേക്ക് ജീവിതത്തിലേക്ക് ആഴ്ന്നുപോയി. മനുഷ്യർക്ക് മേൽ മനുഷ്യർ, ഓർമ്മകൾക്കുമേൽ ഓർമ്മകൾ വന്നുചേർന്നു. സ്വാഭാവികമായും പഴയ ചങ്ങാതിയെ അപൂർവ്വമായി മാത്രം ഓർത്തു. അവനും ഇടങ്ങൾ വിട്ട് മാറിയിട്ടുണ്ടാവണം.

പിന്നയെത്രയോ വർഷങ്ങൾ. ഒരിക്കൽപോലും വിളിക്കുകയോ എഴുതുകയോ ചെയ്യാതെ. ഉള്ളത് പറഞ്ഞാൽ അവനെ സംബന്ധിക്കുന്ന എന്തെങ്കിലുമൊന്ന് എന്റെ ഓർമ്മയിൽ വന്നിട്ടുതന്നെ വർഷങ്ങൾ പിന്നിട്ടിരിക്കണം. ആ ബോർഡ്, അപ്പോൾ അവനിലേക്കുള്ള ചൂണ്ടു പലകയാണെന്ന് തോന്നി. എനിക്കവനെ കാണണമെന്ന് തോന്നി. സാധ്യത തീരയില്ലെങ്കിലും വെറുതെയൊന്ന് അന്വേഷിക്കുകയെങ്കിലും ചെയ്യണ മെന്ന് തോന്നി.

ആർക്കുമെളുപ്പം വഴികാണിച്ചു തരാൻ മാത്രമകലത്തായിരുന്നു ആ സ്കൂൾ. ചായ ആസ്വദിച്ചു കുടിക്കാൻ നിൽക്കാതെ ഞാൻ അങ്ങോട്ട് നീങ്ങി. സ്കൂൾവിട്ട് കുട്ടികൾ പുറത്തേക്കിറങ്ങുന്ന സമയമായിരുന്നു അത്. ഒറ്റയ്ക്കും കൂട്ടമായും കുട്ടികൾ, അവരെ കൊണ്ടുപോകാനെ ത്തുന്ന ചെറുതും വലുതുമായ വാഹനങ്ങൾ. എല്ലാം കടന്ന് പോവാൻ ഞാൻ കാത്തുനിന്നു. പിന്നെ സ്കൂൾ ഓഫീസ് കണ്ടെത്തി അങ്ങോട്ട് ചെന്നു. അതിശയം, അവൻ ആ സ്കൂളിൽ തന്നെയുണ്ടായിരുന്നു. പ്രിൻസിപ്പലിന്റെ കസേരയിൽ. അതിലുമേറെയതിശയം, നേരിൽകണ്ടിട്ട് ഒന്നരപ്പതിറ്റാണ്ടെങ്കിലും കഴിഞ്ഞിട്ടുണ്ടാവുമെങ്കിലും ഒരു നിമിഷാർദ്ധം കൊണ്ട് ഞങ്ങളിരുവരും തിരിച്ചറിഞ്ഞു എന്നതാണ്.

അന്ന് രാത്രി മറ്റെങ്ങോട്ടും പോവാൻ അവനെന്നെ അനുവദിക്കു മായിരുന്നില്ല. സ്കൂളിൽ നിന്ന് ഏറെ അകലെയല്ലാത്ത അവന്റെ താമസ യിടത്തേക്ക് കാറോടിച്ച് മുമ്പിലായി അവൻ. ഞാനെന്റെ മോട്ടോർ സൈക്കിളിൽ പിറകേയും. രാത്രി, അതിഥിമുറിയിൽ അടുത്തടുത്ത കട്ടിലുകളിലാണ് ഞങ്ങൾ ഉറങ്ങാൻ കിടന്നത്. അവന്റെ ഭാര്യയുണ്ടാ ക്കിയ തെക്കിനിന്ത്യൻ ആഹാരം കഴിക്കുമ്പോൾപോലും ഞൊടി നേരത്തേക്ക് നിലയ്ക്കാതിരുന്ന ഞങ്ങളുടെ ഭാഷണം ഉറങ്ങാൻ കിട ന്നിട്ടും തുടർന്നു.

അവനായിരുന്നു കൂടുതലും സംസാരിച്ചത്. എനിക്ക് പരിചയമുണ്ടാ യിരുന്ന കാലത്ത് തെല്ലൊരു നാണം കുണുങ്ങിയും മിതഭാഷിയുമാ യിരുന്നു അവൻ. കത്തുകൾപോലും അങ്ങനെയായിരുന്നു. പ്രവാസം അവനെ ആത്മവിശ്വാസമുള്ളവനും സരസനും വാചാലനുമാക്കി മാറ്റി യിരിക്കുന്നു.

ഏറെ, അത്രയേറെ ഉണ്ടായിരുന്നു വിശേഷങ്ങൾ. പരസ്പരം കണ്ടിട്ടി ല്ലാത്ത പത്തുപതിനാറ് വർഷക്കാലത്തെ വിശേഷങ്ങൾ. മനുഷ്യായു സ്സിലെ, യുവത്വത്തിലെ സുപ്രധാനമായ കാലത്തെ കാര്യങ്ങൾ ഞങ്ങൾ പരസ്പരം ഒന്നുമറിഞ്ഞിരുന്നില്ല എന്നത് വിചിത്രം തന്നെ.

ഈ നഗരത്തിൽ അവൻ അദ്ധ്യാപകനായി ജോലി നോക്കവേ തുടർച്ചയറ്റുപോയതാണ് ഞങ്ങളുടെ സൗഹൃദം. പിന്നീടവൻ പൂനെയിലേക്കും ബൽഗാമിലേക്കുംപോയി. വീണ്ടുമിവിടെ ബക്സറിൽ തിരികെയെത്തി. ഇടയ്ക്ക് വിവാഹം, കുഞ്ഞുങ്ങൾ, സഞ്ചരിച്ചിരുന്ന തീവണ്ടി പാളംതെറ്റിയുണ്ടായ ഒരപകടത്തിൽപെടൽ... അങ്ങനെ വിശേഷങ്ങൾ.

ഞാൻ നാട്ടിൻപുറജീവിതംവിട്ട് ജോലി നേടുന്നത്, വിവാഹം, പരാജയം, ഉപ്പയുടെ മരണം, കവിയായുള്ള എന്റെ ജീവിതം.

ഒരുകാലത്ത് ഇഴപിരിയാത്ത കൂട്ടായിരുന്ന രണ്ട് മനുഷ്യർ. ഒരു ജീവപര്യന്തത്തടവുകാലത്തിന്റെ ഇടവേളയ്ക്കുശേഷം വീണ്ടും കണ്ടുമുട്ടുമ്പോൾ സ്വാഭാവികം, വാക്കുകൾ വിശേഷങ്ങളായി പകർന്നാടി നിറയുന്നു. അതേ, കൂടുതലും നാവാടിയത് അവനാണ്. അത്ര സ്ഥിരമായി ഉപയോഗിക്കാതിരിക്കയാൽ ഹിന്ദിയുടെ കലർപ്പ് തൊട്ടുതുടങ്ങുന്ന മലയാളത്തിൽ.

പരസ്പരം അറിയാതിരുന്നകാലത്ത് എനിക്കൊരു കവിയുടെ ജന്മവും ജീവിതവുമുണ്ടായിരുന്നു എന്ന വിശേഷം അവനെ പൊട്ടിപ്പൊട്ടിച്ചിരിപ്പിച്ചു.

“നീണ്ടുനീണ്ട കത്തുകൾ വൃത്തിയും വെടിപ്പും തീണ്ടാത്ത കൈപ്പടയിൽ എഴുതുമായിരുന്നു എന്നതൊഴിച്ചാൽ നീ കവിതയെഴുതുന്നത് ഹോ... ഹോ...” എന്ന് ഫലിതം കേട്ടത് മാതിരി അവൻ പിന്നെയും തലയറഞ്ഞ് ചിരിച്ചു.

എന്റെ കവിതകൾ, അത് വായിച്ചവരിൽ ഒരുകാലത്ത് എന്ത് വികാരമാവും ഉണ്ടാക്കിയിരിക്കുക! അത് എന്തുതന്നെയായാലും കവിത്വം എന്ന എന്റെ വിശേഷം എന്റെ ബാല്യത്തിലെ ചങ്ങാതിയെ ഇത്രമേൽ ചിരിപ്പിച്ചതോർത്ത് ഞാനും ചിരിച്ചുപോയി. എങ്കിലും ഇറങ്ങിപ്പോയ കവിതയെപ്രതി അകമേ ഞാൻ കരഞ്ഞു. അതെന്റെ വിഷാദഭാവം പ്രബലമാക്കി.

പറഞ്ഞുപറഞ്ഞ് അവൻ ഉറങ്ങിപ്പോയി. ഞങ്ങളുടെ ബാല്യത്തെ ഓർമ്മയിൽ പുനർനിർമ്മിക്കാൻ ശ്രമപ്പെട്ട് ഞാൻ പക്ഷേ ഉറക്കംവരാതെ കിടന്നു. അക്കാലത്തെ ഞങ്ങളുടെ നാട്ടിൻപുറത്തെ കാട്ടുപള്ളകൾ കേറി മറിഞ്ഞത്, ഓടിപ്പിടുത്തവും കള്ളനും പോലീസും കളിച്ചത്, കൊയ്ത്തുകഴിഞ്ഞ വയൽക്കണ്ടങ്ങളിൽ ഇരുട്ടുവീണ് കണ്ണുകാണാതാവുംവരെ പന്തുതട്ടി ആഹ്ലാദിച്ചത്. ഒഴിഞ്ഞ ടാർവീപ്പയിൽ പെട്ടുപോയ പാമ്പിൻകുഞ്ഞിനെ രക്ഷപ്പെടുത്തിവിടാൻ ശ്രമിക്കാതെ പുൽച്ചാടിയും പാറ്റയുമൊക്കെ തീറ്റയായികൊണ്ടിട്ട് കൊടുത്ത് പോറ്റിയത്. ഞങ്ങൾക്കുമാത്രമറിയാവുന്ന പിന്നെയും എത്രയോ രഹസ്യങ്ങൾ സൂക്ഷിച്ചത്. സെമിത്തേരിപ്പറമ്പിലെ കശുമാവിന് കല്ലെറിയുന്നവരുടെ ദേഹത്ത് കയറിപ്പറ്റാൻ പിശാചിനെ നിയോഗിച്ചിട്ടുണ്ടെന്ന ഭീഷണിയുടെ ഭീതി ഏറെനാൾ ഒഴിഞ്ഞുപോവാതെ ശിരസ്സിൽ പേറിയത്. അങ്ങനെയങ്ങനെ...

പിറ്റന്നാൾ സോണി അവന്റെ പ്രഭാത അസംബ്ലി നേരത്ത് കുട്ടികൾക്ക്

മുമ്പിലെന്നെ 'മേരാ ബച്പൻ കാ ദോസ്താ'യും കവിയായും അവതരിപ്പിച്ചു. മലയാളത്തിൽ കവിത ചൊല്ലാൻ എന്നെ നിർബന്ധിച്ചു.

അരുതരുതെന്നെ അപേക്ഷകളെ കാരുണ്യം തീണ്ടാത്ത അദ്ധ്യാപകന്റെ ഭാവത്തിലേക്ക് പകർന്ന അവൻ ചെവിക്കൊണ്ടതേയില്ല.

കവിത ഇറങ്ങിപ്പോയ മനസ്സിൽനിന്ന്, അല്ല എന്റേതല്ല എന്ന് ഇപ്പോൾ എനിക്കുതന്നെ തോന്നുന്ന ഏതാനും വരികൾ ഞാൻ ഓർത്തെടുത്തു ചൊല്ലി.

മനസ്സില്ലാമനസ്സോടെ തന്നെ അവരോട് ഏതാനും വാചകങ്ങളിൽ സംസാരിച്ചു. അവരുടേതോ എന്റേതോ അല്ലാത്ത ഭാഷയിൽ. ഇംഗ്ലീഷിൽ. ശേഷം ആ കുഞ്ഞുനഗരം കാണാൻ അവനെന്നെ സ്കൂൾവാഹനത്തിൽ ഡ്രൈവറോടൊപ്പമയച്ചു. സത്യത്തിൽ എനിക്കെവിടെയും കാണണമെന്നുണ്ടായിരുന്നില്ല. അകമേ കൂടുവെച്ച, പിടിച്ചുവലിക്കുന്ന വേദനയോടെ അവിടെ നിന്ന്, എല്ലായിടത്തുനിന്നും എല്ലാത്തിൽനിന്നും അകന്നകന്ന് വേഗേന വേഗേന പോകാനായിരുന്നു ഇഷ്ടം.

ആയതിനാൽത്തന്നെ ഇഷ്ടമില്ലാത്ത ഒരിടത്തേക്ക് ഉന്തിത്തള്ളി വിനോദയാത്രക്കയയ്ക്കപ്പെട്ട കുട്ടിയെപ്പോലെ ഞാൻ വെറുതെ ഡ്രൈവർ നയിച്ച വഴികളിലൂടെ പോവുകയും പ്രധാനമെന്ന് അയാൾ പറഞ്ഞ ഇടങ്ങളിലെല്ലാം ഇറങ്ങിനിൽക്കുകയും ചെയ്തു.

നഗരത്തിന് പുറത്തൊരിടത്ത് ഗംഗാനദിക്ക് വീതി വളരേയേറെ തോന്നിച്ച ഒരു ഭാഗത്ത് ഞങ്ങളെത്തിയപ്പോൾമാത്രം അവിടെ നിർത്തൂ എന്ന് ഞാനയാളോട് പറഞ്ഞു. ഞാനെന്തുതരം മനുഷ്യനാണെന്ന് അയാൾ കരുതിയിട്ടുണ്ടാവണം. ആ നഗരത്തിലും പ്രാന്തങ്ങളിലും കാണേണ്ട അനേകം കാഴ്ചയിടങ്ങൾക്കും സ്ഥലങ്ങൾക്കും മുമ്പിൽ അയാളെന്നെകൊണ്ടുചെന്നു നിർത്തിയപ്പോഴെല്ലാം നിർമമതയുടെ ആൾരൂപമായി നിന്ന ഞാൻ സവിശേഷതകളൊന്നും തോന്നാത്ത ഒരിടത്ത് നദിപ്പരപ്പ് നോക്കി നിൽക്കുന്നു.

പറഞ്ഞുവല്ലോ, ആ ഭാഗത്ത് നദി വിദഗ്ധനായ ഒരു നീന്തൽക്കാരനെപ്പോലും ചകിതനാക്കുംവിധം വീതിയേറിയതായിരുന്നു. പതിയെപ്പതിയെ ജലത്തിലേക്കിറങ്ങിച്ചെന്നലിഞ്ഞ് ആഴത്തിന് കീഴ്പ്പെടും മട്ടിലായിരുന്നില്ല ആ ഭാഗം. പൊടുന്നനവേ മുഴുവനാഴവും കൈവരിച്ചു കഴിഞ്ഞ മട്ടായിരുന്നു. ആഴം ദ്യോതിപ്പിക്കുന്ന ഒരു ഇരുൾപ്പച്ച നദിയുടെ ഞാൻ നിന്ന ഭാഗത്ത് കാണായി.

അലിയാം, ഒന്നിച്ചൊഴുകി അകലാമെന്ന് ഇപ്പോഴും നദിയെന്നെ ക്ഷണിക്കുന്നുണ്ടെന്ന് തോന്നി.

പിന്നേയും പിന്നെയുമെവിടേക്കെല്ലാമോ കൂടി എന്റെ സാരഥി എന്നെ നയിച്ചു. മരണശിക്ഷയ്ക്ക് വിധിക്കപ്പെട്ട ഒരുവന്റെ കാഴ്ച കാണൽപോലെ ഞാൻ അവിടങ്ങളിലെല്ലാം ചെന്നു നിന്നു.

അപ്പോഴൊക്കെയും ഞാനെന്റെ ബാല്യത്തെക്കുറിച്ച് മാതാപിതാക്കളെക്കുറിച്ച് ജീവിതത്തിലെ പ്രണയങ്ങളെയും സ്നേഹങ്ങളെയും

കുറിച്ച്, കുറച്ചുകൂടി വ്യക്തമായിപ്പറഞ്ഞാൽ ജീവിതത്തിൽ പ്രിയമായിരുന്നവയെക്കുറിച്ച് എല്ലാം വിചാരപ്പെട്ടു. അത്ര തന്നെയും വേദനിച്ചു. ഇതൊരു മടക്കമാണ്. പ്രിയപ്പെട്ട എല്ലാത്തിൽ നിന്നുമുള്ള എന്നേക്കുമുള്ള മടക്കം.

അകമേ മരണമോഹം കൂടുകെട്ടുമ്പോഴത്രെ ഒരുവൻ അതൊക്കെയും ഓർത്തെടുത്ത് നുണയുന്നത്. മരിച്ചുപോയിരുന്നെങ്കിലെന്ന് ഞാൻ വിചാരിച്ചു. സ്വർഗ്ഗമുണ്ടായിരുന്നെങ്കിലെന്ന് ഞാൻ മോഹിച്ചു. എങ്കിൽ മാഞ്ഞുപോയ മനുഷ്യരോടൊത്ത് ഒരിക്കൽകൂടി ആയിരിക്കാമായിരുന്നു. ആധിവ്യാധികൾ തീണ്ടാലോകം, സ്വർഗ്ഗമുണ്ടായിരുന്നെങ്കിൽ! ഹോ! ബക്സറിൽനിന്ന് പാറ്റ്ന. പിന്നെ ബാഗൽപൂർ, സാഹിബ്ഗഞ്ച്, ഫറാഖ...

ഗംഗ ഒഴുകുന്ന നഗരങ്ങളിലൂടെ, ഗ്രാമങ്ങളിലൂടെ.

വിദ്യയെ ഒരു നിമിഷംപോലും ഞാൻ മറന്നതേയില്ല. നദി അവൾ തന്നെയാണെന്ന്, തൊട്ടുതൊട്ട് മറ്റൊരു സഹസഞ്ചാരത്തിലാണ് ഞങ്ങളെന്ന് ഞാൻ കരുതി.

നീതൂ, ഞാനിപ്പോൾ സുന്ദർബനിലെത്തിയിരിക്കുന്നു.

കടൽ നീല

അതെ, ഞാനിപ്പോൾ സുന്ദർബനിലാണ്. ഗംഗ ഒടുവിലായി ഒഴുകി വന്നണയുന്ന ഭാഗത്ത്.

ബക്സറിൽ നിന്ന് പാറ്റ്ന, ബാഗൽപൂർ. സാഹിബ്ഗഞ്ച്, ഫറാഖ... പിന്നിട്ട് ഞാനിവിടെ സുന്ദർബനിൽ വന്നുചേർന്നു.

നീതൂ, ഞാനയച്ച കത്തുകൾ നിനക്ക് ഇതിനകം കിട്ടിക്കാണുമെന്ന് കരുതട്ടെ. മുമ്പായിരുന്നുവെങ്കിൽ എഴുത്തുകൾ, അവ എഴുതി അയയ്ക്കുന്ന നിമിഷംതൊട്ടേ എന്റെ മനസ്സ് അതോടൊപ്പം സഹയാത്ര ചെയ്യുമായിരുന്നു. ഹാ... അതിപ്പോൾ ഇന്നയിടത്തെ തപാലാപ്പീസിലെത്തിയിട്ടുണ്ടാവും. നാളെ രാവിലെത്തെ മെയിൽ വണ്ടിക്കത് ബ്രാഞ്ച് പോസ്റ്റ് ഓഫീസിലേക്ക് പോകും. പിന്നെയത്... എന്നിങ്ങനെ അദൃശ്യമായ ഒരു കൂട്ടുപോവൽ..

ഇപ്പോൾ പക്ഷേ അങ്ങനെയൊന്നുമില്ല. എഴുതിയതത്രയും ഓരോരോ ഇടങ്ങളിൽനിന്ന് നീയെപ്പോഴുമുണ്ടെന്ന് കരുതുന്ന വിലാസത്തിൽ അയയ്ക്കുക മാത്രം. ദീർഘദീർഘമായി പറന്നുപോകും പക്ഷി ഇടയ്ക്കിടെ തൂവൽപൊഴിച്ചിടുംപോലെ എനിക്കുവേണ്ടി മാത്രം ഒരു ഭാരമുപേക്ഷിക്കൽ.

നീതൂ, നീയെന്നെ പലവട്ടം വിളിച്ചുനോക്കിയിട്ടുണ്ടാവണം അല്ലേ. പക്ഷേ എന്റെ ഫോൺ ഉപേക്ഷിക്കപ്പെട്ട ജീവിതത്തിന്റെ പരിച്ഛേദം പോലെ, അല്ലെങ്കിൽ പഴയ ജീവിതത്തിൽനിന്ന് തുടർച്ച ഛേദിച്ചുമാറ്റിയകറ്റുന്ന ഒരു കണ്ണിപോലെ ബാഗിന്റെ ഉള്ളറകളിലെവിടെയോ...

ഇവിടെ സുന്ദർബനിൽ, ജലവും കരയും തമ്മിൽ ഒരിക്കലുമഴിയാത്തൊരാലിംഗനത്തിൽ പരസ്പരം പുണർന്നു കിടക്കുന്നയിടത്തെ വിശദവിശാലമാം വനഭൂമികയിൽ, ജൈവവൈവിധ്യത്തിന്റെ ജീവന്റെ ഈ അത്ഭുത പറുദീസയിൽ മുമ്പൊരിക്കൽ വന്നിട്ടുണ്ടായിരുന്നു ഞാൻ. ഒരു കൂട്ടത്തോടൊപ്പമായിരുന്നു അത്. കഷ്ടിച്ച് ചില ഭാഗങ്ങൾ കണ്ടുള്ള ഒരു മടങ്ങിപ്പോവലായിരുന്നു അന്ന്. അന്നേ മനസ്സിൽ എഴുതിയിട്ടിരുന്നു. ഇന്ത്യയിലും ബംഗ്ലാദേശിലുമായി കിടക്കുന്ന സുന്ദരമായ ഈ ഭാഗത്ത് പ്രിയപ്പെട്ട ഒരാളോടൊത്ത് ഒരിക്കൽകൂടി വന്നുചേരണമെന്ന്...

വന്നു, പക്ഷേ ആരുമാരും കൂട്ടില്ലാതെ തികച്ചും തനിയെ, അല്ലെങ്കിൽ അങ്ങനെ പറയാമോ? നദിയൊഴുകും വഴികളിലൂടെ ഈ ഗമനത്തിൽ ഇത്രനാളും വിദ്യ എന്നോടൊപ്പമുണ്ടായിരുന്നുവല്ലോ.

നീതു, ഇവിടെയെനിക്കൊരു കൂട്ടുകിട്ടി. ഒരു ദാദയുടെ കൂട്ട്.

ഹാ... ദാദ... നീതു, ഇയാളെക്കണ്ടപ്പോൾ നീയെന്നെ ഇടയ്ക്കിടെ വിളിക്കാറുള്ള പേര് ഞാനാലോചിച്ചു. ദാദ...

ബികാസ് ദാ എന്ന് എല്ലാവരും വിളിക്കുന്ന മധ്യവയസ്സ് പിന്നിട്ട ഒരാൾ. സുന്ദർബനിലെ അനേകം ചെറുഗ്രാമങ്ങളിലൊന്നിലാണ് ദായുടെ വീട്. പശ്ചിമബംഗാൾ ടൂറിസം വകുപ്പിന് കീഴിൽ കരാർ ജീവനക്കാരനാണ് ബികാസ് ദാ. സ്വന്തമായുള്ള ബോട്ടിൽ ഊഴമനുസരിച്ച് സഞ്ചാരികളുമായി കാടുകയറുന്നു. അല്ല, കാട്ടിലൂടെ തുഴയുന്നു.

വെള്ളക്കെട്ടും കണ്ടലും നിറഞ്ഞ സുന്ദർബനിന്റെ വന്യത കൈവെള്ളപോൽ പരിചിതമാണ് ദാദയ്ക്ക്.

“വേറെയാരും സഞ്ചാരികളില്ല. ഞാനൊരാൾ മാത്രം. എനിക്കായി മാത്രം ഒരു ബോട്ട്.”

ആവശ്യമറിഞ്ഞപ്പോൾ ദാദ ഒന്നമ്പരന്നു.

ചുരുങ്ങിയത് നാലാളെങ്കിലുമില്ലാതെ എങ്ങനെ സാബ്? വാടക താങ്കൾക്ക് താങ്ങാനാവുമോയെന്ന് എന്നെ പുനരാലോചനയ്ക്ക് പ്രേരിപ്പിച്ചു. വേണ്ട ഞാൻ മാത്രമെന്ന് ഉറച്ചു പറഞ്ഞതോടെ അനുമതി വാങ്ങി അദ്ദേഹം എന്റെ യാനത്തിന്റെ സാരഥിയായി.

പകൽ ഞങ്ങൾ സുന്ദർബനിന്റെ ഉൾഭാഗങ്ങളിൽ അവിടവിടെ ഒഴുകി നീങ്ങും. ഒട്ടും വേഗത്തിലല്ലാതെ. അലസമലസം. മിക്കപ്പോഴും ബോട്ടിന്റെ എഞ്ചിൻ ഓഫ് ചെയ്തിട്ട് കാറ്റു നയിക്കും മാർഗ്ഗേ. നദീതടങ്ങളിൽ വെള്ളക്കെട്ടുകളിൽ, കാട്ടിലൂടെ, ഒഴുക്കുകളുടെ സംഗമസ്ഥാനത്ത്, നദി കടലിൽ ചേരുന്നിടത്ത്.

രാത്രിയാവുന്നതോടെ എല്ലാം അവസാനിക്കുന്നു. കാഴ്ചകളും ചലനങ്ങളുമെല്ലാം. പിന്നെ ഇരുട്ട് നോക്കി വെറുതെയിരിക്കുക മാത്രം.

പക്കീറാല എന്നൊരു സ്ഥലമുണ്ട്. ബോട്ടുകൾ തമ്പടിക്കുന്ന ഇടം. അവിടെയൊരു രാത്രി തങ്ങി. പിറ്റേന്നാൾ വീണ്ടും ഒഴുകി നടപ്പ്. അലഞ്ഞും അറിഞ്ഞുമങ്ങനെ. അന്ന് വൈകീട്ട് ദാദ പറഞ്ഞു.

“സാബ്, ഇന്ന് നമുക്ക് ഒരു ഗ്രാമത്തിൽ തങ്ങാം. എന്റെ വീട്ടിൽ.”

എതിരുപറഞ്ഞില്ല.

ധമാഖാലി, ഒരു സുന്ദർബൻ ഗ്രാമം. വെള്ളക്കെട്ടുകൾക്കിടയിലെ അസംഖ്യം ഗ്രാമങ്ങൾക്കിടയിലെ തീരെ ചെറിയ ഒന്ന്. കുഞ്ഞുകുഞ്ഞു വീടുകൾ. അവയ്ക്കിടയിലൂടെ പോകുന്ന ഇഷ്ടിക പാകിയുറപ്പിച്ച നടവഴികൾ, ചെറുപാതകൾ. കൈരേഖപോൽ കെട്ടുപിണഞ്ഞും മുറിച്ച് കയറിയും നീണ്ടുനീണ്ടുപോകുന്നവ.

ചെറുകാറ്റടിച്ചാൽപോലും പറന്നുപോയേക്കുമെന്ന് തോന്നിക്കും വിധമുള്ള ഓടുമേഞ്ഞ മേൽക്കൂരയുള്ള ഒരു ചെറിയവീടായിരുന്നു ദാദയുടേത്. ഭാര്യയും കുട്ടികളുമൊത്ത് മിതമായി ജീവിക്കുന്നു അയാൾ.

രാവിലെ ദീദി തന്ന ചായ കുടിച്ച് ഞാൻ ഒരു നടപ്പിന് പോയി. വെള്ളക്കെട്ടുകളും മീൻ വളർത്തുന്ന പാടങ്ങളും എല്ലാം മഞ്ഞ് മൂടി പതിയെമാത്രം തെളിഞ്ഞു തെളിഞ്ഞു വരുന്നു. വഴികളിലൂടെയും വീടുകൾക്കിടയിലൂടെയും വഴിതെറ്റിയും ആശയക്കുഴപ്പത്തിലായും ഒടുവിൽ ഞാൻ തളർച്ചയോടെ ദാദയുടെ വീട്ടിൽ മടങ്ങിയെത്തി.

പ്രശാന്തമായ ആ പകലിൽ പിന്നെ സുന്ദർബനിന്റെ പുതിയ ഭാഗങ്ങളിൽ അലഞ്ഞു. പിറ്റേന്നാൾ വീണ്ടും പുതിയ ഇടങ്ങൾ. സ്വച്ഛവും നിശ്ശബ്ദവും വേഗം കുറഞ്ഞും ദിനങ്ങൾ, ഇനി തിരികെ വരില്ലാത്തവ. വരേണ്ടതില്ലാത്തവ. കടങ്ങൾ അത്രയും വീട്ടിക്കഴിഞ്ഞു എന്ന തോന്നലിന്റെ ഭാരക്കുറവ് ഞാനറിയുന്നുണ്ട്. ഇനി നിത്യമായി മാഞ്ഞ് പോവാമെന്നുതന്നെ...

നീതൂ, ഞാനിതെഴുതുന്നത് പതിയെ ഒഴുക്കിനൊപ്പം കടലിലേക്ക് നീങ്ങുന്ന ബോട്ടിന്റെ മുകൾത്തട്ടിലിരുന്നാണ്. നദി കടലോടു ചേരുന്ന ഭാഗം, അഴിമുഖം. ഉൾക്കടൽ തന്നെയെന്ന് തോന്നിക്കുന്ന വീതി വിസ്താരമുള്ള ഇടം.

നീതൂ, ഒരു പുറപ്പെട്ട് പോരലായിരുന്നു എനിക്കീ യാത്ര. പലതിൽ നിന്നും. അല്ല, എല്ലാത്തിൽ നിന്നും. മനുഷ്യരിൽനിന്ന്, ഓർമ്മകളിൽ നിന്ന്, ഇടങ്ങളിൽനിന്ന്. നല്ലതും ചീത്തയുമായ ഇന്നലെകളിൽനിന്ന് ഒരു പലായനം. ഓർമ്മ തിരികെ വിളിക്കുന്ന, കൊണ്ടുവന്ന് ചേർക്കുന്ന എല്ലാത്തിൽ നിന്നുമൊരു ഒളിച്ച് പോക്ക്. ഇടയ്ക്ക് വിദ്യയുടെ കടം വീട്ടാൻ അവളുടെ മോഹമായിരുന്ന പഥം എന്റേതുകൂടിയായി.

പലായനം, എങ്കിലും പക്ഷേ, വിചിത്രം സഞ്ചാരപഥത്തിലെ മനുഷ്യർ, ഇടങ്ങൾ, അനുഭവങ്ങൾ, വീണ്ടുമെന്നെ പഴയതിനെക്കുറിച്ചെല്ലാം തന്നെയും പിന്നെയും ഓർമ്മിപ്പിക്കുന്നു. പിന്നാക്കം പിടിച്ചുവലിക്കുന്നു. വാക്കുകൾ എന്നിൽ തിരികെ കൊണ്ടുചേർക്കുന്നു. മനുഷ്യരെയും അനുഭവങ്ങളെയും കുറിച്ച് വാചാലനാക്കുന്നു.

പെട്രോൾ ബങ്കിലെ പേരറിയാ പെൺകുട്ടിയും പാവം ആ ചേച്ചിയും നീയും മുതൽ ബ്രൂണോ ജീസസും ബികാസ് ദാദയും ഉൾപ്പടെ സകലരും പ്രണയത്തേയും ജീവിതത്തെയും കുറിച്ച് എന്നെ ഓർമ്മിപ്പിക്കുന്നു. പക്ഷേ എന്നിട്ടും എനിക്ക് നിങ്ങളെയൊക്കെ നിരസിച്ച് മാഞ്ഞുമാഞ്ഞു പോകാൻ തോന്നുന്നു.

മരണത്തെക്കുറിച്ച് എപ്പോഴെങ്കിലുമൊരു നിശ്ചയം എന്റെ ഉള്ളിൽ ഉണ്ടായിരുന്നോ. യാത്രാരംഭത്തിലോ പിന്നെയോ? ഉവ്വ്. ഉണ്ടായിരുന്നു. അതെപ്പോഴുമുണ്ടായിരുന്നു. ഇടയ്ക്കിടെ മാത്രം മനുഷ്യർ, ജീവിതങ്ങൾ എന്നെ അതിൽനിന്നും അകലേക്കകലേക്ക് തള്ളിനീക്കി നിർത്തി. തെല്ലുനേരത്തേക്ക്, തെല്ലുനേരത്തേക്ക് എന്നു മാത്രം.

പക്ഷേ ഒന്ന് സത്യമാണ് ഇപ്പോൾ എനിക്ക് മുന്നോട്ട് പോകാനുള്ള പ്രചോദനങ്ങളൊന്നും ബാക്കിയില്ലെന്ന്. എല്ലാം ശൂന്യമാണ്. ശുദ്ധ ശൂന്യതയുടെ ഒരു വെണ്മ. വലിയൊരു മഞ്ഞുമലയോട് ഞെരുക്കപ്പെട്ട് വഴി അവസാനിച്ച് പോകുകയാണ് എന്ന്, ഇപ്പോഴും കടലിലേക്ക് ചലിക്കുന്ന ഈ യാനത്തിലിരിക്കെ എനിക്ക് തോന്നുന്നു.

മനുഷ്യർ, അവരുടെ കൂട്ട് എനിക്കെന്നും പ്രിയമായിരുന്നു. ജീവിതം, പ്രണയം അതാണെന്നെ എന്നും നയിച്ചിരുന്നത്. ഒന്ന് അവസാനിക്കവേ ഒന്ന്. ചിലപ്പോഴൊക്കെ ഒന്നിൽനിന്ന് ഒന്നിലേക്ക് പ്രണയം എന്നെ വഴിനടത്തി. ഉടയാടപോലൊരു അനിവാര്യതയായിരുന്നു എനിക്കത്. എപ്പോഴുമത് ഒരു ആടപോൽ അണിയാൻ ഞാൻ കൊതിച്ചു. ചേലപോൽ പ്രണയംകൊണ്ട് മറ്റുള്ളവരെ പുതപ്പിച്ചു.

നീതൂ, ഇതെന്റെ അവസാന വാക്കുകളാണ്. തപാലിലായിരിക്കയില്ല ഇത് നിന്നെ തേടിയെത്തുക. കടൽക്കാറ്റ് കവരാൻ ശ്രമിക്കുന്ന ഈ കടലാസുകൾ എഴുതിത്തീരും മാത്രയിൽ ഫോൺ തുറന്ന് ചിത്രങ്ങളാക്കി മാറ്റി ഞാൻ നിനക്കയയ്ക്കും.

കൈ വിടർത്തവേ ഈ കടലാസുകൾ, വാക്കുകൾ, ഒരു കാലത്ത് കവിത പ്രാണനായിരുന്ന ഒരുവന്റെ, എന്റെ അവസാനത്തെ അക്ഷരങ്ങൾ പേറുന്ന താളുകൾ കാറ്റെടുത്ത് കടലിനെയേല്പിക്കും.

പിന്നെയെന്ത് ബാക്കി? ഇല്ല... ഒന്നുമില്ല... ഒന്നുമില്ല.

കാണാവുന്ന അകലത്തോളം, അതിനപ്പുറവും കടൽ. കടൽനീല.

നീല മാത്രം.

മരണത്തിന്റെ നിറം നീലയാണോ?

നീലയുടെ കടൽ എന്നെ ക്ഷണിക്കുന്നു.

നന്ദി നീതു, എല്ലാത്തിനും

സസ്നേഹം,

നിഷാദ്.

ജീവിതത്തിനും മരണത്തിനുമിടയിൽ എത്ര സമയം ബാക്കിയുണ്ട്? ഇന്നേവരെയുള്ള ആയുസ്സ്. അത് വർഷങ്ങളും മാസങ്ങളും ദിവസങ്ങളും മണിക്കൂറുകളും നിമിഷങ്ങളുമായി പരാവർത്തനം ചെയ്യുകിൽ ഇങ്ങേയറ്റത്തെ ഏതാനും നിമിഷങ്ങളിൽ ഇപ്പോൾ.

നാലുവാര പിന്നാക്കം മാറി ആയമെടുത്ത് കുതിച്ച് താഴേക്ക് ചാടാൻ വേണ്ടുന്നത്രയും സമയം ബാക്കി.

ഭൂമിയെ ആകെത്തന്നെയും അല്ല അതിലേറെയും വിഴുങ്ങാൻതക്ക ആഴപ്പരപ്പുകൾ ഗർഭമായിപ്പേറുന്ന കടലിന്റെ അഗാധതയിലേക്ക് പതിക്കുന്നതിന് മതിയായത്രയും നേരം. ഇനി അത്രമാത്രം ജീവിതം ബാക്കി.

നീലയുടെ സമനിരപ്പുപോൽ കിടക്കുന്ന കടൽപ്രതലത്തിൽ ഉടൽ ചെന്നുതൊടുന്നത് ഉൾക്കണ്ണിൽ കാണാം. പിന്നെ ഒരാൾ വ്യാസത്തിൽ താഴോട്ട് താഴോട്ട് ഒരുഗമനം. എവിടെയെങ്കിലും ചെന്ന് തൊടുംമുമ്പേ ശ്വാസം ഞെരുങ്ങിഞെരുങ്ങി വേർപ്പെട്ടുപോകുന്ന പ്രാണൻ. പിന്നെ പതിയെ മീനുകൾക്കും കടൽജീവികൾക്കും ആഹാരമാവുന്ന ഉടൽ. മുറിഞ്ഞടർന്ന് അലിഞ്ഞ് അലിഞ്ഞ്, അഴിഞ്ഞഴിഞ്ഞ്..

മനസ്സ് ശുദ്ധ ശൂന്യം. നിറങ്ങളും വികാരങ്ങളുമറ്റത്. ഇനി താഴേക്ക്, താഴേക്ക്... നീലയുടെ, കടലിന്റെ ആശ്ലേഷത്തിലേക്ക്....

പൊടുന്നനെ കേൾക്കാവുന്ന മണിനാദം.

മറ്റേതോ ലോകത്തുനിന്നാണത് എന്ന് തോന്നി. അല്പം മുമ്പേ തുറന്നശേഷം ഡെക്കിൽ ഉപേക്ഷിച്ചിട്ട ഫോണിൽനിന്ന്.

ആരോ പിൻവിളി വിളിക്കുന്നു. ജീവിതത്തിൽനിന്നും

തിരികെചെന്ന് കാതോരം ചേർത്തു.

സ്നേഹമാണ്...

പ്രണയമാണ്...

ജീവിതമാണ്....

മടങ്ങിപ്പോവണം.

■

www.ingramcontent.com/pod-product-compliance
Lightning Source LLC
LaVergne TN
LVHW090315051026
849518LV00005B/1787